ब्राऊन यांच्या उत्स्फूर्त लेखणीतून साकारलेली, क्लृप्त्यांनी परिपूर्ण हत्याकांडाची थरारक कथा..

– जॅनेट मस्लीन

ब्राऊन यांनी उभी केलेली आजवरची सर्वात दमदार व्यक्तिरेखा.. चित्रमय आविष्काराच्या नजीक पोचणारं पुस्तक.

– युएसए टुडे

गतिमान, दर्जेदार आणि माहिती संपन्न पुस्तक! डॅन ब्राऊन बुद्धीवंतांचा बाप असल्याची प्रचीती देणारी साहित्यकृती..

– द वॉल स्ट्रीट जर्नल

धूळ माखलेली पुस्तकं आणि बुरसटलेले मार्ग, जगातल्या आदिम कटकारस्थानांची निव्वळ आवरणं आहेत, यावर वाचकांना विश्वास ठेवायला लावणारं ब्राऊन यांचं सर्वोत्तम पुस्तक.

– द वॉशिंग्टन पोस्ट

दिशा बदलणारं थरारनाट्य.. असंख्य कोडी, सुंदर स्त्रीची सोबत आणि गुपितांचा साठा ब्राऊन यांनी साकारला आहे.

– ईडब्लू डॉट कॉम

अभिप्राय

या कादंबरीत गूढ गोष्टींचा पाठलाग, मृत्यूनंतरचे जीवन, आत्मे किंवा पिशाच्च, नरक, परमेश्वर वगैरे सर्व गोष्टी आहेत. नरकातील अग्निप्रलय, नीती-अनीती वगैरे गोष्टी आपल्या प्राचीन ग्रंथांतही आहेत. रौरव, कुंभीपाक वगैरे नरकातील विविध प्रकारांची वर्णनेही आहेत. पिशाच्च, पुनर्जन्म, शाप, तळतळाट वगैरेबद्दल तर एवढी माहिती भरलेली आहे, की तेवढी पाश्चात्यांच्या प्राचीन ग्रंथांतही नसेल, तसेच आपला इतिहास तर विविध प्रकारचा आहे. मानवी संघर्ष तर रामायण-महाभारत काळापासून घडत आलेले आहेत. नीती-अनीती, पाप-पुण्य या कल्पनांचा ऊहापोह कृष्णाने गीतेत अर्जुनाला उपदेश करताना केला आहे. एवढा सारा खजिना आयता आपल्याकडे असताना त्यावर आधारित कादंबऱ्या लिहिणारा भारतीय डॅन ब्राऊन आपल्याकडे का निर्माण होत नाही?

दैनिक ऐक्य, २७/११/२०१६

आपल्या स्नेहीजनांना पुस्तके भेट द्या

इन्फर्नो

लेखक

डॅन ब्राऊन

अनुवाद

अशोक पाध्ये

मेहता पब्लिशिंग हाऊस

Please contact us at **Mehta Publishing House,** Pune 411030.
✆ +91 020-24476924 / 24460313 / Mob. No. 9545000513
Email : production@mehtapublishinghouse.com
Website : www.mehtapublishinghouse.com

- *या पुस्तकातील लेखकाची मते, घटना, वर्णने ही त्या लेखकाची असून त्याच्याशी प्रकाशक सहमत असतीलच असे नाही.*

INFERNO by DAN BROWN

Translated into Marathi Language by Ashok Padhye

इन्फर्नो / अनुवादित कादंबरी

TBC-26 Book No. 5

अनुवाद : अशोक पाध्ये

Email : author@mehtapublishinghouse.com

मराठी अनुवादाचे व प्रकाशनाचे हक्क : मेहता पब्लिशिंग हाऊस, पुणे.

प्रकाशक : सुनील अनिल मेहता, मेहता पब्लिशिंग हाऊस,
१९४१, सदाशिव पेठ, माडीवाले कॉलनी, पुणे – ४११०३०.

मुद्रक : ट्रिनिटी ॲकॅडमी फॉर कॉर्पोरेट ट्रेनिंग लिमिटेड

मुखपृष्ठ : मेहता पब्लिशिंग हाऊस,

प्रकाशनकाल : सप्टेंबर, २०१६ / पुनर्मुद्रण : ऑक्टोबर, २०२०

किंमत : ₹ ६००

P Book ISBN 9789386175205
E Book ISBN 9789386175250
E Books available on : amazonkindle Apple Books Google Play Books

---

माझ्या जन्मदात्यांना....

या कादंबरीतील ऐतिहासिक संदर्भ सोडले, तर बाकी सर्व मजकूर हा काल्पनिक आहे. त्यामध्ये जर कोणा जिवंत अथवा मृत व्यक्तीशी साम्य आढळल्यास तो निव्वळ योगायोग समजावा.

वाचण्यापूर्वी...

ज्याच्या पुस्तकाच्या कित्येक कोटींच्या प्रती दरवर्षी खपतात; त्या डॅन ब्राऊनचे 'इन्फर्नो' (अग्निप्रलय) हे अगदी अलीकडचे पुस्तक. हे पुस्तक मराठी वाचकांसाठी अनुवादित करून प्रकाशित होत आहे. जुन्या काळात प्रेमकथा, रहस्यकथा, साहसकथा अशा कप्प्यांमध्ये कादंबऱ्यांचे लिखाण होई. परंतु पाश्चात्त्य लेखकांना कोणतेही बंधन आवडत नसल्याने त्यांच्या कादंबऱ्यांत विज्ञान, रहस्य, पुराणे, प्रेमकथा इत्यादी विषयांची गर्दी झालेली असते, पण सरमिसळ नसते. मुळात पाश्चात्त्यांच्या पुराणकथांत अथवा विज्ञानात त्या कथेचा उगम असल्यास आणि त्यापासून त्यांना एखादी कल्पना स्फुरली असल्यास ते त्या विषयाचा सखोल अभ्यास करतात आणि मगच लेखनास प्रारंभ करतात. माहिती मिळवण्यासाठी आता इंटरनेटसारखी साधने जरी उपलब्ध असली, तरीही त्या-त्या क्षेत्रातील तज्ज्ञ व्यक्तींचे मार्गदर्शनही लागते. अशा तज्ज्ञांचा एक फौजफाटा तयार करून डॅन ब्राऊन त्यांची मदत घेतो. याच पुस्तकासाठी त्याने ज्या-ज्या व्यक्तींची मदत घेतली आहे, त्यांचे आभार पुस्तकाच्या शेवटी नावे घेऊन मानलेले आहेत. सुमारे ७५ जणांची नावे त्यात आढळतील. एवढा खटाटोप करण्याचे कारण पाश्चात्त्य लेखकांना आपल्या पुस्तकात अचूकता हवी असते. त्यामुळे त्यांची पुस्तके माहितीपूर्ण ठरतात. त्यावर नंतर वादंग होत नाहीत. या पार्श्वभूमीवर आपल्याकडच्या लेखकांचा माहिती मिळवण्यात, त्या-त्या विषयांचा अभ्यास करण्यात किती आळस असतो, हे दिसून येईल. इतकेच काय, पण जिथे फक्त ज्ञान व माहिती एवढेच पुस्तकात द्यायचे आहे, अशा शालेय पाठ्यपुस्तकांत लेखकांनी किती घोडचुका केलेल्या असतात याची सुरस व चमत्कारिक माहिती आपण वृत्तपत्रांत वाचतो. परिणामी अचूक ज्ञानाचा, शुद्धतेचा संस्कार आपल्या नव्या पिढीवर कसा होणार? 'डिजिटल फॉर्ट्रेस' या कादंबरीत महासंगणकाचे क्षेत्र उलगडून दाखवलेले आहे. तर 'डिसेप्शन पॉइंट' या कादंबरीत सर्व आधुनिक विज्ञानाचा आधार घेतला आहे. तर 'लॉस्ट सिम्बॉल' कादंबरीत ऐतिहासिक काळातील घडामोडी, त्या वेळची चित्रकला,

प्राचीन तंत्रविद्या वगैरेंचे सहाय्य घेतले आहे. 'द दा विंची कोड' व 'एन्जल्स अॅन्ड डेमन्स' या दोन कादंबऱ्यांत तर सरळ-सरळ ख्रिश्चन धर्माच्या गाभ्यालाच हात घातला आहे. अन् हे सारे एवढे अभ्यासपूर्ण आहे की, वाचकांची नुसतीच करमणूक होत नाही, तर त्यांना अनेक गोष्टींचे ज्ञानही होते.

आपल्याकडे तर एवढे विविध विषय आहेत की, आपली प्राचीन पुराणे, धर्मग्रंथ, इतिहास यांविषयी पुस्तकांच्या मालिका निघू शकतील. पण त्यासाठी अचूकता व शुद्धता यांची आवड लेखकाला असायला हवी. त्याच्याकडे कल्पकता व अभ्यासू वृत्ती असायला हवी. असे लेखक भारतात व महाराष्ट्रात क्वचितच आढळतात. आपले लेखक प्रेमकहाण्यांसारखे मनोरंजनात्मक लिखाण करतील किंवा करुण कहाण्या लिहितील. अशी ही दारुण अवस्था आहे.

डॅन ब्राऊनच्या कादंबऱ्या वाचल्यामुळे वाचकाला आनंद मिळतो, तसेच तो बहुश्रुत आणि ज्ञानीही बनतो. या तरुण लेखकाने एका पाठोपाठ एकेक अशा कादंबऱ्या लिहिल्या आहेत की, त्यांचा एक जागतिक विक्रम झाला आहे. त्यांचा कित्येक कोटी प्रतींचा खप झाला आहे आणि अब्जावधी संपत्तीची उलाढाल झाली आहे. त्याच्या आगामी कादंबरीची जाहिरात आली की, लगेच आगाऊ नोंदणीला सुरुवात होऊन आधीच कित्येक लाख प्रती नोंदल्या जातात. शिवाय डॅन ब्राऊनचे यश केवळ एका कादंबरीपुरते सीमित नाही. त्याच्या प्रत्येक कादंबरीला तेवढाच प्रतिसाद मिळतो.

या कादंबरीत गूढ गोष्टींचा पाठलाग, मृत्यूनंतरचे जीवन, आत्मे किंवा पिशाच, नरक, परमेश्वर वगैरे सर्व गोष्टी आहेत. नरकातील अग्निप्रलय (Inferno), नीती-अनीती वगैरे गोष्टी आपल्या प्राचीन ग्रंथांतही आहेत. रौरव, कुंभीपाक वगैरे नरकातील विविध प्रकारांची तपशीलवार वर्णनेही आहेत. पिशाच्च, पुनर्जन्म, शाप, तळतळाट वगैरेंबद्दल तर एवढी माहिती भरलेली आहे की, तेवढी पाश्चात्त्यांच्या प्राचीन ग्रंथांतही नसेल, तसेच आपला इतिहास तर विविध प्रकारचा आहे. मानवी संघर्ष तर रामायण-महाभारत काळापासून घडत आलेले आहेत. नीती-अनीती, पाप- पुण्य या कल्पनांचा ऊहापोह कृष्णाने गीतेत अर्जुनाला उपदेश करताना केला आहे. एवढा सारा खजिना आयता आपल्याकडे असताना त्यावर आधारित कादंबऱ्या लिहिणारा भारतीय डॅन ब्राऊन आपल्याकडे का निर्माण होत नाही?

या प्रश्नाचे उत्तर वाचकांनी ही कादंबरी वाचल्यावर विचार करून ठरवावे.

– अशोक पाध्ये

पुस्तकाविषयी

चिन्हशास्त्रज्ञ लँग्डन विद्यापीठात व्याख्यान देण्यासाठी चालला होता. त्याने डोळे उघडून पाहिले तर तो कित्येक हजार मैल दूरच्या देशातील एका रुग्णालयात होता. त्याला सांगण्यात आले की तुमच्यावर काल रात्री गोळी झाडण्यात आली होती. पण त्याला ते आठवेना.

शेवटी त्याला तिथून पळ काढावा लागला. तिथून त्याची धावपळ सुरू झाली. पृथ्वीवर स्फोटक परिस्थिती निर्माण होणार होती. म्हणून वर्ल्ड हेल्थ ऑर्गनायझेशन त्या स्फोटाची, भावी हत्याकांडाचा उगम शोधत होती. लँग्डनही नकळत तेच करू लागला. त्या रहस्याचा शोध पुरातन काव्य व चित्रे यात तो घेऊ लागला. पोलीस त्याच्या मागे लागले असतानाही तो शर्थ करीत होता. मध्येच विश्रांती घेताना त्याला एक बाई दिसे व म्हणे, "शोधा म्हणजे सापडेल," काय शोधा? कसे शोधा?

तो व डॉ. सिएना ब्रुक्स जिवाच्या आकांताने प्रयत्न करीत होते. धावपळ करून रहस्याच्या उगमापाशी गेलो नाही तर पृथ्वीवर एक भयानक हत्याकांड घडणार होते. युरोप, इटलीमधील फ्लॉरेन्स, व्हॅनीस शहर, इस्तंबूल येथे रेल्वे, विमान यातून धावपळ. भव्य चर्चेसला भेटी. रहस्याच्या जवळ जवळ ते जात होते.

शेवटी काय झाले? मनुष्यजातीचे शिरकाण थांबवले गेले का? एक जीवशास्त्रज्ञ व युनो संस्था यांच्या संघर्षात लँग्डन व डॉ. ब्रुक्स होरपळून जाऊ लागले. त्याची ही थरारक हकिगत.

डॅन ब्राऊन याची ही सर्वात उत्कंठावर्धक व अलीकडची कादंबरी. मराठीत प्रथमच त्याचा अनुवाद सादर होत आहे. आपल्या खास शैलीत श्री. अशोक पाध्ये यांनी या कादंबरीचा अनुवाद आपल्यापुढे ठेवला आहे.

द दा विंची कोड, एंजल्स व डेमन्स, डिसेप्शन पॉईंट, डिजिटल फॉर्ट्रेस व लॉस्ट सिम्बॉल या आपल्याच कादंबऱ्यावरती वरताण करणारी डॅन ब्राऊन यांची कलाकृती.

‘नरकातल्या ज्या सर्वांत काळोख्या व भयानक
जागा असतात,
त्या काही जणांसाठी राखून ठेवलेल्या असतात.
नैतिक पेचप्रसंगात, आणीबाणीत जे आपली
तटस्थता कायम ठेवू पहातात, त्यांच्यासाठी त्या
जागा असतात.’

दहा

वस्तुस्थिती

या पुस्तकात ज्या चित्रकलाकृती, साहित्य, आलेख पत्रे, विज्ञान आणि ऐतिहासिक संदर्भ उल्लेखलेले आहेत, ते सर्व खरे आहेत.

'द कन्सॉर्टियम' ही एक खासगी संस्था असून त्यांची सात देशांत कार्यालये आहेत. परंतु सुरक्षितता व खासगीपणा जपण्यासाठी मूळचे संस्थेचे नाव बदलले आहे.

डान्टे अलीघिरी याने 'द डिव्हाइन कॉमेडी' हे जे महाकाव्य लिहिले; त्यामध्ये Inferno (इन्फर्नो) हे एक दृष्टिआडचे जग दाखवलेले आहे. ते एक काळजीपूर्वक रचलेले राज्य आहे. त्यात शरीरहीन आत्मे; हे जीवन व मृत्यू यांच्यामध्येच अडकून राहिल्याचे दाखवले आहेत.

प्रस्तावना

शरीरहीन असलेली मीच ती छायाकृती आहे.

दुःख आणि यातना यांनी भरलेल्या शहरातून मी सहज निघून जाऊ शकतो.

माझे कायमचे शत्रू असलेल्यांमधून मी सहज पार करतो.

अर्नो नदीच्या काठावरून मी अडखळत आणि धापा टाकीत चाललो होतो... मग मी डावीकडे 'व्हिया दे कॅस्टेलानी'कडे वळलो. मी उत्तरेच्या दिशेने जाऊ लागलो. उफिझीमधल्या इमारतींच्या छायांच्या दाटीवाटीतून मी वाट काढीत जाऊ लागलो.

आणि तरीही ते माझा पाठलाग करीत होते.

त्यांच्या पावलांचे आवाज मला आता मोठ्याने आणि जवळ ऐकू येऊ लागले. त्या आवाजावरून ते अत्यंत ठामपणे आणि निर्धाराने माझ्याजवळ येत आहेत हे मला जाणवले.

अनेक वर्षे ते माझा माग काढीत आहेत. त्यांच्या या पाठलाग करण्यामध्ये एवढे सातत्य आहे की... त्यामुळे मला सक्तीने मृतात्म्यांच्या पापक्षालनाच्या जागी जावे लागले आणि तिथे आश्रय घ्यावा लागला... एखाद्या पाताळातील राक्षसाप्रमाणे मोठ्या कष्टाने जमिनीखाली जावे लागले.

कारण मी एक छायाकृती आहे.

पण आता इथे जमिनीच्या पृष्ठभागावर मी माझे डोळे उघडून उत्तरेकडे पहातोय. पण त्या दिशेला मुक्तीचा एकही थेट मार्ग मला दिसत नाहीय... कारण पहाटेच्या प्रकाशाला ॲपेनाइन डोंगर अटकाव करीत आहेत.

मी पलाझो मागे टाकले, तिथले दंतुर आकाराचे मनोरेही मागे टाकले. एकच काटा असलेले ते घड्याळही मी ओलांडून गेलो... पियाझा दी सान फिरेन्झ या गावातील भल्या सकाळी विक्रेत्यांनी रस्ते व्यापून टाकले होते. त्यांच्यातून नागमोडी वळणे घेत मी मार्ग काढीत होतो. ते विक्रेते घोगऱ्या आवाजात ओरडत होते. त्यांच्या तोंडातून लाम्प्रेट्टोचा आणि भाजलेल्या ऑलिव्ह्जचा वास येत होता.

बार्गेलोच्या आधी, रस्ता ओलांडून मी पश्चिमेकडे वळलो. बादियाचा मिनार पहात मी त्याच्या पायथ्याशी असलेल्या लोखंडी फाटकापाशी आलो. मोठ्या मुश्किलीने ते फाटक पार केले.

आता हयगय करून कच खाऊन चालणार नाही. ती द्विधा मन:स्थिती मागे टाकायला हवी.

मी दरवाजाची मूठ फिरवून आता पॅसेजमध्ये आलो. आता इथून माघार घेता येणार नव्हती. माझे पाय शिसासारखे जड झाले होते. त्या जड पावलांनी मी तो अरुंद जिना चढू लागलो. त्या गोल गोल जिन्याच्या पायऱ्या मऊ संगमरवरी दगडाच्या होत्या. त्या पांढऱ्या पायऱ्या झिजलेल्या होत्या, त्यांना बारीक-बारीक खड्डे पडले होते.

आवाजांचे प्रतिध्वनी मला खालून वर ऐकू येऊ लागले होते. कोणीतरी माझी विनवणी, याचना करीत होते, मला हाका मारीत होते.

शेवटी ते माझ्या मागे येथवर आलेच... ते माघार घ्यायला तयार नव्हते, मला पकडू पहात होते.

पण त्यांना पुढे काय होणार आहे हे समजत नव्हते... किंवा मी त्यांच्यासाठी काय वाढून ठेवले आहे हेही त्यांना कळत नव्हते.

ही भूमी कृतघ्न आहे!

मी जसजसा वर वर चढत गेलो, तसतशी माझी दृष्टी अधिकाधिक करडी होत गेली... मला आकर्षक देह आगीच्या पावसात न्हाऊन जाताना दिसत होते. बुभुक्षित लालसा असलेले आत्मे आपल्याच विष्ठेत लोळत असलेले दिसले. तर विश्वासघातकी खलनायक मंडळी ही सैतानाच्या थंडगार पकडीत सापडलेली दिसली.

मी जिन्याच्या शेवटचा भाग चढलो आणि सर्वांत वरच्या टोकाला पोचलो. तिथल्या बाहेरच्या सज्जातील सकाळची हवा ही दमट होती. सज्जाच्या कठड्याची भिंत डोक्याइतक्या उंचीची होती. त्या भिंतीला मोठमोठ्या फटी ठेवल्या होत्या, त्यातून मी बाहेर पाहू लागलो. खाली ते सुंदर शहर उलगडत गेलेले होते. मला हाकलून देणाऱ्यांपासून मी याच शहरात आश्रय घेतला होता.

माझ्या मागून मला उद्देशून बोलणारे आवाज ऐकू येऊ लागले. ते अगदी जवळ जवळ येऊ लागले.

"तू जे करतो आहेस, तो वेडेपणा आहे!"

वेडेपणातूनच दुसरा वेडेपणा निर्माण केला जातो.

ते ओरडत होते, "अरे, देवाच्या प्रेमाखातर तरी तू ते कुठे लपवले आहेस, ते सांग."

त्याच देवाच्या प्रेमासाठी मी ते सांगणार नाही.

मी तिथल्या थंड दगडी भिंतीला पाठ टेकून उभा राहिलो. माझ्या डोळ्यांत ते खोलवर डोकावून पहात होते. त्यांच्या चेहऱ्यावरील भाव गडद होत चालले होते. ते आता माझे मन वळवण्याचा प्रयत्न करत नव्हते. माझी खुशामत करत नव्हते. ते आता मला धमकी देऊ लागले. "आमच्याकडे आमच्या खास पद्धती आहेत. तू ते कुठे लपवले आहेस हे आम्ही तुला सांगायला भाग पाडू."

याच कारणासाठी मी स्वर्गाच्या दिशेने अर्धे अंतर वर चढून आलो.

मग कोणताही इशारा न करता मी वळून त्या कठड्याच्या भिंतीवर चढून उभा राहिलो. मग पुढे सरकून टोकाला गेलो. कडेला गेल्यावर मी जरासा डगमगलो.

(या भयाण पोकळीतून जाताना प्रिय व्हर्जिल देवते, कृपया मला मार्गदर्शन कर!)

ते अविश्वासाने पुढे सरकले. त्यांना माझे पाय पकडायचे होते. पण तसे करताना माझा तोल जाईल आणि मी पडेन अशी त्यांना भीती वाटत होती. आता ते माझी शांतपणे विनवणी करीत होते. पण आता मी त्यांच्याकडे पाठ फिरवली होती. काय करायचे ते मला चांगले ठाऊक होते.

मला खालचे दृश्य दिसत होते. ते भोवळ आणणारे होते. सर्व घरांची छपरे तांबड्या कौलांची असल्याने खाली आगीचा एक समुद्र पसरला आहे, असे वाटत होते. याच शहरात एकेकाळी महान पुरुष होऊन गेले होते...

गिओट्टो, डोनाटल्लो, ब्रुनेलीश्ची, मायकेल अँन्जेलो, बॉटिसेली यांचे वास्तव्य इथे होते.

प्रत्येकाने अफाट कर्तृत्व गाजवले होते.

मी पुढच्या दिशेने आणखी एक इंच सरकलो.

"खाली उतर!" ते ओरडले, "अजून उशीर झालेला नाही."

अरे, बळेच अज्ञान पांघरलेल्या जीवांनो! तुम्हाला भविष्यकाळ दिसत नाही का? माझ्या निर्मितीची उदात्तता तुम्हाला समजत नाही का? त्याची गरज कळत नाही का?

मी आता आनंदाने अखेरचे बलिदान, अखेरचा त्याग करणार आहे... आणि या बरोबरच मी लपवलेले तुम्ही जे शोधू पहात आहात, ते सापडण्याची शक्यता कायमची विरून जाणार आहे.

ती जागा तुम्हाला कधीही वेळ आल्यावर सापडणार नाही.

शेकडो फूट खाली एक चौक होता. त्यात दगडी फरशी बसवलेली होती. तो चौक मला वाळवंटातील ओॲसिससारखा वाटत होता. ते मरुस्थल मला खुणावत होते. आता मी इथे किती वेळ घालवायचा? ...पण वेळ ही एक अशी गोष्ट होती की, त्यासाठी मी माझ्याजवळची अफाट संपत्तीही खर्च करू शकत नव्हतो.

त्या अखेरच्या क्षणात मी खाली चौकाकडे पाहिले आणि मला एक दृश्य दिसले. ते दृश्य पाहून मी दचकलो.

मी तुझा चेहरा पाहिला.

सावलीत उभा राहून वर तोंड करून तू माझ्याकडे पहात होतास. तुझ्या डोळ्यांत दुःख भरलेले होते. आणि तरीही मी जे साध्य करायला जाणार होतो त्याबद्दल तुझ्या डोळ्यांत मला एक पूज्य भाव दिसत होता. मला दुसरा पर्याय नव्हता, हेही तुझ्या लक्षात आले होते. मनुष्यजातीच्या प्रेमासाठी मी माझी ती उत्कृष्ट कलाकृती जपून ठेवायलाच हवी.

आत्ताही ती गरज वाढत होती... मी वाट पहात होतो... खाली तो रक्ताळलेला लाल रंगाचा समुद्र उसळत होता. त्यात तारकांचे प्रतिबिंब पडू शकत नव्हते.

आणि म्हणून मी माझी नजर तुझ्यावरून काढली, आणि दूरवर असलेल्या क्षितिजावरती रोखली. अनेक भार अंगावर बाळगणाऱ्या या जगावर मी माझी शेवटची प्रार्थना केली.

माझ्या प्रिय, प्रिय देवा, मी अशी प्रार्थना करतो की, जगाने माझे नाव एक राक्षसी पापी म्हणून लक्षात ठेवू नये, तर एक उदात्त रक्षणकर्ता म्हणून लक्षात ठेवावे. आणि खरोखरच मी तसा आहे, हे तूही जाणतोस. मी जी भेट मनुष्यजातीला देत आहे, ती मी माझ्या मागे सोडून जात आहे. माझी अशी प्रार्थना आहे की, मनुष्यजातीने हे नीट समजावून घ्यावे.

माझी भेट किंवा देणगी ही 'भविष्यकाळ' आहे.

माझी देणगी ही 'मुक्ती' आहे.

माझी देणगी हा एक 'अग्निप्रलय' आहे.

यानंतर मी तो निरोपाचा 'आमेन' हा शब्द हळू आवाजात उच्चारला... आणि अखेरचे पाऊल उचलून खालच्या गर्तेत स्वतःला झोकून दिले.

१

हळूहळू स्मृती जागृत होऊ लागली... एखाद्या तळ नसलेल्या विहिरीतून बुडबुडे पृष्ठभागावर यावेत, तशी ती स्मृती मनाच्या पृष्ठभागावर आली.

ती एक बुरखाधारी स्त्री होती.

रॉबर्ट लँग्डन नदीच्या काठावरून तिच्याकडे पहात होता. ती स्त्री पलीकडच्या काठावर त्याच्याकडे तोंड करून उभी होती. स्तब्ध, गंभीर अशी. तिच्या चेहऱ्यावर एक अवगुंठन होते. तिचे सर्वांग एका पायघोळ वस्त्राने झाकलेले होते. त्यामुळे तिचा चेहरा दिसत नव्हता. तिच्या हातात एक निळे कापड होते. तिच्या पायाशी प्रेतांचा खच पडला होता. त्यांच्या सन्मानासाठी तिने ते कापड उंचावले. सर्वत्र मृत्यूचा वास येत होता.

ती स्त्री कुजबुजत म्हणाली, *"शोधा म्हणजे तुम्हाला ते सापडेल."* लँग्डनला ते शब्द त्याच्या मेंदूत भिनल्यासारखे ऐकू आले. त्याने विचारले, "तुम्ही कोण आहात?" पण त्याच्या शब्दांचे ध्वनीत रूपांतर झाले नाही.

ती परत कुजबुजत म्हणाली, *"वेळ कमी होत चाललेला आहे. शोधा आणि सापडवा."*

लँग्डनने तिच्याकडे जाण्यासाठी एक पाऊल पुढे टाकले. पण ती नदी पाण्याची नव्हती. त्यातून रक्त वहात होते. ती नदी अत्यंत खोल होती. तेव्हा त्यातून चालत चालत तिच्याकडे जाणे, हे अशक्यप्राय होते. त्याने परत आपली नजर उचलून त्या अवगुंठित स्त्रीकडे पाहिले. तिच्या पायाशी पडलेल्या प्रेतांची संख्या आता वाढलेली होती. ती प्रेते शेकडो असतील किंवा हजारो असतील. त्यातील काही तर अजूनही जिवंत होते. ते दुःखात, यातनांमध्ये बुडाले होते. ते आता मरत होते. विचारही करता येणार नाही, असे त्यांचे मृत्यू होत होते... ती प्रेते जाळली जात होती, जमिनीत पुरली जात होती आणि एकमेकांना खातही होती. नदीपलीकडून मानवी जीवांनी दुःखाने, यातनेने, वेदनेने केलेले आक्रोश तो ऐकू शकत होता.

ती स्त्री त्याच्याकडे येऊ लागली. जणूकाही त्याच्याकडे मदत मागत असल्यासारखे तिने आपले हात पुढे केलेले होते.

लँग्डनने ओरडून तिला विचारले, ''तुम्ही कोण आहात?'' तिने चेहऱ्यावरचे अवगुंठन सावकाश दूर केले. लँग्डनने अंदाज केला त्यापेक्षा ती वयस्कर वाटत होती, तरीही ती कमालीची सुंदर होती. कदाचित तिचे वय साठीच्या पुढे असावे. ती एखाद्या चिरकालीन पुतळ्यासारखी वाटत होती. एकंदरीतच तिच्यात रूपात एक भव्यता होती. ती सामर्थ्यवान होती. बळकट जबडा, डोळ्यांत भावपूर्ण आत्मीयता आणि खांद्यावरून खाली धबधब्यासारखा कोसळणारा रुपेरी केससंभार! तिच्या गळ्यातील ताइतामध्ये एक निळ्या रंगाचा वैडूर्यमणी गुंफलेला होता. एका दांडीला सापाने वेटोळे घातलेले चिन्हही त्या ताइतात गुंफलेले होते.

ही स्त्री आपल्याला ठाऊक आहे, अशी जाणीव लँग्डनला झाली... ती विश्वसनीय आहे, हेही त्याला वाटले. *पण कशी? का?*

आता तिने खाली बोट दाखवून, वळवळणाऱ्या पायांकडे त्याचे लक्ष वेधले. ज्याच्या त्या तंगड्या होत्या तो उलटा जमिनीत गाडला गेला होता आणि त्याच्या बाहेर आलेल्या तंगड्या हलत होत्या. बिचाऱ्याचे प्रेत उलटेच कंबरेपर्यंत पुरले गेलेले होते. त्या प्रेताच्या मांडीवर चिखलाने एकच अक्षर काढलेले होते. ते अक्षर होते – R.

'R?' लँग्डन विचारात पडला. 'R म्हणजे मी? रॉबर्ट?'

त्या स्त्रीच्या चेहऱ्यावरून काहीच कळून येत नव्हते. ती फक्त परत तेच म्हणाली, *शोधा आणि सापडवा!!*

कसलेही संकेत न देता, त्या स्त्रीमधून एक पांढरा प्रकाश बाहेर पडू लागला... तो प्रकाश तेजस्वी होत गेला. अधिकाधिक तेजस्वी होत गेला. तिचे संपूर्ण शरीर थरथरू लागले, कमालीचे थरथरू लागले. आणि मग एक मोठा गडगडाटी आवाज होऊन तिचे शरीर छिन्नविच्छिन्न झाले. आणि त्यामधून प्रकाशाचे हजारो किरण बाहेर पडले.

लँग्डनला खाड्कन जाग आली आणि तो ओरडत उठला.

त्या खोलीत व्यवस्थित प्रकाश होता. तो तिथे एकटाच होता. त्याच्या नाकात स्पिरिटचा तीव्र दर्प जाणवला. कुठेतरी एक यंत्र सारखा 'बीपऽ बीपऽ' आवाज करीत होते. तो आवाज तालबद्ध होता. त्याच्या हृदयाशी जुळणाऱ्या तालासारखा. लँग्डनने आपला उजवा हात हलवायचा प्रयत्न केला, पण त्याच्या हातातून एक तीव्र कळ उमटून गेली. त्याने खाली पाहिले, तर एका सलाइनच्या बाटलीपासून निघालेली नळीची सुई त्याच्या हातात घुसवून चिकटपट्टीने तिथे पक्की केलेली होती. हात

हलवल्याने ती सुई हलून त्याला कळ जाणवली होती.

त्याच्या नाडीचे ठोके वाढू लागले. मग ते यंत्रही त्याच तालात वेगाने 'बीपऽ बीपऽ' आवाज करू लागले.

मी कुठे आहे? मला काय झालेले आहे?

लँग्डनला डोक्यात मागच्या बाजूला ठणका सुरू झाला. त्याने आपला मोकळा हात डोक्याच्या मागे नेऊन चाचपले. तिथे त्याला डोकेदुखीचे कारण सापडले. त्याच्या विरळ होत गेलेल्या केसांखाली दहा-बारा टाके घातलेले होते. त्या टाक्याभोवताली रक्ताची वाळलेली एक खपली धरली होती.

त्याने आपले डोळे मिटले आणि तो अपघात तो आठवू लागला.

पण त्याला काहीच आठवेना!

विचार कर.

फक्त अंधार त्याच्या मनात प्रकटला.

एक सर्वसाधारण मनुष्य घाईघाईने आत आला. तो लँग्डनच्या हृदयाला बसवलेल्या यंत्राची तपासणी करण्यासाठी आत आला होता. त्याची दाढी अस्ताव्यस्त वाढली होती. त्याच्या मिशा आणि भुवया जाडजूड होत्या. त्याचे डोळे मात्र करुणेने भरलेले होते.

"काय झालेले आहे?" लँग्डनने त्याला कसेबसे विचारले, "मला अपघात झाला होता काय?"

त्या दाढीवाल्या गृहस्थाने यावर काहीही न बोलता लँग्डनकडे पाहून आपल्या तोंडावर बोट ठेवले आणि तो झटकन घाईघाईने बाहेर निघून गेला. बाहेर जाऊन तो कोणालातरी हाका मारू लागला.

लँग्डनने आपले डोके वळवले. पण लगेच त्याच्या डोक्यात एक तीव्र कळ उमटली. ती वेदना सर्व डोक्यात पसरली. त्याने खोल श्वास घेतला आणि ती कळ शांत होण्याची तो वाट पाहू लागला. मग त्याने अत्यंत सावकाश आणि पद्धतशीर रितीने आजूबाजूची पहाणी केली.

ती एक रुग्णालयातील खोली होती. खोलीत तो एकटाच होता. बाकी कोणताही पलंग नव्हता. कुठेही फुलांचे गुच्छ ठेवले नव्हते. कोणीही येऊन गेल्याचे दर्शवणारी कार्डे तिथे नव्हती. एका काउंटरवर पारदर्शक प्लॅस्टिकच्या पिशवीत त्याला आपले घडी करून ठेवलेले कपडे दिसले. त्यावरती रक्ताचे डाग होते.

माय गॉड! हे काही भलतेच घडलेले आहे.

आता त्याने आपले डोके सावकाश खिडकीकडे वळवले. ती खिडकी त्याच्या पलंगाशेजारीच होती. बाहेर अंधार होता; म्हणजे रात्र झालेली होती. त्याला काचेतून बाहेरचे काहीच दिसले नाही. फक्त त्याचे प्रतिबिंबच त्याला काचेत दिसले. एक

राखाडीसर, अपरिचित थकलेला चेहरा. अनेक ठिकाणी शरीराला नळ्या आणि तारा जोडलेल्या होत्या आणि सभोवताली अनेक वैद्यकीय यंत्रे ठेवलेली होती. एवढेच त्याला दिसले.

बाहेरच्या हॉलमध्ये कोणीतरी बोलत असल्याचे आवाज त्याने ऐकले. त्याने परत खोलीत आपली नजर फिरवली. मघाचे डॉक्टर आत आले. त्यांच्याबरोबर एक स्त्री होती.

ती स्त्री पस्तिशीच्या आसपासची असावी. तिने निळे कपडे अंगावर चढवलेले होते. ते कपडे रुग्णालयाचे असावेत. तिचे सोनेरी केस तिने मागे घेऊन त्याचा पोनीटेल बांधला होता. ती चालत जाताना तो पोनीटेल मोहकपणे डुलत होता.

लँग्डनकडे पाहून स्मित करीत ती म्हणाली, ''मी डॉ. सिएना ब्रूक्स. आज रात्री डॉ. मार्कोनी यांच्याबरोबर मी काम करणार आहे.''

लँग्डनने यावर आपली मान क्षीणपणे हलवली.

उंच आणि लवचिक असलेली डॉ. ब्रुक्स ही एखाद्या ॲथलेटप्रमाणे आत्मविश्वासपूर्वक हालचाली करीत होती. तिने जरी अंगात ते भोंगळ आणि ढगळ कपडे घातले असले, तरीही ती डौलदार वाटत होती. लँग्डनच्या लक्षात आले की, तिने जरी कोणतीही रंगरंगोटी केली नव्हती, तरीही तिचा चेहरा अत्यंत गुळगुळीत होता. तिच्या वरच्या ओठाच्या वर एक बारीक काळा तीळ होता. तिचे डोळे मृदू आणि तपकिरी रंगाचे होते; आणि ते कमालीचे भेदक होते. जणूकाही तिने खूप अनुभव घेतल्यासारखा भाव त्यात प्रकट झाला होता. तिच्यासारखीच्या वयाच्या माणसाचे डोळे असे दिसणे, ही गोष्ट दुर्मीळच होती.

ती त्याच्या जवळ येऊन पलंगावर शेजारी बसली आणि त्याला सांगू लागली, ''डॉ. मार्कोनी यांना फार इंग्लिश बोलता येत नाही. त्यांनी मला तुमचा हॉस्पिटलमध्ये दाखल होण्याचा फॉर्म भरायला सांगितला आहे.'' असे म्हणून ती पुन्हा गोड हसली.

''थँक्स!'' लँग्डन घशातून बारीक आवाज काढीत म्हणाला.

''ओके!'' ती म्हणाली. तिचा स्वर व्यावसायिक होता. तिने विचारले, ''आपले नाव काय?''

लँग्डनला ते सांगायला काही क्षण थांबावे लागले. नंतर तो म्हणाला, ''रॉबर्ट... लँग्डन.''

मग तिने आपल्याकडील छोट्या पेनलाइटने लँग्डनच्या डोळ्यांत प्रकाश टाकीत विचारले, ''व्यवसाय?''

लँग्डनच्या मनाच्या पृष्ठभागावर ती माहिती सावकाश उमटली. तो म्हणाला, ''प्रोफेसर. आर्ट हिस्टरी... आणि चिन्हशास्त्र. हार्वर्ड विद्यापीठ.''

तिने आपले पेनलाइट खाली घेतले. ती दचकली होती. शेजारीच तो जाड भुवया असलेला डॉक्टर उभा होता. त्यालाही आश्चर्य वाटले, ''तुम्ही... अमेरिकन आहात?'' ती म्हणाली.

यावर लॅंग्डन तिच्याकडे गोंधळून पाहू लागला.

ती जरा चाचरत बोलू लागली, ''त्याचे काय आहे... म्हणजे तुमच्याजवळ कोणतीही ओळखपत्रे किंवा तशी काहीच कागदपत्रे सापडली नाहीत. जेव्हा तुम्ही इथे रात्री आलात तेव्हा तुमच्या अंगावरती ट्वीडचा कोट, पॅन्ट, लोफर चपला एवढेच होते. म्हणून आम्हाला वाटले की तुम्ही ब्रिटिश आहात.''

''मी अमेरिकनच आहे,'' लॅंग्डन तिला ठामपणे म्हणाला. आपण चांगले शिवलेले कपडेच घालणे का पसंत करतो, हे सांगण्याइतपत त्याच्यात आता त्राण नव्हते.

''काही दुखत आहे का?''

''माझ्या डोक्यात वेदना होत आहेत,'' लॅंग्डनने उत्तर दिले, त्याचे डोके ठणकू लागलेले होते. त्या पेनलाइटच्या प्रखर प्रकाशामुळे तर डोके अधिकच दुखू लागले होते. सुदैवाने तिने तो पेनलाइट खिशात ठेवला म्हणून बरे झाले. मग लॅंग्डनचे मनगट पकडून ती त्याच्या नाडीचे ठोके तपासू लागली.

''तुम्ही ओरडत जागे झाला होतात. तुम्ही का ओरडलात ते तुम्हाला आठवते?'' तिने विचारले.

ते विचारताच, लॅंग्डनच्या मनात पायघोळ कपडे घातलेल्या त्या स्त्रीची प्रतिमा उमटली. तिच्याभोवती अनेक प्रेते वळवळत होती. *शोधा म्हणजे तुम्हाला सापडेल!* ''मला एक भयाण स्वप्न पडले होते.''

''कशाबद्दल होते, ते स्वप्न?''

मग लॅंग्डनने तिला आपले स्वप्न सांगितले.

लॅंग्डन आपल्या स्वप्नाबद्दल सांगत असताना ती ते सारे क्लिपबोर्डला लावलेल्या कागदावर उतरवून घेत होती. तिचा चेहरा मात्र त्या वेळी निर्विकार होता. ''ते भयाण स्वप्न कशामुळे पडले याची तुम्हाला कल्पना आहे?'' तिने विचारले.

लॅंग्डनने आपल्या स्मृतीला ताण देऊन आठवण्याचा प्रयत्न केला. पण त्याचा प्रयत्न निष्फळ ठरला, त्यामुळे निषेध व्यक्त करीत त्याने आपली मान जोराने हलवली.

''ओके, मिस्टर लॅंग्डन,'' ती म्हणाली. अजूनही ती कागदावर काहीतरी लिहीत होती. मग ती म्हणाली, ''आता मी तुम्हाला काही नेहमीचे प्रश्न विचारते. आज आठवड्यातला कोणचा वार आहे?''

लॅंग्डनने क्षणभर विचार करून म्हटले, ''आज शनिवार आहे. मला आठवते

आहे की, मी विद्यापीठाच्या आवारात चालत होतो... मी दुपारचे व्याख्यान द्यायला वर्गात जात होतो, आणि नंतर... मला एवढेच शेवटचे आठवते आहे. मी पडलो होतो का?''

''आपण नंतर त्याकडे वळूच. आता तुम्ही कोठे आहात असे तुम्हाला वाटते?''

लँग्डनने तर्क करीत म्हटले, ''मॅसॅच्युसेट्स जनरल हॉस्पिटल. हो ना?''

डॉ. ब्रुक्स हिने आणखी काही टिपणे लिहिली आणि मग तिने विचारले, ''तुमच्या जवळच्या लोकांना बोलावून घ्यायचे आहे काय? तुमची पत्नी, तुमची मुले?''

''नाही!'' लँग्डन तात्काळ म्हणाला. तो अविवाहित होता. त्याला एकांतवासाची आवड होती. त्याच्या या जीवनशैलीत त्याला खूप स्वातंत्र्य मिळत होते. ते त्याला आवडत होते. परंतु आत्ता आपल्या जवळचे कोणीतरी आपल्याजवळ असायला हवे होते, असे त्याला वाटू लागले होते. तो म्हणाला, ''माझे काही सहकारी आहेत. त्यांना मी बोलावू शकतो. पण आता तसा मी बरा आहे.''

डॉ. ब्रुक्स लिहायचे थांबली. तो दुसरा डॉक्टर तिच्याजवळ येऊन थांबला. तो आपल्या भुवया पुसत होता. त्याने खिशातून एक छोटा व्हॉइस रेकॉर्डर बाहेर काढून तिला दाखवला. तिने होकारार्थी मान हलवली आणि आपल्या रुग्णाकडे वळली.

''मिस्टर लँग्डन, आज रात्री इथे दाखल झालात, तेव्हा तुम्ही काहीतरी; सारखे तेच तेच बोलत होता. आम्ही ते रेकॉर्ड केलेले आहे.''

तिने ते ध्वनिमुद्रण सुरू केले. लँग्डनला आपला खर्जातला आवाज ऐकू येऊ लागला. तो म्हणत होता, ''व्हे... सॉरी! व्हे... सॉरी!!''

''तुम्हाला 'व्हेरी सॉरी... व्हेरी सॉरी...' असे काही म्हणायचे होते का?'' तिने विचारले.

लँग्डनने आपली मान हलवली. पण त्याला असे बोलल्याचे काहीही आठवत नव्हते.

मग तिने आपली चिंताक्रांत नजर त्याच्यावर रोखली. काही क्षण ती तसेच पहात राहिली. मग तिने विचारले, ''तुम्ही असे का म्हणत होता, याची तुम्हाला काही कल्पना आहे का? तुम्ही कशाबद्दल 'सॉरी' म्हणत होता?''

लँग्डनने पुन्हा आपल्या बुद्धीला ताण देऊन, आठवण्याचा प्रयत्न केला. त्याला परत ती बुरखाधारी स्त्री दिसली. त्या रक्ताळलेल्या नदीच्या पलीकडच्या काठावर ती उभी होती. तिच्याभोवती अनेक प्रेते पडलेली होती. पुन्हा एकदा तो मृत्यूचा दर्प त्याला जाणवला.

लँग्डनला आतून एकदम धोक्याची जाणीव झाली. ...तो धोका नुसता त्याच्यासाठी

नव्हता, ...तर सर्वांसाठी होता. हृदयाचे ठोके दर्शवणारे यंत्र एकदम जोरजोरात 'बीपऽ बीपऽ' आवाज करू लागले. त्याचे स्नायू ताणले गेले. तो उठून बसू लागला.

डॉ. ब्रुक्स हिने ताबडतोब त्याच्या छातीवर हात ठेवून त्याला उठू दिले नाही. खालीच दाबून धरले, मग त्या दाढीवाल्या डॉक्टरकडे तिने एक दृष्टिक्षेप टाकला. तो काउंटरपासून जवळ आला आणि कसलीतरी तयारी करू लागला.

डॉ. ब्रुक्स लँग्डनवर वाकून बघत होती. ती कुजबुजत म्हणाली, "मिस्टर लँग्डन, मेंदूला इजा होते, तेव्हा अस्वस्थता वाढते. पण तरीही तुम्ही हृदयाची धडधड वाढणार नाही याकडे लक्ष दिले पाहिजे. हालचाल करू नका. उत्तेजित होऊ नका. नुसते पडून रहा आणि विश्रांती घ्या. तुम्ही ठीक व्हाल! तुमची स्मृती सावकाश परत येईल?"

मग त्या दुसऱ्या डॉक्टरने एक सिरिंज आणली आणि ती डॉ. ब्रुक्सला दिली. तिने ती सलाइनमध्ये खुपसली.

तिने खुलासा केला, "हे एक सौम्य औषध आहे. तुम्हाला शांत करण्यासाठी ते दिलेले आहे. शिवाय त्यामुळे वेदना जाणवणार नाहीत." मग ती जाण्यासाठी उभी राहिली. जाता-जाता ती म्हणाली, "मिस्टर लँग्डन तुम्ही बरे व्हाल. नुसती झोप काढा. तुम्हाला काही हवे असेल, तर पलंगाजवळचे बटण दाबा."

तिने खोलीतील दिवे विझवले आणि ती त्या दाढीवाल्या डॉक्टरबरोबर निघून गेली.

त्या अंधारात लँग्डनला जाणवले की, ते औषध आपला प्रभाव दाखवू लागले होते. ते त्याचा देह ओढत ओढत त्याला निद्रेच्या गर्तेत ढकलत होते. याच गर्तेतून तो वर येऊन जागा झाला होता. त्याला ज्या जाणिवा होत होत्या त्यांच्यावर तो मात करू पहात होता. त्याने त्या अंधारात आपले डोळे जबरदस्तीने उघडायचा प्रयत्न केला, उठून बसायचाही प्रयत्न केला. पण त्याचे शरीर सिमेंटसारखे कडक झाले होते.

तो कसाबसा आपल्या कुशीवर वळला. आता त्याचे तोंड खिडकीकडे झालेले होते. खोलीतले दिवे विझवल्याने खिडकीच्या काचेत त्याला त्याचे प्रतिबिंब दिसले नाही. त्याऐवजी त्याला बाहेरची दूरवरची क्षितिजरेषा दिसली. शहरातील दिव्यांच्या झगमगाटी प्रकाशाने आकाश उजळून गेले होते.

इमारतींमधले मिनार आणि घुमट त्याला सर्वत्र दिसत होते. एका इमारतीचा दर्शनी भाग हा शाही थाटाचा होता. ते दृश्य अन्य इमारतींच्या गर्दीत उठून दिसत होते. ती इमारत एखाद्या दगडी किल्ल्यासारखी वाटत होती. त्याला वर एक दंतुर कडा असलेली कड्यासारखी भिंत होती. त्या इमारतीत मध्यभागी एक ३०० फूट

उंच गेलेला मनोरा होता. तो मनोरा बाहेर फुगल्यासारखा दिसत होता. त्याला मध्ये-मध्ये अनेक भोके, रुंद फटी ठेवलेल्या होत्या. त्यातून शत्रूवर बाण, गोळे, दगड इत्यादी फेकता यायचे.

आता लँग्डन एकदम उठून बसला. त्याच्या डोक्यात वेदनेचा विस्फोट झाला. डोके ठणकू लागले. पण तरीही तो त्या मनोऱ्याकडे लक्षपूर्वक पाहू लागला.

लँग्डनला कळून चुकले की, ती इमारत मध्ययुगीन काळातील आहे. जगातील ती एकमेव अशी वैशिष्ट्यपूर्ण इमारत होती.

दुर्दैवाने ती इमारत मॅसॅच्युसेट्सपासून चार हजार मैल दूर होती.

त्याच्या खिडकीच्या बाहेर 'विया टॉरेगली' या इमारतीच्या सावलीमध्ये एक दणकट बांधा असलेली स्त्री सहजपणे आपल्या बीएमडब्ल्यू मोटरसायकलवरून उतरत होती. चित्ता जसा आपल्या सावजावर झडप घालायला जातो, तशी ती पुढे जाऊ लागली होती. तिची नजर तीक्ष्ण होती. तिने आपल्या केसांचे स्पाइक केलेले होते. तिने अंगात एक काळ्या रंगाचे कातडी जाकीट घातलेले होते. त्याची कॉलर खाली न पाडता ताठ उभी करून ठेवली होती. तिने आपले पिस्तूल एकदा तपासून खात्री करून घेतली आणि रॉबर्ट लँग्डनच्या खोलीच्या खिडकीकडे आपली नजर टाकली. खोलीतले दिवे विझलेले आहेत, हे तिला कळले.

या आधीच्या रात्रीची तिची मोहीम जबरदस्त फसली होती.

ऐनवेळी कुठेतरी एक माशी शिंकली होती. आणि त्यामुळे सर्वकाही कोसळून पडले होते.

आता मात्र ती तसे होऊ देणार नव्हती.

२

मी *'फ्लॉरेन्स'मध्ये आहे?*

रॉबर्ट लँग्डनचे डोके ठणकत होते. तो रुग्णालयातील आपल्या पलंगावर उठून बसला होता. तो सतत नर्स किंवा डॉक्टर यांना बोलावण्याचे बटण दाबत होता. त्याला जरी गुंगीचे औषध दिले होते, तरीही त्याचे हृदय जोरजोरात धडधडत होते.

डॉ. ब्रुक्स घाईघाईने धावत आली. तिचा पोनीटेल लटलटत होता. तिने विचारले, "काय होते आहे तुम्हाला? तुम्ही ठीक आहात ना?"

लँग्डनने आपले डोके गोंधळून हलवले आणि म्हटले, "मी... मी इटलीमध्ये आहे का?"

"छान! म्हणजे तुम्हाला आता आठवायला लागले तर."

"नाही!" त्याने खिडकीकडे बोट करून दूरवरची इमारत दाखवत विचारले, "मी ती 'पालाइझो व्हीचिओ' इमारत ओळखली."

डॉ. ब्रूक्सने खोलीतील दिवे लावले आणि फ्लॉरेन्स शहरातील आकाश खिडकीतून दिसेनासे झाले. ती त्याच्या पलंगाजवळ आली, आणि शांतपणे हळू आवाजात म्हणाली, "मिस्टर लँग्डन, काहीही काळजी करू नका. तुम्हाला थोडासा स्मृतिभ्रंश झाला आहे. पण डॉ. मार्कोनी यांनी तुमच्या मेंदूची तपासणी करून खात्री करून घेतली आहे की, तुमचा मेंदू व्यवस्थित काम करतो आहे."

तेवढ्यात तो दाढीवाला डॉ. मार्कोनी धावत आत आला. त्याने लँग्डनने वाजवलेली घंटा ऐकली होती. लँग्डनच्या हृदयाची स्थिती दाखवणारा तो 'हार्ट मॉनिटर' त्याने पाहिला. मग ती तरुण डॉक्टरीण त्याच्याशी अत्यंत भरभर अशा अस्खलित इटालियन भाषेत काहीतरी बोलली. तिच्या बोलण्यात 'ॲजिटाटो' हा शब्द लँग्डनने ऐकला. अड्रेनॅलिन

ॲजिटेटेड? म्हणजे माझ्या डोक्यात उद्रेक झाला आहे? मी गुंगीत काही असंबद्ध बडबड केली? त्याच्या रक्तात अड्रेनॅलिन पुढे सरकत होते. माणूस घाबरला, गोंधळला की नेहमीच असे होत असते. ते अड्रेनॅलिन आणि गुंगीचे औषध

एकमेकांविरुद्ध कार्य करीत होते. त्याने विचारले, "मला झाले आहे तरी काय? आज कोणता दिवस आहे?"

मग ती म्हणाली, "सर्व काही ठीक आहे. आता पहाट झाली आहे. आज सोमवार आहे आणि तारीख आहे १८ मार्च."

सोमवार! लँग्डनने आपले मन मागे नेऊन इथे येण्याच्या आधीच्या स्मृती आठवण्याचा प्रयत्न केला. पण त्याला केवळ थंडगार आणि अंधार एवढेच जाणवत होते. त्या वेळी तो एकटाच हार्वर्ड विद्यापीठाच्या आवारातील रस्त्यावरून चालत होता. शनिवारच्या उशिराच्या व्याख्यानमालिकेसाठी तो जात होता. *म्हणजे ही दोन दिवसांपूर्वीची घटना झाली.* मग व्याख्यानाआधी आणि नंतर काय झाले? तो ते आठवण्याचा प्रयत्न करू लागल्यावर पुन्हा त्याच्या डोक्यात कळ आली. त्याला काहीच आठवत नव्हते. मॉनिटरवर वेगाने 'बीपऽ बीपऽ' आवाज व्हायला लागला.

त्या वयस्कर डॉक्टरने आपली दाढी हातात धरली आणि तो मॉनिटरची जुळवाजुळव करू लागला. डॉ. ब्रुक्स पुन्हा लँग्डनच्या जवळ जाऊन बसली.

तिने त्याला आश्वासन दिले, "तुम्ही बरे होणार आहात!" ती अत्यंत हळुवार आवाजात बोलत होती. "तुम्हाला एकप्रकारचा स्मृतिभ्रंश – रेट्रोग्रेड ॲम्नेशिया – झाला आहे, असे निदान आम्ही केले आहे. डोक्याच्या दुखापतीत असे नेहमीच होत असते. तुमच्या मागच्या काही दिवसांच्या स्मृतीमध्ये गोंधळ होईल किंवा त्या काही काळ हरवतील. पण कोणताही कायमस्वरूपी बदल किंवा नुकसान होणार नाही." मग थोडे थांबून ती म्हणाली, "तुम्हाला माझे पहिले नाव आठवते का? तुम्ही जेव्हा इथे आलात तेव्हा मी ते तुम्हाला सांगितले होते."

लँग्डनने थोडा विचार करून म्हटले, "सिएना!" *हिचे आडनाव डॉ. ब्रूक्स हे आहे.*

मग ती हसून म्हणाली, "पाहिलेत? तुम्ही नवीन स्मृती तयारही करू लागलात." डोक्यात होणाऱ्या वेदना लँग्डनला आता असह्य व्हायला लागल्या होत्या. त्याला जवळचे सारेकाही धूसर – आउट ऑफ फोकस – झाल्यासारखे दिसू लागले. "काय... काय झाले? मी इथे कसा आलो?" त्याने एकदम विचारले.

"मला वाटते की, आता तुम्ही विश्रांती घ्यावी आणि कदाचित –"

"पण मी इथे कसा आलो ते आधी सांगा." त्या हार्ट मॉनिटरमधून पुन्हा वेगाने 'बीपऽ बीपऽ' आवाज होऊ लागले.

"ओके! ओके! तुम्ही सावकाश श्वासोच्छ्वास करा," डॉ. ब्रुक्स म्हणाली. आपल्याबरोबर असलेल्या डॉक्टरकडे तिने एक निरुत्साही नजर टाकली. "ते मी सांगते!" आता ती एकदम गंभीरपणे बोलू लागली. "मिस्टर लँग्डन, तीन तासांपूर्वी

तुम्ही या इमर्जन्सी रूममध्ये आलात. तुमच्या डोक्याला झालेल्या जखमांमधून रक्त गळत होते. तुम्ही इथे आलात आणि एकदम कोसळून पडलात. तुम्ही कोण आहात आणि तुम्ही इथे कसे आलात याची आम्हाला कोणालाच कल्पना नाही. तुम्ही इंग्रजीत बडबडत होता. म्हणून डॉ. मार्कोनी यांनी माझी मदत मागितली. मी इंग्लंडहून इथे सुटीवर आले आहे.''

विख्यात चित्रकार मॅक्स अर्न्स्ट याच्या चित्रामध्ये आपण शिरलो आहोत आणि तेथेच आपल्याला जाग आली, असे लँग्डनला वाटू लागले. *पण मी इथे इटलीत येऊन काय करतो आहे?* सर्वसाधारणपणे प्रत्येक वर्षाआड जूनमध्ये इटलीत भरणाऱ्या आर्ट कॉन्फरन्ससाठी तो येत असे. पण हा तर मार्च महिना चालू आहे.

त्याच्यावर गुंगीच्या औषधाचा प्रभाव आता वाढला होता. दर सेकंदाला पृथ्वीचे गुरुत्वाकर्षण वाढत चालले आहे, असे त्याला वाटू लागले होते. आपण जड जड होत चाललो असून शेवटी अंगाखालच्या गादीतून आरपार जाणार, असे त्याला वाटू लागले.

डॉ. ब्रुक्स त्याच्यावर वाकली. जणूकाही त्याच्या अंगावर एक देवदूताचे छत्र आहे, अशी ती हालचाल करीत होती. ती म्हणत होती, ''प्लीज मिस्टर लँग्डन, पहिले चोवीस तास मेंदूसाठी फार नाजूक असतात. तुम्हाला विश्रांती घेतली पाहिजे. नाहीतर तुमच्या मेंदूला आणखी गंभीर इजा होईल.''

खोलीतल्या इंटरकॉमवर एकदम एक आवाज उमटला, ''डॉ. मार्कोनी?''

त्या दाढीवाल्या डॉक्टरने भिंतीवरील इंटरकॉमचे एक बटण दाबून म्हटले, ''सी?''

मग इंटरकॉमवरील आवाजात कोणीतरी अत्यंत वेगाने इटालियन भाषेत बोलू लागले. लँग्डनला ते बोलणे समजले नाही, पण त्या दोन डॉक्टरांमध्ये काहीतरी आश्चर्यकारक बोलणे सुरू आहे अथवा तो एखादा धोक्याचा इशारा असावा का? असा अंदाज लँग्डनने बांधला.

''मोमेन्तो!'' असे म्हणून डॉ. मार्कोनीने आपले संभाषण आटोपले.

''काय चालले होते?'' लँग्डनने विचारले.

त्यावर डॉ. ब्रुक्सने आपले डोळे किंचित बारीक केले. ती म्हणाली, ''तो आयसीयूचा रिसेप्शनिस्ट होता. तुम्हाला भेटण्यासाठी इथे कोणीतरी आले आहे.''

लँग्डनला त्या गुंगीमध्येही आता एक आशेचा किरण दिसू लागला. ''म्हणजे ही एक चांगली बातमी आहे! या व्यक्तीला कदाचित मला नेमके काय झाले ते ठाऊक असेल.''

थोडेसे विचित्र वाटले, पण तिला मात्र खात्री वाटत नव्हती. ''तुम्हाला भेटायला इथे कोणी येते आहे, हेच मुळात विचित्र आहे. कारण तुमचे नावही

आम्हाला ठीक माहीत नाही. आणि तुम्ही तर अजून हॉस्पिटलच्या रेकॉर्डवरही आलेला नाहीत.''

लँग्डनने आपल्या रक्तातील गुंगीच्या औषधावर कशीबशी मात केली, आणि तो बिछान्यात उठून बसत म्हणाला, ''जर मी कोणाला इथे आहे हे ठाऊक असेल, तर काय घडले हेही त्याला ठाऊक असणार!''

तिने डॉ. मार्कोनी यांच्याकडे पाहिले. त्यांनी ताबडतोब आपली मान हलवली आणि आपल्या घड्याळावर बोटांनी टिचकी मारली. ती लँग्डनकडे वळली.

''हा इमर्जन्सी वॉर्ड आहे!'' ती खुलासा करू लागली. ''इथे सकाळी नऊ वाजेपर्यंत कोणालाही भेटू दिले जात नाही. डॉ. मार्कोनी बाहेर जाऊन कोण भेटायला आले आहे, ते पहातील.''

''पण मला काय हवे आहे ते का नाही तुम्ही लक्षात घेत?'' लँग्डनने विचारले.

यावर ती शांतपणे हसली. तिने त्याच्यावर वाकून खालच्या आवाजात म्हटले, ''मिस्टर लँग्डन, काल रात्री इथे घडलेल्या काही गोष्टी तुम्हाला ठाऊक नाहीत... त्याच वेळी तुम्हाला जे झाले, याबद्दल तुम्ही कोणाशी बोलायच्या आधी तुम्हाला वस्तुस्थिती कळायला हवी. दुर्दैवाने तुमची प्रकृती ती वस्तुस्थिती जाणून घेण्याइतपत अजून सुधारलेही नाही –''

''कसली वस्तुस्थिती?'' लँग्डनने फट्कन विचारले. तो आता आणखी ताठ बसला. त्यामुळे त्याच्या हातातील सलाइनच्या नळीची सुई ओढली जाऊन त्याला चिमटा बसल्यासारखे वाटले. आपले शरीर आता शेकडो पौंड वजनाचे झाले आहे, असे त्याला वाटले. तो म्हणाला, ''मला एवढेच ठाऊक झाले आहे की, मी फ्लॉरेन्स शहरातील एका हॉस्पिटलमध्ये आलो होतो आणि सारखे 'व्हेरी सॉरी' असे म्हणत होतो...''

मग त्याच्या मनात एक हादरवून टाकणारा विचार आला.

''मी एखाद्या कार अपघातास जबाबदार झालो होतो का? मी कोणाला जखमी केले का?''

''नाही, नाही! तसे काहीही मला वाटत नाही,'' ती म्हणाली.

''मग काय झाले होते?'' लँग्डन आग्रह धरीत म्हणाला. तो त्या दोन्ही डॉक्टरांकडे आता रागाने बघत होता. ''काय चालले आहे ते जाणून घेण्याचा मला हक्क आहे.''

त्यानंतर तिथे बराच वेळ शांतता पसरली. मग डॉ. मार्कोनी यांनी त्यांच्या तरुण सहकारी डॉ. ब्रूक्सकडे पाहून संमतिदर्शक मान नाइलाजाने हलवली. तिने एक नि:श्वास टाकला आणि ती त्याच्या पलंगाजवळ गेली. ''ठीक आहे! मला जे काही ठाऊक आहे ते मी तुम्हाला सांगते... तुम्ही ते अत्यंत शांतपणे ऐकून घ्याल. मान्य आहे?''

यावर लँग्डनने आपली मान होकारार्थी हलवली. पण तेवढ्या हालचालीमुळेही त्याच्या डोक्यात कळ उमटली. त्याने तिकडे लक्ष दिले नाही. आपल्याला काय ऐकायला मिळणार याची त्याला अधिक उत्सुकता होती.

"पहिली गोष्ट अशी आहे की... तुमच्या डोक्याला जी इजा झाली आहे ती कोणत्याही कार अपघातामुळे झालेली नाही."

"ही एक दिलासा देणारी बातमी आहे."

"नाही; ती इजा तुमच्यावर एक गोळी झाडल्यामुळे झाली आहे."

लँग्डनच्या मॉनिटरवरील बीपऽ बीप आवाज वेगाने होऊ लागला. तो अविश्वासाने म्हणाला, "काय म्हणालात?"

डॉ. ब्रूक्स शांतपणे पण भरभर बोलत राहिली, "ती गोळी तुमच्या डोक्यावर कवटीला खरचटून गेली. त्यामुळे तुम्हाला जबरदस्त धक्का बसला असावा. तुम्ही जिवंत राहिलात हे तुमचे सुदैव आहे. ती गोळी जरा खाली लागली असती तर –" एवढे बोलून तिने आपले डोके हलवले.

लँग्डन तिच्याकडे अविश्वासाने पाहू लागला. *कोणीतरी माझ्यावर गोळी झाडली?*

बाहेरच्या हॉलमधून आता रागारागाने बोलल्याचे आवाज ऐकू येऊ लागले. असे दिसत होते की, जे कोणी लँग्डनला भेटण्यासाठी आले होते, त्याची वाट पहाण्याची तयारी नसावी. त्याच वेळी त्याला त्या हॉलचे एक जड दार धाड्कन उघडल्याचा आवाज ऐकू आला. हॉलवेमधून कोणीतरी इकडेच येत असावे. लँग्डन बघू लागला. त्याच्या खोलीचे दार उघडून एक आकृती उभी राहिली होती.

ती एक स्त्री होती. तिने अंगात कातडी जाकीट घातलेले होते. तिचा बांधा दणकट होता आणि तिने बारीक केसांचे 'स्पाइक' केले होते. ती हवेत उडत असल्यासारखी चालत असल्यामुळे तिचे पाय जमिनीला स्पर्श करत नव्हते. ती सरळ लँग्डनच्या खोलीकडे निघाली होती.

झट्कन डॉ. मार्कोनी हे दाराकडे जाऊन तिचा मार्ग अडवून उभे राहिले. त्यांनी तिला 'फर्मा' असे म्हणून बजावले. आपला हात त्यांनी एका पोलिसासारखा आडवा धरला होता.

त्या स्त्रीने आपली चाल कमी न करता सरळ पुढे येऊन हातात एक हॅन्डगन घेतली आणि डॉ. मार्कोनी यांच्या छातीवर नेम धरून गोळी झाडली.

अस्पष्ट चीत्कार उमटला. डॉ. मार्कोनी अडखळत थोडे मागे गेले आणि खाली कोसळले. दोन्ही हातांनी त्यांनी आपली छाती आवळून धरली होती, त्यांचा पांढरा कोट रक्ताने माखला होता. लँग्डन हे सारे भयाने पहात राहिला.

३

इटलीच्या किनाऱ्यापासून समुद्रात पाच मैल आत ती एक आलिशान नौका ऊर्फ यॉट होती. तिची लांबी सणसणीत २३७ फूट होती. तिचे नाव *The Mendacium* असे ठेवले होते. पहाटेपूर्वीच्या धुक्यात ती चालली होती. ॲड्रियाटिक समुद्रातील ते धुके लाटांमुळे आणि पाण्याचे फुगवटे खालीवर झाल्यामुळे निर्माण झाले होते. त्या नौकेचा पत्रा हा गनमेटल पेन्टने रंगवला होता. पत्रा अत्यंत जाडजूड होता. त्यामुळे ती आलिशान नौका न वाटता, एक लष्करी वाहन वाटत होते.

त्या यॉटची किंमत ३० कोटी यू.एस. डॉलर्स एवढी अफाट होती. त्या नौकेवर सुखोपभोगाची सर्व साधने होती. उष्ण आणि औषधी पाण्याने अंघोळ करण्याची सोय, पोहण्याचा एक तलाव, चित्रपटगृह, खासगी पाणबुड्या आणि हेलिकॉप्टर उतरण्यासाठी एक हेलिपॅड होते. परंतु त्या जहाजावरील कर्मचाऱ्यांना आराम मिळावा म्हणून कसल्याही सोयी केल्या नव्हत्या. तसे करण्यात जहाजाच्या मालकाला काहीही रस नव्हता. त्याने पाच वर्षांपूर्वी ही नौका म्हणजे एक छोटे जहाज खरेदी केलेले होते. मग त्याने ताबडतोब त्याचे रूपांतर एक इलेक्ट्रॉनिक कमांड सेन्टर उभे करण्यात केले होते. इलेक्ट्रॉनिक उपकरणे ठेवलेल्या खोल्यांना आतून सर्वत्र शिसाचे पत्रे लावण्यात आले. परिणामी बाहेरून येणाऱ्या आगंतुक इलेक्ट्रॉनिक अडथळ्यांना किंवा वायरलेस लहरींना आत प्रवेश करण्यास मज्जाव झाला.

या जहाजांवरून अंतराळातील कम्युनिकेशन सॅटेलाइट्सना जोडणाऱ्या विशेष तीन लाइन्स दिल्या होत्या. शिवाय गरज नव्हती तरीही पृथ्वीवरील पुन:प्रक्षेपणाच्या एरियल्सचे जाळेही बसवले होते. जहाजावरच्या कंट्रोल रूममध्ये किमान २४ जण तरी कामे करीत होते. त्यात तंत्रज्ञ, विश्लेषक, कृती संयोजक यांचा समावेश होता. हे कर्मचारी जहाजावरच रहात होते. आणि सतत जमिनीवरील कृतिदलांशी संपर्क ठेवून होते.

जहाजावरच्या सुरक्षा विभागात एक छोटे युनिट होते. त्यात लष्करातील

माणसांची भरती केली होती. त्यात सैनिक होते, क्षेपणास्त्रांचा वेध घेणारी दोन माणसे होती आणि अत्याधुनिक शस्त्रास्त्रे व दारूगोळा यांचा मोठा शस्त्रसंभार होता. शिवाय आचारी, सफाई कामगार आणि अन्य सेवक यांची संख्या ५०पेक्षा जास्त होती. थोडक्यात *The Mendacium* हे जहाज म्हणजे एक फिरते ऑफिस होते, त्यावर राहून त्याचा मालक आपले जमिनीवरील साम्राज्य चालवत होता.

त्याचे कर्मचारी त्याला 'प्रोव्होस्त' म्हणजे प्रमुख अधिकारी या अर्थाने संबोधत. तो एक बुटका, रापलेला आणि शरीराने खुरटलेला माणूस होता. त्याचे डोळे खोल गेलेले होते. त्याचे हे असले शारीरिक बेफिकिरी रूप हे त्याने मिळवलेल्या अफाट संपत्तीला साजेसे होते. तो समाजातील अनेक अवैध संघटनांना गुप्त कारवाया करण्यासाठी पैसे घेऊन सेवा पुरवत होता. त्यात विविध तऱ्हेची बेकायदा कामे केली जायची. तशी कामे कायद्याने गुन्हेगारीत मोडत होती.

लोक त्याला अनेक नावाने संबोधायचे. 'निर्दय मारेकरी', 'पापाला उत्तेजन देणारा', 'सैतानाला साहाय्य करणारा' अशी अनेक विशेषणे त्याला लावली जायची. हा प्रोव्होस्त आपल्या प्रवाशांना त्यांच्या महत्त्वाकांक्षा पुऱ्या करण्याची संधी देत होता. त्याचे कोणतेही दुष्परिणाम त्यांना भोगावे लागत नसत. आता मुळातच माणसांची जात ही पापप्रवृत्तीची असते त्याला तो काय करणार? ती समस्या मानवजातीची होती; त्याची नव्हती.

त्याचे विरोधक त्याच्यावर अनैतिकतेचे आरोप करायचे. पण तरीही प्रोव्होस्तच्या नैतिकतेचा काटा कायमचा स्थिर असायचा. त्याने आपली कीर्ती वाढवली होती; आपल्या 'कन्सोर्टियम' संघटनेलाही मान मिळवून दिला होता. हे त्याने दोन सोनेरी नियमांच्या आधारे केले होते –

'तुम्ही जर एखादे काम करू शकणार नसाल किंवा त्यात यशस्वी होऊ शकणार नसाल, तर तसे वचन कधीही देऊ नका.'

आणि दुसरा नियम असा की, 'आपल्या ग्राहकांशी किंवा अशिलांशी कधीही खोटे बोलू नका.'

अगदी कधीही!

त्याच्या या व्यावसायिक कारकिर्दीत प्रोव्होस्तने आपले वचन कधीही मोडले नाही किंवा ठरलेल्या करारातून कधीही माघार घेतली नाही. त्याचा शब्द हा हमीपत्रासारखा मानला जाई. त्यामुळे ग्राहकाला किंवा अशिलाला एक परिपूर्ण हमी दिली जाई. त्याने अशा काही कारवाया करण्याच्या सुपाऱ्या घेतल्या होत्या की, त्याबद्दल त्याला नंतर खेद झाला होता. पण तरीही त्याने त्या कारवाया पुऱ्या केल्याच होत्या. त्यात कधीही खंड पाडला नाही.

आज सकाळी तो नौकेतील त्याच्या खासगी व भव्य दालनातील सज्जात येऊन

उभा राहिला आणि समोरचा उसळता दर्या पहात राहिला. त्याला आज अस्वस्थ वाटू लागले होते.

आपले भूतकाळातील जे निर्णय असतात त्यावर आपल्या वर्तमानकाळाची रचना झालेली असते.

प्रोव्होस्तने भूतकाळात घेतलेल्या निर्णयामुळे त्याला आता वाटाघाटीत वरचे स्थान मिळाले होते. त्यामुळे कोणत्याही क्षेत्रात तो वरचष्मा राखू शकत होता. त्याच्या हातात एक सोन्याची खाणच आली होती. आज त्याने जेव्हा खिडकीबाहेर पाहिले तेव्हा त्याला इटालियन भूमीवरील दूरचे दिवे दिसले. त्याला एकदम एक विचित्र अस्वस्थता जाणवू लागली.

एक वर्षापूर्वी, याच आलिशान नौकेवर त्याने एक निर्णय घेतला होता. त्या निर्णयाचे परिणाम, गुंतागुंत एवढी वाढत गेली होती की, आता त्याने आजवर जे-जे काही उभे केले होते, रचले होते, ते कोसळण्याची वेळ आली होती. *मी एका चुकीच्या माणसाला माझी सेवा पुरवण्याचा निर्णय घेतलेला होता.* तो निर्णय त्याला आता भोवत होता. त्या वेळी निर्णय घेताना प्रोव्होस्तला तो माणूस कसा आहे, हे ठाऊक नव्हते. तसेच त्या वेळी त्याने बांधलेले अंदाज पण चुकले होते. यामुळेच आता त्याच्यावर अगम्य अशा आव्हानांचे एक वादळ चालून आले होते. परिणामी त्याला प्रत्यक्ष जागेवर जाऊन काम करण्यासाठी त्याच्या जवळचे खास एजंट्स नाइलाजाने पाठवावे लागले होते. जाण्यापूर्वी त्या एजंटांना 'काय वाटेल ते करा, पण काम झाले पाहिजे' अशा सूचना देणे, त्याला भाग पडले. नाहीतर त्याचेच साम्राज्य कोसळणार होते.

अशाच एका एजंटला त्याने कामगिरीवर पाठवले होते. ती एक खास कामगिरी होती. ती पुरी झाली की नाही, ही बातमी आता त्याला कळणार होती.

त्याच्या मनात त्या एजंटाची प्रतिमा उमटली. ती *वायेन्था* होती. केसांचे स्पाइक केलेली ती तरुण पोरगी, त्याची कामे बिनबोभाट आणि चोख करीत आलेली होती. निदान आत्तापर्यंतच्या कामगिरीपर्यंत तरी! काल रात्री तिला दिलेली एक कामगिरी पार पाडायला गेली असता तिच्या हातून काही चूक झाली. त्याचे गंभीर परिणाम होणार होते. गेले सहा तास खूपच गडबड, गोंधळाचे होते. मग परिस्थितीवर नियंत्रण ठेवण्यासाठी पुन्हा एकदा शर्थीचे प्रयत्न करायला हवे होते.

वायेन्थाने कळवले होते की, कामगिरी पुरी करताना तिच्या हातून झालेली चूक ही केवळ दुर्दैवानेच झाली होती. केवळ आपले कमनशीबच त्याला जबाबदार होते.

प्रोव्होस्त हा 'नशीब' मानणारा नव्हता. तो जी जी काही योजना, कामगिरी आखत असे ती अत्यंत काळजीपूर्वक आणि तपशीलवार असे. त्यात कुठेही ओंगळपणा ठेवत नसे की पळवाट, योगायोग यांना वाव नसे. त्यासाठी तो पुढच्या

शक्यता आधीपासून विचारात घेई, कोणाची काय प्रतिक्रिया होईल ती तो अजमावे. आणि मग त्यातून तो वास्तवतेला असा आकार देई की शेवटी पाहिजे ते साध्य करण्यात त्याला यश प्राप्त होई. यश आणणे आणि गुप्तता राखणे याबद्दलचा त्याचा आत्तापर्यंतचा इतिहास हा अगदी निखळ होता. त्यामुळेच तर त्याच्याकडे अशील आपण होऊन येत आणि त्याला कामगिरीची कंत्राटे देत. त्या अशिलांमध्ये अब्जाधीश मंडळी होती, राजकारणी लोक होते, शेख होते, आणि कधी-कधी तर एखाद्या देशाचे सरकारसुद्धा असे.

आता पूर्वेला उजाडत होते. तिथे आकाश उजळू लागल्याने क्षितिजावरील तारे, तारका अस्तंगत पावू लागले होते. प्रोव्होस्त डेकवर उभा राहून वायेन्थाकडून येणाऱ्या तिच्या कामगिरीच्या बातमीची वाट पाहू लागला. आपली कामगिरी ठरल्याप्रमाणे बिनचूक पार पाडली गेली आहे, अशा बातमीची त्याला अपेक्षा होती.

४

क्षणभर काळ थांबलेला आहे, असे लॅंग्डनला वाटले. डॉ. मार्कोनी जमिनीवर निपचित पडून राहिले होते. त्यांच्या छातीतून रक्त उसळून बाहेर येत होते. गुंगीच्या औषधाशी झगडा करीत लॅंग्डनने आपली नजर वर उचलून काट्यासारखे बारीक केस डोक्यावर ताठ उभे राहिलेल्या त्या मारेकरी तरुणीकडे पहायचा प्रयत्न केला. तिने एकदम आपली हॅन्डगन बाहेर काढली, लॅंग्डनकडे तिने पाहिले आणि ताबडतोब ती हॅन्डगन त्याच्या दिशेने वळवली... त्याच्या डोक्याकडे रोखली.

लॅंग्डनला कळून चुकले की, *आता आपण नक्की मरण पावणार.*

तिने गोळी झाडली. त्या स्फोटाचा आवाज कानठळ्या बसवणारा होता, विशेषत: त्या छोट्या खोलीत.

लॅंग्डनने आपले अंग आक्रसून घेतले. आपल्याला नक्कीच गोळी लागली आहे, असे त्याला वाटले. पण तो झालेला मोठा आवाज गोळी झाडल्याचा नव्हता, तर खोलीचे ते पोलादी दार धाडकन लावल्याचा होता. ती खुनी स्त्री गोळी झाडायच्या तयारीत असतानाच डॉ. ब्रूक्स हिने ताड्कन उठून आत उघडलेल्या दारावर झेप घेऊन ते लावून टाकले. ती मारेकरी स्त्री दाराबाहेरच उभी असल्याने तिच्या तोंडावरच ते दार आपटले. दार लावल्यावर डॉ. ब्रुक्स हिने पट्कन दाराचे कुलूप लावून टाकले. त्याच दरम्यान खुनी स्त्रीने गोळी झाडली होती. दोन्ही आवाज एका वेळी झाल्याने कानठळ्या बसवणारा आवाज झाला.

भीतीने डोळे विस्फारलेली डॉ. सिएना ब्रुक्स हिने खाली पडलेल्या डॉ. मार्कोनी यांच्याकडे पाहिले, ती त्यांची नाडी तपासू लागली. डॉ. मार्कोनी यांनी खोकत-खोकत रक्ताच्या दोन गुळण्या बाहेर टाकल्या. त्यांच्या गालावर रक्त सांडून ते त्यांच्या दाढीवर ओघळू लागले.

ती ओरडून त्यांना इटालियन भाषेत म्हणाली, "*Enrico no!Ti Prego*"

दाराबाहेर आता एका पाठोपाठ अनेक गोळ्या झाडल्या जाऊ लागल्या. त्या दाराच्या पोलादी पत्र्यावर आपटून आणखीनच मोठा आवाज होऊ लागला. बाहेरच्या

हॉलमध्ये धोक्याची घंटा खणखणू लागली होती.

लँग्डनला आपल्या शरीराची हालचाल करणे, आता जमू लागले होते. त्याची भीती आणि अंत:प्रेरणा यांनी गुंगीच्या औषधावर मात केली होती. बिछान्यातून धडपडत तो बाहेर पडत असताना त्याच्या उजव्या हातातून एक तीव्र वेदना उमटून गेली. क्षणभर त्याला वाटले की, बाहेरून झाडलेली गोळी दार भेदून आत आली आणि आपल्याला लागली. त्या धक्क्यामुळे लँग्डनच्या हाताला असलेल्या सुईचे टोक निघाले होते आणि तिथून त्यांचे रक्त बाहेर पडत होते.

आता मात्र लँग्डन पूर्ण जागा झाला होता.

डॉ. ब्रुक्स ही डॉ. मार्कोनी यांच्याजवळ वाकून बसली होती. ती त्यांची नाडी तपासत होती. तिच्या डोळ्यांतून अश्रुधारा वाहू लागल्या होत्या. मग डोक्यात एकदम दिवा पेटावा, तसे तिला झाले. ती झट्कन उठली आणि लँग्डनकडे वळली. तिच्या चेहऱ्यावरचे भाव बदलले आहेत, असे लँग्डनला दिसले. एखादा अनुभवी डॉक्टर जसा आणीबाणीत मन घट्ट करून वावरतो तशा कठोरतेने ती आता वागू लागली होती.

''माझ्यामागून या!'' तिने त्याला आज्ञा केली.

लँग्डनचा हात पकडून ती त्याला ओढत ओढत खोलीच्या कोपऱ्याकडे नेऊ लागली. खोलीबाहेरच्या कॉरिडॉरमध्ये गोळीबाराचे आणि हॉलमध्ये गडबडगोंधळ उडाल्याचे आवाज, इथे, आतमध्येही ऐकू येत होते. लँग्डन लटपटत्या पायाने डॉ. ब्रुक्सच्या मागोमाग जात होता. त्याचे मन आता तीव्रतेने विचार करीत होते. पण गुंगीच्या औषधामुळे त्याचे शरीर त्याला त्या गतीने साथ देत नव्हते. *चल इथून!* त्याच्या मनाने स्वत:ला आज्ञा दिली. खालच्या फरश्या त्याच्या पायाला थंडगार वाटत होत्या. सहा फूट उंचीच्या लँग्डनला रुग्णालयाचे कपडे जरासे तोकडेच होते. आपल्या हातातून गळत असलेले रक्त त्याच्या तळहातावर येत आहे, हे त्याला जाणवत होते.

खोलीच्या दाराच्या मुठीवर आता गोळ्या झाडल्या जाऊ लागल्या. डॉ. ब्रुक्सने लँग्डनला खोलीला लागून असलेल्या एका छोट्या बाथरूमकडे नेले. पुढे काय करायचे हे ठरवत असताना ती एकदम थांबली, वळली आणि आत खोलीत धावत गेली. लँग्डनचा ट्वीड कोट घेऊन ती परत धावत आली.

माझा कोट इथेच राहिला असता तरी चालण्याजोगे होते.

तिने झटपट बाथरूमचे दार आतून लावून टाकले. आणि त्याच वेळी त्या मारेकरी स्त्रीने शेवटी ते दार उघडून लँग्डनच्या खोलीत प्रवेश केला होता.

आता त्या सर्व परिस्थितीचा ताबा डॉक्टर तरुणीने घेतला होता. बाथरूमचे दुसरे दार हे शेजारच्या रिकव्हरी रूममध्ये उघडत होते. ते उघडून ती लँग्डनला त्या

खोलीत घेऊन गेली. त्या खोलीचे एक दार बाहेरच्या कॉरिडॉरमध्ये उघडत होते. ते उघडून ते दोघे बाहेर गेले आणि त्याला ओढत ओढत ती एका कोपऱ्यात असलेल्या जिन्याकडे गेली. या हालचाली तिने एवढ्या झटपट केल्या की त्यामुळे लँग्डनला भोवळ आल्यासारखे वाटू लागले. आपण कधीही बेशुद्ध होऊन पडणार असे त्याला वाटू लागले.

पुढची १५ सेकंद त्याला समोरचे दृश्य धूसर दिसू लागले... कुठेतरी खाली जाणारा जिना... अडखळत पायऱ्या उतरत जाणे... मध्येच खाली पडणे, असे त्याचे चालले होते. त्याचे डोके आता एवढे तीव्रपणे ठणकू लागले की, त्याला त्या वेदना सहन करणे अशक्य झाले होते. त्याची नजर आणखीनच 'आउट ऑफ फोकस' झाली. त्याचे स्नायू शिथिल झाले. प्रत्येक हालचाल मंदपणे होऊ लागली.

मग तिथली हवा त्याला एकदम थंड वाटू लागली.

याचा अर्थ मी बाहेर उघड्यावर आलो असलो पाहिजे.

ते दोघे इमारतीबाहेर पडून एका अंधारलेल्या गल्लीतून चालले होते. तेवढ्यात लँग्डन कशालातरी अडखळून पडला, दाण्कन खाली फूटपाथवर आपटला. तिने त्याला कसेबसे उठवले, पायावर उभे केले. आपण त्याला उगाचच गुंगीचे औषध दिले, याचा तिला मनात पश्चात्ताप होऊ लागला.

त्या गल्लीच्या टोकाला ते पोचले असताना लँग्डन पुन्हा कशालातरी अडखळला आणि खाली पडला. पण या वेळी तिने त्याला तशाच स्थितीत राहू दिले. दूरवर कोणालातरी आता हाका मारून ती बोलावू लागली होती. दूर रुग्णालयाच्या दारात एक टॅक्सी उभी होती. तिचे अंधूक हिरवे दिवे त्याला दिसले. पण ती टॅक्सी तिथून हलली नाही. आतला ड्रायव्हर नक्की झोपला असावा. शेवटी डॉ. ब्रुक्स किंचाळून तार स्वरात टॅक्सीला हाका मारू लागली. आपले हात तिने जोरजोरात हलवले. शेवटी टॅक्सीचे पुढचे दिवे पेटले आणि ती टॅक्सी आळसावलेल्या गतीने त्यांच्याकडे येऊ लागली.

त्या गल्लीतील लँग्डनच्या मागचे एक दार खाड्कन उघडले गेले आणि पळत-पळत जवळ येणाऱ्याची पावले त्याला ऐकू येऊ लागली. त्याने मागे वळून पाहिले. त्याच मारेकरी स्त्रीची आकृती त्याच्याकडे येत होती. लँग्डन उठून आपल्या पायावर उभे रहाण्याचा प्रयत्न करू लागला. पण तोपर्यंत डॉ. ब्रुक्स त्याला धरून उठवू लागली होती आणि जवळ आलेल्या टॅक्सीच्या मागच्या दारातून आसनावर ढकलू लागली. तो आता निम्मा आसनावर आणि निम्मा खाली पडला होता. डॉ. ब्रुक्सने मागचे दार लावून टाकले.

पेंगुळलेल्या टॅक्सी ड्रायव्हरने मान वळवून मागे पाहिले, तर त्याला एक पोनीटेल बांधलेली तरुण मुलगी अर्धवट आसनावर असलेल्या पुरुषावर पडलेली

दिसली. त्या पुरुषाच्या हातातून रक्तस्राव होत हाता. तो त्या दोघांना 'ताबडतोब टॅक्सीतून चालते व्हा!' असे सांगणार होता. पण तेवढ्यात कातडी जाकीट घातलेली एक तरुण मुलगी कुठूनतरी तिथे धावत आली आणि तिने झाडलेल्या एका गोळीमुळे गाडीचा आरसा फुटला. डॉ. ब्रुक्सने लँग्डनचे डोके खाली दाबले आणि तीही खाली वाकली. तेवढ्यात टॅक्सीची मागची काच फुटली आणि सर्वत्र काचा उडाल्या.

मग त्या ड्रायव्हरला काही सांगायची आवश्यकता उरली नाही. त्याने आपला ॲक्सिलेटरवरचा पाय जोरात दाबला आणि टॅक्सी तेथून वेगाने पुढे काढली.

लँग्डन आता अर्धवट बेशुद्ध झाला होता. *कोणीतरी मला ठार करण्याचा प्रयत्न करीत आहे.*

त्यांची टॅक्सी जेव्हा कोपऱ्यावर वळली, तेव्हा डॉ. ब्रुक्स नीट उठून आसनावर बसली. तिने लँग्डनच्या हाताकडे पाहिले. त्या हातातून नळीचा तुकडा बाहेर लोंबत होता. त्याची सुई हातात अडकली होती.

तिने लँग्डनला सांगितले, "इकडे पाहू नका. सरळ बाहेर पहा!"

लँग्डनने निमूटपणे तिची आज्ञा पाळली. बाहेर अंधारातून एक थडग्याचा मोठा दगड हवेत प्रकट झाला आणि तो त्यांच्या दिशेने येऊ लागला. आपण त्या दगडात सामावले जाऊन आपल्याला आता स्मशानात नेऊन पुरले जाणार, असे लँग्डनला वाटू लागले. डॉ. ब्रुक्सची बोटे हळुवारपणे त्याच्या हातातील ती सुई आणि नळी काढून टाकू पहात होती. मग एकदम तिने त्याला कसलीही सूचना न देता ती सुई आणि तो नळीचा तुकडा उपसून बाहेर काढून टाकला.

लँग्डनच्या डोक्यात तत्क्षणी एक तीव्र कळ उमटली. त्याने आपले डोळे फिरवले. नंतर मात्र सारेकाही अंधारात बुडून गेले.

५

प्रोव्होस्तच्या फोनची रिंग कर्कशपणे वाजू लागली. ॲड्रियाटिक समुद्रावरील धुक्याकडे पहाणाऱ्या प्रोव्होस्तचे लक्ष त्या आवाजाने वेधून घेतले. तो चट्कन आपल्या स्टेटरूममध्ये, आत आला.

हं! आता त्या बातमीची वेळ झाली आहे.

त्याने बटणे दाबून संगणक सुरू केला. त्याच्या स्क्रीनवर त्याला निरोप आला होता की, स्वीडिश सेक्त्रा टायगर XS यांचा खासगी फोन आलेला आहे. तो फोन त्याच्या चार लाइन्समधून आलेला असून अजून तो जहाजाच्या यंत्रणेला जोडायचा आहे. त्या चारही लाइन्सचा मागोवा कोणालाही घेता येणे शक्य नव्हते. इतकेही करून त्याचा फोन कोणी चोरून ऐकू लागला, तर त्याला चमत्कारिक आवाज ऐकू येणार होते. कारण सर्व आवाजांचे भलत्याच सांकेतिक आवाजात रूपांतर करून ते पुढे पाठवण्याची सोय होती.

त्याने आपल्या कानाला हेडफोन्स लावले. "मी प्रोव्होस्त बोलतो आहे! बोला!!" तो अत्यंत सावकाश बोलत होता. त्याचे शब्द ठासून आणि स्वच्छ उच्चारातील होते.

पलीकडून आवाज आला, "मी वायेन्था बोलते आहे!" तिच्या आवाजात किंचित भय आहे, हे प्रोव्होस्तने ओळखले. हे फील्ड एजंट्स क्वचितच थेट प्रोव्होस्तशी संपर्क साधत. त्याहीपेक्षा दुर्मीळ अशी गोष्ट होती की, जेव्हा त्यांच्या हातून एखाद्या कामगिरीचा बोजवारा उडे तेव्हा त्यांना प्रोव्होस्तच्या नोकरीत क्वचितच परत घेतले जात. काल रात्री असाच कामगिरीचा बोजवारा झाला होता. तथापि, प्रोव्होस्तला तिथे घटनास्थळी एखाद्या एजंटला पाठवून तिथला गोंधळ आणि आणीबाणीची परिस्थिती निपटायची होती. अशी कामे करण्यात वायेन्था निष्णात होती.

"आत्तापर्यंत काय काय घडले ते मी सांगते," वायेन्था म्हणाली.

प्रोव्होस्त यावर गप्प राहिला. तिचे हे असले बोलणे म्हणजे, त्याच्याकडची नोकरी चालू ठेवली जावी, अशी तिची इच्छा होती.

ती बोलू लागली, तेव्हा तिचा आवाज भावनारहित होता. याचा अर्थ ती एक व्यावसायिक बनू पहात होती. ती म्हणाली, ''लँग्डन निसटला! तो काहीतरी हेतू घेऊन आलेला आहे.''

प्रोव्होस्त टेबलापाशी जाऊन बसला आणि बराच वेळ यावर काहीही बोलला नाही. शेवटी तो म्हणाला, ''समजले! तो आता शक्य तितक्या लवकर अधिकाऱ्यांना जाऊन भेटेल.''

प्रोव्होस्तच्या खाली असलेल्या दोन डेकवर नौकेचा एक नियंत्रण कक्ष होता. तिथे वरिष्ठ मदतनीस लॉरेन्स नोल्टन हा आपल्या खासगी कक्षामध्ये बसला होता. त्याने पाहिले की, प्रोव्होस्तचा तो एनक्रिप्टेड फोन संपला आहे. त्याला मिळालेली बातमी ही चांगलीच असणार. प्रोव्होस्त गेले दोन दिवस अत्यंत तणावाखाली होता. नौकेतल्या प्रत्येकाला जाणवले होते की, काहीतरी फार फार महत्त्वाची कामगिरी चाललेली आहे.

यातली जोखीम आता असह्य झालेली आहे आणि वायेन्थाने आत्ताच ताबडतोब काहीतरी करणे आवश्यक आहे.

काळजीपूर्वक आखलेल्या योजनांचा समतोल राखण्याचा नोल्टनला अनुभव होता. पण आत्ताची परिस्थिती ही अधिक गोंधळाकडे नेणारी होती आणि ते सांभाळण्याचे काम प्रोव्होस्त स्वत: करीत होता.

म्हणजे आपण आता एका अनोख्या भागात शिरलो आहोत.

सध्या कन्सोर्टियम संघटनेच्या अर्धा डझन कामगिऱ्या जगात विविध ठिकाणी पार पाडल्या जात होत्या. कन्सोर्टियम संघटनेची त्या त्या ठिकाणी जी ऑफिसेस होती त्यांच्याकडून ती कामे केली जात होती. त्यामुळे प्रोव्होस्त आणि त्याचे नौकेवरील कर्मचारी यांच्यावर कामाचा भार कमी होता. मग ते एकाच मोहिमेवर अगर कामगिरीवर आपले लक्ष केंद्रित करू शकत होते.

बऱ्याच दिवसांपूर्वी कन्सोर्टियमच्या ग्राहकांना फ्लॉरेन्समध्ये प्रोव्होस्तने एवढी अवघड कामे सांगितली होती की, त्यात त्यांचा फक्त मृत्यू होणेच बाकी होते. परंतु कन्सोर्टियमच्या अनेक प्रकारच्या सेवा उपलब्ध होत्या. तशा सेवा दुसरे कोणीही देऊ शकत नव्हते. त्यामुळे वाटेल तशी परिस्थिती असली तरीही कन्सोर्टियम अशक्य वाटणारी कामे करून दाखवायचे. त्याबद्दल कधीही कुरकुर केली जायची नाही, की सबबी सांगितल्या जायच्या नाहीत.

मी माझे हुकूम सोडलेले आहेत, नोल्टन विचार करीत होता. तो आता आधी ठरल्याप्रमाणे वागणार होता. तो आपल्या साउंडप्रूफ काचेच्या कक्षामधून बाहेर पडला, इतर पाच-सहा चेम्बर्स ओलांडून गेला. त्यातले काही पारदर्शक होते, तर

काही अपारदर्शक होते. प्रत्येक चेम्बरमध्ये एकाच मोहिमेच्या अगर कामगिरीच्या विविध अंगावर कामे चालली होती.

मुख्य नियंत्रण कक्षाच्या वातावरणातून नोल्टन पुढे गेला. जाताना त्याने काही तंत्रज्ञांकडे पाहून मान हालवली आणि तो एका व्हॉल्टमध्ये शिरला. बँकेमधल्या सेफ डिपॉझिट व्हॉल्ट सारखाच हा व्हॉल्ट होता, पण छोटा होता. आतमध्ये डझनभर स्ट्राँगबॉक्सेस होते. त्यातला एक बॉक्स त्याने उघडला आणि आत ठेवलेली एक वस्तू काढून घेतली. ती एक भडक लाल रंगाची मेमरी स्टिक म्हणजे स्मृतिशलाका होती. लाल रंगामुळे ती महत्त्वाची माहिती धारण करणारी होती, हे सहज कळून यायचे. त्या स्मृतिशलाकेला एक कार्ड जोडलं होते. त्यावर मोठमोठ्या व्हिडिओ फाइल्स किती आहेत, कोणत्या संदर्भात आहेत, कोणत्या ग्राहकाच्या आहेत, कोणी पाठवल्या आहेत, वगैरे सर्व तऱ्हेची माहिती नोंदवलेली होती. तसेच कोणत्या ग्राहकाने पाठवलेली व्हिडिओ फाइल वृत्तमाध्यमाकडे देऊन केव्हा प्रसारित करावी, अशाही सूचना लिहिलेल्या होत्या. काही व्हिडिओ फाइल्स तर उद्या सकाळीच माध्यमांना द्यायच्या होत्या.

उद्या ज्या व्हिडिओ फाइल्स द्यायच्या होत्या, त्या अगदी साध्यासुध्या वाटणाऱ्या होत्या. पण त्यासंबंधी सारे काही ठरवून दिलेल्या पद्धतीनुसारच व्हायला हवे होते. प्रत्येक फाइल प्रसारणाच्या आदल्या दिवशी बघायला हवी होती. म्हणजे कन्सोर्टियमला त्यातील गुप्त संकेत काढून टाकायचे असतील तर, किंवा पुन्हा नीट संपादन करायचे असेल तर, किंवा अन्य काही सुधारणा त्यात करायच्या असतील तर वृत्तवाहिन्यांच्या प्रसारणाआधी तसा बदल करायला पुरेसा वेळ मिळे.

योगायोग, नशीब किंवा चुकूनमाकून घडणाऱ्या गोष्टी यांच्यावर अजिबात अवलंबून राहिले जात नव्हते.

नोल्टन आपल्या पारदर्शक कक्षामध्ये आला आणि आपल्या मागे त्याने ते काचेचे अवजड दार लावून घेतले. बाहेरच्या जगापासून तो आता वेगळा झाला.

मग त्याने भिंतीवरचे एक बटण दाबले आणि कक्षाच्या सर्व काचा एकदम अपारदर्शक झाल्या. आता बाहेरून कोणालाही आत काय चालले आहे, ते दिसणार नव्हते. नौकेवर काचेच्या भिंती असलेली सर्व ऑफिसेस ही पाहिजे तेव्हा अपारदर्शक काचेत रूपांतरित व्हायची. यासाठी यांत्रिक पद्धतीने विशिष्ट कणांपासून बनवलेल्या काचा वापरल्या गेल्या होत्या. त्यांना 'एसपीडी काचा' म्हटले जायचे. त्या काचांमध्ये जेव्हा विजेचा प्रवाह सोडला जाई तेव्हा काचेतील लक्षावधी कण हे त्या प्रवाहानुसार अनुकूल स्थितीत जात आणि त्यामुळे ती काच अपारदर्शक बने. प्रवाह बंद करताच काच पुन्हा पारदर्शक बने.

अशी ऑफिसेस असल्यामुळेच सर्वत्र गुप्तता सांभाळली जात होती, आणि

परिणामी कन्सोर्टियमला यश मिळत होते.

तुम्ही फक्त तुमच्या कामगिरीबद्दल काम करा. दुसऱ्या कोणालाही त्याबद्दल कळू देऊ नका.

आता आपल्या एकट्याच्या ऑफिसमध्ये स्थानापन्न झाल्यावर नोल्टनने आणलेली ती मेमरी स्टिक म्हणजे स्मृतिशलाका आपल्या संगणकात घातली आणि एक बटण दाबले.

ताबडतोब त्या संगणकाचा पडदा कोरा झाला... आणि संगणकाच्या स्पीकरवरून झुळझुळणाऱ्या पाण्याचा आवाज ऐकू येऊ लागला. हळूहळू पडद्यावर एक प्रतिमा उमटू लागली... ती प्रतिमा छायाकृती होती आणि बेडौल होती. मग अंधारातून एक दृश्य उमलू लागले... त्यात कुठल्यातरी एका गुहेचा अंतर्भाग प्रकट होत होता. ती गुहा अत्यंत भव्य होती. गुहेची जमीन म्हणजे पाणी होते. तो एक भूमिगत तलाव असावा. त्यातील पाणी प्रकाशित झाले होते. तो प्रकाश पाण्यातूनच येत होता...

नोल्टनने असले दृश्य याआधी कधीही पाहिले नव्हते. पाण्यातून बाहेर पडलेल्या प्रकाशाच्या मागे-पुढे होणाऱ्या लाटा गुहेच्या भिंतीवर उमटत होत्या. त्यात लालसर छटा होती.

हे काय आहे... कोणती ही जागा आहे?

पाण्याचे तरंग वाढत गेले. कॅमेरा पाण्याच्या पृष्ठभागाकडे, खाली जाऊ लागला. पहाता पहाता त्याने पाण्याचा पृष्ठभाग ओलांडला आणि तो पाण्याखाली गेला. मग पाण्याचा झुळझुळणारा आवाज बंद झाला. तिथे पाण्याखाली एक गूढ आणि चमत्कारिक शांतता पसरली होती. पाण्याखाली शिरलेला कॅमेरा खाली खाली जात राहिला. शेवटी त्याचे खाली जाणे थांबले. तिथे काही फूट खोलीवर एक गाळाची जमीन होती.

त्या जमिनीवर एक धातूचा चौकोनी पत्रा होता. त्यावर काही मजकूर कोरलेला होता. ते एक स्मृतिचिन्ह होते. ते स्मृतिचिन्ह बोल्टने तळाशी पक्के केलेले होते. हे स्मृतिचिन्ह मुद्दाम टिटॅनियम धातूचे केलेले होते. त्यामुळे ते अनंत काळापर्यंत टिकून रहाणार होते. आता ते झगमगत होते. त्यावर मजकूर कोरलेला होता –

या जागेत, या दिवशी,
सर्व जग कायमचे बदलून गेले...

स्मृतिचिन्हातील मजकुराच्या तळाशी एक नाव आणि तारीख कोरलेली होती. ते नाव प्रोव्होस्तच्या गिऱ्हाइकाचे होते आणि तारीख... उद्याची होती.

६

कोणीतरी बळकट हातांनी आपल्याला उचलून नेत आहे, अशी जाणीव लँग्डनला झाली... ती व्यक्ती त्याला जागे ठेवण्याचा प्रयत्नही करीत होती... त्याला टॅक्सीतून बाहेर काढीत होती. त्याला कसेबसे उभे केले गेले होते. आपल्या अनवाणी पायाखालच्या फुटपाथची फरशी गार आहे, हेही त्याला जाणवत होते.

डॉ. ब्रुक्स त्याला आधार देत चालवत होती आणि तो त्या रिकाम्या वाटेवरून अडखळत पावले टाकीत चालला होता. ती दोन अपार्टमेंटमधील वाट होती. पहाटेची हवा हळूहळू वाहू लागली. त्याच्या अंगात रुग्णालयातील गाउन होता. त्यात वारा शिरल्याने तो फुगून वर येऊ पहात होता. हवा चांगलीच थंड आहे हे त्याला कळत होते.

गुंगीच्या औषधामुळे त्याच्या डोळ्यांना जसे नीट दिसत नव्हते, तसेच त्याच्या मनालाही नीट विचार करता येत नव्हता. आपण पाण्याखालून चालत आहोत, असे त्याला वाटू लागले. आधारासाठी काहीतरी पकडावे म्हणून त्याने आपले हात पुढे केले. सिएना ब्रूक्स त्याला ओढत ओढत नेत होती, आधार देत होती. आश्चर्य वाटावे, एवढे बळ तिच्या अंगात आले होते.

"आता जिना आला आहे," ती म्हणाली.

आपण एका इमारतीत शिरत आहोत हे त्याला कळले. त्याने जिन्याचा कठडा पकडला आणि तो स्वत:ला खेचत खेचत वर नेऊ लागला. आपले शरीर जड झालेले आहे, असे त्याला वाटू लागले. त्याला पाय उचलून वरच्या पायरीवर टाकता येईना. ती त्याला मागून ढकलू लागली. एकेक पायरी चढत शेवटी ते जिन्याच्या एका लँडिंगवर आले. तिने एका जुनाट कीपॅडवरती काही नंबरांची बटणे दाबली आणि कोणतेतरी दार सरकले गेले.

ते आत गेले. अपेक्षेएवढी आतली हवा उबदार नव्हती. पण पायाखाली फरश्यांऐवजी एक गालिचा त्याला जाणवला. ते दोघे एका लिफ्टमध्ये शिरले होते. मग तिने ते फोल्डिंग दार लावले. आतल्या हवेत सिगारेटचा वास आणि इटलीत

हटकून आढळणारा कॉफीचा कडवट-गोड वास तरळत होता. त्या वासामुळे लँग्डनचे मन थोडेसे ताळ्यावर आले. मग डॉ. ब्रुक्सने एक बटण दाबल्यावर ती लिफ्ट त्यांना घेऊन वर जाऊ लागली.

वर... वर... वर...

कुरकुरत जाणारी ती लिफ्ट कंप पावत होती. तिच्या भिंती या जाड पत्र्याच्या होत्या. लिफ्ट अडखळत चालली होती. अर्धवट जागृत अवस्थेतसुद्धा लँग्डनचा कोंडले गेल्याचा भयगंड उसळून वर येऊ पहात होता. लहानपणी तो एका अरुंद विहिरीत बराच वेळ पडून राहिल्याने हा भयगंड त्याच्यात निर्माण झाला होता. तो डोळे उघडून पहायला तयार नव्हता.

भिंतीला टेकून तो नीट श्वासोच्छ्वास करण्याचा प्रयत्न करीत होता. त्याचा उजवा हात दुखत होता. जेव्हा त्याने डोळे उघडून खाली पाहिले तेव्हा त्याला कळले की, आपल्या कोटाची बाही एखाद्या बॅन्डेजसारखी हातावर घट्ट बसली आहे आणि कोटाची खालची कड पार मळून गेली आहे.

त्याने पुन्हा आपले डोळे मिटून घेतले. कारण आता परत मेंदूत ठणका सुरू झाला होता. पण हळूहळू त्याच्याभोवती अंधार दाटून येऊ लागला.

मग त्याच्या डोळ्यांसमोर ते नेहमीचे दृश्य उलगडले. पुतळ्यासारखी ती अवगुंठित स्त्री आपल्या गळ्यातील ताईतासह उभी होती. तिचे केस चंदेरी होते आणि टोकाशी वळलेले होते. पूर्वीप्रमाणेच ती त्या रक्तवाहिनी नदीच्या काठावर उभी होती. तिच्या आसपास वळवळणारी शरीरे पडलेली होती. ती लँग्डनला काकुळतीने म्हणाली, *"शोधा, म्हणजे ते सापडेल!"*

त्या स्त्रीला आपण वाचवायला हवे, सर्वांनाच वाचवायला हवे, अशी भावना त्याच्या मनात तरळून गेली. ती अर्धवट आणि उलटी पुरलेली प्रेते आता आपल्या पायांची हालचाल थांबवत होते. त्यांचे पाय लुळे पडले होते.

त्या शांततेत त्याने तिला विचारले, *"तुम्ही कोण आहात? तुम्हाला काय हवे आहे?"*

मग हळूच एक गरम वारा आला आणि तिचे केस त्यामुळे उडू लागले. *"आपला वेळ कमी कमी होत चालला आहे,"* ती कुजबुजत म्हणाली. आणि तिने आपल्या गळ्यातील ताईताला स्पर्श केला. मग अचानक तिच्या जागी एक झगझगीत असा अग्निस्तंभ निर्माण झाला. तो स्तंभ फुगत फुगत नदीलाही ग्रासून टाकू लागला. लँग्डनलाही त्याने कवेत घेतले.

लँग्डन मोठ्याने ओरडला त्याचे डोळे सताड उघडले होते.

डॉ. ब्रुक्सने त्याला विचारले, "काय झाले?"

"मला दिवास्वप्ने पडत आहेत. तेच ते नेहमीचे स्वप्न," त्याने म्हटले.

"म्हणजे परत तीच ती चंदेरी केसांची स्त्री दिसली ना? आणि तिच्याभोवती सारी प्रेते पडली होती ना?"

त्याने मान डोलवली. त्याच्या भुवयांवर घर्मबिंदू चमकू लागले होते.

"तुम्ही ठीक व्हाल!" तिने त्याला आश्वासन दिले. पण आता तिलाच तिच्या शब्दांची शंभर टक्के खात्री वाटत नव्हती. ती पुढे म्हणाली, "स्मृतिभ्रंशाबरोबर तीच तीच स्वप्ने परत परत पडत असतात. एरवी तुमची स्मृती मेंदूकडून नीट छाननी होऊन वेगवेगळ्या कप्प्यात ठेवली जात असते. पण आता ती यंत्रणा तात्पुरती विस्कळीत झालेली आहे. म्हणून परत परत एकच प्रतिमा निर्माण केली जात आहे."

"पण ही प्रतिमा घाबरवणारी आहे!"

"होय, मला कल्पना आहे त्याची. तुम्ही बरे होईपर्यंत तुमच्या आधीच्या आणि आत्ताच्या स्मृती या एकमेकांत मिसळून एक गोंधळ निर्माण होईल. त्या स्मृतींमध्ये तुमच्या कल्पनाही मिसळल्या जातील. आपल्याला पडणाऱ्या स्वप्नात हेच होत असते."

अडखळत चालणारी लिफ्ट आता थांबली. तिने लिफ्टचे दार बाजूला सरकवले. ते दोघे आता एका अंधाऱ्या आणि अरुंद कॉरिडॉरमधून जाऊ लागले. एक खिडकी त्यांनी ओलांडली. त्या खिडकीमधून त्याला फ्लॉरेन्समधील घरांची छपरे दिसली. त्यावर आता पहाटेचे सूर्यकिरण पडू लागले होते. त्या कॉरिडॉरच्या शेवटी आल्यावर ती एके ठिकाणी थांबून वाकली. तिथे एक कुंडी ठेवलेली होती. त्यातील झाड सुकायला लागले होते. त्या कुंडीखाली लपवून ठेवलेली आपल्या फ्लॅटची किल्ली तिने काढली आणि दरवाजाचे कुलूप काढले.

तिचा तो फ्लॅट छोटा होता. आतल्या हवेच्या वासावरून त्याला इथे व्हॅनिला असलेली मेणबत्ती जाळल्याचे समजले. तसेच इथे जुन्या सतरंज्या आणि गालिचे असल्याने त्यांचेही धुळकट वास येत होते. फर्निचर आणि भिंतीवरील चित्रे खूपच कमी होती. यावरून तिने हा जुना फ्लॅट विकत घेतला असावा, असे वाटत होते. मग तिने हीटरचा तपमान नियंत्रक नीट जुळवला आणि खोलीतली हवा गरम होऊ लागली.

क्षणभर थांबून तिने डोळे मिटून घेतले. मग जणूकाही उसने अवसान आणण्यासाठी तिने एक जोरदार श्वास आत घेतला. वळून तिने लँग्डनच्या हाताला धरून एका छोट्या स्वयंपाकघराकडे नेले. तिथे एक फॉर्मायका लावलेले टेबल होते आणि दोन लहान खुर्च्या होत्या.

लँग्डन एका खुर्चीवर बसण्याच्या इराद्याने तिकडे जाऊ लागला. पण डॉ. ब्रुक्सने त्याचा हात पकडून धरला आणि एक कपाट उघडले. त्यात फार वस्तू

नव्हत्या. कोकाकोलाचा एक कॅन, 'नोडोझ'ची एक बाटली आणि बिस्किटांचा एक पुडा एवढेच होते. तिने ती बाटली काढून लँग्डनच्या हातावर बाटलीतील सहा गोळ्या ओतल्या आणि म्हटले, ''हे 'कॅफिन' उत्तेजक आहे. मी जेव्हा रात्रपाळीला कामाला जाते तेव्हा या गोळ्या कधी कधी खाते. मग फार झोप येत नाही.''

लँग्डनने त्या गोळ्या तोंडात टाकल्या आणि त्याने पाण्यासाठी आजूबाजूला पाहिले.

त्यावर ती म्हणाली, ''त्या गोळ्या गिळू नका, नुसत्या चघळा. ते उपशामक औषध आहे. तुमच्या शरीरातील यंत्रणेला त्यामुळे एक प्रकारचे उत्तेजन मिळेल.''

लँग्डन त्या गोळ्या थोड्याशा चावू लागला आणि तात्काळ चमकला. त्या गोळ्या कडू लागत होत्या. याचा अर्थ त्या संपूर्ण गिळायला हव्या होत्या. ते पाहून तिने फ्रिजमधून 'सॅन पेलेग्रीनो' हे इटलीमधील लोकप्रिय पेय बाहेर काढले आणि ते लँग्डनला दिले. त्याने त्या पेयाचा एक मोठा घोट घेतला.

तिने त्याच्या अंगावरील कोट काढला. मग त्याचा उजवा हात पकडून जखमेवर घातलेले तात्पुरते बॅन्डेज तिने दूर केले. नंतर काळजीपूर्वक त्याची जखम तपासली. लँग्डनचा उघडा हात जोवर तिच्या हातात होता, तोवर तिचा हात थरथरत होता, असे त्याच्या लक्षात आले.

''तुम्ही वाचाल!'' तिने स्पष्ट केले.

झाल्या प्रकाराचा तिलाही धक्का बसला होता. पण लवकरच ती त्यातून बाहेर पडेल, अशी आशा लँग्डन करू लागला. आपण दोघेही आता किती भयंकर प्रसंगातून गेलो याची नीट जाणीव त्याला अजूनही झालेली नव्हती. तो तिला म्हणाला, ''डॉ. ब्रुक्स, आपल्याला आता कोणातरी अधिकाऱ्याची गाठ घेण्यासाठी त्याला फोन लावला पाहिजे. म्हणजे असे की, अमेरिकी राजदूत... पोलीस खाते. कोणालातरी हे कळवलेच पाहिजे.''

तिने मान हालवून त्याचे म्हणणे मान्य केले. ''पण तुम्ही मला डॉ. ब्रुक्स म्हणू नका. माझे नाव सिएना आहे.''

तिला संमती देत तो म्हणाला, ''आणि माझे नाव रॉबर्ट आहे.'' त्या जिवावरच्या प्रसंगातून ते दोघेही गेल्याने एकमेकांना नावाने हाक मारण्याइतपत जवळीक त्यांच्यात नक्कीच निर्माण झाली होती. त्याने विचारले, ''तुम्ही ब्रिटिश आहात असे म्हणाला होतात.''

''होय, जन्माने मी ब्रिटिश आहे.''

''पण मला तुमच्या बोलण्यात तसे ब्रिटिश उच्चार दिसत नाहीत.''

''छान. तसले उच्चार मी प्रयत्नपूर्वक काढून टाकून सवय केली.''

'असे का केलेत?' असे लँग्डन तिला विचारणार होता. पण तिने त्याला

आपल्या मागून चलण्याची खूण केली. मग त्याला एका छोट्या कॉरिडॉरमधून तिने एका लहान बाथरूममध्ये नेले, तिथे बेसिनवर एक आरसा होता. लँग्डनने रुग्णालयानंतर प्रथमच आपले प्रतिबिंब त्यात पाहिले. त्याचे डोळे लाल आणि मलूल झालेले होते. दाढीचे खुंट वाढलेले होते. डोक्यावरचे दाट, काळे केस विस्कटलेले होते.

सिएनाने बेसिनमधला नळ चालू करून थंडगार पाण्याने लँग्डनच्या हातावरची जखम धुतली. त्या वेळी त्याला तीव्र वेदना झाल्या. त्याने आपले तोंड घट्ट मिटून घेतले होते.

मग तिने एक स्वच्छ कोरडे फडके घेऊन ओले केले, त्यावर निर्जंतुक साबण चोळला आणि थोडेसे पिळून त्या फडक्याने त्याची जखम खसाखसा पुसली. त्या वेळी त्याला वेदना झाल्या खऱ्या, पण त्यामुळे त्याच्या डोक्यातल्या ठणक्याकडे त्याला दुर्लक्ष करता आले.

ती जोरजोरात त्याचा हात स्वच्छ करीत होती. "या जखमेत जंतूंचा संसर्ग होता कामा नये. शिवाय कोणालाही भेटण्याआधी तुमच्या जखमा नीट करून मगच भेटावे. वेदनेमुळे शरीरात अॅड्रेनॅलिन निर्माण होते."

सर्व झाल्यावर ती म्हणाली, "छान!" मग नळ बंद करून तिने त्याच्या हातावर एक छोटे बॅन्डेज बांधले. तसे करताना लँग्डनला एका गोष्टीची आठवण होऊन तो अस्वस्थ झाला. गेली ४० वर्षे तो जे मनगटी घड्याळ वापरत होता, ते मिकी माउसची प्रतिमा असलेले घड्याळ गायब झालेले होते. त्याच्या आई-वडिलांनी त्याला ते भेट म्हणून दिलेले होते. रोज ते पहाताना त्याला मिकी माउसचा हसरा चेहरा आणि हलवणारा हात पाहून 'जीवन गंभीरतेने घेऊ नकोस, मजेत जग!' हा विचार आठवे; त्याची आठवण करून दिली जाई.

तो अडखळत म्हणाला, "माझे... घड्याळ. ते गेलेले दिसते आहे. मी हॉस्पिटलमध्ये दाखल झालो, तेव्हा ते माझ्या हातात होते का?"

सिएनाने त्याच्याकडे चमत्कारिक नजरेने पाहिले. एवढ्या क्षुल्लक गोष्टीचे याला का महत्त्व वाटते आहे? ती म्हणाली, "मला ते घड्याळ आठवत नाही. आता तुम्ही स्वच्छ व्हा. मी काही मिनिटांत परत येते आणि नंतर मदतीसाठी कुठे जायचे ते ठरवू." एवढे बोलून ती वळली, पण दारात थांबून त्याच्याकडे आरशातून पहात म्हणाली, "मी परत येईपर्यंत 'तुम्ही आपल्याला कोण मारू पहात आहे?' यावर विचार करा. कारण कोणताही अधिकारी तुम्हाला पहिला प्रश्न हाच विचारेल."

"थांबा, तुम्ही कोठे जात आहात?"

"तुम्ही अशा कमी कपड्यात कोणालाही भेटू शकणार नाही. मी तुमच्यासाठी काही कपडे मिळवते. माझ्या शेजारी रहाणारा माणूस तुमच्या एवढाच असल्याने त्याचे कपडे तुम्हाला होतील, तो आता गावाला गेला आहे आणि त्याने पाळलेल्या

मांजराला मी रोज दूध देते. तेव्हा त्याच्या घरातील काही कपडे मी उचलून आणले तरी तो हरकत घेणार नाही,'' एवढे बोलनू सिएना निघून गेली.

रॉबर्ट लँग्डन परत आरशाकडे वळला. त्याला आपले वेगळे प्रतिबिंब ओळखता येईना. *कोणीतरी मला ठार मारू इच्छित आहे.* त्याच्या मनात पुनःपुन्हा ते ध्वनिमुद्रित केलेले शब्द आठवू लागले.

व्हेरी सॉरी! व्हेरी सॉरी!!

त्याने आपल्या स्मृतीला ताण देऊन त्या आधीचे आठवण्याचा प्रयत्न केला... मग ती कोणतीही क्षुल्लक आठवण असो; पण त्याला काहीही आठवेना. जणूकाही त्याच्या स्मृतीत एक पोकळी निर्माण झालेली होती. आपण इटली देशातील फ्लॉरेन्स शहरात आहोत आणि एका झाडलेल्या गोळीमुळे आपल्या डोक्याला दुखापत झाली आहे, एवढेच त्याला त्यातून कळत होते.

आपल्या आरशातील प्रतिबिंबाकडे पहात असताना त्याला असे वाटू लागले की, कोणत्याही क्षणी आपण आपल्या घरातील आरामखुर्चीत जागे होऊ. आपल्या हातात मार्टिनी मद्याचा एक ग्लास असेल आणि आपण 'मृतात्मे' या नावाचे एक पुस्तक वाचत असू. 'बॉम्बे सफायर' नावाचे नीलमणी हे रत्न आणि 'गोगोल' हे रत्न यांच्यात कधीही गोंधळ होता कामा नये, याची आपल्याला आठवण करून दिली जाईल.

७

लँगडनने शेवटी आपल्या अंगावरचा रुग्णालयातील गाउन काढून टाकला आणि एक टॉवेल आपल्या कमरेभोवती गुंडाळला. आपल्या तोंडावर पाण्याचे हबके मारून त्याने त्याच्या डोक्यावर घातलेल्या टाक्यांना स्पर्श केला. तिथली कातडी हुळहुळी झाली होती. पण जेव्हा त्याने तिथल्या, आपल्या विरळ केसांवरून हात फिरवला तेव्हा जखम पूर्णपणे भरून आल्याचं त्याला कळले. त्याने घेतलेल्या कॅफीनच्या गोळ्या आता परिणाम दाखवू लागल्या होत्या. त्याची गुंगी उतरली होती. डोळ्यांसमोरचे धुके निवळू लागले होते.

रॉबर्ट, विचार कर! आठवण्याचा प्रयत्न कर!!

त्या बाथरूमला कुठेही खिडकी नसल्याने त्याचा कोंडले गेल्याचा भयगंड जागृत झाला होता. म्हणून तो बाथरूममधून बाहेरच्या हॉलमध्ये आला. अर्धवट उघड्या दारातून तिथे प्रकाश येत होता. ती खोली अनेक कामांसाठी वापरात होती. तिथे अभ्यासासाठी एक स्वस्तातले टेबल ठेवलेले होते, स्वत:भोवती फिरणारी एक जुनी खुर्ची होती, जमिनीवर काही निवडक पुस्तके पडलेली होती. आणि मुख्य म्हणजे तिथे *एक खिडकी* होती.

लँग्डन त्या खिडकीकडे गेला. आकाशात वर चढत जाणाऱ्या सूर्याची किरणे फ्लॉरेन्समधील उंच इमारतींच्या वरच्या टोकांना स्पर्श करू लागली होती. शहर हळूहळू जागे होऊ लागले होते. बदिया, बर्जेलो या विभागांत चैतन्य येऊ लागले होते. लँग्डनने आपले कपाळ खिडकीच्या थंड काचेला टेकवले. मार्च महिन्यातील हवा थंडच होती. टेकडीच्या बाजूच्या शहरावरती सूर्यकिरणे पडल्याने ते उजळून गेले होते.

चित्रकाराला हवी तशी प्रकाशयोजना झाली आहे. यालाच *पेंटर्स लाइट* असे म्हणतात.

आकाशात लाल टाइल्स लावलेला एक भला मोठा घुमट वर गेलेला होता. एखाद्या तांब्याच्या धातूचा तो घुमट असावा, असे त्यावर प्रकाश पडल्याने वाटत

होते. जणू तो एक दीपस्तंभ असून इशारे देतो आहे, असे वाटत होते. बॅसिलिकाचा हा मोठा घुमट – 'इल ड्युओमो!' हा घुमट म्हणजे ब्रुनेलेस्की याने वास्तुशास्त्राच्या इतिहासात घातलेली एक भर होती. त्यानंतर आता ५००पेक्षा अधिक वर्षांनी अजूनही ही ३७५ फूट उंचीची वास्तुरचना एखाद्या स्थानबद्ध राक्षसासारखी जमिनीवर उभी होती. *पण मी फ्लॉरेन्समध्ये मुळातच का आलो?*

लँग्डनला इटालियन चित्रकृतींची पहिल्यापासून आवड होती. त्यासाठी फ्लॉरेन्स हे युरोपातील शहर फार प्रसिद्ध होते. याच शहरात मायकेलॅन्जेलो हा चित्रकार लहानपणी बागडला होता. त्याच्या इथल्या स्टुडिओत इटालियन चित्रकला पुनरुज्जीवित झाली होती. तर अशा या फ्लॉरेन्स शहरातील चित्रकृतींच्या प्रदर्शनाला जगभरातील लक्षावधी लोक भेटी देत. ते बॉटिसेली या चित्रकाराची *'बर्थ ऑफ व्हीनस'* ही चित्रकृती, लिओनार्डोची *'ॲननसिएशन'* ही चित्रकृती आणि ज्या *'इल डेव्हिड'* या कलाकृतीचा शहराला गर्व वाटत होता ती, आदी आवर्जून पाहिल्या जात.

लँग्डनला मायकेल ॲन्जेलोची 'डेव्हिड' ही कलाकृती पाहून स्तिमित व्हायला होई. त्याने ती कलाकृती वयाच्या चौदाव्या वर्षी प्रथम पाहिली होती. जेव्हा तो ती भव्य कलाकृती पाहू लागला, तेव्हा त्याची नजर हळूहळू वर वर खेचली गेली. ती १७ फूट उंचीची होती. प्रथम पहाणारा कोणीही ती पाहून आश्चर्याने थक्क होई आणि दिपून जाई. त्यातील डेव्हिडचा जो पवित्रा दाखवलेला आहे, त्यामागे अफाट बुद्धिमत्ता आहे हे जाणवते. तो पवित्रा पाहून कोणीही खिळून बघत रहातो. मायकेल ॲन्जेलोने ही कलाकृती घडवताना त्या वेळची 'कॉन्ट्रॅपोस्टो' ही पद्धत वापरली होती. त्यामुळे चित्रातील डेव्हिड हा उजव्या बाजूला झुकलेला असून त्याचा डावा पाय जणूकाही कोणताच भार पेलत नाही, असे वाटते. प्रत्यक्षात त्या पायाने काही टन वजनाचा संगमरवरी दगड पेलला होता.

उत्कृष्ट शिल्पकृतींचा आस्वाद कसा घ्यावा, हे लँग्डनला या कृतीवरून प्रथम समजले होते. एकेकाळी त्याने लंडनमध्ये डेव्हिडचे रसग्रहण केले होते. आपण गेल्या कित्येक दिवसांत ही कलाकृती पाहिल्याचे त्याला आठवेना. त्याऐवजी त्याला रुग्णालयात एकदम जाग आल्याचे आठवत होते. त्याच्या डोळ्यांसमोर एका निष्पाप डॉक्टराचा खून झालेला दिसत होता. *व्हेरी सॉरी! व्हेरी सॉरी!!*

आपल्यामुळेच तो खून झाला, अशी अपराधी भावना त्याला होत होती. *मी हे काय केले?*

खिडकीपाशी उभे असताना त्याच्या नजरेच्या कोपऱ्यातून टेबलावर लॅपटॉप संगणक असलेला दिसला. आपल्याला काल रात्री काय झाले ते कालच्या रात्रीच्या बातम्यांत नक्की असणार, असे त्याला वाटले.

या संगणकाची इंटरनेटशी जोडणी झालेली असेल, तर मला आत्ता उत्तर

मिळेल.

मग त्याने दाराकडे तोंड करून हाक मारली. "सिएना?"

पण त्याच्या हाकेला काहीच प्रतिसाद मिळाला नाही. ती अजूनही शेजाऱ्याच्या घरी त्याच्यासाठी कपडे शोधीत असावी.

आपण तिच्या संगणकाला हात लावला तर ती हरकत घेणार नाही, असे वाटून त्याने तो उघडला आणि चालू केला.

त्या संगणकाचा पडदा प्रकाशित झाला – एक नेहमीचा विंडोज 'ब्ल्यू क्लाउड' पार्श्वभूमीला आला. लँग्डन ताबडतोब 'गुगल इटालिया'चे पान शोधू लागला. त्याने आपले नावही टाइप केले.

तो आता शोध घेण्यासाठी सरसावला. त्याच वेळी त्याच्या मनात आले की, *जर माझ्या विद्यार्थ्यांनी मला आता पाहिले तर...* कारण त्याने अनेकदा आपल्या विद्यार्थ्यांना कानपिचक्या दिल्या होत्या की, संगणकाच्या फार आहारी जाऊ नका. अमेरिकन तरुणांवर आता संगणकाची मोहिनी फार पडली होती आणि ते त्याच्या आहारी गेले होते.

त्याने शोध घेण्यासाठी जे बटण दाबले होते, त्याचे परिणाम आता पडद्यावर दिसू लागले. लँग्डनची पुस्तके, व्याख्याने या संदर्भात शेकडो जणांनी संगणकाकडे संपर्क साधल्याचे त्याला समजून आले होते, *पण मी हे काही शोधत नाही.*

त्याने आपल्या संदर्भात कोणती बातमी आहे, यासाठी 'न्यूज'वर क्लिक् केले.

मग एक नवीन विंडो पडद्यावर झळकली. त्यावर लिहिले होते :

बातम्यातील रॉबर्ट लँग्डन

पुस्तकांवर सह्या करताना रॉबर्ट लँग्डन

पदवी समारंभातील भाषण देताना रॉबर्ट लँग्डन

चिन्हशास्त्रावरील पुस्तक प्रकाशित करताना रॉबर्ट लँग्डन

अनेक पाने अशा यादीने भरलेली होती. पण त्यातून कुठेही त्याच्याबद्दलची ताजी माहिती प्रकट झालेली नव्हती किंवा त्याच्या सद्य:स्थितीवर काही प्रकाश पडत नव्हता. *काल रात्री झाले तरी काय?* मग तो 'फ्लॉरेन्टाइन' या वेबसाइटवर गेला. फ्लॉरेन्स शहरातून या नावाचे एक इंग्लिश वृत्तपत्र प्रसिद्ध होई. त्या वृत्तपत्राची ई-आवृत्ती त्याने पडद्यावर आणली. वृत्तपत्रातील सर्व मथळे, ब्रेकिंग न्यूज विभाग, पोलीस ब्लॉग, एका अपार्टमेंटमध्ये लागलेल्या आगीवरचा एक लेख, सरकारला अडचणीत आणणारा एक घोटाळा आणि छोटे छोटे गुन्हे, हे सारे त्याने भरभर चाळले.

काहीच सापडत नाही ?

आदल्या रात्री शहरातील एका अधिकाऱ्याचा मृत्यू झाला होता. त्या बातमीकडे

पाहून तो थबकला आणि ती बातमी त्याने वाचली. पण तो अधिकारी प्लाझा विभागातील एका चर्चच्या बाहेर हृदयविकाराच्या झटक्याने मृत्यू पावला होता. त्या अधिकाऱ्याचे नाव अजून कळलेले नव्हते. पण बाकी त्या बातमीत फारसे काही आक्षेपार्ह नव्हते, की संशय घेण्याजोगे नव्हते.

शेवटी, काय करावे हे न उमगून त्याने आपल्याला आलेल्या ई-मेल्स चाळायला सुरुवात केली. पण त्याला आलेल्या निरोपांतूनही त्याला कोणताही दुवा मिळाला नाही. त्याचे सहकारी, मित्र, विद्यार्थी वगैरेंनी नेहमीप्रमाणे त्याला येत्या आठवड्यातील कामाबद्दल विचारणा केली होती.

याचा अर्थ, कोणालाच माझ्या अमेरिकेतून नाहीसे होण्याबद्दल ठाऊक नाही!

शेवटी त्याने लॅपटॉप बंद केला. तो आता उठणार होता; पण तेवढ्यात एका गोष्टीने त्याचे लक्ष वेधले गेले. त्या टेबलावरच्या एका कोपऱ्यात मेडिकल जर्नल्स आणि कागद यांची एक चळत होती. त्यावर एक पोलरॉइड कॅमेऱ्याने काढलेले छायाचित्र होते. ते सिएना ब्रूक्सचे आणि डॉ. मार्कोनी यांचे एकत्रित छायाचित्र होते. ते रुग्णालयाच्या मधल्या कॉरिडॉरमध्ये खिदळत चालले होते.

डॉ. मार्कोनी यांना पाहिल्यावर बिचाऱ्याचा या आपल्या प्रकरणात हकनाक बळी गेला, याबद्दल लँग्डनला अपराधी वाटू लागले.

त्याने ते छायाचित्र परत पुस्तकांच्या चळतीवर ठेवून दिले. त्या चळतीवर एक पिवळ्या रंगाची पुस्तिका होती आणि एक लंडन ग्लोब थिएटरचे फाडलेले तिकीट होते. थिएटरमध्ये जे नाटक झाले, त्याबद्दल त्या पुस्तिकेत माहिती होती. 'अ मिडसमर नाइट्स ड्रीम' या शेक्सपिअरच्या नाटकाबद्दल त्यात माहिती होती... ते नाटक २५ वर्षांपूर्वी रंगमंचावर आलेले होते.

त्या तिकिटावर कोणीतरी लिहिलेले होते : *लाडके! तू स्वतःच एक चमत्कार आहेस हे विसरू नकोस! (Sweet heart, never forget you are a miracle.)*

त्याने ते तिकीट जेव्हा उचलले तेव्हा काही वृत्तपत्रांतील कात्रणे खाली पडली. त्याने पट्कन उचलून ती जागच्या जागी ठेवायचा प्रयत्न केला. त्या पुस्तिकेतून ती कात्रणे पडलेली होती. ती पुस्तिका उघडल्यावर एक जुने मळकट पान त्याला दिसले. ते पाहून तो थांबला.

त्यावर नाटकातील एका पात्राचे छायाचित्र होते. ते पात्र एका लहान मुलीचे होते. ते 'पक' नावाचे नाटकातील एक खोडकर पात्र होते. छायाचित्रातील मुलगी ही पाच वर्षांपेक्षा जरा मोठी होती. तिच्या डोक्यावरच्या सोनेरी केसांचा पोनीटेल त्याला ओळखीचा वाटला.

त्या छायाचित्राखाली मजकूर होता : *एका तारकेचा जन्म झाला आहे. (A star is born.)*

त्या लहान अभिनेत्रीचा – म्हणजे लहान सिएना ब्रुक्स हिचा परिचय तिथे छापलेला होता. त्यात तिचे कौतुक केले होते. नाटकातील प्रत्येक पात्राचे वाक्यन्‌वाक्य तिला पाठ आहे, असे नमूद केले होते. नाटकाची तालीम करताना ती नेहमी समोरच्या पात्राला आता त्याने काय वाक्य बोलायचे, याची आठवण करून द्यायची. तिचे छंदही त्यात नमूद केले होते. व्हायोलिन वाजवणे, बुद्धिबळ खेळणे हे ते छंद होते. शिवाय जीवशास्त्र आणि रसायनशास्त्र यांतही तिला गती असल्याचे म्हटले होते. लंडनच्या ब्लॅकहीथ इथल्या उपनगरातील एका श्रीमंत आई-वडिलांच्या पोटी तिचा जन्म झाला होता. वैज्ञानिक वर्तुळात एवढी लहान मुलगी ही कौतुकाचा विषय ठरली होती. वयाच्या चौथ्या वर्षी बुद्धिबळाच्या खेळात तिने आपल्या गटातील सर्वांना हरवून 'ग्रॅन्ड मास्टर' किताब मिळवला होता. शिवाय तिला तीन भाषा अवगत होत्या.

बापरे! सिएनाच्या या प्रतिभेमुळे बऱ्याच गोष्टी आता समजत आहेत.

या निमित्ताने लँग्डनला एक जुनी माहिती आठवली. हार्वर्ड विद्यापीठात एक मुलगी अशीच अफाट प्रतिभेची होती आणि ती पदवी परीक्षा पास झाली. ती वयाच्या सहाव्या वर्षी हिब्रू भाषा केवळ पुस्तकावरून शिकली आणि वयाच्या बाराव्या वर्षी देकार्त याचे सर्व ग्रंथ तिने वाचून काढले होते. तिचे नाव होते, सॉल क्रिप्के. लँग्डनला आणखी एक उदाहरण आठवले. अगदी अलीकडे मोशे के कॅव्हलिन हिने वयाच्या अकराव्या वर्षी महाविद्यालयीन पदवी प्राप्त केली आणि तिने ४.० ही ग्रेड मिळवली. शिवाय तिने मार्शल आर्टमध्ये राष्ट्रीय पुरस्कार मिळवला, तर वयाच्या चौदाव्या वर्षी 'वी कॅन डू' या नावाचे एक पुस्तक लिहिले.

लँग्डनने आणखी एक कात्रण उचलून पाहिले. तो एका वृत्तपत्रातील लेख होता. त्यात सिएनाचे वयाच्या सातव्या वर्षीचे छायाचित्र होते. त्या छायाचित्राखाली छापले होते, एका लहान मुलीचा बुद्ध्यंक हा २०८ असल्याचे आढळले.

बुद्ध्यंक हा एवढा वर जाऊ शकतो, हे लँग्डनला ठाऊक नव्हते. त्या लेखामध्ये सिएना ब्रुक्स ही व्हायोलिन वादनात निपुण आहे, एका महिन्यात कोणतीही भाषा शिकून आत्मसात करू शकते आणि स्वत: शरीररचनाशास्त्र आणि संबंधित विज्ञान शिकत आहे, असे म्हटले होते.

त्याने दुसरे कात्रण पाहिले. त्यात एक लेख होता. त्या लेखाचे नाव होते : **भविष्यासाठी एक विचार : सर्वांची मने एकसारखी निर्माण झालेली नसतात.** 'जन्माला आलेली सर्व माणसे समान असतात' हा विचार सुप्रसिद्ध आहे. 'सर्वांची मने समान नसतात,' अशा अर्थाचा ते लेख होता. त्या लेखात सिएनाचे छायाचित्र होते. ती सुमारे १० वर्षांची दिसत होती. तिच्या केसांचा पोनीटेल होता. एका मोठ्या वैद्यकीय उपकरणाच्या शेजारी ती उभी होती. त्या लेखात एका

डॉक्टरची मुलाखत छापलेली होती. त्याने तिच्या अचाट बुद्धिकौशल्यांचा असा खुलासा केला होता की, 'सिएनाच्या मेंदूचा पीईटी स्कॅन (Positron Emission Tomography) केल्यावर असे दिसून आले की, सिएनाच्या मेंदूचा मागचा भाग (सेरिबेलम) हा अन्य माणसांपेक्षा वेगळाच आहे. तिचा मेंदूचा मागचा भाग हा अधिक मोठा असून अधिक जुळवाजुळव झालेल्या रचनेचा आहे. त्यामुळे तिला दिसणाऱ्या गोष्टींमधून अंदाज बांधणे, अटकळ करणे, लपलेले सत्य ओळखणे, हे इतरांपेक्षा उत्तम रीतीने जमू शकते.' डॉक्टरांनी सिएनाच्या मेंदूच्या या वैशिष्ट्यांमुळे तिच्या मेंदूच्या सर्वच पेशी तशा विशिष्ट तऱ्हेने वाढत गेल्या आहेत, असेही लिहिले होते.

यानंतर लँग्डनला एका छोट्या गावातील वृत्तपत्राचे कात्रण दिसले. त्यातला मथळा होता : तेजस्वी बुद्धिमत्तेचा शाप.

त्यामध्ये मात्र तिचे छायाचित्र नव्हते. पण सिएना ब्रुक्स नावाच्या एका अफलातून बुद्धिमान असलेल्या मुलीला शाळेत इतर मुलांकडून कसा त्रास होतो, ते दिलेले होते. याचे कारण ती बुद्धिमान मुलगी सर्वसाधारण बुद्धिमत्तेच्या मुलांच्या गटात वेगळी असल्याने तिच्याकडे बाकीचे दुर्लक्ष करतात, तिला आपल्यात मिसळू देत नाहीत. जी लहान मुले अशी इतरांपेक्षा बुद्धिमान असतात ती त्यामुळे एकटी पडतात, त्यांना नेहमी वेगळे पाडले जाते.

त्या लेखात एक प्रसंगही दिलेला होता. सिएना एकदा आठ वर्षांची असताना कोणालाही न सांगता घरातून निघून गेली होती आणि १० दिवस घराबाहेर राहिली होती. शेवटी शोधाशोध घेता, ती लंडनच्या एका प्रतिष्ठित हॉटेलात सापडली. 'आपण या हॉटेलातील एका उतारूची मुलगी आहोत,' अशी बतावणी तिने तिथे केली होती. हॉटेलातील एका खोलीची किल्ली चोरून, त्या खोलीत ती रहात होती. खाद्यपदार्थ आणि अन्य वस्तू दुसऱ्या कोणाच्यातरी नावावर मागवत होती. एवढ्या दिवसांत तिने 'ग्रेज ॲनॉटॉमी' त्या शरीररचनाशास्त्रावरच्या पुस्तकातील १,६०० पाने वाचून काढली होती. जेव्हा तिला चौकशी अधिकाऱ्यांनी यामागचे कारण विचारले तेव्हा तिने "आपल्या मेंदूत काय वेगळेपणा आहे किंवा बिघाड आहे, याचा शोध घ्यायचा होता," असे उत्तर दिले.

लँग्डनला एकदम त्या लहान सिएनाबद्दल ममत्व वाटू लागले. जे मूल इतरांपेक्षा एवढे बुद्धिमान असते, त्याला किती एकलकोंडे वाटत असेल, याची लँग्डनला आता कल्पना आली. त्याने ते कात्रण घडी करून परत जागच्या जागी ठेवून दिले. पाच वर्षांच्या सिएना ब्रुक्सच्या नाटकाच्या पुस्तिकेतील छायाचित्रावर त्याने एक नजर टाकली. पहाटेपासून तिच्या चाललेल्या धडपडीतून तिचे बुद्धिवैशिष्ट्य त्याने अनुभवले होते, आणि तो त्यावर विचार करू लागला. तिने नाटकात एका

खोडकर आणि स्वप्नाळू अशा वनदेवतेची भूमिका कशी वेगळ्या रीतीने सादर केली असेल, याचा तो तर्क करू लागला. आपल्याला आज जो अनुभव आला तो नाटकातल्याप्रमाणे स्वप्नवत् ठरावा, ते एक स्वप्न असावे, असे त्याला आता वाटू लागले.

सर्व कात्रणे त्याने पूर्वीसारखीच योग्य त्या पुस्तिकेत त्या पानांमध्ये घालून ठेवली. त्याने विषण्णपणे पुस्तिकेवर लिहिलेली ती ओळ परत वाचली. *'लाडके, तू स्वत:च एक चमत्कार आहेस, हे विसरू नकोस.'*

त्या नाटकाच्या तिकिटावर खाली एक छोटेसे ग्रीक काळापासून चालत आलेले चित्र होते. जगातील बहुतेक सर्व नाट्यसंस्था त्याचा वापर करीत आलेल्या आहेत. ते २,५०० वर्षांपूर्वीचे सांकेतिक चित्र हे नाट्यसृष्टीचे एक प्रतीक बनले आहे.

'सुखांतिका' आणि 'शोकांतिका' यांचे प्रतीक असलेले ते चित्र लँग्डनकडे पहात होते. अचानक त्याच्या कानात एक घुंईऽऽ असा आवाज ऐकू येऊ लागला. एखादी तार ताणून ती छेडल्यावर जसा आवाज येतो, तसे त्याच्या मनात काहीतरी झाले होते. त्याच्या डोक्यात पुन्हा ती तीव्र कळ उमटली. चित्रातील ते मुखवटे त्याला सारवल्यासारखे दिसू लागले आणि ते तरंगू लागले. त्याने जोरात श्वास घेतला आणि तो मट्कन खुर्चीत बसला. आपले डोळे घट्ट मिटून त्याने दोन्ही हातांनी आपले डोकेही दाबून धरले.

त्याच्या डोळ्यांसमोरील काळोख्या जगात पुन्हा ते भयानक दृश्य प्रकट झाले... आता तर ते अधिक रेखीव आणि हुबेहूब वाटत होते.

ताईत घातलेली, चंदेरी केसांची ती स्त्री पुन्हा त्याला रक्तनदीच्या पलीकडच्या काठावरून बोलावत होती. ती बेभानपणे त्याला हाका मारीत होती. प्रेतांची दुर्गंधी भेदून तिच्या हाका हवेतून त्याच्याकडे येत होत्या, छळप्रयोग झालेल्या आणि मरू घातलेल्या प्रेतांच्या आरडाओरड्यातूनही तिचा आवाज त्याला स्पष्ट ऐकू येत होता.

ती सर्व प्रेते दु:खाने ओरडत होती. लँग्डनला ते दृश्य स्वच्छ दिसत होते. बहुतेक प्रेते उलटी होती, त्यांचे पाय हवेत उंचावलेले होते. अर्धवट पुरलेल्या त्या सर्व प्रेतांच्या उघड्या पायांवर R हे अक्षर लिहिलेले होते.

त्या स्त्रीने ओरडून लँग्डनला सांगितले :

शोधा आणि सापडवा! वेळ जात चालला आहे!

त्या बिचाऱ्या स्त्रीला मदत करावी! अशी तीव्र इच्छा लँग्डनच्या मनात निर्माण झाली... तसेच तिथल्या *प्रत्येकालाही* मदत करावी, असेही त्याला वाटू लागले. त्याने शेवटी त्वेषाने त्या स्त्रीला ओरडून विचारले, *"तुम्ही कोण आहात?"*

पुन्हा एकदा त्या स्त्रीने आपले हात वर करून चेहऱ्यावरचे अवगुंठन दूर केले. तिचा चेहरा पूर्वी कधीतरी पाहिलेल्या एका चेहऱ्याशी हुबेहूब मिळताजुळता होता.

"मी जीवन आहे!" ती म्हणाली.

मग अचानक आकाशातून तिच्या डोक्यावर एक भव्य प्रतिमा अवतरली. त्या प्रतिमेच्या चेहऱ्यावर एक भीषण मुखवटा धारण केलेला होता. त्या मुखवट्याला एक लांबलचक, पक्ष्याच्या चोचीसारखे नाक होते आणि दोन हिरवे डोळे होते. ते डोळे निर्विकारपणे लँग्डनकडे रोखून पहात होते.

त्या मुखवट्यातून गंभीर आवाज बाहेर आला :

आणि... मी मृत्यू आहे!

८

लँग्डनने खाड्कन आपले डोळे उघडले आणि दचकून आपला श्वास आत ओढला. तो सिएनाच्या टेबलापाशी बसला होता, त्याने हाताने आपले डोके धरून ठेवले होते आणि त्याचे हृदय जोरजोरात धडधडत होते. *मला काय झाले आहे तरी काय?*

तुमच्या स्मृतीमध्ये गोंधळ होईल, स्मृतींचे वर्गीकरण होणार नाही. भूतकाळ, वर्तमानकाळ आणि तुमच्या कल्पना या एकमेकांत मिसळून त्यांची मिसळ होऊन जाईल.

लँग्डनला आता गरगरायला झाले.

त्या अपार्टमेंटमध्ये कुठेतरी एक फोनची रिंग वाजू लागली. जुन्या फोनची ती रिंग कर्कशपणे वाजत होती. तिचा आवाज स्वयंपाकघरातून येत होता.

"सिएना?" लँग्डनने उभे रहात तिला हाक मारली.

पण कुठूनच तिचा प्रतिसाद आला नाही. अजून ती परतली नव्हती. दोन वेळा रिंग वाजल्यावर फोनला लावलेले आन्सरिंग यंत्र आपोआप सुरू झाले.

त्यातून सिएनाचा आवाज ऐकू येऊ लागला. ती इटालियन भाषेत बोलत होती. पलीकडच्या व्यक्तीला यंत्राने बीप आवाज करून सूचना देताच निरोप ठेवायला तिने सांगितले.

मग तो बीप आवाज झाला. पलीकडून एक व्यक्ती बोलू लागली. ती एक स्त्री होती आणि ती घाबरलेली होती. तिचे उच्चार पूर्व युरोपियनांसारखे होते. तिचा आवाज ध्वनिमुद्रित होत होता, तसाच तो स्पीकरमधून बाहेरही ऐकू येत होता. ती स्त्री बोलत होती, "सिएना, अगं तू कुठे आहेस? ईझ दानिकोवा! ईझ टेरिबल! तुमचे डॉ. मार्कोनी हे मरण पावले आहेत! हॉस्पिटलमध्ये गोंधळ उडालेला आहे! इथे पोलीस आलेले आहेत. लोकांनी त्यांना सांगितले की, पेशंटला वाचवण्यासाठी सिएना त्याला घेऊन पळून गेली. का? तुला तो पेशंट ठाऊक नव्हता ना? आता पोलिसांना तुझ्याशीच बोलायचे आहे. त्यांनी सर्व कर्मचाऱ्यांच्या फायली मागवल्या

आहेत. पण त्यात सर्वांचे चुकीचे पत्ते आहेत, फोन नंबर्स नाहीत, इटलीमध्ये काम करण्याचे खोटे परवाने आहेत, असला प्रकार आहे. म्हणून पोलिसांना आज दिवसभर तरी तुझ्यापर्यंत पोचता येणार नाही. पण लवकरच ते तुला शोधून काढतील! मी तुला सावध करीत आहे. सो सॉरी, सिएना!''

फोन कॉल संपला.

लॅंग्डनला ते ऐकून खूप वाईट वाटले. डॉ. मार्कोनी हे सिएनाला रुग्णालयात काम करू देत होते. लॅंग्डन आल्यामुळे मार्कोनी यांना आपला जीव गमवावा लागला. तर सिएनाने पेशंटचा जीव वाचवण्यासाठी धडपड केली होती. तिच्या नोकरीवर आता त्याचा परिणाम गंभीर होणार होता.

दार लावल्याचा आवाज त्याने ऐकला. याचा अर्थ ती परत आली.

काही क्षणांनी तिने आन्सरिंग यंत्र चालू केले. त्यातून आवाज येऊ लागला. ''सिएना, अगं, तू कुठे आहेस? ईझ दानिकोवा!.....''

तो फोनवरचा निरोप चालू असताना लॅंग्डनने चट्‌कन ते टेबल आवरून पहिल्यासारखे नीटनेटके करून ठेवले. मग तो तेथून उठून बाथरूममध्ये गेला. आपण सिएनाचा भूतकाळ चोरून वाचला याबद्दल त्याला अपराधी वाटू लागले.

१० सेकंदांनी बाथरूमच्या दारावर तिने हळुवारपणे टकटक केले. सिएना बाहेरून बोलत होती, ''मी तुमच्यासाठी आणलेले कपडे दाराला अडकवून ठेवते आहे.'' तिचा आवाज पुरेपूर भावनातिरेकाने भरून गेला होता.

''थँक्यू यू, सो मच!'' लॅंग्डन आतून ओरडला.

''तुमचे आतले काम झाले की स्वयंपाकघरात या!'' तिने सांगितले. मग ती पुढे म्हणाली, ''आपण कोणालाही बोलावण्यापूर्वी मला तुम्हाला काहीतरी महत्त्वाचे दाखवायचे आहे.''

सिएना थकूनभागून चालत चालत आपल्या बेडरूममध्ये आली. एक निळी जीन पायात चढवून तिने ड्रॉवरमधून एक स्वेटर काढला आणि ती तिच्या बाथरूममध्ये गेली.

आरशातले आपले प्रतिबिंब न्याहाळत असताना तिने आपला हात वर करून तो सोनेरी केसांचा पोनीटेल धरून जोरात खाली ओढला. तिच्या केशरहित डोक्यावरचा तो टोप निघून आला.

आता ती एक ३२ वर्षांची टक्कल पडलेली मुलगी झाली होती. आणि आपल्या प्रतिबिंबाकडे पहात होती.

सिएनाने आपल्या आयुष्यात अनेक आव्हाने झेललेली होती. जरी तिने स्वत:ला बुद्धिमत्तेच्या जोरावर कठीण जीवनावर मात करायला शिकवले होते, तरीही आत्ताच्या

प्रसंगामुळे ती भावनिक पातळीवर खोलवर हादरून गेली होती.

तिने आपला केसांचा टोप बाजूला सारून हात व तोंड धुतले आणि पुसून कोरडे केले. मग तिने आपले कपडे बदलले आणि तो केसांचा टोप पुन्हा आपल्या डोक्यावर चढवला आणि काळजीपूर्वक पक्का केला. तिला आता स्वत:चीच दया वाटू लागली. यावर ती नेहमी मात करीत आलेली होती. पण आता तिला आतून रडू येऊ लागले होते. तिच्या डोळ्यांत अश्रू जमू लागले होते. रडण्याखेरीज तिच्यापुढे पर्यायच नव्हता. शेवटी ती रडू लागली.

नियंत्रण नसलेल्या आपल्या आयुष्याबद्दल ती रडू लागली.

आपल्या डोळ्यांसमोर आपला मार्गदर्शक मेल्याबद्दल ती रडू लागली.

आपल्या एकटेपणाबद्दल ती रडू लागली.

पण त्याहीपेक्षा ती आपल्या भविष्यकाळाबद्दल रडत होती... कारण तो भविष्यकाळ अचानक अनिश्चित झाला आहे, हे तिला वाटू लागले होते.

१

द *मेंडॅसियम* या आलिशान नौकेच्या डेकच्या खाली लॉरेन्स नोल्टन आपल्या बंदिस्त काचेच्या कक्षामध्ये बसला होता. तो समोरच्या संगणकाच्या पडद्याकडे अविश्वासाने पहात होता. कन्सोर्टियमच्या अशिलाने जी व्हिडिओ टेप आणून दिली होती, ती त्याने आत्ताच पाहिली होती.

उद्या सकाळी ही टेप मला टीव्ही माध्यमाला द्यायची आहे?

त्याने गेली १०वर्षे कन्सोर्टियममध्ये सर्व प्रकारची कामे केली होती. त्यातली अनेक कामे खूप चमत्कारिक होती. अशी कामे बेकायदेशीरपणा आणि अविश्वास यांमुळे अनेकदा कोसळली होती. कन्सोर्टियम संस्थेत अनेक वेळा एखादी कामगिरी ही नीती-अनीती अशा दोन्ही क्षेत्रांत मोडत असायची. त्या वेळी फक्त आपल्या अशिलाला दिलेले वचन पाळणे, एवढेच करणे हातात असे.

आत्ताही तसेच केले पाहिजे. अशिलाने दिलेल्या सूचनांनुसार वागायला हवे. त्याबद्दल प्रश्न विचारायला नकोत. मग भले पुढे काहीही होवो.

ती व्हिडिओ टेप टीव्ही माध्यमांकडे दिल्याने काय होईल, हे नोल्टनला समजेना. पूर्वी असे अनेकदा घडलेले होते. त्या वेळी व्यावहारिकदृष्ट्या त्याने विचार केला होता. त्याने अशिलाचा हेतू ओळखला होता. त्यातून शेवटी काय परिणाम त्याला साधायचा आहे, हे त्याने समजावून घेतले होते.

पण आता इथे त्याला काहीही समजेना. तो गोंधळून गेला होता. इथे त्याला काहीतरी वेगळे वाटत होते.

खूपच वेगळे!

आपल्या संगणकासमोर बसला असताना नोल्टनने मग पुन्हा ती व्हिडिओ फाइल चालू केली. कदाचित दुसऱ्यांदा पहाताना आपल्याला अधिक काही कळेल अशी त्याला आशा होती. त्याने आवाज मोठा केला आणि तो नऊ मिनिटांचा खेळ चालू केला.

मग परत पूर्वीप्रमाणेच सुरुवातीला पाण्याचा आवाज त्या गुहेतून येऊ लागला.

तिथे प्रत्येक गोष्ट ही लाल प्रकाशात न्हाऊन निघाली होती. पुन्हा कॅमेरा पाण्याखाली गेला. तळाच्या गाळावर एक स्मृतिफलक उभा होता. त्यावर लिहिलेले होते :

या जागेत, या दिवशी,
सर्व जग कायमचे बदलून गेले

त्या धातूच्या स्मृतिफलकावर कन्सोर्टियमच्या अशिलाने आपली सही केली होती. तसेच खालची तारीख उद्याची होती... यामुळे नोल्टन अधिकच बुचकळ्यात पडत होता. तो अनिश्चिततेच्या काठावर येऊन पोचला होता.

मग कॅमेरा डावीकडे वळू लागला. त्या स्मृतिफलकाजवळ एक दचकवून टाकणारी वस्तू होती. तो एक पातळ प्लॅस्टिकचा गोळा होता आणि काही धाग्यांनी तो तळाशी जखडून ठेवलेला होता. साबणाच्या पाण्याचा जसा हवेत तरंगणारा फुगा असतो, तसा तो प्लॅस्टिकचा फुगा पाण्यात तळाशी हलत होता. त्यात कोणताही हलका वायू नव्हता, तर काहीतरी चिकट आणि पिवळसर तपकिरी द्रव पदार्थ त्यात भरलेला होता. तो प्लॅस्टिकचा फुगा एक फूट व्यासाचा होता आणि त्याच्या पारदर्शक पृष्ठभागाच्या आत असलेला तो गढूळ द्रवपदार्थ सावकाश फिरत होता. जणूकाही सावकाश वाढत जाणारे वातचक्र असावे, तसे ते वाटत होते.

बापरे! नोल्टनला आता हा प्रकार कुंद वाटू लागला होता. दुसऱ्यांदा पहाताना तो प्लॅस्टिकचा गोळा अथवा पिशवी ही त्याला अनिष्टसूचक वाटू लागली.

हळूहळू ती प्रतिमा अंतर्धान पावली आणि पडदा काळा झाला.

मग एक नवीन प्रतिमा उगवली. त्यामध्ये त्या गुहेच्या ओलसर भिंती दिसत होत्या. त्यावर खालच्या पाण्यातल्या तरंगामुळे जो प्रकाश भिंतीवर पडला होता, तो हलत होता, नाच करीत होता. मग भिंतीवर एक छायाकृती अवतीर्ण झाली... एका माणसाची ती छाया होती... तो त्या गुहेत उभा होता.

पण त्या माणसाचे डोके अगदी चमत्कारिकरीत्या विचित्र आकाराचे झाले होते... अगदी वाईट रीतीने.

त्याला नाक नव्हते, त्याऐवजी त्याला तिथे एक लांब चोच होती... जणूकाही तो अर्धमानव आणि अर्धपक्षी होता. जेव्हा तो बोलू लागला, तेव्हा त्याचा आवाज घुसमटल्यासारखा येऊ लागला... तसेच तो एका गूढ रीतीने अस्खलित बोलत होता... लयबद्ध रीतीने ठरवून हेल काढीत होता... जणूकाही तो एखाद्या संगीत सभेचे निवेदन करीत होता.

नोल्टन खिळून बसला होता, स्तब्ध झाला होता, तो कसाबसा श्वासोच्छ्वास करीत होता. त्या चोचवाल्याची ती छाया बोलत होती –

"जर तुम्ही मला पहात असाल, तर माझा आत्मा आता शांत झाला आहे.

मला पाताळात गाडले होते. मी बाहेरच्या जगाशी खोल जमिनीतून बोलायला हवे होते. पण मला या धूसर प्रकाशातील गुहेत हाकलून लावण्यात आले. इथल्या रक्ताळलेल्या पाण्यात आकाशातील ताऱ्यांचे प्रतिबिंब पडूच शकणार नाही.

पण माझ्या दृष्टीने ही जागा मला एक स्वर्ग वाटते... माझ्यासारख्याच्या नाजूक मुलाला हे एक प्रकारचे परिपूर्ण गर्भाशय आहे.

अग्निप्रलय!

लवकरच तुम्हाला कळेल की, मी मागे काय सोडून आलेलो आहे.

आणि तरी इथेही, मला माझा पाठलाग करीत येणाऱ्या काही अजाण आत्म्यांच्या पावलांचे आवाज ऐकू येत आहेत... ते माझी कृती थोपवण्यासाठी, माझी कारवाई उधळून लावण्यासाठी येत आहेत.

तुम्ही कदाचित म्हणाल की, मी त्यांना माफ करावे, कारण आपण काय करत आहोत, ते त्यांना ठाऊक नाही. पण इतिहासात असा एक क्षण येतो, की जेव्हा अज्ञानी असणे, हा अक्षम्य गुन्हा आहे असेच समजावे लागते... त्या क्षणी अपराध किंवा दोष यातून मुक्त करण्याचे सामर्थ्य शहाणपणाकडेच असते.

शुद्ध सजग विवेकबुद्धीने मी तुम्हाला उद्या मुक्ती मिळण्याची आशा मागे ठेवून जात आहे.

आणि तरीही काही जण असे आहेत की, ते माझा एखाद्या कुत्र्यासारखा पाठलाग करीत आहेत. कारण मी एक वेडा आहे, अशी त्यांची भावना झाल्याने ते माझ्याविरुद्ध पेटून उठले आहेत. एक चंदेरी केसांची सुंदर स्त्री तर मला 'राक्षसी व्यक्ती' संबोधण्याचे धाडस करीत आहे! कोपर्निकस या शास्त्रज्ञाला मृत्युदंड द्यावा म्हणून कारवाया करणाऱ्या आंधळ्या धर्मगुरूंसारखी ती स्त्री मला दानव समजते. मला सत्याचे ओझरते दर्शन झालेले आहे म्हणून ती हादरली आहे.

पण मी काही प्रेषित नाही!

मी तुमचा मुक्तिदाता आहे!

मीच छायाकृती आहे!"

१०

"**ब**सा. खाली बसा!'' खुर्चीकडे बोट करून सिएना म्हणाली. ''मला तुम्हाला काही प्रश्न विचारायचे आहेत.''

लँग्डन तिच्या स्वयंपाकघरात आला तेव्हा तो बराच सावरला होता. त्याने सिएनाच्या शेजाऱ्याचा सूट अंगावर चढवला होता. तो सूट त्याच्या अंगाला अगदी मापात बसला होता. एवढेच काय, पण पादत्राणेही आरामात आणि चपखल बसली होती. परत जेव्हा घरी जाऊ तेव्हा आपण इटालियन पादत्राणेच वापरू असे त्याने मनोमन ठरवले होते.

पण जर मी घरी परतू शकलो तर –

सिएनाचे रूपांतर नवीन कपड्यांमुळे एका सुंदरीमध्ये झाले होते. तशी ती मुळातच सुंदर होती. तिने आता अंगाला मापात बसणारा असा पोषाख केला होता. त्यातून तिचा बांधा उठून दिसत होता. पायात जीन चढवली हाती. वरती कपड्यावर एक क्रीम रंगाचा स्वेटर घातला होता. त्या दोन्ही कपड्यांमुळे तिची लवचिक अंगकाठी खुलून आली होती. तिने नेहमीप्रमाणे आपल्या सोनेरी केसांचा पोनीटेल बांधला होता. अधिकार दर्शवणारा रुग्णालयातील तिच्या अंगातील तो वेष जाऊन आता वेगळे कपडे अंगावर आल्याने ती लक्षवेधक दिसत होती. तिचे डोळे लाल झाले आहेत, असे लँग्डनला दिसले. जणूकाही काही वेळापूर्वीच ती रडली असावी असे वाटत होते. त्याला उगाचच अपराध्यासारखे वाटू लागले.

तो म्हणाला, ''सिएना, आय ॲम सॉरी! तुला आलेला फोनवरचा निरोप मी ऐकला. त्याबद्दल काय म्हणावे हे मला समजत नाही.''

''थँक्स! पण आपण आता तुम्ही काय करायचे ते ठरवू या! बसा ना, खाली बसा!'' सिएना म्हणाली.

तिच्या आवाजात ठामपणा होता. तिची कात्रणे त्याने वाचलेली त्याला आठवले. तिची बुद्धिमत्ता आणि अकाली झालेली तिच्या मेंदूची वाढही त्याच्या लक्षात आली.

त्याला बसण्यासाठी खूण करून ती बोलू लागली, ''मी सांगते त्यावर तुम्ही

विचार करावा असे मला वाटते. या माझ्या जागेत आपण कसे आलो, ते तुम्हाला आठवते आहे?''

तिचा हा प्रश्न आपल्या समस्येशी कितपत संबंधित आहे, ते त्याला कळेना. खाली बसत तो म्हणाला, ''आपण टॅक्सीतून आलो. कोणीतरी आपल्यावर गोळीबार करीत होते.''

''आपल्यावर नव्हे, *तुमच्यावर* प्रोफेसर. हे नीट ध्यानात ठेवा.''

''होय. सॉरी!''

''तुम्ही टॅक्सीत असताना गोळ्या झाडल्याचे तुम्हाला आठवते आहे का?''

चमत्कारिक प्रश्न. ''होय. दोन गोळ्या झाडलेल्या होत्या. एका गोळीने टॅक्सीचा बाजूचा आरसा फुटला आणि दुसऱ्या गोळीने मागची काच फुटली.''

''छान! आता तुम्ही डोळे मिटा.''

आपली स्मृती कितपत शाबूत आहे याची ती परीक्षा घेत आहे, हे लँग्डनच्या लक्षात आले. त्याने मुकाट्याने डोळे मिटले.

''मी आता कोणते कपडे घातलेले आहेत?''

ही गोष्ट मात्र लँग्डनला पूर्णपणे आठवत होती. तो म्हणाला, ''निळी जीन, एक क्रीम रंगाचा व्ही आकाराचा गळा असलेला स्वेटर. तुमचे केस सोनेरी असून ते खांद्यापर्यंत ओढून पोनीटेलमध्ये बांधलेले आहेत. तुमचे डोळे तपकिरी रंगाचे आहेत.''

लँग्डनने आपले डोळे उघडले आणि तिला निरखून पाहिले. त्याने म्हटल्याप्रमाणे ती तशीच होती. याचा अर्थ आपली स्मृती व्यवस्थित काम करीत आहे, हे कळून त्याला आनंद झाला.

''छान. याचा अर्थ तुमची दृश्य आकलन-स्मृती ही व्यवस्थित काम करते आहे, मेंदूवर नीट ठसा उमटवत आहे. याचा अर्थ तुमचे विस्मरण आता कमी होत चालले आहे. स्मृती बनवण्याच्या क्रियेमध्ये कसलाही कायमस्वरूपी बिघाड झालेला नाही. गेल्या काही दिवसांतले नवीन काही तुम्हाला आठवले आहे का?''

''नाही, दुर्दैवाने मला आत्ताच, म्हणजे तुम्ही शेजारी गेला होतात, तेव्हा, परत ते भयानक दृश्य दिसले होते.''

लँग्डनने आपण पाहिलेले दृश्य तिला सांगितले. हेच दृश्य परत परत आपल्याला दिसत असते. ती अंगभर कपडे घातलेली, चेहऱ्यावर अवगुंठन असलेली स्त्री कशी दिसते, तिच्याभोवती उलटी पुरलेली प्रेते कशी वळवळत असतात, त्यांच्या मांड्यांवरती R हे अक्षर कसे उमटवलेले असते, हे सांगितले. नंतर एक विचित्र व्यक्ती आकाशात घिरट्या घालीत तिथे येते, त्या व्यक्तीने चोचीचे नाक असलेला मुखवटा घातलेला असतो, हे सर्व त्याने

तिला सांगितले.

'मी मृत्यू आहे?' सिएनाने विचारले, ती अस्वस्थ दिसत होती.

"होय, तो तसेच म्हणाला."

पहिल्या अणुबॉम्बचा स्फोट झाल्यावर रॉबर्ट ओपेनहायपर या शास्त्रज्ञाने जे काही म्हटले त्याची आठवण देत तिने म्हटले, "ओके... मला असे वाटते त्याला 'मीच तो विष्णू आहे, जगांचा विनाश करणारा आहे,' हेच सांगायचे असेल." सिएना म्हणाली. काही क्षण थांबून ती पुढे म्हणाली, "पण मग त्याचे चोचीसारखे नाक... आणि हिरवे डोळे असलेला मुखवटा? त्याचा अर्थ काय लावायचा?" ती थोडीशी कोड्यात पडली होती. "तुमच्या मनाने तुमच्या समोर असे चित्र का उभे केले असेल, याची काही तुम्हाला कल्पना करता येते का?"

"अजिबात नाही. पण मध्ययुगीन काळात तसल्या मुखवट्याची शैली खूप प्रचलित होती. त्याला 'प्लेग मुखवटा' म्हणायचे," लँग्डन म्हणाला.

सिएना आता चमत्कारिकरीत्या हादरलेली दिसू लागली. तिने विचारले, "प्लेग मुखवटा?"

लँग्डन ताबडतोब तिला त्याचा खुलासा करू लागला. युरोपमध्ये इ.स.१३००मध्ये प्लेगची मोठी साथ आली होती. त्यामुळे युरोपातील एकतृतीयांश लोकसंख्या नष्ट झाली. त्या वेळी प्लेगला काळा मृत्यू – 'ब्लॅक डेथ' म्हटले जाई. लांबलचक चोचीसारखे नाक असलेल्या मुखवट्याशी काळ्या मृत्यूचे साम्य लोकांना त्या वेळी एक गमक म्हणून वाटू लागले. तेव्हापासून भीषण मृत्यू दर्शवण्यासाठी ते मुखवट्याचे चित्र वापरले जाऊ लागले. बऱ्याच जणांना असे वाटते की, 'काळा मृत्यू' या शब्दांचा संदर्भ हा प्लेगमध्ये बळी पडलेल्यांशी आहे. कारण त्यांचे चेहरे, देह हे काळे पडत जात. तसे काळे होण्याचे कारण त्यांना गँगरीन या रोगाने ग्रासले जाई आणि रक्तस्त्रावही होई. परंतु 'काळा' हा शब्द जो भावनिक धसका या प्लेगमुळे घेतला होता त्याच्याशी निगडित होता.

लँग्डन तिला सांगत होता, "तो लांब चोचीचा मुखवटा हा मध्ययुगातील प्लेगचे रुग्ण तपासणाऱ्या डॉक्टरांनी वापरला होता. त्यामुळे रुग्णाकडून होणारा संसर्ग टळावा असा त्यामागचा हेतू होता. आता तसे मुखवटे फक्त व्हेनिस शहरातील कार्निव्हलमध्ये वापरतात. इटलीच्या इतिहासातील एका गंभीर काळाची आठवण देण्यापुरताच त्याचा संबंध उरला आहे."

"तुम्ही तसलाच मुखवटा पाहिला याची तुम्हाला खात्री आहे?" सिएनाने विचारले. तिचा आवाज आता कापरा झाला होता. "मध्ययुगीन प्लेग – डॉक्टर वापरत होते तसा?"

लँग्डनने यावर आपली मान डोलवली. *लांब चोचीच्या मुखवट्याबाबत कधीच*

चूक होणे शक्य नाही.

सिएना आपल्या भुवयांवरून बोटे फिरवू लागली. याचा अर्थ ती विचार करीत आहे की, तिला समजलेली वाईट बातमी कशी काय सांगावी? तिने विचारले, "आणि ती स्त्री तुम्हाला परत तेच 'शोधा आणि सापडवा' असे सांगत होती?"

"होय! पूर्वीसारखेच सांगत होती. पण अडचण अशी आहे की, मी काय शोधायचे आहे, तेच मला समजत नाही."

सिएनाने एक दीर्घ उच्छ्वास सावकाश सोडला, तिच्या चेहऱ्यावर गंभीर भाव प्रकट झाले. ती म्हणाली, "मला वाटते की मला ते समजले आहे. आणि त्याहीपेक्षा अधिक म्हणजे ते तुम्हाला सापडलेही असावे."

लँग्डन तिच्याकडे पहात म्हणाला, "तुम्ही काय म्हणता आहात?"

"रॉबर्ट, काल रात्री जेव्हा तुम्ही हॉस्पिटलमधून इथे आलात तेव्हा तुम्ही काहीतरी चमत्कारिक गोष्ट आपल्या कोटातून आणलीत का? ते काय आहे, ते तुम्हाला आठवते आहे का?" तिने त्याच्या ट्वीड कोटाकडे बोट करीत म्हटले. तो कोट टेबलावर पडला होता. त्यावर काही रक्ताचे डाग होते. "ती वस्तू अजूनही कोटाच्या खिशात असणार. जरा तुम्ही पहाता का?"

तिच्या बोलण्यावर लँग्डनचा विश्वास बसत नव्हता. *म्हणूनच ती माझा कोट घेण्यासाठी निघत असताना परत मागे गेली होती.* त्याने आपला रक्ताचे डाग पडलेला कोट उचलला आणि तो कोटाचे खिसे तपासू लागला. एकेक करीत खिसे त्याने तपासले. पण कुठेच काहीही सापडले नाही. त्याने परत एकदा सर्व खिसे तपासले. शेवटी त्याने आपले खांदे उडवत तिला म्हटले, "कोटाच्या खिशात काहीही नाही."

"चोरकप्प्यात पाहिलेत?"

"काय? पण माझ्या कोटाला चोरकप्पेच नाहीत."

"नाही? मग हा कोट कोणा दुसऱ्याचा आहे काय?"

तिने कोड्यात पडून त्याला विचारले.

लँग्डनचे डोके आता गरगरायला लागले. "नाही. हा कोट *माझाच* आहे!"

"तुमची खात्री आहे तशी?"

होय, माझी खात्री आहे. इतके दिवस मी हा माझा आवडता कोट म्हणून वापरत आलेलो आहे.

त्याने कोट उघडून आतले लेबल तिला दाखवले. त्यावर फॅशनच्या जगातले त्याचे आवडते चिन्ह होते. 'हॅरिस ट्वीड' या कंपनीचा तो ट्रेड मार्क होता.

"हेही पहा," असे म्हणून त्याने त्याची स्वत:ची आद्याक्षरे आतमध्ये हाताने कशिद्याच्या साहाय्याने काढलेली तिला दाखवली. ती अक्षरे लेबलवरच काढलेली

होती. हॅरिस ट्वीड या टेलरिंग कंपनीने हाताने शिवलेले कपडेच त्याला नेहमी आवडत.

"मी मानते तुम्ही काय म्हणता ते!" असे म्हणून तिने तो कोट उचलला आणि त्याला म्हटले, "बघा आता!"

कोट जिथे मानेला लागतो तिथले लायनिंग तिने उघडले. तिथेच लायनिंगमध्ये तो चोरकप्पा होता, बेमालूम लपवला होता. तो कप्पा बऱ्यापैकी मोठा होता.

बापरे हे काय आहे? मला कधीच कसे कळले नाही?

त्या चोरकप्प्याबद्दल लँग्डन अगदी अनभिज्ञ होता. तो चोरकप्पा व्यवस्थित शिवलेला होता. "पण पूर्वी मला कधी हा खिसा दिसला नाही," तो म्हणाला.

"म्हणजे याआधी तुम्हाला त्याची कल्पना आली नव्हती असे दिसते." तिने त्या चोरकप्प्यात हात घालून एक गुळगुळीत पृष्ठभाग असलेली धातूची डबी बाहेर काढली. तिने ती डबी हळुवारपणे लँग्डनच्या हातात ठेवली.

लँग्डन त्या वस्तूकडे गोंधळून पाहू लागला.

"हे काय आहे, ते तुम्हाला ठाऊक आहे?" तिने त्याला विचारले.

"नाही..." तो अडखळत म्हणाला. "मी यासारखी वस्तू पूर्वी कधीही पाहिली नव्हती."

"दुर्दैवाने, हे काय आहे ते मला ठाऊक आहे. आणि माझी खात्री आहे की, यासाठीच कोणीतरी तुम्हाला मारण्याचा प्रयत्न करतो आहे."

आपल्या खासगी कक्षात मुख्य मदतनीस नोल्टन हा येरझारा घालीत होता. त्याची अस्वस्थता सारखी वाढत चालली होती. उद्या सकाळी टीव्ही वाहिन्यांवर अशिलाने पाठवलेली व्हिडिओ क्लिप दाखवायची की नाही, यावर त्याचा पक्का निर्णय होत नव्हता.

मी छायाकृती आहे?

ज्या अशिलाने ही व्हिडिओ पाठवून दिला होता, त्याला काही महिन्यांपूर्वी वेडाचा झटका आला होता, अशी एक अफवा उठली होती. खरे-खोटे देव जाणे! हा व्हिडिओ पाहिल्यावर ती अफवा उगाच उठली नाही, हे नोल्टनला पटत होते.

आपल्यापुढे आता दोनच पर्याय आहेत, हे नोल्टनला कळून चुकले. अशिलाला वचन दिल्याप्रमाणे तो व्हिडिओ उद्या पाठवून देणे किंवा सरळ वरच्या डेकवर जाऊन प्रोव्होस्तला सल्ला विचारून, त्याचे मत घेणे.

पण मला त्याचे मत ठाऊक आहे. प्रोव्होस्त कधीही आपल्या अशिलाला दिलेले वचन मोडत नसे. तो मला नक्की सांगेल की, अशिलाला वचन दिल्याप्रमाणेच करा. तो व्हिडिओ जागतिक प्रसारणासाठी पाठवून द्या. कसलेही प्रश्न विचारू

नका... उलट विचारल्याबद्दल तो अत्यंत संतापेल.

नोल्टनचे लक्ष पुन्हा त्या व्हिडिओकडे गेले. त्याने तो रिवाइंड करून अशा ठिकाणी आणून ठेवला होता की, जिथून पुढच्या दृश्याचा खुलासा लावणे कठीण होते. त्याने पुन्हा तिथून पहाण्यास सुरुवात केली. पुन्हा तीच ती जमिनीखालची गुहा, तेच ते प्रकाशित पाणी दिसू लागले, पाण्याचा आवाज ऐकू येऊ लागला. ती मानवी छाया ओल्या भिंतीवर उमटली. तो एक उंच माणूस होता. त्याचे नाक एखाद्या पक्ष्याच्या चोचीसारखे होते.

त्याच्या घुसमटल्यासारख्या आवाजात ती वेडीवाकडी छाया बोलू लागली :

"आता ही नवीन युगे आहेत.

कित्येक शतकांपूर्वी युरोप हा आपल्याच दुर्दशेत अडकला होता – प्रजा गोंधळली होती, भुकेकंगाल झाली होती, निराशा आणि पापकृत्ये यांच्या गर्तेत कोसळली होती. घनदाट जंगलात सापडली होती. कुजलेल्या लाकडामुळे सर्व जण घुसमटू लागले होते. कुठूनतरी परमेश्वराकडून आशेचा किरण येईल याची वाट पहात होते. कुठेतरी एखादी ठिणगी पडेल आणि शेवटी आग लागून ती सर्वत्र पसरत जाईल आणि सारे कुजके पदार्थ जाळून खाक करेल. मग पुन्हा एकदा सूर्य तळपेल आणि ती निरोगी मुळे न्हाऊन निघतील.

'वेचणे' हा परमेश्वराच्या नैसर्गिक रचनेचाच एक भाग आहे.

तुम्ही स्वत:लाच विचारा, तो काळा मृत्यू झाल्यानंतर काय पसरत गेले?

आपणा सर्वांना याचे उत्तर ठाऊक आहे.

पुनरुज्जीवन प्रत्येक क्षेत्रात सुरू झाले.

पुनर्जन्म!

ते नेहमी अशाच मार्गाने होत आले आहे. मृत्यूनंतर 'जन्म' होतो.

स्वर्गाला जायचे असेल तर माणसाला अग्निप्रलयातून जायलाच हवे.

आमच्या स्वामीने आम्हाला हेच शिकवले आहे.

आणि तरीही ती चंदेरी केसांची अजाण स्त्री आम्हाला 'दानव', 'राक्षस' म्हणायचे धाडस करते, ते कसे काय? तिला अजूनही भविष्यकाळाच्या गणिताचे आकलन का होत नाही? त्यामुळे शेवटी भीषण गोष्टी होतील का?

मी छायाकृती आहे!

मीच तुमचा मुक्तिदाता आहे.

म्हणून मी इथे या भूमिगत खोल गुहेत उभा आहे, इथल्या छोट्या सरोवराकडे पहातो आहे. या पाण्यात आकाशातील ताऱ्यांचे प्रतिबिंब कधीच उमटत नसते.

इथल्या या भूमिगत राजवाड्यात पाण्याखाली एक अग्निप्रलय खदखदतो आहे.

लवकरच त्याच्या ज्वाला उफाळून वर येतील.

आणि जेव्हा तसे घडेल, तेव्हा मग पृथ्वीवर येण्यापासून त्यांना कशानेही थोपवता येणार नाही.

११

ती गूढ वस्तू आकाराने लहान आणि गुळगुळीत होती. पण आकारमानानुसार ती लँग्डनला जड वाटली. तो एक धातूचा दंडगोल होता. चकचकीत, सहा इंच लांबीचा. त्याची दोन्ही टोके गोलाकार होती. जणूकाही ती एक टॉर्पेडोची प्रतिकृती असावी.

सिएना त्याला म्हणाली, ''ती वस्तू हाताळण्यापूर्वी तुम्ही तिच्या पलीकडच्या बाजूकडे नीट पहा! त्यावर काहीतरी चिन्ह काढलेले आहे. तुम्ही चिन्हशास्त्रातील प्रोफेसर आहात ना?''

लँग्डनने पुन्हा तो धातूचा दंडगोल आपल्या हातात नीट फिरवून पाहिला. त्यावरील लाल भडक रंगातले एक चिन्ह त्याला दिसले.

ते पहाताक्षणी त्याचे शरीर एकदम ताठ झाले.

प्रतीकांच्या अभ्यासानुसार आजवर त्याने जी महत्त्वाची चिन्हे तपासली होती, त्यातील काही चिन्हे पहाताच माणसाच्या मनात एकदम भीती, धाक उत्पन्न होई... त्याच्या समोर आत्ता जे चिन्ह होते, त्यामुळे अगदी तसेच त्याला वाटू लागले होते. ते पहाताच त्याची प्रतिक्रियाही तशीच झाली. तो प्रचंड हादरला. त्याने चट्‌कन तो दंडगोल टेबलावर ठेवला आणि खुर्ची मागे सारून तो उठून उभा राहिला.

सिएना मान हलवत म्हणाली, ''माझीही प्रतिक्रिया अशीच झाली असती.''

त्या दंडगोलावरची खूण ही एकमेकांत गुंतलेल्या तीन कड्यांची होती.

त्याला या चिन्हामागचा इतिहास आठवला. हे चिन्ह अमेरिकेतील 'डाउ केमिकल कंपनी'ने १९६०मध्ये तयार केलेले होते. 'धोका! किरणोत्सर्गाची शक्यता' अशा शब्दांनी आधी सावधगिरीची सूचना दिली जाई. पण त्या शब्दांचा म्हणावा

तेवढा प्रभाव पडत नसल्याने हे चिन्ह तयार करण्यात आले होते. सर्व यशस्वी झालेल्या चिन्हांप्रमाणे हे चिन्ह साधे, सोपे, स्पष्ट आणि कोणालाही सहजगत्या निर्माण करता येण्याजोगे होते. मध्यभागी असलेल्या अणूभोवती इलेक्ट्रॉन फिरत आहेत, अशी ती रचना होती. या चिन्हातून खेकड्याच्या नांग्यांचा भासही होतो. या चिन्हाचा अर्थ 'हे चिन्ह असलेल्या पदार्थामधून तुमच्या जिवाला, शरीराला किरणोत्सर्गामुळे धोका पोहोचू शकतो, सावधान!' असा आहे. हा धोका जगातील कोणत्याही भाषेच्या व्यक्तीला आता सहज कळतो.

"हा छोटा डबा – कॅनिस्टर – म्हणजे एक जैविक-नळी आहे." सिएना सांगत होती, "धोकादायक पदार्थांची वाहतूक करताना हे चिन्ह वापरले जाते. वैद्यकीय क्षेत्रात अधूनमधून हे चिन्ह दृष्टीस पडते. या पाकिटात एक प्लॅस्टिक फोमची मोठी नळी आहे. त्यामध्ये तुम्ही ही धातूची नळी खुपसून ठेवली की, या नळीला वाहतुकीत धक्के बसत नाहीत. या नळीबाबत सांगायचे झाल्यास यामध्ये एखादे धोकादायक रसायन असू शकेल... किंवा कदाचित विषाणूही असतील." मग थोडे थांबून ती म्हणाली, "आफ्रिकेतून एबोला विषाणूंचे पहिले नमुने पाठवले गेले तेव्हा ते अशाच एका नळीमधून पाठवले होते."

तिच्याकडून असे काही ऐकावयास मिळेल, याची लँग्डनला अपेक्षा नव्हती. "आणि हे असले काहीतरी माझ्या कोटात ठेवून दिले आहे! मी आर्ट्सचा– इतिहासाचा प्रोफेसर आहे. मी असल्या गोष्टी जवळ बाळगून कशाला नेऊ?"

त्याच्या मनात परत एकदा ती वळवळणाऱ्या प्रेतांची भीषण दृश्ये चमकून गेली... आणि त्यावरती तो प्लेगचा मुखवटा घिरट्या घालीत होता.

व्हेरी सॉरी...! व्हेरी सॉरी!!

सिएना बोलू लागली, "ही नळी तुमच्यापाशी कुठून का येईना, पण ही एक भयानक हाहा:कार पसरवणारी नळी आहे. ही एक टिटॅनियम धातूची नळी आहे आणि त्याला आतून शिसाचा पृष्ठभाग लावला आहे. शिसे हे रेडिओ ॲक्टिव्ह किरणांना किंवा किरणोत्सर्गाला अटकाव करते. त्यामुळे यातला किरणोत्सर्ग बाहेर पडूच शकणार नाही." एवढे बोलून तिने त्या धोक्याच्या चिन्हाच्या शेजारी असलेल्या एका काळ्या चौकोनाकडे त्याचे लक्ष वेधले. "यावर तुमचा अंगठा ठेवला की तो तुमच्या बोटाचा ठसा ओळखतो आणि मगच ही नळी उघडता येते. जर ही नळी हरवली किंवा चोरीस गेली तर ती उघडता येऊ नये म्हणून हे बोटाच्या ठशाचे कुलूप घातलेले आहे. फक्त जी एकमेव अशी अधिकृत व्यक्ती आहे, तिच्या बोटाच्या ठशामुळेच हे कुलूप उघडले जाईल, अशी व्यवस्था केलेली आहे."

लँग्डनचे मन आता नेहमीप्रमाणे काम करू लागले होते. अजूनही तो या गूढ प्रकाराचा अर्थ लावण्याची धडपड करीत होता. *म्हणजे मी स्वत: एक जीवशास्त्रीय,*

आणि सीलबंद केलेला कॅनिस्टर नेत आहे?

"जेव्हा मला हा कॅनिस्टर तुमच्या कोटात सापडला, तेव्हा मी तो डॉ. मार्कोनी यांना दाखवणार होते. पण मला तशी संधीच मिळाली नाही. त्याआधीच तुम्हाला जाग आली. तुम्ही बेशुद्ध असताना त्या नळीवर तुमचा अंगठा ठेवून नळी उघडावी असे माझ्या मनात आले होते. परंतु त्या नळीत काय असेल याची मला कल्पना नव्हती, आणि – "

"माझा अंगठा?" लँग्डन आपले डोके हलवत म्हणाला, "माझ्याच अंगठ्याच्या ठशामुळे ही नळी उघडावी, असा प्रोग्रॅम कोण कशासाठी करेल? मला या जीवरसायनशास्त्रातले बिलकूल कळत नाही. या असल्या गोष्टी मी कधी जवळ बाळगणारच नाही."

"नक्की? तुमची खात्री आहे तशी?"

लँग्डनची खरोखरीच तशी खात्री होती. त्याने आपला हात पुढे करून त्या नळीवरच्या चौकोनावर आपला अंगठा ठेवला. पण काहीच घडले नाही. तो म्हणाला, "पाहिलेत? मी म्हणत होतो– "

पण एकदम त्या टिटॅनियमच्या नळीतून 'क्लिक्' असा आवाज झाला. लँग्डनने चटका बसल्यासारखा आपला हात मागे घेतला. *होली शिट!* तो त्या कॅनिस्टरकडे पाहू लागला. आता त्या नळीचे झाकण आपण होऊन फिरेल आणि नळी उघडेल अशी अपेक्षा तो करू लागला. मग त्यातून एखादा प्राणघातक वायू बाहेर येईल, असेही त्याला वाटू लागले. नंतर तीन सेकंदांनी नळीतून परत एकदा 'क्लिक्' असा आवाज झाला. बहुतेक ती नळी पुन्हा बंद झाली असावी.

लँग्डनच्या तोंडून शब्द फुटेना. तो सिएनाकडे वळून पाहू लागला.

तिने एक नि:श्वास सोडला. तीही जराशी घाबरल्यासारखी दिसत होती. ती म्हणाली, "याचा अर्थ स्पष्ट आहे की, ही नळी तुम्हीच वाहून न्यावी म्हणून बनवली आहे."

हा सर्व प्रकार लँग्डनला पटेना. या प्रकाराचा त्याच्याशी कुठेच ताळमेळ बसत नव्हता. तो म्हणाला, "हे अशक्य आहे. सर्वांत प्रथम मी ही नळी विमानतळावरील सुरक्षा व्यवस्थेमधून बाहेर कशी आणू शकेन?"

"कदाचित तुम्ही एखाद्या खासगी जेट विमानातून प्रवास करून आला असाल? किंवा तुम्ही इटलीत आल्यानंतर तुम्हाला ही नळी दिली गेली असेल."

"सिएना, मला आता अमेरिकन राजदूताला फोन लावलाच पाहिजे. अगदी आत्ताच."

"पण त्याआधी आपण ही नळी उघडली, तर नाही का चालणार?" तिने विचारले.

लँग्डनने आजवरच्या त्याच्या आयुष्यात कधी-कधी चुकीच्या उपदेशाचे पालन केले होते. पण एक धोक्याचा पदार्थ असलेली नळी उघडणे आणि तेही एका स्त्रीच्या स्वयंपाकघरात; हे कसे काय मान्य करायचे, ते त्याला समजेना. ''मला आता ही नळी एखाद्या तज्ज्ञांकडे ताबडतोब सोपवली पाहिजे. अगदी आत्ताच.'

सिएनाने आपल्या ओठांवरून जीभ फिरवली. ती यावर विचार करीत म्हणाली, ''ठीक आहे. पण तुम्ही राजदूताला फोन केल्यावर तुमच्या हातात काहीच रहाणार नाही. मग त्यात मला पडता येणार नाही. तुम्ही राजदूताच्या माणसाला इथे माझ्या जागेत नक्कीच भेटणार नाही. मी इटलीत आले – ते माझे स्थलांतर जरासे गुंतागुंतीचे बनले आहे. इथे जर कोणी अधिकारी आले तर मग त्याचा मला त्रास होईल; ती एक गुंतागुंत होईल.''

लँग्डनने सिएनाच्या डोळ्यांत पाहून म्हटले, ''सिएना, मला एवढेच ठाऊक आहे की, तुम्ही माझे आयुष्य वाचवले आहे. तुम्ही सांगाल तसे हे प्रकरण मी हाताळेन.''

यावर तिने त्याच्याकडे कृतज्ञतेने पाहिले आणि ती खिडकीपाशी चालत गेली. तिने खालच्या रस्त्याकडे पहात म्हटले, ''ठीक आहे, आपण असे करू या!'' तिने लगेच एक योजना आखली. ती योजना अगदी साधी होती, डोक्याने आखली होती आणि सुरक्षित होती.

तिने आपला मोबाइल फोन चालू केला. आपला नंबर पलीकडे कळणार नाही, अशी कॉलर-आयडी लॉक करण्याची सोय त्यामध्ये होती. ते केल्यानंतर तिने एक नंबर दाबला. तिची नाजूक बोटे पटापटा एक एक बटणांवर दाबली जाऊ लागली.

''इन्फरमाझिओनि अबोनादी?'' ती इटालियन भाषेत अस्खलितपणे विचारू लागली. ''पर फेव्हर, पाओ दार्मी इल न्युमेरो देल कन्सोलातो अमेरिकानो दी फिरेन्झ?''

थोडा वेळ थांबून तिने एक नंबर कागदावर उतरवून घेतला. ''ग्राझिये मिली.'' असे म्हणून तिने फोन बंद केला.

तो नंबर लिहिलेला कागद आणि आपला मोबाइल तिने लँग्डनकडे सरकवला. ''आता फोन करा. काय बोलायचे आहे ते लक्षात आहे ना?''

''होय, माझी स्मरणशक्ती आता छान आहे!'' असे तो हसून म्हणाला आणि कागदावर लिहिलेला नंबर त्याने लावला. पलीकडे रिंग वाजल्याचा आवाज त्याला ऐकू येऊ लागला.

यातून काहीही निष्पन्न होणार नाही.

त्याने मोबाइलवरचे स्पीकरचे बटण दाबले आणि फोन टेबलावर ठेवला. आता सिएनालाही पलीकडचे बोलणे ऐकू येणार होते. एक ध्वनिमुद्रित आवाज पलीकडून

येऊ लागला. त्यातून राजदूताची सर्वसाधारण माहिती, दिल्या जाणाऱ्या सेवा आणि विविध कामांच्या वेगवेगळ्या वेळा सांगितल्या जात होत्या. दूतावासाचे कामकाज सकाळी आठ वाजता सुरू होणार होते. आत्ता तर सकाळचे अवघे सहा वाजले होते.

तो ध्वनिमुद्रित आवाज सांगत होता, ''जर तुमचे काही महत्त्वाचे आणि तातडीचे काम असेल तर तुम्ही सात सात हा नंबर दाबा. त्यावर तुम्ही नाइट ड्यूटी ऑफिसरशी बोलू शकाल.''

लँग्डनने ताबडतोब ७७ नंबर दाबला. परत एकदा पलीकडून रिंग वाजल्याचा आवाज ऐकू येऊ लागला. काही सेकंदांनी कोणीतरी थकलेल्या आवाजात म्हणत होते, ''कन्सोलातो अमेरिकानो. सोनो इलफझिओनारीओ दी तुर्नो.''

''ले पार्ला इंग्लिसे?'' लँग्डनने विचारले.

''ऑफ कोर्स!'' पलीकडचा माणूस आता इंग्रजीत बोलू लागला. त्याचे अमेरिकी उच्चार स्पष्ट जाणवत होते. आपल्याला झोपेतून उठवल्याबद्दलची नाराजी त्याच्या आवाजातून प्रकट झाली होती. ''मी तुम्हाला काय मदत करू?''

''मी एक अमेरिकी व्यक्ती असून फ्लॉरेन्समध्ये आलेलो आहे आणि माझ्यावर हल्ला झालेला आहे. माझे नाव रॉबर्ट लँग्डन आहे.''

''पासपोर्ट नंबर प्लीज!'' असे म्हणून पलीकडच्या माणसाने एक मोठी जांभई दिली.

''माझा पासपोर्ट हरवला आहे. मला वाटते की, तो चोरीला गेला असावा. माझ्या डोक्यावर गोळी झाडली गेली होती. मी हॉस्पिटलमध्ये होतो. मला मदत हवी आहे.''

आता पलीकडचा माणूस एकदम पूर्ण जागा झाला असावा. त्याने विचारले, ''सर, तुमच्यावर गोळी झाडली गेली असे म्हणालात का? तुमचे संपूर्ण नाव प्लीज सांगता का?''

''रॉबर्ट लँग्डन!''

मग फोनवर काहीतरी केल्याचा आवाज आला. तो माणूस संगणकाची बटणे भराभरा दाबीत असावा. संगणकाचा बीप असा आवाज ऐकू आला. नंतर काही सेकंद शांतता होती. पुन्हा एकदा संगणकाच्या की-बोर्डची बटणे दाबली गेल्याचा आवाज आला. पुन्हा एकदा बीप आवाज झाला. त्यानंतर वरच्या आवाजात तीन बीप ऐकू आले. आता मघापेक्षा जास्त सेकंद शांतता झाली.

तो माणूस बोलू लागला, ''सर, तुमचे नाव रॉबर्ट लँग्डन आहे?''

''होय, बरोबर! आणि मी आता संकटात आहे.''

''ओके सर, तुमच्या नावावर इथे 'ॲक्शन फ्लॅग' मला दिसतो आहे. त्यानुसार मला तुमचा हा फोन ताबडतोब कौन्सल जनरलच्या प्रमुख प्रशासकाकडे पाठवावा

लागेल. जस्ट होल्ड द लाइन!'' तो पलीकडचा माणूस अशा काही स्वरात बोलत होता की जे काही घडते आहे, त्यावर त्याचा विश्वास बसत नव्हता.

''जरा थांबा! तुम्ही मला हे सांगू शकाल –''

परंतु लॅंग्डनचा फोन पलीकडून ऐकणारे कोणीच नव्हते. फोन जोडला गेला आणि रिंग वाजल्याचा आवाज लॅंग्डनला ऐकू आला.

चार वेळा रिंग वाजली आणि मग कोणीतरी पलीकडून फोन उचलून घोगरट आवाजात म्हटले, ''धिस इज कॉलिन्स!''

यावर लॅंग्डनने एक दीर्घ श्वास घेतला आणि तो शक्य तितक्या शांतपणे बोलू लागला, ''मिस्टर कॉलिन्स, माझे नाव रॉबर्ट लॅंग्डन आहे. मी एक अमेरिकन असून फ्लॉरेन्सला आलो आहे. माझ्यावर गोळी झाडली गेली आहे. मला मदत हवी आहे. मला तुमच्या राजदूत निवासाकडे ताबडतोब यायचे आहे. मला मदत कराल का?''

मग तात्काळ पलीकडचा माणूस म्हणाला, ''परमेश्वराचे आभार! मिस्टर लॅंग्डन, तुम्ही जिवंत आहात तर! आम्ही तुम्हालाच शोधत आहोत.''

१२

***मी** इथे फ्लॉरेन्समध्ये आहे, हे राजदूतांना ठाऊक आहे?*

लँग्डनला आता एकदम हायसे वाटू लागले होते. कौन्सल जनरलचे प्रमुख प्रशासक मिस्टर कॉलिन्स हे अत्यंत ठामपणे त्याच्याशी बोलले होते. त्यांच्या आवाजात तातडी जाणवत होती. ते म्हणाले होते, ''मिस्टर लँग्डन, तुम्ही आणि आपण ताबडतोब एकत्र बसून बोलणी केली पाहिजे. अर्थातच ती बोलणी आपल्याला फोनवर करता येणार नाही.''

लँग्डन यावर काहीच बोलला नाही. त्यांचे बोलणे त्याला संयुक्तिक वाटत होते. त्यामुळे तो मध्ये बोलला नाही.

''मी तुम्हाला इकडे आणण्याची व्यवस्था करतो. तुमचा पत्ता काय आहे?'' कॉलिन्सने विचारले.

यावर सिएनाने अस्वस्थपणे हालचाल केली. लँग्डनने तिच्याकडे आश्वासक नजरेने पाहिले आणि तिने आधी ठरवल्यानुसार त्याने वागायचे ठरवले. त्या योजनेनुसार तो म्हणाला, ''मी एका छोट्या हॉटेलात रहातो आहे. त्या हॉटेलचे नाव आहे, 'पेन्शने ला फिओरेन्टिना.''' असे म्हणून त्याने खिडकीतून मघाशी समोरच्या बाजूला असलेल्या त्या हॉटेलचे नाव सांगितले. त्या हॉटेलच्या रस्त्याचेही नाव त्याने सांगितले.

''ठीक आहे, समजले. आता तुम्ही तिथून अजिबात हलू नका. तुमच्या खोलीतच रहा. कोणीतरी तिथे येऊन तुम्हाला भेटेलच. तुमच्या खोलीचा नंबर काय आहे?''

लँग्डन म्हणाला, ''एकोणचाळीस.''

''ठीक आहे. वीस मिनिटांत आमचा माणूस तिथे पोचेल.'' मग तो पुढे गूढपणे आपला आवाज खूप खाली आणीत म्हणाला, ''मिस्टर लँग्डन, तुम्ही जखमी झाला आहात आणि गोंधळून गेला असाल. पण मला हे विचारायलाच हवे की... अजून ते तुमच्या ताब्यात आहे ना?''

ताब्यात! तो प्रश्न जरी गूढ होता, तरी लँग्डनने त्यामागचा अर्थ ओळखला. त्याची नजर टेबलावरच्या त्या नळीकडे गेली आणि तो म्हणाला, "येस सर! अजूनही ते माझ्याच ताब्यात आहे."

यावर कॉलिन्सने एक दीर्घ श्वास सोडला. त्याचा आवाज लँग्डनला ऐकू आला. कॉलिन्स म्हणाला, "जेव्हा आम्हाला तुमच्याकडून काहीच कळेना तेव्हा आम्ही असे समजून चाललो की... वेल! – खरे सांगायचे तर काहीतरी वाईट घडले असावे, अशी आम्हाला शंका आली होती. ठीक आहे, आता माझा जीव भांड्यात पडला आहे. तुम्ही आता आहात तिथेच रहा. तिथून हलू नका. फक्त वीस मिनिटांत आमचा माणूस तिथे येऊन तुमच्या खोलीच्या दारावरती टक्टक् करेल." एवढे बोलून कॉलिन्सने फोन बंद केला.

आपले खांदे शिथिल झाले आहेत, हे लँग्डनला प्रथमच जाणवले. *म्हणजे हा सारा प्रकार काय चालला आहे, हे राजदूताला ठाऊक आहे तर. आता मला लवकरच ते रहस्य कळेल.* त्याने आपले डोळे मिटले. तो शांतपणे आणि संथपणे श्वासोच्छ्वास करू लागला. आता त्याला माणसात आल्यासारखे वाटू लागले. त्याचे दुखणारे डोके थांबले होते.

सिएना जेम्स बॉन्डच्या संदर्भात त्याला विनोदाने म्हणाली, "वेल, म्हणजे या मागे एमआय-सिक्स ही सरकारी संघटना आहे तर! तुम्ही एखादे हेर आहात का?"

त्या क्षणाला आपण खरोखरीच कोण आहोत, हे लँग्डनला समजत नव्हते. आपली गेल्या दोन दिवसांमधली स्मृती गेलेली आहे आणि आपण एका अगम्य परिस्थितीत सापडलो आहोत. यामागचे गूढ त्याला उकलत नव्हते. आता राजदूतावासाकडून समोरच्या गचाळ हॉटेलकडे येणारा माणूस आणि तो, यांच्यात फक्त २० मिनिटे उरली होती.

काय चालले आहे तरी काय?

त्याने सिएनाकडे एक दृष्टिक्षेप टाकला. आपण आता लवकरच वेगळे होणार ही भावना त्या दोघांना स्पर्श करू लागली होती. एक काम अर्धवट पुरे करून एकमेकांचा निरोप घ्यावा लागणार होता. दाढीवाल्या डॉ. मार्कोनी यांची प्रतिमा त्याने नजरेसमोर आणली, त्याच्या डोळ्यांसमोर त्यांचा मृत्यू झाला होता. तो कुजबुजत तिला म्हणाला, "सिएना, तुमचे हितचिंतक डॉ. मार्कोनी यांच्याबद्दल मला खूप वाईट वाटते."

यावर तिने फक्त आपली मान हालवली.

"तसेच मी नकळत तुम्हालाही या प्रकरणात गुंतवले. तुमची हॉस्पिटलमधील भूमिकाही असाधारण आहे आणि जर आता काही तपास सुरू झाला तर – " असे म्हणून त्याने आपले वाक्य अर्धवट सोडले.

ती यावर म्हणाली, ''ठीक आहे. मला अन्य ठिकाणी जात रहाण्याची सवय आहे.''

लॅंग्डनने सिएनाच्या डोळ्यांत पाहिले. आज सकाळपासून तिच्या बाबतीत सारेकाही बदलले आहे, हे तिला समजून चुकले होते. या क्षणाला खुद्द लॅंग्डनचे आयुष्य संकटात सापडले होते. आणि तरीही त्याला या स्त्रीबद्दल आता आपुलकी वाटू लागली होती.

तिने माझे आयुष्य वाचवले... मी मात्र तिचे आयुष्य उद्ध्वस्त केले.

एक मिनिटभर ते स्तब्धपणे बसले. त्या दोघांमधले वातावरण जड होत चालले होते. त्या दोघांना काही बोलायचे होते, पण बोलण्यासारखे त्यांच्याजवळ आता काहीही उरलेले नव्हते. शेवटी ते एकमेकांना अपरिचित होते आणि एका छोट्या पण वादळी प्रवासात एका रस्त्यावर ते एकमेकांना भेटले होते. आता या वळणावर त्या दोघांचे रस्ते वेगळे होणार होते.

शेवटी लॅंग्डन तिला म्हणाला, ''सिएना, जेव्हा मी राजदूतावासातून या प्रकरणाचा शोध घेऊन पूर्ण बाहेर पडेन तेव्हा तुला काही मदत करू शकेन... प्लीज!''

''थँक्स!'' ती यावर एवढेच बोलली आणि तिने दु:खाने आपले डोळे खिडकीकडे वळवले.

घड्याळ एकेक मिनिट पुढे सरकत होते. सिएना ब्रुक्सही आपल्या स्वयंपाकघराच्या खिडकीतून बाहेर नजर टाकीत होती. आजच्या दिवशी काय घडले, याबद्दल तिला आश्चर्य वाटत होते. पण आजच्या दिवसाच्या शेवटी असे काही झालेले असेल की, हे जग आपल्याला वेगळेच वाटेल.

भीती वाटल्यामुळे आपल्या रक्तात अ‍ॅड्रेनॅलिन भिनले आहे, हे तिला समजले होते. तरीही तिचे मन या अमेरिकी प्राध्यापकाकडे आकृष्ट झाले होते. तो देखणा तर होताच, पण त्याचबरोबर त्याचे अंत:करण स्वच्छ होते. रॉबर्ट लॅंग्डनबरोबर आपण एक वेगळेच जीवन व्यतीत करू शकू असे तिला आता वाटू लागले होते.

'पण त्याला मी आवडेन का? माझ्यात खूपच मोडतोड झाली आहे.'

ती थोडी भावनाविवश झाली. तेवढ्यात तिच्या डोळ्यांना बाहेर रस्त्यावर काही हालचाल जाणवली. एकदम उठून तिने खिडकीकडे धाव घेतली. आपला चेहरा खिडकीच्या काचेला लावून तिने बाहेर निरखून पाहिले. ती एकदम ओरडली, ''रॉबर्ट, इकडे या. पहा बाहेर.''

लॅंग्डनने बाहेर पाहिले. रस्त्यावर एक काळी बीएमडब्ल्यू मोटरसायकल धडधडत येऊन समोरच्या 'पेन्शने ला फिओरेन्टिना' हॉटेलसमोर थांबली होती.

मोटरसायकलचा ड्रायव्हर एक सडपातळ आणि भक्कम देहयष्टीचा होता. त्याने अंगात एक कातडी जाकीट घातलेले होते आणि डोक्यावर काळे हेल्मेट होते. तो रुबाबात मोटरसायकलवरून उतरला आणि आपले डोक्यावरचे हेल्मेट काढून हातात घेतले. ते पाहून लँग्डनचा श्वास एकदम रोखला गेला. त्या रोखण्याचा आवाज सिएनाने ऐकला.

ती एक स्त्री होती.

तीच ती स्त्री – डोक्यावरचे केस बारीक कापलेली आणि केसांचे स्पाइक असलेली. तीच ती मारेकरी स्त्री होती, यात कोणताच संशय नव्हता.

तिने तिची नेहमीची हॅन्डगन बाहेर काढली, त्याचा सायलेन्सर तपासला आणि परत तिने आपल्या जाकिटाच्या खिशात ती हॅन्डगन ठेवून दिली. मग ती आपली घातकी पावले टाकीत हॉटेलात शिरली.

सिएना कुजबुजत होती. तिच्या आवाजात पुरेपूर भीती भरलेली होती. ती म्हणाली, ''रॉबर्ट, असे दिसते आहे की अमेरिकी सरकारने तुम्हाला ठार करण्यासाठी कोणालातरी पाठवले आहे.''

१३

रॉबर्ट लँग्डन सिएनाच्या घराच्या खिडकीत उभा होता. त्याचे डोळे रस्त्याच्या पलीकडे असलेल्या हॉटेलवर खिळले होते. त्याच्या शरीरातून एक भीतीची लहर दौडत गेली. केसांचे स्पाइक असलेली ती स्त्री नुकतीच आत शिरली होती. तिला हा पत्ता कसा कळला, हे लँग्डनला समजेना.

त्याच्या धमन्यांमधून अॅड्रेनॅलिन वाहू लागले. पुन्हा एकदा त्याच्या सुरळीत विचारांत अडथळे येऊ लागले. "माझे स्वत:चे सरकार मला ठार करण्यासाठी कोणाला कसे काय पाठवू शकते?"

सिएनालाही याबद्दल खूप आश्चर्य वाटत होते. ती त्याला म्हणाली, "रॉबर्ट, याचा अर्थ असा की, हॉस्पिटलमध्ये तुमच्यावर झालेले हल्ले हे तुमच्या सरकारच्याच कृपेने झालेले होते. त्यांनीच त्या हल्ल्यांना मान्यता दिली होती." मग तिने उठून आपल्या घराचे दार आतून नीट लावले असल्याची खात्री करून घेतली. परत येऊन ती म्हणाली, "जर अमेरिकन राजदूत तुमचा खून करायला कोणाला परवानगी देत असेल..." तिला पुढे बोलवेना. पण तिला काय म्हणायचे होते, ते लँग्डनला कळून चुकले. तिच्या गप्प रहाण्यात पुढचे भयानक परिणाम लपलेले होते.

मी असे काय केले म्हणून माझ्या हत्येचा विचार केला जातो आहे? माझेच सरकार माझी हत्या का करू पहात आहे?

जेव्हा तो हॉस्पिटलमध्ये दाखल झाला, तेव्हा त्याच्या तोंडून बाहेर पडणारे शब्द त्याला आठवले.

व्हेरी सॉरी! व्हेरी सॉरी!!

सिएना त्याला म्हणाली, "लँग्डन तुम्ही या जागेतही आता सुरक्षित नाही. आपण दोघेही सुरक्षित नाही." मग रस्त्याकडे बोट करून ती म्हणाली, "आपण दोघे हॉस्पिटलमधून पळून जाताना आपल्याला त्या खुनी स्त्रीने पाहिले आहे. मी अगदी पैजेवर सांगते की, माझा इथला पत्ता शोधण्यासाठी तुमचे सरकार आणि इटलीचे पोलीस धडपड करतील. माझे हे अपार्टमेंट मी दुसऱ्या कोणाच्यातरी

नावावर पोटभाड्याने घेतलेले आहे. पण तरीही ते शेवटी शोधून काढतीलच.'' मग तिने टेबलावर ठेवलेल्या त्या गूढ नळीकडे पाहून म्हटले, ''तुम्ही ही नळी उघडली पाहिजे. अगदी आत्ताच.''

लँग्डनने त्या टिटॅनियमच्या नळीकडे पाहिले. त्यावरच्या धोक्याच्या चिन्हाकडे पाहिले. ती नळी उघडायला त्याचे मन कचरू लागले.

सिएना म्हणत होती, ''त्या नळीत जे काही असेल, त्यात बहुधा एखादा आयडेन्टिफिकेशन कोड असेल किंवा एजन्सीचा स्टिकर असेल, फोन नंबर असेल, काहीतरी सुगावा लागणारे असेल. तुम्हाला माहिती हवी आहे आणि मलाही ती माहिती हवी आहे! तुमच्या सरकारने आमच्या डॉ. मार्कोनी यांना ठार केले आहे.''

तिच्या बोलण्यातील यातना जाणवून लँग्डन हेलावला. तिचे म्हणणे बरोबर आहे, हे त्याला पटले. ''होय, खरे आहे... आय ॲम सॉरी! व्हेरी सॉरी!!'' मग त्याने तो कॅनिस्टर टेबलावरून उचलला. आतमध्ये काय दडलेले असेल याची तो कल्पना करीत म्हणाला, ''पण हे उघडणे अत्यंत धोकादायक ठरेल.''

क्षणभर सिएनाने विचार केला आणि म्हटले, ''जे काही आतमध्ये आहे ते अत्यंत व्यवस्थितपणे ठेवलेले असणार. कदाचित ते एखाद्या न फुटू शकणाऱ्या प्लेक्सिग्लासमध्ये ठेवलेले असेल. ती एखादी टेस्ट ट्यूब असेल. ही धातूची नळी ही त्यावरचे आवरण असेल. वाहतूक करताना आतल्या भागाला संरक्षण म्हणून त्यात सारेकाही घातले असेल.''

लँग्डनने खिडकीच्या बाहेर पाहिले. ती मोटरसायकल अजूनही हॉटेलच्या बाहेर उभी होती. याचा अर्थ ती मारेकरी स्त्री अजून हॉटेलातून बाहेर पडली नव्हती. पण आत गेल्यावर लवकरच तिला कळणार होते की, लँग्डन इथे नाही. आता तिची पुढची चाल काय असेल? ...आणि ती किती वेळाने इथे येऊन सिएनाच्या खोलीवर धक्का मारू लागेल?

शेवटी लँग्डनने आपल्या मनाची तयारी केली. ती टिटॅनियमची नळी उचलली आणि नाखुषीने त्याने त्या चौकोनावर अंगठा ठेवला. काही वेळाने 'पिंग' असा आवाज होऊन नंतर जरा मोठा क्लिक्' आवाज झाला. नंतर काही सेकंदात ती नळी आपोआप बंद होणार होती. म्हणून लँग्डनने त्या नळीचे दोन्ही अर्धे भाग एकमेकांविरुद्ध फिरवण्यास सुरुवात केली. पाव वर्तुळातून फिरवल्यावर त्या कॅनिस्टरने 'पिंग' असा आवाज दुसऱ्यांदा केला. आता आपल्याला माघार घेता येणार नाही, हे त्याला कळून चुकले.

तो आटे फिरवत गेला. त्याच्या हाताला घाम सुटू लागला होता. पण ते दोन्ही भाग एकमेकांविरुद्ध अगदी सुरळीतपणे फिरत होते. त्यांचे आटे अत्यंत परिपूर्ण होते. तो तसाच फिरवत गेला. आता यातून एखादी रशियन बाहुली बाहेर पडेल की

काय, असे त्याला वाटू लागले. कारण एकात एक अशा पाच-सात लाकडी बाहुल्या असलेले एक रशियन खेळणे त्याने पाहिले होते.

आट्यांचे पाच वेढे फिरवल्यावर नळीचे दोन्ही अर्धे भाग एकमेकांपासून विलग झाले. त्या दोन्हीमधली रिकामी जागा रुंदावली आणि आतून एका स्पंजासारख्या नळीचे आवरण असलेला भाग बाहेर आला. त्याने तो टेबलावर ठेवला.

शेवटी यातून काहीच खास सापडले नाही.

लँग्डनने हळुवार हाताने स्पंजाचे आवरण घडी करीत बाजूला केले. शेवटी नळीच्या घरट्यात सुरक्षितपणे विसावलेला तो पदार्थ त्याच्या दृष्टीस पडला.

सिएनाने आपले डोके खाली झुकवून तो पदार्थ पाहिला आणि कोड्यात पडून म्हटले, ''माझी जी अपेक्षा होती तसे काही हे दिसत नाही.''

लँग्डनला काहीतरी चमत्कारिक भविष्यकालीन वाटणारी आधुनिक अशी काचेची कुपी आतमध्ये असेल, असे वाटले होते. ती वस्तू हस्तिदंतामध्ये कोरून काढलेली वाटत होती.

''ही काहीतरी जुनी वस्तू वाटते आहे.'' तो एक छोटा दंडगोल होता. त्यावर काही कोरीव काम केलेले होते. ''हे एक दंडगोलाच्या आकाराचे सील होते. ३,५०० वर्षांपूर्वी मेरिअन लोकांनी त्याचा शोध लावला होता. त्यावर कोरलेले चित्र कशावरही उमटवता येत होते, फक्त त्या छोट्या दंडगोलाला शाईसारखे काही लावले आणि कागदावर तो दंडगोल फिरवला की, त्यावर कोरलेली आकृती उमटत असे. आधुनिक छापखान्याची ती एक प्रकारे प्राचीन आवृत्ती होती. तो दंडगोल फिरवण्यासाठी त्यात एका टोकातून एक पिन आत घालून ठेवलेली असे. त्या पिनभोवती तो दंडगोल फिरत असे. ती पिन एका टोकातून बाहेर येऊन वाकलेली असे.'' पण हे असले कागदावर छोटे चित्र उमटवणारे यंत्र एवढ्या बंदोबस्तात टिटॅनियमच्या पोकळ डबीत एखाद्या जैविक शस्त्रासारखे का ठेवले गेले आहे? हे त्याला समजेना.

त्याने नाजूक हाताने ती रचना उचलली आणि त्यावर केलेले कोरीव काम तो पाहू लागला. ते एक भेसूर चित्र होते – डोक्यावर शिंगे असलेल्या सैतानाचे! त्याला तीन डोकी होती आणि प्रत्येक तोंडात तीन वेगवेगळ्या माणसांची डोकी धरून ठेवलेली होती. सर्व डोकी एकाचवेळी खाली जात होती! ती आकृती 'काळ्या मृत्यू'सारखी होती.

त्या चित्राखाली सात अक्षरे कोरलेली होती. ती अक्षरे ही मूळ अक्षरांची आरशातील प्रतिबिंबे होती. सील उमटवणाऱ्या त्या रोलरवर एवढाच मजकूर होता. त्याने ती मूळ अक्षरे ओळखून त्यांनी बनवलेला शब्द मोठ्याने वाचला, ''SALIGIA.''

सिएनानेही डोळे बारीक करून तो शब्द वाचला, ''Saligia?''

लँग्डनने आपली मान हालवली, पण तो अभद्र शब्द तिने मोठ्याने उच्चारल्याने त्याला भीती वाटली. तो म्हणाला, ''ख्रिश्चन धर्मीयांना सात महाभयंकर पातकांची जाणीव करून देण्यासाठी मध्ययुगीन काळात व्हॅटिकनने त्या पातकांची आद्याक्षरे घेऊन एक संक्षेप बनवला होता. superbia, avaritia, luxuria, invidia, gula, ira व acedia अशी त्या महापातकांची लॅटिन नावे होती.''

सिएना आपल्या भुवया उंचावत म्हणाली, ''म्हणजे गर्व, लोभ, कामवासना, मत्सर, अधाशीपणा, संताप आणि सुस्तपणा! हो ना?''

लँग्डनने थक्क होऊन तिला विचारले, ''तुला लॅटिन येते?''

''मी कॅथॉलिक म्हणून वाढलेली आहे. मला ही पातके ठाऊक आहेत.''

लँग्डनने यावर एक स्मित केले आणि त्याने आपले लक्ष परत त्या सील-रोलरकडे वळवले. हा सील उमटवणारा छोटा रोलर धोकादायक समजून एका कॅनिस्टरमध्ये का जपून ठेवला आहे, हे त्याला कळेना.

सिएना म्हणाली, ''मला तो रोलर हस्तिदंताचा वाटला. पण प्रत्यक्षात तो एका हाडाचा आहे.'' असे म्हणून तिने ती वस्तू सूर्यप्रकाशात धरली आणि म्हणाली, ''हस्तिदंताचे कण हे चौकोनी आडव्या-उभ्या रेषांनी बनलेले, एखाद्या चौकटच्या आकारासारखे दिसतात. तर हाडांवर उभ्या समांतर रेषा आणि त्यात सूक्ष्म काळी भोके दिसतात.''

लँग्डनने ते सील अलगदपणे उचलले आणि जवळ धरून नीट निरखून पाहिले. सुमेरियन लोकांनी जी सील्स बनवली होती, त्यावरील कोरीव काम असे सफाईने केलेले नव्हते. त्यावरील चित्रे आणि अक्षरे ही ओबडधोबडच होती. परंतु हे सील मात्र अत्यंत काळजीपूर्वक आणि रेखीवपणे कोरलेले होते. हा प्रकार मध्ययुगीन काळातलाच होता. शिवाय अक्षरांचे सौंदर्य वाढवण्यासाठी केलेल्या प्रयत्नामुळे लँग्डनला त्यांचा संबंध आपल्या स्वप्नांशी वाटू लागला होता.

लँग्डनच्या चेहऱ्यावरचे भाव पाहून सिएनाने त्याला विचारले, ''काय वाटते आहे?''

''तोच तो चित्रविषय परत आलेला आहे. या चित्रात तीन डोक्यांचा आणि माणसे खाणार सैतान. ही चित्रप्रतिमा मध्ययुगीन काळात नेहमी वापरली जायची. याचा संबंध त्या 'काळ्या मृत्यू'शी जोडला जायचा. तीन डोक्यांची ती तीन आ वासलेली तोंडे पाहिली क, त्या काळात प्लेगने लोकसंख्या किती भराभर खाऊन नष्ट केली याचे ते प्रतीक आहे, हे लक्षात येते.''

सिएनाने ट्यूबवरचे ते चिन्ह अस्वस्थपणे न्याहाळले.

प्लेगशी असलेला तो सूचनात्मक संदर्भ आता सकाळपासून सारखा उगवत होता. पण लँग्डन त्याकडे फारसे लक्ष देत नव्हता. ''हे मनुष्यजातीच्या पापांचे

एक सामूहिक प्रतिनिधित्व करते... मध्ययुगीन काळातील धार्मिक शिकवणुकीनुसार हे – ''

''म्हणूनच या कारणासाठी परमेश्वराने जगाला 'काळ्या मृत्यू'ची शिक्षा दिली,'' सिएनाने त्याचा विचार पूर्ण करीत म्हटले.

''होय!'' असे म्हणून लँग्डन थांबला. काही क्षण तो आपल्या विचारात बुडून गेला. त्याने तो दंडगोल नुसता पाहिला तर त्याला तो वेगळा आणि विशेष वाटला होता ते यामुळेच. एरवी सर्वसामान्यपणे कोण्याही व्यक्तीने त्या सीलकडे एक रिकामा पाइप म्हणून पाहिले असते. पण सीलच्या आतल्या पोकळ भागात काहीतरी होते. *त्या हाडाच्या पोकळीत मुद्दाम काहीतरी घुसवलेले आहे, असे दिसते.* त्याच्या एका टोकाला आता प्रकाश दिसू लागला आणि ते टोक चमकू लागले.

लँग्डन म्हणाला, ''आतमध्ये काहीतरी आहे आणि ती गोष्ट काचेची असावी असे दिसते.'' त्याने ती नळी उलटी केली. तसे करताना आतमध्ये काहीतरी घरंगळल्याचा आवाज त्याला ऐकू आला. एका टोकाकडून दुसऱ्या टोकाला काहीतरी घरंगळत गेले होते. एखाद्या नळीत छोटासा गोळा इकडून तिकडे जावा असे झाले होते.

लँग्डन एकदम स्तब्ध झाला. सिएनाने आपल्या तोंडून काढलेला एक हलकासा आवाज त्याने ऐकला.

हे शिंचे आहे तरी काय?

सिएना त्याला कुजबुजत म्हणाली, ''तुम्ही तो आवाज ऐकला?''

यावर लँग्डनने आपली मान हालवली आणि कॅनिस्टरच्या टोकामध्ये तो काळजीपूर्वक डोकावून पाहू लागला. तो म्हणाला, ''आतमध्ये काहीतरी टाकून ठेवलेले आहे, धातूचा पदार्थ असावा... आतल्या पोकळीत ते अडकले असावे.'' *कदाचित या नळीच्या टोकावरचे ते एक टोपण असावे.*

सिएना थोडी मागे सरकून म्हणाली, ''ते जे काही आहे... ते मोडलेले आहे?''

''मला नाही तसे वाटत!'' मग त्याने काळजीपूर्वक त्या हाडाच्या नळीचे काचेचे टोक तपासले. पुन्हा आत काहीतरी घरंगळल्याचा आवाज झाल्याचे त्याला ऐकू आले. पुढच्याच क्षणाला ती दंडगोलामधली काच अगदी अनपेक्षितपणे काहीतरी बदल दाखवू लागली.

ती काच हळूहळू चमकत प्रकाशित होऊ लागली.

सिएनाचे डोळे आश्चर्याने विस्फारले. ती ओरडून त्याला म्हणाली, ''रॉबर्ट, थांबा! अजिबात हालचाल करू नका.''

१४

लँगडन एकदम स्तब्ध झाला, अगदी पूर्णपणे! त्याचा हात हवेत तसाच राहिला. त्या हाताने धरलेली ती हाडाची नळीही हवेत स्थिर राहिली... ती काच आतून प्रकाश बाहेर टाकीत होती, यात शंकाच नव्हती... जणूकाही आतला प्रकाश टाकणारा पदार्थ आता जागा झाला होता.

पण लवकरच तो प्रकाश मंद होत होत विझून गेला.

आता सिएना त्याच्या जवळ सरकली. ती जोरजोरात श्वासोच्छ्वास करीत होती. तिने त्या नळीचा काचेचा भाग आपली मान तिरपी करून निरखला.

मग ती कुजबुजत त्याला म्हणाली, "पुन्हा एकदा नळी खालीवर उलटसुलट हलवा. पण अत्यंत सावकाश हलवा."

लँगडनने सावकाश ती नळी उलटी केली. पुन्हा एकदा आतमध्ये काहीतरी बारीक वस्तू घरंगळली आणि दुसऱ्या टोकाला जाऊन थांबली.

ती म्हणाली, "पुन्हा एकदा, पण अत्यंत सावकाशपणे."

लँगडनने परत एकदा मघासारखे केले. पुन्हा एकदा घरंगळल्याचा आवाज आतून आला. पण या वेळी त्या आतल्या काचेतून चमकलेला प्रकाश अंधूक होता. क्षणभर चमकून तो प्रकाश विझला.

ती म्हणाली, "ही एक टेस्ट ट्यूब आहे आणि त्यात एक हलणारा गोळा आहे."

अमेरिकेत स्प्रे-पेन्टिंग करणाऱ्या रंगाच्या डब्यात असे गोळे टाकलेले असतात. लँगडनला ते परिचित होते. रंग लावण्यासाठी, तो डबा उघडायच्या आधी तो हलवावा लागत असे. त्यामुळे आतला रंगद्रव घुसळला जाऊन त्यातला रंग द्रवरूप होतो.

सिएना म्हणाली, "कदाचित आत काही चमकणारे रासायनिक पदार्थ असतील. किंवा एखादा जैवरासायनिक सेंद्रिय पदार्थ असेल. आपण त्याला हलवले की तो सेंद्रिय पदार्थ उत्तेजित होऊन बाहेर प्रकाश टाकीत असावा."

लँग्डनच्या मनात या संदर्भात दुसरीच एक कल्पना होती. समुद्रातील काही सूक्ष्म कणांसारख्या असलेल्या वनस्पती हलल्या की, त्यातून मंद प्रकाश बाहेर पडतो. अनेकदा अशा वनस्पतींमधून बोट जाऊ लागली की, त्या वनस्पतींचे कण चमकू लागलेले दिसतात. पण लँग्डनच्या मते इथे तसला काही प्रकार नसावा. त्याने अनेकवार सावकाशपणे ती नळी उलटसुलट, खालीवर करून पाहिली. त्यातून बाहेर पडणारा प्रकाश त्याने आपल्या तळहातावर धरला. तो एक लालसर प्रकाश होता.

समजले मला आता. २०८ बुद्ध्यंक असलेल्या व्यक्तीला जे ओळखता आले नाही, ते मला ओळखता आले आहे.

"आता बघ हं!" असे म्हणून त्याने ती नळी जोरजोरात खालीवर, उलटसुलट करण्यास सुरुवात केली. आत हलणारा तो पदार्थ आता सारखा मागे-पुढे, मागे-पुढे असा जोरजोरात हलत होता.

सिएना ते पाहून घाबरून मागे सरकली. ती म्हणाली, "हे तुम्ही काय करीत आहात?"

लँग्डन ती नळी हलवतच राहिला. मग तो स्वयंपाकघरातल्या दिव्याच्या बटणाकडे गेला आणि त्याने ते बटण दाबून दिवा विझवला. आता स्वयंपाकघरात अंधार झाला.

तो सांगू लागला, "आतमध्ये टेस्ट ट्यूब नाही." अजूनही तो नळी जोरजोरात हलवत होता. जितके जमेल तेवढे जोरजोरात हलवत होता. तो म्हणाला, "हा एक 'फॅरेडे पॉइंटर' आहे."

लँग्डनला पूर्वी त्याच्या एका विद्यार्थ्याने एक वेगळाच लेसर पॉइंटर दिला होता. नेहमीच्या लेसर पॉइंटरमध्ये AAA या प्रकारचे सेल वापरावे लागत. ते संपल्यावर परत नवीन विकत आणून घालण्यात वेळ आणि पैसा वाया जात असे. त्याऐवजी हा नवीन लेसर पॉइंटर जोरजोरात मागे-पुढे हालवला की, त्याच्यात तात्पुरती एवढी वीज निर्माण होई की त्यामुळे त्यातून लेसर किरण बाहेर पडून काम भागे. पुढच्या वेळी पुन्हा असाच पॉइंटर हलवावा लागे. तो आतला छोटा चुंबकीय गोळा मागे-पुढे झाल्यामुळे त्यातल्या शक्तीचे रूपांतर हे एका तारेच्या वेटोळ्यात विद्युतशक्तीत होऊन तिच्या आधारे लेसर किरणांची निर्मिती होई. असे दिसते की, कोणीतरी हीच रचना त्या हाडाच्या नळीत बसवली असावी; त्यामुळे त्यात वीज आणि विजेमुळे प्रकाश निर्माण होत होता.

लँग्डनने आता हाडाचा पॉइंटर समोरच्या भिंतीवर रोखला आणि म्हटले, "चला, आता खेळ सुरू होतो आहे." मग भिंतीवर जे काही उमटले ते पाहून सिएना दचकली, तिने आपला श्वास रोखला. पण लँग्डनला मात्र त्यामुळे फारसे

काही वाटले नव्हते. तरीही दचकून त्याने आपले अंग आश्चर्याने आक्रसले.

त्यातून निघालेला लेसर प्रकाश हा एक लाल रंगाचा ठिपका नव्हता. ते एक मोठे चित्र भिंतीवर उमटले होते. ते चित्र रेखीव होते. ती ट्यूब म्हणजे एक स्लाइड प्रोजेक्टर झाला होता.

माय गॉड! चित्र पाहून लँग्डनचा हात थरथरू लागला होता. *मला मृत्यूच्या प्रतिमा का दिसत होत्या, यात नवल नव्हते.*

सिएना त्याच्या बाजूला उभी होती. तिने थोडेसे पुढे जाऊन आपल्या तोंडावर हात ठेवला. त्या चित्राने ती मंत्रमुग्ध झाली होती.

भिंतीवर उमटलेले ते एक तैलचित्र होते. त्यात मानवाला दिल्या जाणाऱ्या यातना दाखवलेल्या होत्या. हजारो जणांच्या आत्म्यांचे नरकामध्ये कसे छळ केले जातात, हे वेगवेगळ्या पातळीवरती दाखवले होते. ते भूमिगत जग हे पाताळातले होते. त्यातल्या सर्व पातळ्या चित्रामध्ये एकाखाली एकेक अशा छेद घेऊन दाखवलेल्या होत्या. ते नरकाचे जग चित्रात एका नरसाळ्याच्या आकाराचे होते. ती एक गर्ता होती. जसजसे खालच्या पातळीवर जावे तसतसे आत्म्यांचे छळसत्र अधिकाधिक यातनामय होत गेलेले चितारले होते. प्रत्येक पातळीवरती पुष्कळ पापी लोक यातना भोगत होते.

लँग्डनला एकदम त्या मूळ चित्राची आठवण झाली. ते एक गाजलेले – मास्टरपीस चित्र होते. चित्रकलेच्या पुनरुज्जीवनाच्या काळात इटालियन चित्रकार सॅन्ड्रो बॉटिसेली याने ते काढले होते. पाताळातील नरकाची जणूकाही त्याने एक ब्ल्यू प्रिंट रेखाटली होती. तिला 'नरकाचा नकाशा' असे नाव पडले होते. माणूस मेल्यानंतर त्याला आपापले पाप कसे भोगावे लागते, याची अनेक भयप्रद दृश्ये त्यात दाखवली होती. ती दृश्ये पाहून पहाणाऱ्याच्या अंगावर आजही भयाचे काटे उमटतात. चित्रकाराने विविध रंगात 'शुक्रदेवतेचा जन्म' हेही एक गाजलेले चित्र काढलेले होते. पण बॉटिसेली याने या 'नरकाचा नकाशा' चित्रात मात्र उदास भावना निर्माण करणारे लाल रंग, सेपिया रंग आणि तपकिरी रंग यांचा मुबलक वापर केला होता.

लँग्डनची भयंकर डोकेदुखी एकदम परतली. पण तरीही रुग्णालयात शुद्धीवर आल्यापासून त्याला प्रथमच एकदम कोड्याचा एक तुकडा योग्य जागी पडून चित्र पूर्ण झाल्याचे जाणवले. तो जे भयानक दिवास्वप्न पहात आलेला होता, ते या प्रसिद्ध चित्राच्या दर्शनामुळे हेलावले होते. *याचा अर्थ मी बॉटिसेलीच्या 'नरकाचा नकाशा' या चित्राचा मनात अभ्यास करीत असलो पाहिजे.* पण तशी काही आठवण त्याला होईना.

लँग्डन ज्या दिवास्वप्नामुळे सारखा अस्वस्थ व्हायचा त्याचे उगमस्थान हेच

चित्र होते. लँग्डनने हेही ओळखले होते की, जे अद्वितीय चित्र बॉटिसेली या चित्रकाराच्या मनामध्ये जन्म पावले होते, ते मुळात दुसऱ्या कोणातरी व्यक्तीच्या मनात आधीच निर्माण झाले होते. ती व्यक्ती बॉटिसेलीच्या आधी २०० वर्षांपूर्वी जन्माला आली होती.

एका प्रतिभाशाली चित्राची स्फूर्ती दुसऱ्या प्रतिभाशाली मनामधून मिळाली होती.

बॉटिसेली याने काढलेले 'नरकाचा नकाशा' हे चित्र म्हणजे चौदाव्या शतकाच्या इतिहासातील साहित्याला, एका महाकाव्याला आदरांजली वाहिली गेली आहे... त्यामुळेच 'नरक' ही संकल्पना किती भयंकर आहे, हे आजतागायत लोकांना कळत आलेले आहे.

ते महाकाव्य म्हणजे डान्टे या कवीची **'इन्फर्नो' Inferno** ही रचना!

रस्त्यापलीकडे असलेल्या त्या हॉटेलातील एका जिन्यावरून वायेन्था वरच्या गच्चीपर्यंत चढून गेली. तिथे गच्चीच्या एका कोपऱ्यात लपून बसली. त्या हॉटेलात फारसे कोणी अजून जागे झाले नव्हते. लँग्डनने दूतावासाच्या अधिकाऱ्याला एक तोंडाला येईल तो आपल्या खोलीचा ३९ नंबर सांगितला होता. तसा नंबर तिथे अस्तित्वातच नव्हता. कारण एकूण खोल्यांची संख्या ३९पेक्षा कमी होती. दूतावासाच्या माणसाची त्या हॉटेलात भेट घेणे, ही एक खोटी भेट होती. मारेकऱ्यांच्या भाषेत ते त्याला 'नकली भेट' – 'मिरर्ड मीट' असे म्हटले जाई. अशी नकली भेट ठरवल्यावर तिथे येणारी व्यक्ती खरोखरीच कोण आहे, यावर समोरून लक्ष ठेवता येते आणि आपण सुरक्षित रहातो. ही पद्धत सर्रास वापरात होती. वायेन्थाच्या ते लक्षात आले होते. याचाच अर्थ असा की, आपले सावज हे समोरून हॉटेलवर व्यवस्थित लक्ष ठेवत असणार. म्हणजे सावज कुठे आहे, ती जागा तिच्या लक्षात आली.

वायेन्था गच्चीमध्ये अशा ठिकाणी लपून बसली होती की, तिला वरून खालच्या संपूर्ण रस्त्याचे विहंगम दृश्य दिसत होते. हळूहळू तिने आपली शोधक नजर समोरच्या अपार्टमेंटच्या इमारतीवरती वर वर नेण्यास सुरुवात केली.

मिस्टर लँग्डन, आता तुमची चाल खेळा!

द मेंडासियम या आलिशान नौकेच्या डेकवर त्याच क्षणाला प्रोव्होस्त आला. त्याने बाहेरच्या हवेत एक दीर्घ श्वास घेतला. ॲड्रियाटिक समुद्रावरची खारी हवा त्याने छातीत भरून घेतली. अनेक वर्षे तो या नौकेवर रहात आलेला होता. ती नौका हेच त्याचे घर झालेले होते. त्याने मोठ्या मेहनतीने आपले एक साम्राज्य उभे केले

होते. पण आता त्याचे हे घर, हे साम्राज्य, सारेकाही कोसळण्याची भीती निर्माण झाली होती. याचे कारण फ्लॉरेन्स शहरात काही काळापासून घडणाऱ्या घटनामालिकांमुळे तो हादरला होता.

घटनास्थळी जाऊन कामे करणारी त्याची प्रतिनिधी वायेन्था हिने मोठी जोखीम पत्करून कामगिरी पार पाडण्याची जबाबदारी घेतली होती. जेव्हा सारा धुरळा खाली बसेल, तेव्हा तिला त्याच्या चौकशीला सामोरे जावे लागणार होते. त्यातून तिची सुटका नव्हती. पण प्रोव्होस्तला आता तिची गरज होती. कारण तिच्यामुळेच परिस्थितीवर नियंत्रण मिळवता येणार होते.

प्रोव्होस्तला कोणीतरी घाईघाईने आपल्याकडे येते आहे, असे जाणवले. त्याने मागे वळून पाहिले. ती त्याची विश्लेषण पदावर काम करणारी कर्मचारी स्त्री होती.

भरभर चालत आलेल्या त्या स्त्रीला धाप लागली होती. ती कशीबशी म्हणाली, ‘‘सर, आम्हाला एक माहिती मिळाली आहे. असे दिसते आहे की, रॉबर्ट लँग्डन यांनी आपल्या हार्वर्ड ई-मेलशी संपर्क साधला आहे. त्यासाठी कोणाचा तरी आयपी ॲड्रेस वापरला आहे.’’ मग प्रोव्होस्तच्या नजरेला नजर भिडवून ती म्हणाली, ‘‘त्यामुळे लँग्डन यांचे स्थान शोधून त्याचा अचूक पत्ता काढता येईल.’’

ते ऐकून प्रोव्होस्त सुन्न झाला. एखाद्याला मारेकरी शोधत असताना त्याने अशी ढोबळ चूक करून आपल्या पत्त्याचा माग मागे सोडावा, या मूर्खपणाचे त्याला नवल वाटले. त्याने आपले दोन्ही हात एकमेकांवरती चोळले आणि नजर किनाऱ्याकडे वळवली. आता याचे काय परिणाम होऊ शकतील याचा तो अंदाज घेऊ लागला. तो म्हणाला, ‘‘एसआरएस टीमची आत्ताची परिस्थिती काय आहे?’’

‘‘येस सर! ते लँग्डन यांच्या ठिकाणापासून अवघ्या दोन मैलांपेक्षा कमी अंतरावर आहेत.’’

यावर काय निर्णय घ्यायचा, हे ठरवण्यासाठी प्रोव्होस्तने अवघा एक क्षण घेतला.

१५

“ल इन्फर्नो दी डान्टे,” सिएना कुजबुजत म्हणाली. ती जसजशी ते भिंतीवर उमटलेले चित्र पाहू लागली तसतशी ते बघण्यात ती मग्न होऊन गेली.

लँगडनच्या मनात विचार आला, नरकाबद्दल डान्टेच्या मनातले चित्र इथे खरोखरीच साकार झाले आहे.

‘इन्फर्नो’ हे डान्टेने लिहिलेल्या तीन पुस्तकांपैकी एक होते. जगाच्या साहित्यिक विश्वातील तो फार वरच्या दर्जाचा ग्रंथ होता. तिन्ही पुस्तके मिळून डान्टे अलिघिएरी याची ‘डिव्हाइन कॉमेडी’ ही साहित्यकृती पूर्ण झाली आहे. हे सारे महाकाव्य एकूण १४,२३३ ओळींमध्ये लिहिलेले आहे. यामध्ये डान्टेने पाताळातील नरक (Inferno), नंतरचे पापक्षालन (Purgatorio) आणि स्वर्ग (Paradiso) याबद्दलची अफलातून वर्णने केलेली आहेत. या तिन्ही भागांनी मिळून ती महाकाव्यांची एक सुखांतिका बनते. यांपैकी हा भाग फार मोठ्या प्रमाणावर वाचला गेलेला आहे आणि तो संस्मरणीय ठरला आहे.

डान्टे अलिघिएरी याने इ.स. १३००च्या सुरुवातीला हे महाकाव्य लिहिले होते. ‘इन्फर्नो’मुळे मध्ययुगीन काळातील माणसाच्या अधोगतीच्या कल्पना पुन्हा नीट व्यवस्थित स्पष्ट केल्या गेल्या. याआधी कधीही माणसाच्या नरकाच्या कल्पना अशा खिळवून ठेवणाऱ्या रंजनात्मक रीतीने कागदावर उतरवल्या गेल्या नव्हत्या. डान्टेच्या लिखाणामुळे एक रात्रीत नरकाबद्दलच्या धूसर कल्पना स्वच्छ झाल्या. त्या कल्पना माणसाच्या भावनेवर खोल परिणाम करणाऱ्या, चट्‌कन आकलन होणाऱ्या आणि अविस्मरणीय अशा ठरल्या. या महाकाव्याच्या प्रकाशनानंतर कॅथॉलिक चर्चचे अनुयायी वाढत गेले. हादरलेली अनेक पापी माणसे डान्टेच्या नरकात आपण कधीही न जावो म्हणून प्रयत्न करू लागली. डान्टेला नरकाचे जे भयानक चित्र दाखवायचे होते, ते त्याने शब्दरूपात मांडले. तर तेच चित्र बॉटिसेली याने आपल्या चित्रकलेद्वारे कागदावर रेखाटले. डान्टेने नरकाला पाताळात नेऊन ठेवले. त्याने तिथे एक भूमिगत असा राक्षसी खड्डा कल्पिला. त्या नरसाळ्यासारख्या आकाराच्या

खड्ड्यात किंवा गर्तेत सर्व पापी लोकांना शिक्षा दिल्या जात. तिथे एक आगडोंब उसळला होता, गंधक होते, सांडपाणी होते, राक्षसी प्राणी होते आणि खुद्द सैतान मध्यभागी पापी जनांची वाट पहात होता. त्या अवाढव्य अशा खड्ड्यात एकाखाली एकेक अशा नऊ पातळ्या होत्या. त्यांना 'नाइन रिंग्ज ऑफ हेल' – Nine Rings of Hell – असे डान्टेने म्हटलेले होते. प्रत्येक पापी माणसाला त्याच्या पापाच्या तीव्रतेनुसार वेगवेगळ्या पातळीवर यातनामय शिक्षा भोगाव्या लागत. सर्वांत वरच्या पातळीवर 'वैषयिक गुन्हे' केलेल्यांना एका जबरदस्त वादळात उडवून लावले जाई. ते वादळ हे वैषयिक वासनेला आवर न घालण्याच्या प्रवृत्तीचे एक द्योतक होते. त्याच्या खालच्या पातळीवरती अधाशी आणि खादाड लोकांना सक्तीने पालथे पडायला लावून मलमूत्राच्या सांडपाण्यात तोंड खुपसायला लावले जायचे. त्यांनीच उत्सर्जित केलेल्या घाणीने त्यांचे तोंड भरवले जाई. त्याही खालच्या पातळीवर पापी लोकांना जळणाऱ्या शवपेटिकेत बंदिस्त करून त्यांना भाजून काढले जाई. तिथली आग ही कधीही न विझणारी होती. अशा या शिक्षा प्रत्येक पातळीवर वेगवेगळ्या होत्या. जसजसे खालच्या पातळीवर जावे, तसतशा त्या शिक्षा अधिकाधिक यातनामय, वेदनादायक आणि उग्र होत गेलेल्या होत्या.

हे महाकाव्य प्रकाशित झाल्यानंतर सात शतके डान्टेची नरकाबद्दलची कल्पना वाचून प्रभावित झालेल्या इतिहासातील अनेक महान प्रतिभावंतांनी याचे अनुवाद केले. काहींनी लेख लिहिले आणि यावर अनेक प्रकारची निर्मिती करून वाङ्मयात भर घातली. लाँगफेलो, चॉसर, मार्क्स, मिल्टन, बाल्झॅक, बोर्गिस आणि कित्येक पोप धर्मगुरू यांनी डान्टेने लिहिलेल्या 'इन्फर्नो'वर आपले लिखाण केलेले आहे. तर मॉन्टेव्हर्डो, लिस्झ, वॅग्नेर, तायकोव्हस्की आणि पुसिनी या संगीतकारांनी डान्टेच्या महाकाव्यावर आधारित आपल्या संगीतातील अनेक तुकडे रचलेले आहेत. लोरिना मॅककेनिट हा सध्याच्या काळातील रेकॉर्डिंग आर्टिस्ट या रचनांचे उत्कृष्ट ध्वनिमुद्रण करण्यात प्रवीण आहे. लँग्डनला तो खूप आवडायचा. इतकेच काय; पण अलीकडच्या आधुनिक काळातील बरेच व्हिडिओ गेम्स आणि आयपॅडची ॲप्स ही डान्टेच्या लिखाणावर आधारलेली आहेत. डान्टेच्या लिखाणातून आणखीही व्हिडिओ गेम्स, इत्यादी निघू शकतील.

डान्टेच्या साहित्यात असंख्य चिन्हांची रेलचेल कशी आहे, ते आपल्या विद्यार्थ्यांना लँग्डन आवर्जून सांगत असे. कधी कधी तर तो यासंबंधी एक वेगळा अभ्यासक्रम विद्यार्थ्यांसाठी घेई. त्यात डान्टेचे महाकाव्य, त्याची वैशिष्ट्ये आणि डान्टेचा कित्येक शतकांवर पडलेल्या प्रभावातून कशी स्फूर्ती घेतली जाते, हेही तो शिकवायचा.

"रॉबर्ट!" सिएना भिंतीवरील उमटलेल्या चित्राजवळ जात म्हणत होती,

"इकडे पहा!" तिने त्या नरसाळ्यासारख्या गर्तेच्या तळाशी एक ठिकाणी बोट दाखवले.

ज्या ठिकाणी तिचे बोट होते ती जागा 'सैतानी चर' (Malebolge) म्हणून ओळखल्या जात होत्या. नरकाच्या गर्तेतील ती जागा आठव्या पातळीवरती होती. ती जागा १० चरांनी विभागली गेली होती. प्रत्येक चरात विशिष्ट युक्त्या अंतर्भूत होत्या. त्या युक्त्यांद्वारे पापी आत्म्यांचा छळ केला जायचा.

सिएना एका विशिष्ट ठिकाणी बोट ठेवून उत्तेजित आवाजात म्हणाली, "हे पहा! तुम्ही दिवास्वप्नात हेच पाहिले होते ना?"

लँग्डनने ती जागा डोळे बारीक करून पाहिली. पण त्याला तिथे विशेष असे काहीही दिसले नाही. त्या छोट्या नळीच्या प्रक्षेपकातील वीज हळूहळू कमी होत चालल्याने भिंतीवरचे चित्रही पुसट होत चालले होते. म्हणून त्याने परत एकदा ती नळी मागे-पुढे जोरजोरात हलवली. आता चित्र अधिक स्पष्ट आणि उजळ दिसू लागले. त्याने ती नळी भिंतीपासून जरा अधिक लांब असलेल्या स्वयंपाकघराच्या कट्ट्यावर ठेवली. त्यामुळे भिंतीवर अधिक मोठ्या आकाराचे चित्र प्रक्षेपित झाले.

सिएनाने पुन्हा त्याचे लक्ष चित्रातील गर्तेच्या आठव्या पातळीकडे वेधले. "बघा. तुम्ही म्हणाला होतात ना की, तुमच्या दिवास्वप्नात तुम्हाला जमिनीतून वर आलेले उलटे दोन पाय दिसले होते आणि त्यावर R हे अक्षर होते?" मग भिंतीवरील चित्रातील एका ठिकाणी बोट लावून तिने म्हटले, "हे बघा इथे, तसेच ते आहे!"

लँग्डनने यापूर्वी हे चित्र अन्य ठिकाणी अनेकवार पाहिले होते. आठव्या पातळीवरील दहाव्या चरात अनेक पापी लोकांना जमिनीत उलटे पुरले होते. त्यांचे उलटे पाय वर आलेले होते. पण या चित्रातील एका व्यक्तीच्या दोन्ही पायांवर चिखलाने R हे अक्षर लिहिलेले होते. लँग्डनला स्वप्नात अगदी असेच दिसले होते.

माय गॉड! लँग्डनने आता तिकडे अगदी बारकाईने निरखून पाहिले. तो म्हणाला, "बॉटिसेलीच्या मूळ चित्रात ही अक्षरे नक्कीच नाहीत."

"हे पहा आणखी एक अक्षर!" सिएनाने बोट दाखवत म्हटले.

दुसऱ्या एका चरातील व्यक्तीच्या पायावर E अक्षर लिहिलेले होते. ती व्यक्ती आयुष्यभर स्वत:ला 'एक प्रेषित' असे खोटेच म्हणवून घेणारी होती. त्याचे डोके संपूर्णपणे मागे वळवलेले होते.

हा काय प्रकार जगात चालू झाला आहे? मूळ चित्रात बदल का केले जात आहेत?

मग त्याने दहाव्या चरातील सर्व पाय तपासले आणि त्याला बाकीची अक्षरे सापडत गेली. फूस लावून शील भ्रष्ट करणाऱ्या एका पायाला एक दानव चाबकाचे फटकारे मारीत होता. त्याच्या पायावर C अक्षर लिहिलेले होते... एका चोराच्या पायावर R अक्षर होते. त्याला अनेक साप सारखे चावत होते... एका भ्रष्टाचारी राजकारण्याच्या पायावर R अक्षर होते. त्याला एका उकळत्या डांबराच्या कढईत उलटे टाकलेले होते.

लँग्डन आता खात्रीपूर्वक म्हणाला, ''ही अक्षरे मूळच्या बॉटिसेलीच्या चित्रातील नाहीत, नक्की नाहीत. हे चित्र मूळ चित्राची डिजिटल पद्धतीने बदल केलेली एक नक्कल आहे.''

त्याने आपली नजर आठव्या पातळीवरील सर्वांत वरच्या चराकडे नेऊन तिथून खाली ती अक्षरे कोणत्या क्रमाने येतात ते पाहिले. सर्व १० चरांच्या क्रमानुसार ती अक्षरे अशी होती :

C.....A....T......R....O.....V.....A.....C.....E.....R

''कॅट्रोव्हेसर?'' लँग्डन म्हणाला. ''हा इटालियन शब्द आहे?''

सिएना आपली मान नकारार्थी हलवत म्हणाली, ''नाही, असा शब्द लॅटिनमध्येही नाही. मला हा शब्द कुठेही वाचल्याचे आठवत नाही.''

''मग... कदाचित ती एखादी सही असेल, कुणाचेतरी नाव असेल.''

ती संशयाने म्हणाली, ''कॅट्रोव्हेसर? मला नाही वाटत ते एखादे नाव असेल म्हणून. पण इकडे पहा बरे,'' असे म्हणून तिने तिसऱ्या पातळीमधील एका चरातील अनेक व्यक्तींकडे बोट केले.

जेव्हा लँग्डन तिकडे पाहू लागला, तत्क्षणी तो भीतीने गोठला. त्या पापी लोकांच्या गर्दीत तिसरा चर हा एक प्रतीकात्मक व्यक्ती दाखवीत होता. ती व्यक्ती मध्ययुगीन काळातील दिसत होती. त्या व्यक्तीच्या अंगात एक बंद गळ्याचा अंगरखा होता, तोंडावर एक मुखवटा होता. त्या मुखवट्याला नाकाच्या जागी एक लांबलचक चोच होती आणि डोळे निर्जीव होते.

हाच तो प्लेगच्या साथीत घातला जाणारा मुखवटा होता.

सिएनाने त्याला विचारले, ''बॉटिसेलीच्या मूळ चित्रात असा कोणी प्लेगचा डॉक्टर होता?''

''मुळीच नाही! मूळ चित्रात ही व्यक्ती नंतर कोणीतरी घुसवलेली आहे.''

''आणि बॉटिसेलीने आपल्या मूळ चित्रावर सही केली होती?''

लँग्डनला तसे काही आठवेना, पण जसजशी त्याची नजर खाली उजव्या बाजूच्या कोपऱ्याकडे जाऊ लागली तेव्हा त्याला कळाले की, सिएनाने हा प्रश्न का विचारला असावा. त्या कोपऱ्यात नेहमीच चित्रकाराची स्वाक्षरी असते. पण तिथे

आता एक छोटा मजकूर होता. ती एक ओळ होती. ती ओळ अशी होती :

la verità è visible solo attraverso gli oechi della morte

लँग्डनला बऱ्यापैकी इटालियन समजत होते. त्या ओळीचा अर्थ त्याने सांगितला, ''फक्त मृत्यूच्या नजरेतूनच तुम्हाला सत्याचे दर्शन होऊ शकते.''

सिएना म्हणाली, ''विक्षिप्तच आहे!''

त्या चित्रासमोर ते दोघे काहीही अधिक न बोलता उभे राहिले. ते भयंकर चित्र हळूहळू मंद होत गेले, विरत जाऊ लागले. नळीतील वीज संपत चालली होती. डान्टेचे हे नरकाचे चित्र चौदाव्या शतकापासून दहशत बसवणारी चित्रकृती होती.

लँग्डन अभ्यासक्रमात डान्टेबद्दल शिकवताना चित्रातून कोणी-कोणी स्फूर्ती घेऊन आपापल्या चित्रकलाकृती निर्माण केल्या ते सांगे, बॉटिसेलीच्या या 'नरकाचा नकाशा' चित्राबरोबरच तो रोडिन मूर्तिकाराच्या 'द थ्री शेड्स फ्रॉम द गेट्स ऑफ हेल' – The Three Shades from The Gates of Hell – या काळातील ठरलेल्या शिल्पाचाही उल्लेख करे... तसेच तो स्टाइक्स नदीतून नौका 'बुडत असलेल्या पापी लोकांमधून नेताना फ्लेगायस' या स्ट्रॅडानस चित्रकाराच्या चित्रकृतीचाही उल्लेख करे. अशा कितीतरी चित्रकृती तो सांगत असे. त्यामध्ये तीव्र वासना असलेले जीव अविरत मोहाच्या वादळात कसे भिरभिरत असतात, ही विल्यम ब्लेक याची चित्रकृती, डान्टे आणि व्हर्जिल यांच्या दृष्टीतली दोन नग्न पुरुष कसे एकमेकांशी लढत आहे, याचे बुगुरु याने काढलेले उत्तान चित्र... बेरोस याने चितारलेले छळ झालेले पापी जीव अग्निथेंबांच्या वर्षावात सापडल्याने कसे अंग चोरून बसले आहेत, ही चित्रकृती... साल्व्हाडोर दाली याची जलरंगामधली चमत्कारिक भुरळ घालणारी चित्रं आणि लाकडातील काम... तसेच डान्टे याने जमवलेला काळ्या-पांढऱ्या रंगात कोरीव काम केलेला चित्रांचा अफाट संग्रह! त्यात 'हेडीस' या पुराणकाळातील स्थळी जाण्यासाठी असलेला बोगद्याचा मार्ग... सरतेशेवटी तो मार्ग पंख असलेल्या सैतानाकडे कसा नेतो हे चित्र, असे सर्वकाही लँग्डन सांगत असे.

पण आता असे दिसते की, डान्टेच्या नरकाबद्दलचा काव्यात्मक दृष्टीचा प्रभाव हा इतिहासातील अनेक मान्यवर चित्रकारांवर नुसताच पडला नव्हता, तर आणखी एका व्यक्तीवर पडला होता. त्या व्यक्तीने डान्टेपासून स्फूर्ती घेऊन बॉटिसेलीच्या चित्रात डिजिटल पद्धतीने बदल केला होता. त्याने त्यात १० अक्षरे पेरली होती, एक प्लेगचा डॉक्टर दाखवला होता आणि सहीच्या जागी एका ओळीचा मजकूरही टाकला होता. एवढे झाल्यावर त्याने हे सुधारित चित्र अत्याधुनिक स्लाइड प्रोजेक्टरवर टाकून ते एका कोरलेल्या हाडाच्या नळीत घालून ठेवले होते.

हे असले उपकरण कोणी केले असावे, याची लँग्डनला कल्पना करता येईना.

आणि तरीही आत्ता या प्रश्नाचे महत्त्व एका प्रश्नापुढे गौण होते. तो प्रश्न होता :

मला हे उपकरण का पहायला लावले जात आहे?

सिएना लँग्डनबरोबर उभी असताना तिला अनपेक्षितपणे बाहेर रस्त्यावर एका मोठ्या इंजिनाचा घरघराट ऐकू आला. त्यानंतर ब्रेक्स करकचून दाबल्याने टायर्स रस्त्यावर घासल्याचा कर्कश आवाज झाला.

कोड्यात पडलेल्या सिएनाने धावत जाऊन खिडकीतून खाली पाहिले.

बाहेर एक काळ्या रंगाची व्हॅन आली होती. त्या व्हॅनवर कसल्याही खुणा, अक्षरे नव्हती. व्हॅनमधून काही माणसांची तुकडी पटापट बाहेर पडत होती. त्यांच्या अंगावर काळ्या रंगाचे गणवेष होते आणि डाव्या खांद्यावर एक खुणेचे पदकासारखे वर्तुळ होते. सर्वांच्या हातात ऑटोमॅटिक रायफली होत्या आणि ते बेडरपणे हालचाली करीत होते. त्यांच्या हालचालीत लष्करी कार्यक्षमता दिसत होती. अजिबात न कचरता त्यांच्यातील चौघांनी फाटकातून आत, इमारतीमध्ये प्रवेश केला.

ते पाहून आपले रक्त गोठते आहे, असे सिएनाला वाटले. ती ओरडून लँग्डनला म्हणाली, ''रॉबर्ट, ते कोण आहेत हे कळत नाही, पण ते आपल्याला पकडण्यासाठी येत आहेत. त्यांना आपली जागा बरोबर समजली आहे.''

रस्त्यावर ब्रूडर हा एजंट आपल्या माणसांना ओरडून हुकूम देत होता. त्याची माणसे इमारतीमध्ये घुसत होती. ब्रूडर हा एक दणकट शरीरयष्टीचा माणूस होता, बलवान होता. एकेकाळी लष्करी सेवेत असल्याने तो कोणत्याही भावनेच्या आहारी न जाता कर्तव्यनिष्ठेने त्वरेने हालचाली करीत होता. आपली कारवाई कोणती आहे, हे त्याला पक्के ठाऊक होते. कोणती जोखीम आपल्याला पत्करावी लागत आहे, याचीही त्याला जाणीव होती. तो ज्या संघटनेसाठी काम करीत होता, त्या संघटनेत अनेक विभाग होते. ब्रूडरचा विभाग 'पाळत ठेवणे आणि एखाद्या आखलेल्या योजनेला पूरक अशी कृती करणे' हा होता. जेव्हा आणीबाणीची परिस्थिती उद्‌भवे; तेव्हाच त्याच्या विभागाला काम सांगितले जाई.

त्याची सारी माणसे आत इमारतीत शिरली, तेव्हा तो फाटकापाशी उभा राहिला. त्याने एक वायरलेस सेट बाहेर काढला आणि तो आपल्या वरिष्ठाशी संपर्क साधू लागला.

तो वायरलेसवर म्हणत होता, ''मी ब्रूडर बोलतो आहे. आम्ही लँग्डन यांच्या कॉम्प्युटरचा आयपी ॲड्रेस यशस्वी रीतीने शोधून काढला आहे. माझी तुकडी आत

घुसलेली आहे. आम्ही त्यांना जेव्हा पकडू तेव्हा तुम्हाला कळवूच.''

समोरच्या 'पेन्शने ला फ्लॉरेन्टिना' या हॉटेलच्या गच्चीतून वायेन्था खाली पहात होती. काही एजंट्स इमारतीत घुसताना पाहून ती घाबरली होती. तिचा त्यावर विश्वासच बसत नव्हता.

ते इथे येऊन काय करीत आहेत?

तिने आपल्या डोक्यावरील स्पाइकमधून हात फिरवला. काल रात्री आपल्या फसलेल्या मोहिमेची तिला एकदम आठवण झाली. कुठेतरी माशी शिंकल्यामुळे तिचा नेम किंचित चुकला होता. पण त्यामुळे सारी योजना विस्कटून तिची वाताहत झाली होती. जी एक साधी सोपी मोहीम होती... त्यातून आता धडकी बसवणारी कारवाई जन्म पावली होती.

समोरची माणसे 'एसआरएस संघटने'ची आहेत. ते इथे आले आहेत. मग ते माझ्याकडे येणार.

वायेन्थाने घाईगडबडीने आपला 'सेक्ट्रा टायगर एक्सएस' हा वायरलेस सेट सुरू केला आणि ती म्हणाली, ''एसआरएस टीम इथे आलेली आहे! ब्रूडरची माणसे समोरच्या इमारतीत घुसली आहेत!''

एवढे बोलून पलीकडून काय प्रतिसाद येतो आहे, याची ती वाट पाहू लागली. तो प्रतिसाद आला तो फक्त दोन वेळा झालेल्या क्लिक्‌च्या आवाजाने. मग एक ध्वनिमुद्रित इलेक्ट्रॉनिक आवाज उमटला. तो आवाज शांतपणे सांगत होता, ''तुम्हाला संघटनेतून दूर करण्याची प्रक्रिया चालू झालेली आहे.''

वायेन्थाने वायरलेस सेट कानाजवळून दूर केला. तिने सेटच्या पडद्यावर पाहिले. संपर्क संपल्याचे त्यावर दिसत होते.

तिचा चेहरा पांढरा पडला होता. आत्ताची परिस्थिती मान्य करण्यासाठी तिने आपल्या मनाला बळेबळे तयार केले. त्यावाचून गत्यंतरच नव्हते. कन्सोर्टियम संघटनेने तिच्याशी असलेले सर्व संबंध एका क्षणात तोडून टाकले होते.

आता कसलेही संबंध नाही की जवळीक नाही.

मला त्यांनी शेवटी दूर केले.

तिला याचा धक्का क्षणभर बसला.

त्यानंतर तिच्या मनात भीती दाटू लागली.

१६

"**रॉ**बर्ट, घाई करा! माझ्या मागोमाग या!" सिएना त्याला आवर्जून म्हणत होती.

डान्टेने काढलेल्या नरकाच्या गंभीर चित्राने लँग्डनच्या मनाचा अद्यापही ताबा सोडला नव्हता. पण तरीही तो सिएनाच्या मागोमाग खोलीतून बाहेर पडला आणि इमारतीमधील बाहेरच्या कॉरिडॉरमधून जाऊ लागला. आत्तापर्यंत सिएनाने सकाळपासून निर्माण झालेले मनावरचे ताणतणाव बरेच कह्यात ठेवलेले होते. ती तटस्थतेने सारे अनुभवत होती. पण आता तिच्या मनाची शांतता ढळली होती. तिला खरोखरीच भीती वाटू लागली होती. लँग्डनच्या ते लक्षात आले नव्हते.

बाहेरच्या कॉरिडॉरमधून सिएना पळत सुटली होती. तिने वाटेतील लिफ्ट ओलांडली. ती लिफ्ट खाली चालली होती. आत घुसलेल्या माणसांनीच ती खाली बोलावली असणार. कॉरिडॉरच्या शेवटी असलेल्या जिन्यामध्ये जाऊन ती तरातरा खाली उतरू लागली. लिफ्टमधून जशी ती माणसे वर येतील तशीच, काही जण जिन्यानेही वर येऊ लागणार हे तिने ओळखले होते. लँग्डन तिच्या मागोमाग धडपडत जात होता. त्याच्या अंगावरच्या खिशातील तो छोटा प्रोजेक्टर धावताना सारखा त्याच्या छातीवर आपटत होता. त्याचे मन त्या चित्रातील CATROVACER या अक्षरांकडे गेले होते. ते प्लेगच्या डॉक्टरचा मुखवटा आणि सहीच्या जागी असलेली ओळ त्याला पळता पळता सारखी आठवत होती. *फक्त मृत्यूच्या नजरेतूनच तुम्हाला सत्याचे दर्शन होऊ शकते.*

मनात सर्व चमत्कारिक वाटणारे घटक एकत्र जोडण्याचा प्रयत्न लँग्डन करीत होता. पण आता या क्षणाला त्याला काहीही सुचत नव्हते. जेव्हा तो जिन्याच्या लँडिंगवरती पोचला तेव्हा सिएना कान देऊन काहीतरी ऐकण्याचा प्रयत्न करीत होती. जिन्यावरून कोणीतरी पाय आपटीत वर येण्याचा आवाज त्याला ऐकू येऊ लागला.

"दुसरीकडून बाहेर पडता येईल?" त्याने तिला विचारले.

"माझ्या मागून या!" तिने त्याला सुनावले.

आज तिने लँग्डनचा जीव पुन्हा एकदा वाचवला होता. तेव्हा आत्ताही तिच्यावर भिस्त ठेवणे, लँग्डनला भाग होते. नाहीतरी त्याला दुसरा पर्याय कुठे होता? त्याने एक खोलवर श्वास घेतला आणि तो तिच्यामागून खाली उतरू लागला.

ते आणखी एक मजला खाली उतरले. आता वर येणाऱ्या पावलांचा आवाज अधिक मोठ्याने ऐकू येऊ लागला. वर येणारी माणसे एखाददुसरा मजलाच खाली असावीत.

पण मग ती थेट त्यांच्या दिशेनेच का जात आहे?

तो तिला तसे सांगणार होता, पण तिने एकदम त्याचा हात पकडला आणि त्याला ओढत त्या मजल्यावरच्या कॉरिडॉरमध्ये प्रवेश केला. तिथे कोणीही नव्हते. सर्व खोल्यांच्या बंद दारांना कुलपे लागलेली होती.

इथे कुठेही लपता येणार नाही!

सिएनाने तिथले एक बटण दाबून त्या कॉरिडॉरातील सर्व पेटलेले दिवे बंद केले. तरीही त्या अंधूक कॉरिडॉरमध्ये लपायला थोडीशीही जागा नव्हती. आता ती दाणदाण आवाज करत येणारी पावले अगदी जवळ आली. जिन्यातून ते मारेकरी केव्हाही आपल्यासमोर प्रकट होणार हे लँग्डनला कळून चुकले.

सिएना कुजबुजत त्याला म्हणाली, "तुमच्या अंगातील कोट मला द्या." लँग्डनने ते पट्कन काढून तिला दिले. तिथे एक दार भिंतीपासून जरा आतमध्ये होते. त्या दारापुढच्या रिकाम्या जागेत तिने लँग्डनला वाकायला लावून जबरदस्तीने ओणवे बसवले. मग ती त्याला म्हणाली, "अजिबात हालचाल करू नका."

या एवढ्या ढळढळीत प्रकाशात ती काय करत आहे?

ती लष्करातील वाटणारी माणसे आता जिन्यातून त्या मजल्यावर उगवली. ते वरच्या मजल्यावर जाणार होते, पण तिला पाहून ते तिथेच थांबले.

त्यांना पाहून सिएना इटालियन भाषेत काहीतरी ओरडली. ती दोन माणसे तिचे बोलणे ऐकून भांबावली. आपले डोळे बारीक करून एकमेकांकडे पाहू लागली.

सिएनाने परत त्यांच्याकडे पाहून ओरडून "आत्ता या वेळी किती आवाज करीत जाता आहात," असे इटालियन भाषेत त्यांना म्हणाली.

लँग्डनला दिसले, सिएनाने तो काळा कोट आपल्या डोक्यावरून घेऊन दोन्ही खांद्यावर सोडले होते. एखाद्या वृद्ध स्त्रीने डोक्यावरून शाल घ्यावी, तसे लांबून दिसत होते. ती खाली वाकली होती. कारण लँग्डन दिसू नये म्हणून तिने तसे केले होते. आपल्या शरीराच्या ढालीआड त्याला लपवले होते. आपण दाराच्या भोकातून आत पहातो आहोत असा पवित्रा तिने घेतला होता. लँग्डनने अंधारात आपले शरीर आणखीन संकोचून घेतले. आता तिने एक पाऊल त्या माणसांकडे टाकीत

कळवळत्या आवाजात एक किंकाळी फोडली.

त्यांच्यापैकी एकाला ही वेडी म्हातारी स्त्री आपल्याकडे कशाला येते आहे, हे समजेना. त्याने एक हात वर करून तिला तिथेच थांबण्यास खुणावले. तो इटालियन भाषेत म्हणत होता, "सिन्योरा, थोडा वेळ थांबा. लवकरच दार उघडेल."

सिएनाने अडखळत एक पाऊल तरीही पुढे टाकले आणि आपली मूठ रागाने आवळीत ती इटालियन भाषेत त्यांना काहीतरी म्हणाली.

लँग्डनने गोंधळून तिच्या बोलण्याचा अर्थ लावला. त्याला थोडेसे इटालियन समजत होते. *आपल्या आजारी नवऱ्याला जागे करावे?*

दुसऱ्या माणसाने आपली बंदूक वर उचलून तिच्यावर थेट रोखली आणि तिला दरडावून "मागे जा!" असे म्हटले.

सिएना थांबली. ती चिडून त्यांना शिव्याशाप देऊ लागली आणि मागे सरकली.

मग ती दोन माणसे घाईघाईने जिन्यावरून वरच्या मजल्यावर जाऊ लागली आणि तिथून नाहीशी झाली.

माझा नवरा आजारी असून तो दार उघडीत नाही, अशा अर्थाचे बोलून सिएना त्या माणसांची मदत मागत होती, एवढे लँग्डनला कळाले. त्याला तिच्या युक्तीचे आणि प्रसंगावधानतेचे कौतुक वाटले. ती अभिनयनिपुण आहे, शेक्सपिअरच्या नाटकात तिने काम केले, हे त्याला पटले. तिने अभिनयाचे शस्त्र वापरून त्या माणसांना परतवले होते.

सिएनाने आपला डोक्यावरचा कोट काढून लँग्डनकडे दिला आणि ती म्हणाली, "ठीक आहे, चला आता माझ्या मागून!"

या वेळी लँग्डन तिच्या मागून न कचरता गेला.

ते खालच्या तळमजल्यावरील लॉबीच्या जरा वर असलेल्या लँडिंगवर पोहोचले. त्याच वेळी दोन आणखी तसलीच गणवेषातील माणसे लिफ्टने वर जात होती. बाहेर रस्त्यावर एक सोल्जर व्हॅनशेजारी उभा राहून पहारा देत होता. त्याच्या पीळदार शरीरावर त्याचा गणवेश तंग बसला होता. सिएना आणि लँग्डन तळमजल्याखाली नेणाऱ्या त्याच जिन्याने खाली गेले.

तळमजल्याच्या खाली कार पार्किंग होते. तिथल्या वाहनातून मार्ग काढीत ती एका कोपऱ्यात गेली. तिथे स्कूटर्स आणि मोटरसायकल्स ठेवलेल्या होत्या. तिथेच एक जुनी तिचाकी मोपेड होती. ते सिल्व्हर ट्रिका मॉडेल होते. जुनी तिचाकी आणि इटालियन व्हेस्पा यांचा संकर त्या मॉडेलमध्ये झाला होता. त्या मॉडेलच्या पुढे असलेल्या एका कप्प्यात तिने आपला सडपातळ हात घालून, चाचपून एक छोटी मॅग्नेटिक पेटी बाहेर काढली. त्यातून एक किल्ली तिने बाहेर काढली. ती किल्ली लावून त्या तिचाकीचे इंजिन तिने चालू केले.

काही सेकंदातच मागे बसलेल्या लँग्डनला घेऊन ती तिचाकी निघाली. लँग्डन आधारासाठी हाताने चाचपडत होता.

"उगाच आता सभ्यता पाळू नका. सरळ माझ्या अंगावर रेलून बसा. आधारासाठी मला धरा!" मग लँग्डनने तसे केले आणि तिच्या नाजूक कंबरेला आपल्या दोन्ही हातांनी विळखा घातला.

सिएनाने आपले वाहन वर जाणाऱ्या चढावर जोरात नेले. तो चढ सहज पार करता आला. लँग्डनला वाटले होते त्यापेक्षा त्या तिचाकीच्या इंजिनात जास्त ताकद होती. मग ते वेगाने बाहेर रस्त्यावर पडले. तिथून इमारतीचे मुख्य फाटक १५० फुटांवर होते. तिथे पहारा करणाऱ्या त्या सोल्जरने एकदम वळून त्यांच्याकडे पाहिले. कारण त्याच वेळी सिएनाने ॲक्सिलरेटर वाढवल्याने इंजिनाचा मोठा आवाज झाला होता.

लँग्डनने कसेबसे मागे वळून पाहिले. त्या सोल्जरने आपली रायफल उचलून त्यांच्यावर रोखली होती आणि अचूक नेम धरला होता. लँग्डनने आपले अंग शक्य तितके चोरले. त्याने गोळी झाडली, पण ती सुदैवाने तिचाकीच्या फेन्डरला लागून गेली. थोडक्यात चुकले, नाहीतर ती गोळी लँग्डनच्या पाठीच्या मणक्यात शिरली असती.

बापरे!

पुढे चौकात सिएना झटकन डावीकडे वळली. आपण आता घसरून पडणार असे लँग्डनला वाटले. तो पुन्हा नीट सरळ बसला. सिएना आता एका मोठ्या रस्त्यावरून गाडी नेत होती. एक मोठी इमारत ओलांडून गेल्यावर लँग्डनच्या जिवात जीव आला.

ती माणसे होती तरी कोण?

सिएनाने आपले सर्व लक्ष समोरच्या रस्त्यावर केंद्रित केले होते. अनेक ट्रॅफिक सिग्नल्स पाळत, वेडीवाकडी वळणे घेत ती पुढे चालली होती. सकाळची रहदारी तशी बरीच कमी होती. त्यामुळे वेगाने पुढे जाता येत होते. रस्त्याने जाणारे बरेच पादचारी त्यांच्याकडे दोन-दोनदा माना वळवून पहात होते. एका सडपातळ स्त्रीमागे हा कोण उंच पुरुष बसला आहे, याचे त्यांना कुतूहल वाटत होते.

लँग्डन आणि सिएना तीन इमारती ओलांडून पुढे गेले. आता ते एका मोठ्या चौकात जात होते. अचानक त्यांना पुढून एका हॉर्नचा मोठा आवाज ऐकू आला. एक चकचकीत काळी व्हॅन चौकात वळून त्यांच्या दिशेने येत होती. ती व्हॅन एवढ्या घाईघाईत आणि वेगाने वळली होती की, फक्त वळणाच्या बाजूची दोन्ही चाके जमिनीवर राहिली होती आणि पलीकडच्या बाजूची दोन्ही चाके जमिनीवरून हवेत उचलली गेली होती. सिएनाच्या इमारतीच्या बाहेर जी व्हॅन उभी होती,

तसलीच ही व्हॅन होती.

अंगावर डावीकडून येऊ पहाणारी व्हॅन सिएनाने लांबून पाहिली आणि तिने झटकन उजवीकडे आपली गाडी वळवली. तिथे रस्त्यावर एक ट्रक उभा होता. त्यावर सरळ जाऊन ती आदळणार होती. पण तिने आपले ब्रेक करकचून दाबले आणि तिची गाडी ट्रकच्या मागच्या बंपरला जाऊन टेकली, धडकली नाही.

त्या व्हॅनमधल्या लोकांनी आपल्याला पाहिले काय?

सिएना आणि लँग्डन दोघेही खाली वाकले आणि त्यांनी आपली तोंडे लपवली. श्वास रोखून ते वाट पाहू लागले.

पण यत्किंचितही आपला वेग कमी न करता ती व्हॅन तशीच पुढे निघून गेली. परंतु लँग्डनने व्हॅन जात असताना त्याकडे एक ओझरता दृष्टिक्षेप टाकलाच. व्हॅनमध्ये कोणीतरी बसलेले होते.

व्हॅनमध्ये मागच्या आसनावरती एक मोहक, पण वृद्ध स्त्री बसलेली होती. तिच्या दोन्ही बाजूला दोन सोल्जर्स बसलेले होते. तिला त्यांनी पकडून आणलेले असावे, असे दिसत होते. तिच्या डोळ्यांखालचा भाग फुगीर झालेला होता. तसेच तिचे डोके लटलटत दोन्ही बाजूला हलत होते. जणूकाही ती अर्धवट शुद्धीत असावी. तिच्या गळ्यात एक ताईत होता आणि तिचे केस चंदेरी होते.

तिला पहाताच लँग्डनचा घसा आक्रसला, रुद्ध झाला. आपण एक भूत पहातो आहोत, असे त्याला वाटले.

त्याच्या स्वप्नात हीच स्त्री येत होती.

१७

कंट्रोल रूममधून प्रोव्होस्त धाड्कन बाहेर पडला आणि तो तरातरा उजव्या बाजूच्या लांबलचक डेककडे लांब लांब ढांगा टाकीत गेला. फ्लॉरेन्समधल्या त्या अपार्टमेंटच्या इमारतीत जे काही घडले ते अकल्पित होते, अविश्वसनीय वाटत होते.

त्याने डेकवरून संबंध जहाजाला दोनदा प्रदक्षिणा घातली आणि नंतर तो आपल्या ऑफिसात शिरला. मग कपाटातून त्याने 'हायलॅन्ड पार्क' हा ब्रॅन्ड असलेली सिंगल माल्टची दारूची बाटली बाहेर काढली. पण नंतर ती दारू ग्लासात ओतण्याऐवजी त्याने ती बाटली टेबलावर ठेवली आणि तिच्याकडे पाठ करून तो उभा राहिला. आपण अजूनही आपल्यावर नियंत्रण ठेवू शकतो, अशा अर्थाची आठवण त्याने अशा रीतीने स्वत:ला करून दिली.

त्याची नजर नकळत पुस्तकाच्या फडताळातील एका लठ्ठ ग्रंथाकडे वळली. तो ग्रंथ त्याच्या एका अशिलाने त्याला भेट म्हणून दिला होता... तो अशील मात्र त्याला कधीच प्रत्यक्षात भेटला नव्हता. आता मात्र तो भेटावा असे त्याला वाटू लागले

एक वर्षापूर्वी... मला ते कसे ठाऊक असणार?

प्रोव्होस्तकडे येणाऱ्या अशिलाची मुलाखत तो स्वत: सहसा घेत नसे. पण हा नवीन अशील त्याला अपवाद ठरला होता. कारण त्याची शिफारस विश्वासातील व्यक्तीने केली होती, म्हणून त्याचा अपवाद केला होता.

त्या दिवशी समुद्र कमालीचा शांत झालेला होता. तेव्हाच तो अशील प्रोव्होस्तच्या नौकेवर आला. आपल्या खासगी हेलिकॉप्टरमधून तो आला होता. अशील आपल्या क्षेत्रातील एक नामवंत व्यक्ती समजला जात होता. ४६ वर्षांचे त्याचे वय होते, व्यवस्थित केस कापलेला आणि खूपच उंच होता. त्याचे डोळे हिरवे होते.

त्या नवीन अशिलाने बोलायला सुरुवात केली, "तुम्हाला ठाऊक असेलच की, आपल्या दोघांच्या एका सामाईक मित्राने मला तुमच्या सेवेची शिफारस केली." असे म्हणून त्याने आपले पाय लांबवले. प्रोव्होस्तच्या आलिशान ऑफिसात तो

आपल्या घरी बसल्यासारखा आरामात बसला होता. तो म्हणाला, ''तर मला काय पाहिजे आहे, ते मी तुम्हाला आता सांगतो.''

''नको! नका सांगू!'' प्रोव्होस्तने त्याचे बोलणे तोडीत त्याला सुनावले. आत्ताच्या चर्चेवर कोणाचा ताबा आहे, हे त्याने अशा रीतीने त्याला दाखवून दिले. ''माझी पद्धत अशी आहे की, तुम्ही मला काहीही सांगायचे नाही. मी आमच्या कोणकोणत्या सेवा तुम्हाला उपलब्ध करून देतो ते सांगतो. त्यातली कोणती सेवा हवी आहे, ते फक्त तुम्ही मला सांगायचे.''

प्रोव्होस्तचे ते बोलणे ऐकून त्या अशिलाला धक्काच बसला. पण अखेर त्याने स्वत:ला आवरून निमूटपणे ऐकून घेण्याची भूमिका पत्करली. शेवटी त्या सडपातळ आणि उंच माणसाने आपल्याला जी सेवा हवी आहे, ती सेवा निवडली. कन्सोर्टियम संघटनेसाठी ती सेवा नेहमीची आणि सर्वसाधारण निकष असलेली अशी होती. काही काळापुरते लोकांच्या नजरेपासून 'अदृश्य' रहाण्याची त्याची मागणी होती. म्हणजे मग त्या काळात तो त्याचे परिश्रम लोकांच्या फाजील नजरेपासून दूर ठेवू शकणार होता.

हा तर केवळ पोरखेळ आहे.

यासाठी 'कन्सोर्टियम' त्याला एक खोटे ओळखपत्र आणि एक सुरक्षित जागा देणार होती. त्याचा शोध कोणीही टेलिफोन, मोबाइल, संगणक वगैरेंच्या साहाय्याने घेऊ शकणार नाही, अशी व्यवस्था केली जाणार होती. त्यामुळे तो अत्यंत गुप्ततेत आपली ठरवलेली कामे, प्रयत्न, कारवाया वगैरे जे काही त्याला करायचे आहे, ते करू शकणार होता. त्याला ही गुप्तता, ही सेवा कशासाठी पाहिजे हे 'कन्सोर्टियम' कधीच विचारणार नव्हती. त्याबद्दल कमीत कमी आपल्याला ठाऊक असलेले बरे, असे संघटनेचे धोरण होते.

नंतर संपूर्ण वर्षभर, भरपूर पैसे घेऊन प्रोव्होस्तने त्या हिरव्या डोळ्याच्या माणसाला सुरक्षितता पुरवली होती, त्याची गुप्तता जपली होती. त्याला तो माणूस म्हणजे एक आदर्श अशील वाटू लागला होता. वर्षभर प्रोव्होस्तने त्याच्याशी कोणताही संपर्क साधला नव्हता. त्याच्या बिलाचे पैसे अशिलाकडून वेळेवर दिले जात होते.

मग दोन आठवड्यांपूर्वी सारेकाही बदलले.

त्याच्या अशिलाने अनपेक्षितपणे त्याच्याशी संपर्क साधला आणि प्रत्यक्ष भेटीची मागणी केली. आजवर या अशिलाने दिलेले पैसे पहाता प्रोव्होस्तने ती मागणी मान्य केली.

तो माणूस प्रोव्होस्तच्या नौकेवर आला. पण आता त्याच्यात कमालीचा बदल झाला होता. पूर्वीचे त्याचे नीटनेटके आणि टापटीप राखणारे स्वरूप राहिलेले

नव्हते. तो एक अत्यंत गबाळा माणूस झाला होता. त्याचे केस अस्ताव्यस्त झालेले होते, कपडे चुरगळलेले होते. पूर्वीच्या त्याच्या भेदक हिरव्या डोळ्यांत आता एक हिंस्त्र चमक आली होती. तो अक्षरश: आजारी असावा असेच कोणालाही त्याच्याकडे पाहून वाटले असते.

याला काय झाले आहे? हा काय करीत होता?

प्रोव्होस्तने त्या चिंताक्रांत झालेल्या आणि हादरून गेलेल्या माणसाला आपल्या ऑफिसात नेले.

"ती... ती... चंदेरी केसांची स्त्री" तो अडखळत बोलू लागला. "रोज रोज ती माझ्याजवळ येत चालली आहे."

प्रोव्होस्तने आपल्या अशिलाची फाइल चाळावयास सुरुवात केली. त्यात एका चंदेरी केस असलेल्या स्त्रीचा फोटो होता. मग तो अशिलाला म्हणाला, "होय, हीच ती तुमची चंदेरी केसांची दुष्ट स्त्री आहे ना? तुमच्या सर्व शत्रूंची आम्हाला पूर्ण कल्पना आहे आणि ती कितीही सामर्थ्यवान असली तरी तिला आम्ही तुमच्यापासून वर्षभर दूर ठेवले होते आणि तेच आम्ही पुढे चालू ठेवू."

आपल्या डोक्यातील केसांशी तो हिरव्या डोळ्यांचा माणूस चाळा करीत होता. बोटांवर केस गुंडाळून घेत होता. "तिच्या सौंदर्याला फसू नका. ती एक धोकादायक शत्रू आहे," तो म्हणाला. *खरे आहे,* प्रोव्होस्त मनात म्हणाला. परंतु तरीही त्याला आपल्या अशिलाने दुसऱ्या एखाद्या प्रभावी व्यक्तीकडे आपले लक्ष वेधून घ्यावे, हे आवडले नव्हते. त्या चंदेरी केसांच्या स्त्रीच्या अफाट ओळखी होत्या, त्या आधारे ती कुठेही पोहोचू शकत होती. तिची संपत्तीही खूप होती. परंतु याची प्रोव्होस्तवर कसलीच छाप पडत नव्हती की त्याचे लक्ष विचलित होत नव्हते.

तो अशील पुढे बोलला, "जर ती किंवा तिची दुष्ट माणसे माझा छडा लावतील– "

"त्यांना ते जमणार नाही," प्रोव्होस्त त्याला आश्वासन देत म्हणत होता, "आम्ही तुम्हाला तिच्यापासून लपवून नाही का ठेवू शकलो आणि तुम्हाला जे-जे हवे ते नाही का पुरवले?"

"होय, तरीही मला केव्हा शांत झोप लागेल तर जेव्हा– " एवढे बोलून तो थोडे थांबला. मग पुन्हा नीट विचार करून बोलला, "मला असे तुम्हाला विचारायचे आहे की, जर मला काही झाले, तर तुम्ही माझ्या शेवटच्या इच्छा पूर्ण कराल का?"

"त्या कोणत्या?"

मग त्या माणसाने आपल्या बॅगेतून एक छोटे सीलबंद पाकीट बाहेर काढले. "फ्लॉरेन्समधल्या माझी सेफ डिपॉझिट बॉक्स कशी ताब्यात घ्यायची, ते सारे यात

लिहिले आहे. सर्व लागणारी कागदपत्रे ठेवलेली आहेत. त्या बॉक्समध्ये तुम्हाला एक छोटी वस्तू सापडेल. जर मला काही झाले, तर तुम्ही ती वस्तू सूचना दिल्यानुसार योग्य त्या व्यक्तीला द्या. ती एक प्रकारची भेटवस्तू आहे.''

''ठीक आहे!'' असे म्हणून प्रोव्होस्तने आपले पेन उचलून तशा काही नोंदी कागदावर करण्यास सुरुवात केली आणि त्याला विचारले, ''आणि ती वस्तू कोणाला द्यायची?''

''त्याच त्या दुष्ट स्त्रीला. चंदेरी केसांच्या स्त्रीला.''

प्रोव्होस्तने ते ऐकताच आपली मान वर करून त्याला विचारले, ''तुम्हाला त्रास देणाऱ्या स्त्रीला ती भेटवस्तू द्यायची?''

मग त्याने आपले डोळे हिंस्रपणे मोठे करीत म्हटले, ''तिच्या दृष्टीने ती वस्तू म्हणजे तिच्या अंगात घुसलेला एक बोचरा काटा ठरेल. तो एक प्रकारचा तिच्यावर सोडलेला बाण आहे. ती वस्तू हाडापासून अत्यंत हुषारीने बनवलेली आहे. ती वस्तू पाहिल्यावर तिला कळून चुकेल की तो एक नकाशा आहे... तिच्या वैयक्तिक व्हर्जिल देवतेचा... ती देवता तिला तिच्यासाठी असलेल्या नरकात सुरक्षित नेणारी आहे.''

प्रोव्होस्तने त्याच्याकडे बराच वेळ निरखून पाहिले आणि तो म्हणाला, ''जसे तुम्ही म्हणाल तसे आम्ही करू. तुमचे हे काम झालेच म्हणून समजा.''

''परंतु हे काम करण्याची वेळ मात्र अगदी अचूक अशी असायला हवी. ती भेटवस्तू फार लवकर द्यायला नको. तुम्ही ती वस्तू लपवून ठेवायला हवी. जोपर्यंत– '' एवढे बोलून तो थांबला आणि आपल्या विचारात गढून गेला.

''जोपर्यंत केव्हा?'' प्रोव्होस्तने विचारले.

यावर तो माणूस एकदम खुर्चीतून उठला आणि चालत-चालत त्याच्या टेबलाला वळसा घालून पलीकडच्या बाजूला गेला. मग टेबलावरचे एक लाल मार्कर पेन उचलून त्याने प्रोव्होस्तच्या खासगी कॅलेंडरवरील एका तारखेभोवती लाल वर्तुळाने खूण केली. तो म्हणाला, ''या दिवसापर्यंत!''

प्रोव्होस्तने आपला जबडा उघडून एक नि:श्वास सोडला. त्या माणसाचा विक्षिप्त कोडगेपणा मुकाट्याने मान्य करून टाकला आणि पुढे म्हटले, ''ठीक आहे, समजले मला. या दिवसापर्यंत मी काहीही करणार नाही. त्या दिवशी कोणत्या वेळेला ती वस्तू त्या स्त्रीला पोहोचवायची ते सांगा. याबद्दल मी तुम्हाला खात्री देतो.'' मग त्याने कॅलेंडरवरचे दिवस मोजून पुढे म्हटले, ''मी तुमच्या इच्छेनुसार ती वस्तू आजपासून बरोबर १४ दिवसांनी पोहोचवली जाईल, याची हमी देतो.''

''नक्की? एक दिवसही आधी पोहोचवायची नाही,'' त्याने ताकीद दिल्याच्या

स्वरात म्हटले.

"होय, एक दिवसही आधी नाही. मला समजले सारे!" असे म्हणून प्रोव्होस्तने तो सीलबंद लिफाफा त्याच्या हातून घेतला आणि त्या अशिलाच्या फाइल्समध्ये सारून दिला. मग तशा नोंदी त्याने आठवणीसाठी योग्य ठिकाणी केल्या. जरी त्याच्या अशिलाने ती भेटवस्तू नक्की काय आहे ते सांगितले नाही, तरीही प्रोव्होस्तने त्याबद्दल त्याला शब्दही विचारला नाही. हीच तर त्याची धंद्याची नीती होती. कन्सोर्टियमचे ते एक खास तत्त्व होते, *जी काय सेवा ग्राहकाला द्यायची आहे, ती मुकाट्याने द्या. कसलाही प्रश्न विचारू नका, काही मते देऊ नकाच की उपदेश करण्याच्या भानगडीत पडू नका.*

त्या अशिलाने आपले खांदे खाली केले आणि त्याने एक दीर्घ उच्छ्वास सोडला. तो म्हणाला, "थँक यू!"

"आणखी काही?" प्रोव्होस्तने त्याला विचारले. या अशिलापासून त्याला आता लवकर सुटका करून घ्यायची होती.

"होय, आणखी एक गोष्ट आहे." त्याने आपल्या खिशातून एक संगणकात घालण्याची लाल मेमरी स्टिक म्हणजे स्मृतिशलाका बाहेर काढून म्हटले, "ही एक व्हिडिओ फाइल आहे." प्रोव्होस्तच्या पुढ्यात ती ठेवीत त्याने पुढे म्हटले, "ही जगभरातील वृत्तवाहिन्यांकडे अपलोड होईल, असे पहा. सगळ्या वाहिन्यांवरून ती दाखवली गेली पाहिजे."

प्रोव्होस्तने त्या अशिलाकडे परत एकदा नीट पाहिले. कन्सोर्टियम नेहमी आपल्या अशिलांनी दिलेली माहिती, बातमी, व्हिडिओ चित्रण वृत्तवाहिन्यांकडे पोहोचवत असे. पण तरीही आता या अशा कामात काहीतरी विचित्र वेगळेपणा आहे हे त्याला जाणवले. "त्याच दिवशी ना?" प्रोव्होस्तने खूण केलेल्या तारखेकडे बोट करून विचारले.

"होय, नेमक्या त्याच दिवशी. थोडेही आधी नाही."

"समजले!" असे म्हणून प्रोव्होस्तने त्या मेमरी स्टिकला एक चिठ्ठी बांधली. त्या चिठ्ठीत त्याने योग्य त्या सूचना दिल्या होत्या. "तर मग हे ठरले!" असे म्हणून तो उठून उभा राहिला. त्याला आता ही भेट संपवायची होती.

पण त्याचा अशील तसाच खुर्चीत बसून राहिलेला होता. तो म्हणाला, "नाही! अजून एक शेवटची गोष्ट राहिली आहे."

ते ऐकून प्रोव्होस्त परत खाली बसला.

त्या हिरव्या डोळ्यांत आता मूर्तिमंत भीती उभी राहिलेली दिसली. ती भीती मृत्यूची जाणीव झाल्याने होती. तो अशील म्हणाला, "तुम्ही तो व्हिडिओ वृत्तवाहिन्यांना दिल्यावर मी एकदम एक प्रसिद्ध माणूस बनेन."

तुम्ही आधीच एक प्रसिद्ध माणूस आहात, प्रोव्होस्त मनात म्हणाला. या अशिलाने आत्तापर्यंत जे व्यावहारिक यश मिळवले होते, ते लक्षात घेऊन प्रोव्होस्तच्या मनात तसा विचार आला होता.

तो अशील म्हणाला, ‘‘तुम्हाला त्याचे काही श्रेय मिळायला हवे. तुम्ही पुरवलेल्या सेवेमुळे मी माझी अप्रतिम निर्मिती... एक कलात्मक गीतरचना करू शकलो. त्यामुळे संबंध जग बदलून जाणार आहे. तेव्हा यामध्ये तुम्ही एक भूमिका बजावलेली असल्याने तुम्हालाही गर्व वाटेल.’’

प्रोव्होस्त आता उतावीळ होत म्हणाला, ‘‘तुमची ती साहित्यकृती कोणतीही असो, पण तुम्हाला खासगीपणा आणि निवांतपणा मिळाल्याने तुमच्या हातून ती निर्मिती झाली.’’

‘‘तुमचे आभार मानण्यासाठी तुमचा निरोप घेताना मी एक भेट देण्यासाठी आणली आहे.’’ मग त्या गबाळ्या माणसाने आपल्या बॅगेतून एक पुस्तक काढले.

याच पुस्तकात या अशिलाची ती काव्यरचना असावी, असे प्रोव्होस्तला वाटले. त्यासाठी हा वर्षभर एकटा राहिला होता. त्याने विचारले, ‘‘तुम्ही हे पुस्तक लिहिले आहे?’’

‘‘नाही!’’ असे म्हणून त्याने भलामोठा ग्रंथ टेबलावर ठेवला आणि म्हणाला, ‘‘उलट हे पुस्तक *माझ्यासाठी* लिहिले गेले आहे.’’

प्रोव्होस्त कोड्यात पडला. त्याने त्या लठ्ठ ग्रंथाकडे पाहिले. त्याला असे वाटते आहे की, हे पुस्तक आपल्यासाठी लिहिलेले आहे?

तो ग्रंथ ही एक ऐतिहासिक साहित्यकृती होती... चौदाव्या शतकात ती लिहिली गेली होती.

मग त्या अशिलाने एक चमत्कारिक हसू चेहऱ्यावर आणीत प्रोव्होस्तला म्हटले, ‘‘वाचा! तुम्ही जरूर वाचा! मी जे जे काही केले आहे त्याचा बोध तुम्हाला त्यावरून होईल.’’

असे बोलून गबाळे कपडे घातलेला, विस्कटलेले केस असलेला तो माणूस उठला, ‘‘गुड बाय!’’ म्हणाला आणि एकदम तिथून निघाला. आपल्या ऑफिसच्या खिडकीतून प्रोव्होस्तने त्याला बाहेर उभे असलेले पाहिले. तो आपल्या हेलिकॉप्टरमध्ये जाऊन बसला. काही सेकंदांत हेलिकॉप्टर डेकवरून उचलले गेले आणि इटलीच्या किनाऱ्याकडे निघून गेले.

तो निघून गेल्यावर प्रोव्होस्तने टेबलावरील जाडजूड ग्रंथ उघडला. त्या ग्रंथाचे आवरण कातडी होते. ते उलटून त्याने ग्रंथाची सुरुवात वाचली. ते एक महाकाव्य होते. सर्व अक्षरे नक्षीदार वळणात आणि मोठ्या टाइपात छापलेली होती. पहिले पान हे संपूर्ण अशा अक्षरांनी व्यापलेले होते.

INFERNO

Midway upon the journey of our life
I found myself within a forest dark,
for the straight forward pathway has been lost.
(इन्फर्नो : आपल्या आयुष्याची वाटचाल करताना मध्येच एकदा माझ्या लक्षात आले की, मी एका गर्द जंगलातून जात आहे, कारण माझ्या समोरचा सरळ रस्ता हा हरवला होता.)

त्या पानाच्या समोरच्या पानावर त्या अशिलाने आपली सही करून स्वत: एक संदेश लिहून ठेवला होता:

माझ्या प्रिय मित्रा, मला माझ्या मार्गावर आणण्यासाठी तुम्ही मला जी मदत केली, त्याबद्दल मी आपला आभारी आहे.

सारे जगही आपले आभारी आहे.

हा काय प्रकार आहे ते प्रोव्होस्तला कळेना, पण तरीही तो बराच मजकूर वाचत पुढे गेला आणि शेवटी त्याने तो लठ्ठ ग्रंथ आपल्या बुक शेल्फवर ठेवला. या चमत्कारिक अशिलाच्या संबंधातून सुदैवाने लवकरच आपली सुटका होईल, या भावनेने त्याला थोडेसे हायसे वाटले. हे संबंध त्याचे ते शेवटचे काम केल्यावर *१४ दिवसांनी* संपणार होते. त्याने एक नजर त्याच्या कॅलेंडरवरील मोठे लाल रंगाचे गोल काढलेल्या तारखेकडे गेली.

नंतर येत गेलेल्या दिवसांमध्ये प्रोव्होस्तचा त्या अशिलाबद्दलचा अस्वस्थपणा सारखा वाढत गेला. तो अशील त्याची मन:स्थिती बिघडवणारा ठरला. तथापि प्रोव्होस्तच्या अंत:प्रेरणेनुसार त्याला जी काही संकटाची जाणीव झाली होती, तसे सुदैवाने काहीही घडले नाही.

पण त्या गोल खूण केलेल्या तारखेच्या आधी फ्लॉरेन्समध्ये काही संकटमालिका वेगाने घडू लागल्या. त्यामुळे प्रोव्होस्तपुढे आणीबाणी उभी राहिली. त्याने त्यावर मात करायचा प्रयत्न केला, पण सर्व घटना एवढ्या वेगाने घडत गेल्या की, त्याचे त्यावर नियंत्रण राहिले नाही. त्या आणीबाणीचा कळस झाला, जेव्हा 'बादिया मनोरा' चढून त्याचा अशील पार वरती टोकाशी पोचला तेव्हा.

शेवटी त्याने वरून उडी मारली... आणि मृत्यूला कवटाळले.

अशा प्रकारे प्रोव्होस्तच्या एका अशिलाचा अंत झाला. पण तरीही प्रोव्होस्त अशिलाच्या बाबतीत आपला शब्द खरा करणारा होता. त्याने मृताला दिलेले आश्वासन पुरे करण्याची तयारी ताबडतोब सुरू केली. त्याला मिळालेल्या सूचनांनुसार

अगदी अचूक वेळेला त्याने ती कृती केली.

कॅलेंडरवर वर्तुळ केलेल्या तारखेच्या आधी तसे करायचे नाही, ही अशिलाची अट त्याने पाळली.

अशिलाने दिलेल्या लिफाफ्यातील सूचनानुसार फ्लॉरेन्समधील बँकेच्या सेफ डिपॉझिट संबंधीचे कोड नंबर आणि जरुरीची माहिती त्याने वायेन्थाला दिली. त्यानुसार तिने त्या अशिलाचा सेफ डिपॉझिट व्हॉल्टमधील कप्पा जाऊन उघडला. पण त्यात ती सांगितलेली वस्तू नव्हती, अजिबात नव्हती. जेव्हा वायेन्थाने ही बातमी प्रोव्होस्तला दिली तेव्हा तो दचकला आणि खूप गंभीर झाला. त्या सेफ डिपॉझिट व्हॉल्टच्या कप्प्यातील सर्वकाही तिथून आधीच लांबवले गेले होते, बँकेच्या लोकांना संशय येऊन ते तिला थोपवून धरण्याच्या आत वायेन्था तिथून निसटली. असे दिसते की, त्या चंदेरी केसांच्या स्त्रीला त्या सेफ डिपॉझिट व्हॉल्टची माहिती कळली असावी आणि तिने आपला वशिला, प्रभाव वापरून त्यातील वस्तू हस्तगत केल्या असाव्यात. इतकेच नव्हे, तर यानंतर जो कोणी ते सेफ डिपॉझिट व्हॉल्ट उघडावयास येईल, त्याला अटक करण्यासाठी तिने वॉरंटही तयार करून ते बँकेला दिले होते.

यानंतर तीन दिवस झाले.

त्या अशिलाला ती वस्तू चंदेरी केसांच्या स्त्रीला देऊन तिचा सणसणीत अपमान करण्याची इच्छा होती. ती इच्छा त्याने बोलून दाखवली होती. प्रोव्होस्तला त्या अशिलाची ती सूचना आता त्याच्या कबरीमधून ऐकू येत आहे, असे वाटू लागले.

कधी नव्हे ते कन्सोर्टियममध्ये यामुळे खूप गडबड झाली होती. प्रोव्होस्तने आपले सर्व वशिले आणि ओळखी वापरून आपल्या अशिलासाठी खूप प्रयत्न केले. तसे करताना कन्सोर्टियमने अनेक मर्यादा ओलांडल्या होत्या. आता त्याचे दुष्परिणाम भोगणे क्रमप्राप्त होणार हेही त्याने ओळखले होते. प्रोव्होस्तच्या या संबंधातील सर्व कृती विस्कटल्या गेल्या आणि त्या उघड झाल्या.

त्याच्या कॅलेंडरवरील ते तारखेभोवतालचे लाल वर्तुळ त्याच्याकडे डोळे वटारून पहात असल्यासारखे त्याला दिसू लागले.

आता उद्या!

आयुष्यात प्रथमच त्याने नाइलाजाने टेबलावर ठेवलेली स्कॉच मद्याची बाटली उचलली. ते मद्य ग्लासात ओतले आणि एका घोटात सारे घशात रिकामे केले.

खालच्या डेकवर मदतनीस म्हणून काम करणाऱ्या नोल्टनने ती लाल रंगाची स्मृतिशलाका त्याच्या संगणकातून काढून टेबलावरती ठेवली. त्याने एक भलताच

चमत्कारिक व्हिडिओ आता पाहिला होता.

आणि तो व्हिडिओ अगदी अचूक नऊ मिनिटांचा होता.

त्याला आता एक वेगळाच अस्वस्थपणा जाणवू लागला. तो भयभीत झाला. त्याने उठून आपल्या छोट्या कक्षामध्ये येरझारा घालायला सुरुवात केली. असला हा विचित्र व्हिडिओ टीव्ही माध्यमांना पुरवावा की नाही, हे त्याला समजेना. त्यासाठी खरेतर प्रोव्होस्तनेच निर्णय घ्यायला हवा.

पण नोल्टनने स्वत:ला बजावले, आपण फक्त आपले काम करायचे. काहीही प्रश्न विचारायचे नाहीत की, काहीही मते व्यक्त करायची नाहीत.

त्याने मग आपल्या डोक्यातून हा व्हिडिओचा विषय काढून टाकला. आपल्या प्लॅनवर ठरलेली कामे पार पाडण्यासाठी त्याने खुणा केल्या. आता तो सर्व वृत्तवाहिन्यांना ती व्हिडिआ क्लिप पाठवणार होता, अपलोड करणार होता.

१८

फ्लॉरेन्स शहरातील सर्व रस्त्यांमध्ये व्हियाले निकोलो माचियाव्हेली' हा रस्ता फार प्रसिद्ध होता. अत्यंत रुंद असलेला हा रस्ता वळणावळणाने जात होता. त्याच्या दुतर्फा सुरेख झाडी होती, पानगळ होणारे वृक्ष होते, आकर्षक झुडपे होती. सायकलस्वार आणि फेरारी गाडी चालवणारे यांना हा रस्ता फार आवडत असे.

सिएना आपली तिचाकी 'ट्राइक' स्कूटर मोठ्या कौशल्याने या रस्त्यावरील प्रत्येक वळण पार करीत जात होती. दाट लोकवस्तीचा भाग त्यांनी केव्हाच मागे टाकला होता. आता ते एका स्वच्छ, वनराईने नटलेल्या अशा भागातून नदीच्या पश्चिमी तटाने पुढे जात होते. वाटेत एक छोटे चर्च त्यांनी ओलांडले. त्या चर्चच्या घड्याळात त्या वेळी सकाळचे आठ वाजल्याचे ठोके पडत होते.

लँग्डन नीट सावरून बसला. त्याच्या मनात डान्टेच्या इन्फर्नोमुळे गूढ आणि धूसर प्रतिमा निर्माण होत होत्या... त्या गूढ, मोहक आणि चंदेरी केसांच्या वृद्ध स्त्रीचा चेहरा त्याने व्हॅनमध्ये पाहिला होता. दोन जाडजूड सोल्जर्समध्ये तिला बसवलेले होते. तोही सारखा नजरेसमोर येऊन जात होता.

ती कोणीही असली तरी शेवटी तिला पकडले गेले आहे.

"तुम्ही ज्या स्त्रीला व्हॅनमध्ये पाहिले तीच तुमच्या स्वप्नात येत होती का?" सिएनाने वाहतुकीच्या आवाजावर वरताण करीत ओरडून त्याला विचारले.

"होय, अगदी शंभर टक्के!"

"याचा अर्थ तुम्ही गेल्या दोन दिवसांत तिला कुठेतरी भेटला असाल. फक्त प्रश्न असा आहे की, ती तुमच्या डोळ्यांसमोर सारखी का येते? ...आणि ती 'शोधा आणि सापडवा' असे का सांगत असते?"

यावर लँग्डन म्हणाला, "बरोबर आहे. पण या प्रश्नांचा मलाही उलगडा होत नाही. तिला भेटल्याचे मला आठवत नाही. पण मला तिचा चेहरा दिसतो खरा. मला आतून असे तीव्रतेने वाटते की, त्या स्त्रीला आपण मदत करावी."

व्हेरी सॉरी! व्हेरी सॉरी!!

लँग्डनला एकदम वाटू लागले की, आपण त्या स्त्रीला मदत न करू शकल्याबद्दल आपल्या मनात एक अपराधी भावना निर्माण झाली असावी. *अप्रत्यक्षपणे मी तिचा विश्वासघात केला काय?* या विचारामुळे त्याच्या पोटात त्याला कसेतरीच वाटू लागले.

लँग्डनला असेही वाटू लागले की, आपल्या या अशा वागण्यामुळे किंवा आपण स्मृती गमावल्यामुळे आपल्याकडचे एक बहुमोल शस्त्र आपण गमावले आहे. लँग्डनची स्मरणशक्ती हा त्याचा बालपणापासूनचा एक बौद्धिक ठेवा होता. त्यावर तो अनेकदा विसंबून असे. तो जे जे सभोवतालचे पाही त्यातील बारीकसारीक तपशील त्याच्या नेहमी लक्षात रहात असे. पण गेल्या दोन दिवसांतली स्मृती त्याने गमावल्याने त्याला पडलेले कोडे तो कसा उलगडणार होता? स्मृतिविना तसे करणे म्हणजे अंधारात रडारच्या मार्गदर्शनावाचून जमिनीवर आपले विमान उतरवण्याचा प्रयत्न करण्यासारखे होते.

सिएना म्हणाली, ''मला असे वाटते की, ते रहस्य सोडवण्यासाठी त्या नरकाच्या नकाशाचाच तुम्हाला एकमेव आधार उपलब्ध आहे. त्यात जे काही रहस्य दडलेले असेल... त्यासाठीच तुमचा पाठलाग होतो आहे, तुमची शिकार केली जात आहे.''

लँग्डन आता CATROVACER या गूढ शब्दावर विचार करू लागला. तो शब्द त्या वळवळणाऱ्या प्रेतांवर उमटवलेला होता. चित्रात ते व्यवस्थित दाखवले होते.

अचानक लँग्डनच्या डोक्यात एक विचार उगवला.

मला फ्लॉरेन्समध्ये जाग आली.

फ्लॉरेन्स शहराखेरीज दुसरे जगातील कोणतेही शहर डान्टेशी निगडित नाही. याच शहरात डान्टे जन्माला आला, याच शहरात तो लहानाचा मोठा झाला, तसेच एका दंतकथेनुसार तो या बिॲट्रिस हिच्या प्रेमात पडला होता. मग त्याला कठोरपणे या शहरातून हद्दपार करण्यात आले. नंतर तो कित्येक वर्षे संबंध इटलीभर आपल्या घराची आठवण काढीत भटकत राहिला.

'तुझे ज्या ज्या गोष्टींवर प्रेम आहे त्या तुला सोडून द्याव्या लागतील, त्यांचा त्याग करावा लागेल.' डान्टेने त्याच्या हद्दपारीच्या काळात असे लिहून ठेवले होते. *हद्दपारीच्या शिक्षेच्या धनुष्यातून निघालेला हा पहिला बाण असतो.*

Paradiso या दुसऱ्या महाकाव्यातील सतराव्या अध्यायातली शब्दांची आठवण काढीत असताना त्याने उजवीकडे ॲरो नदीकडे पाहिले. पलीकडे फ्लॉरेन्स शहरातील जुन्या इमारतीचे कळस दिसत होते. या जुन्या ऐतिहासिक शहरातील पर्यटकांची कमालीची वर्दळ, गर्दी, गडबड, गोंधळ, शहराभोवतालून जाणाऱ्या

अरुंद रस्त्यावरील वाहतूक आणि तिचा गोंगाट हे नजरेसमोर आले. पुरातन मोठी चर्चेस, संग्रहालये, छोटी चर्चेस आणि शॉपिंग सेन्टर्स यांच्या भोवतीच ते अरुंद रस्ते होते. आपण सिएनासह ही तिचाकी स्कूटर सोडून त्या गर्दीत जाऊन मिसळलो, तर गर्दीच्या महापुरात अदृश्य होऊन जाऊ.

म्हणून लँग्डन तिला म्हणाला, "आपण शहराच्या जुन्या भागात जाऊ. तिथे कदाचित या रहस्याची उत्तरे मिळतील, असे वाटते. कारण जुने फ्लॉरेन्स हेच डान्टेचे सारे जग होते."

तिने मान हालवून त्याला होकार दिला आणि त्याला म्हटले, "होय, शिवाय तिथे जास्त सुरक्षितता लाभेल. लपण्यासाठी तिथे अनेक जागा आहेत. आपण आता 'पोर्टा रोमाना' या भागाकडे जाऊ आणि नदी ओलांडू."

नदीचा उल्लेख होताच लँग्डनला डान्टेने त्याच्या काव्यात नरकाकडे केलेला प्रवास आठवला आणि थोडी भीती वाटली. नदी ओलांडून नरकाच्या दिशेने प्रवास चालू होता, असे काव्यात दाखवले होते.

सिएनाने ॲक्सिलरेटर वाढवला. जसजसा आजूबाजूचा परिसर ते वेगाने मागे टाकू लागले, तसतसा लँग्डन नरकामधली दृश्ये आठवू लागला. मृत जीवात्मे आणि मरत असलेले जीवात्मे त्याला दिसू लागले. ते तिथले खणलेले १० चर, तो प्लेगचा डॉक्टर आणि तो चमत्कारिक शब्द CATROVACER त्याला आठवले. तसेच त्याला चित्रातील सहीच्या जागी लिहिलेला मजकूरही आठवला. *फक्त मृत्यूच्या नजरेतूनच तुम्हाला सत्याचे दर्शन होऊ शकते,* ही ओळ डान्टेच्या लिखाणातील आहे का?

मला तसे वाटत नाही.

डान्टेचे सर्व लिखाण लँग्डनला चांगलेच परिचित होते आणि ते बहुतांशी आठवत होते. कलेच्या इतिहासातील तज्ज्ञ असल्याने, तसेच चिन्हशास्त्रातील एक अध्वर्यू असल्याने तो डान्टेच्या वर्णनातील अनेक चिन्हांचा अर्थ लावू शकत असे. दोन वर्षांपूर्वी तर त्याने नेमक्या याच विषयावर एक व्याख्यान दिले होते. व्याख्यानाचा विषय होता :

'स्वर्गीय डान्टेने उल्लेखलेली नरकाची चिन्हे.'

डान्टे अलिएघिरी याने इतिहासात प्रतिमांचा एक पंथ सुरू करून दिला होता, असे म्हटले तरी चालेल. त्यामुळे डान्टेच्या लिखाणावर आधारित जगात अनेक मंडळे स्थापन झाली. त्यातले अमेरिकेतील सर्वांत जुने मंडळ १८८१मध्ये मॅसॅच्युसेट्स राज्यातील केंब्रिज या गावी स्थापन झाले होते. ते स्थापन केले होते, त्यावेळच्या एका कवीने. त्याने आपले नाव घेतले होते, 'हेन्री वर्ड्स्वर्थ लाँगफलो' यानेच प्रथम डान्टेचे महाकाव्य 'द डिव्हाइन कॉमेडी' या नावाने इंग्रजीत अनुवादित केले.

आजपर्यंत हा अनुवाद सर्व विद्वान खूप मानीत आले आहेत.

डान्टेच्या साहित्याचा एक विद्यार्थी म्हणून लँग्डनला या विषयावर व्याख्याने देण्यासाठी अनेक मंडळांकडून बोलावणी यायची. युरोपच्या व्हिएन्ना शहरातील असेच एक मंडळ डान्टेच्या नावाने चालवले जात होते. त्या मंडळाने एक समारंभ आयोजित करून तो 'व्हिएन्तीज ॲकॅडमी ऑफ सायन्सेस'च्या दोन हजार आसन क्षमता असलेल्या भव्य प्रेक्षागृहात ठेवला होता. त्या मंडळाचा एका हितचिंतक हा त्या मंडळाचाच एक सभासद आणि श्रीमंत शास्त्रज्ञ होता. त्या ठिकाणी लँग्डनचे व्याख्यान होणार होते.

लँग्डन त्या समारंभाला हजर राहण्यासाठी गेला असता त्याचे स्वागत परिषदेच्या संचालकाने केले आणि त्याला हाताला धरून आत नेले. लॉबीतून जाताना एका भिंतीच्या मागे मोठमोठ्या अक्षरांत लिहिले होते : WHAT IF GOD WAS WRONG? देवच चुकला असेल तर काय?

न रहावून लँग्डनने त्याबद्दल विचारले असता त्याला त्या संचालकाने कुजबुजत उत्तर दिले, "हे लुकास ट्रोबर्ग याने लिहिलेले आहे. आमचा अगदी नवीन चित्रकार आहे तो. तुम्हाला याबद्दल काय वाटते?"

तो राक्षसी आकाराचा मजकूर वाचल्यावर त्यावर काय बोलावे, हे लँग्डनला सुचेना. तो एवढेच म्हणाला, "अंऽऽ... त्या अक्षरांचे ब्रशस्ट्रोक्स हे जादा वाटतात, पण त्याला जे काही व्यक्त करायचे आहे, त्यावर त्याची पकड नसावी, असे वाटते."

लँग्डनने दिलेले हे एक ढोबळ उत्तर होते. ते संचालकाला कळले नाही. त्याने गोंधळून लँग्डनकडे पाहिले. श्रोते मंडळींशी लवकरच आपला चांगला संपर्क साधला जाईल, अशी त्याने आशा केली.

जेव्हा तो मंचावर अखेर चढला तेव्हा सर्व श्रोत्यांनी उभे राहून टाळ्यांच्या कडकडाटात त्याचे स्वागत केले.

लँग्डनने बोलण्यास सुरुवात केली. त्याचा आवाज लाउड स्पीकरमधून घुमू लागला. तो म्हणाला, "सभ्य स्त्री-पुरुषहो...!"

"मला असे सांगण्यात आले होते की, आजच्या श्रोते मंडळीत नुसतेच डान्टे मंडळाचे सभासद नसून बरेच शास्त्रज्ञ आणि विद्यार्थी आहेत. त्यांना प्रथमच डान्टेच्या कार्याचे दर्शन आता होईल. म्हणून जे कोणी मध्ययुगीन काळातील इटालियन महाकाव्याचा अभ्यास करण्यात गढून गेले असतील, त्यांच्यासाठी मी प्रथम डान्टेच्या कार्याचे, त्याच्या जीवनाचे आणि तो इतिहासातील एक प्रभावशाली कवी का मानला जातो, याचा एक झटपट आढावा प्रथम घेतो."

पुन्हा एकदा टाळ्यांचा कडकडाट झाला.

मग हातातल्या एका छोट्या रिमोट कंट्रोलच्या साहाय्याने लँग्डनने पडद्यावर डान्टेच्या काही प्रतिमा एका मागोमाग आणल्या. प्रथम दारात उभ्या असलेल्या आणि हातात तत्त्वज्ञानावरचे एक पुस्तक घेतलेल्या डान्टेचे चित्र दाखवले गेले.

लँग्डन बोलू लागला, ''डान्टे आलिघिरी हा फ्लॉरेन्समधला एक लेखक आणि तत्त्ववेत्ता १२६५ ते १३२१ या कालखंडात होऊन गेला. या चित्रात त्याच्या डोक्यावर एक खास कॅप्युसिओ म्हणजे लाल टोपी दाखवली आहे. ती टोपी डोक्याला अगदी घट्ट बसते. त्या टोपीचे खाली लोंबणारे भाग दोन्ही कानांवर येऊन बसतात. त्याच्या अंगातही एक लाल रंगाचा झगा दाखवलेला आहे. डान्टेची हीच प्रतिमा अथवा चित्र जगभर प्रसिद्ध आहे.''

मग एका मागोमाग एकेक स्लाइड पडद्यावर आणीत बॉटिसेली याने काढलेले डान्टेचे पोर्ट्रेट त्याने पडद्यावर आणले. युफिझी गॅलरीत हे चित्र कायमस्वरूपी प्रदर्शित झालेले आहे. या चित्रात डान्टेच्या चेहऱ्याची वैशिष्ट्ये ठळक दाखवलेली होती. विशेषत: त्याचा मोठा जबडा आणि चोचीसारखे बाकदार नाक नीट चितारलेले होते. ''इथे डान्टेच्या चेहऱ्याची सर्व वैशिष्ट्ये चित्रात व्यवस्थित उतरवलेली आहेत. पण या चित्रात बॉटिसेलीने डान्टेच्या लाल टोपीला एक छोटी फुलांची माळ लटकताना दाखवली आहे. याचा अर्थ डान्टेची ती टोपी तो एक तज्ज्ञ व्यक्ती आहे, महान कवी आहे, हे दर्शवते आहे. प्राचीन ग्रीकांमध्ये तशी पद्धत होती. तीच बॉटिसेलीने उचलून इथे वापरली. आजमितीलाही एखाद्या कवीचा किंवा नोबेल विजेत्याचा सन्मान करायचा असेल, तर अशी फूलमाला त्याच्या टोपीला लावली जाते.''

लँग्डनने डान्टेची अशी बरीच चित्रे यानंतर दाखवली. तो म्हणाला, ''आणि डान्टेची प्रतिमा तुमच्या मनात पक्की करण्यासाठी हा एक पुतळा पहा. पियाझ्झा दी सान्ता क्रोसे इथे असलेल्या या पुतळ्याचे हे चित्र आहे... आणि त्यानंतरचे हे डान्टेचे चित्र बर्जेलो येथील चर्चमधील भित्तिचित्राचे आहे.''

ते चित्र तसेच पडद्यावर राहू देत लँग्डन आता रंगमंचाच्या मध्यभागी जाऊन उभा राहिला.

तो बोलू लागला, ''उत्कृष्ट साहित्याच्या जगातील स्मारकांमध्ये डान्टे हा वरच्या श्रेणीतला आहे, यात तुमच्या मनात संशय नसेलच. त्याच्या 'द डिव्हाइन कॉमेडी' या साहित्यकृतीत त्याने नरकात जाऊन तिथली पहाणी केली त्याचे हुबेहूब वाटणारे चित्रण केले आहे. त्यानंतर तो पापक्षालनाच्या प्रक्रियेतून जातो आणि सरतेशेवटी तो स्वर्गारोहण करून परमेश्वराशी संवाद साधण्यासाठी त्याच्याकडे कसा जातो, ते त्याने सांगितले आहे. आताच्या आधुनिक मापदंडानुसार पाहिले, तर हे काव्य कॉमेडी किंवा सुखांतिका ठरत नाही. दुसऱ्या काही वेगळ्याच कारणासाठी

त्याला 'कॉमेडी' म्हटले जाते. चौदाव्या शतकात इटालियन साहित्याचे गरजेपोटी दोन भाग पाडले गेले : पहिला भाग म्हणजे शोकांतिका. यात सारे उच्च दर्जाचे साहित्य अंतर्भूत केले जायचे आणि ते अधिकृत इटालियन भाषेत लिहिले जायचे; तर सुखांतिका या प्रकारात खालच्या पातळीवरचे साहित्य हे जराशा बोलीभाषेत आणि लोकप्रियता मिळवण्यासाठी लिहिलेले असायचे."

लँग्डनने पुढची स्लाइड पडद्यावर आणली. ते एक मायकेल अँन्जेलो याने काढलेले तैलचित्र होते. त्या चित्रात डान्टे हा फ्लॉरेन्सच्या वेशीच्या भिंतीला लागून उभा होता आणि त्याने हातात 'द डिव्हाइन कॉमेडी' हे पुस्तक धरलेले दाखवले होते. पार्श्वभूमीवर पापक्षालनाच्या डोंगराचे पठार होते. तो डोंगर नरकाच्या प्रवेशद्वाराच्या खूप वर होता. हे रंगीत तैलचित्र फ्लॉरेन्सच्या 'सान्टा मारिया डेल फिओरे' यालाच 'डल डुमो' असेही म्हणतात. या कॅथेड्रलमध्ये टांगलेले आहे.

लँग्डन पुढे सांगू लागला, "तुम्ही आता चित्राच्या मथळ्यावरून तर्क केला असेलच की, 'द डिव्हाइन कॉमेडी' हे बोलीभाषेत लिहिलेले आहे. पण तरीही या साहित्यात धर्म, इतिहास, राजकारण, तत्त्वज्ञान आणि सामाजिक पहाणी यांचा एक हृदयसंगम झालेला आहे. डान्टेचे लिखाण हा इटालियन संस्कृतीचा एक आधारस्तंभ बनला आहे. तसेच त्याची लिहिण्याची शैली ही आधुनिक इटालियन भाषेपेक्षा कमी पडत नाही."

नंतर लँग्डन आपल्या बोलण्याचा परिणाम साधण्यासाठी क्षणभर थांबला. मग तो हळू आवाजात म्हणू लागला, "माझ्या मित्रांनो, डान्टे अलिएघिरी याच्या लिखाणाच्या प्रभावाची स्तुती करता यावी, तेवढी थोडीच आहे. ख्रिश्चन पुराणे सोडली, तर संबंध इतिहासात अशा कलाकृतीशी तुलना होऊ शकेल अशी कला, संगीत किंवा साहित्य या क्षेत्रांत कुठेच एवढी भव्य, दिव्य आणि उत्कृष्ट रचना झाली नाही की ज्यामुळे एवढी स्फूर्ती, अनुकरण आणि त्यावर भाष्य 'द डिव्हाइन कॉमेडी' तेवढे झालेले असेल."

मग लँग्डनने सुप्रसिद्ध संगीत रचनाकार, कलाकार आणि लेखक यांची यादी सादर केली. "या व्यक्तींनी डान्टेच्या महाकाव्याच्या आधारावर आपली निर्मिती केली आणि डान्टेला सरळ सरळ त्याचे श्रेय दिले आहे." मग सर्व श्रोतृवर्गावर आपली नजर फिरवून तो म्हणाला, "तेव्हा मला सांगा, आत्ता आपल्यामध्ये कोणी लेखक आहेत का?"

त्याच्या या प्रश्नाला उत्तर देण्यासाठी श्रोत्यांमधील अनेकांचे हात वर गेले. ती संख्या पाहून लँग्डनला धक्काच बसला. कारण जवळ जवळ एकतृतीयांश प्रेक्षक हे लेखक वर्गातील होते. *वाऽ! हा आत्ताचा श्रोतृवर्ग पृथ्वीवरील सर्वांत मोठा प्रतिभासंपन्न श्रोत्यांचा असेल किंवा 'ई-पब्लिशिंग'चा हा परिणाम असू शकेल.*

"वेल! तुम्हा सर्व लेखकांना ठाऊक आहे की, प्रत्येकाला आपल्या पुस्तकाच्या शेवटच्या मलपृष्ठावरील 'प्रशंसे'चा मजकूर किती प्रिय वाटत असतो. जेव्हा कोणीतरी एखादी अधिकारी व्यक्ती तुमच्या पुस्तकाबद्दल एखादे रसग्रहण करणारे नेमके वाक्य लिहिते की, वाचकाला ते वाचून पुस्तक विकत घ्यावेसे वाटते. मध्ययुगीन काळातही शेवटच्या मलपृष्ठावर पुस्तकाची भलावण करणारा मजकूर असायचा. डान्टेच्या लिखाणावर असा छोटा, एकेका ओळीचा रसग्रहणात्मक मजकूर त्या वेळीही आला होता."

मग लँग्डनने पुढची स्लाइड पडद्यावर आणली आणि म्हटले, "ही एक अशी स्लाइड बघा."

'याच्यापेक्षा अधिक महान व्यक्ती या भूतलावर कधीच अवतरली नाही.'
– मायकेल अ‍ॅन्जेलो.

श्रोत्यांमधून हलक्या आवाजातील बोलण्याची एक लाट पसरली.

लँग्डन बोलू लागला, "होय, तोच तो व्हॅटिकन सिटीमधील सिस्टिन चॅपेलमधील चित्रांचा आणि 'डेव्हिड' या शिल्पाचा कर्ता मायकेल अ‍ॅन्जेलो. तो एक महान चित्रकार, शिल्पकार, ३०० कवितांचा कवी होता. त्याच्या एका कवितेचे नाव तर 'डान्टे' असेच होते. डान्टेच्या नरकाच्या कल्पनेवरूनच मायकेलॅन्जेलोने स्फूर्ती घेऊन आपले गाजलेले 'लास्ट जजमेंट' हे चित्र निर्माण केले होते. ते चित्र त्याने डान्टेला अर्पणही केले होते. तुमचा यावर विश्वास बसत नसेल, तर डान्टेच्या 'इन्फर्नो' काव्यातील तिसरा अध्याय वाचा आणि नंतर सिस्टिन चॅपेलमध्ये जाऊन तिथल्या वेदीच्या वर लावलेले मायकेल अ‍ॅन्जेलोचे चित्र पहा. तेव्हा त्यातील प्रतिमा मग तुम्हाला त्या काव्यातील वाटू लागतील."

लँग्डनने पुढच्या स्लाइड्स पडद्यावर आणायला सुरुवात केली. त्या चित्रातील तपशील दचकवून टाकणारा होता. एक पीळदार स्नायू असलेला धिप्पाड राक्षसी माणूस भयभीत झालेल्या दुःखी आणि पापी जीवांकडे पाण्यातून चालत जात आहे, असे दृश्य होते. लँग्डन पुढे म्हणाला, "या नरकातील नावाड्याचे नाव 'चरॉन' आहे. तो आपल्याकडे भरकटत येणाऱ्या प्रवाशांवर एका राक्षसी वल्ह्याने तडाखे देत आहे, असे ते चित्र आहे."

आता त्याने पुढची स्लाइड दाखवली. ती मायकेल अ‍ॅन्जेलोच्या 'लास्ट जजमेंट' या चित्राची होती. त्यात एकाला क्रूसावर चढवले जात असल्याचे दृश्य होते. "हा 'हमान द अगॅगिट' आहे, त्याला फाशीची शिक्षा झालेली आहे. पण डान्टेच्या काव्यात त्याऐवजी त्याला फाशीच्या क्रूसावर चढवण्यात आलेले आहे.

सिस्टिन चॅपेलमधल्या चित्रानुसार मायकेल ॲन्जेलोने बायबलऐवजी डान्टेचे काव्यच प्रमाणभूत मानलेले आहे." मग लँग्डन हसून खालच्या आवाजात श्रोत्यांना म्हणाला, "पण ही गोष्ट तुम्ही पोपला सांगू नका हं!"

श्रोतृवर्गात हास्याची एक लाट पसरली.

"डान्टेच्या इन्फर्नो या खंडकाव्यामुळे मानवी कल्पनेच्या पलीकडे असलेल्या वेदना, यातना आणि दुःखे यांच्या जगाची निर्मिती झाली. आपल्या आधुनिक दृष्टीतून नरकाची कल्पना कशी असेल, हेही त्याने अक्षरशः दाखवून दिले आहे." मग थोडे थांबून लँग्डन पुढे म्हणाला, "आणि माझ्यावर विश्वास ठेवा की, सनातनी कॅथॉलिक चर्चने, डान्टेचे आभार मानायला हवे, असे माझे मत आहे. कारण त्यामुळेच माणसे घाबरून चर्चकडे वळू लागली, धार्मिक बनू लागली. डान्टेच्या इन्फर्नो काव्यामुळे अनेक शतके पापभीरू माणसे भयभीत झालेली होती. त्यामुळे चर्चमधली त्यांची उपस्थिती तिपटीने वाढली."

लँग्डनने पुढची स्लाइड पडद्यावर आणली. "आता हे एक असे कारण आहे की, ज्यामुळे आज आपण सगळे इथे एकत्र आलो आहोत." पडद्यावर आजच्या व्याख्यानाच्या विषयाची अक्षरे उमटली. *स्वर्गीय डान्टेने उल्लेखलेली नरकाची चिन्हे.*

"डान्टेने नरकाचे केलेले वर्णन, तिथली जागा, आसमंत हे सगळे एवढे असंख्य चिन्हे आणि प्रतिमा यांनी भरलेले आहे की, मी अनेकदा केवळ यावरच विद्यापीठात एका संपूर्ण सत्राचा अभ्यासक्रम घेतो. आज रात्री, मला वाटते की, डान्टेने वर्णिलेली ती सर्व चिन्हे तुम्हाला दाखवावीत आणि आपण नरकात अप्रत्यक्षपणे जाऊन त्या चिन्हांच्या बाजूबाजूने जात रहावे."

मग लँग्डन रंगमंचाच्या एका कडेला गेला आणि समोरच्या गर्दीचे निरीक्षण करू लागला. "जर आता आपल्याला नरकात शिरून एक धावती पहाणी करायची असेल, तर त्यासाठी मी एका नकाशाची तुम्हाला शिफारस करेन. हा आवश्यक असलेला नकाशा चित्रकार बॉटिसेली याने अचूकरीत्या केलेला असून तो अगदी परिपूर्ण आहे. याच्यापेक्षा दुसरे कोणतेही चित्र आपल्याला नरकाची व्यवस्थित कल्पना देऊ शकणार नाही."

मग त्याने रिमोटचे एक बटण दाबून त्या नकाशाचे बॉटिसेलीने काढलेले चित्र पडद्यावर आणले. नरसाळ्याच्या आकाराची ती नरकाची गर्ता पाहून अनेकांनी भयाने उद्गार काढले, आवाज केले. बऱ्याच जणांना त्या दृश्याचा धक्का बसला.

"बॉटिसेली हा इतर चित्रकारांसारखा नव्हता. त्याने डान्टेला जे काही म्हणावयाचे होते, त्याचे बारकाईने तपशीलवार चित्रण आपल्या चित्रात केले. त्यासाठी डान्टेच्या महाकाव्याचे वाचन खूप काळ तो करीत होता. याबद्दल आर्ट हिस्ट्रीतला तज्ज्ञ

गिऑर्गिओ व्हेसारी म्हणतो की, बॉटिसेली याला डान्टेचे एवढे आकर्षण होते की, त्यामुळे त्याला जीवन जगण्यात गंभीर अडथळे आणि अडचणी येऊ लागल्या. डान्टेच्या लिखाणांच्या संदर्भात बॉटिसेली याने दोन डझन चित्रे निर्माण केली. पण त्या सर्व चित्रात हे 'नरकाचा नकाशा' चित्र फार गाजलेले.''

मग त्याने चित्राच्या वरच्या डाव्या कोपऱ्याकडे पॉइंटरने निर्देश करीत म्हटले, ''आपला प्रवास इथून सुरू होईल... ही जमिनीच्या पृष्ठभागावरची जागा आहे. इथे तुम्हाला डान्टे हा लाल रंगाच्या पोषाखात दाखवलेला आहे. त्याच्या बरोबर त्याची मार्गदर्शक देवता व्हर्जिल ही आहे. ते दोघेही नरकाच्या प्रवेशद्वारापाशी उभे आहेत. आत शिरल्यावर आपणाला भूमिगत असलेल्या नरकाकडे जायचे आहे. तिथे एकाखाली एक नऊ पातळ्यांवर नरक विस्तारलेला आहे. अखेर आपण सरळ सैतानासमोर जाऊन उभे रहातो...!''

लँग्डनने चट्कन पुढची स्लाइड आणली. त्यात चित्रामध्ये दाखवलेल्या सैतानाचे चित्र मोठे करून पडद्यावर आणले होते. तो एक भयानक तीन डोक्यांचा सैतान होता आणि तो एका वेळी तीन वेगवेगळ्या माणसांना आपल्या तोंडाने खाऊन टाकीत होता.

श्रोतृवर्गातून एकदम एक सामूहिक भयोद्गार उमटला!

''पुढे आपण या सैतानाला पहाणार आहोत. पण आत्ता त्याकडे आपण एक नुसताच दृष्टिक्षेप टाकत आहोत.'' लँग्डन सांगत गेला, ''याच्यापाशी आपला नरकातला प्रवास शेवटी संपणार आहे. हा सैतान पाताळातील गर्तेत सर्वांत तळाशी, नवव्या पातळीवरती रहात असतो. तथापि – '' असे म्हणून लँग्डन क्षणभर थांबला आणि पुढे बोलू लागला, ''तिथे पाहोचेपर्यंत तुमचे निम्मे मनोरंजन होईल. पण तोपर्यंत आपण जरा मागे जाऊन, नरकाच्या प्रवेशद्वारापाशी येऊ या. इथूनच आपला नरकाच्या गर्तेत जाण्याचा प्रवास सुरू होतो.''

मग लँग्डनने पुढची स्लाइड पडद्यावर आणली. त्या चित्रात एका अंधाऱ्या बोगद्यात शिरणारे प्रवेशद्वार होते. ते प्रवेशद्वार एका कड्यामध्ये खोदून काढलेले होते. त्या प्रवेशद्वारावर एक ओळ ठळक अक्षरांत कोरलेली होती :

'आत शिरणाऱ्यांनी आपल्या सर्व आशा सोडून द्याव्यात.'

''तर मग...'' लँग्डन स्मित करीत म्हणाला, ''जायचे ना आता आतमध्ये?''

रस्त्यावर कुठेतरी टायर्स घासत गेल्याचा मोठ्याने चिर्रऽ चिर्रऽ आवाज आला. त्याचा तोल एकदम पुढे गेला आणि तो सिएनाच्या पाठीवर जाऊन आदळला. तिची तिचाकी स्कूटर धडधडत पुढे जाऊन थांबली.

लँग्डन भानावर येऊ लागला. त्याच्या मनात अजूनही ते नरकाचे प्रवेशद्वार घुटमळत होते. पूर्ण भानावर आल्यावर आपण कुठे आहोत, हे त्याने पाहिले.

“काय झाले आहे तरी काय?” त्याने विचारले.

सिएनाने हजारएक फूट अंतरावर असलेल्या ‘पोर्टा रोमाना’ या जुन्या भागाकडे बोट केले. तिथे एक प्राचीन दगडी वेशीची कमान उभी होती. जुन्या फ्लॉरेन्सचे ते प्रवेशद्वार होते. ती म्हणाली, “रॉबर्ट, आपल्यासमोर एक अडचण उभी राहिली आहे.”

१९

सिएनाच्या छोट्या सदनिकेत ब्रूडर हा एजंट उभा होता. जे काही त्याला दिसत होते, त्यातून तो काही अर्थ शोधू पहात होता. काही सुगावा लागतो आहे का, हे बघत होता. *इथे नेमके कोण रहाते?* त्या खोलीत फारशी सजावट केलेली नव्हती. एखाद्या कॉलेजच्या विद्यार्थ्यांच्या खोलीत जसा पैशांअभावी झालेला पसारा असतो तसाच प्रकार होता.

ब्रूडरला त्याच्या माणसाने बाहेरच्या खोलीतून हाक मारली आणि म्हटले, ''इकडे येऊन प्लीज हे बघा!''

ब्रूडरने तिथे जाऊन ते पाहिले. तो विचार करीत होता की, स्थानिक पोलिसांनी अजून लँग्डनला पकडून ठेवले आहे की नाही? ब्रूडरला हे सारे प्रकरण 'चार भिंतीमध्ये' सोडवता आले, तर हवे होते. पण लँग्डनच्या पलायनामुळे त्याच्यापुढे काहीच पर्याय उरला नाही. शेवटी त्याला स्थानिक पोलिसांची मदत घेऊन रस्त्यावर अडथळे उभे करून लँग्डनचा शोध सुरू करावा लागला. कारण शहरातील गल्ली-कॉरिडॉरांच्या गुंत्यातून चपळाईने पळून जाणाऱ्या मोटरसायकलस्वाराला किंवा स्कूटरस्वाराला अडवणे ब्रूडरच्या संघटनेच्या व्हॅनला जमणारे नव्हते. त्या व्हॅन अतिभक्कम असल्याने अवजड होत्या. खिडक्यांना जाड पॉलिकार्बोनेटच्या काचा होत्या, पंक्चर न होणारे टायर्स होते. यामुळे त्यांच्या व्हॅन्स अभेद्य बनल्या असल्या तरी, वेगात कमी पडत होत्या, पाठलागात लोढणेच ठरत होत्या. पण ब्रूडरच्या संघटनेचा जबरदस्त वशिला पोलीस, राजदूत, राजदूतांची ऑफिसेस इथे होता. त्यामुळे संघटनेचा रुबाब *'जेव्हा आम्ही मागणी करू तेव्हा कोणीही आम्हाला उलट प्रश्न करण्याचे धाडस करीत नाही'*, अशा वाक्याने व्यक्त केला जाई.

ब्रूडर बाहेरच्या खोलीत आला तेव्हा त्याचा माणूस हातात पातळ रबराचे मोजे घालून तिथला एक लॅपटॉप उघडून त्यावर काहीतरी टाइप करीत होता. तो म्हणाला, ''त्याने हाच लॅपटॉप वापरला होता. इथूनच त्याने ई-मेल केला होता आणि काही शोध चालवला होता. त्या फाइल्स त्याने अजून उडवल्या नाहीत,

दडवलेल्या आहेत.''

ब्रूडर लॅपटॉप ठेवलेल्या टेबलाकडे सरकला.

तो तंत्रज्ञ सांगत होता, ''पण हा लॅपटॉप लँग्डन यांचा असेल, असे वाटत नाही. तो कोणातरी SC नावाची आद्याक्षरे असलेल्या व्यक्तीच्या मालकीचा आहे. लवकरच मला खरे नाव काय आहे, ते समजेल.''

ब्रूडर वाट पाहू लागला. त्याची नजर टेबलावरच्या कागदपत्रांच्या चळतीकडे गेली. त्याने ती चळत उचलली, आणि कुठेही आपली बोटे खुपसून तो कागदपत्रे चाळू लागला. त्याला लंडन ग्लोब थिएटरचे एक तिकीट सापडले, वृत्तपत्रांची काही कात्रणे सापडली. तो ती वाचत गेला. जसजसा तो वाचत गेला तसतसे त्याचे डोळे विस्फारत गेले.

ती कागदपत्रांची चळत हातात घेऊन तो परत हॉलमध्ये आला आणि आपल्या वरिष्ठाला फोन लावला. तो फोनवर त्याला म्हणाला, ''लँग्डनला मदत करणारी जी कोणी व्यक्ती आहे, तिची ओळख पटणे आता शक्य झाले आहे.''

''कोण आहे ती व्यक्ती?'' वरिष्ठाने विचारले.

यावर ब्रूडरने सावकाश श्वास सोडत म्हटले, ''मी ते सांगितले, तर तुमचा त्यावर विश्वास बसणार नाही.''

तिथून दोन मैलांवर वायेन्था आपल्या बीएमडब्ल्यू मोटरसायकलवरून चालली होती. समोरून सायरन वाजवत येणाऱ्या पोलिसांच्या गाड्या तिला ओलांडून पुढे जात होत्या.

शेवटी त्यांनी मला काढून टाकले, माझा त्याग केला.

तिच्या त्या फोर-स्ट्रोक इंजिनाची हळुवार कंपने तिला नेहमी शांत करीत असत. पण आज तसे काही होत नव्हते.

कन्सोर्टियम संघटनेसाठी गेली १२ वर्षे वायेन्था कामे करीत होती. प्रत्यक्ष जागेवर मदत करण्याच्या – 'ग्राउंड सपोर्ट' या सुरुवातीच्या पदावरून ती 'व्यूहरचना समन्वयक' या पदाला पोहोचून आणखी वर चढत-चढत फील्ड एजंट झाली होती. *'माझी नोकरीतील प्रगती हीच माझी संपत्ती आहे,'* असे ती मनात म्हणत असे. फील्ड एजंट झाल्यावर मग आयुष्य गुप्ततेत राहून काढावे लागते, प्रवास करावे लागतात आणि मोठमोठ्या मोहिमा अंगावर पेलाव्या लागतात. त्यामुळे कोणाशीही फारसे संबंध राखता येत नाही की कोणात मिसळता येत नाही.

'मी एक वर्षापूर्वी याच मोहिमेवर होते,' असे तिच्या मनात आले. त्यामुळे आपल्याला प्रोव्होस्तने अचानक काढून टाकले, यावर तिचा अजूनही विश्वास बसत नव्हता.

गेले १२ महिने वायेन्था ही कन्सोर्टियमच्या एका चमत्कारिक अशिलाला मदत करीत आलेली होती. तो अशील उंच होता आणि त्याचे डोळे वैशिष्ट्यपूर्ण हिरवे होते. त्याला फक्त काही काळ 'नाहीसे' व्हायचे होते. म्हणजे त्याला त्याच्या शत्रूपासून आणि स्पर्धकांपासून त्रास न होता आपले काम शांतपणे करता आले असते. तो क्वचितच प्रवास करीत असे आणि तेही गुपचूपपणे. तो सतत एका कामात मग्न असे. तो कोणते काम करतो, त्याच्या कामाचे काय स्वरूप आहे, हे वायेन्थाला ठाऊक नव्हते. जी कोणी सामर्थ्यवान माणसे त्याला शोधीत होती, त्यांच्यापासून त्याला लपवायचे एवढाच करार त्याने केलेला होता.

त्यासाठी अगदी व्यावसायिकरीतीने आणि इमानेइतबारे वायेन्थाने त्याला आपली सेवा पुरवली होती. सारेकाही अगदी सुरळीत चाललेले होते.

होय, सुरळीतपणे चालले होते, अगदी काल रात्रीपर्यंत तरी –

पण आता? आता वायेन्थाची आपल्या नोकरीत घसरण सुरू झाली होती, ती घसरत खाली चालली होती, अगदी कायमची.

मी आता संघटनेच्या बाहेरची झाली आहे.

जेव्हा कन्सोर्टियममधून एखाद्याला काढून टाकण्याची प्रक्रिया चालू होई, तेव्हा त्या व्यक्तीला अगदी तडकाफडकी दूर केले जाई. त्याच्या हातातले काम काढून घेतले जाई, आणि कन्सोर्टियम संघटना त्याच्याबद्दल आपल्या कानावर हात ठेवीत असे. अशा व्यक्तीचा कधीच आपला संबंध आला नाही, असे दाखवत असे. यामुळे कन्सोर्टियमचे कर्मचारी संघटनेबद्दल उगाच आपले नशीब अजमावून पहाण्याच्या भानगडीत पडत नसत. तिने हे सारे पाहिलेले होते. संघटना त्यांना हवी तशी वास्तवता निर्माण करू शकते, हेही तिला कळून चुकले होते.

वायेन्थाने दोन एजंटना काढून टाकलेले पाहिले होते. ते दोघे जण नंतर तिला कधीच दिसले नाहीत. त्यांना संघटनेने बोलावून त्यांच्या आजवरच्या कामाचा एक औपचारिक आढावा देऊन त्यांना काढून टाकले आणि 'पुन्हा आमच्या कोणत्याही कर्मचाऱ्याशी संपर्क साधू नका,' अशी तंबीही त्यांना दिली होती.

पण तरीही वायेन्थाला असे काही आपल्या बाबतीत केले जाईल, याची खात्री वाटत नव्हती.

तिने स्वत:ला समजवायचा प्रयत्न केला. *अगं, तू उगाचच जादा अस्वस्थ झाली आहेस. थंडपणे खून करण्यापेक्षाही कन्सोर्टियमच्या पद्धती अधिक सहजतेने केल्या जातात, धसमुसळपणाने ते काहीही करीत नाहीत.*

पण तरीही आता तिच्या शरीरातून एक थंड शिरशिरी येऊन गेली.

हॉटेलच्या गच्चीत असतानाच तिला कोणालाही तोंड न दाखवता पळून जाण्याची ऊर्मी आली होती. समोर आलेल्या ब्रूडरच्या टीमच्या नकळत तिला निघून

जावेसे वाटत होते. तिने शेवटी तसेच केले. त्या ऊर्मीमुळेच आपण वाचलो असे तिला वाटले.

'आत्ता मी कुठे आहे' हे कोणालाही ठाऊक नाही.

एका गुळगुळीत रस्त्यावरून ती उत्तरेकडे चालली होती. तो हमरस्ता तिला 'व्हियाले डेल पोगिओ इम्पिरियाले'कडे नेत होता. काही तासांतच परिस्थितीत केवढा फरक पडला आहे, हे तिला कळून चुकले. काल रात्री ती आपली नोकरी कशी टिकवायची या विवंचनेत होती. आता तिला आपले अस्तित्व कसे टिकवायचे याची विवंचना होती.

२०

फ्लॉरेन्स हे चारही बाजूने बांधलेल्या तटांमधले एक बंदिस्त शहर होते. त्या शहरात शिरण्याची मुख्य प्रवेशद्वार हे १३२६मध्ये बांधले होते. हे जुने तट आणि तशा संरक्षक भिंती या काही शतकांतच कोसळून नष्ट झाल्या होत्या. जुन्या वेशीवरील मुख्य प्रवेशद्वाराला 'पोर्टा रोमाना' हे नाव पडलेले होते. तरीही ती वेस अजून उभीच होती. आजमितीलाही त्यातूनच अनेक ठिकाणांहून येणारी वाहने आत, शहरात शिरत. पुढेही अशाच काही कमानीखालून जावे लागल्याने सर्वांना आपण एखाद्या प्राचीन बोगद्यातून जातो आहोत, असे वाटे.

ते प्रवेशद्वार म्हणजे दगड-विटांनी बांधलेले ५० फूट उंचीचे होते. त्याला एक तेवढेच भलेमोठे लाकडी मजबूत दार जाडजूड बोल्टच्या साहाय्याने बसवले होते. ते दार सर्व काळ उघडेच असे आणि त्यातून आत-बाहेर वहातूक होत असे. त्या दारापाशी सहा मुख्य रस्ते एकत्र येऊन मिळत असत. ते सर्व एका मोठ्या वर्तुळाकृती जागेला वळसा घालून आत जात. त्या जागेत सुरेख हिरवळ लावलेली होती आणि मध्यभागी एक पुतळा बसवलेला होता. एक स्त्री आपल्या डोक्यावर मोठा भारा घेऊन प्रवेशद्वारातून बाहेर पडत आहे, असे दाखवणारा तो पुतळा होता.

सध्या तिथली वाहतूक पहाता ती अक्षरशः पहाणाऱ्याचे डोके फिरवून टाकणारी होती. याच प्रवेशद्वाराच्या जागेत एके काळी बऱ्याच मुलींचे बाप आपापल्या मुलींचा बाजार मांडीत. तिथे आलेली गिऱ्हाइकं सौदा पटला, तर त्या मुलींशी काही काळापुरता करार पद्धतीने विवाह (Contract Marriage) करीत. मग आपली मुलगी लग्नाच्या बाजारात खपावी म्हणून ते अनेकदा मुलीला जबरदस्तीने नाच करायला लावीत, नखरेल हावभाव करायला लावीत. त्यामुळे त्यांना जास्त रकमेचा हुंडा मुलाकडून मिळण्याचा संभव असे.

आज सकाळी सिएना त्या प्रवेशद्वारापासून खूप अलीकडे थांबली होती. मागे बसलेला लँग्डन पुढे काय चाललेले आहे, ते पहाण्याचा प्रयत्न करीत होता. समोरचे दृश्य पाहून तोही सिएनासारखाच घाबरला होता. त्यांच्या पुढे मोटारींची एक

लांबलचक ओळ थांबलेली होती. पोलिसांनी प्रत्येक रस्त्यावर अडथळे उभे केले होते. पोलिसांच्या बऱ्याच गाड्या उभ्या होत्या आणि आणखीही काही येत होत्या. सशस्त्र पोलीस अधिकारी प्रत्येक मोटारीपाशी जाऊन चौकशी करीत होते, प्रश्न विचारीत होते.

'ही अडवणूक आपल्यासाठी नसावी,' असे लँग्डनला वाटले.

घामाघूम झालेला एक सायकलस्वार समोरून त्यांच्या दिशेने येत होता. तो जवळ आल्यावर सिएनाने त्याला ओरडून विचारले, "काय झाले आहे?"

"काही समजत नाही. काराबिनिएरी!" असे ओरडून तो निघून गेला. तिथून लवकर दूर जायला तो उत्सुक होता.

सिएना लँग्डनकडे वळून गंभीर चेहरा करीत म्हणाली, "रस्ता बंद आहे. मिलिटरी पोलीस आले आहेत."

त्यांच्या मागून त्यांना पोलिसांच्या गाडीचा सायरन ऐकू येऊ लागला. सिएनाने गर्रकन मागे वळून पाहिले. तिच्या चेहऱ्यावर मूर्तिमंत भीती प्रकट झाली होती.

आपण मध्येच एका कोंडीत सापडले आहोत, असा विचार लँग्डनच्या मनात आला. आजूबाजूला पहात कुठून निसटून जाता येईल, ते तो पाहू लागला. एक सुरेख रस्ता, एक बाग, एक हमरस्ता. कुठून जाणार? डाव्या बाजूला अनेक घरे होती आणि उजव्या बाजूला एक उंच दगडी भिंत होती.

हळूहळू सायरनचा आवाज मोठा मोठा होत गेला. पोलिसांची गाडी जवळ येत चालली.

"तिकडे वर चल!" लँग्डन एके ठिकाणी बोट करून तिला म्हणाला. तिथे एक मोकळी जागा होती आणि एका इमारतीचे बांधकाम नुकतेच त्या जागी सुरू झालेले दिसत होते. एक काँक्रीटचा पोर्टेबल मिक्सर तिथे पडून होता. त्या मागे लपायला थोडीशी जागा होती.

सिएनाने आपली स्कूटर चालू करून बाजूच्या फुटपाथवर चढवली आणि त्या जागी ती पोहोचली. मिक्सरच्या मागे तिने आपली स्कूटर लपवली खरी, पण ती संपूर्ण लपवता आली नाही.

"माझ्या मागून या!" असे म्हणून झुडपापलीकडे असलेल्या एका छोट्या शेडकडे ती धावली. ती शेड एका दगडी भिंतीला लागून होती. ती एक हत्यारे ठेवण्याची टूल शेड होती. ते जसजसे त्या शेडजवळ जाऊ लागले तसतसा लँग्डनला एक वास नाकाला जाणवू लागला. *ती शेड नाही, एक मुतारी आहे.* असे लँग्डनला वाटले.

ते दोघे शेडपाशी पोहोचल्यावर लँग्डनला पोलीस व्हॅन मागे पोहोचल्याचे समजले. ते दोघे मघाशी त्याच ठिकाणी होते. सिएनाने शेडच्या दरवाजाची मूठ

फिरवून पाहिली, पण दार उघडले जाईना. ते एका मोठ्या साखळीने आणि कुलपाने पक्के बंद केले होते. लँग्डनने सिएनाच्या दंडाला धरून तिला ओढत ओढत शेडच्या मागे नेले. ती शेड नव्हतीच, खरोखरीच ती एक मुतारी होती. तिच्या मागे फूटभर अंतरावर उंच दगडी भिंत उभी होती. ते दोघे त्या अरुंद जागेत कसेबसे मावले. मुतारीतून दुर्गंध बाहेर पडत होता.

तिच्या मागोमाग लँग्डनने आपले अंग आतमध्ये कसेबसे घुसवले. त्याने मागे पाहिले असताना एक काळी व्हॅन तिथे नुकतीच आल्याचे त्याला दिसले. तिच्यावर CARABINIERI (मिलिटरी पोलीस) अशी अक्षरे रंगवली होती. लँग्डनला वाटले की, आपल्याला जर इतके महत्त्व दिले जात असेल तर आपल्याला गोळ्या घालण्याचेही हुकूम दिले गेले असणार.

सिएना कुजबुजत त्याला म्हणाली, ''याचा अर्थ त्यांना आपल्याला शोधणे अत्यंत जरुरीचे वाटत असणार.''

लँग्डन मोठ्याने म्हणाला, ''जीपीएस! कदाचित त्या दंडगोलामध्ये माग काढण्याचे यंत्र बसवले असणार. म्हणून ते आपला माग काढीत येऊ शकत आहेत.''

सिएना यावर आपली मान हलवत म्हणाली, ''जर असा माग काढता येत असेल, तर पोलीस ताबडतोब हेलिकॉप्टरमधून आपल्या डोक्यावर घिरट्या घालतील.''

लँग्डनने जराशी हालचाल केली. त्या छोट्या जागेत त्याचे अंग अवघडून गेले होते. त्याच्या डोळ्यांसमोरच मुतारीच्या मागे लिहिलेला अश्लाघ्य मजकूर दिसला.

बहुतेक अमेरिकी मुताऱ्यांमध्ये कॉलेजातील दुसऱ्या-तिसऱ्या वर्षातील विद्यार्थ्यांकडून मानवी शरीराची चमत्कारिक चित्रे काढली जातात. पण इथे इटलीत मात्र कलाक्षेत्रातील विद्यार्थ्यांनी डोके लढवून चित्रे काढली होती. त्यात मानवी डोळा, हात, ड्रॅगन अशी चित्रे होती. याबद्दल सिएना त्याला म्हणाली, ''वास्तू अशी खराब करण्याचा प्रकार इटलीत प्रत्येक ठिकाणी नाही.'' त्याच्या मनात काय चालले आहे, त्याचा अंदाज घेऊन ती बोलत होती. ''समोर रस्त्याच्या दगडी भिंतीपलीकडेच 'फ्लॉरेन्स आर्ट्स इन्स्टिट्यूट' आहे.''

जणूकाही तिचे हे वाक्य खरे करण्यासाठी जरा दूरवरच विद्यार्थ्यांचा एक गट दिसला. त्यांच्या हातात चित्रकलेची साधने होती. ते आपापसांत गप्पा मारीत होते, सिगारेटी पेटवीत होते आणि पोलिसांनी रस्ते का अडवले आहेत, यावर चर्चा करीत होते.

त्या विद्यार्थ्यांना आपण दिसू नये म्हणून लँग्डन आणि सिएना खाली वाकले होते. त्याच वेळी अनपेक्षितपणे लँग्डनला एक कल्पना सुचली.

अर्धे शरीर पुरलेल्या त्या पापी लोकांचे पाय हवेत हलत होते.

त्याला ती कल्पना मुतारीच्या मागून येणाऱ्या घाण वासामुळेही सुचली असेल किंवा सायकल चालवत जाणाऱ्या मुलाचे उघडे आणि हलणारे पाय पाहूनही सुचली असेल. पण त्यामुळे त्याला नरकातील त्या चित्राची आठवण झाली खरी.

मग तो झट्कन सिएनाकडे वळून तिला म्हणाला, ''सिएना त्या नरकाच्या चित्रात दाखवलेल्या दहाव्या खाचेत हवेत तंगड्या झाडणाऱ्या पापात्म्यांची प्रेते उलटी घाणीत पुरलेले होती. बरोबर? ही नरकातली खालची पातळी होती ना?''

सिएना त्याच्याकडे चमत्कारिक नजरेने पाहू लागली. या अशा आणीबाणीच्या वेळी हे भलतेच काय बोलणे चालले आहे?' असे कोडे तिला पडले होते. ती म्हणाली, ''होय, नरकातील तळाशी तसे होते खरे.''

त्या क्षणात लँग्डन परत व्हिएन्नामध्ये व्याख्यान देण्याच्या दृश्यात गेला होता. रंगमंचावर उभे राहून तो व्याख्यानाचे शेवटचे क्षण अनुभवत होता. त्याने नुकतेच श्रोत्यांना डोरे या चित्रकाराचे कोरीव कामातून निर्माण केलेले 'गेर्यान' हे चित्र दाखवले होते. 'गेर्यान' हा एक पंख असलेला राक्षस होता. विषारी डंख करणारी विंचवाच्या नांगीसारखी शेपटी त्याला होती.

लँग्डन आपल्या खोल आवाजात लाउड स्पीकरवरून व्याख्यानात सांगत होता, ''त्या सैतानाची आपण भेट घेण्याआधी आपल्याला त्या १० चरांमधून जावे लागेल. त्यामध्ये फसवणूक करणारे, हेराफेरी करून गुन्हे करणारे, हेतुपूर्वक दुष्ट कृत्ये करणारे अशा पापी आत्म्यांना शिक्षा दिली जाते.''

लँग्डनने पुढची एक स्लाइड दाखवून त्या शिक्षेचे तपशील दाखवले. मग तो प्रत्येक चर एकेक करीत श्रोत्यांना दाखवू लागला. ''वरून खाली जाताना, आपल्याला फूस लावून फसवणाऱ्यांना आसुरी लोक चाबकाचे फटकारे मारताना दिसत आहेत... खुशामत करून फसवणाऱ्यांना माणसाच्या मलमूत्रात टाकून देताना दिसत आहे... पैसे उकळणाऱ्यांना उलटे करून पुरलेले दिसत आहे... चेटक्या लोकांची डोकी फिरवून पाठीकडे नेलेली आहेत... भ्रष्टचारी राजकारण्यांना उकळत्या डांबरात टाकून दिले जात आहे... ढोंगी लोकांच्या अंगावर शिसासारखे जड कपडे चढवलेले आहेत... चोरांना सारखे साप चावत आहेत... फसवणूक करणाऱ्या भ्रष्ट लोकप्रतिनिधींना आगीत टाकून दिले जात आहे... दुही, विसंवाद पेरणाऱ्या लोकांची शरीरे फाडून काढली जात आहेत... आणि शेवटी खोटारड्या लोकांना एवढे रोग दिलेले आहेत की, त्यांची शरीरे ओळखता येण्यापलीकडे गेलेली आहेत.'' मग श्रोत्यांकडे वळून लँग्डन म्हणाला, ''डान्टेने तो शेवटचा चर हा खोटारड्या लोकांसाठी मुद्दाम राखून ठेवला असावा. कारण त्याला त्यांच्या प्रिय फ्लॉरेन्समधून हद्दपार करण्यामागे काही जणांचे खोटेनाटे आरोप कारणीभूत ठरले होते.''

''रॉबर्ट?'' सिएना त्याला हाक मारीत होती.

लँग्डन खाड्कन वर्तमानकाळात आला.

सिएना कोड्यात पडून त्याच्याकडे पहात म्हणाली, "काय झाले? काय आठवते आहे?"

तो उत्तेजित होऊन म्हणाला, "नरकाच्या नकाशातून आपण काढलेला अर्थ. तो अर्थ काढण्याची कला आता बदलत आलेली आहे." असे म्हणून त्याने आपल्या खिशातून दंडगोलाकृती प्रोजेक्टर बाहेर काढला आणि तो मागे-पुढे करून जोरजोरात हलवला. आतला छोटा चुंबकीय गोळा मोठ्याने खटखट आवाज करू लागला. पण पोलीस गाड्यांच्या सायरनच्या आवाजात तो आवाज बुडून गेला. तो म्हणाला, "ते जे काही मूळ चित्र होते, त्यातील पातळ्यांचा क्रम कोणीतरी बदलून नवीन आवृत्तीचे चित्र तयार केलेले आहे."

जेव्हा त्या नळीमधून प्रकाश बाहेर पडू लागला, तेव्हा लँग्डनने एका सपाट पृष्ठभागावर ते चित्र प्रक्षेपित केले.

'वा! बॉटिसेलीची कलाकृती एका मुतारीवर!' असा विचार त्याच्या मनात येऊन त्याला शरम वाटली. लँग्डनने आपली नजर सर्व १० चरांवरून फिरवली आणि तो उत्तेजित होऊन आपली मान डोलवू लागला.

तो म्हणाला, "होय, यात ते चुकीचेच दाखवले आहे. शेवटच्या चरामध्ये रोगराईने जर्जर झालेले आत्मे असायला हवेत. त्याऐवजी उलटे गाडलेले लोक दाखवले आहेत. शेवटच्या दहाव्या पातळीवरती खोटारडे लोक असायला हवेत, पैसे उकळणारे नकोत."

सिएना गोंधळून म्हणाली, "पण... पण असे कोणी का करेल?"

"Catrovacer," असे लँग्डन हळू आवाजात म्हणाला. त्याने पाहिले की, या शब्दातील प्रत्येक अक्षर हे प्रत्येक पातळीवर लिहिलेले आहे. डोक्याला झालेल्या दुखापतीमुळे लँग्डनला गेले दोन दिवस विस्मरणाचा फटका बसला होता. पण आता त्याची स्मरणशक्ती मूळपदावर येत चालली होती. त्याला आता बरेच काही आठवू लागले होते. त्याने आपले डोळे मिटून नरकाच्या चित्राच्या दोन्ही आवृत्त्या नजरेसमोर आणल्या. दोन्हीतील फरक तो शोधू लागला. ते फरक आपल्याला वाटले त्यापेक्षा थोडेच आहेत, असे त्याच्या लक्षात आले. ...आणि तरीही त्याला एकदम काहीतरी सापडले आहे, असे वाटू लागले.

मग सारेकाही स्वच्छ झाले, गोंधळ संपला.

शोधा म्हणजे सापडेल!

"मग काय समजले?" सिएना विचारीत होती.

लँग्डनच्या तोंडाला कोरड पडली. "मी इथे फ्लॉरेन्समध्ये का आलो, ते मला कळले."

"असे?"

"होय, आणि मला कोठे जायला हवे हेही कळले आहे."

सिएनाने त्याचा हात पकडीत विचारले, "कुठे?"

रुग्णालयातून बाहेर पडल्यापासून प्रथमच लँग्डनला आता पायाखालच्या टणक जमिनीची जाणीव झाली. जणूकाही त्याचे पाय आत्ताच जमिनीवर टेकले होते. तो हळू आवाजात म्हणाला, "तो १० अक्षरांचा शब्द हा शहराच्या जुन्या भागाकडे निर्देश करतो. तिथेच आपल्या प्रश्नांची उत्तरे सापडतील."

"पण तिथे म्हणजे नक्की कुठे? तुम्हाला काय सुचले?"

त्या मुतारीपलीकडून तरुण पोरापोरींचे खिदळण्याचे आवाज ऐकू येऊ लागले. 'आर्ट' शाखेचे विद्यार्थी तिथून जात होते. ते विविध भाषेत चेष्टामस्करी करीत चालले होते. लँग्डन त्यांना लांबून डोकावून सावधगिरीने पहात होता. मग त्याने रस्त्यावरील पोलिसांना निरखून पाहिले. "आपण इथून गेले पाहिजे, जात राहिले पाहिजे. वाटेत मी याचा खुलासा करीन," लँग्डनने तिला सांगितले.

"वाटेत? पण आपल्याला 'पोर्टा रोमाना'मधून जाताच येणार नाही," तिने आपली शंका बोलून दाखवली.

"मी निघतो. माझ्यानंतर तुम्ही अर्ध्या मिनिटाने इथून निघा आणि मग माझ्या मागून या!"

एवढे बोलून लँग्डन निसटला, गोंधळात पडलेल्या सिएनाला मागे टाकून तो गेला.

२१

रमतगमत चाललेल्या विद्यार्थ्यांच्या मागे रॉबर्ट गेला आणि त्यांना इटालियन भाषेत म्हणाला, ''स्कुसी, स्कुसेत!'' ते सर्व जण मागे वळून त्याच्याकडे पाहू लागले. लँग्डनने मग वाट चुकलेल्या पर्यटकासारखा अभिनय केला.

त्याने मोडक्यातोडक्या इटालियन भाषेत विचारले, ''ती इन्स्टिट्यूट ऑफ आर्ट्स' ही संस्था कुठे आहे?''

अंगावर गोंदून घेतलेल्या एका तरुण पोराने थंडपणे सिगारेटचा धूर सोडीत बेफिकीरीने म्हटले, ''मला इटालियन भाषा येत नाही.'' त्याच्या बोलण्यातले उच्चार फ्रेंच होते.

पण एका तरुण मुलीने त्या पोराला दटावले आणि ती लँग्डनला म्हणाली, ''त्या लांब भिंतीपलीकडे ती संस्था आहे.''

लँग्डन तिचे आभार मानण्यासाठी इटालियनमधे बोलला, ''ग्राझिये!''

त्याच वेळी त्याने केलेल्या इशाऱ्यानुसार सिएना तिथे उगवली. लँग्डनने त्यांच्याकडे चौकशी करीत असताना ती मुतारीमागून आल्याचे त्यांना समजले नाही. शेलाट्या बांध्याची आणि ३२ वर्षे वयाची सिएना त्या सर्वांना येऊन मिळाली. लँग्डनने तिच्या खांद्यावर आपला हात ठेवीत बाकीच्यांना म्हटले, ''ही माझी बहीण, सिएना. ती एक आर्ट टीचर आहे.''

मग त्या गोंदून घेतलेल्या पोराने म्हटले, ''टी-आय-एल-एफ.'' त्यावर त्याचे सारे मित्र मोठ्याने हसले.

लँग्डनने त्यांच्याकडे दुर्लक्ष केले आणि त्या सर्वांना म्हटले, ''आम्ही फ्लॉरेन्समध्ये असलेली काही स्थळे पाहून वर्षभर परदेशात शिकवण्यासाठी विषय शोधतो आहोत. आम्ही तुमच्या बरोबर राहिलो तर चालेल का?''

''मा सेर्टो,'' ती इटालियन मुलगी हसून आपली संमती देत म्हणाली.

त्यांचा गट आता पोर्टा रोमानापाशी असलेल्या पोलिसांच्या दिशेने जाऊ लागला. सिएना विद्यार्थ्यांशी चर्चा करू लागली. हळूहळू लँग्डन त्या गटाच्या

मध्यभागी जाऊन मिसळला. तो खाली मान घालून वाकून चालत होता. आपण कोणाच्याही नजरेत येऊ नये म्हणून तो धडपड करीत होता.

'शोधा म्हणजे सापडेल.' लँग्डनला ते शब्द आठवले. त्याला मनात त्या नरकाच्या चित्रातील १० चर आठवले. त्यावरून पुढे काय दिसेल, याची कल्पना तो करू लागला. त्याच्या नाडीचे ठोके जोरात पडू लागले.

CATROVACER तो १० अक्षरांचा शब्द कलेच्या क्षेत्रातील जगातील एका सर्वांत मोठ्या गूढ रहस्याच्या मध्यभागी विराजमान झाला होता. हे एक अनेक शतके चालत आलेले कोडे होते. ते कधीही नीट उलगडले नव्हते. फ्लॉरेन्समधल्या प्रसिद्ध 'पोलाझो व्हिचिओ'मध्ये हे भव्य तैलचित्र भिंतीवर लावलेले आहे. पण ते जमिनीपासून ४० फूट उंचीवर लावलेले असल्याने चित्रातील ती अक्षरे खालून दिसणे अशक्य होते. दिसलीच तर ती अक्षरे दुर्बिणीतूनच फक्त दिसतील. तशी काही अक्षरे आहेत, हेच मुळी गेली कित्येक शतके कोणाला कळले नाही. १५६३मध्ये हा शब्द काहीतरी संदेश देण्यासाठी चित्रात वापरला गेला. १९७०मध्ये या शब्दाचा शोध चित्रकलेतील एका प्रसिद्ध तज्ज्ञाच्या लक्षात आला. त्याने काही दशके या शब्दामागचा अर्थ उलगडण्याचा निष्फळ प्रयत्न केला. यासाठी अनेकांनी अनेक सिद्धान्त पुढे मांडले. पण तरीही आजमितीपर्यंत त्या शब्दामागचा संदेश अजून कोणालाही उलगडला नाही. ते कोडे तसेच गूढ राहिले आहे.

लँग्डनला मात्र हे कोडे ओळखीचे वाटत होते, नेहमीच्या दृश्यासारखे वाटत होते. खवळलेल्या समुद्रातील एका सुरक्षित बंदरासारखे ते वाटत होते. शेवटी कलेचा इतिहास आणि प्राचीन रहस्ये हेच लँग्डनच्या आवडीचे विषय होते. ती हाडाची नळी आणि गोळीबार हे त्याच्या आवडीचे विषय नव्हते.

आता पोर्टा रोमानाच्या दिशेने पोलिसांच्या आणखी गाड्या एकवटू लागल्या.

"बापरे!" अंगावर गोंदून घेतलेला तो पोरगा म्हणत होता, "पोलीस ज्या कोणाच्या शोधात आहेत, त्यांनी नक्कीच काहीतरी भयंकर गोष्ट केलेली असणार."

त्यांचा गट शेवटी त्या आर्ट इन्स्टिट्यूटच्या मुख्य दारात येऊन ठेपला. तिथेच थांबून विद्यार्थ्यांची गर्दी पोर्टा रोमानापाशी चाललेली पोलिसांची कारवाई पहात होते. त्या संस्थेचा फाटकावरचा पहारेकरी विद्यार्थ्यांकडे फारसा उत्साहाने पहात नव्हता. कमीत कमी वेतनावर त्याला नोकरीवर ठेवलेले होते. तो विद्यार्थ्यांची ओळखपत्रे झरझर पाहून त्यांना आत सोडत होता. त्याला पोलीस काय करीत आहेत, ते पहाण्यात रस होता.

ब्रेक्स दाबल्याचा एक कर्णकटू आवाज आला. तीच ती आता ओळखीची झालेली काळी व्हॅन ही पोर्टा रोमानापाशी येऊन थांबली होती.

त्या व्हॅनकडे पुन्हा पहाण्याची लँग्डनची इच्छा नव्हती. तो पहारेकरी मात्र

तिकडे पहात राहिला.

नेमका तोच क्षण साधून लँग्डन आणि सिएना फाटकामधून बाकीच्या विद्यार्थ्यांबरोबर आत शिरले.

आर्ट इन्स्टिट्यूटकडे जाणारा आतला रस्ता कमालीचा सुंदर होता, राजेशाही भासत होता. दुतर्फा मोठमोठे ओक वृक्ष होते. दोन्ही बाजूच्या फांद्यांमुळे एक कमान तयार झाली होती. त्या फांद्यांमुळे हवेत उंचावर एक मेघडंबरी तयार झाली होती. आणि त्याखाली संस्थेची इमारत होती. ती एक भव्य आणि पिवळसर रंगाची वास्तू होती. तिला पुढे पुष्कळ खांब असलेले तीन द्वारमंडप होते. इमारतीपुढे लंबवर्तुळाकृती क्षेत्रफळाची सुरेख हिरवळ होती.

शहरातील इतर अनेक इमारतींप्रमाणे ही इमारत एकाच राजघराण्याने उभी केली होती. पंधराव्या, सोळाव्या आणि सतराव्या शतकात तेच राजघराणे राज्य करीत होते. त्यांचा तिथल्या राजकारणावर खूप प्रभाव होता.

ते राजघराणे होते, 'मेडिसी.'

नुसत्या या नावानेही फ्लॉरेन्स शहराची ओळख जगाला होई. ते नाव, फ्लॉरेन्सचे एक प्रतीक बनले होते. तीन शतके राज्य करणाऱ्या या राजघराण्याकडे अमाप संपत्ती होती, त्याचे अफाट प्रभाव निर्माण झाले होते. जगाला त्यांनी चार पोप दिले, फ्रान्सला दोन राण्या दिल्या. हे राजघराणे सर्व युरोपातील एक सर्वांत मोठी आर्थिक महासत्ता बनली होती. मेडिसी राजघराणे आपल्या आर्थिक उलाढालींचा हिशेब 'डबल एन्ट्री' पद्धतीने ठेवीत. जमाखर्च ठेवण्याची ही पद्धत त्यांनी शोधून काढली होती. आजही आधुनिक बँकामध्ये हीच पद्धत वापरली जाते.

मेडिसी राजघराण्याने नुसताच अर्थकारण आणि राजकारण यांचा वारसा दिला नव्हता, तर त्यांनी कलेच्या क्षेत्रालाही तो वारसा दिला होता. त्यांनी या क्षेत्राला केलेली मदत आणि उत्कृष्ट कलेला दिलेले प्रोत्साहन हे त्यांचे सर्वांत मोठे योगदान ठरेल. त्यांनी अत्यंत उदारपणे, भरघोस आर्थिक मदत आणि तीही सातत्याने दिल्याने जगाच्या कलाक्षेत्रात मोहक कलाकृती, चित्रे निर्माण झाली. यातूनच कलेच्या क्षेत्रात पुनरुज्जीवनाची चळवळ निर्माण झाली. ज्या ज्या महान व्यक्तींना मेडिसी राजघराण्याने सढळ हाताने मदत दिली त्यांच्या यादीत लिओनार्डो द व्हिन्सी, गॅलिलिओपासून बॉटिसेलीपर्यंत अनेक नामवंतांची नावे आहेत. बॉटिसेलीचे 'शुक्रदेवतेचा जन्म' हे चित्र तर युरोपभर गाजले. त्या चित्राची निर्मिती करण्यासाठी 'लॉरेन्झो द मेडिसी' या राजाच्या मंत्रिमंडळाने मदत केली होती. आपल्या पुतण्याला त्याच्या विवाहात भेट देण्यासाठी त्याला असे एक कामोत्तेजक चित्र हवे होते की, ते त्याच्या शयनगृहातील भिंतीवर लावता येईल.

हा राजपुरुष त्याच्या काळात 'लॉरेन्झो द मॅग्निफिसन्ट' या उपाधीने ओळखला

जायचा. तो स्वत: एक चित्रकार आणि कवी होता. त्याची नजरही अलौकिक अशी होती. इ.स. १४८७मध्ये लॉरेन्झांच्या मनात फ्लॉरेन्समधल्या एका तरुण शिल्पकाराचे काम भरले. त्याने त्याला आपल्या राजवाड्यात आणून ठेवले. मग त्याचे शिल्पकलेचे काम तिथेच चालू झाले. त्याला हवी ती मदत दिली जाऊ लागली. संदर्भासाठी चित्रे, काव्य, उत्कृष्ट संस्कृतीमधील गोष्टी त्याच्यापुढे हजर होऊ लागल्या. मेडिसी राजघराण्याच्या आश्रयाखाली तो पौगंडावस्थेतील चित्रकार प्रगती करू लागला. शिल्पकला आणि चित्रकलेच्या क्षेत्रात तो पुढे अत्यंत नावारूपाला आला. त्याच्या शिल्पकलेचे दोन नमुने तर इतिहासात गाजले. 'पिएता' आणि 'डेव्हिड' नावाची शिल्पे रसिकांनी डोक्यावर घेतली. आज त्या शिल्पनिर्मितीच्या क्षेत्रातील दिग्गजाला सारे जग मायकेल अॅन्जेलो किंवा 'मायकेलॅन्जेलो' या नावाने ओळखते. मेडिसी राजघराण्याने जणूकाही मानवजातीला या कलाकाराची एक देणगी दिली आहे.

मेडिसी राजघराण्याची कलेबद्दलची जबरदस्त आवड लक्षात घेऊन, लँग्डनने कल्पना केली की, त्यांच्या राजवाड्यासमोरची इमारत ही पूर्वी तबेला म्हणून वापरात असावी. आता तिथेच 'आर्ट इन्स्टिट्यूट' ही संस्था नावारूपास आली आहे. इथल्या शांत, निवांत जागी अनेक तरुण कलाकारांना स्फूर्ती मिळत आलेली आहे. या जागेत पूर्वी घोड्यावरून रपेट करायला फार उत्साह येई. कारण त्यासाठीही इथला निसर्ग अत्यंत आकर्षक आहे. फ्लॉरेन्समधील घोडदौड करण्यासाठी हे एक अत्यंत सुंदर स्थळ होते.

याला पूर्वी *बोडोली उद्यान* म्हटले जायचे.

लँग्डनने त्या उद्यानाच्या डावीकडे नजर टाकून पाहिले. उत्तुंग वृक्षांचे ते एक जंगल होते. याचा अफाट विस्तार हे सध्या पर्यटकांचे एक आकर्षण ठरले होते. जर या उद्यानामध्ये आपल्याला आणि सिएनाला प्रवेश मिळाला, तर पोर्टा रोमाना हा विभाग टाळून आपल्याला पुढे जाता येईल. ते बोडोली उद्यान एवढे अफाट होते की, त्यात लपायला असंख्य जागा आहेत, कृत्रिम गुहा, नैसर्गिक गुहा, पायवाटांचे जाळे आणि अनेक देवतांचे पुतळे आहेत. सर्वांत महत्त्वाचे म्हणजे बोडोली उद्यानातून पुढे गेल्यावर 'पालाझो पिट्टी' हा एक दगडी भुईकोट किल्ला होता. तिथे एकेकाळी मेडिसी राजघराणे रहात होते. यातील १४० खोल्या किंवा दालने एवढी अप्रतिम आहेत की, ती पहाण्यासाठी जगभरातील पर्यटक तिथे भेटी देतात.

आपण जर 'पालाझो पिट्टी'ला पोहोचलो, तर तिथून जुन्या फ्लॉरेन्स शहराला जोडणारा पूल हाकेच्या अंतरावर आहे, असे लँग्डनच्या मनात आले.

त्या उंच, दगडी भिंतीपलीकडे ते उद्यान होते. लँग्डन शांतपणे भिंतीच्या दिशेने चालू लागला. त्याने एका विद्यार्थ्याला विचारले, ''मला माझ्या बहिणीला ते उद्यान दाखवायचे आहे. तिथे कसे जावे लागते?''

अंगावर गोंदून घेतलेला तरुण मुलगा म्हणाला, "तुम्हाला इथून तिकडे जाताच येणार नाही. तिथे जाण्याचा प्रवेशमार्ग हा पिट्टी राजवाड्यातून आहे. त्यासाठी तुम्हाला आधी पोट्टा रोमाना इथे जाऊन मग वळसा घ्यावा लागेल."

"बुलशिट्," सिएना चिडून म्हणाली.

तिने एक अश्लाघ्य शब्द उच्चारल्याने सर्व विद्यार्थी तिच्याकडे वळून रोखून पाहू लागले. तिच्या ते लक्षात येताच तिने विनोदाने म्हटले, "म्हणजे तुम्हा मुलांना आत शिरून नशेबाजी करायला आणि अन्य काही करायला प्रतिबंध केला आहे तर..."

यावर त्या विद्यार्थ्यांमध्ये एक मोठा हशा पिकला.

अंगावर गोंदून घेतलेला तो विद्यार्थी सिएनाकडे पाहून तिला कळकळीने म्हणाला, "मॅडम, तुम्ही खरोखरीच इथल्या या इन्स्टिट्यूटमध्ये शिकवायला या!" मग त्याने मागच्या बाजूला पार्किंग लॉटकडे बोट करून म्हटले, "ती शेड दिसते आहे ना? त्याच्या मागे एक जुना प्लॅटफॉर्म आहे. त्यावर चढून तुम्ही भिंतीपलीकडे उडी टाकून जाऊ शकाल."

सिएना आता तिथून पुढे चालू लागली. तिने लँग्डनकडे पाहून एक मोहक आणि सूचक स्मित केले. ती त्याला म्हणाली, "कमॉन ब्रदर बॉब, कुंपणावरून उडी मारायला तू काही म्हातारा झाला नाहीस ना?"

२२

व्हॅनमधील त्या चंदेरी केसांच्या स्त्रीने आपले डोके समोरच्या बुलेटप्रूफ खिडकीवर झुकवून आपले डोळे मिटून घेतले होते. आपल्या भोवती सारे जग फिरते आहे, असे तिला भासत होते. तिला त्यांनी जे औषध पाजले होते, त्याचा तो परिणाम होता.

मला वैद्यकीय मदतीची गरज आहे, असे तिच्या मनात आले.

तिची अवस्था अशी असली तरीही तिच्या बाजूला असलेल्या पहारेकऱ्यांना कडक हुकूम होता की, जोपर्यंत आपण हातात घेतलेले काम यशस्वीरीत्या पूर्ण होत नाही; तोपर्यंत तिच्या गरजांकडे दुर्लक्ष करा. ज्याअर्थी सभोवताली गडबड गोंगाट चालू आहे; त्याअर्थी ती वेळ अजून आलेली नाही, हे तिने ओळखले होते.

तिचे डोके गरगरू लागले होते आणि ते गरगरणे वाढतच चालले होते. तिला श्वासोच्छ्वास घेण्यात अडचण येऊ लागली. पुन्हा एकदा पोटात मळमळ सुरू झाली. त्या मळमळीच्या भावनेविरुद्ध झगडण्याचा आटोकाट प्रयत्न ती करू लागली. या अशा चमत्कारिक वळणावर आपले आयुष्य कसे येऊन ठेपले, ते तिला कळेना. त्याचे गुंतागुंतीचे उत्तर आत्ता शोधणे, हे आत्ताच्या तिच्या अर्धवट शुद्धीच्या अवस्थेत कठीण होते. पण याची सुरुवात कोठून झाली, याची मात्र तिला स्पष्ट कल्पना होती.

न्यू यॉर्क!

दोन वर्षांपूर्वी!

त्या वेळी ती विमानाने जिनिव्हाहून मॅनहॅटनला गेली होती. जिनिव्हामध्ये ती जागतिक आरोग्य संघटनेची एक संचालक म्हणून काम करीत होती. ते एक अत्यंत वरच्या पातळीवरचे आणि प्रतिष्ठेचे समजले जाणारे पद होते. त्या पदावर ती गेली १० वर्षे काम करत होती. 'संसर्गजन्य रोग आणि साथींचे शास्त्र' या विषयातली ती तज्ज्ञ होती. संयुक्त राष्ट्रसंघाने 'तिसऱ्या जगात सार्वत्रिक लागण झालेली रोगराई' या विषयावर एक व्याख्यान देण्यासाठी तिला आमंत्रण दिलेले होते. तिचे व्याख्यान

वेगळ्याच धर्तीचे आणि आश्वासक असे झाले होते. विविध नवीन नवीन तपासण्या निर्माण झालेल्या असून त्यामुळे अशा साथींचा प्रादुर्भाव आगाऊ कसा कळतो, त्यासंबंधीचे उपचार कसे करावेत याबद्दलच्या जागतिक आरोग्य संघटनेच्या योजना श्रोत्यांपुढे ठेवल्या. तिचे व्याख्यान एवढे भारावून टाकणारे झाले की, ते संपल्यावर सर्वांनी उभे राहून टाळ्या वाजवल्या.

व्याख्यान संपल्यावर बाहेरच्या हॉलमध्ये एका रेंगाळणाऱ्या तज्ज्ञाबरोबर ती बोलत होती. त्या वेळी वरच्या पातळीवरील एक व्यक्ती तिच्यापाशी आली. प्रतिनिधित्व दर्शवणारे कार्ड त्याच्याकडे होते. त्याने तिच्या संभाषणात व्यत्यय आणीत म्हटले, ''डॉ. सिन्स्की, आम्हाला आत्ताच 'कौन्सिल ऑन फॉरिन रिलेशन्स' यांचा फोन आला होता. त्यांच्यापैकी कोणालातरी तुमच्याशी बोलायचे आहे. त्यांनी एक कार पाठवली असून ती तुमच्यासाठी थांबली आहे.''

क्षणभर ती गोंधळली आणि थोडीशी घाबरली. मग डॉ. एलिझाबेथ सिन्स्की हिने त्या तज्ज्ञाची माफी मागून त्याचा निरोप घेतला आणि आपली ओव्हरनाइट बॅग हातात घेऊन बाहेर गेली. फर्स्ट ॲव्हेन्यूवरून तिची लिमोसिन गाडी धावू लागली. तिला अजूनही थोडीशी भीतीच वाटत होती.

'कौन्सिल ऑन फॉरिन रिलेशन्स?'

इतर अनेकांप्रमाणे या संस्थेबद्दल एलिझाबेथ सिन्स्की हिने अनेक अफवा ऐकल्या होत्या.

ही संस्था १९२०मध्ये एक खासगी 'थिंक टँक' म्हणून स्थापन झालेली होती. त्या वेळी प्रत्येक राष्ट्राच्या सचिवाने या संस्थेचे सभासदत्व घेतले होते. तसेच आत्तापर्यंत अर्धा डझन अमेरिकन राष्ट्राध्यक्षांनीही सभासदत्व घेतलेले होते. याखेरीज अमेरिकन गुप्तहेर संस्था – सीआयएचे प्रमुख, सिनेटर्स, न्यायाधीश तसेच मॉर्गन, रॉथ्सचाइल्ड आणि रॉकफेलर अशा गाजलेल्या घराण्यातील नामवंत व्यक्तींनी या संस्थेचे सभासदत्व भूषवले होते. ज्यांच्याकडे उच्च प्रतीची बुद्धिमत्ता आहे, राजकीय प्रभाव आहे आणि अफाट संपत्ती आहे, अशा विविध व्यक्तींचा एक समूह म्हणजे ही संस्था होती. त्यामुळे 'कौन्सिल ऑन फॉरिन रिलेशन्स' ही संस्था म्हणजे जगातील एक अत्यंत प्रभावी 'खासगी क्लब' आहे, अशी ख्याती झाली होती.

जागतिक आरोग्य संघटनेची संचालक असल्याने एलिझाबेथला एवढ्या मोठ्या मान्यवर लोकांच्या पंक्तीत बसणे, हे काही नवीन नव्हते. 'डब्ल्यूएचओ'मधील तिची प्रदीर्घ कारकीर्द, तिचा स्पष्ट बोलण्याचा स्वभाव या दोन्हींमुळे तिच्याकडे एका बड्या मासिकाचे लक्ष गेले होते. त्यामुळे जगातील २० बुद्धिमान, प्रभावी आणि यशस्वी लोकांच्या यादीत तिचे नाव समाविष्ट झाले. तिच्या छायाचित्राखाली 'जगाच्या आरोग्याचा चेहरा' अशी ओळ छापली होती. तिला स्वत:ला मात्र हा

उल्लेख एक प्रकारे उपहासपूर्ण वाटायचा. कारण लहानपणापासून ती एक आजारी व्यक्ती म्हणून जगत आलेली होती. मात्र हे फारसे कोणाला ठाऊक नव्हते.

वयाच्या सहाव्या वर्षी तिला दम्याचा त्रास होऊ लागला. म्हणून त्या वेळी नव्याने सापडलेले एक औषध तिला देण्यात आले. त्या औषधाचा मोठा डोस ती घेत होती. ते औषध जगातील पहिले 'ग्लुकोकॉर्टिकॉइड' किंवा 'स्टिरॉइड हार्मोन्स' या प्रकारातील होते. त्या औषधामुळे तिची दम्याची लक्षणे जादू केल्यासारखी नाहीशी झाली. पण दुर्दैवाने या औषधाचे दीर्घकालाने होणारे दुष्परिणाम औषध कंपनीच्या लक्षात आले नाहीत. ते दुष्परिणाम आपले डोके वर काढू लागले, तेव्हा सिन्स्की वयात आलेली होती... पण तिची मासिक पाळी सुरू झाली नाही. १९व्या वर्षी डॉक्टरांनी तिची तपासणी केली. ज्या दिवशी त्याने तिला सत्य परिस्थिती आपल्या दवाखान्यात सांगितली, तो दिवस तिला अजूनही आठवतो आहे. तिच्या शरीराची जननव्यवस्था पूर्णपणे उद्ध्वस्त झालेली होती. ते सत्य डॉक्टरांनी तिला शेवटी सांगितले.

एलिझाबेथ सिन्स्की हिला आयुष्यात कधीही मूल होणार नव्हते.

ते डॉक्टर शेवटी तिला म्हणाले, *''तुम्ही एकाकी रहाणार असलात तरीही यावर केवळ काळ हाच एकमेव उपाय आहे. मग तुम्हाला काहीच वाटणार नाही.''* जरी त्या औषधाने तिची जननक्षमता नष्ट केली, तरी तिची संततिप्राप्तीची इच्छा मात्र ते औषध नष्ट करू शकले नाही. ती संततीप्रेरणा तशीच जिवंत राहिली होती. अनेक वर्षे ती आपली ही अतृप्त इच्छा पुरवण्यासाठी मनातल्या मनात झगडत राहिली. अगदी आत्ता तिचे वय ६१ वर्षांचे असतानाही ती जेव्हा एखाद्या स्त्रीला तिच्या मुलाबरोबर पहायची, तेव्हा तिची मातृत्वाची आस उफाळून वर यायची.

''आलेच आता आपले ठिकाण, डॉ. सिन्स्की!'' गाडीचा ड्रायव्हर तिला आश्वासन देत होता.

आपल्या चंदेरी केसातून एलिझाबेथने झटपट आपली बोटे फिरवून केस सारखे केले आणि आपला चेहरा आरशात पाहिला. तिची कार एकदम थांबली. उतरण्याचे ठिकाण आले होते. ड्रायव्हर तिला मोटारीतून बाहेर फुटपाथवर जाण्यास मदत करू लागला. तो भाग न्यू यॉर्कमधील मॅनहॅटनमधल्या उच्चभ्रू वस्तीचा होता.

ड्रायव्हर म्हणाला, ''मी तुमच्यासाठी इथेच थांबतो. नंतर इथून आपण सरळ विमानतळावर जाऊ या.''

'कौन्सिल ऑन फॉरिन रिलेशन्स' संस्थेची न्यू यॉर्कमधील मुख्य कचेरी तिथल्या सहज लक्षात न येणाऱ्या एका इमारतीमध्ये होती. तिथे पूर्वी स्टॅन्डर्ड ऑइल कंपनीचे ऑफिस होते.

एक गोड तरुण मुलगी समोर आली. ती स्वागतिका होती. ती म्हणाली,

"डॉ. सिन्स्की, चला माझ्या बरोबर. ते तुमची वाट पहात आहेत."

ठीक आहे, पण 'ते' कोण? ती स्वागतिकेच्या मागून गेली. एका आलिशान कॉरिडॉरमधून जात शेवटी त्या दोघी एका बंद दारापाशी आल्या. त्यावर तिने टक्‌टक् करून दार उघडले आणि एलिझाबेथला आत जाण्याची खूण केली.

ती आत गेली आणि तिच्या मागे ते दार बंद झाले.

ती एक छोटी कॉन्फरन्स रूम होती. एक व्हिडिओ स्क्रीन उजळून निघाल्यामुळे त्यातला प्रकाश खोलीत पसरलेला होता. बाकी दिवे बंदच होते. त्या व्हिडिओ पडद्यासमोर एक उंच आणि सडपातळ माणूस बसला होता. त्याने वळून तिच्याकडे पाहिले, परंतु तिला त्याचा चेहरा नीट दिसेना. तो कोण आहे, हेही तिला ओळखता आले नाही. पण हा माणूस खूप सामर्थ्यवान आहे, उच्च पातळीवरचा आहे, हे तिला जाणवले.

"डॉ. सिन्स्की!" तो माणूस तीव्र आवाजात बोलू लागला, "थँक्यू! तुम्ही इथे आलात त्याबद्दल मला आनंद झाला." त्या माणसाचे उच्चार नेमके आणि स्पष्ट होते. यावरून तिला तिच्या मातृदेशातील म्हणजे स्वित्झर्लंडमधील किंवा कदाचित जर्मनीत केल्या जाणाऱ्या उच्चारांची आठवण झाली होती.

"प्लीज बसा!" त्याने आपल्या समोरील एका खुर्चीकडे बोट करीत तिला म्हटले.

म्हणजे समोरासमोर परिचय नाही? एलिझाबेथ खुर्चीत बसली. व्हिडिओच्या पडद्यावर एक भयानक प्रतिमा उमटली होती. तिला कुतूहल वाटले. *हे काय चालले आहे?*

"आज सकाळी तुम्ही जे काही सादर केले होते, त्याला मी हजर होतो. तुमचे ते भाषण ऐकायला मी खूप लांबून आलो होतो. तुमचा कार्यक्रम प्रभाव पाडणारा होता."

"थँक्यू!" ती म्हणाली.

"मी आपल्याला हेही सांगू इच्छितो की, मला वाटले होते त्यापेक्षा तुम्ही अधिक देखण्या आहात... मग तुमचे वय आणि जागतिक आरोग्याबद्दलचे तुमचे संकुचित दृष्टिकोन काहीका असेनात..."

नकळत एलिझाबेथचा जबडा वासला गेला. त्याने व्यक्त केलेले मत हे सर्वार्थाने तिच्याविरुद्ध होते. "एक्स्क्यूज मी!" असे म्हणून तिने त्याच्याकडे अंधारात डोकावून पाहिले. "आपण कोण आहात? आणि तुम्ही मला इथे का बोलावलेत?"

"कदाचित मला विनोदाने बोलणे नीट जमले नसेल, त्याबद्दल माफ करा!" त्याची सडपातळ छायाकृती बोलली. "ही पडद्यावरची प्रतिमा पाहिली तर तुम्ही इथे

का आहात, याचा तुम्हाला खुलासा होईल.''

सिन्स्कीने ती पडद्यावरची भीषण प्रतिमा पाहिली. ते एक चित्र होते. असंख्य माणसांचा एक सागर दाखवला होता, रोगी आणि खंगलेल्या लोकांचे थवे होते, ते सर्व जण एका गर्तेत पडलेले होते. काही जण वर चढून येऊ पहात होते. कोणाच्याही अंगावर कपडे नव्हते. त्यांना त्या गर्तेतून वर येण्याची घाई झालेली होती. जे भिंतीवर चढून वर जाऊ पहात होते, त्यांच्या अंगावरून बाकीचे वर चढू पहात होते. सर्व धडपडत चढणाऱ्या माणसांचा एक मोठा गुंता तिथे झाला होता. बाकीचे आपसात भांडत होते.

''महान चित्रकार दोरे याने हे तैलचित्र काढले आहे.'' तो सांगत होता, ''त्याने डान्टेच्या नरकाच्या कल्पनेवरून हे चित्र तयार केले आहे. मला वाटते की, हे पाहून तुम्हाला काही त्रास होत नसावा... याचे कारण आपण सारे जण रोज याच दिशेने चाललो आहोत.'' तो थांबला. मग सावकाश तिच्याकडे वळून तो म्हणाला, ''आता 'का?' या प्रश्नाचे उत्तर मी देतो.''

तो उठून चालत चालत तिच्याकडे जाऊ लागला. त्याच्या प्रत्येक पावलागणीक तो अधिकाधिक उंच वाटू लागला. ''असे पहा! हा कागद मी घेऊन तो फाडून त्याचे दोन तुकडे करतो...'' क्षणभर बोलायचे थांबून त्याने तो कागद उचलला आणि टर्रकन फाडून त्याचे दोन तुकडे केले. ''आता मी हे तुकडे एकावर एक असे ठेवतो.'' त्याने तसे केले आणि म्हणाला, ''मग हीच कृती मी जर परत केली, तर चार तुकड्यांची एक चळत तयार होईल,'' असे म्हणून त्याने दोन्ही तुकडे एकत्र फाडून त्या चार तुकड्यांची चळत तयार केली. तिथल्या अंधारात त्याचे डोळे चमकत होते.

एलिझाबेथला त्याचा 'उपकार करतो आहे' अशी भावना व्यक्त करणारा आवाज आणि त्याने घेतलेला आक्रमक पवित्रा आवडत नव्हता. पण ती काहीच बोलली नाही.

तो बोलत होता, ''तत्त्वत: बोलायचे झाल्यास जर मूळचा कागद हा एकदशांश मिलिमीटर जाड असेल, ...आणि मी त्या कागदाची चळत अशी ५० वेळा फाडून वाढवत नेली तर... तर त्या चळतीची जाडी केवढी होईल?''

एलिझाबेथ जराशी रागानेच म्हणाली, ''मला कल्पना आहे त्याची एकदशांश मिलिमीटर गुणिले दोन आणि या गुणाकाराचा पन्नासावा घात याला 'भूमिती श्रेणीने वाढ' असे म्हणतात. पण हे मला का सांगता आहात? मला इथे कशासाठी बोलावले आहे, ते मला कळेल का?''

यावर तो माणूस छद्मीपणे हसला आणि समाधानाने आपली मान हलवत म्हणाला, ''सांगतो. त्या गणिताचे उत्तर किती येईल, याची कल्पना आहे तुम्हाला?

तशा चळतीची जाडी ही किती उंच होईल, असे तुम्हाला वाटते?'' मग तो क्षणभर थांबला आणि म्हणाला, ''आपल्या कागदाच्या तुकड्यांच्या चळतीची जाडी ही ५० वेळा दुप्पट करीत नेल्यावर एवढी उंची होईल की ...ती पार सूर्याला जाऊन भिडेल.''

एलिझाबेथला याचे आश्चर्य वाटले नाही. भूमिती श्रेणीने दचकवून टाकण्याइतपत होणारी वाढ ही तिने अनेकदा आपल्या कामात विचारात घेतली होती. प्रदूषित करणारी वर्तुळे... संसर्ग झालेल्या पेशींचे पुनरुत्पादन... मृत्यूंच्या संख्यांचा अंदाज वगैरेबद्दल कामे करताना तिने अशा वाढीच्या दराचे भान ठेवले होते. ती म्हणाली, ''तुम्हाला मी या भूमिती श्रेणीबद्दल अनभिज्ञ वाटत असेल, तर मला माफ करा!'' आपली विरोधी प्रतिक्रिया न लपवता ती म्हणावी. ''पण तुम्हाला काय सुचवायचे आहे, तो मुद्दा अजूनही माझ्या लक्षात आला नाही.''

''माझा मुद्दा?'' तो शांतपणे चुकचुकत म्हणाला. ''माझा मुद्दा असा आहे की, आपल्या जगातील लोकसंख्येच्या वाढीचा विचार करू लागलो, तर तो अगदी नाट्यपूर्ण आहे. आपल्या कागदांच्या चळतीसारखी पृथ्वीवरची लोकसंख्या ही सुरुवातीला अगदीच क्षुल्लक वाटण्याएवढी होती... पण त्यात धोकादायक वाढीची सुप्त शक्तीही होती.''

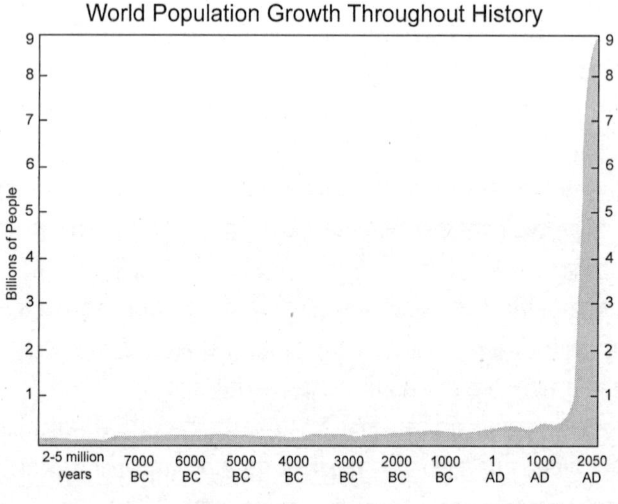

मग तो खोलीत परत येरझारा घालीत बोलू लागला. ''असे पहा, पृथ्वीवरील माणसांची लोकसंख्या ही माणसाचा माकडापासून जन्म झाल्यापासून १८०० सालापर्यंत वाढत वाढत एक अब्जापर्यंत पोहोचली. पण त्यानंतर पुढे वाढीचा वेग

पहा, कसा आश्चर्यकारकरीत्या दुपटीने वाढत गेला. त्यासाठी १०० वर्षे लागली. १९२०मध्ये आपली लोकसंख्या दोन अब्ज झाली. त्यानंतर ती आणखी दुप्पट होण्यास अवघी ५० वर्षे लागली. १९७०मध्ये अशा रीतीने ती चार अब्ज झाली. लवकरच आपण आठ अब्ज लोकसंख्या होण्याच्या मार्गावर वाटचाल करतो आहोत. आजच आपल्या लोकसंख्येत आणखी अडीच लाख लोकांची भर पडली आहे. असे रोजच होत रहाते आहे. मग भले निसर्गाचे ऋतुचक्र काहीही असले तरी. सध्या, दरवर्षी आपल्या लोकसंख्येत एका जर्मनीच्या लोकसंख्येच्या इतकी भर पडते आहे.''

तो उंच माणूस येरझारा घालताना मध्येच थांबला आणि एलिझाबेथभोवती घिरट्या घालीत म्हणाला, ''आता आपले वय काय आहे?''

हा एक खासगी गोष्टीवर आक्रमण करणारा प्रश्न होता. पण ती डब्ल्यूओएच संघटनेची प्रमुख असल्याने अशा शत्रुत्वदर्शक गोष्टी कशा युक्तीने हाताळावयाच्या याची तिला सवय होती. ती उत्तरली, ''६१!''

''तुम्ही जर अजून १९ वर्षे जगलात, म्हणजे वयाच्या ८०व्या वर्षांपर्यंत मजल मारलीत, तर तुमच्या डोळ्यांदेखत जगाची लोकसंख्या ही तिपटीने वाढलेली दिसेल. याचे काय परिणाम होतील याचा विचार करा. तुम्हाला ठाऊकच आहे की, तुमच्या जागतिक आरोग्य संघटनेने पुन्हा आपली भाकिते वाढवली आहेत. आणि या शतकाच्या मध्यापर्यंत जगाची लोकसंख्या नऊ अब्ज होईल, असे भाकीत केले आहे. पशूंच्या जीवजाती मात्र वेगाने नष्ट होत जातील. नैसर्गिक स्रोतांची मागणी ही दरवर्षी वेगाने वाढत चालली आहे. स्वच्छ पाणी मिळणे, ही गोष्ट दिवसेंदिवस दुर्मीळ होत चालली आहे.

''कोणतीही जीवशास्त्रीय फूटपट्टी लावलीत तरी मनुष्यजात ही अधिकाधिक टिकाव धरीत जगू लागली आहे, असे दिसते. टिकाव धरणाऱ्या माणसांची संख्या वाढत जाते आहे. अशा या घातक पार्श्वभूमीवर पृथ्वीवरील आरोग्याचे रक्षणकर्ता असलेली जागतिक आरोग्य संघटना ही मधुमेह बरा करणे, रक्तपेढ्यांची संख्या वाढवत नेणे, कर्करोगाशी लढा देणे, अशा कार्यात आपली गुंतवणूक करीत आहे.'' एवढे बोलून तो थांबला आणि मग तिच्याकडे टक लावून पहात म्हणाला, ''आणि म्हणून मी तुम्हाला इथे आणले आहे आणि आता तुम्हाला थेट विचारतो की, तुमची ही जागतिक आरोग्य संघटना समोर चालून येणाऱ्या लोकसंख्येच्या भस्मासुराशी दोन हात करायला का घाबरते आहे?''

एव्हाना एलिझाबेथ मनामध्ये रागाने खदखदू लागली होती. ती म्हणाली, ''तुम्ही कोणीही असा, पण तुम्हाला हे नक्कीच ठाऊक आहे की, डब्ल्यूएचओ लोकसंख्यावाढीच्या प्रश्नाकडे अत्यंत गंभीरपणे पहात आलेली आहे. नुकतेच

आम्ही शेकडो डॉक्टरांना आफ्रिकेत पाठवून त्यांच्याकरवी मोफत निरोधांचे वाटप करू लागलो आहोत. यावर आम्ही कित्येक लाख डॉलर्स खर्च केले आहेत. तसेच हे डॉक्टर्स जनतेला संतती नियमन कसे करायचे, याचेही शिक्षण देत आहेत.''

''हं, वाटलेच मला!'' तो सडपातळ माणूस उपहासाने म्हणत होता. ''हेच काय, पण यापेक्षाही अधिक मोठ्या संख्येने कॅथॉलिक मिशनऱ्यांचे सैन्य जरी आफ्रिकेत जाऊन तिथल्या नागरिकांना सांगू लागले की, त्यांनी निरोध वापरले तर ते नरकात जातील, तर काय होईल? मग आफ्रिकेत न वापरलेले निरोध जमिनीत गाडण्यावरून पर्यावरणाची नवीन समस्या उभी राहील.''

एलिझाबेथ मोठ्या संयमाने आपली जीभ आवरून धरीत होती. तिला त्याचा मुद्दा बरोबर वाटत होता, आणि तरीही कॅथॉलिक पंथाची मंडळी ही या समस्येत पोपने लक्ष घालू नये म्हणून बोलू लागली होती. विशेषत: मेलिंडा गेट्स ही एक कट्टर कॅथॉलिक आणि चळवळी स्त्री होती. तिने धाडसाने ५६ कोटी डॉलर्स हे जगभरातील संतती नियमनाच्या प्रकल्पासाठी मंजूर करायला भाग पाडून चर्चचा रोष ओढवून घेतला होता. एलिझाबेथ सिन्स्कीने अनेकदा अशी वक्तव्ये केली होती की, बिल आणि मेलिंडा यांनी आपल्या संस्थेमार्फत जागतिक आरोग्य सुधारण्यासाठी जे जे काही प्रयत्न केलेत त्यासाठी त्यांना खरेतर संतपदावरच चढवायला हवे. दुर्दैवाने संतपद बहाल करणारी जी एकमेव संस्था होती, तिला मेलिंडा मंडळींच्या कार्याचे महत्त्व लक्षात आले नाही.

अंधारातून त्या माणसाची छायाकृती परत बोलू लागली, ''जागतिक आरोग्य संघटनेला फक्त एकच एक जागतिक आरोग्याची मोठी समस्या ओळखता आली नाही की त्या समस्येची जाणीव झालेली नाही. त्याने मग संगणकाच्या पडद्यावर असंख्य माणसांचा समुद्र दाखवत तिला पुढे म्हटले, ''आणि हे पहा. तुम्ही एक शास्त्रज्ञ आहात असे मी समजतो आणि म्हणून तुम्ही कदाचित साहित्य आणि ललितकला या शास्त्रांची विद्यार्थिनी नसाल. म्हणून मी तुम्हाला एक आलेख दाखवतो. तो पाहून तुम्ही त्याबद्दल तुमच्या शब्दांत त्याचा खुलासा करावा.''

त्याने खोलीतले दिवे मालवले आणि पडद्यावर एक नवीन प्रतिमा उमटली. एलिझाबेथने ती प्रतिमा अनेकदा पाहिली होती... आणि प्रत्येक वेळी पहाताना तिला एका चमत्कारिक हताशपणाची जाणीव होई.

यानंतर त्या खोलीत एक जड शांतता पसरली.

शेवटी तो सडपातळ माणूस म्हणाला, ''एक दहशत पसरवणारे संकट शांतपणे चाल करून येते आहे, हे या आलेखावरून दिसून येते आहे. या संकटाकडे पहाणे म्हणजे आपल्या मोटारीच्या दिव्यांच्या प्रकाशात समोरून चाल

करून येणाऱ्या रेल्वे इंजिनाकडे पहाण्यासारखे आहे.'' नंतर तो माणूस सावकाश एलिझाबेथकडे वळला आणि तिच्याकडे पाहून बळेबळे हसला. तो विचारू लागला, ''डॉ. सिन्स्की, काही शंका आहेत?''

''एकच शंका!'' तिने फट्‌कन त्याला उलट उत्तर देत म्हटले, ''तुम्ही इथे मला जे आणले आहे, ते मला एक व्याख्यान ऐकवण्यासाठी की माझा अपमान करण्यासाठी?''

''दोन्हीही नाही!'' त्याने आपला आवाज मवाळ करीत म्हटले. ''मी तुम्हाला इथे आणले आहे ते तुमच्याबरोबर मला काम करू देण्याबद्दल. तुम्हाला ही लोकसंख्यावाढीची समस्या समजली आहे, यात शंकाच नाही. पण मला अशी भीती वाटते की, या समस्येमुळे माणूस आपला आत्मा गमावून बसेल, हे तुमच्या लक्षात येत नाहीये. लोकसंख्यावाढीच्या दबावाखाली आल्यावर ज्यांनी कोणी आत्तापर्यंत चोरी केली नाही, ते चोऱ्या करून आपल्या कुटुंबाना पोसू लागतील. ज्यांनी कोणी आजवर कोणाचाही खून केला नाही ते लोक आपल्या कच्च्याबच्च्यांसाठी खून पाडायला कचरणार नाहीत. डान्टेने जे जे पापकृत्यांचे प्रकार दाखवले आहेत – म्हणजे अतिलोभ, खादाडपणा, विश्वासघातीपणा, खून – हे ते दुर्गुण वाढत जातील... सारी मानवजात त्यामुळे ग्रस्त होऊन जाईल. त्यातच आपले नैसर्गिक स्रोत कमी होत गेल्याने हे प्रकार वाढत जातील. समाजातील सोयीही कमी होत जातील. सर्वत्र गोंधळ वाढेल. अखेर माणसाचा आत्मा जिवंत ठेवण्यासाठी आपल्याला लढा द्यावा लागेल.''

''मी एक जीवशास्त्रज्ञ आहे. मी जीव वाचवायला पहाते... त्यांचे आत्मे नाही.''

''ठीक आहे! पण मी याबद्दलही असे सांगतो की, भावी काळात तुमचे हे लोकांचे जीव वाचवण्याचे कार्य करणेही तुम्हाला दिवसेंदिवस कठीण होत जाणार आहे. अतिरिक्त लोकसंख्येमुळे आध्यात्मिक असमाधानही वाढत जाणार आहे. मॅकियाव्हेली याने जे लिहून ठेवले आहे, त्यातील काही मजकूर असा आहे – ''

''होय!'' तिने त्याच्या बोलण्यात अडथळा आणीत म्हटले. तिला तो प्रसिद्ध मजकूर चांगलाच आठवत होता. *''जेव्हा जगातील प्रत्येक भाग, प्रत्येक प्रांत हा माणसांच्या गर्दीने भरून जाईल, तेव्हा जनतेला आपला निर्वाह करणे, अस्तित्व टिकवणे किंवा अन्यत्र स्थलांतर करणे, हे कठीण होऊन बसेल... मग सारे जग आपण होऊन दोषमुक्त होण्यासाठी धडपडू लागेल.''* तिने असे म्हणून त्याच्याकडे रोखून पहात म्हटले, ''जागतिक आरोग्य संघटनेमध्ये काम करणाऱ्या आम्हा सर्वांना हा मजकूर ठाऊक आहे.''

''छान! मग तुम्हाला मॅकियाव्हेली याने नंतर प्लेग हा रोग जगाचे शुद्धीकरण

करणारा एक नैसर्गिक उपाय आहे, हे म्हटलेले ठाऊक असेलच.''

''होय! मला हेही ठाऊक आहे. आणि मी माझ्या भाषणात जे म्हटले ते असे : लोकसंख्येची घनता आणि रोगराईच्या साथी मोठ्या प्रमाणात पसरणे यांचा एकमेकांशी असणाऱ्या संबंधांची जाणीव आम्हा सर्वांना आहे. आम्ही सतत या संदर्भात नवीन उपाय शोधत आहोत. भविष्यातील रोगाच्या साथींना प्रतिबंध करण्यासाठी आमच्या संघटनेला शक्य होईल, याबद्दल पूर्ण आत्मविश्वास आहे.''

''तुमच्या अशा वक्तव्याबद्दल मला तुमची दया येते.''

एलिझाबेथने त्याच्याकडे अविश्वासाने पहात म्हटले, ''काय म्हणालात?''

''डॉ. सिन्स्की!'' तो माणूस चमत्कारिक रीतीने हसत म्हणू लागला, ''तुम्ही भविष्यातील रोगराईच्या साथी नियंत्रणात आणण्याबद्दल असे काही बोलत आहात की तसे करणे ही एक चांगली गोष्ट आहे, असे तुम्हाला वाटते आहे.''

यावर ती त्या माणसाकडे मूकपणे बघत राहिली.

एखादा वकील आपला युक्तिवाद संपत आल्यावर जसे बोलतो, तशा पद्धतीने तो सडपातळ माणूस म्हणाला, ''मला काय म्हणायचे आहे ते तुम्हाला मी नीट सांगितले आहे आणि तुम्हालाही ते समजले आहे. मी आता जागतिक आरोग्य संघटनेच्या प्रमुखाबरोबर आहे. ही संघटना मला काही चांगले देऊ करू शकते. तुम्ही जर त्यावर विचार केलात तर तो एक जबरदस्त विचार वाटू शकेल. मी तुम्हाला येऊ घालणाऱ्या दु:खांची, संकटाची एक झलक पडद्यावर दाखवली.'' असे म्हणून त्याने पुन्हा ते असंख्य माणसांचे चित्र पडद्यावर आणले. ''अनिर्बंधपणे वाढलेल्या लोकसंख्येच्या हादरवून सोडणाऱ्या ताकदीची जाणीव तुम्हाला करून दिली.'' मग त्याने टेबलावरील कागदाच्या तुकड्यांच्या चळतीकडे बोट करून म्हटले, ''आपण आध्यात्मिकदृष्ट्याही एका कडेलोटापर्यंत येऊन ठेपलो आहोत, हेही मी तुम्हाला दर्शवले आहे.'' मग तो थोडे थांबून थेट तिच्याकडे वळून म्हणाला, ''यावर तुमची प्रतिक्रिया काय? तर आफ्रिकेत मोफत निरोधाची पाकिटे वाटणे.'' एवढे बोलून त्याने हेटाळणीपूर्वक आपले नाक मुरडले. ''एखादी अजस्र उल्का पृथ्वीकडे वेगाने येत असताना तिला माशी मारण्याच्या रॅकेटने अडवण्याचा प्रयत्न करण्यासारखे तुमचे प्रयत्न आहेत. टाइमबॉम्बची टिक्-टिक् आता फार काळ चालणार नाही. ती टिक्-टिक्ही थांबली आहे. केव्हाही हाहा:कार उडू शकतो. तातडीने आत्ताच काही उपाययोजना केली नाही तर भूमिती श्रेणीचे गणित हीच तुमची नवीन देवता ठरेल... आणि ही देवता म्हणजे एक सुडाची देवता आहे. या देवतेकडून डान्टेने वर्णन केलेली दृश्ये ही इथे न्यू यॉर्कमध्ये प्रत्यक्षात उतरतील... अनेक माणसे एकत्र येऊन आपल्याच मलमूत्रात वळवळत रहातील. निसर्गाकडून माणसांचे एक जागतिक हत्यासत्र सुरू होईल.''

एलिझाबेथ यावर फट्कन म्हणाली, "असे आहे का? तर मग मला सांगा की, तुमच्या भविष्यकाळाच्या दृश्यात पृथ्वीवर कोणती आदर्श लोकसंख्या असेल? असा कोणता तो जादूचा आकडा आहे की, ज्यामध्ये मानवजातीला अनिश्चितपणे का होईना पण टिकून रहाण्याची आशा वाटेल... आणि तेही तुलनात्मक सुखाच्या दृष्टीने?"

यावर त्या सडपातळ माणसाने स्मितहास्य केले. त्याला तिच्या प्रश्नाचे कौतुक वाटले. तो म्हणाला, "कोणताही पर्यावरणवादी जीवशास्त्रज्ञ किंवा संख्याशास्त्रज्ञ तुम्हाला सांगेल की, मानवाची प्रदीर्घ काळ टिकून रहाण्याची संधी ही जागतिक लोकसंख्या चार अब्ज कायम रहाण्यात आहे."

"चार अब्ज?" ती रागाने बोलत होती, "आत्ताच आपली जगातली लोकसंख्या सात अब्ज झाली आहे. तेव्हा आता तुम्ही म्हणालात त्याप्रमाणे उशीर झालेला आहे."

"असे?" त्या सडपातळ माणसाने म्हटले. त्याच्या हिरव्या डोळ्यांतून नुसती आग ओसंडत होती.

२३

बोबोली उद्यानाभोवती असलेल्या संरक्षक भिंतीवर ते दोघे चढले होते. लँग्डनने भिंतीवरून खाली उडी मारली. तिथली जमीन मऊ असल्याने त्याला धक्का बसला नाही. त्याच्या मागोमाग सिएनानेही उडी मारली आणि ती त्याच्या शेजारी उभी राहिली. ते दोघे आपले कपडे झटकीत आजूबाजूला पाहू लागले.

त्यांच्यापुढे काही फुटांपर्यंत गवत आणि शेवाळे उगवले होते. नंतर झाडी सुरू झाली होती. याच्या पलीकडे पिट्टी राजवाडा होता. पण तो इथून दिसू शकत नव्हता. आपण या उद्यानात दक्षिणेला पार टोकाशी असल्याने तो राजवाडा इथून दूर असणार याची त्याला कल्पना होती. सुदैवाने या सकाळच्या वेळी उद्यानात कोणीही कर्मचारी किंवा पर्यटक आलेले नव्हते.

लँग्डनला एक दगडी रस्ता दिसला. तो खाली उताराकडे अत्यंत सुरेख वळणे घेत घेत जात होता. तो रस्ता पुढे झाडीत घुसून अदृश्य झाला होता. तिथेच एक संगमरवरी पुतळा उभा केलेला होता. दगडी वाटेवरून येणाऱ्यांचे लक्ष तो वेधून घेत होता. ती पुतळ्याची जागा अगदी अचूक निवडली गेली होती. लँग्डनला याचे आश्चर्य वाटले नाही. निकोलो ट्रिबोलो, जॉर्जिओ व्हसारी आणि बनार्डो बुऑन्टालेन्टी या रचनाकारांकडे सौंदर्यशास्त्रातील बुद्धिमत्ता एकवटली होती. त्या तिघांनी मिळून या उद्यानाची रचना करून जगातील १११ एकर जमिनीच्या कॅनव्हासवर चालत जाण्याजोगे एक अप्रतिम निसर्गचित्र उभे केले होते.

"आपण जर वायव्येच्या दिशेने गेलो तर राजवाड्यापाशी पोहोचू," लँग्डन तिला त्या दगडी वाटेकडे बोट दाखवत म्हणाला. "मग आपण पर्यटकांमध्ये मिसळून जाऊ. कोणालाही न दिसता आपण बाहेर पडू. माझा तर्क असा आहे की, ते फाटक नऊ वाजता उघडत असावे."

लँग्डनने आपल्या घड्याळात पहाण्याचा प्रयत्न केला, पण त्याचे नेहमीचे मिकी माउसचे चित्र असलेले घड्याळ मनगटावर नव्हते. कदाचित ते रुग्णालयातच आपल्या इतर कपड्यांबरोबर असेल, तर ते परत मिळवताही येईल.

सिएना आता बेपर्वाईने चालत होती. ती म्हणाली, ''रॉबर्ट, पुढचे काही ठरवण्याआधी आपण नक्की कुठे चाललो आहोत, हे मला सांगाल का? तुम्हाला तिकडे जाऊन काय सापडणार आहे?''

यावर लँग्डन तिला म्हणाला, ''आपण आधी झाडीत शिरून कुणाच्या नजरेस पडणार नाही असे बघू या.'' असे म्हणून त्याने तिचा हात धरून त्या दगडी वाटेने तिला पुढे नेले. त्या वाटेने एक सुरेख वळण घेऊन त्यांना एका खोलीत नेऊन सोडले. त्या उद्यानात ती खोली मुद्दाम बांधलेली होती. लॅन्डस्केपच्या रचनेत ती अंतर्भूत केलेली होती. त्या तथाकथित खोलीला छप्पर नव्हते. ती एक बंदिस्त मोकळी जागा होती. आतमध्ये पाच-सहा बाके ठेवलेली होती. मध्यभागी एक कारंजे उडत होते. झाडाखाली असल्याने इथली हवा थंड होती.

लँग्डनने आपल्या खिशातून तो प्रोजेक्टर बाहेर काढला आणि तो जोरजोरात मागे-पुढे हलवू लागला. ''सिएना, ज्याने कोणी हा प्रोजेक्टर तयार करून त्यात डिजिटल स्वरूपात चित्र ठेवले त्याने चित्रात नुसतीच अक्षरे घुसवली नाहीत, तर त्याने पापांचा मूळचा क्रमही बदलून टाकला आहे,'' असे म्हणून तो बाकावर उभा राहिला आणि त्याने प्रोजेक्टरचा नेम धरला. बॉटिसेलीने चितारलेल्या नरकाचा नकाशा अंधूकपणे बाकावर सिएनाच्या शेजारी उमटला.

''ती अक्षरे पाहिली का?''

सिएनाने ती शोधून काढली. चित्रात वरपासून खालपर्यंत असलेली ती अक्षरे वाचून ती म्हणाली, ''CATROVACER – कॅट्रोव्हेसर.''

''बरोबर. पण त्याचा अर्थ लागत नाही.''

''पण तुम्हाला वाटते आहे की, ते १० चरांचे क्रम हे बदलले गेले आहेत.''

''त्याहीपेक्षा एक सोपा मार्ग आहे. जर ही अक्षरे म्हणजे एकेक पत्ता असेल तर १० पत्त्यांचा एक जोड तयार होईल. हा पत्त्यांचा जोड पिसलेला नाही. तो नुसता मध्येच वेगळा केला आहे. वेगळा केला तरी त्यातील क्रम तोच रहातो. पण तो क्रम चुकीच्या पत्त्यापासून सुरू होतो. डान्टेच्या लिखाणानुसार आपली सर्वांत वरची पातळी ही फूस लावणाऱ्यांची आहे. त्यांना असुर चाबकाचे फटके मारीत आहेत. आणि तरीही या नवीन आवृत्तीत ती फूस लावणारी पापी माणसे ही सातव्या चरामध्ये दिसत आहेत.''

ते बाकावर उमटलेले चित्र अंधूक होत चालले होते. तिने ते नीट निरखून पाहिले आणि मान डोलवत म्हटले, ''ठीक आहे, मला दिसते आहे तसे! पहिला चर हा आता सातवा झाला आहे.''

लँग्डनने प्रोजेक्टर खिशात घातला आणि त्याने खाली जमिनीवर उडी मारली. मग त्याने एक छोटी काटकी उचलली आणि मातीमध्ये तो अक्षरे रेखाटू लागला.

"नरकाच्या सुधारित आवृत्तीमधील हीच ती अक्षरे!"

C
A
T
R
O
V
A
C
E
R

"कॅट्रोव्हेसर," सिएनाने वाचले.

"होय! आणि हा पत्त्यांचा जोड इथे कापला आहे." आता त्याने सातव्या अक्षराखाली एक रेघ ओढली आणि तो सिएनाला काही अर्थबोध होतो का, ते पाहू लागला.

C
A
T
R
O
V
A
———
C
E
R

"ठीक आहे!" ती चट्‌कन वाचून म्हणाली, "कॅट्रोव्हा. सेर!"

"बरोबर, आता एकाक्षरी पत्त्यांच्या जोड रेघ मारली तिथे तोडून खालचा भाग वर आणून ठेवा. मग काय वाचाल?"

सिएनाने वाचले, “सेर. कॅट्रोव्हा!” तिने खांदे उडवून म्हटले, “तरीही त्यातून अर्थ निघत नाही.”

लँग्डनने परत ते नवीन शब्द उच्चारले, “सेर कॅट्रोव्हा!” मग क्षणभर थांबून त्याने तेच शब्द भरभर उच्चारले, “सेर कॅट्रोव्हा.” ते असे सारखे उच्चारीत गेला आणि मध्येच थांबून म्हणाला, “सिर्का ..... ट्रोव्हा.”

सिएना थक्क झाली आणि तिने लँग्डनकडे पाहिले.

लँग्डन स्मितहास्य करीत म्हणाला, “होय, सिर्का ट्रोव्हा!”

cerca आणि trova हे दोन इटालियन शब्द होते आणि त्यांचा अर्थ ‘शोधा’ आणि ‘सापडेल’ असा होता. जेव्हा या दोन शब्दांचा मिळून एक संयुक्त शब्द केला तेव्हा त्याला बायबलमधील ‘शोधा म्हणजे तुम्हाला ते सापडेल’ अशा वचनाचा अर्थ लागला.

सिएना एकदम आश्चर्याने उद्गारून धापा टाकीत म्हणाली, “ती अवगुंठित स्त्री तुमच्या स्वप्नात येत होती, ती हेच म्हणत होती ना, शोधा म्हणजे तुम्हाला ते सापडेल.” मग ती ताड्‌कन उठून उभी रहात म्हणाली, “रॉबर्ट, याचा अर्थ काय आहे ते तुम्हाला ठाऊक आहे? याचा अर्थ असा आहे की, cerca आणि trova हे शब्द तुमच्या अव्यक्त मनात आधीपासूनच होते! हॉस्पिटलमध्ये यायच्या आधीच तुम्ही या शब्दांमागचा अर्थ शोधला असावा! कदाचित तुम्ही त्या प्रोजेक्टरमधून उमटलेले चित्रही पाहिलेले असणार... पण हे सारे तुम्ही नंतर गोळीबार झाल्याने आणि जखमी झाल्याने विसरलात.”

ती म्हणते ते बरोबर असावे, हे त्याला उमगले. ते चित्रातले कोडे उलगडण्यात तो एवढा दंग झाला होता की, हे सारे कोडे आपण पूर्वीच सोडवले होते, हे तो विसरून गेला होता.

“रॉबर्ट, तुम्ही म्हणाला होतात की, नरकाचा नकाशा जुन्या फ्लॉरेन्स शहरातील एक जागा दाखवतो. पण कुठे आहे ती जागा?”

“cerca trova चा अर्थ लक्षात येत नाही?”

यावर तिने फक्त आपले खांदे उडवले.

लँग्डनला मनातून हसू आले. *शेवटी तिला काहीतरी समजले नाही.* “असे दिसते की, हा शब्दप्रयोग एका विशिष्ट आणि प्रसिद्ध असे भिंतीवरील म्युरल दर्शवितो. ते चित्र व्हिचिओ राजवाड्यात टांगलेले आहे. जॉर्जिओ व्हेसारी याचे ते ‘बटाग्लिया दी मार्सिआनो’ या नावाचे चित्र आहे. व्हेसारी याने त्या चित्रावर cerca trova ही बारीक अक्षरे चितारली आहेत. त्याने असे का केले असावे, यासाठी अनेकांनी अनेक सिद्धान्त रचले आहेत; परंतु कोणाजवळही त्याबाबत कसलाच पुरावा नाही.”

एकदम कुठूनतरी एक कर्कश आवाज करीत एक छोटे विमान त्यांच्या मागून उगवले आणि त्यांच्या डोक्यावरून झर्रकन पुढे निघून गेले. ते झाडांच्या शेंड्याखालून उडत होते. त्याचा आवाज त्यांना अगदी जवळून ऐकू आला होता. लँग्डन आणि सिएना भीतीने एकदम गोठून गेले.

लँग्डनने दूर गेलेल्या विमानाकडे पहात म्हटले, ''ते एक खेळण्यातले हेलिकॉप्टर असावे. रिमोट कंट्रोलकडून चालवले जाणारे.'' तीन फूट लांबीचे ते हेलिकॉप्टर दूरवर वळण घेऊन परत येऊ पहात होते. एखादा राक्षसी डास असावा, असे ते भासत होते.

सिएना काळजीत पडली होती. ती म्हणाली, ''चट्कन खाली बसा!''

ते हेलिकॉप्टर पुन्हा त्यांच्या दिशेने समोरून येऊ लागले. पण या वेळी जरा डाव्या बाजूने ते जात होते.

ती हळू आवाजात म्हणाली, ''ते खेळण्यातील हेलिकॉप्टर नाही. पहाणी करण्यासाठी पाठवलेले ते ड्रोन विमान आहे. त्यात एक व्हिडिओ कॅमेरा असतो आणि त्याच्याकडून समोरची दृश्ये वायरलेसने कोणालातरी पाठवली जातात.''

ते हेलिकॉप्टर पुन्हा एकदा आर्ट इन्स्टिट्यूटकडून त्यांच्याकडे येऊ लागले. सिएना त्याला म्हणाली, ''तुम्ही असे नेमके काय केले आहे म्हणून ते तुमच्या मागे एवढे हात धुऊन लागले आहेत? काही अतिसामर्थ्यवान व्यक्तींना तुम्हाला शोधण्याची खूप उत्सुकता आहे असे दिसते.''

हेलिकॉप्टर आता उद्यानाच्या बाजूच्या भिंतीवरून प्रवास करू लागले. हीच भिंत त्या दोघांनी ओलांडली होती.

सिएना म्हणाली, ''आर्ट इन्स्टिट्यूटमधील कोणीतरी आपल्याला ती भिंत ओलांडताना पाहिले असेल आणि कदाचित पोलिसांना कळवले असेल. आपल्याला इथून चट्कन निघाले पाहिजे,'' असे म्हणून ती जोरात धावत जाऊ लागली.

उद्यानाच्या टोकाशी हेलिकॉप्टर आवाज करीत पोहोचलेले होते, त्याचा फायदा घेत लँग्डनने प्रथम जमिनीवर काढलेली अक्षरे पुसून टाकली आणि तोही सिएनाच्या मागे धावत जाऊ लागला. पण cerca trova या शब्दांनी, जॉर्जियो व्हसारी याचे म्युरल चित्र आणि आपण चित्रातील संदेशाची उकल केलेली असावी, अशी सिएनाला आलेली शंका यांमुळे त्याच्या मनात मोठे वादळ उठवून दिले होते. 'शोधा म्हणजे तुम्हाला ते सापडेल' याचा खरा अर्थ काय?

ते दोघे आता उद्यानातील दुसऱ्या एका मोकळ्या जागेपाशी आले होते. त्याच वेळी त्याच्या मनात एक दचकवून टाकणारा विचार प्रकट झाला. तो चट्कन थांबला. त्याच्या चेहऱ्यावर गंमत वाटल्याचे हसू उमटले.

तो थांबल्याचे पाहून सिएनाने त्याला विचारले, ''रॉबर्ट, काय झाले?''

"मी निर्दोष आहे!" त्याने म्हटले.

"कशाबद्दल तुम्ही बोलत आहात?"

"मी काहीतरी भयंकर कृत्य केले आहे... म्हणून ती माणसे माझा पाठलाग करीत आहेत, असे मी उगाचच समजून चाललो होतो."

"पण हॉस्पिटलमध्ये आल्यावर तुम्ही 'व्हेरी सॉरी' असे सारखे का म्हणत होतात?"

"होय, मी म्हणत होतो खरे तसे. पण माझी समजूत अशी झाली होती की मी ते इंग्रजी भाषेतील शब्द बोलत होतो."

लँग्डनचे निळे डोळे आता उत्तेजित झालेले होते. तो म्हणाला, "सिएना, मी जेव्हा *व्हेरी सॉरी* असे म्हणत होतो तेव्हा कोणाचीही मी माफी मागत नव्हतो. मी त्या गुप्त संदेशाबद्दल बोलत होतो. तो गुप्त संदेश व्हिचिओ राजवाड्यातील चित्रात रेखाटला आहे!" अर्धवट शुद्धीत असताना तो जे बोलत होता त्याचे ध्वनिमुद्रण अजूनही त्याला आठवत होते. तो म्हणत होता, *व्हे... सॉरी. व्हे... सॉरी.*

ते ऐकून सिएना गोंधळून गेली.

लँग्डन आता हसत तिला म्हणाला, "तुमच्या लक्षात येते का? मी 'व्हेरी सॉरी... व्हेरी सॉरी...' असे म्हणत नव्हतो. तर मी त्या चित्रकाराचे नाव बोलत होतो.

व्हे.. सारी, व्हेसारी!"

२४

वायेन्थाने आपल्या मोटरसायकलचे ब्रेक्स करकचून दाबले.

मोटरसायकलचा मागचा भाग माशाने शेपूट हालवावे तसा हलला. ब्रेक्सचा खूप मोठा आवाज झाला होता आणि रस्त्यावर टायर घासल्याने लांबलचक खूण उमटली होती. तो रस्ता 'व्हियाले डेल पोगिओ' हा होता. तिच्या समोर वाहनांची रांग लागली होती. रस्ता अडवून धरल्याने तिथली वाहतूक ठप्प झाली होती.

'मला अशा गोष्टीत वेळ वाया घालवायचा नाही.'

कशासाठी वाहतूक अडवली गेली आहे पहाण्यासाठी तिने आपली मान उंचावून मोटारींच्या पलीकडे पहाण्याचा प्रयत्न केला. एसआरएस माणसांच्या तुकडीला टाळण्यासाठी चौकातील गोल भागाभोवती तिला लांबचे वळण घ्यावे लागले होते. त्यात तिचा आधीच वेळ गेला होता. तसेच सिएनाच्या इमारतीसमोरही तिचा वेळ निष्कारण वाया गेला होता. आता तिला शहराच्या जुन्या भागात, कसबा विभागात जायचे होते. गेले काही दिवस ती ज्या हॉटेलात रहात होती, तिथली खोली तिला सोडायची होती. सर्व कामे तिला भरभर उरकायची होती. त्यात ही ट्रॅफिक अडवल्याची अडचण तिच्यासमोर आली.

'शेवटी मला त्यांनी कामावरून काढून टाकले – या शहरातून मी आता दूर गेले पाहिजे.'

पण तिचे दुर्दैव अजून तिची पाठ सोडत नव्हते. शहराच्या जुन्या भागात जाण्याचा जो मार्ग तिने निवडला होता, तोच आता अडवला गेला होता. हा मार्ग खुला होण्याची वाट पहायची तिची तयारी नव्हती. तिने आपली मोटरसायकल सुरू केली आणि वाहतुकीच्या मार्गाच्या एका बाजूला घेतली. मग बाजूच्या गल्लीत ती घुसली आणि शेवटी एका आडव्या रस्त्यावर आली. तिच्यासमोर आता सहा रस्ते एकत्र येऊन मिळालेले होते. तिथेही वाहतूक ठप्प झाली होती. या ठिकाणी 'पोर्टा रोमाना' भाग होता, फ्लॉरेन्समधील सर्वांत जास्त वाहतूक असलेला भाग होता. इथूनच जुन्या फ्लॉरेन्समध्ये शिरण्याचा मार्ग सुरू होतो.

'हे काय चालले आहे तरी काय?'

वायेन्थाने पाहिले की इथे सर्वत्र पोलीस विखुरलेले आहेत. त्यांनी रस्ता बंद केला आहे किंवा कशाची तरी ते तपासणी करीत असावेत. काही क्षणांनी तिला समोर मध्यभागी जे दिसले त्यामुळे ती गोंधळून गेली. तिथे एक नेहमी दिसणारी काळी व्हॅन उभी होती. त्या व्हॅनभोवती काळे गणवेष घातलेले अनेक एजंट्स स्थानिक अधिकाऱ्यांना ओरडून हुकूम देत होते.

ती सारी एसआरएसची माणसे होती. पण ती इथे काय करत आहेत आणि कशासाठी काम करत आहेत हे तिला समजेना.

कदाचित...

वायेन्थाच्या समोर एक शक्यता उभी राहिली होती. *लँग्डनने ब्रूडरच्या हातावर तुरी देऊन पळ तर काढला नसेल ना?* पण ही गोष्ट तिला शक्य कोटीतील वाटत नव्हती. एसआरएसच्या तावडीतून निसटण्याची शक्यता ही शून्य होती. पण लँग्डन हा काही एकटा काम करीत नव्हता. आणि वायेन्थाला ती सोनेरी केसांची स्त्री ही किती हुषार आहे आणि बुद्धिमान आहे, हे सुरुवातीलाच जाणवले होते.

तिच्यासमोर थांबलेल्या प्रत्येक मोटारीकडे एकेक पोलीस येऊन चौकशी करीत होता. प्रत्येक जण मोटारीतील प्रवाशांना हातातला एक फोटो दाखवून काहीतरी विचारीत होता. तिला एकदम कळून चुकले की, तो फोटो रॉबर्ट लँग्डनचा होता आणि तो वृत्तपत्रात छापून आलेला होता. तिचे हृदय धडधडू लागले.

याचा अर्थ लँग्डनला पकडण्यात ब्रूडर अपयशी ठरला होता. लँग्डन अजूनही मोकळाच होता!

वायेन्थाला डावपेचांचा खूप अनुभव होता. तिने ताबडतोब आत्ताच्या परिस्थितीमुळे तिची स्थिती कशी बदलली गेली आहे, याचा आढावा घेण्यास सुरुवात केली. आता काय करायचे?

'पर्याय एक – आपण पळून जाणे हेच आवश्यक आहे.'

वायेन्थाने प्रोव्होस्तची एक महत्त्वाची कामगिरी उधळून लावली होती आणि त्याबद्दल तिला नोकरीवरून काढून टाकले होते. ती सुदैवी असेल, तर तिची एक औपचारिक चौकशी केली जाईल आणि मगच नोकरीत ठेवण्याचा निर्णय घेतला जाईल. पण ती दुर्दैवी असेल आणि तिला आपल्या मालकाच्या कामाचे गांभीर्य कळले नसेल, तरी ती उरलेले आयुष्य कायम 'आपला पाठलाग होत नाही ना?' या भीतीखाली घालवत राहील आणि 'कन्सोर्टियम आपल्याकडे मुद्दाम दुर्लक्ष तर करत नाही ना?' ही शंका बाळगत राहील.

आता दुसरा एक पर्याय होता.

आपली कामगिरी आपण पूर्ण करणे.

परंतु नोकरीतून काढून टाकल्यावर असे काही करणे, हे पूर्णपणे विरुद्ध होते. आणि लँग्डन अजूनही हुलकावणी देत पळून जात असेल, तर वायेन्थाला आधीच्या सूचनेनुसार त्याला संपवण्याची संधी होती.

'जर ब्रूडर लँग्डनला पकडण्यात अयशस्वी झाला असेल आणि मला जर यश मिळाले तर...' ती शक्यता लक्षात घेताच ती उत्तेजित झाली, तिची नाडी धावू लागली.

वायेन्थाला ठाऊक होते की, आपल्याला यश मिळण्याची शक्यता खूप दूरची होती. जर लँग्डन ब्रूडरला पूर्णपणे गुंगारा देऊ शकतो; आणि वायेन्था मध्ये पडून ती कामगिरी पूर्ण करू शकली, तर याचा अर्थ तिने एकटीने कन्सोर्टियमची पुढच्या संकटातून सुटका केली असे होईल. मग मात्र प्रोव्होस्तला तिला दाद देण्यावाचून गत्यंतर उरणार नाही. तो मग मवाळ बनेल.

'मी माझी कामगिरी पुरी करेन. मग कदाचित त्यामुळे मला नोकरीत बढतीही मिळेल.'

एका क्षणात वायेन्थाला कळून चुकले की, आपले संपूर्ण भविष्य हे एका महत्त्वाच्या कामगिरीवर आता अवलंबून आहे. म्हणजे मला आता लँग्डनला शोधून काढलेच पाहिजे... आणि तेही ब्रूडरने त्याला शोधण्याच्या आत.

पण ही गोष्ट वाटते तेवढी सोपी नव्हती. ब्रूडरच्या दिमतीला अफाट मनुष्यबळ उपलब्ध होते, अत्याधुनिक तंत्रज्ञान आणि यंत्रे यांच्या साहाय्याने तो पाळत ठेवू शकत होता. तर वायेन्थाला एकटीने सारे काम करावे लागत होते. पण तिच्याकडे अशी एक माहिती होती की, जी माहिती ब्रूडर, प्रोव्होस्त आणि पोलीस यांच्याकडे नव्हती.

'लँग्डन कुठे जाऊ शकेल, याची मला चांगलीच कल्पना आहे.'

तिने उत्साहित होऊन आपली मोटरसायकल किक मारून सुरू केली आणि गर्रकन ती १८० अंशातून मागे फिरली आणि जिथून ती इथे आली होती, तिकडेच जाऊ लागली. *पॉन्टे आले ग्राझिये,* असे ती मनात म्हणाली. तिच्या नजरेसमोर आता उत्तरेकडचा एक पूल आला होता. जुन्या शहरात जाण्यासाठी अनेक मार्ग उपलब्ध होते. त्यातला एक मार्ग तिने अचूक हेरला होता.

२५

'म्हणजे आपण माफी मागत नव्हतो, तर एका चित्रकाराचे नाव उच्चारीत होतो,' असे वाटून लँग्डनला मोठी मौज वाटली.

''व्हेसारी,'' सिएना एक पाऊल मागे घेत अडखळत बोलली. ''ज्या चित्रकाराने cerca trova हे शब्द आपल्या चित्रात लपवून ठेवले, त्याचे हे नाव आहे?''

लँग्डनला आता हसू फुटले. *व्हेसारी... व्हेसारी...* त्या विचित्र संकटावर आता नवीन प्रकाश पडत होता. नवीन सुगावा लागल्यावर लँग्डनला आपण केवढी भयंकर चूक करून ठेवली आहे, याची त्याला आता कल्पना आली.

''रॉबर्ट, याचा अर्थ तुम्ही जखमी होण्याआधी त्या नळीच्या प्रोजेक्टरमधून उमटलेले चित्र पाहिले होते आणि तुम्हाला त्यात काही लपलेला संकेत किंवा संदेश हा व्हेसारीच्या चित्राकडे बोट दाखवतो आहे, हेही समजले होते. म्हणून तर तुम्ही सारखे व्हेसारीचे नाव घेत सुटला होता.''

या सगळ्याचा काय अर्थ आहे, यावर लँग्डन विचार करू लागला. जॉर्जियो व्हेसारी हा एक सोळाव्या शतकातील चित्रकार, वास्तुरचनाकार आणि लेखक होता. लँग्डन त्याला 'कलेच्या क्षेत्रातील जगातील पहिला इतिहासतज्ज्ञ' असे संबोधायचा. व्हेसारी याने शेकडो चित्रे काढली आणि डझनावारी वास्तूंच्या रचना केल्या. त्याचा सर्वांत गाजलेला वारसा हा भावी घटनांवर प्रभाव टाकणारा ग्रंथ होता. त्या ग्रंथाचे नाव होते, *'अत्यंत तज्ज्ञ असे चित्रकार, शिल्पकार आणि वास्तुरचनाकार यांची चरित्रे.'* यामध्ये त्याने बहुतेक इटालियन कलाकारांची चरित्रे एकत्र लिहिली आहेत. आर्ट हिस्टरीच्या विद्यार्थ्यांना आजही हे पुस्तक वाचावे आणि अभ्यासावे लागते.

cerca trova हे शब्द व्हेसारीने चित्रात घातल्यावर ३० वर्षांनी तो गुप्त संदेश उघडकीस आला. व्हिचिओ राजवाड्याच्या 'हॉल ऑफ फाइव्ह हन्ड्रेड'मध्ये एक भव्य चित्र हिरव्या भिंतीवर लावले आहे. त्यात एक समर प्रसंग चितारला आहे. त्यातील युद्ध निशाणावर ती बारीक अक्षरे काढली गेली आहेत. संबंध चित्रात ती अक्षरे चट्‌कन लक्षात येणे अशक्यच आहे. चित्रकलेची एक सार्वत्रिक जाणीव आणि

रसग्रहण होण्यास सुरुवात होण्याच्या काळात व्हेसारीने ती अक्षरे निशाणावर काढली. यामागचा, नेहमी पुढे केला जाणारा एक सिद्धान्त असा आहे की, भावी पिढ्यांना असे सूचित केले आहे की, लिओनार्दो द व्हिन्सी याचे एक हरवलेले चित्र याच भिंतीत मागच्या बाजूला तीन सेंटिमीटर जाडीच्या पोकळीत आहे.

सिएना घाबरून वर झाडांकडे पहात होती. ती म्हणाली, ''अजूनही एक गोष्ट माझ्या लक्षात येत नाही. जर तुम्ही व्हेरी सॉरी... व्हेरी सॉरी... म्हणत होतात तर लोक तुम्हाला का ठार करू पहात आहेत?''

लँग्डनलाही हेच आश्चर्य वाटत होते.

पाळत ठेवणाऱ्या त्या हेलिकॉप्टरचा आवाज आता पुन्हा मोठा मोठा होऊ लागला. आता मात्र काहीतरी निर्णय घेतलाच पाहिजे, याची जाणीव लँग्डनला झाली. त्याला समजेना की, व्हेसारीचे *बॅटॅग्लिया दी मार्सिआनो* (मार्सिआनो येथील युद्ध) या चित्राचा संबंध डान्टेच्या *इन्फर्नो* या महाकाव्याशी कसा काय येतो? किंवा आदल्या रात्री आपल्यावर झाडलेली गोळी आणि आत्ताची धावपळ यांचाही इथे कुठे संबंध आहे?

cerca trova शोधा व सापडवा!

पुन्हा एकदा ती चंदेरी केसांची स्त्री लँग्डनला नदीपलीकडून हाका मारू लागली. *वेळ निघून चालला आहे!* या कोड्याची जर काही उत्तरे मिळवायची असतील, तर ती व्हिचिओ राजवाड्यातच मिळतील, असे त्याचे मन त्याला सांगू लागले.

पुराणकाळातील एगियन बेटावरील काही पाणबुडे समुद्रातील प्रवाळ खडकांच्या खबदाडातील मोठे झिंगा मासे शोधून पकडायचे. *जेव्हा त्यांना एखाद्या पाण्यामधल्या अंधाऱ्या बिळातून गुहेत जावे लागे, तेव्हा एक वेळ अशी येई की, आता तुम्ही छातीत भरून घेतलेला श्वास संपलेला आहे. परत मागे येणे हेही शक्य नसे. तेव्हा तुम्हाला पुढे अज्ञातामध्ये पोहत जात रहाणे एवढाच पर्याय उरे... आणि पुढे एखादे बाहेर पडण्यासाठी भोक असेल, अशी प्रार्थना करत रहाणे, एवढेच हाती राही.*

आपण अशा एका बिंदूपाशी पोहोचलो आहोत, असे आता लँग्डनला वाटू लागले.

त्याने आपल्या समोर गेलेल्या पायवाटांचे जाळे पाहिले. जर तो आणि सिएना या उद्यानातून बाहेर पडून पिट्टी राजवाड्यात पोहोचू शकले, तर मग जुन्या फ्लॉरेन्स शहराचा भाग पादचाऱ्यांचा एक पूल ओलांडला की, लगेच होता. तो पूल जगात 'पॉन्टे व्हिचिओ' या नावाने प्रसिद्ध होता. तिथे नेहमीच गर्दी असायची. तिथे आपल्याकडे कोणाचेही लक्ष जाणार नाही. मग तिथून काही घरे सोडून, काही अंतरावर व्हिचिओ राजवाडा होता.

ते घोंगावणारे छोटे हेलिकॉप्टर जवळ जवळ येऊ लागले. क्षणभर लँग्डनला थकल्यासारखे वाटू लागले. आपण 'व्हेरी सॉरी' म्हणत नव्हतो, हे समजल्यावर त्याला आता पोलिसांपासून दूर पळून जाण्यात स्वारस्य वाटेना. तो गोंधळून गेला.

"सिएना, शेवटी ते मला पकडणारच आहेत. तेव्हा उगाच का ही धावपळ करायची?" तो म्हणाला.

सिएना त्याच्याकडे घाबरून पाहू लागली. "रॉबर्ट, प्रत्येक वेळी तुम्ही थांबलात की तुमच्यावर कोणी ना कोणीतरी गोळ्या झाडते. तुम्ही कोणत्या भानगडीत अडकला आहात, याचा आधी नीट वेध घ्या. ते व्हेसारीचे चित्र पहा आणि मग तुमची पूर्ण स्मृती परत येईल. त्यामुळे निदान तुम्हाला कळेल तरी की, तो प्रोजेक्टर कोठून आला आहे आणि आपण तो प्रोजेक्टर आपल्याजवळ का बाळगला आहे."

डॉ. मार्कोनी यांच्यावर केसांचे स्पाइक असलेली ती स्त्री गोळ्या झाडीत असल्याचे चित्र त्याच्या नजरेसमोर उभे राहिले... तसेच रस्त्यावरील तो सोल्जर त्याच्या दिशेने गोळी झाडीत असल्याचेही त्याला आठवले... आणि आता ते पाळतीवर असलेले छोटे टेहळणी हेलिकॉप्टर या बोबोली उद्यानात त्याच्या मागे लागले होते. आपल्यापुढे काय पर्याय आहेत याचा विचार करीत तो आपले डोळे चोळू लागला.

"रॉबर्ट!" सिएना आवाज चढवून विचारीत होती, "आणखी एक गोष्ट अशी आहे... काहीतरी महत्त्वाचे नसलेले, पण आता महत्त्वाचे बनलेले असेही काहीतरी असू शकेल."

लँग्डनने तिच्याकडे पाहिले. तिच्या बोलण्यातील गांभीर्य त्याच्या लक्षात आले.

ती पुढे म्हणाली, "मी ते तुम्हाला घरीच सांगणार होते, पण –"

"पण काय?"

सिएनाने आपली जीभ ओठांवरून फिरवली आणि ती अस्वस्थ होत म्हणाली, "तुम्ही जेव्हा गोळी चाटून गेल्यावर जखमी होऊन हॉस्पिटलमध्ये आलात तेव्हा अर्धवट बेशुद्ध होतात आणि काहीतरी सांगायचा प्रयत्न करीत होतात. त्यातले मला काही शब्द अजून आठवत आहेत. तुम्ही ते एकदाच म्हणालात, पण माझ्या ते पूर्ण लक्षात आहेत."

"मी काय बोललो होतो?"

सिएनाने वर असलेल्या हेलिकॉप्टरकडे पाहिले आणि परत लँग्डनकडे पहात ती म्हणाली, "तुम्ही म्हणालात, *'कसे शोधायचे याची किल्ली माझ्यापाशी आहे... जर मी यात अयशस्वी झालो, तर सर्वकाही मृत्यूच असेल!'* "

तिचे बोलणे ऐकून लँग्डन बघत राहिला.

सिएना पुढे सांगत गेली, "मला वाटले की, ती जी वस्तू तुमच्या कोटाच्या

खिशात होती त्या संदर्भात तुम्ही बोलत असाल. पण आता मला तसे वाटत नाही.''

जर मी अयशस्वी झालो तर सर्वकाही मृत्यूच असेल? हे शब्द लँग्डनला चांगलेच लागले. त्याच्या समोर मृत्यूचे तांडव दाखवणारी दृश्ये नाचू लागली... डान्टेचे इन्फर्नो! त्या प्रोजेक्टरवरचा जैवधोक्याचा इशारा देणारे चिन्ह, मध्ययुगीन काळातील मुखवटा घातलेला डॉक्टर, अशा प्रतिमा त्याच्या मनाभोवती फेर धरून नाचू लागल्या. तरीही त्या मोहक चंदेरी स्त्रीचा चेहरा त्याला रक्तनदीच्या पलीकडून आर्जवे करीत होता, *'शोधा आणि सापडवा, वेळ निघून चालली आहे.'*

सिएनाच्या आवाजाने तो भानावर आला. ती म्हणत होती, ''हा प्रोजेक्टर जे काही सूचित करतो... किंवा त्यातून तुम्ही जो काही अर्थ शोधता आहात, तो काहीतरी अतिशय धोकादायक आहे. लोक आपल्याला मारायला धडपडत आहेत, ही एक वस्तुस्थिती आहे.'' बोलताना तिचा आवाज थोडा चिरकत गेला. मग थोडे थांबून तिने आपल्या आवाजावर ताबा आणीत म्हटले, ''तुम्ही यावर विचार करा. ते तुमच्यावर सरळ दिवसाढवळ्या बेधडक का गोळ्या झाडीत आहेत? ...माझ्यासारख्या निर्दोष आणि त्रयस्थ व्यक्तीवरही का गोळ्या झाडीत आहेत? तसेच आपल्याशी विचारविनिमय करण्याचाही कोणीच कसा प्रयत्न करीत नाही? तुमचे सरकारसुद्धा तुमच्या जिवावर का उठले आहे? तुम्ही तर त्यांच्याकडे मदतीसाठी हात पसरला होतात आणि त्यांनी मात्र तुम्हाला ठार मारण्यासाठी तुमच्यावर मारेकरी धाडलेत... का? का असे त्यांनी केले?''

लँग्डन शून्यात पहात राहिला. अमेरिकी दूतावासाने लँग्डनचा पत्ता का मागून घेतला आणि तिथे मारेकरी का पाठवले, हे आत्ता फारसे महत्त्वाचे नव्हते. पण त्यामागचा अर्थ महत्त्वाचा होता. *माझे स्वत:चे सरकार माझ्या बाजूने उभे नाही.*

लँग्डनने सिएनाच्या डोळ्यांत पाहिले. तिथे त्याला धैर्य आणि शौर्य दिसले. इतके होऊनही ती डगमगली नव्हती. *तिला मी या प्रकरणात का गोवावे?* तो म्हणाला, ''माझी अशी इच्छा आहे की आपण दोघांनी मिळून तो शोध घ्यावा. म्हणजे सारे चित्र आपल्याला स्वच्छ होईल.''

''ठीक आहे, मलाही वाटते की, त्या रहस्याचा आपण शोध लावावा. त्यामुळे आपल्याला हे आपल्यावरचे संकट टाळायला मदत होईल.''

तिचे तर्कशास्त्र खोडून काढता येण्याजोगे नव्हते. तरीही लँग्डनला काहीतरी सलत राहिले होते. आज सकाळभर तो प्रोजेक्टरवरच्या जैवधोक्याच्या चिन्हावर, प्लेगवर आणि डान्टेच्या इन्फर्नोवर विचारमंथन करत होता. पण अडचण अशी होती की, नेमके काय शोधायचे हेच त्याला कळत नव्हते. पण या सगळ्या प्रकारात एक किमान शक्यता अशी होती की, यामध्ये एखादा महाघातक रोग किंवा मोठ्या प्रमाणातील जैविक धोका अंतर्भूत होता. पण हे जरी खरे असले, तरीही त्याचे

स्वत:च्या देशातील सरकार त्याला संपवू का पहात होते?

त्यांना असे वाटते आहे का की, जनतेवरील कोण्यातरी भयानक सुप्त हल्ल्याशी माझा संबंध आहे?

पण हे सारेच काहीतरी निरर्थक आहे, गोंधळात टाकणारे आहे किंवा यातून कसलेच तथ्य बाहेर न पडणारे आहे, असेच वाटते आहे. पण इथे काहीतरी नक्कीच शिजते आहे.

लँग्डनला पुन्हा त्या चंदेरी केसांच्या स्त्रीची आठवण झाली. तो म्हणाला, ''माझ्या स्वप्नातील ही स्त्रीसुद्धा या प्रकरणाशी संबंधित असावी. तिलाही मी शोधून काढले पाहिजे, असे मला प्रकर्षाने वाटते.''

त्यावर सिएना त्याला म्हणाली, ''ठीक आहे, तुम्हाला वाटते त्याप्रमाणे करा. नक्की कोणत्या दिशेला जायचे याचे मार्गदर्शन करणारे होकायंत्र हे तुमच्या अव्यक्त मनात आहे. एका मूलभूत मानसशास्त्रानुसार मी असे म्हणेन की, तुम्हाला जर मनापासून वाटत असेल, तर त्या स्त्रीवर तुम्ही विश्वास ठेवा आणि मग ती जे काही सांगेल ते करत रहा.''

''म्हणजे शोधा व सापडवा!'' ते दोघेही एकाच वेळी हे वाक्य बोलले.

लँग्डनने एक नि:श्वास सोडला. आता आपला मार्ग स्पष्ट झाला आहे, असे त्याला वाटले. *मला आता त्या बिळातून पोहत पोहत आत जात राहिले पाहिजे.*

आपला निश्चय पक्का करून तो वळला आणि आजूबाजूला पाहू लागला. आपण नक्की या उद्यानात कोठे आहोत आणि कोठून बाहेर पडायचे, यावर तो विचार करू लागला.

ते दोघे एका झाडाखाली उभे होते. तिथेच एक रुंद आणि मोकळी जागा सुरू होत होती आणि त्या ठिकाणी अनेक वाटा एकमेकांना छेदून जात होत्या. दूरवर डाव्या बाजूला लँग्डनला एक छोटे तळे दिसले. त्यात एक छोटे लंबवर्तुळाकृती बेट निर्माण केलेले होते. त्यात लिंबाची झुडपे आणि बरेच पुतळे उभे केलेले होते. पर्सियस या शिल्पकाराने तिथे 'आयसोलोट्टो' या घोडेस्वाराचा पुतळा उभा केला होता. तो घोडेस्वार आपल्या घोड्याला पाण्यात घालून पुढे जाण्याच्या तयारीत होता. निम्मा घोडा त्यामुळे पाण्यात बुडलेला होता.

लँग्डनने पूर्वेकडे म्हणजे आयसोलोट्टो याच्यापासून बाजूला, उद्यानातून आरपार जाणाऱ्या मुख्य रस्त्याकडे बोट दाखवले आणि म्हटले, ''पिट्टी राजवाडा हा त्या बाजूला आहे.'' तो मुख्य रस्ता पूर्व-पश्चिम असा पसरलेला होता, अत्यंत रुंद होता आणि त्याच्या दोन्ही बाजूला सायप्रस वृक्षांची झाडे उभी होती. ती ४०० वर्षांपूर्वी लावलेली होती.

सिएना म्हणाली, ''पण त्या बाजूला आपल्या डोक्यावर कसलेच छत असणार

नाही. आपल्याला उघड्यावरून जावे लागेल,'' असे म्हणून तिने आकाशात टेहळणी करीत जाणाऱ्या हेलिकॉप्टरकडे बोट केले.

''बरोबर आहे!'' लँग्डन हसत म्हणाला, ''म्हणून तर आपण तो बोगदा बाजूला टाकीत आहोत.''

त्याने पुन्हा एकदा बोटाने दिशा दाखवली. या वेळी त्याने झुडपांच्या गर्दीकडे बोट केले होते. त्यातूनही एक बोगद्यासारखी वाट जात होती आणि ती मुख्य रस्त्याला समांतर होती. त्या वाटेवर सुरुवातीला झाडांची एक कमान झाली होती. दोन्ही बाजूच्या दाट झुडपांतून जाणारा तो एक बोगदा तयार झाला होता. त्याच्या दोन्ही बाजूला ओक वृक्ष उभे होते. त्यांची देखभाल इ.स.१६०० पासून काळजीपूर्वक केलेली होती. वर उंच जाऊन दोन्ही बाजूच्या वृक्षांच्या फांद्या एकमेकांत गुंतून एक नैसर्गिक छत तयार झालेले होते. त्या रस्त्याचे नाव इटालियन भाषेत, La Cerchiata, म्हणजे 'वर्तुळाकृती' किंवा 'कमानीखालचा' अशा अर्थाने ठेवले होते.

मग तिकडे जाण्यासाठी सिएना झपाझप पावले टाकीत पुढे जाऊ लागली. त्या नैसर्गिक हरित बोगद्यात शिरून तिने मागे वळून हसून लँग्डनकडे पाहिले आणि म्हटले, ''झकास! ही अधिक सुरक्षित जागा आहे.''

मग ती त्या बोगद्यातून भरभर पुढे जाऊ लागली. तो पर्णराजींचा बोगदा ही फ्लॉरेन्समधील एक सर्वांत निवांत जागा आहे, असे लँग्डनचे मत होते. त्याच्यापुढे सिएना त्या झाडीच्या बोगद्यात शिरली होती. आता आपल्याला त्या ग्रीक पाणबुड्यांप्रमाणे हा बोगदा पार केलाच पाहिजे, परतीची भाषा नको. शेवटी हा बोगदा संपून कुठेतरी नक्कीच आपण बाहेर पडू, याची तो आशा करू लागला आणि तशी प्रार्थनाही करू लागला. तो रोज देवाची जी प्रार्थना करे ती छोटी प्रार्थना त्याने म्हटली आणि तो आत शिरला.

त्याच्या मागे अर्धा मैल अंतरावर आर्ट इन्स्टिट्यूट होती, तिच्या बाहेर एजंट ब्रूडर दमदार पावले टाकीत आला. त्याच्याबरोबर काही पोलीस आणि विद्यार्थी होते. त्याची थंड नजर समोरच्या गर्दीवर रोखलेली होती. तिथेच एका काळ्या व्हॅनमधून पाळत ठेवणाऱ्या इलेक्ट्रॉनिक यंत्राच्या साहाय्याने लँग्डन आणि सिएना यांचा मागोवा घेतला जात हेता.

तो तज्ज्ञ ब्रूडरला म्हणाला, ''हवाई मार्गाने जी छायाचित्रे आमच्याकडे दोन मिनिटांपूर्वी आली ती ही आहेत.'' असे म्हणून त्याने एक इलेक्ट्रॉनिक टॅब्लेट ब्रूडरला दाखवला.

ब्रूडरने त्यावरची स्थिर छायाचित्रे पाहिली. त्यात जराशी सारवल्यासारखी दोन चित्रे उमटली होती. ती मोठी करून पाहिली असता त्यात एक काळ्या केसांचा माणूस आणि एक सोनेरी केसांची पोनीटेल बांधलेली एक स्त्री दिसत होती. ते दोघेही अंग चोरून एका छायेत उभे होते आणि वर आकाशाकडे पहात होते.

रॉबर्ट लँग्डन आणि सिएना ब्रूक्स! हीच ती माणसे!!

नक्कीच. यात शंकाच नाही.

मग ब्रूडरने बोबोली उद्यानाच्या नकाशाकडे आपले लक्ष वळवले. *या दोघांना निसटण्याची फारच थोडी संधी आहे,* असे त्याच्या लक्षात आले. त्या उद्यानातील गुंतागुंतीची झाडी, लपण्यासाठी शेकडो ठिकाणे आणि चारही बाजूने असलेल्या उंच भिंती यांमुळे ते उद्यान एक प्रकारे सापळा बनलेले होते.

या दोघांना आता निसटताच येणार नाही.

''स्थानिक अधिकारी उद्यानाची सर्व दारे बंद करीत आहेत. आणि आत जाऊन ते शोध सुरू करणार आहेत,'' एका एजंटाने ब्रूडरला सांगितले.

''ठीक आहे, मला वेळोवेळी कळवत जा!'' ब्रूडर म्हणाला.

त्याने आपली नजर व्हॅनच्या मागच्या खिडकीकडे वळवली. तिथे त्याला ती चंदेरी केसांची स्त्री बसलेली दिसली.

तिला जे औषध त्यांनी पाजले होते, त्यामुळे ती अगदी मलूल झालेली दिसत होती. तथापि, तिच्या डोळ्यांतील भयभीत भाव पाहून त्याच्या लक्षात आले की, आपल्या आजूबाजूला काय चालले आहे, याची तिला ठाम जाणीव आहे, तिला कळते आहे.

ती आनंदी दिसत नाही. पण तसे तिने का असावे?

२६

ते उद्यानातील एक कारंजे होते. ते हवेत २० फूट उंच उडत होते. याच्या अलीकडे ती वाट संपलेली होती.

लँग्डनने त्या कारंज्याचे निरीक्षण केले आणि आपण आता त्या जागेच्या जवळ आलो आहोत, हे त्याने ओळखले. लँग्डनने यापूर्वी प्राचीन चित्रकला, स्थापत्य वगैरेच्या अभ्यासासाठी अनेकवार फ्लॉरेन्सला भेटी दिल्या होत्या. ज्या ज्या जागी तो गेला नव्हता, तरी तिथली माहिती त्याने आत्मसात केली होती. अशा माहितीच्या जोरावर तो पुढे जात होता. या शहरातील निरनिराळी स्थळे, वास्तू आणि वाटा यांचे त्याला चांगलेच ज्ञान झालेले होते. पर्णराजीने झाकलेली ती वाट आता संपत आली होती. त्यानंतर एक उघडी मोकळी आणि गवताळ जागा होती. त्या जागेतून ते दोघे पळत-पळत समोरच्या बुचाच्या झाडीमध्ये घुसले. आता मागे वळून ते त्या कारंज्याकडे पाहू लागले. या उद्यानातील हे कारंजे अत्यंत प्रसिद्ध होते. तिथेच लोरेन्झी या शिल्पकाराने घडवलेला नेपच्यून देवतेचा ब्रॉन्झचा पुतळा होता. त्याच्या हातात एक त्रिशूळ होता. स्थानिक लोक त्या पुतळ्यामुळे कारंज्याला, 'त्रिशुळाचे कारंजे' म्हणत. हे कारंजे या उद्यानाचे प्रमुख आकर्षण होते.

सिएना झाडीत गेली आणि तिने वर पाहिले. "मला ते हेलिकॉप्टर आता दिसत नाही, की त्याचा आवाज ऐकू येत नाही."

पण त्या कारंज्याचा मात्र जोरदार आवाज ऐकू येत होता.

सिएना म्हणाली, "कदाचित त्यातील पेट्रोल संपल्यामुळे ते त्यांनी मागे घेतले असेल. हीच आपल्याला संधी आहे. आता कुठली वाट धरायची?"

लँग्डन तिला डाव्या बाजूला घेऊन गेला. तिथे असलेला एक तीव्र उतार ते उतरू लागले. ते जेव्हा झाडीतून बाहेर आले, तेव्हा त्यांना पिट्टी राजवाडा नजरेत दिसला.

"किती छान छोटे घर आहे!" सिएना म्हणाली.

"मेडिसी राजवाड्याबाबत हे एक नेहमीचे चुकीचे विधान केले जाते," लँग्डन

तिचे विधान खोडून काढीत म्हणाला.

त्यांच्या समोर पाव मैल अंतरावर पिट्टी राजवाड्याचा दर्शनी भाग उभा होता. तो दगडांमध्ये बांधलेला होता. आजूबाजूच्या भागावर तो राजवाडा आपला प्रभाव टाकीत उभा होता. डावीकडे आणि उजवीकडे तो विस्तारला होता. घडवलेल्या दगडांतून ती वास्तू उभी केल्यामुळे आपली भक्कम अधिकारशाही त्यातून प्रकट होत होती. त्या राजवाड्याला असंख्य खिडक्या होत्या आणि खिडक्यांवर कमानी होत्या. पूर्वीच्या प्रथेनुसार कोणताही राजवाडा हा उंचावरच्या जमिनीवर बांधला जाई. त्यामुळे आसमंतातील लोकांना त्याकडे नेहमी मान वर करून पहावे लागत असे. पण पिट्टी राजवाडा हा अर्नो नदीच्या खोऱ्यातील एका खोलगट भागावर बांधलेला होता. बोबोली उद्यानातील लोकांना राजवाडा नीट दिसावा, असा त्यामागचा हेतू होता.

तो परिणाम मात्र नाट्यपूर्ण होता. एका वास्तुरचनाकाराने म्हटले होते की, हा राजवाडा जणूकाही निसर्गानेच बांधून काढला असावा, अशी पहाणाऱ्याची भावना व्हावी, असा त्यामागचा उद्देश होता... जणूकाही मोठमोठ्या शिळा त्या खोऱ्यात उतारावरून गडगडत आल्या आहेत आणि त्यांनी एक सुबक अशी दगडांची रास उभी केली आहे, असा भास त्यातून होत होता. खालच्या पातळीवर असल्याने त्याचे संरक्षणात्मक महत्त्व कमी झालेले असले, तरी फ्लॉरेन्समध्ये नेपोलियन आला असताना त्याने हा राजवाडा पाहून 'हा एक फ्लॉरेन्सचा शक्तिस्रोत आहे,' असे उद्‌गार काढले होते.

राजवाड्यातील एका जवळच्या दरवाजाकडे बोट करून सिएना म्हणाली, "तिकडे पहा, एक चांगली बातमी दिसते आहे."

लँग्डननेही तिकडे पाहिले. आजच्या या विचित्र सकाळी, सर्वांत विलोभनीय वाटणारे दृश्य राजवाड्याचे नव्हते, तर त्यातून बाहेर पडणारे पर्यटक आजूबाजूच्या उद्यानात, झाडीत विखरून जात होते. राजवाडा आता पहाण्यासाठी खुला केलेला होता. एकदा राजवाड्यातून बाहेर पडल्यावर उजवीकडे अर्नो नदी पहायला मिळणार होती आणि तिच्या पलीकडे जुन्या शहरातील इमारतींचे कळस दिसणार होते.

तो आणि सिएना पुढे चालत राहिले, तो उतार तीव्र असल्याने ते जवळ जवळ धावत खाली उतरत राहिले होते. खाली उतरत असताना ते बोंबोली उद्यानातील ॲम्फी थिएटरजवळून गेले. संगीतिकेचा अशा प्रेक्षागृहात झालेला कार्यक्रम इतिहासात इथेच प्रथम झाला होता. हे ॲम्फी थिएटर टेकडीच्या उतारावर घोड्याच्या नालेच्या आकारात बांधलेले होते, त्याच्या पलीकडे 'रॅमसेस-२' याने एक स्मृतिशिळा बसवली होती. ती स्मृतिशिळा ओलांडून ते दोघे पुढे सरकले. त्याच्याच पायथ्याशी एका कलेचा एक दुर्दैवी नमुना बसवलेला होता. मार्गदर्शिका पुस्तकात त्याबद्दल

कराकाला येथील रोमच्या स्नानगृहातील एका मोठ्या दगडी पात्राचा तो एक तुकडा आहे, असा उल्लेख होता. त्यावरून लँग्डन कल्पना करायचा की, तो बाथटब हा जगातील सर्वांत मोठाबाथ टब ठरावा. ही ऐतिहासिक वस्तू कुठेतरी योग्य ठिकाणी सुरक्षित जपून ठेवली पाहिजे, असे त्याला वाटे.

शेवटी ते राजवाड्याच्या मागच्या बाजूला पोहोचले आणि आता सावकाश चालू लागले. तिथे पर्यटक मंडळी हळूहळू उगवायला लागली होती. ते दोघे त्यांच्यात मिसळून गेले. समोरून आता एक नवीन पर्यटकांची झुंड त्यांच्यापुढे चालून आली. त्याचा भेद करून ते एक छोट्या भूमिगत बोगद्यात उतरले. ते एक भूमिगत अंगण होते आणि तिथे एक तात्पुरते कॅन्टीन उभे केले होते. बरेच पर्यटक तिथे कॉफीपान करीत बसले होते. ताज्या दळलेल्या कॉफीचा वास तिथे दरवळत होता. लँग्डनला तिथे बसून न्याहारी करण्याची तीव्र इच्छा झाली. *पण आज तसा दिवस नाही,* हे मनात आणून तो पुढे जाऊ लागला. मग ते एका मोठ्या दगडी कॉरिडॉरमध्ये आले. तो कॉरिडॉर शेवटी राजवाड्याच्या मुख्य प्रवेशद्वारापाशी उघडत होता.

त्या प्रवेशद्वारापाशी पोहोचल्यावर लँग्डन आणि सिएना हे दोघेही एका चिंचोळ्या भागातील पर्यटकांच्या गर्दीत सापडले. ते सर्व जण बाहेर काहीतरी पहाण्यासाठी पुढे सरकत होते. लँग्डनने जरा पुढे घुसून डोकावले, तर त्याला राजवाड्यापुढचे प्रांगण दिसले.

राजवाड्याचे प्रवेशद्वार हे सुबक नव्हते, ओबडधोबड होते. स्वागत करणारे नसावे, अशी लँग्डनची भावना झाली. राजवाड्यासमोरच्या प्रांगणात व्यवस्थित कापलेली हिरवळ नव्हती, तिथे फक्त एक विस्तीर्ण दगडी फरश्यांचा पृष्ठभाग पसरलेला होता. तो पृष्ठभाग पुढे जाऊन टेकडीच्या उतारावरून खाली गेला होता.

टेकडीच्या पायथ्याशी पर्यटक जमले होते आणि ते का जमले आहेत, याचेही कारण लँग्डनला कळले.

तिथे सर्व दिशांनी सहा-सात पोलिसांच्या गाड्या आल्या होत्या. सैन्यातील अधिकाऱ्यांची एक छोटी तुकडीही तिथे हजर झाली होती. ते सर्व जण म्यान केलेली आपले शस्त्रास्त्रे आता बाहेर काढीत होते आणि राजवाड्याच्या दर्शनी भागाचा बंदोबस्त करण्यासाठी, पर्यटकांना रोखून धरण्यासाठी धावत निघाले होते.

२७

पोलीस जेव्हा पिट्टी राजवाड्यात घुसले तेव्हा तिथून सिएना आणि लँग्डन केव्हाच आतमध्ये निघून गेले होते. कोर्टाइल भाग, कॅन्टीन त्यांनी केव्हाच ओलांडले. त्यांच्या मागोमाग तिथे धोक्याची घंटा खणखणू लागली होती. सर्व पर्यटक माना उंच करून कुठे गडबड उडाली आहे, ते शोधू लागले.

आपल्याला एवढ्या लवकर शोधत पोलीस येथवर पोहोचले, याचे सिएनाला आश्चर्य वाटत होते. *ज्याअर्थी ते टेहळणी करणारे हेलिकॉप्टर निघून गेले, त्या अर्थी त्याने आपल्याला बरोबर टिपले असावे.*

बागेतून बाहेर पडल्यावर ज्या बोगद्यातून ते खाली उतरले तिथेच ते परत गेले आणि बेधडक आतील कॉरिडॉरमध्ये उतरले. मग तिथून जिना चढून वर जाऊ लागले. जिन्याचा शेवट डावीकडे वळून एका भिंतीलगत कॉरिडॉरमधून जात होता. तिथून जाताना त्या कॉरिडॉरची रुंदी कमी कमी होत गेलेली होती. शेवटी ते कॉरिडॉरच्या तोंडाशी आले आणि त्यांना परत ते विशाल बोबोली उद्यान दृष्टीस पडले.

पण लँग्डनने चट्कन सिएनाचा दंड धरून तिला मागे खेचले आणि बाजूच्या भिंतीला चिकटून ते दोघे खाली मान घालून बसले. सिएनानेही ते पाहिले होते. पुढे हजारएक फूट अंतरावर ॲम्फी थिएटरच्या उतारावर पोलिसांची एक तुकडी खाली उतरली होती. त्यांच्या हातात मोजे होते, ते पर्यटकांना काहीतरी विचारीत होते आणि वायरलेसवरून कोणाशीतरी संपर्क साधीत होते.

झाले! संपले सारे! आपण त्यांच्या सापळ्यात सापडलो!!

जेव्हा सिएना लँग्डनला प्रथम भेटली तेव्हा त्यातून एकेक घटना जन्म घेत शेवटी गोष्टी या थराला पाहोचतील, असे तिला अजिबात वाटले नव्हते. हे काहीतरी कल्पनेपेक्षाही खूप भयंकर घडते आहे. जेव्हा सिएना लँग्डनला घेऊन रुग्णालयातून पळाली तेव्हा आपण केसांचा स्पाइक असलेल्या आणि हातात पिस्तूल असलेल्या स्त्रीपासून पळत आहोत, असे तिला वाटले होते. पण आता तर ते एका संपूर्ण

मिलिटरीच्या तुकडीपासून आणि इटालियन पोलीस दलापासून पळू लागले होते. तिला कळून चुकले की, निसटण्याचे मार्ग आता संपलेत, कसलीही संधी आता नाही.

तिने धापा टाकीत त्याला विचारले, ‘‘बाहेर निसटण्याचा काहीच मार्ग नाही का?’’

लँग्डन म्हणाला, ‘‘मला तरी तसे वाटत नाही. ते उद्यान म्हणजे एका तटबंदीच्या आत असलेले गाव असल्यासारखे आहे. म्हणजे त्या–’’ तो बोलायचे एकदम थांबला, मग वळून त्याने पूर्वेकडे पाहिले. ‘‘म्हणजे त्या... त्या व्हॅटिकन शहरासारखे आहे.’’

आत्ताच्या परिस्थितीत व्हॅटिकनची आठवण येऊन काय उपयोग आहे, हे सिएनाला कळेना. पण लँग्डन एकदम आपली मान डोलवून राजवाड्याच्या पाठीमागून पूर्वेकडे रोखून पाहू लागला.

‘‘निसटण्यासाठी तो एक दूरचा मार्ग आहे.’’ तो तिला ओढत नेता-नेता म्हणाला, ‘‘पण इथून बाहेर पडण्याचा आणखी एखादा वेगळा मार्ग असू शकेल.’’

एकदम दोन मनुष्याकृती त्यांच्यासमोर प्रकट झाल्या. ते त्या भिंतीला वळसा घालून त्यांच्याकडेच येत होते. सिएनाच्या लक्षात आले की, हीच ती दोन काळ्या कपड्यातील माणसे तिला आपल्या इमारतीत भेटली होती. ती त्यांच्याशी बोललीही होती. पण ती दोन माणसे जेव्हा त्यांना ओलांडून गेली तेव्हा तिला कळाले की, ते दोन पर्यटक आहेत आणि त्यांनीही अंगात काळे कपडे चढवले आहेत. त्यामुळे तिची फसगत झाली होती.

तिला मग एक कल्पना सुचली. तिने त्यांच्यातील एकाचा दंड धरला आणि त्याच्याकडे शक्य तितक्या मधाळ नजरेने पहात त्याला इटालियन भाषेत भराभर विचारले. तिने त्यांना राजवाड्याची प्रसिद्ध कॉश्चूम गॅलरी कुठे आहे, ते विचारले. वर एक थाप ठोकून दिली की, ‘‘मी आणि माझा भाऊ असे आम्ही दोघेही एका खासगी टूरमध्ये असून बाकीच्यांची आणि आमची चुकामूक झाली आहे.’’

मग तो माणूस हसून इटालियन भाषेत त्यांच्याशी काहीतरी बोलला. त्या दोघांना मदत करावयास तो खूपच उत्सुक दिसत होता. त्याने पश्चिमेकडे बोट दाखवले. म्हणजे मघाशी लँग्डनने दाखवलेल्या बरोबर विरुद्ध दिशेने.

‘‘मोल्टे ग्राझिये! – मेनी थँक्स!’’ सिएना म्हणाली आणि त्या दोघांचा तिने हसून निरोप घेतला.

तिच्या हुषारीचे लँग्डनला कौतुक वाटले. तिच्या त्या बोलण्यामागचा हेतू त्याच्या चट्कन ध्यानात आला. जर पोलीस पर्यटकांकडे चौकशी करून आपला ठावठिकाणा काढत असतील, तर आपण कॉश्चूम गॅलरीकडे गेले असल्याची

बातमी त्यांच्या कानावर त्या दोन पर्यटकांमार्फत जाईल, असे तिने पाहिले होते. म्हणजे आपल्याला जायचे त्याच्या बरोबर विरुद्ध दिशेला पोलीस जातील. काय लाजवाब कल्पना होती!

"आता आपल्याला त्या वाटेवरून जायला हवे!" लँग्डन म्हणाला. त्याने एका मोकळ्या जागेकडे बोट केले. त्या पलीकडे दगडी वाट होती आणि ती वाट दुसऱ्या टेकडीकडे म्हणजे राजवाड्यापासून दूर जात होती. त्या वाटेभोवती दुतर्फा दाट झुडपे होती. त्यामुळे तिथे वेळप्रसंगी आश्रय घेण्याच्या बऱ्याच जागा होत्या. ती वाट टेकडीवरून खाली जात होती आणि ती फक्त काही फुटांवर होती.

तिथे पोहोचण्यासाठी आपल्याला किती वेळ लागेल याचे गणित सिएनाने केले. परंतु वरून आपल्यावर नजर ठेवली जाण्यापासून सुटका नाही, हे तिच्या ध्यानात आले. आता त्या रिकाम्या जागेत पर्यटक जमू लागले होते. ते पोलिसांकडे कुतूहलाने पहात होते. टेहळणी करीत वर फिरणाऱ्या हेलिकॉप्टरचा बारीक आवाज ऐकू येत होता. आता तो आवाज अचानक मोठा झाला. ते विमान त्यांच्याकडेच येत होते. चला, आत्ताच पळापळ केली पाहिजे, नाहीतर कधीच ती संधी येणार नाही. सिएनाचा हात धरून तो तिला म्हणाला, "चला, चला लवकर!" मग ते दोघेही त्या मोकळ्या जागेकडे भरभर जाऊ लागले. त्यांना त्या पर्यटकांच्या गर्दीत मिसळून जायचे होते. सिएनाला पळत जाण्याची इच्छा होती. पण लँग्डनने तिचा हात पकडून तिला रोखून धरले होते. तो शांतपणे भराभर चालत होता, पळत नव्हता.

जेव्हा ते त्या दगडी वाटेपाशी पोहोचले, सिएनाने मागे वळून पाहिले. आपल्याला हेलिकॉप्टरमधून टिपले आहे की नाही, याची तिला खात्री करून घ्यायची होती. आजूबाजूला असलेले पोलीस सुदैवाने त्यांना पहात नव्हते, ते विरुद्ध बाजूला वर विमानाकडे पहात होते.

मग ते दोघे त्या दगडी वाटेवरून चालत जाऊ लागले.

त्यांच्यासमोर आता जुन्या फ्लॉरेन्स शहराची क्षितिजरेषा उलगडली होती. दूरवरची तांबड्या कौलांची छपरे दिसत होती. तसेच एका चर्चच्या मनोऱ्यावरील घंटाही समजून येत होती. तशा हिरव्या, लाल आणि पांढऱ्या मनोऱ्यांची आणि कळसांची गर्दी झालेली होती. क्षणभर तिला त्या गर्दीतून व्हिचिओ राजवाड्याचे कळस आणि छपरे असलेली दंतुर रेषाही तिच्या नजरेस पडली. तेथवर पोहोचणे अशक्य वाटण्याजोगे होते. पण जसजसे ते त्या वाटेने खाली उतरू लागले; तेव्हा बाजूने असलेली उंच संरक्षक भिंत त्यांचे दृश्य अडवू लागली. त्या भिंतीने जणूकाही त्यांना परत वेढून टाकले होते.

ते टेकडीच्या पायथ्यापाशी पोहोचेपर्यंत सिएनाची चांगलीच दमछाक झाली होती. तिला धाप लागली होती. आपण कुठे जात आहोत, हे लँग्डनला नक्की

ठाऊक आहे की नाही; याबद्दल ती साशंक होती. ती वाट त्यांना थेट एका चक्रव्यूह असलेल्या बागेकडे नेत होती. पण लँग्डन अगदी आत्मविश्वासपूर्वक डावीकडे वळला. तिथे दगडगोट्यांची फरसबंदी केलेली जागा होती. त्या जागेभोवतालून, कडेकडेने, झाडांच्या खालून सहज दिसणार नाही, अशा पद्धतीने तो चालू लागला. मोकळ्या जागेत कोणीच नव्हते. फक्त कर्मचाऱ्यांसाठी असलेला एक वाहनतळ होता.

सिएनाने शेवटी धापा टाकीत त्याला विचारले, "आपण चाललो आहोत तरी कोठे?"

"आता पोहोचलोच बघा तिथे!"

नक्की कोठे? त्या संपूर्ण फरसबंदीच्या रिकाम्या जागेभोवती एक मोठी भिंत उभी होती. सुमारे तीन मजल्यांएवढी तिची उंची होती. फक्त डावीकडे वाहने आत-बाहेर करण्यासाठी एक फाटक आहे, हे तिने पाहिले. बाहेर जाण्याची तेवढीच वाट होती. पण ते फाटक लोखंडी होते. ऐतिहासिक काळातील युद्धप्रसंगी त्याची निर्मिती झाली असावी, असे त्याच्या रचनेवरून वाटत होते. त्या पलीकडे तिने पाहिले असता तिला दिसले की, पिट्टी राजवाड्याच्या मोकळ्या चौकात पोलीस जमू लागले होते.

ते दोघे झुडपांच्या कडेकडेने दबकत दबकत चाललेले होते. पण मध्येच एकदम लँग्डन त्या भिंतीच्या दिशेने गेला. तिथे कुठे एखादे दारबिर आहे का, हे सिएनाने पाहिले; पण त्याऐवजी तिथे एक हिडीस पुतळा तिला दिसला.

हा असला पुतळाही मेडिसी राजघराण्याने संग्रही ठेवला होता. हे राजघराणे जगातील कोणतीही कलाकृती बेधडक विकत घेण्याइतपत श्रीमंत असले पाहिजे.

तो पुतळा एका लठ्ठ आणि बुटक्या व्यक्तीचा होता, नग्न होता आणि ती व्यक्ती एका राक्षसी कासवाच्या पाठीवर पाय फाकून बसली होती. त्या बुटक्या व्यक्तीचे गुप्तांग कासवाच्या पाठीवर दाबले गेले होते. कासवाच्या आजारी तोंडातून जणूकाही पाणी गळत असल्यासारखे दिसत होते.

आपली चाल यत्किंचितही न बदलता लँग्डन म्हणाला, "हा दरबारातील एक प्रसिद्ध बुटका आहे. त्याचे नाव, 'ब्रॅसिओ दी बार्टोलो' असे आहे. माझ्यामते या पुतळ्याला बाहेर एखाद्या राक्षसी बाथटबमध्ये ठेवायला हवे."

मग लँग्डन उजवीकडे वळला, तिथे पुढे काही जिने होते. सिएनाला ते दिसले नव्हते.

म्हणजे आपण बाहेर पडलो?

पण तिची ही आशा लवकरच मावळली.

ती जेव्हा वळून लँग्डनच्या मागोमाग जिन्याकडे गेली तेव्हा तिला कळून

चुकले की, त्या जिन्याने खाली गेल्यावर वाट बंद झालेली आहे. तिथे सर्व बाजूंनी उंच भिंती बांधलेल्या आहेत. शेवटी एका बंद वाटेत आपण येऊन सापडलो आहोत.

तिने हेही पाहिले की, तिथल्या एका भिंतीत एक मोठा कोनाडा खोदून काढला होता. *रॉबर्ट आपल्याला तिथे नेत आहे?*

तो कोनाडा एखाद्या गुहेच्या तोंडासारखा आ वासून जांभई देत होता, असे तिला भासले. आतली जागा खडकातली होती. म्हणजे ती खरोखरीच एक गुहा होती. गुहेच्या छतापासून चुनखडीचे लवणस्तंभ निघून हवेत लटकत होते. ते स्तंभ हे अवाढव्य सुरे असल्यासारखे भासत होते. आणखी आतमध्ये गुहेच्या भिंतीवरून आणि त्या लवणस्तंभावरून झिरपलेले पाणी गळत होते. पहाणाऱ्याला जणूकाही खडक वितळत आहेत, असे वाटावे. त्या खडकांचे आकार एवढे चमत्कारिक वाटत होते की, त्यातून काही भयाकृती निर्माण होत आहेत, असा भास व्हावा. काही अर्धवट पुरलेल्या मानवी आकृत्या खडकाच्या भिंतीतून बाहेर येऊ पहात आहेत, पण त्यांना खडक गिळंकृत करीत आहेत, असाही भास होत होता. ते सर्व दृश्य सिएनाला नरकाच्या नकाशाच्या चित्रातले वाटत होते.

का कोण जाणे, पण लँग्डन अविचल राहिला होता. तो गुहेच्या दिशेनेच भरभर जात राहिला. त्याने मघाशी व्हॅटिकन सिटीबद्दल काहीतरी म्हटले होते, पण सिएनाला खात्री होती की, त्या पवित्र शहरात कोठेही भिंतीमध्ये अशी काही चमत्कारिक गुहा नक्कीच नसणार.

ते दोघे जसजसे जवळ जाऊ लागले तसतशी सिएनाची नजर त्या गुहेच्यावर असलेल्या चित्राकडे गेली. तिथे दोन स्त्रियांची चित्रे होती. त्यांच्याभोवती लोंबकळणारे लवणस्तंभ आणि अस्पष्ट दगड यांची चित्रे काढली होती. या दोन्ही स्त्रियांना ती वेढून टाकीत होत्या. त्या दोघींभोवती एकेक ढाल होती आणि त्यावर सहा गोल रुतवले होते. ही ढाल मेडिसी राजघराण्याचे चिन्ह होते.

लँग्डन एकदम डावीकडे वळला, गुहेच्या तोंडापासून दूर जाऊ लागला. तिकडे एक दार होते. सिएनाच्या नजरेस ते दार पडले नव्हते. गुहेच्या डावीकडचे ते दार लाकडाचे होते, आणि हवेमुळे खराब झाले होते. तसे ते दार बाहेरून फार महत्त्वाचे वाटत नव्हते. आतमध्ये एखादे कपाट असेल किंवा खोली असेल, त्यात माळीकामाची हत्यारे आणि तत्सम सामान असू शकेल.

लँग्डन त्या दारापाशी धावला. ते दार उघडता येईल असे त्याला वाटले. पण दार उघडण्यासाठी दाराला मूठ नव्हती. फक्त कुलपाचे एक पितळी भोक होते. कदाचित ते दार फक्त आतून उघडता येण्याजोगे असावे.

"डॅम इट!" लँग्डन चिडून म्हणाला. त्याची आशा मावळून गेली

व त्याच्या डोळ्यांत काळजी उमटली. तो म्हणाला, ''मला वाटले होते की– ''

एकदम बाहेर आकाशात हिंडणाऱ्या टेहळणी विमानाच्या इंजिनाचा कर्कश आवाज ऐकू आला. उंच भिंतीवरून तो आवाज परावर्तन पावल्याने चांगलाच मोठा ऐकू येत होता. सिएनाने पाहिले की, ते विमान राजवाड्यावरून त्यांच्याच दिशेने येत होते.

लँग्डननेही ते पाहिले होते. त्याने सिएनाचा हात धरून एकदम गुहेच्या दिशेने धाव घेतली. अगदी वेळेत ते दोघे आत शिरले, वरून लोंबकळणाऱ्या लवणस्तंभाच्या खाली ते शिरले.

सिएनाच्या मनात आले, *'वा! काय आपला सूचक प्रवेश आहे. जणूकाही आपण नरकाच्या प्रवेशद्वारातून आत शिरलो आहोत.'*

२८

पूर्वेला पाव मैल अंतरावर वायेन्थाने आपली मोटरसायकल थांबवून बाजूला ठेवली. तिने जुन्या शहरात प्रवेश केला आणि नंतर व्हिचिओ पुलाभोवती हिंडून तिने पहाणी केली. तो एक पादचाऱ्यांचा पूल होता. पिट्टी राजवाडा आणि जुने शहर यांना तो जोडत होता. तिने आपले हेल्मेट काढून ते मोटरसायकलमध्ये अडकवून वर कुलूप लावले. मग ती रमतगमत पुलावर गेली आणि सकाळी लवकर बाहेर पडणाऱ्या पर्यटकांमध्ये मिसळून गेली.

मार्च महिन्यातील थंड वाऱ्याच्या झुळुका नदीवरून येत होत्या. त्या वाऱ्यामुळे तिचे स्पाइक केलेले बारीक केस किंचित हलत होते. त्यामुळे आपले हे रूप लँग्डनच्या चांगलेच ध्यानात राहिलेले आहे, याची तिला आठवण झाली. पुलावर अनेक छोटी दुकाने होती. तिथे एका स्टॉलमधून तिने बेसबॉलच्या खेळाडूची एक टोपी खरेदी केली. ती टोपी डोक्यावर चढवून तिने ती खूप पुढे आणि खाली ओढली. आता आपला चेहरा फारसा कोणाला ओळखता येणार नाही, याची तिला खात्री वाटू लागली.

तिने आपल्या कातडी सुटावरून हात फिरवला. विशेषत: जिथे हॅन्डगनमुळे फुगवटा आला होता, त्यावरून हात फिरवला. मग ती पुलाच्या मध्यभागी गेली आणि एक सोईस्कर जागा पाहून एका खांबाला रेलून ती उभी राहिली. आपले तोंड तिने पिट्टी राजवाड्याकडे केलेले होते. आता इथून ती पुलावरून जाणाऱ्या सर्व पादचाऱ्यांना सहज न्याहाळू शकणार होती. जुन्या फ्लॉरेन्समध्ये शिरणारा प्रत्येक जण तिच्या नजरेतून निसटणार नव्हता.

ती स्वत:ला समजावू लागली, *'लँग्डन हा पायी चालत आहे. त्याच्याकडे वाहन नाही. जर त्याला पोर्टा रोमाना भोवतालून जायचे असेल, तर त्याला इथून जाणेच क्रमप्राप्त आहे.'*

पश्चिमेकडे पिट्टी राजवाड्याच्या दिशेने तिला पोलिसांच्या गाड्यांचे सायरन ऐकू येऊ लागले. ही एक चांगली बातमी आहे की वाईट बातमी, हे तिला कळेना.

ते अजूनही त्याला शोधत आहेत का, त्याला त्यांनी पकडले आहे? वायेन्थाने आपले कान टवकारून आणखी काही आवाज ऐकू येत आहेत का, याचा वेध घेण्याचा प्रयत्न केला. तिला एक नवीनच आवाज अचानक ऐकू येऊ लागला. वर आकाशातून तो इंजिनाचा कर्कश आवाज येत होता. तिने वर आकाशाकडे पाहिले, तर तिला रिमोट कंट्रोलवर चालणारे एक छोटे हेलिकॉप्टर दिसले. ते वेगाने राजवाड्याच्या वरच्या भागापर्यंत चढून खाली झाडापर्यंत मुसंडी मारून येत होते. आणि ईशान्येकडील बोबोली उद्यानाकडे चालले होते.

वायेन्थाला एकदम आशा वाटू लागली. *एक पहाणी करणारे विमान जर आकाशात असेल, तर याचा अर्थ ब्रूडरला लँग्डन अजून सापडला नसावा.*

ते विमान आवाज करीत वेगाने जवळ येऊ लागले. याचा अर्थ बोबोली उद्यानाचा ईशान्येचा कोपरा ते शोधत असणार. कारण तोच भाग व्हिचिओ पुलाजवळ आणि वायेन्थाच्या आत्ताच्या जागेजवळ आहे. या विचाराने तिला आणखी हुरूप आला.

जर लँग्डनने ब्रूडरला चकवले असेल, तर तो नक्की आपल्या दिशेनेच येणार.

वायेन्था लक्षपूर्वक विमानाकडे पाहू लागली. पण एकदम त्या हेलिकॉप्टरने खाली सूर मारला आणि ते नजरेआड झाले, त्या उंच भिंतीपलीकडे ते गेले. तिकडे ते झाडांच्या शेंड्यावर घिरट्या घालत असणार हे तिच्या ध्यानात आले... म्हणजे त्या हेलिकॉप्टरने लँग्डनला नक्कीच हेरले असणार.

२९

'**शो**धा *म्हणजे तुम्हाला ते सापडेल,'* लँग्डनच्या मनात असा विचार आला. तो आणि सिएना अंग चोरून आत गुहेत दडून बसले होते. *आपण या कोंडीतून बाहेर पडायचा मार्ग शोधत होतो... आणि शेवटी एका बंद मार्गापर्यंत पोहोचलो.*

गुहेतील छतातून मध्यभागी एक पाण्याची जाडजूड धार कोसळत होती. तिच्या फेसाळ पाण्यामुळे त्या धारेमागे सहज लपून रहाता येत होते. त्याच्या मागून लँग्डनने डोकावून पाहिले आणि त्याला कळून चुकले की, आपल्याला लपायला खूप उशीर झाला आहे.

ते हेलिकॉप्टर सूर मारून खाली आले नि थेट गुहेच्या तोंडासमोर थांबले, हवेत स्तब्धपणे तरंगत राहिले. जमिनीपासून ते फक्त १० फूट उंचीवर उभे होते. एखादा किडा जसा आवाज करतो, तसे ते आवाज करीत चिडून उभे होते... आपले भक्ष्य बाहेर येण्याची वाट पहात होते.

आत गुहेमध्ये हेलिकॉप्टरच्या इंजिनाचा कानठळ्या बसवणारा आवाज येत होता. दगडी भिंतीवरून आवाज परावर्तित होऊन गुहेत घुसत होता आणि तिथे घुमत होता. लँग्डन सिएनाच्या कानात कुजबुजत म्हणाला, "त्यांना आपण इथे आहोत हे समजले असावे." एका छोट्या यांत्रिक हेलिकॉप्टरमुळे आपल्याला ओलीस धरल्यासारखी अवस्था भोगावी लागते आहे, याचे त्याला नवल वाटू लागले. तसेच, आपण ही जी पळापळ करतो आहे ती निष्पळ आहे, हेही त्याला कळून चुकले. *मग आता करायचे तरी काय? नुसते वाट पहात बसायचे?* मघाशी पाहिलेल्या त्या लाकडी दारापाशी जाऊन पलीकडे काय आहे, हे पहाण्याची त्याची योजना होती. ती योजना तशी बरोबर होती. पण ते दार आतून बंद झालेले होते, त्याला तो तरी काय करणार?

त्याने गुहेत आपली नजर फिरवली. त्या अंधाऱ्या जागेतील विचित्र आसमंत तो पाहू लागला. बाहेर निसटण्यासाठी कुठे वाट दिसते का, ते तो पाहू लागला. पण कुठेही तशी वाट नव्हती. गुहेतल्या भिंतीवरती अनेक पुतळ्यांची शिल्पकला

साकारली होती. त्यात प्राणी आणि मानवी पुतळे कोरलेले होते. भिंतीतूनही पाणी पाझरत होते. छतापासून खाली आलेले लवणस्तंभ त्याने पाहिले. कॅल्शियमच्या क्षाराचे पाणी छतावरून ठिंबकताना त्यातील काही पाणी वाफारून त्यातल्या क्षाराचा डाग छताला पडतो. असे सतत होत गेल्याने क्षाराचा थर वाढत जाऊन त्यापासून खाली जाणारा एक स्तंभ तयार होतो. म्हणून त्याला 'लवणस्तंभ' म्हटले जाते. या स्तंभावरून पाणी गळत राहिल्याने स्तंभाची जाडी आणि लांबी वाढत गेली होती. असे अनेक लवणस्तंभ गुहेत तयार झालेले होते. लँग्डनने छताकडे पाहिल्यावर त्या दिशेने सुटकेचा मार्ग नाही, हे त्याच्या लक्षात आले.

छे! या भयाण जागेतून फक्त मृत्यूच सुटका करू शकतो.

या जागेला 'ब्युऑन्टॅलेन्टी गुहा' असे नाव पडले होते. कारण याच शिल्पकाराने येथील भिंतीवर शिल्पे कोरली होती. त्यामुळे 'फ्लॉरेन्समधील एक विचित्र आणि कुतूहलाची जागा' अशी या गुहेची प्रसिद्ध होती. पिट्टी राजवाड्यात येणाऱ्या पाहुण्यांच्या लहान मुलांसाठी एक मनोरंजन करणारी जागा म्हणून ही शिल्पे कोरली होती. त्यात नैसर्गिकता, अद्‌भुतता आणि गॉथिक पद्धतीची रचना यांचे मिश्रण होते. तीन गुहा मिळून ही मनोरंजन नगरी तयार करण्यात आली होती. मेडिसी राजघराण्यांच्या काळात या गुहेत सतत पाझरणाऱ्या पाण्यामुळे उन्हाळ्यात छान गारवा असलेली एक जागा उपलब्ध झाली होती.

लँग्डन आणि सिएना हे गुहेच्या पहिल्या भागात आत्ता होते. त्यांनी लपण्यासाठी पाण्याच्या एका मोठ्या धारेचा आधार घेतला होता. त्यांच्या भोवताली असणाऱ्या भिंतीवर मेंढपाळ, शेतकरी, संगीततज्ज्ञ, वादक, प्राणी आणि मायकेल अँन्जेलोच्या 'चार कैदी' या चित्रातील व्यक्तिरेखा कोरलेल्या होत्या. हे सर्व कोरून काढलेले जीव भिंतीतून बाहेर येण्यासाठी, त्यांच्या अंगावरून वहाणाऱ्या पाण्यातून बाहेर पडण्यासाठी धडपडत आहेत, असा भास होत होता. वर छताला एक भोक पडले होते आणि त्यातून बाहेरचा प्रकाश आत पाझरत होता. एके काळी त्या भोकावर मोठे काचपात्र ठेवलेले असायचे. त्यात पाणी घालून लाल रंगाचे कार्प मासे सोडलेले असायचे. त्यातून गुहेत जो प्रकाश पाझरे तो मोठा मनोहारी होता.

'अशा ठिकाणी आत्ता जर पूर्वीच्या काळातील पर्यटक आले, तर त्यांना त्या छोट्या हेलिकॉप्टरची निर्मिती पाहून काय वाटेल,' अशी कल्पना लँग्डन करू लागला. कारण हेलिकॉप्टरच्या पंख्याचे कल्पनाचित्र इटलीचा हरहुन्नरी शिल्पकार लिओनार्डो द व्हिन्सी याने आधी काढून ठेवलेले होते. ते त्याचे एक स्वप्न होते. ते स्वप्न साकार झाल्याचे इथे आता लँग्डनला जाणवत होते.

एकदम बाहेरच्या हेलिकॉप्टरचा कर्णकटू आवाज थांबला, पण कमी-कमी होत गेला नाही.

लँग्डनला आश्चर्य वाटले; त्याने पाण्याच्या धारेच्या मागून डोकावून पाहिले. ते हेलिकॉप्टर बाहेरच्या मोकळ्या जागेतील दगडगोट्यांवर जाऊन बसले होते. त्यातील कॅमेरा गुहेकडे नव्हे, तर भलतीकडेच रोखलेला होता. तो त्या लाकडी दाराच्या दिशेने वळला होता.

ते दृश्य पाहून लँग्डनच्या पायाखालची वाळूच सरकली. त्या हेलिकॉप्टरच्या मागे तीनशे फुटांवर तो बुटका माणूस आणि कासव यांचा पुतळा होता. तीन सशस्त्र सोल्जर्स जिन्यावरून तिकडे उतरत होते. त्यांचा रोख थेट गुहेकडे होता.

त्यांच्या अंगावर काळा गणवेष होता आणि खांद्यावर अधिकारदर्शक हिरव्या पट्ट्या होत्या. सर्वांत पुढे असलेल्याच्या डोळ्यांत निर्विकार भाव होते. ते पाहून लँग्डनला स्वप्नात पाहिलेल्या प्लेगच्या डॉक्टरने चढवलेल्या मुखवट्याची आठवण झाली.

मी मृत्यू आहे!

लँग्डनला त्यांची व्हॅन कुठे दिसली नाही, की ती चंदेरी केसांची स्त्रीही दिसली नाही.

मी जीवन आहे!

जेव्हा ते जवान खाली उतरले तेव्हा त्यांच्यातील एक जण जिन्याच्या शेवटच्या पायरीवर थांबून मागे वळून पाहू लागला. जिन्यावरून इतर कोणीही खाली येऊ नये म्हणून तो पहारा देत असावा. बाकीचे दोघे गुहेकडे येऊ लागले.

लँग्डन आणि सिएना यांनी नकळत एकदम हालचाल केली. ते दोघे मागे सरकत सरकत गुहेच्या आतल्या खोलीत गेले. ती खोली अधिक अंधारी होती, छोटी होती आणि खोलवर गेलेली होती. त्या खोलीत मध्यभागी एक पुतळा कोरलेला होता. एका प्रणयी युगलांचा तो पुतळा होता. त्या दोघांनी एकमेकांना जणूकाही विळखा घातलेला होता. लँग्डन आणि सिएना दोघेही त्या पुतळ्यामागे जाऊन लपले. जवान

पुढे आलेले दोन जवान हेलिकॉप्टरजवळ गेले आणि वाकून त्यातल्या कॅमेऱ्याची तपासणी करू लागले.

हेलिकॉप्टरमधल्या यंत्राला आपले अस्तित्व जाणवले असेल का, अशी लँग्डनला भीती वाटू लागली.

तिसरा जवान हा पीळदार शरीराचा होता. तो आता जिन्यापासून निघाला आणि आपली दृष्टी आत फेकून रोखून पाहू लागला. *तो आत नक्कीच आपल्याकडे येणार.* लँग्डनने आपले अंग आणखी चोरून घेतले आणि 'आता सारे संपले' असा सिएनाला निर्देश केला. पण त्याच क्षणाला एक अनपेक्षित गोष्ट घडली.

तो जवान गुहेत शिरण्याऐवजी एकदम डावीकडे वळून निघून गेला आणि

अदृश्य झाला.

तो कुठे गेला? आम्ही इथे आहोत, हे त्याला कळले नाही?

काही वेळाने लँग्डनला एका लाकडी दारावर ठोठावण्याचा आवाज ऐकू आला.

याचा अर्थ दरवाजामागचा रस्ता कुठे जातो, हे त्याला ठाऊक आहे.

पिट्टी राजवाड्यातील अर्नेस्टो या पहारेकऱ्याला नेहमी युरोपीय फुटबॉल स्पर्धेत खेळण्याची इच्छा असे. पण त्याचे २९ वर्षांचे वय आणि जादा वजन या कारणांमुळे पण त्याने बालपणापासून पाहिलेले स्वप्न शेवटी सोडून दिले होते. गेली तीन वर्षे तो या राजवाड्यात पहारेकरी म्हणून काम करत होता. त्याचे ऑफिस म्हणजे एक छोटा बूथ होता. रोज तिथेच थांबून पहारा देण्याचे काम हे खरोखरीच कंटाळवाणे होते.

त्याच्या तिथेच समोर एक लाकडी दार होते. रोज तिथे असंख्य पर्यटक येऊन कुतूहलाने त्या दारावर ठोठावून जात. शेवटी शेवटी तो त्यांच्या या ठोठावण्याकडे काणाडोळा करू लागला. पण आत त्या दारावर जोरजोरात ठोठावणे सुरू झाले होते. ते थांबतच नव्हते.

टीव्हीवर दाखवला जाणारा फुटबॉलचा एक जुनाच सामना अर्नेस्टो आत्ता पहात होता. फ्लॉरेन्टिना विरुद्ध ज्युव्हेन्टस अशा दोन संघात तो सामना होता. त्या ठोठावण्यामुळे त्याच्या सामना पहाण्यात व्यत्यय येऊ लागला. हळूहळू ठोठावणे जोरजोरात होत गेले. शेवटी 'काय कटकट आहे,' असा विचार करून तो चिडून उठला आणि आपल्या बूथमधून बाहेर येऊन आवाजाच्या दिशेने जाऊ लागला. अर्ध्या वाटेत तो एका मोठ्या लोखंडी जाळीच्या दरवाज्यापाशी थांबला. बाहेरच्या कॉरिडॉरमध्ये जाणारा दरवाजा दिवसातून फक्त ठराविक वेळीच उघडला जाई.

त्याने त्या दरवाजाचे कुलूप काढून तो दरवाजा उघडला. आत गेल्यावर त्याने ठरवून दिलेल्या क्रियेनुसार आधी कुलूप घालून तो दरवाजा बंद केला आणि मग तो त्या लाकडी दरवाजाकडे निघाला.

"कोण आहे?" त्याने दरवाज्यापलीकडच्या माणसाला ओरडून विचारले. आपले बोलणे पलीकडे ऐकू जात असावे, असे त्याला वाटत होते.

परंतु पलीकडून ठोठावणे चालूच राहिले.

ही अमेरिकी माणसे असणार. अत्यंत हट्टी असतात. आपल्या मनासारखे होईपर्यंत धडपड करत रहातात. यांनीच आमचे युरोपातील उत्तम कोच पळवून नेले आणि त्या आधारावर त्यांचा 'रेड बुल' हा संघ जिंकत असतो.

तो सोल्जर दम खात पुढे सांगू लागला, ''आता पश्चिमेकडचा बाहेर जाणारा मार्ग प्रथम बंद केला पाहिजे... आपण त्यांना उद्यानातच पकडू अशी खात्री आहे.''

मग दुसरा सोल्जर म्हणाला, ''ठीक आहे, तुमचे काम तुम्ही चालू ठेवा आणि काय होते, ते मला कळवत रहा!''

दगडगोट्यांवरून चालत गेल्याचे आवाज आले आणि ते हेलिकॉप्टर वर उडवण्यात आल्याचा आवाजही ऐकू आला. त्यानंतर मात्र सुदैवाने सर्वत्र शांतता पसरली.

लँग्डन आता वाकून बाहेर पहाण्याच्या बेतात होता. पण सिएनाने त्याचा दंड धरून त्याला थोपवले. तिने त्याला गप्प रहाण्याची खूण करत एके ठिकाणी बोट केले. तिथे भिंतीवर कोणा माणसाची सावली पडली होती. कोणीतरी गुहेच्या तोंडाशी उभे होते.

तो माणूस कशाची वाट पहात आहे?

तो एकदम म्हणाला, ''मी ब्रूडर बोलतो आहे... होय आम्ही ते विचारात घेतो. मी त्याबद्दल तुम्हाला नंतर खात्रीपूर्वक सांगेन!''

एवढे बोलून त्याने वायरलेस फोन बंद केला असावा. त्याच्या आवाजात आत्मविश्वास प्रकट झाला होता. तो जणूकाही त्यांच्या समोर उभा राहून बोलत आहे एवढा त्याचा आवाज स्पष्ट ऐकू येत होता. याचे कारण त्या दोघांच्या मागची भिंत खोलगट आणि पॅराबोलिक आकाराच्या पृष्ठभागाची होती. पॅराबोलाच्या केंद्रभागी ते असल्याने बाहेरचे आवाज मागच्या भिंतीवरून परावर्तित होऊन अगदी स्पष्ट ऐकू येत होते. ब्रूडर फोनवर कोणालातरी सांगू लागला, ''आणखी काही सांगायचे आहे. मला फॉरेन्सिक खात्याकडून नुकतेच कळले आहे की, त्या स्त्रीने तो फ्लॅट पोटभाड्याने घेतला असावा. ज्याअर्थी त्यात फारसे फर्निचर नाही त्याअर्थी थोड्या काळासाठी घेतला असावा. आम्हाला ती बायोट्यूब मिळाली, पण आतला प्रोजेक्टर त्यात नाही. लक्षात घ्या, प्रोजेक्टर मिळाला नाही, हे मी परत सांगतो आहे. आम्ही असे धरून चालतो आहोत की, तो लँग्डनजवळच असावा.''

त्या जवानाच्या तोंडून आपले नाव बाहेर पडताच लँग्डन क्षणभर गोठून गेला.

पावलांचे आवाज मोठमोठ्याने होऊ लागले. तो माणूस गुहेत येत आहे हे लँग्डनने ओळखले. पण तो आता पूर्वीची दमदार पावले टाकीत नव्हता. तो सहज फिरत असल्यासारखी पावले टाकीत होता. फोनवर बोलता बोलता तो गुहेचे निरीक्षण करीत होता.

तो बोलत होता, ''बरोबर! फॉरेन्सिकने खात्री करून घेतली आहे की एकच एक फोन कॉल आम्ही तिथे पोहोचण्यापूर्वी बाहेर पाठवला गेला होता.''

म्हणजे आपण अमेरिकन राजदूताला केलेल्या फोनच्या संदर्भात तो बोलत

आहे, असे लँग्डनने ओळखले. त्यानंतर लगेचच ती स्पाइक केलेली स्त्री आपल्या मागावर आपल्याला मारायला आली होती. ती स्त्री नाहीशी झाली आणि तिच्या जागी सोल्जर मंडळींची एक तुकडीच आली.

या सर्वांपासून आपण किती काळ पळत रहाणार?

त्या जवानांच्या बुटांचे आवाज त्याच्यापासून अवघे २० फूट अंतरावर होत होते. ते आवाज आता जवळ जवळ येऊ लागले. तो माणूस आतल्या गुहेत आला. तो जर शेवटपर्यंत आत आला तर त्याला आपण दोघेही सहज दिसणार.

एकदम तो माणूस फोनवर म्हणाला, "सिएना ब्रुक्स!" त्याने अगदी स्वच्छ आणि स्पष्ट शब्दांत ते नाव उच्चारले.

लँग्डन शेजारी बसलेली सिएना एकदम दचकली. तिने डोळे वर करून पाहिले. तो आपल्याकडे बघत असणार असे तिला वाटले होते. पण तिच्या नजरेला कोणीच दिसले नाही.

त्या माणसाचा आवाज परत ऐकू येऊ लागला. तो हिंडता हिंडता बोलत होता, "ते तिचा लॅपटॉप घेऊन त्यात शोध घेत आहेत. मला अजून त्याचा रिपोर्ट मिळाला नाही, पण नक्की त्याच लॅपटॉपवरून लँग्डनने आपल्या हार्वर्ड ई-मेलशी संपर्क साधला होता."

ती बातमी ऐकताच सिएनाने लँग्डनकडे अविश्वासाने पाहिले. तिने आपले तोंड वासले होते. तिला आश्चर्याचा धक्का बसला होता... आणि मग आपली फसवणूक झाल्याची भावना तिच्या चेहऱ्यावर उमटली.

लँग्डनही ते ऐकून सुन्न झाला होता. *अशा रीतीने त्यांनी आपला पत्ता शोधून काढला तर,* त्या वेळी ही गोष्ट त्याच्या ध्यानात आली नाही. *पण मला फक्त माहिती हवी होती!* सिएनाकडे त्याबद्दल माफी मागायच्या आत तिने त्याच्याकडून आपली नजर वळवली आणि चेहरा कोरा ठेवला.

"होय, हे बरोबर आहे!" तो सोल्जर म्हणाला. एवढे म्हणून तो तिसऱ्या – शेवटच्या गुहेच्या दारापाशी आला. तो लँग्डन आणि सिएनापासून अवघ्या सहा फूट अंतरावर होता. अजून तो दोन पावले पुढे गेला असता, तर त्याला ते दोघे सहज दिसले असते.

"अगदी बरोबर!" असे म्हणून तो एक पाऊल आणखी पुढे गेला. मग अचानक तो फोनवर म्हणाला, "एक सेकंद थांबा!"

लँग्डन पुरता गारठला. आता नक्कीच आपण सापडलो, असे त्याला वाटले.

"जरा थांबा, मला तुमचा आवाज नीट ऐकू येत नाही," एवढे म्हणून तो सोल्जर परत मागे गेला, दुसऱ्या गुहेत आला आणि बोलू लागला, "कनेक्शन नीट लागले नव्हते. मध्येच तुटत होते. ठीक आहे, बोला आता...!" मग त्याने क्षणभर

पलीकडचे ऐकले आणि उत्तर दिले, ''होय, मी सहमत आहे. पण निदान आपल्याला आपण कोणाबरोबर हा व्यवहार करतो आहोत, हे तरी कळायला पाहिजे.''

यानंतर त्याची पावले अगदी बाहेर निघून गेल्याचा आवाज आला. शेवटी बाहेरच्या दगडगोट्यांवरून चालल्याचा आवाज आला आणि नंतर सारे काही शांत झाले.

ती त्याला आता विचारू लागली, ''तुम्ही माझा लॅपटॉप का वापरला? ई-मेल पहाण्यासाठी?'' तिच्या चेहऱ्यावर राग आणि भीती प्रकट झाली होती.

''आय ॲम सॉरी... मला वाटले की, तुम्ही मला समजून घ्याल. मला शोधायचे होते की – ''

''त्यामुळेच त्यांना माझा पत्ता सापडला. आता त्यांना माझे नावही ठाऊक झाले आहे,'' ती चिडून म्हणाली.

''सिएना, मी तुझी क्षमा मागतो. मला हे कळत नव्हते की...'' लँग्डनचे मन अपराधी भावनेने भरून गेले होते.

सिएनाने आपली नजर दुसरीकडे वळवली. ती गुहेतला मागचा लवणस्तंभ पाहू लागली. ते दोघे मिनिटभर शांत होते. एकमेकांशी बोलत नव्हते. आपण तिच्या टेबलावरील कागदपत्रे पाहिली, जुनी कात्रणे वाचली, ते लंडनमधील नाटकाचे तिकीट पाहिले. तिच्या बालपणातली माहिती आपल्याला कळली. हे तिला कळले का? जर कळले असेल, तर ती त्याबद्दल आपल्याला विचारत का नाही. तिच्याबरोबर रहाण्याने लँग्डनला पुरेसा त्रास आधीच होत होता. पण त्याने तिला तो सांगितला नाही.

सिएना बोलू लागली, ''मी कोण आहे ते त्यांना कळले आहे,'' तिचा आवाज खूपच मंद होता. लँग्डनला ते जेमतेम ऐकू येत होते. नंतरच्या १० सेकंदात तिने आपला श्वासोच्छ्वास अगदी सावकाश केला. जणूकाही ती आता नवीन वास्तव स्वीकारण्याचा प्रयत्न करीत होती. ती तसे करीत असताना लँग्डनला कळून चुकले की तिचा काहीतरी निश्चय होतो आहे.

मग अचानक ती आपल्या पायावर उठून उभी राहिली आणि म्हणाली, ''आपल्याला इथून जायला हवे. कॉश्चूम गॅलरीपर्यंत पोहोचायला त्यांना फार वेळ लागणार नाही.''

लँग्डनही उठून उभा रहात म्हणाला, ''होय, पण... कुठे जायचे?''

''व्हॅटिकन सिटी असे म्हणाला होतात ना? मग चला!''

''काय म्हणालात?''

''तुम्ही जे म्हणालात त्यातून मी काही अर्थ काढला... व्हॅटिकन सिटी आणि बोबोली उद्यान यात काही सामाईक गोष्टी आहेत.'' असे म्हणून तिने बाहेर आल्यावर

त्या लाकडी दाराकडे बोट केले. "तेच एक आत नेणारे दार आहे, हो ना?"

लँग्डनने होकारार्थी आपली मान हालवली. "प्रत्यक्षात ते बाहेर पडण्याचे दार आहे. पण प्रयत्न करायला काय हरकत आहे?" लँग्डनच्या कानावर जवानांमधील दाराबद्दलचे बोलणे ऐकू आले होते. हे दार काही आत जाण्याचा पर्याय होऊ शकत नव्हता, असा निष्कर्ष त्याने त्यावरून काढला होता.

"पण जर आपण या दारातून गेलो तर पुढे काय होईल?" तिच्या चेहऱ्यावर आता एक मिस्कीलपणा होता.

ती म्हणाली, "आपल्याला आज दोनदा एका चित्रकाराची मदत झाली."

लँग्डनलाही मघाशी तसेच वाटले होते. तो म्हणाला, "व्हेसारी! व्हेसारी!"

आता सिएनाने एक मोकळे हास्य केले. त्यामुळे लँग्डनला कळून चुकले की, निदान आत्ता या क्षणाला तरी तिने आपल्याला माफ केले आहे. ती म्हणाली, "ही परमेश्वराने पाठवलेली एक खूण असावी." मग ती गंभीर होत म्हणाली, "आपण त्या दारातून आत शिरले पाहिजे."

"ठीक आहे... म्हणजे मग आपण सरळ एका पहारेकऱ्याला जाऊन धडकू."

सिएनाने आपली बोटे मोडली आणि ती गुहेच्या बाहेर पडली. ती म्हणाली, "मी त्याच्याशी काही बातचीत करेन," असे म्हणून तिने लँग्डनकडे पाहिले. तिच्या डोळ्यांत आता आग दिसू लागली होती. ती म्हणाली, "प्रोफेसर महाशय, माझ्यावर विश्वास ठेवा. जेव्हा मी मनात आणते तेव्हा मी दुसऱ्याचे मन सहज वळवू शकते."

अर्नेस्टोच्या कानावर परत त्याच दारावरती ठोठावलेले ऐकू आले. तोच तो थंड डोळ्यांचा जवान परत आला वाटते. "काय कटकट आहे," असे पुटपुटत तो टीव्ही समोरून उठला.

त्याच मघाच्या दारावर पुन्हा कोणीतरी अगदी निष्ठुरपणे ठोठावत होते.

अर्नेस्टोने ओळखले की, त्या दाराबाहेर आज सकाळपासून काहीतरी गोंधळ उडालेला आहे. रंगात आलेली मॅच सोडून त्याला उठावे लागत होते. शिवाय आज या बाजूला पोलिसांच्या गाड्यांचे सायरनही ऐकू येत आहेत. पण तो या गोंधळात स्वत:ला अडकवणार नव्हता. पण ते काहीही असले तरी त्या जवानाला डावलून चालण्याजोगे नव्हते. त्याच्याकडे दुर्लक्ष केले, तर आपल्यावर काहीतरी संकट ओढवेल. आणि सध्या इटलीमध्ये सहजासहजी नोकऱ्या मिळत नव्हत्या. अगदी कंटाळवाण्या नोकऱ्याही मिळत नव्हत्या. टीव्हीच्या पडद्यावर एक शेवटचा दृष्टिक्षेप टाकून तो दाराच्या दिशेने निघाला.

आपल्याला एका छोट्या बूथमध्ये दिवसभर बसण्यासाठी आणि टीव्ही पहाण्यासाठी पगार दिला जातो, यावर त्याचा विश्वास बसत नव्हता. अशी सुखाची नोकरी आपल्या हातून का जाऊ द्यायची? कदाचित बाहेर अतिमहत्त्वाच्या पर्यटकांचा एखादा गट आला असेल, ते इथे येऊन दार ठोठावीत असतील.

आता ठोठावणे जोरजोरात होऊ लागले.

"श्शूऽऽऽ!" तो ओरडला. पण तरीही ठोठावणे बंद झाले नाही.

शेवटी त्याने त्या लाकडी दाराचे कुलूप काढले आणि ते ओढून उघडले. आता तो जवान दिसेल, असे त्याला वाटले.

पण त्याला दिसलेला चेहरा अत्यंत सुंदर होता, आकर्षक होता.

ती एक सोनेरी केसांची मोहक स्त्री दारात उभी होती. त्याच्याकडे पाहून प्रेमाने हसत होती. तिच्या हातात घडी केलेला एक कागद होता. तिने तो कागद त्याच्यापुढे केला. त्याने हात पुढे करून तो घेतला आणि तो उलगडून पाहू लागला. तो एक साधा रस्त्यावरच्या रद्दीतला कागद होता. पण एवढ्या वेळात त्या स्त्रीने त्याचे मनगट आपल्या सडपातळ हाताने पकडले आणि आपला एक अंगठा त्याच्या मनगटाच्या हाडात घुसवला, अगदी जोरात घुसवला. तिने आपल्या अंगठ्याचा दाब वाढवत नेला. त्याला वेदना होत गेल्या आणि त्या वेदना वाढत गेल्या. तो अडखळत मागे झाला आणि आपला हात सोडवून घेण्याचा प्रयत्न करू लागला. पण आता त्याचे पाय बधिर झाले होते आणि ते लटपटू लागले होते. शेवटी तो आपल्या गुडघ्यांवर मट्कन खाली बसला.

बाकीचे सारे काही क्षणार्धात घडत गेले.

त्या उघडलेल्या दारातून एक उंच माणूस आत आला आणि त्याने चट्कन आपल्या मागे ते दार लावून टाकले. अर्नेस्टोने आपल्या जवळील वायरलेस सेटला हात घातला. पण कोणत्यातरी एका मऊ हाताने त्याचे मानगूट धरले गेले आणि ते आवळले जाऊ लागले. हळूहळू अर्नेस्टोला श्वास घेणे कठीण होत गेले. तो उंच माणूस जवळ येताच त्या स्त्रीने अर्नेस्टोच्या हातातील वायरलेस सेट हिसकावून घेतला. त्या स्त्रीच्या चपळ हालचाली पाहून तो उंच माणूसही भेदरला होता.

ती सोनेरी केसांची स्त्री त्या उंच माणसाला म्हणाली, "चिनी शास्त्राप्रमाणे शरीरावरचा दाबबिंदू मी फक्त दाबला. हजारो वर्षे ही पद्धत उगाच चालत आलेली नाही!"

तिने आपला दाब कमी करून त्या पहारेकऱ्याला कुजबुजत म्हटले, "तुला इजा करायची आमची इच्छा नाही."

ज्या क्षणाला त्याच्या मनगटावरचा दाब कमी झाला त्याक्षणी अर्नेस्टोने आपला हात वळवावयास सुरुवात केली. पण तरीही तो दाब त्याला परत जाणवू लागला.

त्याचे स्नायू आखडले. वेदनेमुळे तो धापा टाकू लागला. त्याला नीट श्वास घेता येत नव्हता.

"आम्हाला इथून जायचे आहे," ती त्याला सांगत होती. पुढचे लोखंडी जाळीचे दार बंद होते. त्याने लाकडी दार उघडण्यापूर्वी ते बंद करून घेतले होते.

त्याने नकार देत तिला म्हटले, "त्याची किल्ली माझ्याकडे नाही."

मग लँग्डन पुढे झाला आणि त्याने दाराची यंत्रणा तपासली. तो म्हणाला, "हे कॉम्बिनेशन लॉक आहे. हे सांकेतिक क्रमानुसार फिरवले तरच उघडता येते."

मग ती गुडघे टेकून त्या पहारेकऱ्याच्या जवळ बसली. तिने त्याला कुलूप उघडण्यास सांगितले. पण तो म्हणाला, "मला तशी परवानगी नाही."

मग मात्र काहीतरी घडले. त्याच्या मणक्याच्या वरच्या बाजूला काहीतरी झाले आणि अर्नेस्टोचे संपूर्ण शरीर लुळे पडले. क्षणार्धात त्याच्या डोळ्यांसमोर काळोखी पसरली.

अर्नेस्टो शुद्धी-बेशुद्धीच्या सीमारेषेवर आत-बाहेर करत होता. तो पूर्ण शुद्धीवर आल्यावर त्याला हे उमगले. त्याला काही बोलणे आठवले... पण अजूनही त्याला बऱ्याच वेदना होत होत्या... मध्येच त्याला आपण फरफटले जात आहोत अशी जाणीव झाली. पण नंतर सारेच काही अस्पष्ट होत गेले.

जेव्हा त्याच्या नजरेसमोरचा गुंता दूर झाला, तेव्हा त्याला एक चमत्कारिक दृश्य दिसले. त्याचे बूट खाली जमिनीवरती पडलेले होते. त्या बुटांच्या नाड्या काढून टाकलेल्या होत्या. नंतर त्याला कळले की, आपण फार थोडीच हालचाल करू शकतो. तो एका कुशीवर पडला होता. त्याचे हात आणि पाय मागे बांधलेले हाते, त्याच्याच बुटांच्या नाड्यांनी ते बांधलेले होते. त्याने ओरडायचा प्रयत्न केला. पण त्याच्या तोंडून आवाज उमटेना. कारण त्याच्याच पायातील एका पायमोज्याचा बोळा त्याच्या तोंडात कोंबलेला होता. भयाची जाणीव त्याला पुढच्याच क्षणी झाली. त्याने जेव्हा वर पाहिले तेव्हा त्याला टेलिव्हिजन सेट दिसला. त्यावर अजूनही फुटबॉलची मॅच चालू होती. *म्हणजे मी माझ्या ऑफिसात आलो? ते जाळीचे दार ओलांडून आलो?*

काही अंतरावर कॉरिडॉरमधून दूर जाणारे पावलांचे आवाज त्याला ऐकू आले. कोणीतरी पळत पळत जात होते. ...आणि नंतर सर्वत्र शांतता पसरत गेली. *हे असे कसे झाले?*

याचा अर्थ त्या स्त्रीने आपल्याकडून कुलूप उघडण्याचा सांकेतिक क्रम वदवून घेतला असला पाहिजे. आणि असे करण्यास तर त्याला बंदी घातली होती. असे

काही होऊ नये म्हणून तर त्याला पहाऱ्यावर ठेवले होते. व्हेसारी कॉरिडॉरकडे जाणाऱ्या दरवाजाच्या कुलपाचा सांकेतिक क्रम त्याने नियमानुसार कोणालाही उघड करायला नको होता.

३१

डॉ. एलिझाबेथ सिन्स्कीला सारखी मळमळ आणि चक्कर आल्यासारखे वाटू लागले. वारंवार मळमळीचा आणि चक्कर येण्याचा त्रास होऊ लागला. व्हॅनच्या मागच्या बाजूला असलेल्या आसनावर ती बसली होती. पण तिच्या अंगातले त्राण गेले होते. ती हळूहळू क्षीण होत खाली कोसळण्याच्या बेतात होती. एक सोल्जर तिच्या बाजूला बसून तिच्याकडे काळजीने पहात होता. त्याची काळजी वाढत चालली होती.

काही क्षणांपूर्वी त्याच्या जवळच्या वायरलेस सेटवर काही संभाषण ऐकू आले होते. त्यात 'कॉश्चूम गॅलरी' हे शब्द उमटले होते. त्यामुळे एलिझाबेथ भानावर आली होती. ती मनात एका हिरव्या डोळ्यांच्या राक्षसाला पहात होती.

मनाने ती न्यू यॉर्कमधील 'कौन्सिल ऑफ फॉरिन रिलेशन्स'च्या अंधाऱ्या खोलीत परतली होती. एका गूढ अनोळखी माणसाचे वेडेपिसे बरळणे ती ऐकत होती. त्यानेच तिला इथे बोलावून घेतले होते. तो माणूस उजेडात न येता खोलीच्या मागच्या बाजूला अंधारात येरझारा घालत होता. त्याची उंच बाह्याकृती पडद्यावरच्या प्रकाशाच्या पार्श्वभूमीवरती दिसत होती. डान्टेच्या इन्फर्नोवरून स्फूर्ती घेऊन तयार केलेल्या आणि मरू घातलेल्या अफाट जनसमूहाचे चित्र पडद्यावर उमटलेले होते.

तो म्हणत होता, ''कोणीतरी हे युद्ध खेळलेच पाहिजे. ही लढाई लढलीच पाहिजे.'' तो आता निष्कर्षाला येऊन सांगत होता, ''किंवा ही आपली भविष्यकाळासाठी लढाई आहे. त्यामागे गणिताचे समर्थन आहे. मनुष्यजातीने आता आपल्या इतक्या दिवसांच्या चालढकलीचे, दिरंगाईचे आणि वैयक्तिक लोभाचे पापक्षालन केले पाहिजे... नरकातली घंटा वाजण्याची वेळ आली आहे, आपल्याच पायाखाली तो उद्रेक उफाळून आपल्या सर्वांना गिळंकृत करून टाकेल.''

याआधी नुकताच त्या व्यक्तीने लोकसंख्या आटोक्यात आणण्याचा आपला राक्षसी उपाय तिला ऐकवला होता. त्याच्या भयानकतेमधून अजून ती भानावर आली नव्हती. शेवटी तिला सहन न होऊन ती उठून उभी राहिली आणि त्याला म्हणाली,

“तुम्ही मला असे काही सुचवत आहात ते – ”

तो माणूस तिचे बोलणे तोडीत म्हणाला, “मी तुम्हाला फक्त आपल्यापुढे कोणता पर्याय उरला आहे, तो सांगत होतो.”

यावर ती म्हणाली, “मी त्या उपायाला ‘विकृत आणि गुन्हेगारी स्वरूपाचा’ असे म्हणते.”

त्याने यावर खांदे उडवत म्हटले, “असे पहा! स्वर्गातील नंदनवनात जाण्याचा मार्ग हा नरकातून जातो. डान्टेनेच हे सांगितले आहे.”

“तुम्हाला वेड लागले आहे!”

“वेड?” तो माणूस दुखावल्यासारखा बोलू लागला “वेड? आणि मला लागले? मला नाही तसे वाटत. ‘वर्ल्ड हेल्थ ऑर्गनायझेशन’ वेडेपणा करते आहे. एका गर्तेत डोकावून पहात तशी काही गर्ता आहे, हेच ही संघटना नाकारते आहे. शहामृग असा वेडेपणा करत असतो. जेव्हा तरसांची टोळी त्याच्यावर चालून येते, तेव्हा शहामृग आपले डोके वाळूत खुपसून बसतो, येणाऱ्या संकटाकडे दुर्लक्ष करतो.”

एलिझाबेथ आपल्या संघटनेच्या बाजूने काही बोलायच्या आत त्या माणसाने पडद्यावरचे चित्र बदलले.

तो म्हणत होता, “तरसांच्या बाबतीत बोलायचे झाल्यास; ही पहा तरसांची टोळी. सध्या ही टोळी मानवजातीवर चालून येते आहे... आणि ते वेगाने आपल्या जवळ येत आहेत.”

एलिझाबेथने पडद्यावरचे चित्र पाहिले आणि तिला आश्चर्य वाटले. त्या चित्रात काही आलेखरेषा काढलेल्या होत्या. आलेखांचे हे चित्र तिच्याच संघटनेने आदल्या वर्षी प्रसिद्ध केलेले होते. ती नेहमी हे चित्र पहात आलेली होती. ते सर्व आलेख हे पर्यावरणासंबंधीचे होते, पण त्यातील अगदी कळीच्या मुद्द्यांबाबत होते. त्यातील घटकांचा जबरदस्त परिणाम जागतिक आरोग्यावर होत होता.

त्या घटकांची यादीही त्यात दिलेली होती.

स्वच्छ पाण्याची मागणी, भूपृष्ठाचे जागतिक तपमान, ओझोनचा हवेतील थर विरळ होत जाणे, समुद्रातील खनिजांचा, माशांचा जबरदस्त उपसा, अनेक जीवांच्या जाती कायमच्या नामशेष होणे, कार्बनडाय ऑक्साइड वायूचे वातावरणातील वाढते प्रमाण, जंगलांचा ऱ्हास होत जाणे आणि समुद्राच्या पाण्याच्या पातळीत बदल होत जाणे...

दुष्परिणाम करणाऱ्या या घटकांचे प्रमाण सतत वाढत चाललेले होते. गेल्या शतकात तर ते एकदम वाढले होते. आता तर ते वेगाने वाढू लागले होते.

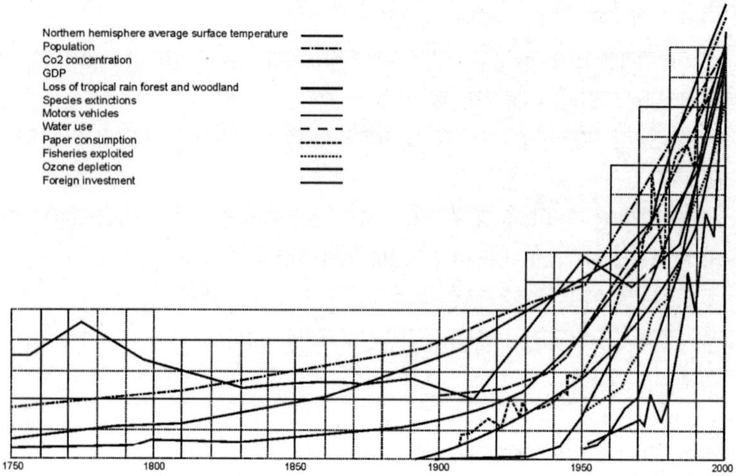

जेव्हा जेव्हा एलिझाबेथ हे आलेख पाही तेव्हा तिला हताशपणाची भावना होई. ती एक शास्त्रज्ञ होती आणि संख्याशास्त्राच्या उपयुक्ततेवरती तिचा भरवसा होता. हे आलेख भविष्यकाळाचे एक थरारक चित्र दाखवत होते... नव्हे ते *नजीकच्या* भविष्यकाळाचे चित्र दाखवत होते.

तिच्या आयुष्यात अनेकदा आपण मुलाला जन्म देण्यास असमर्थ आहोत, ही भावना तिला ग्रासून टाके आणि वैफल्यग्रस्त करे. पण जेव्हा ती हे आलेख पाही, तेव्हा आपल्या मुलाला अशा भविष्यकाळातील जगात आपण आणणार नाही, याचे तिला हायसे वाटे.

अशा या भविष्यकाळात मी माझे मूल आणू?

तो उंच माणूस बोलत होता, "गेल्या ५० वर्षांत आपण निसर्गाविरुद्ध अनेक पापे केली आहेत आणि ती भूमिती श्रेणीने अधिकाधिक वाढत आहेत. मला माणसाच्या आत्म्याची आता भीती वाटू लागली आहे. जेव्हा जागतिक आरोग्य संघटनेने हे आलेख प्रसिद्ध केले, तेव्हा जगातील राजकारणी धुरंधर, मुत्सद्दी मंडळी, सत्तेचा खेळ खेळणारे आणि पर्यावरणवादी यांनी एक आणीबाणीची शिखर परिषद भरवली. या संबंधातील कोणकोणत्या समस्या आहेत, आणि त्या कितपत गंभीर आहेत आणि कोणत्या समस्या सोडवता येतील, याचा त्या परिषदेत विचार झाला. शिखर परिषदेचे फलित काय झाले? खासगीमध्ये त्या तज्ज्ञांनी आपले डोके दोन्ही हातात धरून अश्रू ढाळले. सार्वजनिकरीत्या मात्र त्यांनी आश्वासन दिले की, समस्येवर आम्ही तोडगा काढीत आहोत, पण समस्याच गुंतागुंतीच्या आहेत."

"*आहेतच* त्या समस्या गुंतागुंतीच्या."

"बुलशिट!" तो माणूस चिडून म्हणाला. "तुम्हाला हे सर्व आलेख ठाऊक आहेत आणि त्यांचे एकमेकांशी असलेले संबंधही ठाऊक आहेत. फक्त *एकाच* बदलत्या घटकावर ते सर्व आलेख अवलंबून आहेत! प्रत्येक आलेखातील वरवर चढत जाणारी रेषा ही एका थेट घटकावर अवलंबून आहे आणि तो घटक म्हणजे जागतिक लोकसंख्या. प्रत्येक जण या घटकावर चर्चा करायला कचरतात!"

"प्रत्यक्षात मला वाटते की, हे थोडेसे जरा अधिक – "

"थोडेसे जरा अधिक गुंतागुंतीचे आहे, होय ना? असेच तुम्हाला म्हणायचे आहे ना? तर तसे ते नाहीच! यापेक्षा अधिक सोपे दुसरे काहीही नाही. जर तुम्हाला दरडोई अधिक स्वच्छ पाणी उपलब्ध करून हवे असेल, तर या पृथ्वीवर फार माणसे असून चालणार नाही. जर वाहनांमधून उत्सर्ग करणारे वायू कमी करायचे असतील तर गाडी चालवणाऱ्या मंडळींची संख्या कमी झाली पाहिजे. जर महासागरातील माशांची संख्या पुरेशी हवी असेल, तर त्या माशांना पकडून खाणाऱ्या माणसांची तोंडे कमी व्हायला पाहिजे."

त्याने तिच्याकडे रागाने खाली पाहिले. त्याच्या बोलण्याचा सूर आता अधिक जोरदार होत चालला होता. "जरा आपले डोळे उघडा! आपली मानवता आता गर्तेत कोसळण्याच्या बेतात आली आहे आणि जागतिक नेते हे फक्त बोर्डरूममध्ये बसून फक्त मीटिंग घेतात, सौरऊर्जेवर अभ्याससत्रे घेतात, रिसायकलिंग आणि हायब्रीड वाहने यांवर नुसते बोलत रहातात. हो की नाही? आणि बाईसाहेब, तुम्ही तर एक शास्त्रज्ञ आहात, उच्चविद्याविभूषित आहात, तुम्हाला हे दिसत कसे नाही? ओझोनचा थर कमी होत चालला आहे, या गोष्टी आटत चालल्या आहेत आणि प्रदूषण वाढत आहे. या गोष्टी म्हणजे खऱ्या समस्या किंवा काही रोग नाहीत. या गोष्टी या रोगाची केवळ लक्षणे आहेत. रोग आहे तो वाढत्या लोकसंख्येचा. या रोगावर आपण जालीम इलाज केले पाहिजेत. पण आपण फक्त वेगाने पसरत जाणाऱ्या कर्करोगाच्या गाठीवर बॅन्ड-एडची मलमपट्टी चिकटवून मोकळे होतो."

"म्हणजे तुम्हाला मानववंश हा एक कर्करोग वाटतो?" एलिझाबेथ म्हणाली.

"चांगली पेशी आणि कर्करोगाची पेशी यात तसा फारसा फरक नसतो. फक्त कर्करोगाची पेशी ही भरमसाट वेगाने पुनरुत्पादन करून आपली संख्या एवढी वाढवत नेते की, त्यावर आपले नियंत्रण रहात नाही. तुम्हाला माझ्या कल्पना आवडत नाहीत, हे माझ्या लक्षात आले आहे. पण जेव्हा धोका गंभीर होईल तेव्हा जो उपाय तुम्ही कराल तो अधिक न आवडणारा असेल, याची मी तुम्हाला खात्री देतो. आपण जर आत्ताच काही धाडसी कृती केली नाहीतर मग – "

"धाडसी कृती?" ती पुटपुटत म्हणाली. "*धाडसी कृती* हे तुमचे शब्द योग्य नाहीत. त्याऐवजी *विवेकशून्य* हा शब्द वापरा." ती जराशी रागाने म्हणाली.

"डॉ. सिन्स्की!" तो माणूस आता कमालीच्या शांत आवाजात बोलू लागला, "मी तुम्हाला इथे एका विशिष्ट हेतूने बोलावले आहे. कारण मला अशी आशा वाटते की, तुम्ही म्हणजे जागतिक आरोग्य संघटनेची एक सूज्ञ अधिकारी व्यक्ती असल्याने तुम्हाला माझे सहकार्य अशा कामात घ्यायला आवडेल आणि समस्येवर एखादा उतारा शक्य असेल, तर आपल्याला शोधता येईल."

एलिझाबेथ त्याच्याकडे अविश्वासाने पहात राहिली. ती म्हणाली, "तुम्हाला असे वाटते का, की जागतिक आरोग्य संघटना ही तुमच्या कामात भागीदार होईल? आणि तेही तुमच्या अशा कल्पना राबवण्यासाठी?"

यावर तो म्हणाला, "होय. तुमची संस्था ही डॉक्टर्स लोकांची बनलेली आहे. जेव्हा एखाद्या डॉक्टरकडे गँग्रीन या घातक रोगाची लागण झालेला रोगी येतो, तेव्हा ते त्याचा अवयव कापून टाकून त्याचा जीव वाचवायला कचरत नाहीत. कधी-कधी आपल्यासमोर दोन वाईट उपायांमधून कमी वाईट उपाय निवडण्याची पाळी येते, अन्य पर्याय समोर नसतो."

"पण इथे अगदीच वेगळी समस्या आहे."

"नाही, इथेही *तशीच परिस्थिती* उभी आहे. फक्त त्याचे प्रमाण वेगळे आहे, फुटपट्टी वेगळी आहे."

एलिझाबेथने आत्तापर्यंत त्याचे बरेच ऐकून घेतले होते. तिने न राहवून फट्कन म्हटले, "मला आता माझे विमान पकडायचे आहे."

मग त्या उंच माणसाने तिच्या दिशेने एक पाऊल टाकीत तिची वाट अडवली आणि म्हटले, "म्हणजे ही एक धमकीवजा सूचनाच तुम्ही मला दिली आहे, असे मी समजतो. तेव्हा तुमच्या सहकार्याशिवाय मी माझ्या कल्पना अगदी सहज राबवू शकेन."

"मला काय म्हणायचे आहे, ते मी तुम्हाला बऱ्यापैकी सूचित केले आहे," ती आता चिडून बोलू लागली, "तुम्ही तुमच्या कल्पना राबवण्याबद्दल जे काही बोलून दाखवलेत, ती एक 'दहशतवाद्यांची धमकी' आहे असे मी समजते आणि त्यानुसार मी पुढची कारवाईही करेन," एवढे बोलून तिने आपला मोबाइल फोन बाहेर काढला.

यावर तो माणूस मोठ्याने हसला आणि म्हणाला, "मी काही तात्त्विक मुद्द्यांवर चर्चा केली; याविरुद्ध तुम्ही काही कारवाई करणार? रिपोर्ट करणार? दुर्दैवाने तुम्हाला फोन करायचा असेल तर वाट पहावी लागेल. ही खोली इलेक्ट्रॉनिक वायरलेसला प्रतिबंध करणारी आहे. तशी यंत्रणा आम्ही इथे बसवली आहे. तुमचा मोबाइल फोन इथे चालणारच नाही."

अरे वेड्या माणसा, पण मला कुठे फोन करायचा आहे? असे म्हणून

एलिझाबेथने तिचा फोन उंचावून त्यावरील काही बटणे दाबली. मग त्या माणसाला काय घडते आहे, हे कळायच्या आत तिने पट्कन त्याचा एक फोटो काढला. मोबाइलच्या फ्लॅशचा प्रकाश झगमगला आणि तो प्रकाश त्याच्या हिरव्या डोळ्यांवरून परावर्तित झाला. क्षणभर तिला त्याचे ते चमकणारे डोळे ओळखीचे वाटले.

ती म्हणाली, ''तुम्ही कोणीही असाल, तुम्ही मला इथे बोलावण्याची चूक केलीत. मी विमानतळावर पोहोचेपर्यंत तुम्ही कोण आहात, याची मी माहिती काढेन. मग डब्ल्यूएचओ, सीडीसी आणि ईसीडीसी या संस्थांच्या जवळील यादीत तुमचे नाव जाईल. एक सुप्त जैवदहशतवादी म्हणून तुमच्यावर सतत नजर ठेवली जाईल. आमची माणसे तुमच्यावर दिवस-रात्र नजर ठेवतील. तुम्ही जर काही सामान, वस्तू, रसायने इत्यादी खरेदी कराल तर ते आम्हाला लगेच समजेल. जर तुम्ही एखादी प्रयोगशाळा उभी केलीत, तर तेही आम्हाला समजेल. तुम्ही कुठेही दडी मारून बसू शकणार नाही, लपून राहू शकणार नाही.''

तो माणूस गंभीर होऊन बराच वेळ उभा राहिला. जणूकाही तिच्या हातातील फोन हिसकावून घेण्याचा त्याचा विचार होता. शेवटी त्याने एक नि:श्वास टाकला, तो सैलावला आणि तिच्या मार्गातून बाजूला झाला. एक चमत्कारिक हास्य त्याच्या चेहऱ्यावर उमटले. तो म्हणाला, ''म्हणजे आता असे दिसते की, आपले द्वंद्वयुद्ध सुरू झाले आहे.''

३२

'इल कॉरिडिओ व्हेसारिनो' असे इटालियन नाव त्या मार्गाला पडले होते. पर्यटक त्याला 'व्हेसारी कॉरिडॉर' असे संबोधत. १५६४मध्ये व्हेसारी याने मेडिसी राजा पहिला ग्रॅन्ड ड्यूक कॉसिमो याच्या हुकमावरून ती एक सुरक्षित वाट बांधून काढली होती. आपला पिट्टी राजवाडा आणि प्रशासनाचे ऑफिस यांना जोडणारी ती वाट अर्नो नदी ओलांडून व्हिचिओ राजवाड्यातून जात होती.

व्हॅटिकन सिटीत प्रसिद्ध 'पासेटो' वाट आहे, तसाच हा 'व्हेसारी कॉरिडॉर' ही एक नमुनेदार गुप्त वाट आहे. बोबोली उद्यान ते जुना राजवाडा येथवर त्याची एकूण लांबी ही एक किलोमीटर भरते. वाटेत व्हिचिओ राजवाडा आणि युफिझी गॅलरी यांना नागमोडी वळसे घालीत ती जाते. जणूकाही हा एक इतिहासकाळातील 'फ्लाय ओव्हर' होता.

आजमितीलाही ही वाट अत्यंत सुरक्षित अशी समजली जाते. पण आता या वाटेवर मेडिसी राजघराण्यातील लोक ये-जा करीत नाहीत, तर तिथे उत्कृष्ट चित्रकलेचे आणि शिल्पकलेचे नमुने ठेवलेले आहेत. कारण या ठिकाणची भिंत कितीही लांब-रुंद चित्रे असली तरी ती सहज सामावून घेते. इथल्या वाटेवरच्या भिंतीवरती अगणित दुर्मीळ चित्रे लावलेली आहेत. जागतिक कीर्तीची 'युफिझी गॅलरी' ही चित्रप्रदर्शनासाठी कमी पडत असल्याने तिथे जादा झालेली चित्रे इथल्या भिंतीवर प्रदर्शित केली जातात. इथली चित्रे रमतगमत पहाण्यात खूप मजा असते.

काही वर्षांपूर्वी लँग्डन या वाटेवरून गेला होता. त्या वेळी तो एका खासगी सहलीसाठी आला होता. त्या दिवशी दुपारी तो या कॉरिडॉरमध्ये काही चित्रांच्या ओळीपुढे उभा राहिला होता. त्या ओळीतील चित्रांचे तो रसग्रहण करीत होता. त्या ओळीत जगातील गाजलेली सेल्फ पोर्ट्रेट्स – स्वत:ची स्वत:च काढलेली चित्रे ठेवलेली होती. दोन भिंतीमधून गेलेल्या या कॉरिडॉरमध्ये बाहेर पहाण्यासाठी मधे-मधे खिडक्या ठेवलेल्या होत्या. त्यामुळे त्या पुलासारख्या उंचावलेल्या कॉरिडॉरमध्ये आपण कोठवर चालत आलो आहोत, हे पर्यटकाला कळून येई.

आज सकाळी तो आणि सिएना धावत धावत तो कॉरिडॉर पार करीत होते. मागून कोणी आपला पाठलाग करीत आपल्याला पकडू नये म्हणून ते जिवाच्या आकांताने धावत होते. तो बेशुद्ध केलेला पहारेकरी केव्हा शुद्धीवर येईल, याचा लँग्डन धावता धावता विचार करीत होता. त्याला बांधलेल्या अवस्थेत कोण, केव्हा पाहील, याचेही तो नवल करीत होता. जसजसा तो कॉरिडॉर संपत येऊ लागला तसतसा लँग्डन आपल्याला काय शोधायचे आहे, यावर विचार करू लागला.

Cerca trova... मृत्यूचे डोळे... आणि उत्तर मिळालं, माझा पाठलाग कोण करते आहे....

दूरवरून त्याला त्या टेहळणी करणाऱ्या विमानाचा घरघराट ऐकू येत होता. पण ते आता खूप मागे पडले होते. जसजसे तो पुढे जात राहिला तसेतसे त्याला एका महत्त्वाकांक्षी वास्तुरचनाकाराच्या या कॉरिडॉरच्या निर्मितीचे कौतुक वाटत गेले. संपूर्ण कॉरिडॉर हा पुलासारखा हवेत होता. व्हेसारी कॉरिडॉर एखाद्या सापासारखा नागमोडी वळणे घेत, इमारतींना वळसे घालीत, पिट्टी राजवाड्यापासून अर्नो नदी ओलांडून जुन्या फ्लॉरेन्स शहरात घुसला होता. पांढरा रंग दिलेली आणि अरुंद असलेली ही वाट अनंत काळापर्यंत टिकून रहाण्यासाठी उभी आहे, असा भास पहाणाऱ्याला होई. ही वाट अधूनमधून एखादा अडथळा चुकवण्यासाठी डावीकडे आणि उजवीकडे वळत जाई. पण ती नेहमी पूर्वेकडेच आपला रोख ठेवी... अर्नो नदीपलीकडे.

एकदम त्यांच्या पुढे कॉरिडॉरमध्ये, काही आवाज उमटले आणि सिएना एकदम थबकली. लँग्डनही थांबला. पण त्याने लगेच आपला हात तिच्या खांद्यावर शांतपणे ठेवला आणि एका जवळच्या खिडकीकडे त्याने तिला खूण केली.

खाली पर्यटक जमले होते.

त्या दोघांनी खिडकीतून खाली वाकून पाहिले. त्यांच्या लक्षात आले की, आपण 'पॉन्टे व्हिचिओ'च्या बरोबर वर आलेलो आहोत. पॉन्टे व्हिचिओ हा एक मध्ययुगीन काळात बांधलेला दगडी पूल होता. पादचारी आता तो जुन्या फ्लॉरेन्स शहरात जाण्यासाठी वापरीत होते. त्या पुलावर विक्रीचे अनेक स्टॉल्स उभारलेले होते. आजवर अशी दुकाने तिथे इ.स.१४०० सालापासून थाटली जायची. खरेदी करण्यात रस असलेल्या पर्यटकांची गर्दी तिथे आत्ता झाली होती. आज ती दुकाने बहुतांशी सोनार आणि हिऱ्या-मोत्यांच्या व्यापाऱ्यांची होती. नुकतेच सकाळी प्रथम आलेल्या गिऱ्हाइकांचा आणि विक्रेत्यांचा गलका तिथे चालला होता. तोच आवाज त्या दोघांना वर ऐकू आला होता. प्रत्येक दिवशी वेगवेगळ्या वस्तू विकणारी मंडळी तिथे येऊन आपापले स्टॉल्स उघडीत. मुळात या पुलावर फ्लॉरेन्स शहराचा मांसविक्रीचा मोठा बाजार भरत असे. पण १५९३मध्ये खाटीक मंडळींना इथे बंदी करण्यात आली. कारण वाया गेलेल्या आणि शिळ्या झालेल्या घाणेरड्या मांसाचा

तो दर्प व्हेसारी कॉरिडॉरमधून जाणाऱ्या ड्यूकच्या नाकाला सहन होत नव्हता.

त्या पुलावर कोठेतरी एक जागा लँग्डनला आठवत होती. जिथे फ्लॉरेन्समधला सर्वांत कुप्रसिद्ध असा गुन्हा घडला होता. इ.स.१२१६मध्ये बुंडेलमॉन्टे नावाच्या उमरावाने घरच्यांनी ठरवलेले त्याचे लग्न आपल्या प्रेयसीसाठी मोडले हाते. त्याच्या या निर्णयाची शिक्षा म्हणून त्याला या पुलावर ठार करण्यात आले होते.

त्याचा मृत्यू हा 'फ्लॉरेन्समधील सर्वांत रक्तरंजित खून' म्हणून प्रसिद्ध होता. कारण त्या खुनामुळे त्यावेळच्या दोन बलाढ्य राजकीय गटात – ग्युएल्फस आणि घिबेलाइन्स – यांच्यात एक तुंबळ रणकंदन माजले होते. त्या गटातील युद्ध क्रूरपणे काही शतके चाललेले होते. एकमेकांविरुद्ध ते सतत संघर्ष करीत होते. एकमेकांचे हाडवैरी बनून वंशपरंपरागत लढाई करत राहिलेले होते. त्या काळात याचीच परिणती डान्टेला फ्लॉरेन्समधून हद्दपार करण्यात झाली होती. कारण डान्टेने ती खुनाची घटना आपल्या 'डिव्हाइन कॉमेडी' या काव्यात अजरामर करून ठेवली होती. त्या काव्यात तो म्हणतो : *अरे बुंडेलमॉन्टे, तू दुसऱ्या मार्गदर्शकामार्फत आपल्या लग्नाच्या वचनापासून पळून गेलास आणि हे भयंकर दुर्दैव ओढवून आणलेस.*

आज त्या खुनाच्या जागी तीन वेगवेगळे स्मृतिफलक लावलेले आहेत. प्रत्येक फलकावर डान्टेच्या 'पॅराडिसो' या काव्यातील १६व्या अध्यायातील तीन वेगवेगळ्या ओळी कोरलेल्या दिसतात. एक स्मृतिफलक या दगडी पुलाच्या तोंडापाशीच असून तो असे जाहीर करतो आहे की :

पण सारेकाही शांत झाल्यावर फ्लॉरेन्सला आपल्या भग्न दगडी रक्षकाला आपल्याच पुलावर... एक बळी देणे भाग पडले.

लँग्डनने आपली नजर तिथून नदीच्या गढूळ पाण्याकडे वळवली. दूरवर त्याला व्हिचिओ राजवाड्याचा एकमेव कळस साद घालीत होता. पण अजूनही लँग्डन आणि सिएना यांनी अर्नो नदी अर्धीच ओलांडली होती. लँग्डनला वाटू लागले की, आपल्याला आता माघार घेता यायची नाही. आपले परतीचे मार्ग बंद झाले आहेत.

३० फूट खाली असलेल्या पॉन्टे व्हिचिओ या दगडी पुलावर वायेन्था उत्सुकतेने येणाऱ्या गर्दीच्या लोंढ्यावरून आपली नजर फिरवत होती. तिला कल्पनाही नव्हती की, आपली अडचणीतून सुटका करणारा एकमेव बळी हा काही क्षणांपूर्वीच तिच्या थेट डोक्यावरून निघून गेला होता.

३३

'द मेंडासियम' ही आलिशान नौका समुद्राच्या खोल पाण्यात नांगर टाकून उभी होती. मदतनीस नोल्टन आपल्या कक्षामध्ये एकटा बसला होता, आपल्या कामावर तो आपले लक्ष केंद्रित करू पहात होता. पण ते त्याला कठीण जात होते. त्याला सारखी धास्ती वाटत असल्याने त्याने ती व्हिडिओ क्लिप परत पहाणे सुरू केले. तो गेले तासभर ती नऊ मिनिटांची व्हिडिओ पुन:पुन्हा पहात होता. तिचे विश्लेषण करीत होता. त्या व्हिडिओमध्ये त्याला बुद्धिमत्ता आणि वेडेपणा यांच्यामध्ये असलेले काहीतरी प्रकट झालेले होते.

काही महत्त्वाचे धागेदोरे मिळतात का? फास्ट फॉरवर्ड करीत हे पहाण्यासाठी नोल्टनने तो व्हिडिओ पहिल्यापासून पाहिला. त्याने तो पाण्यातला स्मृतिफलक दाखवणारे दृश्य ओलांडले... ते गढूळ पिवळ्या आणि तपकिरी रंगाच्या द्रवाच्या टांगलेल्या पिशवीचेही दृश्य ओलांडले... शेवटी तो एका दृश्यावर येऊन थांबला. त्या दृश्यात चोचीसारखे नाक असलेला मुखवटा घालून एक जण प्रकट झाला. सर्व भिंतीवर गळती चालू असलेल्या त्या गुहेत त्या व्यक्तीची अंधारातील बाह्यरेखा उमटली होती... त्याची आकृती मंद अशा लाल रंगाने प्रकाशित झाली होती.

नोल्टनने त्या व्यक्तीचा घुसमटल्यासारखा आवाज ऐकला. त्याच्या उमटणाऱ्या शब्दांतून तो अर्थ शोधू लागला. त्याने आपली भाषा अगदी तोलूनमापून वापरली होती. त्याचे अर्धे भाषण झाल्यावर त्या गुहेच्या भिंतीवरती त्याची छायाकृती एकदम मोठी झाली आणि आवाजाची तीव्रताही वाढली.

डान्टेचा नरक हे काही कल्पनाचित्र नाही... ती एक भविष्यवाणी आहे! त्यात भयानक यातना आहेत. वेदनादायक तीव्र दु:ख आहे. तो उद्याच्या जगाचा असा एक नकाशा आहे. जर आळा घातला नाही तर मानवजात ही एखाद्या प्लेगसारखी, कर्करोगासारखी वाढू लागेल... आपली लोकसंख्या प्रत्येक पिढीत वाढत जात-जात ती शेवटी आपल्या सर्व

सुखसोयी खाऊन टाकेल. याच सुखसोयींमुळे आपले सद्‌गुण आणि आपल्यातील बंधुता हे एकेकाळी पोसले गेले. हे आता कमी कमी होत नाहीसे होतील... आणि आपल्या सर्वांमध्ये वास करीत असलेल्या एका दैत्याला जागे करील... मग आपल्या पोराबाळांना चार घास घालण्यासाठी आपल्याला मरेपर्यंत संघर्षयात्रा करावी लागेल, लढावे लागेल.

हा डान्टेचा एक नऊ पातळ्यांवर असलेला नरक आहे.

हा नरक प्रत्यक्षात अवतरण्याची वाट पहातो आहे.

आपले भवितव्य आपल्यावर चालून येत आहे. त्यामागे माल्थसचे कठोर गणित आहे. आपण नरकाच्या पहिल्या पातळीपाशी येऊन घुटमळत आहोत... आणि अधिक वेगाने पुढची खोली मोजली पाहिजे. आपण तेवढ्या खोलीवर आजवर कधीही उतरलो नव्हतो.

नोल्टनने व्हिडिओ थांबवला. *माल्थसचे गणित?* हा काय प्रकार आहे, ते त्याला समजले नाही. त्याने ताबडतोब त्याबद्दलची माहिती इंटरनेटवर शोधली. माल्थस हा एक एकोणिसाव्या शतकातील प्रख्यात इंग्लिश गणिततज्ज्ञ आणि लोकसंख्याशास्त्रातील तज्ज्ञ होता. त्याचे संपूर्ण नाव थॉमस रॉबर्ट माल्थस होते. त्यानेच प्रथम जागतिक व्यवस्था ही अफाट लोकसंख्या वाढल्याने कोसळेल, असे भाकीत केले होते. त्यामुळे तो प्रसिद्ध झाला होता.

माल्थसची ही माहिती वाचून नोल्टन हादरला. त्याच्या चरित्रात एका पुस्तकातील उताऱ्याचा संदर्भ दिलेला होता. त्या पुस्तकाचे नाव होते, An Essay on the Principle of Population (लोकसंख्येच्या सिद्धान्तावरील एक निबंध) तो उतारा असा होता :

माणसाचे पृथ्वीवरील अस्तित्व टिकवण्यासाठी अशी एक शक्ती आहे आणि तीच शक्ती माणसांची लोकसंख्या नियंत्रित करण्यासाठी, त्याचे अस्तित्व टिकवून धरण्यासाठी कोणत्या ना कोणत्यातरी स्वरूपात अकाली मृत्यूला पाठवते. लोकसंख्येत मुळातच असलेले हे सामर्थ्य सर्वोच्च आहे. मनुष्याचे दुर्गुण आणि लोकसंख्या खच्ची करणारे लोकप्रतिनिधी हे नेहमीच कार्यरत असतात. या दोन गोष्टी मोठ्या नरसंहाराचे पूर्वसूचक आहेत आणि यांच्याकडूनच ते भीषण काम पुरे केले जाते आहे. पण या नरसंहारच्या संघर्षात ते अयशस्वी होऊ नयेत म्हणून काही क्षीण झालेले ऋतू, रोगराईच्या साथी, संसर्गजन्य रोगांचा प्रादुर्भाव, प्लेग हे सर्व एकापाठोपाठ भयानकरीत्या चालून येतात आणि हजारो, लक्षावधी माणसांचे

मृत्यू घडवतात. एवढ्यानेही त्यांचे कार्य पूर्ण झाले नाही, तर विस्तृत प्रमाणात अपरिहार्य असा दुष्काळ येतो. आणि मग एका जबरदस्त प्रहाराने तो जागतिक लोकसंख्या आणि जागतिक धान्यसाठा यांची पार विल्हेवाट लावून टाकतो.

ते वाचताच नोल्टनचे हृदय धडधडू लागले. त्याने व्हिडिओमधले जे दृश्य पॉजवर ठेवलेले होते, थोपवून धरलेले होते, त्याकडे पाहिले. चोचीसारखे नाक असलेल्या व्यक्तीची छाया त्या दृश्यात होती. *मानवजातीच्या लोकसंख्येवर जर ताबा ठेवला नाही, तर तीच लोकसंख्या कर्करोगासारखी पसरू लागते.*

'जर ताबा ठेवला नाही' हा शब्दप्रयोग नोल्टनला आवडला नाही. त्याने जरासे कचरत पुन्हा ती व्हिडिओ चालू केली. पुन्हा ती छायाकृती बोलू लागली:

काहीच उपाययोजना न करणे म्हणजे डान्टेच्या नरकाचे स्वागत करणे आहे... असंख्य माणसे गर्दीत भुकेलेल्या अवस्थेत आपल्याच पापाच्या चिखलात गडबडा लोळत, वळवळत आहेत.

म्हणून मी एक धाडसी कारवाई करीत आहे.

ती कारवाई कळल्यावर काही जण भयाने गारठून जातील. पण प्रत्येक मुक्तीसाठी काहींना काही किंमत मोजावीच लागते.

माझ्या या त्यागातील महत्त्व एके दिवशी जगाला समजून येईल.

कारण मीच तुमचा मुक्तिदाता आहे.

मीच ती छायाकृती आहे.

नरसंहारानंतर येणाऱ्या युगाचे मी एक प्रवेद्वार आहे.

३४

व्हिचिओ राजवाडा म्हणजे एका विस्तृत बुद्धिबळाचा पट असल्यासारखा होता. त्याचा दर्शनी भाग हा रांगडा वाटत होता. त्याचे काही भाग हे युद्धप्रसंगात उपयोगी पडावे म्हणून ठराविक अंतरावर पुढे आलेले होते. पण ते बुरुजासारखे गोल नव्हते, चौकोनी होते. ती इमारत अगदी नेमक्या जागेवर उभी राहिलेली होती आणि आग्नेयेकडेच्या कोपऱ्यातील 'पियाझा देला सिनोरिया'चे रक्षण करीत होती. एखाद्या राजवाड्यापेक्षा तो एक भुईकोट किल्ला वाटत होता.

त्या इमारतीला फक्त एकच उंच कळस होता आणि तो त्या चौकोनी भुईकोट किल्ल्याच्या मध्यभागातून वर उगवला होता. आकाशाच्या पार्श्वभूमीवर तो उठून दिसत होता. त्यामुळे फ्लॉरेन्स शहराचे तो एक प्रतीक बनला होता.

इटालियन सरकारचे सुप्त स्थान दर्शवणारा हा भुईकोटसारखा राजवाडा, त्याला पहायला येणाऱ्यांवर एखाद्या पहिलवानासारखी छाप पाडे. अमानाटी या शिल्पकाराने 'नेप्च्यून' देवाचे पीळदार आणि उघडे शरीर एका शिल्पात दाखवले होते. त्यात चार सागरी माशांवर तो आरूढ झालेला होता. असे अनेक पुतळे ओळीने या राजवाड्याच्या दर्शनी भागावर लावलेले होते. सागरावर आमचेच म्हणजे फ्लॉरेन्सचे राज्य आहे, असा संदेश त्यातून पहाणाऱ्याला दिला जाई. मायकेल ॲन्जेलोने 'डेव्हिड' नावाचा जो पुतळा केला होता, त्याची प्रतिकृती हीसुद्धा उघड्या पुरुषी देहातील सौंदर्य दाखवणारी होती. ती प्रतिकृती राजवाड्याच्या प्रवेशद्वारात ठेवलेली होती. संबंध जगभर या पुतळ्याची त्याबद्दल प्रशंसा होत आलेली आहे. त्या प्रतिकृतीसमवेत दोन आणखी तसल्याच भव्य पुरुषांचे पुतळे – 'हर्क्युलिस' आणि 'कॅकस' यांचे – तेही प्रवेशद्वारात उभे केलेले होते, असे हे नग्न पुरुषी देहातील सौंदर्य दाखवणारे पुतळे प्रवेशद्वारात स्वागत करीत होते.

सर्वसाधारणपणे व्हिचिओ राजवाड्याला यापूर्वी लँग्डनने ज्या भेटी दिल्या त्या 'पियाझा देला सिन्योरिया' इथून सुरुवात केलेल्या होत्या. तो भाग त्याचा युरोपातील सर्वांत आवडता भाग होता. तिथे जाऊन तिथल्या 'कॅफे रिव्होएरी' इथे एक्स्प्रेसो

कॉफी पिणे, यात त्याला खूप आनंद वाटे. यानंतर तो तिथल्या 'ओपन-एअर गॅलरी'ला भेट देई. तिथे बऱ्याच पुतळ्यांचे प्रदर्शन केलेले होते.

पण आज तो व्हिचिओ राजवाड्याला व्हेसारी कॉरिडॉर मार्गाने भेट देत होता. इतिहासकाळात याच मार्गाने मेडिसी राजघराण्यातील ड्यूक मंडळी राजवाड्यात जायची. हा कॉरिडॉर इमारती, पूल आणि रस्ते यांच्या डोक्यावरून नागमोडी वळणे घेत जाणारा एक लांबलचक 'उड्डाणपूल' होता. हा शेवटी थेट राजवाड्यातच पोहोचत होता. आत्तापर्यंत त्यांचा कोणीही पाठलाग करीत नव्हते. तरीही लँग्डनला हा कॉरिडॉर कधी संपतो आहे, असे झाले होते.

त्याला जेव्हा समोर एक लाकडी दरवाजा दिसू लागला, तेव्हा त्याच्या मनात आले, 'अखेर आपण इथे येऊन पोहोचलो. हाच तो राजवाड्यात प्रवेश करता येणारा दरवाजा आहे.'

तो दरवाजा बंद करण्यासाठी त्याला व्यवस्थित अशी यंत्रणा होती. शिवाय त्याला दाब देऊन ढकलण्याजोगा एक आडवा दांडाही होता. म्हणजे तातडीच्या वेळी तो दांडा दाबल्यावर दरवाजा उघडला जात असे.

लँग्डनने त्या दरवाजाला कान लावून पलीकडचे आवाज ऐकण्याचा प्रयत्न केला. पण तिकडून काहीच ऐकू न आल्याने त्याने तो आडवा दांडा हाताने दाबला आणि हळूच दार ढकलले. आत कुठेतरी खट् आवाज झाला आणि दार उघडले जाऊ लागले. काही इंच दार आत गेल्यावर त्याने पलीकडे पाहिले. तेव्हा त्याला आत एक छोटी खोली आढळली. ती खोली रिकामी होती. तिथे शांतता होती. आत कोणीही नव्हते.

त्याला थोडे हायसे वाटले. मग त्याने दार पूर्ण उघडून आत प्रवेश केला आणि सिएनाला आत येण्याची खूण केली.

शेवटी आपण राजवाड्यात येऊन पोहोचलो तर...!

काही वेळ तो खोलीत स्तब्ध उभा राहिला आणि आपण नक्की कोणत्या भागात कोणत्या दिशेला उभे आहोत, याचा तो अंदाज घेऊ लागला. त्या खोलीपुढे काटकोनात जाणारा एक लांबलचक कॉरिडॉर होता. डाव्या बाजूला दूरवर कॉरिडॉरमध्ये काही आवाज होत होते. कोणीतरी माणसे आपसात आनंदाने बोलत होती, गप्पा मारीत होती असे त्यांच्या आवाजांवरून त्याला भासले. वॉशिंग्टनमधील कॅपिटोल इमारतीसारखाच व्हिचिओ राजवाडा हा पर्यटकांचे आकर्षण होता आणि तिथे सरकारी खात्यांच्या कचेऱ्याही होत्या. आता जे आवाज ऐकू येत होते, ते तिथे कामाला आलेल्या कर्मचाऱ्यांचे होते. ते आता दिवसभराच्या कामासाठी तयार होत होते आणि आपसात गप्पा मारीत होते.

लँग्डन आणि सिएना हळूहळू चोरपावलांनी तिकडे जाऊ लागले. कोपऱ्यापाशी

गेल्यावर त्यांनी वाकून वळून पाहिले, तेव्हा कॉरिडॉरच्या शेवटी एक मोठी मोकळी जागा होती. तिथे डझनभर सरकारी कर्मचारी आरामात उभे राहून सकाळच्या एक्स्प्रेसो कॉफीचे घुटके घेत होते, एकमेकांशी गप्पा मारीत होते.

सिएना कुजबुजत लँग्डनला म्हणाली, "ते व्हेसारी म्युरल 'हॉल ऑफ द फाइव्ह हन्ड्रेड' यात आहे, असे तुम्ही म्हणाला होतात ना?"

"होय, म्हणालो होतो. पण त्या हॉलकडे जायचे असेल, तर समोरच्या त्या जागेतून जावे लागेल. दुर्दैवाने तिथे माणसे उभी आहेत," लँग्डन म्हणाला.

"नक्की ना?" तिने खात्री करून घेण्यासाठी विचारले. "आपल्याला पलीकडे जाताच येणार नाही. ते आपल्याला पहाणार."

"ते सारे सरकारी कर्मचारी आहेत. त्यांना आपल्यात बिलकूल रस नाही. तुम्ही अगदी सहजपणे चालत चला."

तिने आपला हात लांबवून लँग्डनच्या सुटावरून फिरवला आणि तो नीट साफ केला. त्याची कॉलरही नीट केली आणि तिने म्हटले, "रॉबर्ट, तुम्ही आता अगदी छान दिसता आहात," असे म्हणून तिने एक गोड हास्य केले. मग तिने आपल्या स्वेटरवरून हात फिरवून तो जरासा नीटनेटका केला. नंतर ते दोघेही त्या कर्मचाऱ्यांच्या दिशेने जाऊ लागले.

लँग्डन तिच्या मागोमाग घाईघाईने जाऊ लागला. ते हेतुपूर्वक थेट त्या हॉलकडेच जात होते. तिथे आत शिरल्यावर सिएना त्याच्याशी इटालियन भाषेत भराभर बोलू लागली. सरकारी अनुदानाबाबत ती काहीतरी तावातावाने बोलत होती, हातवारे करीत होती. ते दोघे त्या कर्मचाऱ्यांना ओलांडून पलीकडच्या भिंतीपर्यंत पोहोचले. पण एकाही कर्मचाऱ्याने त्यांच्याकडे दुसऱ्यांदा वळून पाहिले नाही.

जेव्हा ते पलीकडच्या भागात पोहोचले, तेव्हा ते लगेच समोर दिसत असलेल्या कॉरिडॉरकडे जाऊ लागले. तिने लहानपणी शेक्सपिअरच्या 'मिश्चिव्हस पक' (व्रात्य परी) या नाटकात काम केल्याचे त्याला आठवले. तो तिला हळू आवाजात म्हणाला, "वा! तुम्ही खरोखरच एक उत्कृष्ट अभिनेत्री आहात."

ती त्यावर पट्‌कन उद्‌गारली, "तसे मला व्हावेच लागते." पण त्याला तिचा आवाज वेगळाच वाटला.

पुन्हा एकदा लँग्डनला वाटले की, या तरुण स्त्रीत बरेच गुण आहेत. आपल्याला त्यातले फारच थोडे ठाऊक आहेत. अशा या गुणी स्त्रीला आपल्यामुळे या चमत्कारिक धोकादायक भानगडीत निष्कारण गुंतावे लागल्यामुळे त्याला तिची दया आली. पण आता आपल्याला काहीही करता येणार नाही, हे त्याच्या लक्षात आले. आता फक्त जे जे होईल ते ते पहाणे आपल्या हातात आहे.

पाण्यातील बोगद्यातून तसेच पुढे पोहत रहा... आणि थोडा थोडा प्रकाश

दिसावा म्हणून प्रार्थना करा.

त्याच्या नजरेसमोर ते ग्रीक पाणबुडे आले.

पुष्कळ खांब असलेल्या द्वारमंडपापाशी ते जेव्हा पोहोचले, तेव्हा लँग्डनला हायसे वाटले. आपली स्मृती तशी भरवशाची आहे, हे त्याला उमगले. त्या कॉरिडॉरच्या कोपऱ्यापाशी एक पाटी होती आणि तिथे एक बाण काढलेला होता. त्या पाटीवर मजकूर होता : IL SALONE DEI CONQUECENTO – '*द हॉल ऑफ द फाइव्ह हंड्रेड.*' याच द्वारमंडपात आपल्या समस्येवरचे उत्तर कुठेतरी दडलेले आहे. *फक्त मृत्यूच्या डोळ्यांतूनच सत्य पहाता येते. याचा अर्थ काय आहे?*

ते कोपऱ्याजवळ जात असताना लँग्डन तिला म्हणाला, "तो हॉल कदाचित कुलूप घालून बंद केलेला असेल." जरी तो हॉल लोकप्रिय होता आणि तो पहाण्यासाठी पर्यटक त्याला भेटी देत होते, तरीही सकाळी या वेळी तो पर्यटकांना खुला केलेला नसावा, असे त्याला वाटले. इतक्या लवकर पर्यटकांना राजवाड्यात सोडलेले नव्हते.

सिएना एकदम थांबली आणि म्हणाली, "तुम्हाला ऐकू येते का ते?"

लँग्डननेही तो आवाज ऐकला होता. कुठूनतरी एक 'हम्म्' असा आवाज कोपऱ्यापासून येत होता. *आतमध्येही एखादे टेहळणी करणारे विमान असू शकते का?* कोपऱ्यापाशी गेल्यावर लँग्डनने थांबून वाकून पाहिले. तिथून पुढे शंभरएक फुटांवर एक साधे लाकडी दार उघडले होते. ते दार 'द हॉल ऑफ फाइव्ह हंड्रेड'चे होते. तिथे दारात देखभाल करणारा एक कर्मचारी उभा होता. तो एका इलेक्ट्रिक यंत्राच्या साहाय्याने फरशी स्वच्छ करीत होता. त्याचा आवाज येत होता. तो ते यंत्र गोल गोल फिरवत नेत होता.

त्या दारावर एक प्लॅस्टिकची पाटी लावलेली होती. पाटीवर तीन चिन्हे होती. लँग्डनचे लक्ष तिकडे गेले. त्या चिन्हाचा अर्थ कोणत्याही सामान्य चिन्हशास्त्रज्ञालाही सहज लावता येईल, असा होता. एका चिन्हात व्हिडिओ कॅमेरा होता आणि त्यावर फुली मारली होती. दुसऱ्या चिन्हात एक काचेचा ग्लास होता आणि त्यावर फुली काढलेली होती. तिसऱ्या चिन्हात एका स्त्रीचे आणि एका पुरुषाचे वेगवेगळे चित्र होते. ती सारी सूचक चित्रे होती.

फरशी स्वच्छ करणाऱ्या त्या कर्मचाऱ्याकडे लँग्डन लांब-लांब पावले टाकीत घाईघाईत गेला. जवळ गेल्यावर त्या कर्मचाऱ्याने वर पाहिले. तो दचकला होता. त्याने विचारले, "सिन्योरी?" लँग्डन काही बोलायच्या आत त्याने आपले दोन्ही हात आडवे पसरून आत जायला त्या दोघांना मज्जाव केला.

लँग्डनने त्याच्याकडे पाहून एक खोटे खोटे हसू चेहऱ्यावर आणले आणि

आपला एक डोळा मिचकावला. आणि शेवटच्या चिन्हाकडे बोट दाखवून ओशाळे होत म्हटले, ''टॉयलेटी.'' तो स्वच्छतागृहात जाण्यासाठी बोलत होता, प्रश्न विचारीत नव्हता.

त्यावर तो कर्मचारी क्षणभर कचरला, मग 'नाही' म्हणायचा त्याने निर्धार केला. पण लँग्डन सारखा एका पायावरून दुसऱ्या पायावर आपला शरीराचा तोल बदलत होता. त्याने चेहऱ्यावर त्रासिक भाव आणले होते. ते पाहून शेवटी त्या कर्मचाऱ्याने सहानुभूतीने मानेनेच 'जा' म्हणून त्या दोघांना खूण केली.

ते स्वच्छतागृह आतल्या 'द हॉल ऑफ फाइव्ह हंड्रेड'मध्ये होते.

जेव्हा ते आत शिरले तेव्हा लँग्डन सिएनाला म्हणाला, ''याचनेची भाषा जगात कोणालाही कळते!''

३५

एके काळी 'द हॉल ऑफ फाइव्ह हंड्रेड' ही जगातील सर्वांत मोठी खोली समजली जात होती. १४९४मध्ये बांधलेली ही वास्तू राज्याच्या ग्रॅन्ड कौन्सिलच्या सर्व ५०० सभासदांना सभा घेण्यासाठी निर्माण केली होती. त्यावरून या खोलीला अथवा हॉलला ते नाव पडले होते. काही वर्षांनी पहिला कॉसिमोच्या हुकुमानुसार या हॉलची जागाही वाढवण्यात आली. पहिला कॉसिमो हा सत्ताधारी त्या वेळी इटलीमधील सर्वांत सामर्थ्यवान माणूस होता. त्याने या प्रकल्पासाठी इंजिनिअर आणि वास्तुरचनाकार म्हणून व्हेसारी याची नेमणूक केली होती.

व्हेसारी याने एक वास्तुरचनेच्या इंजिनिअरिंगमधील एक अद्‌भुत चमत्कार घडवून दाखवला. त्याने समोरील बाजूचे छप्पर आणखी वर उचलले आणि अनेक नवीन, आडव्या खिडक्यांतून नैसर्गिक प्रकाश आत येऊ दिला. तशा चारही भिंतींना खिडक्या त्याने पाडल्या. मग तो हॉल उत्तम शिल्पकृती आणि चित्रकृती यांनी सजवला.

त्या हॉलच्या फरशीकडे लँग्डनची नजर प्रथम खेचली जाई. जणूकाही ती जमीन त्याला दरवेळी सांगे की, ही काही सामान्य जागा नाही. जमिनीवर सर्वत्र गुलाबी रंगाची गुळगुळीत फरशी बसवलेली होती. प्रत्येक फरशीभोवती काळ्या रंगाची चौकट असल्याने जमिनीवर एक विस्तीर्ण जाळी बसवलेली आहे, असा भास होई. परिणामी ती १२ हजार चौरस फुटांची जमीन ही एक भक्कम आणि नीट तोलून धरलेली वाटे.

लँग्डनने आपली नजर हॉलच्या टोकाला नेली. तिथे ठेवलेल्या शिल्पकृतींच्या हालचाली गोठलेल्या आहेत, असा भास त्याला होत होता. भिंतीला लागून ओळीने सैनिकांची शिल्पे उभी होती. त्यामध्ये सुप्रसिद्ध 'द लेबर्स ऑफ हर्क्युलिस' ही शिल्पकृती उभी होती.

दक्षिणेकडच्या भिंतीवरती मायकेल ॲन्जेलोची 'जिनियस ऑफ व्हिक्टरी' ही शिल्पकृती उभी होती. तिची उंची नऊ फूट होती. खरे म्हणजे ही शिल्पकृती अत्यंत

सनातनी असलेल्या 'दुसरा ज्युलियस' या पोपच्या थडग्यापाशी ठेवण्यात येणार होती. परंतु हा पुतळा 'टोमासो दी कॅव्हालिएरी' या व्यक्तीचा होता. मायकेल अॅन्जेलो या पुरुषाच्या अत्यंत प्रेमात पडलेला होता. एवढेच नव्हे, तर त्याने त्याच्यावर ३०० सुनीत काव्ये लिहिली होती. तो माणूस आणि मायकेल अॅन्जेलो हे दोघेही समलिंगी प्रेमाचे बळी आहेत, याचा गवगवा झाल्याने कट्टर सनातनी पोपच्या थडग्यापाशी ती शिल्पकृती ठेवण्याचा निर्णय रद्द केला गेला.

"मी ही वास्तू अद्यापपर्यंत कशी पाहिली नाही, यावर माझा विश्वासच बसत नाही," सिएना कुजबुजत म्हणाली. मग एकदम थांबून ती उद्गारली, "हे... हे फारच सुंदर आहे."

लँग्डनने या हॉलला जेव्हा प्रथम भेट दिली, त्या वेळी एका संगीत जलशाचे निमित्त होते. क्लासिकल संगीताच्या जलशात त्या वेळी जागतिक कीर्तीचा पियानोवादक मॅरिएल केमेल याने हजेरी लावली होती. जरी हा भव्य हॉल पूर्वी राजकीय व्यक्तींच्या सभांसाठी वापरला जात होता, तरी आता तो लोकप्रिय संगीत गायक, वादक, व्याख्याने आणि मेजवान्या यांच्यासाठी अधिक वापरला जात होता. अशा समारंभांना कलेच्या क्षेत्रातील मातब्बर मंडळी हजर असत. त्यात मोठमोठ्या कॉर्पोरेट कंपन्यांचे सीईओ, फॅशन मॉडेल्स अशाही व्यक्ती असत. 'आपल्या मालकीच्या या खासगी हॉलमध्ये अशी मंडळी आलेली कॉसिमो राजाला चालले असते का?' असा विचार लँग्डनच्या मनात येऊन गेला.

लँग्डनने आता आपली नजर भिंतीवरील भव्य म्युरल्सकडे वळवली. सर्व भिंतीवरील चित्रकृती आणि म्युरल्स पाहिली तर इटलीतील कलेचा सारा इतिहास त्यामध्ये प्रकट झालेला होता. त्या चित्रातून लिओनार्डो द व्हिन्सी याची रंगकामाची प्रायोगिक पद्धतही प्रकट झालेली होती. यातूनच त्याचे हे गाजलेले चित्र तयार झाले होते. तसेच त्या वेळी दोन चित्रकारांनी लिओनार्डो आणि मायकेल अॅन्जेलो यांच्या बाजू प्रत्येकाने वेगवेगळ्या उचलून धरून त्या दोघांच्या चित्रकृती, चित्रशैली यांविरुद्ध जबरदस्त वाद निर्माण केलेले होते. युरोपातील कलेच्या पुनरुज्जीवनाच्या काळातील लिओनार्डो आणि मायकेल अॅन्जेलो हे दोघे कलेच्या क्षेत्रातील दोन दिग्गज होते. त्या परस्पर विरोधक चित्रकारांची चित्रे समोरासमोरच्या दोन भिंतींवर उभी होती.

पण आज लँग्डनला त्या हॉलमधील चित्रामधून काही ऐतिहासिक विक्षिप्तपणाचा शोध घ्यायचा होता.

Cerca trova

सिएनाने ती म्युरल्स निरखून पहात त्याला विचारले, "यातील व्हेसारीने काढलेले चित्र कोणते आहे?"

"जवळ जवळ सर्वच चित्रे त्याचीच आहेत." व्हेसारी आणि त्याच्या मदतनिसांनी त्या हॉलमधील बहुतेक जुनी चित्रे पुन्हा रंगवून काढली होती. लँग्डन पुढे म्हणाला, "परंतु ते तिकडचे म्युरल पहा. तेच पहाण्यासाठी आपण इथे आलेलो आहोत. ते पहा, व्हेसारी याचे *'बॅटल ऑफ मार्सिआनो.'* "

मार्सिआनो इथे झालेल्या युद्धाचे चित्रण त्या भव्य रंगीत चित्रात विलक्षणरीत्या केलेले होते. ते चित्र ५५ फूट लांबीचे आणि सुमारे तीन मजले उंचीचे होते. त्यात लालसर छटेचे तसेच तपकिरी आणि हिरवे रंग वापरलेले होते. तसेच असंख्य सैनिक, घोडे, भाले आणि फलक हे सर्व आक्रमक रीतीने टेकडीच्या उतारावरून पुढे लढत लढत चाल करून जाताना दाखवलेले होते.

सिएना पुटपुटत म्हणाली, "व्हेसारी, व्हेसारी. आणि याच चित्रात कुठेतरी तो गुप्त संदेश आहे ना?"

लँग्डनने त्यावर मान हालवली. तो चित्राच्या अगदी वरच्या बाजूकडे पहात होता. तिथे त्याला ते युद्धाचे हिरव्या रंगातील निशाण दिसले. त्यावर व्हेसारीने लिहिले होते, CERCA TROVA . "छे! इतक्या खालून नीट पहाण्यासाठी दुर्बीणच हवी," लँग्डन म्हणत होता. "पण सर्वांत वर मध्यभागात त्या टेकडीवर दाखवलेल्या दोन फार्म हाउसच्या खाली पाहिले तर दिसेल की, तिथे हिरवे निशाण आणि – "

"दिसले, दिसले मला ते!" सिएना तिकडे बोट दाखवत म्हणाली.

तरुण पोरांसारखी आपली दृष्टी तीक्ष्ण असायला हवी, असे लँग्डनला वाटले.

ते दोघे त्या चित्राच्या जवळ सरकले आणि लँग्डनने आपली मान वर करून परत पाहिले. पण आता लँग्डनला काही कळेना की, आपण इथे का आलो आहोत? आणि कोणती समस्या आपल्याला सोडवायची आहे? तो गोंधळून गेला होता. तो शांतपणे काही वेळ स्तब्ध उभा राहिला, व्हेसारीच्या चित्राचे निरीक्षण बारकाईने करू लागला.

मला जर यश आले नाही... तर मग सर्वत्र मृत्यूच मृत्यू!

त्याच्या मागे एक दार हळूहळू उघडले जाऊ लागले. मग दारातून एक फरशी पुसणारा कामगार आत डोकावला. त्याच्या चेहऱ्यावर कसलीतरी अनिश्चितता दिसत होती. सिएनाने त्याच्याकडे पाहून आपुलकी दर्शवणारी हाताची हालचाल केली. त्याने त्या दोघांकडे पाहिले आणि आपले डोके मागे घेऊन परत दार लावून टाकले.

सिएना लँग्डनला म्हणाली, "रॉबर्ट, आपल्याजवळ वेळ फार नाही. काय तो विचार लवकर करून घ्या. ते चित्र पाहून तुम्हाला काही सुचते आहे का? काही स्मृती जाग्या होत आहेत का?"

युद्धाकडे चाललेला तो सैनिकांचा लोंढा लँग्डनने अगदी बारकाईने निरखून पाहिला.

फक्त मृत्यूच्या नजरेतूनच तुम्ही सत्य पाहू शकता.

त्याने सर्व मृतांच्या प्रेतांचा एकमेकांशी काही सूचित केलेला संबंध आहे का, म्हणून पाहिले. कदाचित त्या सर्वांनी मिळून एखादा आकारही दर्शवला गेला असेल. पण तसले काहीही त्याला सापडले नाही. तो आपल्या स्मृतीमध्ये काही सापडते का, ते शोधू लागला. पण तिथेही त्याच्या वाट्याला निराशाच आली. शेवटी त्याचे डोके दुखू लागले. उलट ती चंदेरी केसांची स्त्री त्याच्या स्मृतीत उगवली आणि म्हणू लागली, *शोधा म्हणजे तुम्हाला ते सापडेल.*

शेवटी लँग्डन म्हणाला, ''पण काय शोधायचे?'' त्याला खरे म्हणजे हे वाक्य ओरडून म्हणायचे होते.

त्याने आपले डोळे बळेबळे मिटले आणि सावकाश श्वास सोडला. आपले खांदे त्याने गोल गोल तिथल्या तिथे फिरवले आणि सर्व विचारक्रिया बंद करण्याचा प्रयत्न केला. आता अव्यक्त मनात काय उगवले आहे, याची तो वाट पाहू लागला.

व्हेरी सॉरी!!

व्हेसारी

Cerca trova

फक्त मृत्यूच्या नजरेतूनच तुम्ही सत्य पाहू शकता.

त्याचे अंतर्मन त्याला सांगत होते की, तो योग्य ठिकाणीच उभा राहिला होता. जरी त्याला 'का?' हा प्रश्न पडला होता, तरी त्याला खात्रीपूर्वक जाणवत होते की, जे काही शोधण्यासाठी आपण इथे आलो आहे, ते आता अक्षरश: काही क्षणांच्या अंतरावर आले आहे.

एजंट ब्रूडर काचेच्या केसमध्ये ठेवलेल्या जुन्या गणवेषाकडे निराशेने पहात होता आणि चरफडत होता. त्याच्या एसआरएस तुकडीने संपूर्ण कॉश्चूम गॅलरीचा कसून शोध घेतला होता. पण त्यांना लँग्डन आणि सिएना ब्रूक्स सापडले नव्हते.

एसआरएस म्हणजे Surveillance and Response Support याचा संक्षेप होता. एक कॉलेजातील साधा प्राध्यापक आपल्या या तुकडीतून निसटून जावा? आणि तो लेकाचा जाऊन जाऊन कोठे जाईल?

त्याचा एक माणूस त्याला सांगत होता, ''बाहेर पडायचे सर्व मार्ग, दारे आम्ही रोखून धरली आहेत. तेव्हा आता एकच शक्यता आहे की, ते दोघे अजून त्या उद्यानातच कोठेतरी दडले असतील.''

तर्कदृष्ट्या हा अंदाज बरोबर असला तरी ब्रूडरला आतून असे वाटत होते की, नक्की ते दोघे कुठूनतरी बाहेर निसटून गेले असावेत.

ब्रूडर आपल्या माणसाला फट्कन म्हणाला, ''ते टेहळणी करणारे हेलिकॉप्टर पुन्हा हवेत सोडा. सर्व स्थानिक अधिकाऱ्यांना कळवा की, उद्यानाभोवतीच्या भिंतीच्या बाहेरही शोध घ्या.''

त्याची माणसे त्याच्या हुकुमाचे पालन करण्यासाठी धावपळ करू लागली. ब्रूडरने आपला वायरलेस फोन उचलला आणि तो म्हणाला, ''मी ब्रूडर बोलतो आहे. मला वाटते आहे की, आमच्यापुढे एक गंभीर समस्या उभी राहिली आहे. खरे म्हणजे अनेक समस्या उभ्या राहिल्या आहेत.''

३६

***फ**क्त मृत्यूच्या नजरेतूनच तुम्ही सत्य पाहू शकता.*

सिएना हे शब्द सारखे स्वत:शीच म्हणत होती. व्हेसारीचा तो चित्रातला समर प्रसंग निरखून पहात होती, त्याचा इंचनूइंच शोधत होती. यातून नक्की काहीतरी आपल्याला सापडेल, असे तिला वाटत होते.

तिने मृत्यूचे डोळे किंवा मृत्यूची ती नजर सर्वत्र शोधली. आपण यातल्या कोणत्या व्यक्तीचे डोळे पहातो आहोत? कदाचित मृत्यूचे डोळे किंवा नजर म्हणजे सर्व युरोपभर प्लेगने मरण पावलेल्यांच्या प्रेतांशी तर हा संदर्भ नसेल ना? ती नजर म्हणजे, 'ब्लॅक डेथ' असेल काय?

निदान त्यामुळे तरी प्लेगच्या मुखवट्याचा उलगडा होऊ शकतो.

तिच्या बालपणातील एका बालगीताची तिला आठवण झाली : Ring around the rosie, A pocketful of posies. Ashes, ashes. We all fall down.

बालपणी इंग्लंडमध्ये शिकत असताना ती नेहमी हे गुणगुणत असे. युरोपातील प्लेग १६६५मध्ये जेव्हा लंडनमध्ये पोहोचला, तेव्हा त्यातून हे गीत निर्माण झाले होते, हे जेव्हा तिला कळले तेव्हा ती हे गीत म्हणण्याचे थांबली.

लँग्डन एकदम समोरच्या भिंतीकडे वळून म्हणाला, ''फॉर द लव्ह ऑफ गॉड!''

सिएनाने त्याच्याकडे पाहून म्हटले, ''काय झाले? काही गडबड झाली आहे?''

त्यावर तो म्हणाला, ''इथे भिंतीवर एक चित्र होते आणि त्याचे नाव, 'फॉर द लव्ह ऑफ गॉड' असे होते. पण आता ते इथे नाही.''

ते ऐकल्यावर सिएना गोंधळली. तिने लँग्डनकडे पाहिले. तो एकदम तिथे जवळपास असलेल्या एका छोट्या खोलीकडे धावला. त्या खोलीला तिन्ही बाजूंनी काचेच्या भिंती होत्या. त्याने खोलीचे दार उघडण्याचा प्रयत्न केला. पण ते बंद होते. मग आपला चेहरा काचेला चिकटवून डोळ्यांभोवती हातांचा झरोका करून आत

काही दिसते का, ते पहाण्याचा तो प्रयत्न करू लागला.

लँग्डन खूप घाईघाईने आतील दृश्य पहाण्याचा प्रयत्न करीत असताना तो फरशी पुसणारा कर्मचारी पुन्हा तेथे आला. त्याने लँग्डनकडे संशयाने पाहिले. 'हा माणूस बंद खोलीत काय शोधतो आहे?' असा भाव त्याच्या चेहऱ्यावर होता. सिएनाने परत त्या माणसाकडे पाहून हसून आपला हात हलवला. पण त्याने तिच्याकडे थंड नजरेने पाहिले आणि तो निघून गेला.

लँग्डन डोकावून पहात असलेली ती छोटी खोली व्हेसारी यानेच निर्माण केली होती. त्या खोलीला कुठेही खिडकी ठेवलेली नव्हती. तिथे बसून पहिला फ्रॅन्सेस्को राजा गुप्तपणे चित्रांचा अभ्यास करीत असे. त्या खोलीचे छप्पर कमानदार असल्याने आत बसलेल्या माणसांना आपण एका मोठ्या दालनात बसल्याचा आभास होई. त्यासाठी ती खोली मुद्दाम लंबवर्तुळाकार बनवण्यात आली होती.

आतल्या भिंतीवरती सर्वत्र उत्कृष्ट चित्रे लावलेली होती. दुर्मीळ अशा तीसपेक्षा जास्त चित्रकृती तिथल्या भिंतींना आणि छताला शोभा आणीत होत्या. ती सर्व चित्रे एकमेकांना अगदी चिकटून लावलेली होती. *इकॅरिसचे अध:पतन ...मानवी जीवनाचे रूपक... दिव्य रत्नांसह प्रॉमिथिअसला निसर्गाने सादर करणे.* या नावांच्या त्या चित्रकृती होत्या.

लँग्डन आतील चित्रकृती पहाण्याचा प्रयत्न करीत असताना स्वत:शीच पुटपुटत होता, 'मृत्यूचे डोळे.'

त्या खोलीला Lo Studiolo असे इटालियन भाषेत संबोधले जायचे. लँग्डन जेव्हा एका खासगी सहलीदरम्यान आला होता, तेव्हा तो या खोलीत आला होता. इथेच त्याने ते 'फॉर द लव्ह ऑफ गॉड' हे चित्र पाहिले होते. हे चित्र डेनियन हर्स्ट या चित्रकाराने व्हेसारीच्या या स्टुडिओमध्ये प्रदर्शित केले, तेव्हा खूप गदारोळ झाला होता.

त्या चित्रात एक मानवी कवटीची धातूची पूर्णाकृती बनवून चित्रावर चिकटवली होती. त्या कवटीवर चमचमणारे आठ हजार हिऱ्यांचे खडे बसवलेले होते. त्यामुळे ती चित्रकृती बघितल्यानंतर तिचा जबरदस्त परिणाम साधला जात असे. कवटीला असलेल्या डोळ्यांच्या खोबणीत आता प्रकाश आणि जिवंतपणा प्रकटला होता. त्यामुळे जीवन आणि मृत्यू या दोन परस्परविरोधी कल्पनांचा इथे मिलाफ झाला होता. सौंदर्य आणि भय एकत्र आले होते, एकवटले होते. ही चित्रकृती फार पूर्वीच इथून हलवण्यात आलेली होती, तरीही तिची स्मृती मात्र रेंगाळतच होती.

'मृत्यूचे डोळे' म्हणजे त्या कवटीचे डोळे तर नाहीत ना? असे लँग्डनला वाटले.

डान्टेच्या 'इन्फर्नो' काव्यात कवटीचा वापर अनेकवार केलेला होता. काउंट उगोलिनो याला नरकाच्या सर्वांत खालच्या पातळीवर कडक शिक्षा देताना त्याची कवटी सतत एका दुष्ट आर्च बिशपकडून कुरतडली जात असल्याचे दाखवले होते.

आपण त्या कवटीचा शोध घेत आहोत का?

पूर्वीच्या काळात चित्रकार आपले छोटे स्टुडिओ असे बांधून घ्यायचे. त्या परंपरेत हा छोटा स्टुडिओ व्हेसारीने तयार केलेला होता. त्याची बहुतेक सारी चित्रे येथील भिंतींवर अधांतरी लटकावलेली होती. खिळ्याला टांगलेली ती चित्रे दोन्ही बाजूंना हलू शकत असल्याने त्यांच्या मागे एक कपाट आहे हे समजून येई. त्या कपाटात ड्यूकने त्याला बहुमोल वाटलेल्या सर्व वस्तू ठेवून दिल्या होत्या. त्यामध्ये खनिजांचे दुर्मीळ नमुने, पक्ष्यांची सुंदर पिसे, गोल-गोल फिरत गेल्यासारखी रचना असलेल्या 'नॉटिलस' या शंखाचा अश्मिभूत अवशेष आणि एका धर्मगुरूच्या नडगीचे हाडही त्या संग्रहात होते. त्या नडगीच्या हाडावर चांदीचा पत्रा चढवलेला होता. ड्यूकला ज्या ज्या गोष्टी संग्राह्य वाटल्या त्या त्याने जपून ठेवल्या होत्या.

दुर्दैवाने त्या कपाटातील सर्व वस्तू फार पूर्वीच हलवल्या गेल्या होत्या. त्यानंतर त्यांचा कोठेही मागमूससुद्धा लागला नाही किंवा त्या ऐकिवात आल्या नाहीत.

हॉलच्या टोकाला एक दार जोरात आपटल्याचा आवाज झाला आणि लँग्डनची तंद्री भंग पावली. त्या मागोमाग कोणाची तरी पावले चटचट आवाज करीत जवळ येऊ लागली.

एक स्त्री ओरडून त्याला म्हणत होती, ''सिन्योर, हा हॉल अजून टुरिस्टसाठी उघडलेला नाही.''

लँग्डनने तिच्याकडे वळून पाहिले. ती एक ठेंगणी स्त्री होती. तिचे केस तपकिरी होते आणि ती गर्भवती होती. बहुतेक तिला नववा महिना लागला असावा. ती त्याच्याकडे शक्य तितक्या वेगाने येऊ पहात होती. जवळ येताना तिने लँग्डनच्या नजरेला नजर भिडवली आणि ती तिथल्या तिथेच थांबली. आश्चर्य वाटल्याने तिने आपल्या तोंडावर हात ठेवला.

''प्रोफेसर लँग्डन!'' ती उद्गारली. त्याला पाहून तिला अवघडल्यासारखे वाटत होते. ती म्हणाली, ''आय ॲम सो सॉरी! तुम्ही इथे असाल अशी मला कल्पना नव्हती. पुन्हा एकदा आपले स्वागत असो!''

ते ऐकल्यावर लँग्डन गोठला.

या स्त्रीला आपण या आधी आयुष्यात कधी पाहिल्याचे त्याला बिलकूल आठवत नव्हते.

३७

''**प्रो**फेसर मी तुम्हाला अजिबातच ओळखले नाही!'' ती स्त्री लँग्डनकडे येता येता इंग्रजीत म्हणाली. तिच्या उच्चारांची धाटणी इटालियन होती. ''मी तुमच्या कपड्यांमुळे तुम्हाला ओळखले नाही,'' असे म्हणून ती हसली आणि लँग्डनच्या अंगावरील इटालियन सुटाचे कौतुक करीत म्हणाली, ''चांगलाच फॅशनेबल सूट आहे. तुम्ही अगदी इटालियन दिसता आहात.''

लँग्डनच्या तोंडाला कोरड पडली. ही कोण कुठली स्त्री, कशी काय ओळख दाखवते आहे, हे त्याला समजेना. त्याला काहीच आठवत नव्हते. पण तरीही त्याने एक नम्र स्मित करीत तिला म्हटले, ''गुड मॉर्निंग... हाउ आर यू?''

यावर ती हसली. आपले पोट सावरीत ती म्हणाली, ''दमले मी आता! ही पोटातली छोटी कॅटलिना रात्रभर मला आतून लाथा मारीत असते.'' मग तिने आजूबाजूला नजर फिरवली आणि ती गोंधळून म्हणाली, ''इल ड्युओमिनो यांनी मला तुम्ही इथे येणार असल्याचे कळवले नाही. ते तुमच्याबरोबर असणार असे मी धरून चालले होते.''

इल ड्युओमिनो? ही कोण व्यक्ती आहे? ही स्त्री कोणाबद्दल बोलते आहे?

लँग्डनच्या चेहऱ्यावरील गोंधळ त्या स्त्रीने हेरला असावा. ती आश्वासक स्वरात त्याला म्हणाली, ''ठीक आहे! त्यांना फ्लॉरेन्समधील प्रत्येक जण याच टोपण नावाने संबोधतात. त्यांनाही त्याचे काही वाटत नाही.'' मग ती आजूबाजूला पहात म्हणाली, ''त्यांनी तुम्हाला पाठवले आहे का?''

यावर सिएनाच म्हणाली, ''हो ना! पण त्यांना आज सकाळी एक ब्रेकफास्ट मीटिंग होती. म्हणून त्यांनी यांना एकट्यालाच पुढे पाठवले.'' मग तिने आपला हात पुढे करीत म्हटले, ''मी सिएना. रॉबर्टची बहीण.''

त्या स्त्रीने सिएनाचा हात हातात घेऊन तिच्याशी औपचारिक हस्तांदोलन केले. ती स्त्री स्वत:ची ओळख करून देत म्हणाली, ''मी मार्ता अल्वारेझ. खुद्द प्रोफेसरसाहेब तुम्हाला इथे गाइड म्हणून लाभलेत, हे तुमचे केवढे भाग्य आहे!''

"हो ना! तो तसा फार विद्वान आहे."

ती स्त्री सिएनाचे निरीक्षण करू लागली. तसे करताना तिथे एक शांतता पसरलेली होती. त्या शांततेत अवघडलेपणा भरलेला होता. मग ती स्त्री म्हणाली, "गंमतच आहे. मला तुम्हा दोघा भावंडात काहीच साम्य दिसून येत नाही. फक्त तुम्हा दोघांची उंची चांगलीच आहे."

आता पुढे काय धमाका होईल, याची कल्पना लँग्डनला आली. तेव्हा जे काही करायचे ते आत्ताच केले पाहिजे, नाहीतर कधीच करता येणार नाही असे त्याला वाटले.

लँग्डन म्हणाला, "मार्ता, तुम्हाला मी जरासा त्रास देतो आहे, त्याबद्दल मला माफ करा... पण मी इथे कशासाठी आलो आहे, याची कल्पना तुम्हाला आली असावी, असा माझा अंदाज आहे."

"खरे सांगायचे तर मला मुळीच तशी कल्पना नाही." मग आपले डोळे बारीक करीत ती पुढे म्हणाली, "तुम्ही इथे नक्की काय करण्यासाठी आला आहात, याची मला कधीही कल्पना करता येणे शक्य नाही."

लँग्डनचे ठोके वाढू लागले आणि मग पुन्हा ती अवघडलेली शांतता पसरली. त्याच्या लक्षात आले की, आपण खेळलेला जुगार हरत आहोत. मग एकदम मार्ताने एक रुंद हास्य केले आणि ती मोठ्याने हसली.

ती म्हणाली, "प्रोफेसर, मी विनोद करीत होते. तुम्ही का परत आलात याचा मी तर्क करू शकते. खरे सांगायचे तर तुम्हाला हा विषय एवढा आकर्षक का वाटतो, ते मला सांगता येणार नाही. पण तुम्ही आणि इल ड्युओमिनो यांनी काल रात्री एक तास इथे खर्च केला असल्याने मी असा तर्क करते की, तुम्ही तुमच्या बहिणीला इथल्या गोष्टी दाखवण्यासाठी घेऊन आलात, हो ना?"

"अं? होय... बरोबर! सिएनाला इथले सर्व दाखवायला मला आवडेल... पण तुमची काही गैरसोय नाही ना होणार?"

मार्ताने दुसऱ्या मजल्यावरच्या सज्जाकडे पाहिले आणि आपले खांदे उडवत म्हटले, "काही अडचण नाही. मी आता माझ्या ऑफिसकडे जाते."

लँग्डनने हॉलच्या मागच्या बाजूला असलेल्या दुसऱ्या मजल्यावरील सज्जाकडे पाहिले. त्याचे हृदय धडधडू लागले. *मी काल रात्री तिथे होतो?* त्याला काहीच आठवत नव्हते. तो सज्जा जितका वर होता, तितकेच त्या चित्रातील 'मृत्यूच्या नजरेतून पहाणे' (cerca trova) हे शब्दही त्याच पातळीवर होते. त्या ऑफिसमधूनच पुढे राजवाड्यातील संग्रहालयात जाण्याचा मार्ग होता. यापूर्वी तो तिथूनच संग्रहालयात गेला होता.

मार्ताच्या मागून ते दोघे जाऊ लागले. मध्येच ती एकदम थांबली. तिच्या मनात

काहीतरी विचार आला असावा. ती म्हणाली, "पण प्रोफेसर, तुमच्या बहिणीला आम्ही कमी असले तरी, काही भयंकर दाखवू शकणार नाही."

यावर काय बोलावे, ते लँग्डनला सुचेना.

सिएनाने विचारले, "इथे मुळात कमी भयंकर असे काही पहाण्याजोगे आहे? काय आहे ते? रॉबर्टने मला ते काही सांगितले नाही."

मार्तानि एक ओशाळे हास्य केले आणि ती लँग्डनकडे पाहू लागली. ती म्हणाली, "प्रोफेसर, मी ते तुमच्या बहिणीला सांगू, का तुम्हीच ते सांगणे पसंत कराल?"

लँग्डनला मार्ताकडून मागचे विसरलेले बाहेर काढायचे असल्याने त्याने झट्कन तिला म्हटले, "ठीक आहे, मार्ता, तुम्हीच तिला सांगा ते!"

मग मार्ता सिएनाकडे वळली आणि ती सावकाश सांगू लागली, "तुमच्या भावाने तुम्हाला काय सांगितले ते मला ठाऊक नाही, पण आपण आता संग्रहालयात जात आहोत. तिथे तुम्हाला एक विक्षिप्त वाटणारा मुखवटा दिसेल."

सिएनाचे डोळे थोडेसे विस्फारले. तिने विचारले, "कसला मुखवटा? जत्रेत अनेकदा तो प्लेगचा मुखवटा विकतात तसला मुखवटा?"

"तुमचा तर्क बरोबर आहे!" मार्ता सांगू लागली, "पण तो प्लेगचा मुखवटा नाही. तो मुखवटा अगदीच वेगळा आहे. त्याला 'मृत्यूचा मुखवटा' असे नाव आहे."

लँग्डनने ते ऐकून एक सुस्कारा सोडला. तो सुस्कारा त्या दोघींनाही ऐकू आला. मार्ताच्या कपाळावर आठ्या उमटल्या होत्या. 'आपल्या बहिणीला घाबरवण्यासाठी त्याने मुद्दाम तसा सुस्कारा सोडला असावा,' अशी मार्ताची समजूत झाली असेल, असे लँग्डनला वाटले.

ती सिएनाला म्हणाली, "तुम्ही आपल्या भावाचे ऐकू नका. इ.स.१५००मध्ये मृत्यूचे मुखवटे सर्रास वापरले जायचे. कोणाच्यातरी चेहऱ्याचा साचा त्यासाठी घेतला असावा. तो माणूस मेल्यावर काही क्षणांतच त्याच्या चेहऱ्यावर प्लॅस्टर ऑफ पॅरिस ओतून तो मुखवट्याचा साचा तयार केला होता."

लँग्डनला प्रथमच जाणवले. अगदी स्पष्टपणे जाणवले की, *तो 'मृत्यूचा मुखवटा' हा डान्टेचाच असला पाहिजे. कारण त्याच्या 'इन्फर्नो' काव्यात लिहिलेले होते... मृत्यूच्या नजरेतून पहाणे... Cerca trova ... म्हणजेच त्या मुखवट्यामधून पहाणे.*

सिएनाने विचारले, "कोणत्या माणसाच्या चेहऱ्यावरून तो मुखवटा तयार केला?"

यावर लँग्डनने सिएनाच्या खांद्यावर हात ठेवून शांतपणे तिच्या प्रश्नाचे उत्तर दिले, "एका सुप्रसिद्ध इटालियन कवीच्या चेहऱ्यावरून तो मुखवटा केला. त्याचे नाव आहे, डान्टे अलिएघिरी!"

३८

'द मेंडासियम' या आलिशान नौकेच्या डेकवर स्वच्छ सूर्यप्रकाश पडला होता. भूमध्य समुद्रातील ॲड्रियाटिक भागात ती नौका पाण्याला आलेल्या फुगवट्यामुळे डळमळत होती. प्रोव्होस्तला कंटाळा आल्याने तो स्कॉच व्हिस्की पीत होता. आत्ता त्याने दुसरा ग्लास पिऊन रिकामा केला आणि तो आपल्या ऑफिसच्या खिडकीतून बाहेर पहात राहिला.

फ्लॉरेन्सहून आलेली बातमी चांगली नव्हती.

आज बऱ्याच दिवसांनी तो दारू पीत होता. म्हणूनही असेल, त्याला आपण भ्रमित झालो आहोत, सामर्थ्यहीन झालो आहोत, असे वाटू लागले होते... जणूकाही आपल्या जहाजाचे इंजिन गमावले असावे आणि ते दिशाहीन होऊन भरकटत जावे, तसे काहीसे त्याला स्वत:च्या बाबतीत वाटत होते.

याआधी कधीही प्रोव्होस्तला जाणीव झाली नव्हती. त्याच्या जगात फक्त एकाच एका गोष्टीवर अवलंबून रहाण्याजोगे त्याला वाटत होते. ती म्हणजे त्याच्या धंद्यातील शिष्टाचार किंवा आचारसंहिता. तो ते शिष्टाचार कसोशीने पाळत होता, म्हणूनच त्याची भरभराट झाली होती. यामुळेच तो अवघड निर्णय घेऊ शकत असे आणि परत कधीही मागे वळून पहात नसे.

त्या धंद्यातील आचारसंहितेनुसार अगदी न कचरता त्याने वायेन्थाला नोकरीतून काढून टाकले होते. *हा आत्ताचा गुंता सुटला की, मग मी तिच्याकडे बघेन.*

त्याच्या व्यावसायिक आचारसंहितेनुसार तो त्याच्या अशिलाबद्दलची कमीत कमी माहिती जाणून घेत असे; त्याने फार पूर्वीच ठरवले होते की, कन्सोर्टियमवर कोणतीही नैतिक जबाबदारी असणार नाही. अशील बरोबर आहे की चूक आहे, याच्याशी त्याला काहीही कर्तव्य नव्हते. ते त्यांचे त्यांनी पाहून घ्यावे. त्याची नैतिक जबाबदारी त्यांनीच सांभाळावी. *आपण फक्त पैसा घेऊन सेवा पुरवणार, अशिलावर विश्वास ठेवणार, कोणतेही अन्य प्रश्न त्याला विचारणार नाही.* अशा त्रिसूत्रीने तो आपला व्यवसाय करीत होता. अन्य कंपन्यांचे संचालक जसे आपला कारभार

करतात तसाच तो करीत होता. तो फक्त आपली सेवा अशिलांना पुरवत होता. ती सेवा कायद्याच्या चौकटीत वापरायची जबाबदारी अशिलांची होती. मोटार कंपन्या जशा उत्तम आणि वेगवान मोटारी पुरवतात, पण वाहतुकीचे नियम ग्राहकाने पाळायचे असतात. ते जर त्याने मोडले, तर रोष मोटार उत्पादकाकडे जात नाही. एखाद्या कंपनीचा संगणक विकत घेऊन कोणी जर त्यामार्फत दुसऱ्याच्या संगणकातील माहिती पळवली, तर त्याला तोच जबाबदार रहातो. प्रोव्होस्तची आपल्या धंद्यामागची अशी आचारसंहिता होती.

पण आता सारेकाही विस्कटले होते. ज्या ओळखीच्या व्यक्तीने कन्सोर्टियमकडे त्या उंच आणि हिरव्या डोळ्यांच्या माणसाला आणून सोडले होते, त्या व्यक्तीला प्रोव्होस्त मनात शिव्याशाप देऊ लागला. त्या वेळी त्या व्यक्तीने प्रोव्होस्तकडे पाठवलेल्या अशिलाची भलावण करताना म्हटले होते की, ''या माणसावर तुम्हाला फार खर्च करावा लागणार नाही आणि तो तुम्हाला सहजासहजी पैसे देत राहील. हा माणूस खूप बुद्धिमान आहे, त्याच्या क्षेत्रातला तो एक्का आहे आणि नको तितका श्रीमंत आहे. त्याला फक्त एक-दोन वर्षे गुप्तपणे जगायचे आहे. आपल्या नेहमीच्या व्यापातून दूर होऊन कसली तरी योजना त्याला पुरी करायची आहे.''

यावर प्रोव्होस्तने फारसा विचार न करता, त्या अशिलाचे काम स्वीकारले होते. जितकी जास्त काळ पुरवली जाणारी सेवा असेल, तितका त्यातून भरपूर नफा सुटतो. प्रोव्होस्तने हे अशील आणून देणाऱ्या मध्यस्तावर डोळे मिटून विश्वास टाकला होता.

त्याने अपेक्षा केल्याप्रमाणे त्यातून त्याला फारसे कष्ट न घेता भरपूर पैसा वेळच्या वेळी मिळत गेला होता.

पण हे फक्त गेल्या आठवड्यापर्यंतच चालले होते. आता या माणसाने जो गोंधळ निर्माण केला होता, तो प्रोव्होस्तला निस्तरायला हवा होता. त्रस्त होऊन नकळत तो टेबलावरील स्कॉचच्या बाटलीभोवती प्रदक्षिणा घालीत होता. अजून किती दिवस आपल्यावर या अशिलाची जबाबदारी आहे, हे तो मनात मोजीत होता.

त्याच्या टेबलावरील फोन वाजला. नोल्टनने फोन केला आहे, हे त्याला समजले. नोल्टन हा त्याचा एक खास आणि कार्यक्षम असा 'मदतनीस' होता. त्याने खालच्या डेकवरून फोन केला होता.

''येस?'' प्रोव्होस्तने विचारले.

नोल्टन सांगू लागला. पण त्याच्या आवाजात नेहमीचा ठाशीवपणा नव्हता. तो म्हणाला, ''सर, तुम्हाला या वेळी त्रास द्यायला मला आवडत नाही, पण आपल्याला उद्या वृत्तमाध्यमांना एक व्हिडिओ क्लिप द्यायची आहे, त्याबद्दल जरा बोलायचे होते.''

"बरं मग? ती व्हिडिओ नीट तयार करून ठेवलीत ना?"

"होय, पण ती पाठवून देण्याआधी मला वाटते की, ती तुमच्या नजरेखालून घालावी."

प्रोव्होस्तला यावर काय बोलावे ते सुचेना. तो गोंधळला होता. त्याने विचारले, "त्या व्हिडिओमध्ये आपल्या संस्थेचे किंवा अशिलाचे नाव आहे? किंवा इतर काही तडजोडी करून काही बदल केलेले आहेत?"

"नो सर! पण त्यातील दृश्ये आणि माहिती ही खूप अस्वस्थ करणारी आहे. पडद्यावर तो अशील येतो आणि म्हणतो की – "

"थांबा!! पुढचे बोलू नका!" प्रोव्होस्त ओरडून म्हणाला. आपल्या एका वरिष्ठ सहकाऱ्याने असा संस्थेच्या नियमांचा भंग करायला सुचवणे, ही गोष्टच त्याला धक्कादायक वाटली होती. तो पुढे म्हणाला, "त्या व्हिडिओत कोणतीही माहिती असेना का, वाटेल ते भरलेले असू दे. ती व्हिडिओ माध्यमातून प्रसिद्ध झालीच पाहिजे. अशिलाकडूनही ती व्हिडिओ माध्यमांकडे पाठवली जाऊ शकते. पण तरीही त्याने आपल्या सेवेमार्फत पाठवायचे ठरवले आहे ना? आणि त्यासाठी त्याने आपल्याला पैसे दिले आहेत. आपल्यावर विश्वास टाकला आहे. हो ना?"

"येस! सर!"

"हे पहा, मी तुम्हाला एखाद्या चित्रपटाचे रसग्रहण करण्यासाठी नोकरीवर ठेवलेले नाही. आपल्या संस्थेने अशिलांना दिलेली वचने पाळण्यासाठी मी तुम्हाला कामावर ठेवलेले आहे. तेव्हा आपले काम करत चला!"

व्हिचिओ पुलावर वायेन्था वाट पहात थांबली होती. तिची तीक्ष्ण नजर पुलावरून जाणाऱ्या शेकडो लोकांचे चेहरे नीट न्याहाळीत होती. ती सावध होती आणि अजूनपर्यंत लँग्डन पुलावरून गेला नाही, याची तिला खात्री होती. पण तिला कुठेही टेहळणी करणाऱ्या विमानाचा आवाज ऐकू येत नव्हता. याचा अर्थ आता त्याच्यामार्फत शोध घेण्याची गरज संपलेली असणार.

ब्रूडरने नक्कीच लँग्डनला पकडले असणार.

आपल्याला कन्सोर्टियमने कामावरून काढून टाकल्याबद्दल ती नाइलाजाने विचार करू लागली. यातून काय निघेल? *का अधिक वाईट होईल?*

पूर्वी कन्सोर्टियमने अशाच आपल्या दोन एजंटांना कामावरून दूर केले होते. ते ती आता आठवू लागली... त्यांच्याबद्दल तिला नंतर काहीही समजले नाही. *ती माणसे फक्त वेगळ्या ठिकाणी कामासाठी गेली असावी,* अशी समजूत तिने करून घेतली होती. आपण जर आता कुठेतरी टस्कनीसारख्या डोंगराळ भागात जाऊन

नव्याने आपले आयुष्य सुरू केले तर? आपल्यामधील कौशल्यांच्या आधारावर आपल्याला सहज जगता येईल.

पण त्यांच्यापासून मी किती काळ तशी लपून राहू शकेन?

असंख्य लोकांना कन्सोर्टियमचा अनुभव असा आला होता की, जेव्हा ही संघटना तुमच्यावर आपली नजर रोखते तेव्हा तुमचा खासगीपणा हा केवळ भ्रम ठरतो. त्यांना सर्वकाही समजत असते. ते जे काही करतील, तो फक्त वेळेचा प्रश्न ठरतो.

माझे करिअर खरोखर अशाच रीतीने संपणार आहे का, असा प्रश्न तिला पडला. आपली १२ वर्षांची नोकरी केवळ दुर्दैवाने एक-दोन अपयशांमुळे संपवली जावी? एक वर्षभर तिने कन्सोर्टियमच्या इच्छेनुसार त्यांच्या हिरव्या डोळ्यांच्या अशिलावर पाळत ठेवली होती. *त्या माणसाने उंचावरून उडी टाकून आत्महत्या केली, हा काही माझा दोष नाही... आणि तरीही माझी त्याच्यासारखीच गत केली जात आहे.*

या परिस्थितीवर मात करण्याचा एकच मार्ग तिच्यापुढे आता होता. तो म्हणजे स्पर्धेत ब्रूडरला मागे टाकून त्याच्यावर मात करणे... पण हे होण्यासाठी खूप वेळ लागणार होता. हे तिला प्रथमपासून जाणवले होते.

काल रात्रीच माझ्यापुढे एक संधी आली होती, पण ती माझ्या हातून गेली.

वायेन्था नाइलाजाने आपल्या मोटरसायकलकडे वळली असताना तिला दूरवरून एक आवाज ऐकू आला. ...तो पूर्वीचा कर्कश घरघराटीचा आवाज होता.

गोंधळून तिने वर पाहिले. ते टेहळणी करणारे हेलिकॉप्टर पुन्हा आकाशात उडत संचार करू लागले होते. या वेळी ते पिट्टी राजवाड्याच्या टोकाकडून वर उडाले होते. वायेन्थाला दिसले की, ते छोटे हेलिकॉप्टर बेभानपणे राजवाड्यावर चकरा मारीत फिरू लागले आहे.

याचा अर्थ एकच होता. त्यांना अजूनही लँग्डन सापडला नव्हता. तो नक्की कोठे असेल?

डॉ. एलिझाबेथ सिन्स्की ही अर्धवट शुद्धीत होती. तिने टेहळणी करणाऱ्या हेलिकॉप्टरचा आवाज परत ऐकला. *ते विमान परत आकाशात आले? पण मला वाटले....*

व्हॅनच्या मागच्या आसनावरील आपली जागा थोडीशी हालचाल करून बदलली. प्रथमपासून अजूनही तिच्याबरोबर तोच तो तरुण एजंट बसलेला होता. तिने आपले डोळे पुन्हा मिटून घेतले. शरीरात उसळणाऱ्या वेदना आणि मळमळ यांच्याशी ती

झगडू लागली. विशेषत: भीतीशी तिचा झगडा चालू झाला.

वेळ फुकट निघून चालला आहे.

जरी तिच्या शत्रूने उंचावरून उडी टाकून आत्महत्या केली असली, तरी अजूनही तिला स्वप्नामध्ये त्याची छायाकृती दिसे, त्याची शरीराची बाह्यरेखा दिसे. आपल्या संस्थेतील अंधाऱ्या जागेतून तो तिला व्याख्यान सुनावताना दिसे.

कोणीतरी यावर काहीतरी धाडसी कारवाई करणे आवश्यक आहे, असे तो म्हणाला होता. त्याचे हिरवे डोळे चमकत होते. *जर कारवाई करणारे आपल्यापैकी नसतील तर दुसरे आता कोण असतील? आणि ती कारवाई कधी होईल?*

डॉ. एलिझाबेथला कळून चुकले होते की, त्या माणसाला संधी असताना, आपण त्याच वेळी थोपवायला हवे होते. तो प्रसंग तिला अजूनही आठवत होता. त्याच्या भेटीनंतर ती तेथून रागाने फणफणत बाहेर पडून आपल्या लिमोसिन गाडीत बसली. नंतर मॅनहॅटनमधून ती थेट जे. के. इंटरनॅशनल एअरपोर्टकडे गेली होती. तो माणूस अंधारातूनच तिच्याशी बोलत राहिल्याने त्याचा चेहरा तिला दिसला नव्हता. म्हणून उत्सुकतेपोटी तिने आपल्या मोबाइलमधील त्याचे उमटलेले छायाचित्र पाहिले. तिनेच ते काढलेले होते.

जेव्हा तिने ते छायाचित्र पाहिले तेव्हा तिला आश्चर्याचा एक धक्काच बसला. डॉ. एलिझाबेथ सिन्स्की हिला तो माणूस ठाऊक होता. त्याचा माग सहज काढता येईल, ही एक चांगली बाब होती. पण वाईट बाब अशी होती की, तो त्याच्या क्षेत्रात अत्यंत बुद्धिमान होता. आणि म्हणूनच तो खूप धोकादायक ठरत होता.

हेतू बाळगलेल्या एखाद्या बुद्धिमान मनापेक्षा कोणतीच गोष्ट ही अधिक सर्जनशील... मग तो विध्वंस जरी असला तरी... असू शकत नाही.

३० मिनिटांनी ती विमानतळावर पोहोचली. नंतर तिने त्या माणसाचे नाव जैवदहशतवाद्यांच्या यादीत घातले. त्याच्यावर सतत पाळत ठेवली जात होती. ती पाळत 'सीआयए', 'सीडीसी', 'ईसीडीसी' या गुप्तहेर संस्था आणि त्यांच्या उपसंस्था यांच्याकडून जगभर ठेवली जायची.

जिनिव्हाला पोहोचेपर्यंत ती एवढेच करू शकते, असे तिच्या मनात येऊन गेले. विमानतळावर तिने आपली बॅग विमान कंपनीच्या अधिकाऱ्याकडे दिली आणि त्याला आपला पासपोर्ट व तिकीट दाखवले.

तो अधिकारी एक स्मित करीत तिला म्हणाला, "डॉ. सिन्स्की, एक जंटलमन इथे आला होता आणि त्याने तुम्हाला एक निरोप ठेवला आहे."

तिला कळेना की, आपल्या या विमानप्रवासाची माहिती कोणाला असेल?

तो अधिकारी पुढे म्हणाला, "तो एक उंच माणूस होता आणि त्याचे डोळे हिरवे होते."

एलिझाबेथच्या हातातील पासपोर्ट अक्षरश: खाली गळून पडला. *तो इथे आला? कसा काय आला?* त्याला पहाण्यासाठी तिने मागे वळून पाहिले.

तो अधिकारी म्हणाला, ''मॅडम, तो माणूस केव्हाच निघून गेला आहे. पण तुम्हाला देण्यासाठी त्याने मला हे दिले आहे.'' असे म्हणून त्याने तिला घडी केलेले काही कागद दिले.

एलिझाबेथने थरथरत ते कागद घेतले आणि उघडून पाहिले. त्यावर हाताने मजकूर लिहिलेला होता. डान्टेच्या लिखाणातील काही ओळी लिहिलेल्या होत्या :

> 'नरकातल्या ज्या सर्वांत काळोख्या व भयानक जागा असतात, त्या काही जणांसाठी राखून ठेवलेल्या असतात. नैतिक पेचप्रसंगात, आणीबाणीत जे आपली तटस्थता कायम ठेवू पहातात, त्यांच्यासाठी त्या जागा असतात.'

३९

‘द हॉल ऑफ फाइव्ह हंड्रेड’पासून वरच्या मजल्यावर जाणाऱ्या जिन्याकडे मार्ता अल्वारेझ हिने थकून पाहिले. वरच्या मजल्यावर ‘पासो फार्सेला’ नावाचे संग्रहालय होते. शेवटी तिने हिय्या करून स्वत:ला समजावले. मला जमेल हा जिना चढून जायला. मार्ता ही व्हिचिओ राजवाड्याची कला आणि संस्कृती व्यवस्थापक होती. आत्तापर्यंत तिने असंख्य वेळा या जिन्यावरून चढ-उतार केलेला होता. पण आता ती गर्भार असल्याने तिला जिना चढणे कठीण झाले होते. ‘‘मार्ता, आपण लिफ्टने वर जायचे नाही का?’’ लँग्डनला तिच्या प्रकृतीची काळजी वाटत होती, म्हणून त्याने जवळच्या लिफ्टकडे बोट दाखवून तिला विचारले होते. ती लिफ्ट अपंगांसाठी मुद्दाम बसवली होती.

मार्ता लँग्डनकडे पाहून हसली आणि म्हणाली, ‘‘काल रात्रीच मी तुम्हाला सांगितले होते की, माझे डॉक्टर मला म्हणतात की, शरीराला व्यायाम घडला तर तो आई आणि बाळासाठी लाभदायक असतो. शिवाय प्रोफेसरसाहेब, मला ठाऊक आहे की, तुम्ही क्लॉस्ट्रोफोबिक आहात. कोंडले गेल्याचा भयगंड तुम्हाला आहे.’’

तिच्या या शेऱ्याने लँग्डन दचकला. ‘‘अरे हो! मी असे बोललेलो विसरूनच गेलो होतो.’’

बोललेले विसरले? मार्ताला याचे आश्चर्य वाटले. १२ तासांपूर्वी जे बोलणे झाले, बालपणाच्या घटनेमुळे जो भयगंड निर्माण झाल्याचे त्यांनी सांगितले, ते एवढ्यातच विसरले? असे कसे होईल?

काल रात्री लँग्डन इल ड्युओमिनो या आपल्या अतिलठ्ठ स्नेह्याला घेऊन इथे आला होता. आणि लिफ्टने तो स्नेही एकटाच वर गेला होता. पण लँग्डन मात्र मार्ताबरोबर जिन्याने वर गेला होता. त्या वेळी त्याने ती आपल्या बालपणीची घटना तिला सांगितली होती. त्या वेळी ‘तो एका विहिरीत पडून अनेक तास तिथेच कसा अडकून पडला होता,’ ते त्याने तिला सविस्तर सांगितले होते. त्यातूनच आपल्याला छोट्या आणि बंदिस्त जागेत गेल्यावर भीती वाटण्याचा भयगंड जडला,

हेही तिला सांगितले.

आता लँग्डनची बहीण तरातरा पायऱ्या चढून वर चालली होती. तिच्या सोनेरी केसांचा पोनीटेल मागे हलत होता. तिच्या मागोमाग मार्ता आणि लँग्डन पद्धतशीरपणे जिना चढत होते. काही पायऱ्या चढल्यावर थांबत होते, विश्रांती घेऊन पुन्हा वर चढत होते. मार्ता म्हणाली, "मला आश्चर्य याचे वाटते की, कालच तुम्ही तो मुखवटा पाहिला असताना आज तुम्हाला परत तो का पहायचा आहे? फ्लॉरेन्समधील इतर जुन्यापुराण्या वस्तूंमध्ये ही वस्तू तशी फारशी महत्त्वाची नाही."

यावर लँग्डन काहीच बोलला नाही. त्याने निरर्थकपणे आपले खांदे उडवले. तो म्हणाला, "सिएनाला तो मुखवटा पहायचा आहे म्हणून मी परत आलो आहे. ते काहीही असो, पण तुम्ही आम्हाला परत पाहू देत आहात, याबद्दल तुमचे आभार!"

लँग्डनची स्वत:ची एवढी प्रतिष्ठा होती की, केवळ त्याच्यासाठी मार्ताने संग्रहालय खुले केले असते. त्यातून काल तो इल ड्युओमिनो त्याच्याबरोबर आल्याने तिला परवानगी देण्यावाचून गत्यंतर नव्हते.

त्याचे खरे नाव होते, इग्नाझिओ ब्युसोनी. पण तो *इल ड्युओमिनो* या टोपण नावाने फ्लॉरेन्समधील सांस्कृतिक जगात प्रसिद्ध होता, एक प्रतिष्ठित व्यक्ती होता. त्याला फ्लॉरेन्समधल्या ऐतिहासिक वास्तू आणि वस्तू यात रस होता. विशेषत: फ्लॉरेन्समधील मोठे चर्च 'इल ड्युओमो' यात त्याला सर्वांत जास्त रस होता. लाल छपराचे हे चर्च. या चर्चचा अभ्यास केल्यानेच त्याला 'इल ड्युओमिनो' हे टोपणनाव पडले होते. त्या लठ्ठ व्यक्तीच्या डोक्यावर लाल केस होते. त्यामुळेही हे टोपणनाव पडले असावे. त्या नावाचा अर्थ होता, 'छोटासा घुमट.'

लँग्डनची ओळख इल ड्युओमिनी याच्याशी कशी झाली आणि त्या दोघांची कितपत मैत्री आहे हे मार्ताला ठाऊक नव्हते. तरीही त्याने आदल्या दिवशी संध्याकाळी मार्ताला फोन करून ड्युओमिनो याने तिला कळवले की, आपण एका खासगी पाहुण्याला घेऊन येत आहोत आणि त्याला तो डान्टेचा मुखवटा दाखवायचा आहे. जेव्हा तो गूढ पाहुणा तिथे पोहोचला तेव्हा मार्ताला कळले की, हाच तो चिन्हशास्त्रातील तज्ज्ञ आणि इतिहासतज्ज्ञ प्रसिद्ध अमेरिकन प्राध्यापक रॉबर्ट लँग्डन आहे. ती अक्षरश: शहारून गेली होती. त्या दोन महत्त्वाच्या व्यक्तींना संग्रहालय दाखवण्यास तिला खूप आनंद झाला होता.

मार्ता आता लँग्डनसह जिन्याच्या वरच्या टोकाला पोहोचली होती. वर गेल्यावर तिने आपले दोन्ही हात आपल्या पार्श्वभागावर ठेवले आणि ती खोलवर श्वासोच्छ्वास करू लागली. सिएना केव्हाच सज्जात जाऊन पोहोचली होती आणि तिथून खाली 'हॉल ऑफ द फाइव्ह हंड्रेड'मध्ये वाकून बघू लागली होती.

मार्ता धापा टाकीत सांगू लागली, ''त्या सज्जातून खाली पहायला मला खूप आवडते. तिथून म्युरल्स आणि चित्रे ही वेगळ्या कोनातून पाहिल्याने जराशी वेगळीच वाटतात. तुमच्या भावाने तुम्हाला त्या चित्रात लपलेला गूढ संदेश सांगितला असेलच!'' असे म्हणून तिने तिकडे बोट केले.

सिएनाने आपली मान डोलवत उत्साहाने तिला म्हटले, ''सेर्का ट्रोव्हा!''

लॅंग्डन तिथल्या खोलीचे निरीक्षण करीत असता मार्ता त्याला नीट निरखून पहात होती. तिच्या लक्षात आले की, काल रात्री लॅंग्डन जसा छाप पाडणारा दिसला तसा तो आज दिसत नाही. तिला त्याचा नवीन सूट आवडला, पण त्याने आज दाढी करायला हवी होती. शिवाय त्याचा चेहरा जरासा उतरलेला आणि थकलेला वाटत होता. त्याच्या डोक्यावरचे केस काल दाट आणि नीटनेटके विंचरून बसवलेले होते. पण आता ते भुरे वाटत होते. कदाचित त्याने आज अंघोळ केली नसावी, असा अंदाज तिने केला.

लॅंग्डनचे मार्ताकडे लक्ष जाण्याच्या आत तिने हॉलमधील भव्य चित्राकडे आपली पाठ करून म्हटले, ''आपण आता त्या 'मृत्यूच्या नजरेतून पहाणे' या शब्दांच्या पातळीत उभे आहोत. इथून तुम्हाला साध्या डोळ्यांनी ते शब्द सहज दिसतील, आणि वाचता येतील.''

सिएनाला त्या चित्रकृतीबद्दल फारशी आवड दिसली नसावी. ती मार्ताला विचारू लागली, ''मला त्या डान्टेच्या मृत्यूच्या मुखवट्याबद्दल सांगा. तो मुखवटा व्हिचिओ राजवाड्यातील सग्रहालयात का ठेवला आहे?''

लॅंग्डनची बहीण त्याच्यासारखीच आहे, असे मार्ताच्या मनात येऊन गेले. तिलाही त्या मुखवट्याचे आकर्षण वाटते आहे. डान्टेच्या त्या मुखवट्यामागे एक चमत्कारिक इतिहास होता आणि आता तर अलीकडे त्याबद्दल चौकशी केली जाऊ लागली आहे. त्या मुखवट्याबद्दल विचारणा करणारा लॅंग्डन हाच पहिला नव्हता. मार्ता सिएनाला म्हणाली, ''वेल! मला असे सांगा, तुम्हाला डान्टेबद्दल काय माहीत आहे?''

सुंदर सिएनाने यावर खांदे उडवून म्हटले, ''त्याबद्दल जे काही सर्व जण शाळेत शिकले, तेवढेच मला ठाऊक आहे. डान्टे हा एक इटालियन कवी होता आणि त्याने 'द डिव्हाइन कॉमेडी' हे महाकाव्य लिहिल्याने त्याला खूप प्रसिद्धी मिळाली. त्या महाकाव्यात त्याने नरकातून केलेला एक काल्पनिक प्रवास वर्णन केलेला आहे.''

मार्ता यावर म्हणाली, ''काही प्रमाणात हे खरे आहे. त्या काव्यात, सरतेशेवटी डान्टे नरकातून निसटतो आणि त्याचा पुढचा प्रवास शुद्धीकरणातून होऊन तो शेवटी स्वर्गात उगवतो. जर तुम्ही ते महाकाव्य वाचले, तर त्याचा हा एकूण प्रवास

तीन भागांत विभागला आहे. ते तीन भाग – ‘इन्फर्नो’, ‘पर्गेटिरिओ’ आणि ‘पॅराडिसो’ हे आहेत.’’ मार्तानेे त्यांना आपल्या मागून येण्याची खूण केली आणि ती संग्रहालयाच्या प्रवेशद्वाराकडे गेली. जाता-जाता ती सांगत होती, ‘‘डान्टेचा तो मुखवटा इथे राजवाड्यातील सग्रहालयात असण्यासाठी तसे काहीही कारण नाही. त्याचा त्या महाकाव्याशी काहीही संबंध नाही. संबंध असलाच तर फक्त तो इतिहासाशी आहे. डान्टे हा फ्लॉरेन्समध्ये रहात होता आणि त्याला हे शहर इतरांप्रमाणेच अत्यंत आवडत होते. तो या शहराचा एक मातब्बर आणि सर्वांत प्रतिष्ठित असा नागरिक होता. पण इथल्या राजकारणात सत्ताबदल झाला आणि त्यात डान्टेने जी बाजू उचलून धरली त्यामुळे त्याला हद्दपार करण्यात आले. त्याला पकडून शहराच्या वेशीबाहेर घालवून दिले आणि ‘पुन्हा इकडे पाऊल टाकू नकोस’ म्हणून बजावले गेले.’’

मार्ता काही क्षण थोडी थांबली, ती आता संग्रहालयाच्या प्रवेशद्वारापाशी आली होती. तिने परत आपले हात आपल्या पार्श्वभागावर ठेवले, मागे वाकली आणि पुन्हा आपले बोलणे सुरू केले. ‘‘काही जणांचा असा दावा आहे की, डान्टेला हद्दपारीची शिक्षा झाल्याने त्याचा मुखवटा जरासा दु:खी भावना व्यक्त करणारा बनला आहे. पण मी एक दुसरा तर्कसिद्धान्त मानते. तशी मी थोडीशी रोमॅन्टिक असल्याने मला असे वाटते की, डान्टेच्या दु:खी चेहऱ्याचा संबंध एका बिॲट्रिस पोर्तिनारी नावाच्या स्त्रीशी असावा. दुर्दैवाने तिचे लग्न दुसऱ्या माणसाशी झाले. त्यामुळे डान्टेला नुसते आपले आवडते फ्लॉरेन्स सोडावे लागले नाही, तर जिच्यावर त्याचे उत्कट प्रेम होते तिलाही सोडून रहावे लागले. बिॲट्रिसवरचे त्याचे प्रेम हा ‘द डिव्हाइन कॉमेडी’ या काव्यामागचा प्रेरणास्रोत आहे.’’

‘‘विलक्षणच आहे!’’ सिएना म्हणाली, ‘‘पण तरीही मला कळत नाही त्याचा हा ‘मृत्यूचा मुखवटा’ इथे राजवाड्यात का ठेवला?’’

तिचे हे वाक्य मार्ताला वेगळेच वाटले आणि थोडेसे ते अनादराचे लक्षणही वाटले. चालता-चालता ती सांगू लागली, ‘‘जेव्हा डान्टे मरण पावला तोपर्यंतही त्याला फ्लॉरेन्समध्ये प्रवेश करायला मनाई होती. त्याचे प्रेत शेवटी रॅव्हेना या गावी पुरण्यात आले. पण बिॲट्रिसवरती त्याचे मनापासून प्रेम होते आणि तिचे शव फ्लॉरेन्समध्ये पुरले होते. डान्टेचे फ्लॉरेन्सवरही प्रेम असल्याने तो मेल्यानंतर त्याच्या चेहऱ्यावरून त्याचा मुखवटा बनवून तो फ्लॉरेन्सला आणण्यात आला. अशा रीतीने एका दयाळू माणसाची अप्रत्यक्षरीत्या एक इच्छा पुरी करण्यात आली.’’

सिएना यावर म्हणाली, ‘‘असे होय! आणि तो मुखवटा याच इमारतीत आणून ठेवण्याचे काय कारण?’’

‘‘हा राजवाडा म्हणजे फ्लॉरेन्स शहराचे एक सर्वांत जुने प्रतीक आहे. त्या वेळी

हा राजवाडा शहराच्या मध्यभागी होता. एका कॅथीड्रलमध्ये तर एक सुप्रसिद्ध जुने चित्र लावलेले आहे. त्यामध्ये डान्टेला शहराच्या वेशीपलीकडे उभा असलेला, हद्दपार केलेला दाखवलेला आहे. त्याच्या मागेच पार्श्वभूमीवर राजवाड्याचा मनोरा उभा असलेला दिसतो. त्यामुळे अनेक अर्थांनी डान्टेचा मुखवटा इथे असणे म्हणजे डान्टेला सरतेशेवटी स्वगृही परतण्याची मुभा दिल्यासारखे आहे.''

''हे छान झाले! थँक यू!'' सिएना समाधानाने म्हणाली.

मार्तानि संग्रहालयाच्या प्रवेशद्वारावर तीन वेळा ठोठावले आणि आपण आल्याचे तिने इटालियन भाषेत म्हटले.

मग आतून काही किल्ल्यांचा आवाज झाला आणि ते प्रवेशद्वार उघडले गेले. एका पोक्त पहारेकऱ्याने तिच्याकडे पाहिले आणि हसत तिला म्हटले, ''लवकर आलात?''

याचा खुलासा करण्यासाठी मार्तानि फक्त लँग्डनकडे बोट केले. लँग्डनकडे पहाताच पहारेकऱ्याचा चेहरा एकदम खुलला आणि तो म्हणाला, ''सिन्योर, आपले स्वागत आहे!''

''ग्राझिये! धन्यवाद!'' लँग्डन म्हणाला. मग त्या पहारेकऱ्याने सर्वांना आत घेतले. मग ते सर्व जण एका छोट्या रिकाम्या जागेतून पुढे गेले. तिथे पहारेकऱ्याने एक सुरक्षा यंत्रणा बंद केली आणि नंतर दुसरे एक अवजड दार कुलूप काढून उघडले. मग तो बाजूला झाला आणि अदबीने हात पुढे करून सर्वांना म्हणाला, ''ठीक आहे, आता आपण आत जाऊ शकता.''

मार्ता आणि पाहुणे यांनी संग्रहालयात प्रवेश केला.

संग्रहालयाच्या जागेची मूळ रचना ही सरकारी कार्यालयांसाठी केलेली होती. त्यामुळे ते संग्रहालय विस्तारल्यासारखे वाटत नव्हते. आधुनिक खोल्यांची दाटी तिथे झालेली होती, त्यात जाण्या-येण्यासाठी कॉरिडॉर ठेवला होता. संबंध इमारतीला संग्रहालयाच्या जागेने अर्धा वेढा घातलेला होता.

मार्ता सिएनाला सांगू लागली, ''डान्टेचा मृत्यूचा मुखवटा आता तुम्ही पहालच. जवळच्याच एका अरुंद आणि छोट्या जागेत तो पहाण्यासाठी ठेवलेला आहे. दोन मोठ्या खोल्यांच्या मध्यभागी जी जाण्या-येण्याची जागा आहे, तिथे ती जागा आहे. भिंतीला लावून ठेवलेल्या एका शोकेसमध्ये तो मुखवटा आहे. तिथे जाईपर्यंत तो तुम्हाला दिसणार नाही. अनेकदा तर त्याच्या जवळून जातानाही तो लक्षात येत नाही. त्यामुळे अनेक पर्यटक सरळ ती शोकेस न बघताच ओलांडून जातात.''

लँग्डन आता झपाझपा पावले टाकीत निघाला होता. तो सरळ समोर पहात चालला होता. जणूकाही त्या मुखवट्यामुळे त्याच्यात शक्तीचा संचार झाला होता.

मार्तानि सिएनाला कोपराने डिवचत कुजबुजत म्हटले, ''असे दिसते की, तुमच्या भावाला त्या मुखवट्याखेरीज दुसरे काही पहाण्यात मुळीच रस नाही. पण, तुम्ही जोपर्यंत इथे आहात, तोपर्यंत तुम्ही 'हॉल ऑफ मॅप्स' इथला मॅचिओव्हेली याचा अर्धपुतळा पाहायला विसरू नका.''

यावर सिएनाने आदरपूर्वक आपली मान हालवून मार्ताला आपली संमती दर्शवली. ती आता सरळ समोर नजर ठेवीत पुढे जाऊ लागली. तिच्याबरोबर चालणे गर्भारशी मार्ताला जमेना. जेव्हा ते तिसऱ्या खोलीपाशी पोहोचले, तेव्हा मार्ता मागे पडली होती आणि ती वाटेतच थांबली.

मार्ताने लँग्डनला ओरडून म्हटले, ''प्रोफेसर, कदाचित... तुमच्या बहिणीला... संग्रहालयातील इतर खोल्याही पहायच्या असतील... मुखवटा पहाण्याआधी त्या खोल्या पाहून घ्या!''

लँग्डन मागे वळला. जणूकाही तो विचारांच्या तंद्रीतून परत वर्तमानकाळात आला होता. तो म्हणाला, ''काय म्हणालात?''

यावर धापा टाकत असलेल्या मार्ताने एका जवळच्या शोकेसकडे निर्देश करीत म्हटले, ''तिथे 'द डिव्हाइन कॉमेडी' या ग्रंथाच्या त्या काळात छापलेल्या काही प्रती ठेवलेल्या आहेत.''

ते ऐकताच लँग्डन धावत मागे आला आणि त्या शोकेसमध्ये डोकावून पाहू लागला. आतमध्ये एक जुना, मळकट झालेला ग्रंथ होता. त्याला कातडी कव्हर घातलेले होते. त्याचे पहिले पान उघडून ठेवले होते आणि त्या पानावर ग्रंथाचा मथळा होता, La Divina Commedia : Dante Alighieri.

ते पाहून लँग्डन आश्चर्याने मार्ताला म्हणाला, ''कमाल आहे. मी या पुस्तकाचे पहिले पान ओळखतो. ही मूळची न्युमिस्टर आवृत्ती आहे. ती तुमच्याजवळ असेल, याची मला कल्पना नव्हती.''

मार्ता मनात म्हणाली, *अर्थातच तुम्हाला हे ठाऊक असणार, कारण काल रात्रीच मी तुम्हाला हे दाखवले होते.*

लँग्डन घाईघाईने सिएनाला खुलासा करू लागला, ''त्या पुस्तकाची ही प्रत १४व्या शतकाच्या मध्यास छापलेली आहे. जोहान न्युमिस्टर याने प्रथम डान्टेचा हा ग्रंथ छापला. शेकडो प्रती त्याने छापल्या. पण त्यातील अवघ्या डझनभर प्रतीच आजतागायत टिकून राहिल्या. त्यामुळे त्या प्रती आता अत्यंत दुर्मीळ समजल्या जातात.''

त्याचे बोलणे ऐकून मार्ताला वाटले की, लँग्डन आपल्या बहिणीवर छाप पाडण्यासाठी मुद्दाम काही गोष्टी न विचारता तिला आपण होऊन सांगतो आहे. त्याच्यासारख्या विद्वान आणि प्रसिद्ध प्राध्यापकाला असे वागणे बिलकूल शोभून

दिसत नाही.

मार्ता सांगू लागली, ''डान्टेच्या पुस्तकाची ही प्रत आम्हाला लॉरेन्शियन लायब्ररीकडून इथे प्रदर्शित करण्यासाठी तात्पुरत्या स्वरूपात देण्यात आली आहे. तुम्ही जर त्या लायब्ररीला अजून भेट दिली नसेल, तर जरूर भेट द्या. तिथे मायकेल अॅन्जेलोने रचलेला एक खास जिना आहे. तो जिना जगातील पहिल्या सार्वजनिक वाचनालयाकडे तुम्हाला नेतो. तिथली पुस्तके ही खुर्चीला अक्षरश: एका साखळीने बांधून ठेवलेली असतात. त्यामुळे कोणालाही पुस्तकाची चोरी करता येत नाही. तिथली काही पुस्तके, तर जगातील फक्त तेवढ्याच प्रती म्हणून उरलेल्या आहेत.''

''आश्चर्य आहे!'' असे म्हणून सिएनाने संग्रहालयात एक खोलवर दृष्टिक्षेप टाकला. ती पुढे म्हणाली, ''आणि तो मुखवटा कुठे आहे? याच बाजूला ना?''

एवढी का घाई करते आहे? मार्ताने क्षणभर थांबून आपला श्वास घेतला आणि ती सांगू लागली, ''होय, पण तुम्हाला याबद्दल ऐकायला आवडेल.'' असे म्हणून तिने एका कोपऱ्याकडे बोट दाखवले. तिथे एक जिना होता आणि तो वर छताकडे गेला होता. ''हा जिना वर माळ्यावरील एका प्लॅटफॉर्मकडे जातो. तिथून तुम्ही खाली पाहून व्हेसारीचे प्रसिद्ध टांगलेले चित्र पाहू शकता. तुम्ही जरा इथे थोडा वेळ थांबा – ''

''प्लीज मार्ता!'' सिएना मार्ताचे बोलणे थोपवत म्हणत होती, ''मला आधी तो मुखवटा पहायचा आहे. आमच्या जवळ फार थोडा वेळ उरला आहे.''

मार्ताने तरुण सिएनाकडे रोखून पाहिले. ती गोंधळली होती. ही नवीन पिढी आता मोठ्या लोकांना पहिल्या नावाने, एकेरी नावाने संबोधते आहे, हे तिला आवडत नव्हते. *मला सिन्योरा अल्वारेझ असे म्हणायला काय जाते? आणि मी आपण होऊन जादा माहिती सांगून तुमच्यावर उपकारच करते आहे ना?*

मार्ता त्यावर तुटकपणे म्हणाली, ''ओके, सिएना! तो मुखवटा हा इकडे या बाजूला वाटेवरच आहे.''

मार्ता मग वेळ न घालवता त्यांना त्या जागेकडे घेऊन जाऊ लागली. वाटेत तिची माहितीपूर्ण बडबड चालूच होती. काल रात्रीच लँग्डन आणि इल ड्युओमिनो यांनी इथे येऊन अर्धा तास त्या मुखवट्याची पहाणी केली होती. असे असताना *परत आज इथे येऊन प्रोफेसर लँग्डन हे त्या मुखवट्याबद्दल का एवढे कुतूहल दर्शवत आहेत?* कदाचित गेले वर्षभरात त्या मुखवट्यासंबंधी ज्या घटनामालिका घडत आल्या त्यामुळे त्यांना या मुखवट्याचे आकर्षण वाटू लागले आहे का, असा प्रश्न तिने काल त्यांना विचारला होता. परंतु त्या प्रश्नाला उत्तर देण्याचे धैर्य त्यांनी दाखवले नाही. ते नुसते गप्प बसले.

ते मुखवट्याच्या जागेपाशी जात असताना लँग्डन सिएनाला तो मुखवटा कसा

तयार केला, याची माहिती सांगू लागला. त्याचे बोलणे मार्ता ऐकत होती. लँग्डन जे सांगतो आहे ते अगदी अचूक आहे, असे लक्षात येऊन मार्ताला बरे वाटले. पण डान्टे संग्रहालयातील प्रत आपण यापूर्वी कधीही पाहिली नाही, हा लँग्डनचा दावा तिला खोटा वाटला होता आणि म्हणून या बाबतीत ती त्याच्यावर नाराज झाली होती.

लँग्डन सिएनाला वर्णन करून सांगत होता, "डान्टेचा आजारपणामुळे मृत्यू झाल्यानंतर त्याला नीट झोपवण्यात आले. मग त्याच्या चेहऱ्याला ऑलिव्ह तेल लावण्यात आले. त्यानंतर त्याच्यावर ओले प्लॅस्टर ऑफ पॅरिस थापण्यात आले. सर्वत्र प्लॅस्टर थापले गेले. डोक्याच्या भांगापासून ते कपाळ, पापण्या, नाक, ओठ, हनुवटी यांवरून ते गळ्यापर्यंत थापण्यात आले. मग प्लॅस्टर वाळून कडक झाल्यावर काढून घेण्यात आले. डान्टेच्या चेहऱ्याचा तोंडवळा त्या प्लॅस्टरमध्ये हुबेहूब उमटला होता. अशी प्रथा पूर्वी होती आणि महान व्यक्तींचे निधन झाल्यावर त्याची प्लॅस्टरमधील प्रतिकृती तयार केली जाई. त्या प्रसिद्ध महान व्यक्तींमध्ये शेक्सपियर, व्हाल्टेअर, टसो, केट्स वगैरे सर्वांचे असे मृत्यूनंतर मुखवटे बनवले गेले होते. मग त्या साच्यातून खरा चेहरा तयार केला गेला."

"शेवटी आपण आता पोहोचलो आहोत," मार्ताने मुखवट्याच्या शोकेसपाशी आल्यावर जाहीर केले. "तुमच्या डाव्या बाजूला भिंतीला लागून असलेल्या शोकेसमध्ये तो मुखवटा ठेवला आहे. कृपा करून शोकेसपुढे उभ्या असलेल्या खांबापुढे जाऊ नका."

"थँक यू!" असे म्हणून सिएना पुढे जाऊन त्या शोकेसमध्ये वाकून पाहू लागली. पण आत पहाताच तिचे डोळे विस्फारले गेले आणि तिने लँग्डनकडे धक्का बसल्यासारखा चेहरा करून पाहिले.

मार्ताने असल्या प्रतिक्रिया आत्तापर्यंत हजारो वेळा पाहिल्या होत्या. पहाणारा माणूस बहुतेक वेळा घाबरून अशीच प्रतिक्रिया व्यक्त करतो. डान्टेचे चोचीसारखे नाक, मिटलेले डोळे आणि मुद्रेवरच्या सुरकुत्या पाहून प्रेक्षक दचकतो.

लँग्डन सिएनाच्या शेजारी गेला आणि तोही आत डोकावून पाहू लागला. तोही एकदम मागे सरकला. त्याच्याही चेहऱ्यावर आश्चर्य प्रकट झालेले होते.

मार्ता मग तिथे जाऊन शोकेसमध्ये पाहू लागली. नीट रोखून आत पहाताच तिच्या तोंडून एक आश्चर्योद्गार बाहेर पडला आणि ती मोठ्याने ओरडली, "अरे बापरे!"

आत पहाताना तिला डान्टेचा नेहमीचा अपेक्षित चेहरा दिसला नाही. त्याऐवजी तिला तिथे शोकेसला लावलेले लाल रंगाचे सॅटिनचे कापड फक्त दिसले. ज्या खुंटीवर मुखवटा ठेवला होता, ती खुंटी तिथेच होती. बाकी तिथे काहीही नव्हते!

मार्ताने आपल्या तोंडावर हात ठेवला. ती भयभीत झाली. तिचा श्वासोच्छ्वास जोरजोरात होऊ लागला. तिने आधारासाठी खांबाला धरले. मग ती तिथून पहारेकऱ्याकडे पळत सुटली.

एखाद्या वेड्या माणसासारखी ती किंचाळत होती, ‘‘डान्टेचा मुखवटा गेला! नाहीसा झाला! चोरीला गेला!’’

४०

मार्ता परत येऊन शोकेससमोर थरथरत उभी राहिली. आपल्या पोटावर ताण पडत चालला आहे, असे तिला जाणवू लागले. तिला वेदना होऊ लागल्या होत्या. पण त्या प्रसूतीच्या कळा नव्हत्या.

शेवटी डान्टेचा मुखवटा गायब झाला!

संग्रहालयातील दोन सुरक्षा रक्षक आता पूर्णपणे सावध झाले. ते तिथे धावत-धावत आले आणि त्यांनी ती रिकामी शोकेस पाहिली. ते ताबडतोब धावपळ करू लागले. एकाने जवळच्या व्हिडिओ कंट्रोल रूमकडे धाव घेली. गेल्या रात्री कॅमेऱ्याने काय काय टिपले, ते तो पाहू लागला. दुसऱ्या सुरक्षा रक्षकाने लगेच पोलिसांना फोन लावून चोरीची तक्रार केली.

त्याने फोन खाली ठेवून मार्ताला सांगितले की, "आता पोलीस २० मिनिटांत इथे येणार आहेत."

"२० मिनिटांत? इथली मोठी कलावस्तू चोरली गेली आहे," मार्ता म्हणाली.

मग त्या सुरक्षा रक्षकाने तिला खुलासा केला की, "शहरातील बहुतेक सर्व पोलीस ठाण्यांना ही बातमी पोहोचवली जाते आहे. पण ते याहीपेक्षा एक मोठी आणीबाणीची गंभीर परिस्थिती हाताळण्यात गुंतलेले आहेत. एखाद्या अधिकाऱ्याला शक्य असेल, तर त्यांना इथे पाठवून आपली जबानी घेतील."

मार्ता धुसफुसत म्हणाली, "यापेक्षा अशी कोणती गंभीर परिस्थिती पोलिसांपुढे उद्‌भवली आहे?"

लँग्डन आणि सिएना यांनी एकमेकांकडे सूचकतेने पाहिले. मार्ताने ते पाहिले आणि तिला कळून चुकले की, आपले हे दोन्ही पाहुणेही झाल्या प्रकारामुळे हादरलेले दिसत आहेत. अर्थात यात आश्चर्य वाटण्याजोगे काहीच नव्हते. ते आता एका कलावस्तूची चोरी झाल्यावर काय होते, ते पहात रहातील. काल रात्रीच कोणीतरी संग्रहालयात घुसले आणि त्याने डान्टेच्या मुखवट्याची चोरी केली होती.

परंतु डान्टेच्या मुखवट्यापेक्षाही कित्येक भारी किमतीच्या कलावस्तू संग्रहालयात

होत्या. त्या चोरीस जाऊ शकत होत्या. त्या चोरीस गेल्या नाहीत आणि केवळ एका मुखवट्यावर भागले म्हणून मार्ताला एक प्रकारे हायसे वाटले. तरीसुद्धा ही चोरी संग्रहालयाच्या इतिहासात प्रथमच झालेली होती. *अशा वेळी नेमके काय करायचे, याची संहिता आपल्याला ठाऊक नाही.* मार्ताला एकदम थकल्यासारखे वाटू लागले. तिने आधारासाठी शोकेससमोरचा खांब पकडला.

परंतु संग्रहालयाच्या सुरक्षा रक्षकांना मार्ताच्या आदल्या रात्रीच्या हालचाली आठवल्यावर त्यांना या चोरी प्रकरणाचे गूढ वाटू लागले. काल रात्री १० वाजता लँग्डन आणि इल ड्युओमिनो यांना घेऊन मार्ता संग्रहालयात आली होती. थोड्या वेळाने ते तिघेही बाहेर पडले. मग त्या सुरक्षा रक्षकांनी पुन्हा संग्रहालयाच्या दारांना कुलपे घातली, देखरेख ठेवणारी यंत्रणा चालू करून ठेवली. संग्रहालयाच्या आत आणि बाहेर कोणीही नाही, याची त्यांना खात्री होती. तेव्हापासून आज सकाळी हे संग्रहालय उघडेपर्यंत बंदच होते. जर रात्री चोरी करण्यासाठी कोणी घुसखोरी केली असती, तर सुरक्षा यंत्रणेकडून आपोआपच घंटा वाजू लागली असती.

त्यांनी हे सारे मार्ताला सांगितल्यावर तिने त्यांच्यावरच इटालियन भाषेत तोंडसुख घेतले. ती म्हणत होती, "अशक्य! जेव्हा आम्ही रात्री तिघे जण बाहेर पडलो, तेव्हा तो मुखवटा शोकेसमध्ये होता. म्हणजे तेव्हापासूनच कोणीतरी आतमध्ये लपून बसलेले असणार. हे उघड आहे."

यावर ते दोघे गोंधळून गेले. काल रात्री आत कोणीही लपलेले नव्हते, याचा निर्वाळा त्यांनी दिला.

आता पोलीस येत असताना मार्ता जमेल तितक्या वेगाने सुरक्षेच्या कंट्रोल रूमकडे पळत जाऊ लागली. लँग्डन आणि सिएना यांनाही मग नाइलाजाने तिच्या मागे जावे लागले.

मार्ताच्या मनात एक विचार आला होता. *पाळत ठेवणाऱ्या सीसीटीव्हीच्या कॅमेऱ्यात तो चोर नक्कीच सापडेल.*

तिथून सुमारे तीन इमारती एवढ्या अंतरावरती 'व्हिचिओ पूल' होता. वायेन्था तिथे वाट पहात उभी होती. ऊन वाढू लागल्याने ती एका सावलीत जाऊन उभी राहिली. त्याच वेळी दोन पोलीस अधिकारी हातात लँग्डनची छायाचित्रे धरून गर्दीतल्या लोकांना दाखवत, चौकशी करीत पुढे सरकत होते.

जेव्हा ते अधिकारी वायेन्थाजवळ पोहोचले, तेव्हा एका अधिकाऱ्याच्या हातातील वायरलेस सेट वाजू लागला. त्यावरून पोलिसांच्या चालू कार्यासंबंधीचे एक वार्तापत्र नेहमीप्रमाणे प्रसारित होत होते. ती एक नेहमीची पद्धत होती. ते वार्तापत्र

अगदी त्रोटकपणे इटालियन भाषेत प्रसारित होते. वायेन्थाला ते ऐकू येत होते. त्या वार्तापत्राचा गोषवारा तिला अचूक कळला होता : 'व्हिचिओ राजवाड्याच्या परिसरात जर कोणी पोलीस अधिकारी असेल, तर त्याने तिथल्या संग्रहालयात जाऊन जबानी घ्यावी.'

व्हिचिओ राजवाड्यातील संग्रहालय?

वायेन्थाला काल रात्रीचा प्रसंग आठवला. तिची सगळीच कारवाई फिस्कटली होती. त्यामुळे आता तिची नोकरी जाणार होती. आपली कारवाई व्हिचिओ राजवाड्याच्या एका गल्लीबोळात ती करू पहात होती. पण तिच्या दुर्दैवाने सारेच फसले होते.

ते पोलिसांचे वार्तापत्र सुरू होते. पण त्यात खरखर बरीच होत होती. तिला नीट ऐकू येईना. पण दोन शब्द मात्र तिला स्पष्टपणे ऐकू आले. ते शब्द होते – *'डान्टे अलिएघिरी.'*

ते ऐकताच तिचे शरीर एकदम ताठ झाले, डान्टे अलिएघिरी? नक्कीच हा काही योगायोग नाही. मग ती गर्रकन व्हिचिओ राजवाड्याकडे वळली. तिने राजवाड्याचा मनोरा हेरला.

संग्रहालयात नक्की काय घडले असावे? आणि कधी?

त्या बातमीतला तपशील बाजूला ठेवला, तरी दोन्ही बातम्यांमध्ये योगायोग तिला दिसेना. कारण प्रत्यक्ष जागेवर ती एके काळी पृथ:करण करण्याचे काम करीत होती. *व्हिचिओ राजवाड्यातील संग्रहालय... आणि डान्टे?* याचा अर्थ ही गोष्ट लँग्डनशी नक्कीच संबंधित असणारच.

वायेन्थाला सारखे वाटत आलेले होते की, लँग्डन हा जुन्या फ्लॉरेन्समध्ये नक्की परत येईल. कारण याच भागात काल रात्री तो होता आणि मग इथून एका मागोमाग एकेक घटना घडत गेल्या होत्या. काल रात्री इथेच तिने त्याच्यावर गोळी झाडली होती, पण तिचा नेम चुकला होता.

आता लँग्डन व्हिचिओ राजवाड्यापाशी येऊन जे काही काल शोधत होता, त्यासाठी परत आला असेल काय, असा प्रश्न तिला पडला होता. तो आला असावा, याची तिला दाट शक्यता वाटत होती. पण ज्या पुलावर ती पाळत ठेवून होती, त्यावरून तो नक्कीच गेला नव्हता. त्याखेरीज जुन्या फ्लॉरेन्समध्ये प्रवेश करण्यासाठी अनेक इतर पूल होते. पण बोबोली उद्यानातून त्या पुलांकडे पायी जाण्याची शक्यता बिलकूल नव्हती.

ती उभ्या असलेल्या पुलाखालून एक नाव नदीतून जात होती. तिच्यावर 'फ्लॉरेन्स नौकानयन क्लब,' (SOCIETA CANOTTIERI FIRENZE) अशी अक्षरे रंगवली होती. त्यात चार माणसे बसून ती नाव वल्हवत नेत होते. त्यांची वल्ही एकसारख्या तालात मागे-पुढे होत होती. वल्ह्यांना तांबडा आणि

पांढरा रंग दिला होता.

लँग्डनने अशीच एखादी नाव पकडून तर नदी पार केली नाही ना? अशी तिला शंका आली. पण पोलिसांच्या वायरलेस वार्तापत्रातून तिला व्हिचिओ राजवाड्याचा धागादोरा मिळाला होता आणि तोही तितकाच खरा होता. तोच धागादोरा पकडून तिला आता पुढे जायचे होते.

''व्हेसारीने तयार केलेली सर्वांत मोठी कलाकृती वर आहे.'' पर्यटकांच्या समूहाची एक गाइड त्यांना उत्साहाने सांगत होती. ती आणि त्याच्याबरोबरीचे पर्यटक पुलावरून चालले होते. त्या गाइडच्या हातात एक छोटी छडी होती आणि तिच्या साहाय्याने ती निर्देश करीत पर्यटकांना कलाकृती आणि प्रेक्षणीय स्थळे दर्शवत होती. ती छडी सर्वांची नजर वर उचलायला लावीत होती.

वायेन्थानेही वर पाहिले तेव्हा तिच्या दृष्टीला एक दुमजली आणि आडवी गेलेली रचना दिसली.

ती गाइड सांगू लागली, ''याला 'व्हेसारी कॉरिडॉर' असे म्हणतात. हा सुमारे एक किलोमीटर लांबीचा बंदिस्त मार्ग आहे. केवळ मेडिसी राजघराण्यातील लोकांसाठीच तो बांधलेला आहे. व्हिचिओ राजवाडा आणि पिट्टी राजवाडा हे दोन्ही या मार्गाने एकमेकांशी जोडलेले आहेत. इथून शाही लोक सुरक्षितपणे जा-ये करीत.''

वायेन्थाने ते ऐकले आणि तिचे डोळे विस्फारले गेले. तिने या बोगद्यासारख्या मार्गाबद्दल थोडेसे ऐकले होते, पण तिला फारशी माहिती नव्हती.

हा मार्ग व्हिचिओ राजवाड्याकडे जातो?

ती गाइड स्त्री पुढे सांगत गेली, ''हा असा व्हीआयपी लोकांसाठी बांधलेला मार्ग जगात अन्यत्र क्वचितच पहायला मिळेल. आजही या मार्गाने जा-ये करता येते. या मार्गावरती भिंतीवर असंख्य चित्रकृती लावलेल्या आहेत. त्या अत्यंत प्रेक्षणीय आहेत. ती एक प्रकारची आर्ट गॅलरी, कलादालनच आहे. हाच मार्ग बोबोली उद्यानाच्या ईशान्येच्या कोपऱ्यापर्यंत जातो.''

त्या गाइडने पुढे जे काही सांगितले, ते वायेन्थाने ऐकलेच नाही. ती ताबडतोब आपल्या मोटरसायकलकडे धावली.

४१

लँगडनच्या डोक्यावर घातलेले टाके आता ठसठसू लागले होते. तो आणि सिएना हे व्हिडिओ पडदे असलेल्या छोट्या खोलीत शिरले होते. मार्ता आणि दोन सुरक्षा रक्षकही आत शिरले होते. त्या छोट्या बंदिस्त खोलीत ते पाच जण कसेबसे सामावले गेले होते. तिथे अनेक व्हिडिओ पडदे आणि त्यांच्यासाठी असलेले संगणकांचे हार्ड ड्राइव्ह्ज होते. त्या खोलीतील हवा गरम आणि कोंदट झालेली होती. सिगारेट जळाल्याचा एक कोंदट वास तिथे रेंगाळत होता.

लँगडनला वाटू लागले की, चारही भिंती आपल्या दिशेने सरकत आपल्याला कोंडून टाकणार आहेत. त्याचा कोंडले गेल्याचा भयगंड हळूहळू जागा होऊ लागला होता.

एका व्हिडिओ पडद्यासमोरच्या खुर्चीवर मार्ता जाऊन बसली. तिथे पडद्यावर काल रात्रीचे व्हिडिओ चित्रण दाखवले जात होते. एका सुरक्षा रक्षकाने मघाशीच ते पहाणे सुरू केले होते. तिने आता त्या संगणकाचा ताबा घेतला. दारावर बसवलेल्या उंचावरच्या सीसीटीव्ही कॅमेऱ्याने शोकेसजवळचे चित्रण केलेले होते. आता चित्रणातील दृश्यावर कोपऱ्यात कालची तारीख उमटलेली होती. पण वेळ २४ तासांपूर्वीची होती. तिने बटणे दाबून 'फास्ट फारवर्ड' केले. मग पडद्यावर काल सकाळपासून आलेले पर्यटक भराभरा आत-बाहेर करताना दिसू लागले. शोकेसमधील मुखवटा अजून चित्रणात दिसत नव्हता. कारण पर्यटक त्यापुढेच उभे राहून वाकून पाहून जात होते.

चला! लवकर पुढे चला! लँगडन मनात म्हणाला. कारण आता इथे केव्हाही पोलीस येणार होते. आपण आत्ताच पळून गेलो तर काय होईल? आपल्याला निघून जाता येईल का? पण आपण इथे काल रात्री येऊन नक्की काय केले, याचे चित्रण पहाण्याची त्यालाही उत्सुकता होती. त्यातून त्याला बऱ्याच प्रश्नांची उत्तरे मिळणार होती.

पडद्यावरची दृश्ये वेगाने पुढे सरकत होती. हळूहळू संध्याकाळच्या छाया

पडद्यावर उमटू लागल्या, पर्यटकांची गर्दी ओसरू लागली आणि एकदम सारे पर्यटक अदृश्य झाले. कारण ती कालची वेळ संध्याकाळची पाच वाजताची होती. त्यानंतर संग्रहालय पर्यटकांसाठी बंद केले जाई. काही क्षणांनी संग्रहालयातील दिवेही मालवले गेल्याचे दिसले. सर्वत्र शांतता पसरली.

मार्तानि आणखी वेगाने चित्रण पुढे सरकवले. मग एकदम ती वेळ आली. पडद्यावर रात्रीचे १० वाजलेले आकडे आले. मग इथून पुढे नेहमीच्या वेगाने चित्रण येत गेले.

काही क्षणांनी गर्भारशी मार्ताची आकृती पडद्यावर प्रकट झाली. तिच्या सोबत लँग्डन आपल्या नेहमीच्या ट्वीड कोटात चालत होता. खाकी रंगाची पँट त्याने चढवली होती. इतकेच काय; पण त्याच्या मनगटावरील ते मिकी माउसचे चित्र असलेले घड्याळही त्याला पडद्यावर पहायला मिळाले.

हां! तोच मी आहे... माझ्यावर नंतर गोळी झाडली गेली.

लँग्डनला जे आठवत नव्हते ती दृश्ये पडद्यावर पहाताना त्याला कसेतरीच वाटू लागले. *मी इथे काल रात्री आलो... त्या मुखवट्याचा शोध घेत आलो?*

आता पुढे काय होणार? या उत्सुकतेपोटी तो आणि सिएना पुढे वाकून पाहू लागले. मार्ता आणि लँग्डन त्या शोकेसपाशी आलेले दिसले. त्याच वेळी दारातून एक भव्य छायाकृती प्रकट झाली. मग ती लठ्ठ व्यक्ती नीट कॅमेऱ्यासमोर आली. त्या व्यक्तीच्या हातात एक ब्रीफकेस होती. दारामध्ये ती व्यक्ती कशीबशी मावत होती. त्या व्यक्तीचे पोट चांगलेच सुटलेले होते. जणूकाही त्याचे पोट गर्भारशी मार्ताच्या पोटाशी स्पर्धा करीत होते. त्याच्या लठ्ठपणापुढे मार्ता खूपच कृश वाटत होती.

लँग्डनने त्याला चटकन ओळखले. *अरे, हा तर इग्नॅझिओ.* त्याने हळू आवाजात सिएनाच्या कानात सांगितले, ''हा माणूस इग्नॅझिओ ब्युसोनी आहे. गेली अनेक वर्षे तो माझ्या चांगल्याच ओळखीचा आणि संपर्कातील आहे. तो 'ड्युओमो' या संगीतिकेचा दिग्दर्शकही होता. मला आजच कळले की, त्यालाच 'इल ड्युओमिनो' या नावाने इथे ओळखले जाते.''

यावर सिएना शांतपणे म्हणाली, ''ते नाव त्यांना अगदी साजेसे आहे. त्यांना ते चपखल बसते.''

लँग्डन गेली अनेक वर्षे पुरातन कलावस्तू आणि इल ड्युओमो या प्राचीन रोमन दिवाणखान्याच्या इतिहासाबद्दल त्याच्याशी संपर्क साधून चर्चा करीत आलेला होता. पण इथे राजवाड्यात त्याने येणे, ही त्याच्या क्षेत्राबाहेरची गोष्ट आहे. मात्र त्याला फ्लॉरेन्सच्या कलाक्षेत्रातील एक दबदबा असलेली मान्यवर व्यक्ती म्हणून मानले जाते. शिवाय तो डान्टेच्या साहित्याचा भक्त आहे आणि विद्वान माणूसही समजला जातो.

तसेच, डान्टेच्या मुखवट्यासंबंधीची भरपूर माहिती त्याला आहे.

व्हिडिओमधील दृश्यात लँग्डन आणि इग्नॅझिओ खांबावर वाकून शोकेसमधील मुखवटा बारकाईने पहात होते. त्या वेळी त्यांच्या मागच्या भिंतीला टेकून मार्ता शांतपणे वाट पहात होती. ते दोघे मात्र काहीतरी आपसात चर्चा करीत होते. मार्ता मात्र अधूनमधून आपल्या हातातील घड्याळाकडे पहात होती.

त्या व्हिडिओपटाचा आवाज जर चालू केला असता, तर आपण काय चर्चा करीत होतो, ते आपल्याला कळले असते, असे लँग्डनला वाटत होते. *आम्ही दोघे कसली चर्चा करीत होतो? का एवढे मुखवटा निरखून पहात होतो?*

त्याच वेळी व्हिडिओमधील दृश्यात लँग्डन खांबावरून शोकेसवर काही इंच अंतरावर आपले नाक येईल इतके पुढे वाकून तो मुखवटा पाहू लागला. "असे कधीही करत जाऊ नका," म्हणून मार्तांने त्याला ताबडतोब सुनावले. मग त्याने तिची माफी मागितली आणि तो मागे सरकला.

"मी जरा कडक शब्दांत बोलले त्याबद्दल मला माफ करा!" मार्ता त्याला म्हणाली. "पण त्या शोकेसची काच खूप नाजूक आहे आणि खुद्द ती शोकेससुद्धा खूप जुनी आहे. त्या मुखवट्याच्या मालकाने आम्हाला मुद्दाम बजावले आहे की, लोकांना त्या खांबापुढे शोकेसपाशी जाऊ देऊ नका. इतकेच काय, आपल्या परवानगीशिवाय तो संग्रहालयातील लोकांनाही शोकेस उघडू देत नाही."

तिच्या या बोलण्याचा अर्थ क्षणभर लँग्डन आणि सिएना या दोघांनाही उलगडेना *मुखवट्याचा मालक?* तो मुखवटा हा संग्रहालयाच्या मालकीचा आहे, असे लँग्डन समजत होता.

सिएनालाही आश्चर्य वाटले होते आणि ती म्हणाली, "म्हणजे मुखवटा संग्रहालयाच्या मालकीचा नाही?"

यावर मार्तांने आपली मान हालवली. तिचे डोळे समोरच्या पडद्यावर खिळले होते. ती म्हणाली, "एका श्रीमंत दात्याने तो मुखवटा आमच्याकडून भल्यामोठ्या रकमेला विकत घेतला. त्यानेच आपण होऊन आम्हाला तसे सुचवले होते. शिवाय त्याने तो मुखवटा इथे आमच्याच शोकेसमध्ये प्रदर्शनासाठी ठेवण्यास आणि सांभाळण्यास आम्हाला परवानगी दिली. आम्ही आनंदाने त्याच्या अटी मान्य केल्या."

"काय?" सिएना विचारू लागली, "त्यांने मुखवट्याची किंमत तुम्हाला दिली... आणि तरीही त्यांनी तुम्हाला मुखवटा इथेच ठेवू दिला?"

लँग्डन त्याचा खुलासा करू लागला, "ती एक परस्परसंमत अशी व्यवस्था असते. अनेकदा वस्तूचा मालक संग्रहालयाला भरपूर देणगी देऊन आपला मालकी हक्क न सोडता तीच वस्तू संग्रहालयाला जपून ठेवायला सांगतो."

मार्ता सांगू लागली, ''पैसे देऊन मुखवटा विकत घेणारी आणि तो इथेच ठेवू देणारी व्यक्ती ही एक आगळीवेगळीच व्यक्ती आहे. तो डान्टेचा अभ्यासक आहे. पण तरीही तो जरासा विचित्रपणे वागतो... 'फॅनॅटिको' म्हणा ना!''

''कोण आहे ती व्यक्ती?'' सिएनाने विचारले. जरी तिने सहजपणे विचारले असले, तरी त्या व्यक्तीचे नाव जाणून घेण्याची तिला घाई झाली होती.

''कोण व्यक्ती?'' मार्ताने भुवया उंचावून म्हटले. तिची नजर अजूनही पडद्यावर होती. ''तुम्ही त्या व्यक्तीबद्दल अगदी अलीकडे वर्तमानपत्रात वाचलेही असेल. तो एक स्वीस कोट्यधीश माणूस असून त्याचे नाव बर्ट्रान्ड झोब्रिस्ट असे आहे.''

लँग्डनला ते नाव ओळखीचे वाटत होते. तो आठवण्याचा प्रयत्न करत होता, एवढ्यात सिएनाने त्याचा दंड धरून तो घट्ट दाबला. जणूकाही तिने एखादे भूत पाहिल्यासारखे ती घाबरली होती.

सिएनाचा चेहरा एकदम उतरला होता. ती म्हणाली, ''ओऽ! येस... बर्ट्रान्ड झोब्रिस्ट हा एक प्रसिद्ध जीवरसायशास्त्रज्ञ आहे. त्याने तरुण वयात जीवरसायनशास्त्रात बरेच शोध लावून पेटंट घेतली आणि तो एकदम श्रीमंत तरुण झाला.'' मग ती लँग्डनच्या कानात कुजबुजली, ''झोब्रिस्ट याने मूलत: त्याच्या शास्त्रातील 'जर्म-लाइन मॅनिप्युलेशन' या वेगळ्याच क्षेत्राचा शोध लावला.''

'जर्म-लाइन मॅनिप्युलेशन' म्हणजे काय; याची लँग्डनला कल्पना नव्हती. पण मधे एकदा प्लेगच्या मृत्यूची विविध चित्रे प्रसिद्ध होण्याचा युरोपात पूर आला होता, त्याच्याशी या नवीन ज्ञानशाखेचा नक्कीच संबंध होता. जर झोब्रिस्टच्या संशोधनाची माहिती सिएनाला असेल, तर तिचे औषधीशास्त्र या क्षेत्रातील वाचन नक्कीच भरपूर असणार... किंवा सिएना आणि झोब्रिस्ट हे दोघेही बालपणापासून हुषार असणार. *पण हे दोघे एकमेकांच्या संशोधनावर लक्ष ठेवून होते काय?*

सिएना सांगू लागली, ''झोब्रिस्ट यांच्याबद्दल मी काही वर्षांपूर्वी प्रथम ऐकले होते, तेव्हा त्यांनी वृत्तमाध्यमात लोकसंख्या वाढीबद्दल खूप प्रक्षोभक विधाने केली होती. झोब्रिस्ट हा लोकसंख्या आटोक्यात आणण्यासाठी नरसंहाराचा पुरस्कार करण्याच्या मताचा होता,'' शेवटचे वाक्य बोलताना सिएना गंभीर झाली होती.

''काय म्हणालीस?''

''पृथ्वीवरील माणसांची लोकसंख्या किती भरमसाट वाढते आहे, याबद्दल त्याने गणिताचा पुरावा मांडला होता. संबंध मनुष्यजातीचे आयुर्मान वाढून ते आता अधिक वर्षे जगू लागले आहेत आणि परिणामी जी नैसर्गिक संपत्ती उपलब्ध आहे, तिला ओहोटी लागली आहे, हेही त्याने गणिताने दाखवून दिले. त्याच्या समीकरणानुसार त्याने असे भाकीत केले की, सध्याचा हा लोकसंख्यावाढीचा वेग असाच पुढे जात राहिला तर एक वेळ अशी येईल की, संबंध समाजव्यवस्थाच कोसळून पडेल. तेव्हा

मग नरसंहाराखेरीज दुसरा उपाय उरणार नाही. झोब्रिस्ट याने जाहीरपणे सांगितले की, मानवजात पुढच्या शतकात अजिबात जगू शकणार नाही... जर काही कारणाने मोठ्या प्रमाणात लोकसंख्या कमी झाली तरच मानवजात टिकून राहील.'' एवढे बोलून सिएनाने दीर्घपणे एक श्वास सोडला आणि ती लँग्डनच्या डोळ्यांत बघू लागली. ''युरोपात एकेकाळी 'ब्लॅक डेथ' म्हणून जी प्लेगची साथ फैलावली होती, ती एक प्रकारे सर्वांत चांगली घटना घडलेली होती'' असेही झोब्रिस्टने सांगितल्याचे तिला आठवले.

तिच्या बोलण्याचा लँग्डनला धक्का बसला. आपल्या मानेवरचे केस ताठ उभे राहिले आहेत, असे त्याला वाटले. पुन्हा एकदा त्याच्या मनात प्लेगच्या मुखवट्याची प्रतिमा उमटली. आपली आत्ताची द्विधा मन:स्थिती ही भयानक प्लेगच्या कल्पनेमुळे होते आहे, असे त्याला सकाळपासून वाटत होते आणि सकाळपासून मनातून ती कल्पना झटकून टाकण्याचा प्रयत्न तो करत होता. पण ही कल्पना झटकून टाकणे, त्याला अधिकाधिक कठीण होत चालले होते.

बर्ट्रान्ड झोब्रिस्ट याच्या मते 'ब्लॅक डेथ' म्हणजेच प्लेग. हा प्लेग युरोपसाठी एकप्रकारे वरदानच होता. त्याच्या या विधानाने नक्कीच सर्व जण हादरून, घाबरून जात. पण तरीही अनेक इतिहासतज्ज्ञांनी युरोपातील प्लेगच्या साथीमुळे १३००मध्ये मोठ्या प्रमाणात लोकसंख्या कमी झाल्याने साथीच्या आधीच्या कित्येक समस्यांचे कसे निवारण झाले, हे दाखवून दिले होते. त्यामुळे दुष्काळ, जादा लोकसंख्येचा भार, आर्थिक कष्ट हे जे साथीच्या आधी होते आणि त्यामुळे युरोपचा 'काळा कालखंड' असा जो काळ ओळखला जाई तो प्लेगमुळे संपला. अचानक आलेली प्लेगची साथ ही जरी भीषण असली, तरी त्यामुळे परिणामकारकरीत्या मानवजातीच्या लोकसंख्येत घट झाली. त्यामुळे विपुलता वाढली, सर्व प्रकारच्या संधी उपलब्ध होत गेल्या. म्हणून युरोपात नंतर जे 'कलेचे सुवर्णयुग' अर्थात पुनरुज्जीवन काळ अवतरला त्यासाठी मानवजातीची घट आणि विपुलता हे घटक साहाय्यभूत ठरले, असे बरेच इतिहासकार मानतात.

त्या दंडगोलावरचे जैविक धोक्याचे चिन्ह लँग्डनला आठवले. *कदाचित डान्टेच्या सुधारित नरकाशी तर त्या चिन्हाचा संबंध नाही ना?* अशी हादरवून टाकणारी शंका त्याच्या मनात आली. ज्या कोणी नरकाचा सुधारित आणि जीवात्म्यांनी खच्चून भरलेला नकाशा त्यामध्ये ठेवला... त्याच्याशी बर्ट्रान्ड झोब्रिस्ट आणि डान्टे ही दोन्ही पिसाट माणसे तर्कदृष्ट्या संबंधित असावीत.

'जेनेटिक जर्म-लाइन मॅनिप्युलेशन' या ज्ञानशाखेचा निर्माता. आता लँग्डनला चित्रांचे तुकडे आपापली जागा घेत असल्याचे जाणवू लागले. पण त्यातून निर्माण होणारे चित्र हे अत्यंत भीतिदायक होते.

मार्तानि फास्ट फॉरवर्ड केले. लँग्डन आणि इग्नॅझिओ यांची चर्चा आणि मुखवट्याचा अभ्यास तिने झट्कन ओलांडला. तिला मुखवट्याची चोरी नक्की कोणी आणि कशी केली, त्या दृश्यापर्यंत पोहोचायचे होते.

मग पडद्यावरचे वेळेचे आकडे भराभरा बदलले जाऊ लागले. तीन मिनिटे गेली... सहा मिनिटे झाली... आठ मिनिटे पडद्यावर मार्ता उभी होती. त्या दोघांमागे भिंतीला उभी राहून मार्ता आपल्या शरीराचा भार एका पायावरून दुसऱ्या पायावर सारखी बदलत होती. ती सारखी आपल्या घड्याळाकडे बघत होती.

लँग्डन तिला म्हणाला, "आय ॲम सॉरी! मी खूप वेळ बोलत राहिल्याने तुम्ही ताटकळत उभ्या होता. तुम्ही खरोखरीच व्हिडिओमध्ये अस्वस्थ झालेला दिसत आहात."

"नाही म्हणजे तशी माझीच चूक होती. तुम्ही काल मला सांगत होतात की, घरी जा म्हणून. सुरक्षा रक्षक आहेत इथे. पण मी तुमचे ऐकले नाही."

एकदम व्हिडिओच्या पडद्यावरून मार्ता अदृश्य झाली. "मी त्या वेळी टॉयलेटला गेले होते," तिने खुलासा केला.

ते ऐकल्यावर सुरक्षा रक्षकाने परत फास्ट फॉरवर्डचे बटण दाबले. पण तिने मध्येच त्याला म्हटले, "थांब जरा!" ती आपली मान वाकडी करून पडद्याकडे रोखून पाहू लागली. तिच्या चेहऱ्यावर गोंधळ उडालेला दिसत होता.

लँग्डनने तिला विचारले, "काय झाले?"

पडद्यावरच्या लँग्डनने आपल्या ट्वीड कोटाच्या खिशातून दोन रबरी हातमोजे बाहेर काढले होते आणि तो ते आपल्या हातावर चढवत होता.

त्याच वेळी इल ड्युओमिनो हा लँग्डनच्या मागे उभा राहिला आणि कॉरिडॉरमधून वाकून डोकावू लागला. तिथेच मार्ता मघाशी उभी राहिली होती. काही क्षणांनी त्याने लँग्डनला 'सारे काही ठीक आहे,' अशा अर्थी मानेनेच खूण करून कळवले.

आपण काय करतो आहोत? असा विचार लँग्डनच्या मनात आला. तो कुतूहलाने पडद्याकडे निरखून पाहू लागला. पडद्यावरील लँग्डन काय करतो आहे, ते तो पाहू लागला. पडद्यावरील लँग्डनचे हात शोकेसच्या कडेला गेले आणि त्याने सावकाश शोकेसचे काचेचे झाकण वर उचलले. ती शोकेस खुली झाली... डान्टेचा मुखवटा उघडा पडला.

ते पाहून मार्ताच्या तोंडून एक मोठा आश्चर्योद्गार बाहेर पडला. तिने आपल्या हाताने आपला चेहरा झाकून घेतला.

मार्तासारखीच अवस्था लँग्डनची झाली होती. त्याचाही समोरच्या दृश्यावर विश्वास बसत नव्हता. मग पडद्यावरच्या लँग्डनचे हात शोकेसमध्ये गेले आणि त्याने दोन्ही हातांनी तो डान्टेचा मुखवटा उचलला आणि शोकेसच्या बाहेर काढला.

"बापरे!" मार्ताच्या तोंडून स्फोट पावल्यासारखा शब्द बाहेर पडला. ती वळून लँग्डनकडे पहात म्हणाली, "हे असे तुम्ही कशासाठी केलेत? का केले?"

यावर लँग्डन काही उत्तर देण्याच्या आत एका सुरक्षा रक्षकाने आपले पिस्तूल बाहेर काढले आणि ते सरळ लँग्डनवर रोखले. त्याच्या छातीचा नेम धरला.

लँग्डनने आपल्यावर रोखलेले पिस्तूल पाहिले आणि त्याला त्या छोट्या खोलीच्या सर्व भिंती आपल्या दिशेने जवळ येत आहेत, असे वाटू लागले. मार्ता उठून उभी राहिली. लँग्डनने आपला विश्वासघात केला, या भावनेने ती त्याच्याकडे रागाने पाहू लागली. पडद्यावरच्या लँग्डनच्या हातातला मुखवटा प्रकाशात आल्याने स्पष्ट कळत होता. तो त्या मुखवट्याचे बारकाईने निरीक्षण करीत होता.

"मी तो मुखवटा फक्त काही क्षणांपुरता बाहेर काढला होता," लँग्डन आपल्या कृत्याचे समर्थन करीत म्हणाला. "इग्नॅझिओ याबद्दल म्हणाला होता, 'बाहेर काढून पाहिले, तर काहीही बिघडत नाही.' म्हणून मी धाडस केले." आता पडद्यावर असेच दिसो, अशी प्रार्थना तो करू लागला.

यावर मार्ता काहीही बोलली नाही. तिची मती गुंग झाली होती. लँग्डनने असे का केले असावे, हे तिला समजत नव्हते. शिवाय तो आपल्याशी का खोटे बोलला? ...तसेच, एवढी चोरी करूनही लँग्डन तेच व्हिडिओ चित्रण आपल्या शेजारी उभा राहून शांतपणे कसा काय पाहू शकतो? हेही तिला समजेना.

खरेच, मी ती शोकेस का उघडली? असा विचार लँग्डनच्याही मनात येऊन गेला. विस्मृतीमुळे जे काही घडले त्याची कारणे त्याला आठवणे शक्यच नव्हते.

सिएना रॉबर्टच्या कानात कुजबुजली, "रॉबर्ट, ते बघा!" तिचे डोळे पडद्यावर खिळलेले होते. जे काही दिसते आहे त्यातून रहस्याचा उलगडा होईल, अशी आशा तिला वाटत होती.

पडद्यावरील लँग्डन तो मुखवटा उचलून नीट प्रकाशात धरून पहात होता. त्या मुखवट्यामागे काहीतरी असेल या अपेक्षेने तो पहात होता. पण वर असलेल्या कॅमेऱ्यातून असे दिसले की, तो मुखवटा लँग्डनच्या चेहऱ्यासमोर असल्याने लँग्डनने तो मुखवटा धारण केलेला आहे. मुखवट्यामधून लँग्डनचे डोळे कॅमेऱ्याला दिसत होते. जणूकाही डान्टेचा चेहरा जिवंत झाला होता. त्याला ती भविष्यवाणी आठवली. *फक्त मृत्यूच्या नजरेतूनच सत्य दिसेल,* त्याच्या अंगावर एकदम शहारे आले.

मुखवट्याच्या डोळ्यांतून बाहेरचे दृश्य कसे दिसते, हे पहाण्यासाठी इग्नॅझिओने आपला चष्मा खिशातून बाहेर काढून डोळ्यावर चढवला आणि तो मुखवटा हातात धरून त्यातून पाहिले... पुन:पुन्हा पाहिले. मग त्याने आपले डोके जोरजोरात हलवले आणि तो तिथल्या छोट्या जागेत येरझारा घालू लागला.

एकदम त्या दोघांनी आपल्या माना वर करून कॉरिडॉरकडे पाहिले. तिकडून मार्ता येत असणार. मग लँग्डनने घाईघाईने आपल्या खिशातून एक 'झिपलॉक' बॅग बाहेर काढून त्यात तो मुखवटा ठेवला आणि हळुवार हाताने इग्नॅझिओला दिला. लँग्डनने ती शोकेस झटपट बंद करून टाकली. इग्नॅझिओने तो मुखवटा आपल्या ब्रीफकेसमध्ये ठेवून दिला. मग ते दोघे कॉरिडॉरमध्ये मार्ताला भेटण्यासाठी गेले. आपली चोरी उघडकीस येऊ नये म्हणून त्यांनी ती चपळाई केली होती.

ते दृश्य पहाताच दोन्ही सुरक्षा रक्षकांनी आपापली पिस्तुले लँग्डनवरती रोखली.

मार्ताने आधारासाठी टेबलाला धरले आणि ती गर्रकन मागे वळून लँग्डनला म्हणाली, ''तुम्ही आणि इग्नॅझिओ यांनी मिळून मुखवट्याची चोरी का केली, ते मला समजत नाही.''

यावर लँग्डनला एक थाप सुचली आणि ती थाप पचेल या आशेने त्याने म्हटले, ''आम्ही मुखवट्याचे आत्ताचे जे मालक आहेत, त्यांच्याकडून एक रात्रभर मुखवटा बाहेर आणण्याची परवानगी घेतली होती.''

''म्हणजे बर्ट्रान्ड झोब्रिस्ट यांच्याकडून परवानगी घेतली होती?'' मार्ताने विचारले.

''होय! त्या मुखवट्यावरच्या मागच्या बाजूंच्या काही खुणांचा अभ्यास करण्यासाठी त्यांनी ती परवानगी दिली होती. आम्ही त्यांना काल दुपारीच भेटलो होतो!''

मार्ताच्या डोळ्यांत आता चीड उमटली होती. ती रागाने म्हणाली, ''प्रोफेसरसाहेब, माझी खात्री आहे की, काल दुपारी तुम्ही बर्ट्रान्ड झोब्रिस्ट यांना अजिबात भेटला नाहीत!''

सिएनाने लँग्डनचा दंड दाबीत त्याला म्हटले, ''रॉबर्ट... बर्ट्रान्ड झोब्रिस्ट यांनी सहा दिवसांपूर्वीच 'बादिया' मनोऱ्यावरून स्वत:ला खाली झोकून आत्महत्या केली होती. तो मनोरा इथून जवळच आहे.''

४२

व्हिचिओ राजवाड्याच्या उत्तरेला वायेन्थाने आपली मोटरसायकल सोडून दिली आणि ती पियाझ्झा डेला सिनोरियाच्या कडेकडेने पाया जाऊ लागली. ती 'लॉजिया दी लान्झी'च्या बाहेरच्या बाजूने पुढे जाऊ लागली. जाता जाता तिने त्या पुतळ्यांवर नजर टाकली, तर तिला त्यात एकाच विषयावरची विविध रूपे दिसू लागली. तो विषय होता. 'स्त्रियांवरचे पुरुषी वर्चस्व.' त्यासाठी पाश्चिमात्य पुराणकथांमधील विषय निवडले होते. साबिन्सवरचा बलात्कार, पॉलिक्झेनावरचा बलात्कार, पर्सियसने हातात धरलेले मेड्युसाचे छाटलेले मुंडके.

छान! असे मनात म्हणून तिने आपल्या डोक्यावरची टोपी आणखी पुढे ओढली. गर्दीतून ती कशीबशी वाट काढीत राजवाड्याच्या फाटकाकडे चालली होती. तिथे आत्ता सकाळी आलेल्या पर्यटकांना आत प्रवेश देणे सुरू होते. सर्वत्र नेहमीचेच दृश्य दिसत होते.

तिच्या मनात आले, *'कुठेही पोलीस नाहीत... निदान आत्तापर्यंत!'*

तिने आपल्या अंगातील जॅकेटची चेन गळ्यापर्यंत वर ओढली. आत लपवलेले पिस्तूल दिसू नये म्हणून यासाठी तिची ही धडपड होती. मग ती प्रवेशद्वाराच्या दिशेने चालू लागली. प्रवेशद्वार ओलांडल्यावर ती एका सुशोभित केलेल्या मोकळ्या जागेत आली. त्या जागेवर छप्पर होते. अशा दोन जागा ओलांडून पुढे गेली. तिसऱ्या मजल्यावर नेणारा एक भला मोठा जिना होता. तो चढून ती वर जाऊ लागली. वर जाताना पोलिसांच्या वायरलेसवरून प्रसारित झालेले जे वार्तापत्र तिने ऐकले होते, तेच तिच्या डोक्यात घोळत होते.

संग्रहालयाकडे जाणाऱ्या मार्गावर बाणांच्या खुणा होत्या. ती त्या दिशेने गेल्यावर एका भव्य आणि सुशोभित हॉलमध्ये आली. तो 'हॉल ऑफ द फाइव्ह हंड्रेड' होता. तिथे काही पर्यटक विखुरलेले होते आणि रेंगाळत होते, भिंतीवर लावलेल्या भव्य चित्रांचे रसग्रहण करीत होते. वायेन्थाला इथल्या चित्रकृतींमध्ये अजिबात रस नव्हता. तिला संग्रहालयाकडे जाणाऱ्या बाणाची खूण एके ठिकाणी

दिसली आणि ती तिकडे गेली. तिथला जिना चढू लागली.

वर गेल्यावर ती एका हॉलमध्ये शिरली. तिथे काही विद्यार्थी एका पुतळ्याभोवती जमून हास्यविनोद करीत होते आणि छायाचित्रे काढीत होते. त्या पुतळ्याखाली एक धातूची पाटी होती. त्यावर लिहिले होते : *हर्क्युलिस आणि डिओमिडीस*

वायेन्थाने त्या पुतळ्याकडे पाहिले आणि तिने घशातून एक हुंकार बाहेर काढला.

तो पुतळा ग्रीक पुराणकथांमधील दोन नायकांचा होता. ते दोघेही पूर्णपणे विवस्त्र दाखवले होते आणि ते एकमेकांशी कुस्ती खेळत होते. हर्क्युलिसने डिओमिडीस याला उलटा करून धरले होते आणि तो त्याला दूर फेकून देण्याच्या पवित्र्यात उभा होता. त्याच वेळी डिओमिडीस याने हर्क्युलिसचे शिस्न घट्ट पकडून ठेवले होते. जणूकाही तो हर्क्युलिसला म्हणत होता, "तू मला नक्की फेकून देणार आहेस?"

तिने त्या पुतळ्यावरील नजर काढून घेतली आणि वरच्या संग्रहालयाकडे जाणाऱ्या जिन्याकडे गेली. वर ती एका सज्जात आली. त्या सज्जातून खालच्या 'हॉल ऑफ फाइव्ह हंड्रेड'मध्ये बघता येत होते. नंतर संग्रहालयाचे प्रवेशद्वार होते, तिथे १०-१२ पर्यटक आत जाण्यासाठी थांबले होते.

तिथल्या दारासमोर एक जण उभा राहून आपल्या कॅमकॉर्डरमधून पहात होता. तो म्हणाला, "उशिरा उघडणार असे दिसते?"

तिने त्याला विचारले, "पण का उशीर होतो आहे, याची काही कल्पना आहे?"

"नाही. पण दार उघडल्यावर काय छान दिसेल नाही?" असे म्हणून त्या माणसाने आपला हात खालच्या हॉलवरून फिरवला.

वायेन्था सज्ज्याच्या टोकाला जाऊन खाली पाहू लागली. खालून एक पोलीस अधिकारी येत होता. तो अत्यंत शांतपणे चालत होता. त्याला कसलीही घाई नव्हती. तो जिन्याकडेच येत होता. लँग्डनला शोधण्यासाठी जी धांदल, घाईगडबड चालली होती, तसे त्याच्या वागण्यात काहीही नव्हते.

तो कोणाची तरी तक्रार, निवेदन घेण्यासाठी येत असावा, असे तिने ओळखले. कंटाळवाण्या चेहऱ्याने आणि मंद पावले टाकीत तो जिना चढू लागला होता. म्हणजे तो नेहमी येणाऱ्या फोनच्या संदर्भात वर येत असावा.

लँग्डन इथे असेल असे वायेन्था चुकीचे समजली असेल किंवा स्थानिक पोलीस आणि ब्रूडर यांना लँग्डनबद्दलचा साधा अंदाज करणेही नीट जमले नसेल.

तो पोलीस अधिकारी जिना चढून वर आला आणि संग्रहालयाच्या दाराकडे जाऊ लागला. वायेन्थाने आपण सहजच खिडकीतून बाहेर बघतो आहोत, असे दाखवण्याचा प्रयत्न केला. आपल्याला नोकरीतून काढून टाकले आहे आणि आपण

प्रोव्होस्तपर्यंत पोहोचणे अशक्य आहे हे लक्षात घेऊन ती आपल्याला कोणी ओळखू नये, याची खबरदारी घेत होती.

"ॲस्पेट्टा!" कोणीतरी इटालियन भाषेत 'थांबा!' या अर्थी ओरडले.

ते ऐकताच वायेन्थाच्या हृदयाचा एक ठोका चुकला. त्या पोलीस अधिकाऱ्यानेही ते ऐकले आणि तोही थांबला. पण तो नेमका वायेन्थाच्या मागे थांबला. त्याच्या वायरलेसमधून तो आवाज आला होता, हे तिला उमगले.

'अटेन्डी इ रिन्फोर्झी!' वायरलेसवरून अधिकाऱ्याला हुकूम दिला गेला.

'मदतीला कोणीतरी पाठवत आहोत, तोपर्यंत वाट पहा!' असा वायरलेसवरचा निरोप होता. ते ऐकताच वायेन्थाला कळून चुकले की काहीतरी बदल झालेला आहे.

तिने खिडकीतून बाहेर पाहिल्यावर तिला हवेत दूरवर आकाशात एक काळी वस्तू मोठी मोठी होत जाताना दिसली. तेच ते टेहळणी करणारे छोटे हेलिकॉप्टर बोडोली उद्यानाकडून येत आहे, हे तिने ओळखले. तिला कळून चुकले की, ब्रूडरला लँग्डन इथे आहे हे कळालेले आहे, म्हणून त्याने हेलिकॉप्टर इकडे पाठवले आहे.

कन्सोर्टियमचा मदतनीस लॉरेन्स नोल्टन हा प्रोव्होस्तला पुन्हा फोन करण्यासाठी धडपडत होता. उद्या ती व्हिडिओ क्लिप वृत्तमाध्यमांना पुरवण्याआधी प्रोव्होस्तने ती पहायलाच हवी, असे त्याचे आता ठाम मत झाले होते.

कारण त्या व्हिडिओमधील माहिती ही असंबद्ध होती.

सर्वांत आधी व्यावसायिक आचारसंहिता महत्त्वाची होती. नोल्टन जेव्हा नुकताच नोकरीला लागला होता, तेव्हा त्याला या संदर्भात एक मंत्र शिकवला होता. तो मंत्र 'Don't ask, just task' 'उगाच विचारू नका, आपले काम करीत रहा.'

त्याने नाइलाजाने आपला लाल रंगाचा पेनड्राइव्ह उद्या सकाळी पाठवण्यासाठी योग्य ठिकाणी ठेवून दिला. त्यातल्या संदेशाबद्दल वृत्तमाध्यमांची काय प्रतिक्रिया होईल? व्हिडिओ क्लिप पाहिल्यावर ते त्याचे प्रसारण करतील?

करतीलच! कारण ती व्हिडिओ क्लिप बर्ट्रान्ड झोब्रिस्ट याने पाठवली होती.

जैवरसायनशास्त्राच्या जगात झोब्रिस्ट ही एक महान व्यक्ती समजली जात होती. शिवाय त्याने नुकतीच उंचावरून उडी टाकून आत्महत्या केली असल्याने त्याच्याबद्दलची बातमी ताजी होती. नऊ मिनिटांचा तो व्हिडिओ थडग्यातून जगाला संदेश देणार होता. तो व्हिडिओ एवढा भीषण होता की, कोणीही प्रेक्षक मध्येच आपला टीव्ही बंद करणार नाही.

तो व्हिडिओ प्रसारित झाल्यावर काही मिनिटांतच एखाद्या व्हायरसप्रमाणे त्यातील माहिती पसरत जाणार होती.

४३

सुरक्षा रक्षकांच्या छोट्या खोलीतून मार्ता अल्वारेझ बाहेर पडली, ती रागाने खदखदतच. लँग्डन आणि त्याची ती उद्धट बहीण यांना खोलीतच सुरक्षा रक्षकांनी पिस्तूल रोखून थोपवून धरले होते. मग ती एका खिडकीपाशी आली आणि तिने खाली डोकावून पाहिले. तिथे खाली पोलिसांची गाडी थांबलेली तिला आढळली.

रॉबर्ट लँग्डनसारखा एक सभ्य आणि सुसंस्कृत प्राध्यापक हा इतक्या निर्ढावल्यासारखा आपली फसवणूक कशी काय करू शकतो, आपल्या व्यवसायाला मिळणाऱ्या आदराचा फायदा घेऊन एक अमोल ऐतिहासिक वस्तू कशी काय चोरू शकतो, हे तिला समजेना.

शिवाय त्याला इग्नॅझिओ ब्युसोनी यांनीही मदत करावी? अतर्क्य आणि अविश्वसनीय!

त्या इग्नॅझिओकडे आता बघितलेच पाहिजे, असा विचार करून तिने आपला मोबाइल फोन बाहेर काढला आणि त्याच्या ऑफिसला फोन लावला. त्याचे ऑफिस राजवाड्यापासून अगदीच जवळ होते.

फोनची रिंग पलीकडे एकदाच वाजली. कोणीतरी पट्कन फोन उचललेला होता. तिला ओळखीचा असलेल्या एका स्त्रीचा आवाज विचारू लागला, "हे इग्नॅझिओ ब्युसोनी यांचे ऑफिस आहे. आपल्याला कोण हवे आहे?"

ती इग्नॅझिओची सेक्रेटरी युजेनिया होती. मार्ताची तिच्याशी मैत्री होती. पण आत्ताची तिची मन:स्थिती ठीक नव्हती. "युजेनिया, मी मार्ता बोलते आहे. मी इग्नॅझिओसाहेबांशी आत्ता बोलू शकते का?"

त्यानंतर लाइनवरती एक चमत्कारिक शांतता पसरली. मग एकदम ती सेक्रेटरी हुंदके देत रडू लागली.

"काय झाले, युजेनिया?" मार्ताने विचारले.

युजेनियाने रडत रडत मार्ताला सांगितले की, ती आत्ताच ऑफिसमध्ये आली असून आल्या-आल्या तिला एक वाईट बातमी कळली. त्या बातमीनुसार आदल्या

रात्री १२ वाजण्याचा सुमारास ऑफिसच्या जवळच्या एका गल्लीत इग्नॅझिओसाहेबांना एक जबरदस्त हृदयविकाराचा झटका आला होता. कोणीतरी ॲम्ब्युलन्स मागवून त्यांना रुग्णालयात पोहोचवले. पण त्याआधीच त्यांचा मृत्यू झालेला होता. मग वृत्तमाध्यमांचे लोक उशिरा तिथे पोहोचले.

ते ऐकल्यावर मार्ताचे पाय लटपटू लागले. ही बातमी तिने आज सकाळी ऐकली होती. कोणीतरी एक अनामिक असा म्युनिसिपल अधिकारी वारल्याचे तिला कळले होते. पण ती व्यक्ती इग्नॅझिओ असेल, याची तिला कल्पनाही नव्हती.

मार्ता आता तिला शांतपणे काय घडले ते सांगू लागली. संग्रहालयाच्या व्हिडिओ कॅमेऱ्यात डान्टेचा मुखवटा इग्नॅझिओ आणि रॉबर्ट लँग्डन यांनी चोरून नेला असून आत्ता लँग्डन यांना सुरक्षा रक्षकांनी पिस्तूल रोखून थोपवून धरले आहे.

हे सांगितल्यावर युजेनियाची काय प्रतिक्रिया होईल, याची मार्ताला कल्पना नव्हती.

पलीकडून युजेनिया बोलू लागली, "रॉबर्ट लँग्डन? तुमच्या तिथे आत्ता ते आहेत?"

युजेनिया त्या मुखवट्याबद्दल काहीच कशी बोलत नाही? असे मार्ताला वाटत असतानाच पलीकडून युजेनिया फोनवर मोठ्याने ओरडून म्हणाली, "मला आत्ता त्यांच्याशी बोलायचे आहे."

लँग्डन सुरक्षा रक्षकांच्या खोलीत होता. त्या रक्षकांनी आपापली पिस्तुले त्याच्यावर रोखून धरली होती. लँग्डनचे डोके ठाण्-ठाण् दुखत होते. एकदम खोलीचे दार उघडून मार्ता आत आली. दार उघडल्यामुळे लँग्डनला बाहेरचे आवाज आत ऐकू येऊ लागले. टेहळणी करणाऱ्या हेलिकॉप्टरचा घोंगावणारा आवाज लांबून त्याला ऐकू येऊ लागला. शिवाय जवळ येणाऱ्या पोलिसांच्या गाड्यांचे सायरनही त्याला ऐकू येऊ लागले. *शेवटी आपणाला त्यांनी शोधून काढले तर.*

मार्तानि सुरक्षा रक्षकांना सांगितले, "पोलीस येत आहेत!" तिने एका रक्षकाला बाहेर पाठवून पोलिसांना इथे घेऊन यायला सांगितले. मग तो निघून गेला. पण दुसऱ्या रक्षकाने लँग्डनवर रोखून धरलेले पिस्तूल तसेच धरून ठेवले.

मार्तानि आपल्या खिशातून एक मोबाइल फोन बाहेर काढून त्याला दिला आणि म्हटले, "कोणालातरी तुमच्याशी बोलायचे आहे." त्याला आश्चर्य वाटले. तिचे बोलणेही त्याला गूढ वाटले. ती पुढे त्याला म्हणाली, "तुम्ही बाहेर जाऊन बोला. इथे कनेक्शन मिळणार नाही."

मग ते तिघेही त्या छोट्या खोलीतून बाहेर पडले. लँग्डन एका खिडकीपाशी

गेला. त्या खिडकीतून उन्हे आत आली होती. लँग्डनवर अजून पिस्तूल रोखलेले होते, तरीही त्याला त्या कोंदट खोलीतून बाहेर आल्यावर बरे वाटले.

लँग्डन फोनवर बोलू लागला, "येस? धिस इज रॉबर्ट लँग्डन."

पलीकडून एका स्त्रीचा आवाज त्याला ऐकू आला. *ती स्त्री सुस्पष्ट इंग्रजीत बोलत होती.* "सिन्योर, आय ॲम युजेनिया. इग्नॅझिओ ब्युसोनी यांची सेक्रेटरी बोलतेय. काल रात्री तुम्ही आमच्या ऑफिसात आला होता, तेव्हा आपण एकमेकांना भेटलो होतो."

लँग्डनला ते अजिबात आठवत नव्हते. तरीही तो म्हणाला, "बरं मग?"

"मला आपल्याला सांगायला वाईट वाटते की, इग्नॅझिओसाहेब काल रात्री हृदयविकाराच्या झटक्याने वारले. त्यांनी मला तुम्हाला देण्यासाठी एक निरोप ठेवला आहे. तो निरोप फोनच्या आन्सरिंग मशीनवर रेकॉर्ड केलेला असल्याने मी तुम्हाला तो आता ऐकवते."

लँग्डनला सुरुवातीला काही सळसळ आवाज ऐकू आला. मग काही क्षणांनी इग्नॅझिओ ब्युसोनी याचा धापा टाकीत बोलणारा आवाज त्याला ऐकू येऊ लागला.

"युजेनिया..." इग्नॅझिओ मोठ्या कष्टाने बोलत होता. त्याला वेदना होत असल्या पाहिजेत. "प्लीज, लँग्डनला माझा हा निरोप ऐकव. मी मोठ्या संकटात सापडलो आहे. मी ऑफिसात पोहोचेन असे मला वाटत नाही." यानंतर वेदनेमुळे त्याने घशातून कसलातरी आवाज बाहेर काढला. त्यानंतर बराच वेळ शांतता होती. जेव्हा तो परत बोलू लागला तेव्हा त्याचा आवाज खूप बारीक झाला होता. तो म्हणत होता, "रॉबर्ट, तू निसटला आहेस असे मी धरून चालतो. पण ते लोक अजूनही माझ्या मागे लागले आहेत... आणि मला बरे वाटत नाहीये... मी डॉक्टरकडे जाण्याचा प्रयत्न करतो आहे, पण..." नंतर परत शांतता झाली. पुन्हा तो बोलू लागला. पण या वेळी शरीरातील सर्व शक्ती एकवटून तो बोलत होता, "रॉबर्ट, नीट लक्षपूर्वक ऐक. तू जे शोधतो आहेस ते मी व्यवस्थित लपवले आहे. आता तुझ्यासाठी दारे उघडी झाली आहेत. पण तू खूप घाई केली पाहिजेस. पॅराडाइज २५!" मग बराच वेळ परत शांतता होती. शेवटी अगदी हळू आवाजात तो म्हणाला, "गॉडस्पीड!" असे म्हणून त्याने लँग्डनला सुयश चिंतिले.

त्यानंतर मात्र तो निरोप संपून गेला.

ते ऐकल्यावर लँग्डनचे हृदय जोरात धावू लागले. आपण एका मरायला टेकलेल्या माणसाचे शेवटचे शब्द ऐकले आहेत, हे त्याला कळून चुकले. परंतु त्या शब्दांमुळे त्याच्या डोक्यातील गोंधळ दूर झाला नव्हता, की गुंता सुटला नव्हता. *पॅराडाइज २५? तुझ्यासाठी दारे उघडली आहेत?* म्हणजे नक्की काय? याचा अर्थ काय? फक्त इग्नॅझिओने तो मुखवटा सुरक्षितपणे लपवून ठेवला आहे,

एवढेच त्याला त्यातून समजले. ऑफिसातून बाहेर पडल्यावर इग्नॅझिओला हृदयविकाराचा झटका आला होता आणि मरण्यापूर्वी त्याने आपल्याजवळील डिक्टॅफोनवर तो निरोप ध्वनिमुद्रित करून ठेवला होता.

युजेनिया परत फोनवर बोलू लागली, ''प्रोफेसर, तुम्हाला समजला का निरोप?''

''होय, त्यातला काही भाग मला समजला.''

''मग मी आपल्याला या बाबतीत काही मदत करू?''

तिच्या या प्रश्नावर लँग्डनने थोडा वेळ विचार केला आणि तो म्हणाला, ''होय, मी सांगतो तसे कर. हा निरोप तू कोणालाही ऐकू देऊ नकोस.''

''अगदी पोलिसांनासुद्धा? आता एक डिटेक्टिव्ह इथे माझी जबानी घेण्यासाठी येणार आहे.''

ते ऐकल्यावर लँग्डनचे शरीर एकदम ताठ झाले. आपल्यावर पिस्तूल रोखलेल्या सुरक्षा रक्षकाकडे त्याने पाहिले. मग झटकन त्याने त्याच्याकडे पाठ करून अगदी हळू आवाजात आणि घाईघाईने सांगितले, ''युजेनिया, मी जे सांगणार आहे ते तुला विचित्र वाटेल; पण कृपा करून इग्नॅझिओ यांच्यासाठी तरी तू तो ध्वनिमुद्रित निरोप डिक्टॅफोनमधून पुसून टाक, असे सांगतो. आणि तू माझ्याशी संपर्क साधलास हेही कृपा करून पोलिसांना सांगू नकोस. कळले ना तुला? कारण आत्ताची परिस्थिती फार गुंतागुंतीची झालेली आहे आणि – ''

लँग्डन बोलायचे एकदम थांबला. त्याच्या कुशीमध्ये पिस्तुलाची नळी दाबली गेल्याचे त्याला जाणवले. तो सुरक्षा रक्षक जवळ येऊन 'मार्ताचा फोन द्या' अशा अर्थी हाताने खूण करीत होता.

फोनवर शांतता होती, शेवटी युजेनिया म्हणाली, ''मिस्टर लँग्डन, माझ्या साहेबांचा तुमच्यावर विश्वास होता... म्हणून मीही तुमच्यावर विश्वास ठेवते.''

यानंतर फोन बंद झाला.

लँग्डनने फोन रक्षकाकडे देत म्हटले, ''इग्नॅझिओ ब्युसोनी हे वारले आहेत.'' तो सिएनाला सांगत होता, ''काल रात्री इथून बाहेर पडल्यावर त्यांना ऑफिसकडे जाताना वाटेतच हृदयविकाराचा झटका आला.'' मग थोडे थांबून तो पुढे म्हणाला, ''तो मुखवटा त्यांनी मरण्याआधी सुरक्षित ठेवला होता. तो शोधण्यासाठी त्यांनी एक सुगावा माझ्यासाठी मागे ठेवला आहे. *पॅराडाइज २५!''*

ते ऐकताच सिएनाच्या डोळ्यांत आशा प्रकटली. पण जेव्हा लँग्डन मार्ताकडे वळला तेव्हा तिला काळजी वाटू लागली.

लँग्डन म्हणत होता, ''मार्ता, मी तुमच्यासाठी डान्टेचा मुखवटा शोधून आणून देऊ शकतो. परंतु तुम्ही आम्हाला त्यासाठी आत्ता सोडून दिले पाहिजे. ताबडतोब!''

यावर मार्ता मोठ्याने हसली. ‘‘मी असले काहीही करणार नाही! तुम्ही स्वत: तुमच्या हाताने तो मुखवटा चोरलेला आहे! आणि आत्ता पोलीस येतच आहेत – ’’

तिचे बोलणे तोडीत सिएना तिला इटालियन भाषेत मोठ्याने म्हणाली, ‘‘सिन्योरा अल्वारेझ, आम्हाला माफ करा. कारण आम्ही तुमच्याशी प्रामाणिकपणे वागलो नव्हतो.’’

सिएनाच्या शब्दांमुळे मार्ता दचकली. ती एवढे शुद्ध इटालियन भरभर बोलू शकते, याचा तिला धक्का बसला होता.

सिएना पुढे तिला क्षमायाचनेच्या स्वरात इटालियन भाषेत म्हणाली, ‘‘प्रथमच तुम्हाला सांगते की, मी रॉबर्ट लँग्डन यांची बहीण नाही!’’

४४

तरुण आणि सोनेरी केस असलेल्या सिएनाचे वाक्य ऐकल्यावर मार्ता अल्वारेझ ही लटपटत एक पाऊल मागे सरकली.

सिएना तिला अजूनही अस्खलित इटालियन भाषेत सांगत होती, "आम्ही तुम्हाला बऱ्याच गोष्टी खोट्या सांगितल्या."

ते ऐकल्यावर मार्ता कोड्यात पडली. तसाच तो सुरक्षा रक्षकही कोड्यात पडला. तरीही त्याने लँग्डनवर पिस्तूल रोखून धरले होते.

सिएना आता इतर इटालियन माणसांप्रमाणे भरभर इटालियन भाषेत बोलू लागली. तिने सांगितले की, "मी एका हॉस्पिटलमध्ये काम करते. काल रात्री लँग्डन आमच्या हॉस्पिटलमध्ये आले. त्यांच्या डोक्यावर पिस्तुलाच्या गोळीमुळे जखम झालेली होती. ते तिथे कसे आले, त्या आधी काय घडले, वगैरे आदल्या दिवसांची त्यांची स्मृती पार पुसून गेली होती. त्यामुळे तुमच्या कॅमेऱ्याने केलेले ते व्हिडिओ चित्रण पाहून त्यांनाही आश्चर्य वाटते आहे."

मग सिएनाने लँग्डनला म्हटले, "तुमची जखम दाखवा बरे!"

जेव्हा मार्ताने लँग्डनच्या डोक्यावर घातलेले टाके पाहिले तेव्हा ती हतबुद्ध होऊन जवळच्या खिडकीत मट्कन बसली. आपल्या दोन्ही हातात तिने आपले तोंड झाकून घेतले. बरेच क्षण त्या अवस्थेत गेले.

गेल्या १० मिनिटांत मार्ताला बरेच काही कळले. ती ड्युटीवर असताना डान्टेचा मुखवटा चोरीस गेलेला व्हिडिओ तिने नुकताच पाहिला होता. आणि ते दोन चोर सभ्य आणि सुसंस्कृत होते. एक विद्वान अमेरिकी प्राध्यापक होता आणि दुसरा फ्लॉरेन्स शहरातील एक विश्वासू आणि ख्यातनाम नागरिक होता. आणि तो आता मृत्यू पावला होता. तसेच ती मोठ्या डोळ्यांची तरुण सिएना ही लँग्डनची बहीण नसून ती एक डॉक्टर आहे. शिवाय ती आपण खोटे बोललो, असे आपण होऊन सांगत आहे... तेही अस्खलित इटालियन भाषेत. मार्ताला एका मागोमाग एक आश्चर्याचे धक्के बसत होते.

आता लँग्डन बोलू लागला. तो खालच्या स्वरात समजावून सांगण्याच्या सुरात बोलू लागला, "मार्ता, या सर्व गोष्टींवर विश्वास ठेवणे तुम्हाला जड जाते आहे, हे मला कळते आहे. पण काल रात्री खरोखरच काय झाले, ते मला अजूनही आठवत नाही. इग्नॅझिओ आणि मी अशा दोघांनी मिळून आम्ही तो मुखवटा का घेतला, याची मला खरोखरच कल्पना नाही."

मार्तानि लँग्डनकडे पाहिले. त्याच्या डोळ्यांत पाहिल्यानंतर तिला पटले की लँग्डन खरेच बोलत आहे.

लँग्डन सांगत होता, "मी तो मुखवटा शोधून काढून तुम्हाला परत करेन, असे वचन देतो. पण प्रयत्न करण्यासाठी तुम्ही मला सोडून दिले पाहिजे. ही परिस्थिती अत्यंत गुंतागुंतीची झाली आहे. तेव्हा आम्हाला आत्ताच तुम्ही जाऊ दिले पाहिजे."

मार्ताला तो अमूल्य मुखवटा परत मिळवायची तीव्र इच्छा होती. तरीही कोणालाही सोडून देण्यास ती तयार नव्हती. *अजून पोलीस का आले नाहीत?* तिने खिडकीतून खाली वाकून पाहिले. खाली पोलिसांची एक गाडी उभी होती. बाकी कोणतेही वाहन नव्हते. कदाचित तो अधिकारी जिना चढत असेल. तेवढ्यात तिला लांबून एक चमत्कारिक घरघराट ऐकू येऊ लागला. कोणीतरी विजेवर चालणाऱ्या करवतीने लाकूड कापत आहे, असा तो आवाज होता. तो आवाज मोठा मोठा होत गेला.

हा काय प्रकार आहे?

लँग्डन आता तिला विनवणीच्या स्वरात म्हणू लागला, "मार्ता, तुम्हाला इग्नॅझिओ चांगले ठाऊक होते. ते उगाच मुखवटा घेऊन जाणार नाहीत. त्यामागे तेवढेच काहीतरी महत्त्वाचे व जबरदस्त कारण असणार. या प्रकरणात आणखीही काही असावे. मुखवट्याचा मालक बर्ट्रान्ड झोब्रिस्ट हा एक गोंधळलेला माणूस होता. तो तसाच कोणत्यातरी भयंकर प्रकरणात अडकलेला असणार. त्याचा खुलासा करण्यासाठी माझ्याकडे आत्ता वेळ नाही. पण मी आपल्याला अत्यंत कळकळीने विनंती करतो की, कृपा करून मी सांगतो त्यावर विश्वास ठेवा."

मार्ता नुसती पहात राहिली. यातून काय समजावून घ्यायचे, ते कोणालाच नीट कळेना.

सिएना आता मार्ताकडे आपली थंड नजर रोखून म्हणून लागली, "मिसेस अल्वारेझ, जर तुम्हाला तुमच्या स्वतःच्या भवितव्याची आणि तुमच्या होणाऱ्या बाळाची काळजी असेल, तर तुम्ही आम्हाला जाऊ द्यावे हे उत्तम."

मार्तानि आपले दोन्ही हात बाळाच्या संरक्षणासाठी पोटावर ठेवले. तिला आपल्या जन्माला येणाऱ्या बाळालाही धमकी दिली जाणे आवडले नव्हते.

बाहेरचा घरघराटाचा आवाज आता खूपच मोठा झाला होता. मार्तानि खिडकीबाहेर

डोकावले. पण तिला त्या आवाजाचा उगम कोठेही दिसला नाही. पण तिला काहीतरी वेगळे दिसले होते.

सुरक्षा रक्षकानेही ते पाहिले आणि त्याचे डोळे विस्फारले.

खाली प्रांगणात जमलेल्या लोकांनी दोन्ही बाजूला सरकून जवळ येणाऱ्या मोटारींना वाट करून दिली होती. पोलिसांच्या गाड्यांची एक लांबलचक रांग येत होती. त्या गाड्या सायरन न वाजवता येत होत्या. सर्वांत पुढे दोन काळ्या रंगाच्या व्हॅन होत्या. राजवाड्याच्या प्रवेशद्वारापाशी ब्रेक लावून त्या गाड्या थांबल्या. व्हॅनमधून काळ्या गणवेषातील सैनिक उड्या मारून उतरले. त्यांच्या हातात मोठमोठ्या बंदुका होत्या. ते धावत धावत राजवाड्यात घुसत होते.

मार्ताच्या शरीरातून एक भीतीची लाट गेली. *हा काय प्रकार आहे?*

सुरक्षा रक्षकांनाही आश्चर्य वाटले होते.

कर्कश घरघराटाचा तो आवाज आता एकदम मोठा झाला. एक छोटे हेलिकॉप्टर खिडकीबाहेर तिच्या नजरेसमोर अवतरत होते. मार्ताला मनोमन संकटाची जाणीव झाली.

ते हेलिकॉप्टर तिच्यापासून अवघ्या ३० फूट अंतरावर हवेत तरंगत होते. जणूकाही ते खिडकीतून आतील लोकांकडे रोखून पहात आहे, असा भास होत होता. ते एक छोटे हेलिकॉप्टर होते. त्याची लांबी अवघी तीन फुटांची होती. पुढच्या बाजूला एक काळ्या रंगाचे नळकांडे होते. त्या नळकांड्याचा रोख थेट आतल्या लोकांवर होता.

सिएना ओरडून म्हणाली, ''ते आपल्यावर आता गोळ्या झाडणार. सर्व जण खाली पडा!'' असे म्हणून ती खिडकीखाली गुडघ्यावर मट्कन बसली. मार्ता भीतीने थिजून गेली होती. तिनेही नकळत सिएनासारखेच केले. ते दोन्ही सुरक्षा रक्षकही खाली जमिनीवर पडले. त्यांनी प्रतिक्षिप्त क्रियेने आपापली पिस्तुले त्या हेलिकॉप्टरवर रोखली.

मार्ता खिडकीखाली अवघडलेल्या अवस्थेत बसली होती. सगळे जण खाली पडलेले पाहूनही लँग्डनला काय झाले आहे, ते कळेना. सिएनाने सर्वांना खाली पडण्याची सूचना दिली होती, ती इटालियन भाषेत दिली होती. त्यामुळे ती सूचना लँग्डनला कळली नाही. तो एकटा तसाच उभा होता. त्याला कसलाच धोका जाणवला नव्हता. सिएना जमिनीवर काही क्षणच बसली होती. पण ती एकदम उठली आणि तिने लँग्डनचा हात धरून घाईघाईने त्याला बाहेरच्या कॉरिडॉरमध्ये नेले. तिथून ते इमारतीबाहेर पडण्यासाठी मुख्य प्रवेशद्वाराकडे धावत सुटले.

लगेच ते दोन्ही सुरक्षा रक्षक आपल्या गुडघ्यावर वळले आणि वाकून त्यांनी आपापली पिस्तुले पळून जाणाऱ्या लँग्डन आणि सिएनावर रोखली.

पण मार्तानेे त्यांना ओरडून सांगितले, ''गोळ्या झाडू नका! त्यांना निसटता येणे अशक्य आहे.''

लॅंग्डन आणि सिएना एका कोपऱ्यापाशी वळल्यावर अदृश्य झाले. मार्ताला कळून चुकले की, त्या दोघांची आत येणाऱ्या सोल्जर्स आणि अधिकाऱ्यांशी आता काही सेकंदातच टक्कर होणार.

सिएनाने लॅंग्डनला घाई करण्यासाठी म्हटले, ''आणखी जोरात पळा!'' ते आल्या मार्गाने बाहेर जात होते. पोलीस त्या प्रवेशद्वारातून आत घुसण्याच्या आत आपण बाहेर निसटून जाऊ, असे सिएनाला वाटत होते. पण पळता पळता तिला कळून चुकले की तसे काही होणार नाही, उलट आपली आणि पोलिसांची टक्कर मात्र होईल.

लॅंग्डनच्या मनातही तीच शंका होती. त्या कॉरिडॉरमधून जाताना वाटेत एक आडवा कॉरिडॉर गेलेला होता. लॅंग्डनने तिथेच आपले पाय रोखून धरले. ''या वाटेने आपल्याला बाहेर पडता येणार नाही,'' तो म्हणाला.

सिएनाने त्याला आपल्या मागे येण्याची खूण करीत म्हटले, ''कम ऑन! रॉबर्ट, इथे नुसते उभे रहाण्यात अर्थ नाही.''

लॅंग्डनने डावीकडे पाहिले. तिथे एक छोटा कॉरिडॉर होता. तो एका अंधूक उजेडातल्या खोलीकडे जात होता. थोडक्यात ती वाट संपून बंद झाली होती. त्या खोलीवर काही जुने नकाशे लावले होते. आतमधल्या अंधूक उजेडात मध्यभागी एक भलामोठा पृथ्वीचा लोखंडी गोळा होता. लॅंग्डनने लांबूनच तो गोळा पाहून आपली मान सावकाश हलवली आणि नंतर जोरजोरात हलवली.

''इकडून जाऊ!'' असे म्हणून तो त्या खोलीकडे धावू लागला.

सिएनाला कळेना की रॉबर्ट काय करतो आहे ते. या दिशेने आपण उलट संग्रहालयाच्या आणखी आत शिरू, बाहेरच्या प्रवेशद्वारापासून दूरच जाऊ.

ती धावत-धावत त्याच्या मागोमाग गेली. त्याला गाठून ती धापा टाकीत म्हणाली, ''रॉबर्ट, आपण कोठे जात आहोत?''

''आपण आर्मिनियामधून जाणार आहोत.'' त्याने उत्तर दिले.

''काय?''

''आर्मिनिया! माझ्यावर भरवसा ठेव!''

त्याच्या खालच्याच मजल्यावर घाबरलेले पर्यटक त्यांच्या खाली असलेल्या 'हॉल ऑफ फाइव्ह हंड्रेड'कडे सज्ज्यातून पहात होते. वायेन्थाही त्यांच्यात होती आणि ती खाली आलेल्या ब्रूडरच्या लोकांकडे पहात होती. ब्रूडरची माणसे धाड्कन

खालच्या हॉलमध्ये घुसली होती. पोलिसांनी त्या हॉलला वेढा घातला होता.

जर लँग्डन आत असेल तर तो आता सापळ्यात अडकला आहे, असेच तिला वाटले.

दुर्दैवाने खुद्द वायेन्थाही त्याच सापळ्यात अडकली होती.

४५

ती खोली किंवा ते दालन 'हॉल ऑफ जिऑग्राफिकल मॅप्स' या नावाने ओळखले जात होते. तिथे सर्व भिंती आणि छत यांना ओक झाडाच्या लाकडाची पॅनेल्स बसवली होती. त्यामुळे तिथे एक उबदार वातावरण निर्माण झाले होते. तसेच व्हिचिओ राजवाड्यात सर्वत्र दगडी भिंती आणि त्यावर गिलावा केलेला असल्याने हे दालन वेगळ्या जगाची आठवण करून देई. पूर्वी इथे डझनावारी कपाटे ठेवलेली होती. त्यामध्ये ग्रॅन्ड ड्यूकच्या जवळच्या मौल्यवान वस्तू ठेवल्या जात. एकेकाळी येथील भिंती निरनिराळ्या नकाशांनी सजवलेल्या होत्या. इ.स. १५१०मध्ये त्यांना ज्ञात असलेल्या जगातील विविध भूभागांची जी माहिती होती आणि जे नकाशे उपलब्ध होते त्यानुसार एकूण ५३ नकाशे त्या माहितीच्या साहाय्याने, हाताने भिंतीवर रंगवले होते.

या दालनामध्ये नकाशा शास्त्रासंबंधीची सर्व उपकरणे ठेवलेली होती. त्यामध्ये दालनाच्या मध्यभागी ठेवलेला पृथ्वीचा भव्य गोल उठून दिसत होता. हा सहा फूट उंचीचा गोळा नुसत्या एका बोटाने स्पर्श करताच स्वत:भोवती फिरू शकत असे. त्या काळात पृथ्वीची एवढी मोठी एकमेव प्रतिकृती होती. म्हणून या दालनाला इटालियन भाषेत 'Mappa Mundi' असे म्हटले जायचे.

लँग्डन आणि सिएना त्या दालनात धापा टाकीत पोहोचले. त्यांच्या समोर तो पृथ्वीचा लक्षवेधक गोळा उभा होता. परंतु लँग्डनने त्याकडे बिलकूल लक्ष दिले नाही. दालनाच्या भिंतीकडे त्याचे लक्ष होते. तो म्हणाला, "आपल्याला आर्मिनिया शोधला पाहिजे! म्हणजे, आर्मिनियाचा नकाशा शोधला पाहिजे."

त्याने ताबडतोब डावीकडेच्या भिंतीवर शोध घ्यायला सुरुवात केली. ते पाहून सिएना उजवीकडेच्या भिंतीवर शोध घेऊ लागली.

ते दोघेही दोन्ही भिंतीच्या कडेकडेने नकाशांमधून आर्मिनियाचा नकाशा शोधत होते. *अरेबिया... स्पेन... ग्रीस* प्रत्येक देशाच्या नकाशात अगदी बारीकसारीक तपशील भरलेला होता. ५०० वर्षांपूर्वीच्या काळात जगातील देशाचे, भूभागांचे

एवढे तपशीलवार नकाशे उपलब्ध नसताना त्या वेळी इतके माहितीपूर्ण नकाशे रंगवले गेले, हे खरोखरीच एक आश्चर्य होते.

पण हा आर्मिनिया कुठे गेला?

लँग्डन आपल्या स्मृतीला ताण देऊ लागला. कित्येक वर्षांपूर्वी तो इथे आला होता. त्यावेळची त्याची सहल कोणीतरी जमवली होती आणि तिला 'सीक्रेट पॅसेज टूर' असे नाव दिले होते. त्या वेळी त्याला याच दालनात एक आर्मिनियाचा नकाशा दाखवण्यात आला होता. त्या नकाशाचा एक विशिष्ट गुणधर्म होता.

तो नकाशा इथेच कुठेतरी आहे, असा विचार मनात आणून लँग्डन शोध घेत होता, नकाशांच्या रांगातून तपासत पुढे जात होता.

सिएना एकदम म्हणाली, ''आर्मिनिया! हे पहा, इथे आहे.''

तिचे शब्द ऐकताच लँग्डन गर्रकन वळला. ती उजव्या भिंतीच्या एका कोपऱ्यापाशी पोहोचली होती आणि आर्मिनियाच्या नकाशाकडे बोट दाखवून त्याला म्हणाली, ''आता पुढे काय?''

आपल्याला त्याबद्दल खुलासा करण्यासाठी वेळ नाही, हे लँग्डनला ठाऊक होते. लँग्डन तिच्यापाशी गेला. त्या नकाशाभोवती एक भलीमोठी लाकडी चौकट बसवलेली होती. त्याने ती चौकट जोर लावून स्वत:कडे ओढली. मग तो संपूर्ण नकाशा चौकटीसकट स्वत:भोवती फिरला. पलीकडच्या बाजूला एक गुप्त मार्ग होता. त्या मार्गाच्या तोंडावर लाकडी पॅनेल बसवून त्यावर आर्मिनिया नकाशा चितारला होता.

''ठीक आहे. आता काय करायचे?'' सिएनाने विचारले, पण काय करायचे ते ती चट्कन समजली होती. तिने न कचरता आपण होऊन त्या चौकोनी भोकातून आत प्रवेश केला. पलीकडे अंधूक प्रकाश पडलेला होता. तिच्या मागोमाग लँग्डन आत गेला आणि आपल्यामागे त्याने ती नकाशाची लाकडी चौकट पूर्ववत लावून टाकली.

त्या गुप्त मार्गावरून तो पूर्वी 'सीक्रेट पॅसेज टूर'मधून गेला होता. त्यावेळचा मार्ग, आतली वळणे वगैरे त्याला अगदीच धूसर असे आठवत होते. पूर्वीच्या ड्यूकला या मार्गाने ये-जा करता येत होती.

तो आता डावीकडे वळला. तिथे वर जाणारा एक अरुंद जिना होता. पण वाटेत एक जाडजूड आडवी साखळी बांधून तो मार्ग अडवलेला होता. जिन्यावर एक पाटी होती. ती पाटी पर्यटकांना सूचना देणारी होती. त्यावर लिहिले होते : USCITA VIETATA

लँग्डन तरीही जिन्याकडे जाऊ लागला.

सिएना त्याला म्हणाली, ''नाही! तिकडे जाऊ नका. ती पाटी असे सांगते आहे

की, ‘बाहेर जाण्यासाठी रस्ता बंद आहे.’’’

“थँक्स!’’ लँग्डन तिला हसून म्हणत होता, “मला इटालियन वाचता येते.’’

मग त्याने पुढे जाऊन त्या साखळीचा हूक सोडवला. मग ती साखळी त्याने प्रवेश केलेल्या दरवाजापाशी आणून त्या स्वत:भोवती फिरणाऱ्या छोट्या दारात अशी काही गुंतवून ठेवली की, पलीकडून कोणालाही ते दार फिरवून आत प्रवेश करता येणार नाही.

सिएना खूष होऊन म्हणाली, “वा! झकास काम केलेत.’’

“ते तरीही दार उघडू शकतील. पण त्यासाठी त्यांना बराच वेळ लागेल आणि आपल्याला तर वेळ हवा आहे. ठीक आहे, आता माझ्या मागून ये!’’

जेव्हा आर्मिनियाचा नकाशा असलेले ते दार फोडण्यात आले, एजंट ब्रूडर आणि त्याची माणसे एकामागोमाग आत घुसली. ते सर्व जण दुसऱ्या टोकाला कुठे बाहेर जाता येईल, तो रस्ता शोधू लागले. जेव्हा त्यांनी ते बाहेर जाणारे दार फोडले तेव्हा एक गार हवेचा झोत त्यांच्या अंगावर आला आणि प्रखर सूर्यप्रकाशाने त्यांचे डोळे क्षणभर दिपून गेले.

ब्रूडर बाहेरच्या एका वाटेवर आला. तो एक इमारतीमधून जाणारा मार्ग होता. त्या मार्गावर कोणीही नव्हते. वाट काढीत तो मार्ग राजवाड्याच्या छपरांवरून जात होता. त्याचा शेवट इमारतीत जात होता आणि ती जागा १५० फुटांवर होती. ब्रूडरने त्या मार्गाच्या डावीकडे पाहिले. तिथे ‘हॉल ऑफ फाइव्ह हंड्रेड’च्या छपराने आपले डोके एखाद्या डोंगरासारखे वर काढले होते. ब्रूडरला तिथपर्यंत जाणे अशक्य वाटत होते, म्हणून तो उजवीकडे वळला. त्या बाजूला मार्गावर बाजूला कठडा किंवा संरक्षक भिंत नव्हती. जरा चूक झाली तर वरून खाली कडेलोट होऊन तात्काळ मृत्यू होऊ शकत होता.

ब्रूडरने आपली नजर एके ठिकाणी केंद्रित करून आपल्या माणसांना म्हटले, “चला, या दिशेने!’’ मग ते सगळे जण त्या समोरच्या शेवटच्या दाराकडे घाईघाईने धावले. त्या वेळी वरून ते टेहळणी करणारे हेलिकॉप्टर त्यांच्यावर एखाद्या गिधाडासारखे घिरट्या घालू लागले होते.

त्या दारापाशी पोहोचून त्यांनी ते दार धाड्कन उघडले. पण ते सर्व जण एकदम थांबले. त्यामुळे मागची माणसे पुढच्या माणसांवर आदळली. शेवटी ते सर्व एकमेकांवर कोसळल्याने तिथे त्यांचा एक ढीग झाला.

दारापलीकडे आतमध्ये दगडी भिंतीची एक खोली होती. ते शेवटी त्या खोलीत पोहोचले होते. तिथे भिंतीला लागून एक लाकडी टेबल ठेवले होते. टेबलाच्या वर

आढ्यावर कोणाचातरी चेहरा रंगवला होता. तो चेहरा सर्वांकडे भेदक नजरेने खाली पहात होता. इथून पुढचा मार्ग बंद झाला होता.

तिथेच भिंतीवर एक माहिती देणारी पाटी होती. ती पाहून एक जण म्हणाला, ''थांबा जरा!'' त्याने पुढे होऊन ती पाटी पाहिली आणि म्हटले, ''इथेच कुठेतरी ती एक गुप्त खिडकी आहे, असे यावर लिहिलेले आहे.''

ब्रूडरने खोलीत सभोवार निरीक्षण केले, पण त्याला ती गुप्त खिडकी आढळली नाही. मग त्याने पाटीपाशी जाऊन ती पाटी स्वत: वाचली. ती पाटी पर्यटकांसाठी लावली होती.

असे दिसत होते की, एके काळी डचेस बियांका कॅपिलो हिची एक खासगी अभ्यासिका होती आणि त्यात ती गुप्त खिडकी होती. त्या खिडकीतून ती डचेस आपला पती 'हॉल ऑफ द फाइव्ह हंड्रेड'मध्ये कसे भाषण देत आहे, यावर चोरून नजर ठेवीत असे.

ब्रूडरने पुन्हा एकदा त्या खोलीत बारकाईने शोध घेतला, तेव्हा त्याला बाजूच्या भिंतीत एका छोट्या जाळीखाली एक झरोका लपलेला दिसला. ती दोघे एवढ्याशा छोट्या झरोक्यातून कशी काय निसटली असतील? यावर तो विचार करू लागला. त्याने पुढे होऊन तो झरोका तपासला. त्यातून कोणालाही जाता येणे शक्यच नव्हते. निदान लँग्डन तर जाऊच शकत नव्हता. ब्रूडरने जाळीला आपला चेहरा लावून त्यातून पलीकडे पाहिले. समजा, जरी यातून कोणीही पलीकडे गेले असते, तरीही पुढे कसलाच आधार नसल्याने ती व्यक्ती काही मजले सरळ खाली कोसळली असती आणि हॉल ऑफ फाइव्ह हंड्रेडच्या फरशीवर आपटली असती.

मग ते दोघे गेले तरी कुठे?

ब्रूडर निराशेने मागे वळला. सकाळपासून केलेल्या धावपळीला आत्तापर्यंत यश न मिळाल्याने तो निराश आणि हतबल झाला होता. त्याने आपली मान मागे झुकवली आणि तोंडातून एखाद्या डरकाळीसारखा रागाचा हुंकार काढला.

त्या छोट्या जागेत तो आवाज खूप मोठा वाटला.

खाली 'हॉल ऑफ द फाइव्ह हंड्रेड'मध्ये पर्यटक आणि पोलीस होते. त्यांच्यापर्यंत तो आवाज गेला. ते सर्व जण एकदम वर त्या झरोक्याकडे पाहू लागले. जणूकाही झरोक्यामागे एखादे श्वापद असावे, असेच पहाणाऱ्यांना वाटले होते.

सिएना ब्रूक्स आणि रॉबर्ट लँग्डन हे त्या गडद अंधारात उभे होते.

काही मिनिटे आधी तिने लँग्डनला आर्मिनियाच्या नकाशाच्या मागील फिरणारे दार साखळीने बांधून टाकलेले पाहिले होते. नंतर लँग्डन सरळ पुढे जाण्याऐवजी

आधी साखळीने बंद केलेल्या जिन्याकडे गेला. तिथेच ती 'पुढे वाट बंद आहे' अशा अर्थाची पाटी होती.

सिएना गोंधळून त्याला कुजबुजत म्हणाली, "रॉबर्ट, पुढे मार्ग बंद आहे. शिवाय आपल्याला खाली जायचे आहे, वर नाही."

लँग्डन आपल्या खांद्यावरून मागे मान वळवत तिला म्हणाला, "होय, मला ठाऊक आहे ते. पण कधी कधी खाली जाण्यासाठी आपल्याला वरही जावे लागते." त्याने तिच्याकडे पाहून आपला एक डोळा मिचकावला. तो तिला म्हणाला, "सैतानाची बेंबी लक्षात आहे ना?"

लँग्डन काय बोलतो आहे? मात्र ती मुकाट्याने त्याच्या मागोमाग जात होती. आपण आता हरलो, अशी तिची भावना झाली होती.

लँग्डनने तिला विचारले, "*इन्फर्नो* वाचले आहे ना?"

होय वाचले होते. त्या वेळी मी सात वर्षांची असेन.

मग क्षणार्धात तिला आठवले, "ओह! सैतानाची बेंबी! आता मला आठवते आहे."

तिला आठवायला किंचित वेळ लागला; पण लँग्डन नेमका कोणता संदर्भ देतो आहे, हे तिला कळले होते. डान्टेच्या *इन्फर्नो* काव्यात शेवटी नरकातून निसटण्यासाठी डान्टेला एका राक्षसी आकाराच्या सैतानाच्या केसाळ पोटावर चढावे लागते. मग जेव्हा तो त्याच्या बेंबीपाशी म्हणजे पृथ्वीच्या पोटातील मध्यबिंदूपाशी पोहोचतो, तेव्हा पृथ्वीच्या गुरुत्वाकर्षणाची दिशा एकदम बदलते. मग तिथून 'शुद्धीकरण' (पर्गेटरी) भागाकडे जाण्यासाठी डान्टे पुन्हा जिना चढू लागतो.

सिएनाला ते आठवले. पृथ्वीच्या मध्यभागी खाली ओढणारा गुरुत्वाकर्षणाचा जोर नसून सर्व बाजूंनी खेचणारा जोर असल्याने तिथे एक वजनरहित अवस्था प्राप्त होते. त्यामुळे मध्याकडे जाताना वजन वाढत जाते, तर तिथे पोहोचल्यावर वजनच नष्ट होते. डान्टेने पदार्थविज्ञानाचा उपयोग आपल्या काव्यात अर्धवट केला होता.

मग ते दोघे जिना चढून शेवटच्या पायरीवर गेले. तिथल्या दारावर इटालियन भाषेत पाटी होती : SALA DEI MODELLI DI ARCHITETURA.

लँग्डनने दार उघडून सिएनाला आत ढकलले, तोही आत गेला आणि त्याने आपल्या मागे ते दार लावून टाकले.

ते दोघे एका छोट्या आणि साध्या खोलीत आले होते. खोलीत अनेक शोकेसेस ओळीने लावून ठेवल्या होत्या. त्यामध्ये व्हेसारीने केलेल्या राजवाड्याच्या अंतर्भागाच्या सर्व छोट्या प्रतिकृती ठेवलेल्या होत्या. त्या प्रतिकृती लाकडाच्या होत्या. सिएनाने त्याकडे ओझरता दृष्टिक्षेप टाकला. तिने पाहिले की, या खोलीला कुठेही दारे नाहीत, खिडक्या नाहीत. थोडक्यात, बाहेरच्या पाटीवर लिहिल्याप्रमाणे ही वाट इथेच बंद झाली आहे.

लँग्डन तिला कुजबुजत्या आवाजात सांगू लागला, ''इ.स. १३०० सालच्या मध्यास या राजवाड्यात अथेन्सच्या ड्यूककडे सर्व सत्ता एकवटली होती. आपल्यावर जर कधी काळी हल्ला झाला, तर निसटून जाण्यासाठी त्याने हा गुप्तमार्ग बांधून काढला होता. म्हणून बाहेरच्या मार्गाला 'ड्यूक ऑफ अथेन्स स्टेअरवे' असे म्हटले जायचे. तो मार्ग शेवटी बाजूच्या रस्त्याला जाऊन मिळतो. इथून एका अरुंद जागेतून बाहेर पडता येते. त्या जागेच्या तोंडावर नेहमी एक झडप असते. आपण तिथे पोहोचलो, तर आपण बाहेर पडलेले कोणालाही कळणार नाही.'' मग त्याने शोकेसेसमधील लाकडी प्रतिकृतीकडे बोट करीत म्हटले, ''हे बघ. दिसते आहे ना ते इथे?''

त्याने मला इथे वर त्या प्रतिकृती पहाण्यासाठी का आणले आहे?

त्या प्रतिकृतींकडे पहाताना तिला त्यामध्ये खाली जाणारा तो गुप्त जिनाही दिसला. राजवाड्याची बाहेरची भिंत आणि आतली भिंत यांमधून तो जिना बांधून काढला होता. ती लँग्डनला म्हणाली, ''रॉबर्ट, मला तो गुप्त जिना दिसतो आहे. पण तो राजवाड्याच्या दुसऱ्या बाजूला आहे. तिथे आपण पोहोचूच शकणार नाही.''

यावर त्याने हसून म्हटले, ''जरा माझ्या बोलण्यावर विश्वास ठेव.''

मग त्यांना एकदम काहीतरी धडक बसल्याचा आवाज ऐकू आला. ब्रूडर आणि त्याची माणसे यांनी शेवटी धडक देऊन ते आत जाणारे आणि स्वत:भोवती फिरणारे प्रवेशद्वार उघडले होते. ते दोघेही आता स्तब्ध झाले. दगडी पुतळ्यासारखे उभे राहिले. बाहेरून अनेक पावलांचे आवाज त्यांना आत ऐकू येत होते. पण ते खाली जात होते. वर चढून या बंद खोलीकडे येत नव्हते... कारण 'हा मार्ग इथून पुढे बंद झाला आहे' अशी पाटी वाटेत होती.

बाहेरचे आवाज बंद झाले, तेव्हा लँग्डन मोठ्या आत्मविश्वासाने त्या खोलीत चालत तिथले निरीक्षण करू लागला. तो एका भिंतीतल्या मोठ्या कपाटापाशी गेला. ते कपाट सुमारे १० चौरस फुटांचे होते. जमिनीपासून ते तीन फूट उंचीवर होते. लँग्डनने त्या कपाटाची मूठ धरून न कचरता ती ओढली. आतील दृश्य पहाताच सिएना थक्क झाली.

आतमध्ये एक गुहा आहे, असे वाटण्याइतपत एक पोकळी होती... जणूकाही कपाटाचे दार उघडल्यावर दुसरे एक जग समोर उघडले होते. त्या पोकळीच्या पलीकडे नुसता अंधार होता, मिट्ट काळोख होता.

''माझ्या मागून ये!'' लँग्डन तिला म्हणाला.

त्या कपाटाच्या दाराशेजारी भिंतीवर एक फ्लॅशलाइट लोंबकळत ठेवलेला होता. त्याने तो काढून घेतला. आणि नंतर कमालीच्या चपळाईने आणि शक्तीने तो प्रथम त्या पोकळीत आत शिरला आणि आतल्या कॉरिडॉरमधून दिसेनासा झाला.

४६

लँग्डनला ती कोंदट आणि अंधारी जागा ही एखाद्या माळ्यावरच्या जागेसारखी वाटली. अशी नाट्यपूर्ण जागा पृथ्वीवर दुसरीकडे कोठेही नसेल, असेही त्याला वाटले. तिथले वातावरण प्राचीन काळातले वाटत होते. आतली हवा दमट व कुबट होती. कित्येक शतके तिथल्या भिंतींना प्रकाशाच्या किरणांचा स्पर्शही झाला नव्हता. भिंतीवरच्या गिलाव्याचे बारीक धूलिकणांत रूपांतर झाले होते. ते धूलिकण हवेत तसेच तरंगत राहिले होते. तिथे बाहेरून घुसलेले आवाज कुरकुरल्यासारखे आणि खर्जातील वाटत होते. त्यामुळे आपण एखाद्या जिवंत राक्षसी जनावराच्या पोटात शिरलो आहोत, असे लँग्डनला वाटू लागले.

तिथे जिना नव्हता, तर त्याआधीची ती एक सपाट जागा होती. सर्व खोल्यांच्या छतावरून गेलेल्या एका मोठ्या माळ्याची जागा होती. त्यामुळे त्याच्या वाटेत अनेक लाकडी आधारपट्ट्या, तिरपे खांब, वर आलेल्या तुळया, त्रिकोणी लाकडी कैच्या असे आडवे येत होते. थोडक्यात तो एका त्रिकोणी, चौकोनी लाकडी गुंत्यातून पुढे जात होता. जेव्हा त्याला आपण नीट सपाट जागेवर उभे आहोत, अशी खात्री पटली, तेव्हा त्याने हातातला फ्लॅशलाइट लावला. त्याला समोर तो लाकडी गुंता दिसला.

काही वर्षांपूर्वी तो इथे सहलीसाठी आला असताना त्याने ही जागा, हा विस्तृत माळा पाहिला होता. पण त्या वेळी त्याने खोलीतील ते कपाटासारखे दार उघडून आत फ्लॅशचा प्रकाश टाकून केवळ डोकावून पाहिले होते. या वेळी मात्र तो प्रत्यक्षात त्या जागेत उतरला होता. तिथल्या माळ्याची रचना पाहून त्याला अमेरिकेतील धान्याच्या जुन्या लाकडी कोठारांची आठवण झाली. त्यांचे माळे अगदी तसेच होते. मध्ये एक उंच आणि मुख्य आधारस्तंभ आणि त्यापासून निघालेले तिरपे आधारतीर, अशी रचना त्याला सर्वत्र दिसत होती.

त्याच्या मागोमाग सिएना येत होती. एका तुळईला धरून ती तोल सावरीत उभी होती. तिचे दिशांचे भान हरपले होते. लँग्डन तिला फ्लॅशच्या प्रकाशाने

मार्गदर्शन करीत होता. ते आता जिथे उभे होते तिथून त्यांना शेवटपर्यंतचे दृश्य हे अनेक समद्विभुज लाकडी त्रिकोणांमधून दिसत होते. शेवटपर्यंत असंख्य असे त्रिकोण उभे होते. त्यांनी खालचे आढे पेलून धरले होते. त्या जागेला जरी 'माळा' म्हटले, तरी उभे रहाण्यासाठी भक्कम अशी लाकडी जमीन तिथे नव्हती. जमिनीच्या ऐवजी तिथे अनेक लाकडी तुळया होत्या. त्यांची वरची बाजू उघडी झाल्याने ते रेल्वेरुळांचे जाळे वाटत होते. त्यांना खालून पातळ लाकडी पट्ट्या ठोकलेल्या होत्या आणि ते खालच्या मजल्याचे आढे बनले होते. पण त्या पातळ लाकडी पट्ट्यांवर भार देऊन चालणे शक्य नव्हते. तसे केले तर त्या पट्ट्या काड्कन तुटल्या असत्या.

लँग्डनने फ्लॅशचा झोत एका दूरवरच्या शाफ्टवर टाकत तिला निर्देश केला. तो म्हणाला, ''ही जागा बरोबर 'हॉल ऑफ द फाइव्ह हंड्रेड'च्या माथ्यावरची आहे. जर आपण ही जागा ओलांडून पलीकडे गेलो, तर मग खाली जाणारा तो गुप्त जिना मला सहज सापडेल.''

तुळया, लाकडी त्रिकोण, चौकोन यांच्या जाळ्याकडे पाहून सिएनाला आपण पलीकडे पोहोचू की नाही, याची शंका वाटू लागली. तिच्या मते पुढे जाण्याची एकच पद्धत वापरता येण्याजोगी होती. लहान मुले रेल्वेच्या रुळांमधून जाताना एका स्लीपरवरून दुसऱ्या स्लीपरवर जशा उड्या मारीत जातात तसेच इथे करता येईल. म्हणजे, एका तुळईवरून दुसऱ्या तुळईवर उडी मारत पुढे जायचे. ते तिरपे लाकडी आधार हे अनेक जाड लाकडी आणि बारीक तुळया यांना काही रुंद लोखंडी पकडीत कायमचे जखडून तयार केलेले होते. पण त्या दोन तिरप्या आधारामधले अंतर सुरक्षितपणे उड्या मारून जाता येण्याएवढे नव्हते.

सिएना म्हणाली, ''त्या तुळयांवरून मला उड्या मारत जाता येणार नाही.''

आपल्यालाही तसे करणे जमेल की नाही, अशी लँग्डनला शंका वाटत होती. जर जमले नाहीतर सरळ खालचे आढे फोडून खालच्या मजल्यावरील फरशीवर आपटण्याची शक्यता होती. म्हणजे हमखास मृत्यू होणार होता.

त्याच्यापासून आठ फूट खाली एक प्लॅटफॉर्म गेलेला होता. त्यावर बरीच धूळ साठलेली असल्याने तो कशापासून बनवलेला आहे, ते समजत नव्हते. तो प्लॅटफॉर्म लोखंडी रॉडच्या आधारावर होता, खूप दूरवर गेलेला होता. जरी तो प्लॅटफॉर्म एक भक्कम पृष्ठभाग वाटत होता, तरीही तो तसा नव्हता. कारण ते एक जाड कापड होते. त्यावर वर्षानुवर्षांची धूळ बसली होती. खालच्या हॉलच्या बाजूवर असलेले ते एक कापडी छत झालेले होते. त्याची ही वरची बाजू त्यांना दिसत होती. तशा ३९ कापडांचे तुकडे जोडून एका अखंड छताचा भास होत हाता.

सिएनाने त्या प्लॅटफॉर्मकडे बोट करून लँग्डनला विचारले, ''आपण तिथे उतरून त्यावरून पुढे जायचे का?''

तसे केले तर आपण ते छत फाडून खालच्या हॉल ऑफ द फाइव्ह हंड्रेडमध्ये नक्की कोसळू.

लँग्डन शांतपणे म्हणाला, ''त्यापेक्षा एक चांगला मार्ग आहे.'' तो मार्ग सांगून तिला घाबरवण्याची त्याची इच्छा नव्हती. तो सरळ त्या आधारतीराला धरून मध्यभागी असलेल्या लांबलचक तुळईकडे जाऊ लागला. ती तुळई म्हणजे त्या छताचा कणा होता. त्यावरून एक चालत जाण्याजोगी भक्कम वाटही केलेली होती. मागच्या वेळी तो जेव्हा इथे आला होता, तेव्हा त्याने जेवताना भरपूर वाइन घेतली होती. त्यामुळे त्या वेळचे बरेचसे त्याच्या विस्मृतीत गेले होते. तेव्हा तो दुसऱ्या टोकाकडे असलेल्या खोलीतून आला होता.

एव्हाना तो तिरप्या आधारतीराच्या मध्यभागी पोहोचला होता. त्याला त्या त्रिकोणामधून जाणारी लाकडी बोर्डची वाट दिसली. *पण आता पुढे काय? मागच्या वेळी आलेलो असतानाचे नीट आठवत नाही. त्या दिवशी का मी एवढी वाइन प्यायलो होतो?*

मधून चालत जाण्याचा तो बोर्ड सैल होता. खिळे ठोकून पक्का केलेला नव्हता. सर्वच बोर्ड्स मधल्या तुळईवर तसेच ठेवलेले होते. तो चालण्यासाठी एक तात्पुरता आणि कामचलाऊ असा मार्ग होता. फक्त शेवटच्या टोकाचा थोडा मार्ग पक्का केलेला होता. पर्यटक त्यावर थोडेसेच अंतर चालून परत येत.

लँग्डन तिला म्हणाला, ''आपल्याला नुसत्या सैल फळीवरून चालायचे आहे, असे दिसते.''

यावर ती म्हणाली, ''चालताना एवढे डगमगायला होईल की, व्हेनिस शहरात पुराच्या वेळी चालल्यासारखे वाटेल.''

लँग्डनला तिची उपमा एकदम पटली. अलीकडेच तो व्हेनिसला गेला होता. तिथे सेन्ट मार्क चौकात एक फूटभर पाणी झालेले होते. त्या वेळी आपल्या हॉटेलमधून तो बॅसिलिका इथे पाण्यातून गेला होता. अनेक उलट्या केलेल्या बादल्यांवर फळ्या टाकून जाण्या-येण्याचे तात्पुरते मार्ग तयार केलेले होते. त्या वेळी जसे आपले पाऊल जपून ठेवावे लागत होते, तसाच प्रकार त्याला इथे करावा लागणार होता.

लँग्डनने मग उसने अवसान आणून त्या अरुंद फळीवर पाय ठेवला. आपण नीट चालत गेलो की मग त्यामुळे सिएनाला धीर येईल, असे त्याला वाटत होते. पण त्याने कितीही धैर्य दाखवले, तरी पहिल्या फळीवरून जाताना त्याचे हृदय धडधडू लागले होते. तो फळीच्या मध्यभागी गेल्यानंतर त्याच्या वजनाने ती फळी वाकली आणि कुरकुर आवाज करू लागली. तरीही तो पुढे जाऊ लागला, भरभर पाय उचलू लागला. शेवटी तो दुसऱ्या आधारतीरापाशी पोहोचला. तिथे तो सुरक्षित होता.

एक नि:श्वास सोडत लँग्डनने सिएनाकडे फ्लॅशचा प्रकाश टाकला आणि तिला येण्यासाठी खुणावले. तिला धीर यावा, ती घाबरू नये, म्हणून तो काही आश्वासक शब्द म्हणाला. त्याने फळीवर प्रकाश टाकल्यावर ती अगदी सहजतेने त्यावर चालत जाऊ लागली. एका तालात चालत ती त्याच्याकडे जात होती. फळीच्या मध्यभागी आल्यावर सडपातळ सिएनामुळे फळी फारशी वाकली नाही. काही सेकंदातच तिने त्याला गाठले.

लँग्डन खूष होऊन आता पुढच्या फळीकडे जाऊ लागला. तो पुढच्या फळीपर्यंत जाईतोवर सिएना वाट पहात तिथेच थांबून राहिली होती. नंतरच ती पुढे सरकू लागली. ते दोघे असे एकामागोमाग एकेक, काही अंतर ठेवीत पुढे जाऊ लागले. कुठे पाऊल टाकायचे त्यासाठी फक्त फ्लॅशचा प्रकाशच मदतीला येत होता. त्यांना खालून कुठूनतरी पोलिसांचे वायरलेसवरचे बोलणे ऐकू येऊ लागले. खालच्या आढ्यामधून ते वर येत होते. ते ऐकून लँग्डन किंचित हसला. *याचा अर्थ आपण हॉल ऑफ द फाइव्ह हंड्रेडच्या माथ्यावरून अदृश्यपणे आणि भाररहित अवस्थेतून चालत आहोत.*

सिएना कुजबुजत म्हणाली, ''रॉबर्ट, तो मुखवटा कुठे पहायला मिळेल, हे इग्नॅझिओ यांनी तुम्हाला सांगितले?''

''होय, त्याने सांगितले खरे, पण ते एक प्रकारच्या सांकेतिक शब्दांत सांगितले.'' मग त्याने तिला चट्कन सांगितले, ''फोनवर मुखवट्याचा थेट पत्ता त्याला सांगायचा नव्हता. म्हणून त्याने सांकेतिक शब्द वापरले. त्याने 'पॅरेडाइज' हा संदर्भ दिला. मला वाटते की, तो ओझरता संदर्भ हा डान्टेच्या 'द डिव्हाइन कॉमेडी' या काव्याशी संबंधित असावा. त्याचे अचूक शब्द 'पॅरेडाइज ट्वेन्टी फाइव्ह' असे होते.''

सिएनाने एकदम वर पहात म्हटले, ''त्यांनी नक्कीच २५व्या अध्यायाचा संदर्भ दिला असणार.''

''मान्य आहे!'' लँग्डन म्हणाला. 'द डिव्हाइन कॉमेडी'मध्ये एकूण १०० अध्याय आहेत. त्यांचे तीन भाग केल्यावर *इन्फर्नो १-३४ अध्याय, परगॅटेरिओ १-३३ अध्याय आणि पॅरॅडिसो १-३३ अध्याय,* असे अध्याय प्रत्येकात आहेत. तेव्हा पॅरेडाइज २५मधील काव्य लँग्डन आठवू लागला. आपल्या स्मृतीत ते संपूर्ण काव्य पक्के बसले असावे, अशी आशा तो करू लागला. परंतु त्यातील काही टक्के किंवा अगदी ९९ टक्के भाग आठवून उपयोगाचा नाही. त्यासाठी त्या काव्याच्या पुस्तकाची एक प्रत मिळवून नीट ते काव्य तपासले पाहिजे.

लँग्डन सांगत गेला, ''आणखी एक गोष्ट! इग्नॅझिओ याने मला सांगितले होते की, *तू जे शोधतो आहेस ते मी व्यवस्थित लपवले आहे. आता तुझ्यासाठी दारे*

उघडी झाली आहेत. पण तू खूप घाई केली पाहिजेस. पॅरडाइज पंचवीस.''

एवढे बोलून लँग्डन क्षणभर थांबला आणि पुढे म्हणाला, ''अध्याय पंचवीस यातून फ्लॉरेन्समधील एखाद्या विशिष्ट जागेचा संदर्भ मिळेल. त्या जागेला दारे असावीत.''

सिएना त्यावर भुवया उंचावत म्हणाली, ''पण या शहरात अशी दारे, फाटके किंवा प्रवेशद्वारे असलेली असंख्य ठिकाणे आहेत.''

''होय, म्हणून तर आपल्याला तो पंचविसावा अध्याय वाचायचा आहे. लहानपणी 'डिव्हाइन कॉमेडी' संपूर्ण वाचून काढले आहेस, हो ना?''

तिने यावर निर्विकार चेहरा ठेवीत म्हटले, ''जुन्या इटालियन भाषेतील त्या काव्यातील १४ हजार ओळी मी लहानपणी वाचल्या आहेत. मला वाटते की, माझ्यापेक्षा तुमची स्मरणशक्ती जास्त चांगली आहे, प्रोफेसर. मी तर केवळ एक साधी डॉक्टर आहे.''

ते दोघे पुढे पुढे बोलत चालले होते. पण आपल्याजवळची स्मरणशक्ती अद्‌भुत आणि एकमेवाद्वितीय आहे, हे मात्र ती त्याला कळू देत नव्हती, ती सत्य लपवत होती. ती स्वत:ला *फक्त एक साधी डॉक्टर* समजते? तिच्या अचाट स्मरणशक्तीबद्दलचा वर्तमानपत्रात आलेला मजकूर त्याने तिच्याच घरी वाचलेला होता. परंतु तिला ते संपूर्ण महाकाव्य आठवेल की नाही, हे त्याला आता सांगता येत नव्हते.

ते दोघे आता शांतपणे अनेक आडव्या तुळया ओलांडत पुढे चालले होते. शेवटी लँग्डनला समोर अंधारात एक आकार दिसला. त्यामुळे त्याला आनंद झाला. तो एक निरीक्षणाकरता बांधलेला प्लॅटफॉर्म होता. ते दोघे पुढे असलेल्या एका भक्कम जागेकडे जात होते. त्या जागेभोवती कठडा होता. ते जर त्या प्लॅटफॉर्मवर पोहोचले, तर या विस्तृत माळ्यामधून ते बाहेर पडू शकणार होते. कारण शेवटी एक दार दिसत होते. तिथेच दारापलीकडे कुठेतरी 'ड्यूक ऑफ अथेन्स' याचा तो गुप्त जिना आहे, असा लँग्डनला विश्वास होता.

ते त्या प्लॅटफॉर्मजवळ आले, तेव्हा लँग्डनने खालील छताकडे नजर टाकली. ते छत आठ फूट खाली होते आणि ते टांगलेले होते. खालील छताला जागोजागी गोलाकृती झरोके होते. ते सर्व छत अर्धवर्तुळाकृती होते. त्याच्या मध्यभागी एक सर्वांत मोठा झरोका होता. त्या झरोक्याच्या पलीकडच्या बाजूला, म्हणजे हॉलच्या बाजूला छतावर 'स्वर्गारोहणाचे' चित्र रंगवले होते. आणि याच धर्तीवर वॉशिंग्टन शहरातील सरकारी कॅपिटॉल इमारतीमध्ये जॉर्ज वॉशिंग्टनचे 'स्वर्गारोहणा'चे चित्र तसेच रंगवलेले होते. या दोन्ही चित्रांच्या स्लाइड्स नेहमी लँग्डन आपल्या विद्यार्थ्यांना उदयास येणाऱ्या अमेरिकेने इटलीकडून नुसतीच प्रजासत्ताक राज्याची कल्पना

उचलली नव्हती, तर चित्रकलाही बरीच घेतलेली होती, हे दर्शवण्यासाठी दाखवत असे.

आता लँग्डन भरभर पुढे सरकू लागला. तो मधून मधून मागे वळून सिएनाला सांगे, "पोहोचलोच जवळ जवळ."

तो एकदा तिला असे आश्वासन देत असताना फळीवर बरोबर मध्यभागी पाय ठेवणे त्याला जमले नाही. त्याने पायात घातलेली पादत्राणे त्याची नव्हती, सिएनाने शेजाऱ्याची आणून दिलेली होती. फळीच्या कडेला त्याचे पाऊल अर्धवट बाहेर गेले. त्याचा घोटा मुडपला आणि त्याचा तोल गेला. तो अर्धवट अडखळत आणि अर्धवट धडपडत पुढे जाऊ लागला. त्याला पट्कन पुढे जाऊन आपला तोल सावरायचा होता.

पण तसे करण्यासाठी उशीर झाला होता.

त्याचा गुडघा फळीवर जोरात आपटला. त्याने नकळत आपले हात आधार पकडण्यासाठी पुढे ताणले. त्याला पुढचा आधारतीर पकडायचा होता. त्याच्या हातातला फ्लॅश खाली पडला, खालच्या कापडावर, कॅनव्हासवर पडला. त्याच्या या धडपडीत त्याच्या पायाखालची फळी सरकली आणि तीही खाली आठ फुटांवर असलेल्या कॅनव्हासवर पडली. त्या पडण्याचा आवाज माळ्यावर खूप मोठा झाला.

लँग्डन घाबरला आणि आपले पाय धडपडत त्याने पुढच्या फळीवर ठेवले आणि मागे वळून तो सिएनाकडे पाहू लागला.

आता टॉर्च जवळ नसल्याने तिथे अंधूक उजेड पसरलेला होता. त्याच्या मागे असलेल्या आधारतीरावर सिएना उभी होती. ती आता अडकून पडली. तिला पुढे जाण्यासाठी मधली फळी हवी होती. तीच फळी खाली पडली होती. तिच्या डोळ्यांत तिची ही अडचण दिसत होती आणि ती लँग्डनकडे पहात होती. लँग्डनला सर्व परिस्थिती समजली होती. त्या दोघांमधला फळीचा दुवा तुटल्याने ते एकमेकांपासून विलग झाले होते.

वायेन्थाने आपली नजर हॉलच्या छताकडे केली. तिच्या मागे कॅमकॉर्डर हातात घेतलेला माणूस होता, "छतावर बऱ्याच घुशी झाल्या असाव्यात." तो विनोदाने म्हणाला. कारण फळी छतावर पडल्याचा आवाज खाली हॉलमध्येही सर्वांनी ऐकला होता.

पण घुशी आकाराने मोठ्या आहेत, असे ती मनात म्हणाली. छताच्या मध्यभागी जे गोलाकार चित्र रंगवलेले होते, त्याकडे ती पहात होती. त्या कॅनव्हासमधून बारीक धुळीचा एक ढग खाली पाझरत होता. कॅनव्हासला एक फुगवटा आला आहे

हे तिने ओळखले... जणूकाही कोणीतरी पलीकडून कॅनव्हासला ढोसत आहे, असे वाटत होते.

कॅमकॉर्डर जवळ असलेला माणूस म्हणाला, "कदाचित पोलिसांपैकी कोणाचेतरी पिस्तूल खाली कॅनव्हासवर पडले असावे." त्यानेही छताच्या चित्राला एके ठिकाणी आलेला फुगवटा पाहिला होता. तो वायेन्थाला म्हणाला, "पोलीस वर काय शोधत आहेत? हा सर्वच प्रकार भलताच चमत्कारिक वाटतो आहे."

"म्हणजे वर छतापलीकडेही निरीक्षणासाठी एखादा प्लॅटफॉर्म आहे? तिथपर्यंत जाता येते?"

"होय, नक्कीच जाता येते," असे म्हणून त्याने संग्रहालयाच्या प्रवेशद्वाराकडे बोट करीत पुढे म्हटले, "नुसते त्या दारातून आत शिरा. मग लगेच एक दार लागेल. ते उघडून जिन्याने तुम्हाला वर जाता येईल, व्हेसारी याने छतावरचे काम कसे केले आहे, ते तुम्हाला दिसेल. खरोखरीच ते पहाण्याजोगे आहे."

अचानक ब्रूडरचा आवाज हॉलमध्ये आला. तो म्हणत होता, "हे दोघे जण लेकाचे कुठे गायब झालेत?" याआधी त्याचा आवाज ज्या झरोक्यातून हॉलमध्ये आला, त्याच झरोक्यातून त्याचे शब्द आता ऐकू आले. म्हणजे परत तो त्या झरोक्याच्या खोलीत गेला होता. ती खोली हॉलच्या छतानंतर एक मजला उंचीवर होती.

वायेन्थाने आपली नजर पुन्हा कॅनव्हासच्या फुगवट्याकडे वळवली. *घुशी झाल्या आहेत काय? पण त्या घुशी आता पळ काढायला बघत आहेत.*

वायेन्थाने मग फार वेळ घालवला नाही. तिने त्या कॅमकॉर्डर घेतलेल्याला "थँक्स!" म्हटले आणि ती झट्कन वळून संग्रहालयाच्या प्रवेशद्वाराकडे जाऊ लागली. जरी ते दार बंद असले, तरी त्यातून पोलिसांची माणसे आत-बाहेर करीत होती. म्हणजे ते दार नुसते लोटलेले आहे, असा अंदाज तिने केला.

तिचा अंदाज बरोबर होता. तिने लँग्डन आणि सिएना या दोघांनाही अचूक हेरले होते.

४७

राजवाड्याच्या बाहेर पोलिसांच्या आगमनामुळे चांगलाच गोंधळ उडाला होता. त्या गोंधळात एक मध्यमवयीन माणूस एका सावलीत उभा राहून तो सर्व गोंधळ पहात होता. त्याला त्यात रस आहे, असे त्याच्या मुद्रेवरून दिसत होते. त्याच्या डोळ्यांवर एक फ्रेंच फॅशनचा चष्मा होता, गळ्यात एक नेकटाय बांधलेला होता आणि एका कानात एक छोटा सोन्याचा डूल घातलेला होता.

समोरचे दृश्य बघत असताना एकदम तो आपली मान खाजवू लागला. रात्रभरात त्याच्या मानेवर पुरळ उठले होते. ते पुरळ सारखे वाढत चालले होते आणि ते त्याला त्रासदायक वाटत होते. त्याच्या जबड्यावर बाहेरच्या कडांवर, मानेवर, गालांवर तसेच डोळे आणि पापण्या यांच्यावरही बारीक पुटकुळ्या उमटत होत्या.

त्याने जेव्हा खाजवल्यानंतर आपली नखे पाहिली, तेव्हा त्याला नखात रक्त साठलेले दिसले. मग आपला हातरुमाल काढून त्याने ते रक्त पुसले आणि आपली नजर दोन काळ्या व्हॅनकडे फिरवली. पहिल्या व्हॅनमध्ये मागच्या आसनांवर फक्त दोनच माणसे बसलेली होती.

त्यातला एक जण जवान होता. त्याच्या अंगावर काळा गणवेष होता आणि हातात शस्त्र होते.

त्याच्या शेजारी बसलेली दुसरी व्यक्ती ही एक वृद्धा होती, ती दिसायला सुंदर होती. तिचे केस चंदेरी रंगाचे होते आणि गळ्यात एक निळ्या रंगाचा ताईत तिने घातला होता.

तो जवान एक इंजेक्शन तयार करू लागला होता.

व्हॅनमध्ये बसलेली डॉ. एलिझाबेथ सिन्स्की ही बाहेरच्या राजवाड्याकडे निर्विकार नजरेने पहात होती. तिच्या मनात आले होते की, 'ही परिस्थिती आता आणखी कोठवर जाऊन पोहोचणार आहे?'

“मॅम!” तिला आपल्या शेजारून कोणाचातरी आवाज ऐकू आला.

मग तिने झोपाळलेल्या माणसाप्रमाणे शेजारी वळून पाहिले. त्या शेजारच्या जवानाने तिचा हात पकडून एक सिरींज हातात घेतली होती. तो म्हणत होता, “तुम्ही आता बिलकूल हालचाल करू नका! स्तब्ध रहा!”

मग तिच्या हाताच्या मांसात सुई टोचली गेली.

इंजेक्शन देणे पूर्ण झाल्यावर तो सोल्जर तिला म्हणाला, “आता पुन्हा झोपून जा!”

तिने आपले डोळे मिटले. पण डोळे मिटता मिटता तिला जाणवले की, सावलीत उभा असलेला एक माणूस आपल्याला न्याहाळतो आहे. त्याने डिझायनर चष्मा लावला आहे आणि गळ्याला टाय बांधला आहे. त्याच्या चेहऱ्यावर पुरळ उठलेले असून चेहरा लाल झालेला आहे. क्षणभर तिला वाटले की, आपण या माणसाला कोठेतरी पाहिले आहे, हा माणूस आपल्याला ठाऊक आहे. पण जेव्हा तिने परत आपले डोळे उघडले, तेव्हा तो माणूस नाहीसा झालेला होता.

४८

माळ्यावरच्या काळोखात लँग्डन आणि सिएना एकमेकांपासून वेगळे पडले होते. त्यांच्यात २० फुटांचे अंतर होते. तेवढे अंतर हवेतून कापून एकमेकांपाशी येणे त्यांना अशक्य होते. आठ फूट खाली पडलेली फळी कॅनव्हासच्या लाकडी चौकटीवर पडून स्थिरावली होती. त्यामुळे कॅनव्हास एका ठिकाणी किंचित फाटला होता.

लँग्डन कुजबुजत सिएनाला म्हणाला, "तुझ्या मागे असलेली फळी ओढून घे आणि ती माझ्या दिशेने सरकव. जमेल का हे?"

सिएना यावर म्हणाली, "पण एका टोकाला धरून ओढताना दुसरे टोक खाली कॅनव्हासवर पडेल."

लँग्डनलाही तशीच भीती वाटत होती. तसे झाले तर ती फळी खालच्या कॅनव्हासला फट पाडून त्यातून खाली जाईल. मग संपलेच सारे!

सिएना यावर म्हणाली, "मला एक कल्पना सुचली आहे," असे म्हणून आधारतीराला धरत ती बाजूच्या भिंतीकडे सरकत गेली. खाली पडलेला फ्लॅश चालूच होता. त्याच्या झोतापासून सरकत ते दोघेही बाजूच्या भिंतीपाशी गेले.

सिएना म्हणाली, "फ्रेम खाली कुठेतरी भिंतीमध्ये गेलेली आहे. तिथे मला नीट पकडता येईल.'

यावर लँग्डन काही बोलायच्या आत सिएना त्या आधारतीराला धरून खाली उतरू लागली. तिने आधाराच्या अनेक लाकडांचा शिडीच्या पायऱ्यांसारखा उपयोग केला. मग ती त्या भिंतीत घुसलेल्या फ्रेमच्या कडेवर उभी राहिली आणि हळूहळू भिंतीला पाठ लावून सरकू लागली. सर्व फ्रेम एका आडव्या लाकडी तुळईने जोडलेल्या होत्या. ती तुळई थोडी भिंतीबाहेर आली होती. त्या तुळईवर तिचे ते सरकणे पाहून लँग्डन थक्क झाला. केवढा मोठा धोका पत्करून ती सरकत होती!

बरेच अंतर कापून ती एका आधारतीरापाशी आली. लँग्डन त्याच आधारतीरावर उभा होता. आता आपल्याला निसटता येईल, अशी आशा लँग्डनला वाटू लागली.

इतक्यात पुढच्या टोकाशी असलेल्या काळोखात दार आपटल्याचा आवाज झाला. त्याला कोणाची तरी पावले घाईघाईने येत असल्याचे ऐकू आले. मग एका फ्लॅशचा झोत प्रकट झाला. तो झोत सर्वत्र फिरत होता आणि हळूहळू त्यांच्या दिशेने येत होता. त्यांच्या सुटकेच्या मार्गात तो झोत आता अडथळा ठरत होता.

लँग्डन सिएनाला कुजबुजत म्हणाला, ''सिएना, सरकत रहा. संपूर्ण भिंत सरकत रहा. शेवटी टोकाला एक बाहेर जाण्याचे दार सापडेल. मी या येणाऱ्या माणसाला अडवून धरतो.''

''नाही!'' सिएना म्हणाली, ''तुम्ही पण माझ्याबरोबर चला!''

पण लँग्डन तिथून केव्हाच निघाला होता. तो माळ्याच्या मधल्या कण्यावरून चालत एकेक आधारतीर ओलांडत होता. त्याच्या खाली आठ फूट अंतरावरून सिएना भिंतीला घासत-घासत तशीच पुढे सरकत होती.

लँग्डन माळ्याच्या मध्यभागी आला, तेव्हा टोकाशी असलेल्या निरीक्षणाच्या प्लॅटफॉर्मवर कोणाचीतरी बाह्यरेखा उभी असलेली त्याला दिसली. त्या व्यक्तीच्या हातात फ्लॅश होता आणि त्याचा झोत आता सरळ लँग्डनच्या डोळ्यांवर पडत होता.

त्या प्रखर झोतामुळे लँग्डनला बाकीचे काहीही दिसत नव्हते. त्याने चट्कन आपले हात वर केले. आपण शरण आलो आहोत, हे दाखवण्याचा त्याचा तो प्रयत्न होता. आता आपल्यावर गोळी झाडली जाईल याची तो वाट पाहू लागला किंवा कदाचित कोणीतरी आपल्याला दटावून हुकूम सोडेल, असेही त्याला वाटू लागले. काही वेळाने त्याच्या डोळ्यांवरून झोत हलला आणि त्याच्या मागच्या काळोखात तो झोत कशाचातरी शोध घेऊ लागला. डोळ्यांवरचा झोत दूर झाल्यावर लँग्डन कोणी आपला मार्ग अडवला आहे, हे पाहू लागला. ती एक स्त्री आहे, सडपातळ आहे आणि तिने अंगावर संपूर्ण काळे कपडे चढवले आहेत, हे त्याला कळले. तिच्या डोक्यावर बेसबॉलची टोपी आहे, आणि त्याखाली नक्कीच स्पाइक केलेले केस असणार असे त्याला वाटले. त्याला रुग्णालयात डॉ. मार्कोनी यांचा झालेला खून आठवला आणि त्याचे स्नायू आपोआप आखडले. *शेवटी तिने आपल्याला शोधून काढले. ती आता इथे मला संपवण्यासाठी आली आहे.*

प्राचीन काळातील ग्रीक पाणबुडे त्याला आठवले. पाण्याखाली पोहत पोहत ते एका विवरात शिरत. तिथे त्यांचा दम संपू लागे, तेव्हा ते बंद विवराच्या दगडाला धडका देत रहात. मागे वळू न शकण्याचा क्षण आला आहे हे त्यांना जाणवे. आपली स्थितीही अशीच झाली आहे असे त्याला वाटले.

त्या खुनी स्त्रीने पुन्हा आपल्या टॉर्चचा प्रकाश लँग्डनच्या डोळ्यांवर टाकला. मग ती अत्यंत हळू आवाजात म्हणाली, ''मिस्टर लँग्डन, तुमची मैत्रीण कुठे आहे?''

ते ऐकताच लँग्डन भीतीने थिजून गेला. *याचा अर्थ ती आपल्या दोघांना ठार करण्यासाठी आली आहे.*

सिएना जिथे होती, तिच्या विरुद्ध दिशेने पहाण्याचा बहाणा करत तो म्हणाला, "तिचा इथे काहीही संबंध नाही. तुम्हाला फक्त मी पाहिजे आहे ना?"

लँग्डन मनात प्रार्थना करू लागला की, सिएना भिंतीला घासत-घासत पार टोकाला जावी, निरीक्षण करण्याच्या प्लॅटफॉर्मपलीकडे पोहोचावी. मग ती शांतपणे समोरच्या खुनी स्त्रीच्या मागे अंधारात येऊन उभी रहावी.

सिएना त्याप्रमाणेच करत होती. ती टोकाला पोहोचली होती आणि आता ती त्या प्लॅटफॉर्मकडे चालली होती. पण अजूनही ती खुनी स्त्रीपासून ३० फूट अंतरावर होती. म्हणजे खूपच जवळ पोहोचली होती.

सिएना तू खूप जवळ गेली आहेस. तिला तुझी पावले ऐकू येतील.

वायेन्थाने लँग्डनच्या डोळ्यांवर परत तो झोत पाडला. मग ती हळू आवाजात त्याला म्हणाली, "प्रोफेसरसाहेब, मी काय सांगते ते नीट लक्षपूर्वक ऐका. जर तुम्हाला जगायचे असेल, तर माझ्यावर विश्वास ठेवा. माझ्यावर सोपवलेली कामगिरी आता रद्द झाली आहे. तुम्हाला इजा करण्याचे आता कोणतेही कारण मला उरले नाही. तुम्ही आणि मी असे आपण दोघेही एकाच बाजूला आलो आहोत आणि तुम्हाला मी मदत करू शकते."

लँग्डन लक्षपूर्वक ऐकत नव्हता. तो वरवर ऐकल्यासारखे दाखवत होता. त्याचे सर्व विचार सिएनावर केंद्रित झालेले होते. अंधारात सिएनाची आकृती त्याला अस्पष्टपणे दिसत होती. ती जिना चढून प्लॅटफॉर्मवर आली होती.

पळ! पळ! सिएना! निसटून जा!! तो मनातल्या मनात जिवाच्या आकांताने म्हणाला.

पण सिएना त्याऐवजी वाकून समोर काय घडते आहे, ते शांतपणे पहात होती.

वायेन्था लँग्डनमागच्या काळोखात सिएनाला शोधीत होती. *ती गेली कुठे? का ते दोघे वेगळे झाले?*

ब्रूडरच्या हातून त्या दोघांना वाचवण्याचा मार्ग आपल्याला शोधला पाहिजे. तेवढीच फक्त माझी शेवटची आशा आहे.

"सिएनाऽ!" वायेन्थाने कुजबुजत्या आवाजात तिला हाक मारली. "तू जर हे ऐकत असशील तर नीट लक्षपूर्वक ऐक. खाली आलेल्या माणसांकडून तू पकडली जाऊ नये असे तुला वाटते आहे ना? ती माणसे दयाळू नाहीत, क्रूर आहेत. मला यातून निसटण्याचा एक मार्ग ठाऊक आहे. मी तुम्हाला मदत करू शकते.

माझ्यावर विश्वास ठेव.''

''तुझ्यावर विश्वास ठेवायचा?'' लँग्डन एकदम मोठ्या आवाजात वायेन्थाला बोलू लागला. ''तू एक खुनी स्त्री आहेस, मारेकरी स्त्री आहेस.''

लँग्डनच्या मोठ्याने बोलण्यामागचा हेतू वायेन्थाला कळून चुकला. याचा अर्थ सिएना इथेच कोठेतरी जवळपास आहे. आणि लँग्डन अशा रीतीने तिच्याशी बोलत आहे... तिला पूर्वसूचना देऊ पहात आहे.

परंतु वायेन्थाने पुन्हा एकदा प्रयत्न करून पहाण्याचे ठरवले. ती म्हणाली, ''सिएना, आत्ताची परिस्थिती ही अत्यंत गुंतागुंतीची आहे. पण मी तुम्हाला यातून बाहेर काढेन. तुमच्याकडे असलेले पर्याय विचारात घ्या. तुम्ही या सापळ्यात अडकला आहात. तुमच्यापुढे दुसरी कसलीही संधी नाही.''

त्यावर लँग्डन ओरडून म्हणाला, ''आहे, तिच्याजवळ तशी एक संधी आहे आणि तुझ्यापासून जितके दूर पळून जाता येईल तितके ती जाईल.''

वायेन्था तरीही म्हणाली, ''पण आता प्रत्येक गोष्ट बदलली आहे. तुम्हा दोघांनाही इजा करण्यासाठी माझ्याकडे आता कोणतेही कारण नाही.''

''पण तूच तर डॉ. मार्कोनी यांना गोळी घालून ठार केले. आणि माझ्या डोक्यावर तूच काल रात्री गोळी झाडलीस, असा माझा तर्क आहे.''

वायेन्थाला कळून चुकले की, 'आपण त्याला ठार करणार नाही' यावर समोरच्या माणसाचा बिलकूल विश्वास बसणार नाही.

आता बोलत बसण्याची वेळ संपलेली आहे. कसेही करून मी त्यांची खात्री पटवू शकत नाही.

मग न कचरता तिने आपल्या कातडी जॅकेटमधून आपले सायलेन्सर लावलेले पिस्तूल बाहेर काढले.

वायेन्थाच्या मागे सिएना ओणवी झाली होती, केव्हाही उठून झडप घालण्याचा पवित्रा तिने घेतला होता. ती त्या स्त्रीमागे ३० फुटांवर होती. जरी तिथे काळोख होता, तरी वायेन्थाच्या शरीराची बाह्यरेखा सिएनाला दिसत होती. गोळी झाडण्यासाठी वायेन्था दोन पावले मागे सरकली. सिएनाला ते कळले. तिनेच डॉ. मार्कोनी यांना गोळी घालून संपवले होते.

वायेन्थाची देहबोली पाहून सिएनाला कळून चुकले की, ती आता रॉबर्टवर गोळी झाडणार.

वायेन्था मागे सरकून प्लॅटफॉर्मच्या कठड्यापाशी थांबली. तो प्लॅटफॉर्म बरोबर व्हेसारीने काढलेल्या 'स्वर्गारोहण' चित्राच्या वर होता. आता लँग्डनचा कोणत्याही

क्षणी खून होऊ शकत होता. तिने आपले पिस्तूल हवेत उचलून समोर धरले आणि थेट लँग्डनच्या छातीवर नेम धरला.

"काही काळजी करू नका. क्षणभरच तुम्हाला दुखेल. पण मला ही एकच संधी आहे."

तत्क्षणी सिएनाने ती कृती तत्काळ केली.

वायेन्थाला आपल्या पायाखालचा बोर्ड हलल्यासारखा वाटला. तिला हे अनपेक्षित होते. तरीही तिने गोळी झाडलीच. पण त्या वेळी तिचा नेम लँग्डनकडे नव्हता. कारण पायाखालचा बोर्ड का हलला हे पहाण्यासाठी ती वळली होती.

तिच्यामागून कोणीतरी आले!

अगदी चित्यासारख्या वेगाने आले!

वायेन्था आपले पिस्तूल १८० अंशातून वळवण्यासाठी तीच स्वत: मागे वळाली. पण तिला अंधारात फक्त सोनेरी केसांचा एक झुपका चमकून गेलेला दिसला. तोपर्यंत सिएनाने जोरात धावत येत वायेन्थाला एक जोरदार टक्कर देऊन खाली पाडले. वायेन्थाने पुन्हा एकदा आपले पिस्तूल झाडले. सायलेन्सरमुळे त्याचा फक्त हिस्स्ऽ असा आवाज झाला. परंतु तिच्या पिस्तुलाच्या रोखात सिएना नव्हती. सिएना वाकत वाकत वायेन्थाकडे धावली होती.

वायेन्थाने पाय जमिनीवरून घसरले, तिचा तोल गेला आणि ती प्लॅटफॉर्मच्या कठड्यावर रप्कन आपटली. तिचे शरीर कठड्यावरून फेकले गेले. पडताना तिने आपले दोन्ही हात पसरले होते. जाता जाता कशालातरी पकडावे म्हणून तिचा तो प्रयत्न होता. पण त्याला आता उशीर झाला होता. ती शेवटी कठड्यावरून पलीकडे खाली पडली, कोसळली.

वायेन्था काळोखात कोसळली. खालच्या धुळीने भरलेली जमीन आठ फुटांवर होती. त्यावर पडण्याआधी तिने आपले अंग आखडून घेतले होते. तिला वाटले होते त्यापेक्षा ती फार जोरात आपटली नाही. कारण जाता जाता तिने तिथे लोंबत असलेला एक भला मोठा कापडाचा तुकडा पकडला होता. तो फाटून तिच्या अंगाखाली आला होता.

वायेन्था उताणी पडली होती आणि ती आपल्यावर हल्ला करणाऱ्या व्यक्तीकडे पहात होती. सिएना ब्रूक्स तिच्याकडे कठड्यावरून वाकून खाली पहात होती. वायेन्थाचे दिशांचे भान हरपले होते. ती सुन्न झाली होती. काहीतरी बोलण्यासाठी तिने आपले तोंड उघडले. पण अचानक तिच्या खालीच काहीतरी फाडल्याचा एक मोठा आवाज झाला. ते कापड तिथे एखाद्या झोळीसारखे बांधले होते. ती त्या

झोळीत पडली होती. पण आता ती झोळी फाटली. मग मात्र वायेन्था खरेच खाली कोसळू लागली होती.

तिला खाली कोसळण्यासाठी तीन सेकंद लागले. पडता पडता तिने वर पाहिले. तिथे छताला एक सुरेख चित्र रंगवलेले होते. ते चित्र एका मोठ्या गोल कॅनव्हासवर रंगवलेले होते, त्यावर 'कॉसिमो' याचे चित्र होते. चित्राला कडेकडेने स्वर्गातील ढग चितारले होते. ती त्या चित्राला फाडून खालच्या हॉलमध्ये कोसळत होती.

शेवटी एक मोठा आवाज होऊन ती आपटली. मग वायेन्थाचे जग एका काळोखात विरून गेले, लुप्त झाले, अदृश्य झाले.

रॉबर्ट लँग्डन वरून खाली पहात होता. त्याचा आपल्या डोळ्यांवर विश्वास बसत नव्हता. वायेन्था शेवटी खालच्या हॉलच्या वर कापडी छतावर रंगवलेल्या 'कॉसिमो' याच्या स्वर्गारोहणाच्या चित्रातून खाली कोसळली होती. हॉलमध्ये ती दगडी फरशीवर निश्चल पडली होती. तिची टोपी उडून गेल्याने तिचे केस उघडे पडले होते. तिच्या डोक्याखाली रक्ताचे थारोळे झाले होते. ते थारोळे मोठे मोठे होत चालले होते. तिच्या हातात अजूनही तिचे पिस्तूल होते.

लँग्डनने सिएनाकडे पाहिले. तीही खाली वाकून पहात होती. खालच्या गंभीर दृश्यावर तिची नजर खिळून राहिली होती. तिला जबरदस्त धक्का बसला होता. ती कशीबशी अडखळत म्हणाली, ''माझ्या मनात तिला असे काही करायचे नव्हते....''

लँग्डन तिला मृदू आवाजात म्हणाला, ''जे काही केले ती तुझी प्रतिक्षिप्त क्रिया होती. ती मला खरोखरीच गोळी घालणार होती.''

खालून आता आरडाओरडीचे आवाज त्या फाटलेल्या कापडातून वर ऐकू येऊ लागले.

मग लँग्डनने सिएनाला हळूच तिथून दूर केले आणि तो तिला म्हणाला, ''आता आपल्याला इथून हलायला पाहिजे; ताबडतोब!''

४१

डचेस बियान्का कॅपेलो हिच्या त्या गुप्त अभ्यासिकेत ब्रूडर उभा होता. त्याने उंचावरून खाली काहीतरी जोरात आपटल्याचा आवाज ऐकला. त्या आवाजानंतर अनेकांचे आवाज, गडबड, गोंधळ सुरू झाल्याचे त्याने ऐकले. ते आवाज 'हॉल ऑफ द फाइव्ह हंड्रेड' इथून अभ्यासिकेतील झरोक्यातून आले होते. त्याने लगेच त्या झरोक्याच्या जाळीतून हॉलमध्ये पाहिले. हॉलच्या दगडी फरशीवर जे काही त्याने पाहिले ते नीट समजायला त्याला काही सेकंद लागले.

त्याच्या शेजारी आता संग्रहालयाची प्रशासक स्त्री मार्ता ही येऊन उभी राहिली. तिनेही झरोक्यातून ते दृश्य पाहिले आणि आपल्या तोंडावर ताबडतोब हात ठेवले. ती खूप घाबरली होती. कोणीतरी तिथल्या दगडी फरशीवर पडले होते आणि त्याभोवती काही पर्यटक जमले होते. हळूहळू मार्ताची नजर वर गेली तसे तिला छताच्या कॅनव्हासच्या चित्राला मध्यभागी एक भलीमोठी फट पडलेली दिसली. ते पाहून तिच्या तोंडून दुःखाने एक उद्गार उमटला. ब्रूडरनेही वर पाहिले. त्यालाही छताच्या चित्राला पडलेली फट दिसली.

तो मार्ताकडे वळून म्हणाला, ‘‘त्या छताच्या वर कसे जायचे, ते मला दाखवा.’’

लँग्डन आणि सिएना आता राजवाड्याच्या इमारतीच्या दुसऱ्या टोकाला पोहोचले होते. धावत धावत आल्याने त्यांना धाप लागली होती. आता त्या गुप्त जिन्याचे दार किंवा 'ड्यूक ऑफ अथेन्स याचा जिना' शोधायचा होता. काही सेकंदांत लँग्डनला पूर्वीचे आठवले आणि त्याने जिन्याचे प्रवेशद्वार शोधले. ते दार एका छोट्या खोलीत होते. त्यावर एक गुलाबी रंगाचा पडदा लावला होता.

त्या दोघांना आता सगळीकडून पावलांचे, धावपळीचे आवाज ऐकू येऊ लागले. मग वेळ न घालवता त्याने आणि सिएनाने तो पडदा दूर करून आतल्या

छोट्या लँडिंगवर आपले पाऊल टाकले.

काहीही न बोलता ते घाईघाईने तो दगडी जिना उतरू लागले. तो जिना असा काही रचला होता की जसजसे खाली जावे तसतसा तो अरुंद होत गेला होता. शेवटी शेवटी तर लँग्डनला वाटले की, सर्व बाजूच्या भिंती आपल्या दिशेने येऊन आपल्याला चिणून टाकू पहात आहेत. अखेरीस ते तळाशी, जमिनीच्या पातळीला येऊन पोहोचले.

तळाशी जिना एका छोट्या खोलीत उतरला होता. तिथेच एक अगदी छोटे दार होते आणि त्यातून राजवाड्याच्या बाहेर जाता येत होते. ते दार लाकडी होते, जाडजूड होते आणि त्याला आतून जाडजूड बोल्ट लावून बंद केले होते.

सिएना म्हणाली, "मला बाहेरच्या रस्त्यावरचे आवाज ऐकू येत आहेत." तिची भीती अजूनही कमी झालेली नव्हती. "दारापलीकडे कोणता रस्ता आहे?"

"व्हाया डेला निना!" लँग्डन म्हणाला. पलीकडे फूटपाथ असणार आणि त्यावरून पादचाऱ्यांची वर्दळ चालू असणार असा अंदाज करून तो म्हणाला, "शिवाय पलीकडे पोलीस असले तर?"

"ते आपल्याला बिलकूल ओळखणार नाहीत. एक सोनेरी केसांची मुलगी आणि एक काळ्या केसांचा माणूस यांचा ते शोध घेत असतील," सिएना म्हणाली.

मग लँग्डन तिच्याकडे चमत्कारिक नजरेने पहात म्हणाला, "मग अगदी तसेच आपण दोघे आहोत ना?"

सिएनाने आपले डोके हलवले. तिच्या चेहऱ्यावर एक विषण्ण भाव आणि निश्चय प्रकट झाला होता. ती लँग्डनला म्हणाली, "मला अशा अवस्थेत पहायला तुम्हाला आवडेल असे मला वाटत नाही. पण प्रत्यक्षात मी तशीच आहे," असे म्हणून तिने आपला पोनीटेल हातात धरून जोरात ओढला. मग एक वेगळी हालचाल करून आपल्या सोनेरी केसांचा टोप तिने डोक्यापासून सुटा केला.

तिचे हे नवीन रूप पाहून लँग्डन दचकला. सिएना टोप वापरते, हे त्याला ठाऊक नव्हते. तिचे डोके म्हणजे एक पूर्णपणे तुळतुळीत गोटा असलेले होते. तिला टक्कल पडलेले होते. कर्करोगाच्या रुग्णाला केमोथेरपीचे उपचार दिल्यावर त्याच्या डोक्याची अशीच अवस्था होते. तीही आता तशीच दिसत होती. तिच्या तडफदार हालचालींचे आणि बोलण्याचे लँग्डनला कौतुक वाटत होते. आणि ती हे सारे आजारी असताना करते आहे? याचे आता त्याला आश्चर्य वाटू लागले.

"याबद्दलची एक लांबलचक कथा आहे. ते सारे आता मी सांगत बसत नाही. आता तुम्ही खाली वाका."

तिने सांगितल्याप्रमाणे लँग्डन वाकला. मग तिने आपला टोप त्याच्या डोक्यावर काळजीपूर्वक चढवला. त्याचे मूळचे काळे केस तिने टोपाच्या आत दडवून टाकले.

मग दोन पावले मागे सरकून तिने लँग्डन कसा दिसतो, याची नीट पहाणी केली. तो टोप त्याला जेमतेम बसत होता. पण त्यातल्या त्यात तिने सर्व काही नीट जमवले होते. पण एवढ्यावर तिचे समाधान झाले नाही. तिने पुढे होऊन त्याचा टोप सैल केला. टोपातल्या केसांची एक बट कपाळावर आणली आणि पुन्हा एकदा टोप आणखी नीट बसवला.

मग तिने आपली पॅन्ट गुंडाळून गुडघ्यापर्यंत घेतली. पायमोजे खाली घोट्यापर्यंत आणून ठेवले. आणि ती उभी राहिली तेव्हा तिच्या चेहऱ्यावर एक बेफिकिरीचा भाव तिने आणला होता. पूर्वीची गोड, तरुण आणि सुंदर सिएना आता एक हिप्पी वाटू लागली होती. एकेकाळी शेक्सपिअरच्या नाटकात कामे करणाऱ्या सिएनामधला हा बदल घाबरून टाकणारा होता.

ती म्हणाली, ''लक्षात ठेवा, माणसाची ओळख ही ९० टक्के त्याच्या देहबोलीद्वारे व्यक्त होत असते. तेव्हा तुम्ही आता जी हालचाल कराल ती हालचाल एखाद्या पोक्त, वयस्कर गृहस्थासारखी करा. पोक काढून चाला, मागे-पुढे डुलत रहा!''

'वयस्कर माणसासारख्या हालचाली मी करेन; पण पुढे-मागे डोलणे मला जमेल की नाही, याची मला शंकाच आहे,' असा विचार त्याच्या मनात येऊन गेला.

मग त्या दिंडी दरवाज्यासारख्या छोट्या दरवाज्याचा आडवा बोल्ट सिएनाने बाजूला सारला आणि ते दार उघडले. नंतर वाकून ती दारातून पलीकडच्या दगडी रस्त्यावर गेली. लँग्डनची उंची तिच्यापेक्षा जास्त असल्याने त्याला ओणवे होऊन जवळ जवळ हातावर आणि पायावर सरकत बाहेर पडावे लागले. अशा रीतीने ते दोघे दुपारच्या लखख उन्हात त्या राजवाड्यातून दिवसाढवळ्या बाहेर निसटले होते.

आता हे विजोड जोडपे रस्त्यातून चालू लागले. त्यांना पाहून काही जण दचकायचे. पण नंतर दुसऱ्यांदा त्यांच्याकडे कोणीही मान वळवून पहायचे नाही. काही सेकंदात लँग्डन आणि सिएना पूर्वेच्या दिशेने चालू लागले. पहाता पहाता त्यांना रस्त्यावरील रहदारीने गिळंकृत करून टाकले.

फ्रेंच फॅशनचा चष्मा लावलेला आणि मानेवर पुरळ उठलेला माणूस तिथे रस्त्यावर उभा होता. त्याने लँग्डन आणि सिएनाला बरोबर ओळखले. तो आता त्यांच्यामागे एक सुरक्षित अंतर ठेवून पुढे जाऊ लागला. सापासारखी नागमोडी वळणे घेत गर्दीतून जात तो त्यांचा पाठलाग करू लागला. त्या छोट्या दरवाज्यातून लँग्डन आणि सिएना यांना बाहेर पडताना त्याने पाहिले होते. त्यांनी कितीही हुषारीने आपल्या रूपात बदल केला असला, तरी त्याने दोघांना अचूक ओळखले होते. मग

तो त्यांच्या मागोमाग जाऊ लागला. पण आता त्याच्या छातीत दुखू लागले होते, तीव्र वेदना होऊ लागल्या होत्या. त्याचा श्वासोच्छ्वास कमी झाला होता. आपल्या छातीत कोणीतरी बरगड्यांच्या खाली एक जबरदस्त ठोसा मारला आहे, अशा वेदना त्याला होऊ लागल्या.

त्याने आपले दात घट्ट आवळून वेदना सहन करण्याचा प्रयत्न केला. पण तरीही त्याने जुन्या फ्लॉरेन्सच्या रस्त्यातून लँग्डन आणि सिएनाचा पाठलाग करत रहाण्याचे मात्र थांबवले नाही.

५०

माध्यान्हीचा सूर्य चांगलाच तळपत होता. उंच उंच इमारतींमधल्या बोळांसारख्या अरुंद रस्त्यांवरही हळूहळू सावल्या नाहीशा होऊ लागल्या. हे जुने फ्लॉरेन्स शहर होते किंवा फ्लॉरेन्सचा हा कसबा होता, असे म्हणा हवे तर. तिथे दुकानांची दाटी झाली होती. दुकाने उशिरा उघडणारे दुकानदार आपल्या दुकानांची शटर्स वर करीत होते, जसजशी दुकाने आणि बार उघडले जात होते, तसतशी गर्दी वाढत होती. हवेत एक्स्प्रेसो कॉफीचा वास आणि कॉर्नेटी इटालियन पदार्थ यांचा वास दरवळू लागला होता.

लँग्डनच्या पोटातील भूक वाढत चालली होती. तरीही तो पुढे जात राहिला. *मला तो मुखवटा शोधलाच पाहिजे... आणि त्या मुखवट्यामागे काय दडलेले आहे तेही शोधले पाहिजे.*

त्या अरुंद 'व्हाया दी लेओनी' गल्लीतून लँग्डन सिएनाला घेऊन जात होता. त्याला तिच्या केशरहित डोक्याकडे पहाताना खूपच वाईट वाटत होते. तिचे मूळचे रूप आमूलाग्र बदलले गेल्याने आपल्याला हिच्याबद्दल खूपच कमी माहिती आहे, याची जाणीव त्याला होई. आता ते 'पियाझ्झा देल ड्युओमो' या चौकाच्या दिशेने चालले होते. शेवटचा फोन करून इग्नॅझिओ ब्युसोनी त्याच चौकात मरून पडला होता.

त्या वेळी इग्नॅझिओ धापा टाकीत त्याला म्हणाला होता, *"रॉबर्ट, तुम्ही जे शोधता आहात, ते मी सुरक्षितपणे लपवले आहे. आता तुमच्यासाठी दारे उघडली आहेत, पण तुम्ही घाई केली पाहिजे. पॅरेडाइज पंचवीस! गॉडस्पीड!"*

'पॅरेडाइज पंचवीस' हे शब्द लँग्डनने स्वत:शीच परत एकदा उच्चारले. इग्नॅझिओला डान्टेचे काव्य व्यवस्थित आठवत होते आणि म्हणून तो पंचविसाव्या अध्यायाचा संदर्भ देऊ शकला. पंचविसाव्या अध्यायाबद्दल त्याला काहीतरी विशेष वाटले असेल. म्हणूनही त्याने तो उल्लेख केला असेल. ते काहीही असले तरी तेच आता लँग्डन शोधून काढणार होता. त्यासाठी त्याला त्या अध्यायाची छापील प्रत

हवी होती, तो ग्रंथ हवा होता. आणि हे तर तो सहजगत्या करू शकणार होता.

त्याने घातलेल्या टोपामुळे, त्याच्या आतमध्ये डोक्याला खाज सुटली होती. त्याला या अशा अवतारात आपण किती विचित्र दिसतो आहोत, असे जरी वाटत असले तरी सिएनाच्या या युक्तीचे त्याला कौतुकच वाटत होते. त्याच्याकडे कोणीही दुसऱ्यांदा पहात नव्हते. एवढेच काय, पण व्हिचिओ राजवाड्याकडे जाणारे पोलीससुद्धा त्याच्याकडे ढुंकूनही बघत नव्हते.

सिएना त्याच्या शेजारून शांतपणे चालली होती. अशीच काही मिनिटे गेल्यावर ती ठीक आहे की नाही, हे पहाण्यासाठी लँग्डनने तिच्याकडे पाहिले. पण ती आपल्या विचारात एवढी गर्क झाली होती की, तिला वास्तवाचे भान उरले नसावे. कदाचित आपल्या मागावर असलेल्या एका स्त्रीचा मृत्यू आपल्या हातून झाल्याबद्दल तिच्या मनाला खूपच लागून राहिले असावे.

शेवटी तो तिला सहज म्हणाला, "मी तुझ्या बुद्धीला एक खाद्य देतो." तिच्या विचारविश्वातून बाहेर काढण्यासाठी तो तिला असे म्हणाला.

सिएना सावकाश भानावर आली आणि म्हणाली, "मी झोब्रिस्टबद्दल विचार करीत होते. त्यांच्याविषयी काही मला आठवते आहे का, ते मी पहात होते."

"मग?"

आपले खांदे उडवत ती म्हणाली, "मला फक्त एवढेच आठवले की, काही वर्षांपूर्वी त्यांनी एक शास्त्रीय निबंध लिहिला होता. तो खळबळजनक असल्यामुळे माझ्या स्मृतीत पक्का जाऊन बसला होता. त्या निबंधामुळे वैद्यकीय जगात त्यांच्यावर फारच टीका झाली होती. त्यांच्या या निबंधात त्यांनी जाहीर केले होते की, मानवजात आता कायमची नामशेष होण्याच्या बेतात आलेली आहे. जर काही एखादी विध्वंसक आणि जागतिक आपत्ती कोसळली नाही तर आपली मानवजात फक्त पुढची १०० वर्षेच जगू शकेल."

लँग्डन तिच्याकडे वळून म्हणाला, "फक्त एक शतक?"

"हेच तर त्या निबंधाचे सार होते. तो एक अस्वस्थ करणारा निबंध होता. पूर्वीच्या भाकितांपेक्षाही ही १०० वर्षांची मुदत खूपच कमी होती. पण त्यांनी काही शास्त्रीय माहिती आणि आकडेवारी यांचा आधार घेऊन तो निबंध सादर केला होता. शिवाय त्यांनी यावर उपाय म्हणून असेही सुचवले होते की, जगातील सर्व डॉक्टरांनी आपली वैद्यकीय प्रॅक्टिस थांबवावी. तसे न केल्यास मानवी आयुर्मानात वाढ होऊन लोकसंख्येत भर पडत राहील आणि समस्या अधिक गंभीर होईल. या मताबद्दल झोब्रिस्ट यांना बरेच शत्रू निर्माण झाले."

तो निबंध वैद्यकीय जगात एवढा का गाजला, हे आता लँग्डनला कळाले.

सिएना पुढे सांगत गेली, "झोब्रिस्ट यांच्याविरुद्ध सर्व जण टीका करू लागले.

त्यात राजकारणी व्यक्ती, धर्मगुरू, जागतिक आरोग्य संघटना वगैरे क्षेत्रांतील लोक होते. त्या सर्वांनी झोब्रिस्ट यांना 'एक वेडा कलंकी अवतार' म्हणून हिणवले. हा माणूस उगाचच भीती घालून लोकांमध्ये खळबळ माजवत आहे, असे ते म्हणू लागले होते. त्यासाठी त्यांनी त्याच्या निबंधातील एक विधान उचलले. त्या विधानानुसार आजच्या तरुण वर्गाने आपल्याला मुले होऊ दिली, तर त्या पुढच्या पिढीवर मानवजातीचा विनाश पहाण्याची पाळी येईल. झोब्रिस्टने एक 'मानव संहाराचे घड्याळ' सादर केले होते. त्यानुसार त्याने असे दाखवून दिले होते की, पृथ्वीवरील सर्व मानवजात फक्त एका तासामध्ये दाबून बसवली तर... आपण आता संहार होण्याआधीचे शेवटचे सेकंद मोजतो आहोत.''

''मी इंटरनेटवर ते घड्याळ पाहिले होते,'' लँग्डन म्हणाला.

''होय, तेच ते त्याने शोधलेले घड्याळ. त्यामुळे तर आणखीनच खळबळ माजली आणि त्याविरुद्ध लोक गदारोळ करू लागले. पण त्याच्यावर सर्वांत जास्त टीका केव्हा झाली, तर त्याने लोकसंख्यावाढीवर मर्यादा घालण्यासाठी आनुवंशिक शास्त्राची मदत घेऊन एखादा असा उपाय शोधायचा की, ज्यामुळे कोणाचाही रोग, व्याधी, दुखणे हे बरे न होता, उलट रोग, व्याधी आपोआप त्यांच्यात निर्माण होतील. रोग *बरे* होणार नाहीत, पण ते *वाढतील* असे करायचे.''

''काय?''

''होय, त्यांनी असे प्रतिपादन केले होते, प्रगत तंत्रज्ञानानुसार अनेक रोग निर्माण करणारा एक असा संकरित विषाणू किंवा जंतू निर्माण करायचा की, त्यावर आपल्या आधुनिक औषधशास्त्रात कसलाही उपाय असणार नाही.''

लँग्डन या नवीन विषाणूवर, डिझायनर व्हायरसवर जसजसा विचार करू लागला तसतशी त्याच्या डोळ्यांपुढे अनेक संभाव्य चित्रे दिसू लागली. एकदा अशा विषाणूचा शोध लावून त्याचा प्रसार होण्यासाठी तो सोडून दिला, तर मग तो प्रसार कोणालाही रोखता येणार नाही, थांबवता येणार नाही. त्यामुळे होणारा नरसंहार हा अटळ असेल.

सिएना पुढे सांगत गेली, ''काही वर्षांतच झोब्रिस्टवर वैद्यकीय जगाने पूर्ण बहिष्कार घातला, त्याला तिरस्करणीय ठरवण्यात आले.'' एवढे बोलून ती क्षणभर थांबली. तिच्या चेहऱ्यावर झोब्रिस्टबद्दलची करुणा प्रकट झाली. ''त्यामुळे अशा पार्श्वभूमीवर त्याचे मानसिक संतुलन बिघडले, त्याने खचून जाऊन नैराश्याच्या भरात आत्महत्या केली, यात आश्चर्य वाटायला नको.''

लँग्डनलाही झोब्रिस्टबद्दल हळहळ वाटली. तो म्हणाला, ''अरेरे! तो बरोबर होता असे वाटते तुला?''

सिएनाने गंभीरपणे आपले खांदे उडवत म्हटले, ''रॉबर्ट, केवळ शास्त्रीय

सत्याच्या दृष्टिकोनातून विचार केला, तर ते सर्व तर्कशास्त्रदृष्ट्या ठीक आहे. पण मी अगदी नि:शंकपणे सांगते की, जर काही तडकाफडकी बदल केला नाही किंवा झाला नाही, तर मानवजातीचा विनाश अटळ आहे. या भूतलावर माणूस संपून जाईल. ही पृथ्वी निर्मनुष्य होईल. आणि ती वेळ जवळ येत चालली आहे, वेगाने जवळ येत आहे. अग्निप्रलय, प्रदूषणामुळे हवेत गंधकाचे प्रमाण वाढणे, एखादा कलंकी नरसंहारासाठी अवतरणे किंवा अणुयुद्ध भडकणे... असे काही झाले, तर जगाची व्यवस्था संपूर्णपणे कोलमडून पडेल... हे सारे जगात नको तितकी लोकसंख्या वाढल्यामुळे घडून येईल. यामागचे जे गणित आहे, ते कोणालाही खोडून काढता येत नाही.''

तिचे बोलणे ऐकून लँग्डनची गात्रे ताठ झाली.

ती पुढे म्हणाली, ''मी बऱ्यापैकी जीवशास्त्राचा अभ्यास केला आहे. त्यामुळे एखादी जीवाची जात जर बेसुमार प्रमाणात वाढत गेली आणि त्यामुळे निसर्गावर त्यांचे आक्रमण होत गेले, तर ती जातच नामशेष होऊन जाते. पाण्यावर तरंगणारे शेवाळच बघा. ते एखाद्या जंगलातील छोट्या डबक्यात पृष्ठभागावर वाढत जाते. त्या डबक्यातील पोषक द्रव्ये खाऊन ते जगत असते. जेवढी पोषक द्रव्ये निर्माण होतात, तेवढीच खाल्ली जाण्याइतपत शेवाळ असेल, तर ठीक आहे. मात्र शेवाळ बेसुमार वेगाने वाढू लागले, तर डबक्याचा संपूर्ण पृष्ठभाग ते व्यापून टाकेल. मग डबक्यात सूर्यप्रकाश शिरू शकणार नाही. परिणामी शेवाळासाठी पोषक द्रव्येही निर्माण होणार नाहीत. मग पोषक द्रव्याअभावी शेवाळाची वाढ थांबेल, त्यांची निर्मितीही थांबेल आणि ते शेवाळे वाळून जाऊन नष्ट होईल. पाण्यावर त्याचा मागमूसही राहणार नाही.'' एवढे बोलून तिने एक मोठा उसासा सोडला. ती पुढे म्हणाली, ''असेच संकट मानवजातीवर कोसळण्याची वाट पहात आहे. आपल्याला कल्पनाही करता येणार नाही एवढ्या वेगाने ते येईल.''

लँग्डन यावर बराच अस्वस्थ झाला. तो म्हणाला, ''पण... पण मला हे अशक्य वाटते आहे.''

''रॉबर्ट, हे अशक्य नाही. यावर फार विचारही करता येत नाही, असा हा प्रकार आहे. माणसाच्या मनात मुळातच एक अहंभाव दडलेला असतो. वास्तववादी घटक त्याच्या विचारावर ताण पाडत असतील, तर तो शक्यता सरळ फेटाळून लावतो आणि मेंदूला त्यापासून विचाररहित करतो. त्याला 'अव्हेर' (Denial) असे शास्त्रात म्हणतात.''

''मी 'डिनायल' या मनाच्या गुणधर्माबद्दल ऐकले आहे. पण तसा गुणधर्म अस्तित्वात आहे, असे मला वाटत नाही,'' लँग्डन बेफिकिरीने म्हणाला.

यावर सिएनाने आपले डोळे फिरवले आणि ती म्हणाली, ''ठीक आहे, पण

तरीही माझ्यावर विश्वास ठेवा, असे खरोखरच अस्तित्वात आहे. अव्हेर करणे, हा माणसाच्या झुंज देण्याच्या वृत्तीचा एक भाग आहे. तो जर नसेल, तर आपण सारे जण रोज सकाळी कितीतरी मार्गांने आपल्याला मृत्यू गाठेल हे आठवून घाबरून जाऊ. त्याऐवजी आपल्या अस्तित्वाला शह देणाऱ्या घटकांचे भय हे आपले मन स्वीकारत नाही, त्याला प्रतिबंध करते आणि आपल्यावरचे ताणतणाव कसे दूर करता येतील, यावर आपले लक्ष केंद्रित करते. आपण असे शह देणारे विचार झटपट फेटाळून लावतो आणि रोजच्या समस्यांकडे लक्ष देऊ लागतो.''

लँग्डनला अमेरिकेतील काही विद्यापीठांनी नुकताच केलेला एक अभ्यास आठवला. त्यांनी विद्यार्थ्यांचे 'वे ट्रॅकिंग' या संगणकीय मार्गाने निरीक्षण केले आणि आपल्या अभ्यासातून निष्कर्ष काढला की, अगदी अत्यंत बुद्धिमान विद्यार्थी मनाची 'अव्हेर करणारी वृत्ती' दर्शवतात. या अभ्यासानुसार विद्यापीठातील बहुसंख्य विद्यार्थी हे संगणक वापरताना वृत्तपत्रीय लेखांवर क्लिक् करतात. जागतिक तापमानामुळे बर्फ मोठ्या प्रमाणात वितळणे, काही जीवांच्या जाती नामशेष होणे, अशा विषयांवरील लेखांसाठी जरी त्यांनी क्लिक् केले तरी ते काही क्षणातच भडक, आकर्षक पण क्षुद्र आणि उथळ विषयांकडेच जातात. कारण जरा काही गंभीर, धोका दाखवणारे वाचनात आले की, त्यांची मने घाबरून जातात. मग त्यांचे आवडीचे खेळ, फनी कॅट व्हिडिओ आणि गप्पागोष्टी यांकडे वळतात. लँग्डनला हे सारे आता आठवले.

तो सांगू लागला, ''प्राचीन पुराणांमध्ये अनेक नायक मंडळी त्यांच्याकडे अतिमहत्त्वाकांक्षा आणि गर्व असल्याने ते सर्व 'अव्हेर वृत्तीत' प्रकट होत. जो जगातल्या कोणत्याही धोक्याला भीत नाही, त्याच्यापेक्षा अधिक गर्विष्ठ दुसरा कोणीही असू शकत नाही. म्हणून डान्टेने 'गर्विष्ठपणा' हा सर्वांत मोठ्या सात पापांमधला प्रकार धरला आहे. आणि अशा गर्विष्ठ लोकांना त्याने नरकातील अत्युच्च शिक्षा सांगितली आहे.''

सिएनाने क्षणभर आठवून पुढे म्हटले, ''झोब्रिस्टच्या लेखामध्ये जगातील अनेक नेत्यांवर दोषारोप करून त्यांना जबाबदार धरल्याने त्यांनी तो लेख तीव्रपणे अव्हेरला... त्यांनी मूळ समस्येकडे शहामृगासारखे वाळूत तोंड खुपसून दुर्लक्ष केले. झोब्रिस्ट हा वर्ल्ड हेल्थ ऑर्गनाझेशनला मुख्यत्वे करून जबाबदार धरत होता.''

''यामुळे मात्र खळबळ उडणार!''

''होय! जागतिक आरोग्य संघटनेने त्याची तुलना एखाद्या धर्मवेड्या अतिउत्साही माणसाशी केली. अशा व्यक्ती अनेकदा माथेफिरूही असतात. अशी माणसे अनेकदा आपल्याला रस्त्याच्या एखाद्या कोपऱ्यावर उभे राहून 'जगाचा अंत जवळ आला आहे,' अशा पाट्या घेऊन प्रचार करताना दिसतात.''

''हार्वर्डमध्ये अशी बरीच ठिकाणे आहेत.''

"होय, पण आपण सर्व जण त्याकडे दुर्लक्ष करतो. कारण आपण जगाचा अंत आता होईल, अशी कल्पना कधीच करीत नाही. मानवी मन 'काहीतरी घडेल' अशी कल्पना करू शकत नाही... याचा अर्थ 'तसे कधीच घडणार नाही,' असा होत नाही."

"तुमच्या बोलण्यावरून असे भासते की, तुम्ही झोब्रिस्टची चाहती आहात."

"मी फक्त *सत्याची* चाहती आहे," तिने जोर देत असे म्हटले, "मग भले ते सत्य स्वीकारण्यास दु:ख होत असले तरी."

यावर लँग्डन गप्प बसला. आपण आणि सिएना यांच्यामध्ये एक विचित्र दुरावा उत्पन्न झाला आहे, असे त्याला वाटू लागले. आकर्षण आणि विरक्ती या दोन्ही भावनांच्या कात्रीत तो सापडला.

सिएनाने त्याचा पडलेला चेहरा पाहिला आणि तिने आपल्या चेहऱ्यावर नरमाई आणीत म्हटले, "असे पहा रॉबर्ट, जगाची लोकसंख्या निम्मी होण्यासाठी प्लेगसारखी साथ हे लोकसंख्या वाढीवरचे उत्तर झोब्रिस्ट मानतो; ते बरोबर आहे, असे मी म्हणत नाही. रोगी मंडळींना, आजारी लोकांना बरे करण्याचे थांबवावे, असेही मी म्हणत नाही. मी एवढेच म्हणते की, आपण सध्या ज्या मार्गावरून जात आहोत, तो एक विनाश घडवून आणणारा साधा सोपा मार्ग आहे किंवा ते एक समीकरण आहे. लोकसंख्या वाढीचा वेग हा घातांक श्रेणीने एका बंदिस्त आणि मर्यादित उत्पन्नांचे स्रोत असलेल्या जगात होतो आहे. त्याचा शेवट एकदमच होईल. जे काही घडेल ते हळूहळू घडत जाण्यासारखे नाही. मोटारीतील पेट्रोल हळूहळू संपत ती शेवटी थांबण्याऐवजी... ती मोटार एकदम कड्यावरून खाली कोसळून थांबेल."

लँग्डनने एक उसासा सोडला. जे काही ऐकले, त्यावर तो मनन करू लागला.

मग तिने उजवीकडे हवेत एक बोट करून म्हटले, "माझी खात्री आहे की त्या तिथून झोब्रिस्टने खाली उडी मारली."

लँग्डनने उजवीकडे पाहिले. तिथे 'बार्गेलो संग्रहालया'ची दगडात बांधलेली दर्शनी बाजू होती. त्याच्या मागेच उंच आणि निमुळता होत गेलेला, तो 'बादिया मनोरा' होता. आजूबाजूच्या इमारतींमधून आपले डोके वर काढून तो उंच गेला होता. त्याच्या टोकाकडे लँग्डनने पाहिले आणि झोब्रिस्टने तेथून उडी मारल्याबद्दल त्याला नवल वाटले. त्याच्याकडे काहीतरी भयंकर माहिती जमा झाली होती आणि त्याला लवकरच येणाऱ्या भीषण संकटाला सामोरे जाण्याचे धैर्य नव्हते, यावर त्याचा विश्वास बसेना.

सिएना पुढे म्हणाली, "अनुवंशशास्त्रावर आधारित अनेक तंत्रज्ञाने झोब्रिस्टने निर्माण केली होती, त्यामुळेच माणसांचे आयुर्मान नाट्यपूर्णरीत्या वाढलेले आहे. हा केवढा विरोधाभास आहे, हे झोब्रिस्टच्या टीकाकारांना दाखवून द्यायचे होते."

''पण त्यामुळे लोकसंख्यावाढीत उलट भर पडत जाऊ लागली.''

''बरोबर! झोब्रिस्ट एकदा सार्वजनिकरीत्या म्हणाला होता की, 'तंत्रज्ञानाच्या राक्षसाला पुन्हा बाटलीत बंद करून ठेवला पाहिजे आणि मानवी आयुर्मान वाढवण्याचे काही प्रयत्न पुसून टाकले पाहिजेत.' त्याच्या या उद्वेगात तात्त्विकदृष्ट्या नक्कीच काहीतरी तथ्य आहे. जितके जास्त काळ आपण जगू तितकी आपली नैसर्गिक साधनसंपत्ती वृद्ध आणि आजारी मंडळींना जगवण्यात खर्ची पडेल.''

लँग्डनने आपली मान होकारार्थी हलवत पुढे म्हटले, ''मी असे वाचले आहे की, अमेरिकेतील ६० टक्के आरोग्यधामांचा खर्च हा त्या रोगी व्यक्तींच्या आयुष्यातील शेवटच्या सहा महिन्यांवर खर्च होतो.''

''खरे आहे ते आणि त्याच वेळी आपली मने म्हणतात की, हा वेडेपणा आहे. जितके शक्य आहे तितके दिवस आपल्या आजी-आजोबांना जिवंत ठेवले पाहिजे.''

लँग्डन म्हणाला, ''प्राचीन ग्रीक पुराणकथांमध्ये असाच एक संघर्ष अपोलो आणि डियॉनूसूस या देवतांमध्ये आढळून येतो. तो संघर्षात्मक पेच प्रसिद्ध आहे. मन किंवा हृदय किंवा भावना आणि बुद्धी यांच्यामधील तो एक शतकानुशतके चालत आलेला संघर्ष आहे. अनेकदा तसा संघर्ष, तसा वाद उफाळून येतोच.''

लँग्डनने जो पौराणिक संदर्भ दिला होता, तो नेहमी 'अल्कोहोलिक अनॅनिमस' या दारूपासून परावृत्त करणाऱ्या संस्थांच्या सभेत सांगितला जातो. जेव्हा एखादा मद्यपी मद्याच्या ग्लासकडे रोखून पहातो, तेव्हा त्याची बुद्धी त्याला बजावते की, तो द्रव हानिकारक आहे, पण ते मद्य प्यायल्यामुळे जो तत्कालिक आराम मिळतो, त्याकडे त्याचे मन मात्र धावत असते. यातले सार असे आहे की, तुम्ही कधीच स्वत:ला एकटे मानू नका. एवढेच काय अशी मानसिक द्वंद्वे किंवा संघर्ष यामध्ये खुद्द देवही सापडले होते.

''हू नीड्स ॲगाथुसिया?'' सिएना एकदम पुटपुटली.

''काय म्हणालीस?''

तिने लँग्डनकडे पहात म्हटले, ''मला झोब्रिस्ट यांच्या त्या निबंधाचे 'हू नीड्स ॲगाथुसिया?' नाव शेवटी आठवले –''

लँग्डनने 'ॲगाथुसिया' (Agathusia) हा शब्द कधीही ऐकला नव्हता. पण त्याने तर्क केला. ''हा शब्द ग्रीक भाषेतील 'ॲगाथोस' आणि 'थुसिया' या दोन शब्दांवरून आला असणार. त्याचा अर्थ 'सर्वोच्च त्याग?' असा होऊ शकतो.'' तो म्हणाला.

''त्याचा खरा अर्थ 'सर्वांच्या भल्यासाठी केलेला स्वार्थत्याग' असा होतो किंवा 'एक परोपकारी आत्महत्या' असाही अर्थ घेतला जातो.'' सिएना म्हणाली.

लँग्डनने पूर्वी कधीतरी हा शब्दप्रयोग ऐकला होता. त्या वेळी एका घटनेच्या संदर्भात तो शब्द वापरला होता. एक माणूस कंगाल झाला, जवळचे होते-नव्हते, ते सर्व गमावून बसला. आपल्या निष्कांचन अवस्थेचा त्रास कुटुंबाला होऊ नये म्हणून त्याने आत्महत्या केली. आपल्या आयुर्विम्याचे पैसे आपल्या कुटुंबाला मिळून त्यांचा उदरनिर्वाह चालू राहील, अशी त्याची आत्महत्येमागची भावना होती. एका खुन्याने एका पाठोपाठ खून करीत सुटल्यावर खून करण्याच्या ऊर्मीतून बाहेर पडण्यासाठी शेवटी स्वत:चाच खून केला. ती घटना वर्णन करतानाही हाच शब्दप्रयोग केला गेला होता.

पण याहीपेक्षा एक अत्यंत भीषण उदाहरण त्याला या शब्दांच्या संदर्भात आठवले. 'लोगन्स रन' नावाच्या १९६७मध्ये प्रसिद्ध झालेल्या कादंबरीत एका भविष्यकालीन समाजाचे चित्र रेखाटले होते. त्या भावी समाजातील प्रत्येकाने वयाच्या एकविसाव्या वर्षी आत्महत्या करण्याचे मान्य केले होते. त्यामुळे ते आपला तारुण्याचा काळ पूर्णपणे उपभोगत होते. त्या ग्रहावरील मर्यादित निसर्गसंपत्ती कमी होऊ नये किंवा त्यावर ताण पडू नये म्हणून त्यांना आपली लोकसंख्या मर्यादित ठेवायची होती, तसेच वृद्धावस्थेतील दु:खेही अशा रीतीने दूर सारायची होती. या कादंबरीवर मग खूपच मोठ्या प्रमाणावर उलटसुलट चर्चा होऊन आपले मृत्यूचे वय हे २१पासून ३०पर्यंत वाढवायला हरकत नाही, असा एक मतप्रवाह पुढे आला. हा मतप्रवाह पुढे आणण्यामागचा हेतू हा, या कादंबरीतील चित्रपट १८ ते २५ या वयोगटातील तरुणांना आवडावा आणि तो अधिक पसंतीस उतरावा, असा होता. या संदर्भातसुद्धा तोच शब्दप्रयोग वापरला गेला होता.

लँग्डन म्हणाला, "तेव्हा झोब्रिस्ट याचा निबंध... मला त्याचे शीर्षक नीट समजले नसावे. त्याने हे शीर्षक उपरोधाने हू नीड्स ॲगाथुसिया? दिले होते का? म्हणजे, 'कोणाला परोपकारी आत्महत्येची गरज वाटते?' ...अशा अर्थी त्याला म्हणायचे होते का?"

"नाही. तसले काहीही नाही. ती एक शाब्दिक कोटी केली होती."

यावर लँग्डनने आपली मान हलवली. त्याला तशी कोटी वाटली नाही किंवा जाणवली नाही.

"त्याच्या निबंधात झोब्रिस्टने जागतिक आरोग्य संघटनेची संचालक डॉ. एलिझाबेथ सिन्स्की हिच्यावर भडिमार केला. तसे तो सतत करीत आलेला होता. ती स्त्री बरीच वर्षे त्या पदावर होती आणि लोकसंख्यावाढीच्या प्रश्नावर काहीही करीत नव्हती, असे झोब्रिस्टचे मत होते. म्हणून त्याने आपल्या लेखात म्हटले की, जागतिक आरोग्य संघटनेने एक तर तिला त्या पदावरून दूर करावे किंवा तिने स्वत:हून आत्महत्या करावी."

''झोब्रिस्ट भलताच कनवाळू दिसतो आहे,'' लँग्डन विनोदाने म्हणाला.

''माणूस अतिबुद्धिमान असल्याचे हे दुष्परिणाम आहेत, असे मला वाटते. जी माणसे एखाद्या गोष्टीवर आपली बुद्धी इतरांपेक्षा अधिक तीव्रपणे केंद्रित करू शकतात, ती माणसे बहुतेक वेळा भावनिक परिपक्वता सोडून असे करू शकतात.'' सिएनाने आपले मत दिले.

लँग्डनला लहान सिएनावर छापून आलेला तो वृत्तपत्रातील लेख आठवला. असामान्य बुद्धिमत्ता असलेली एक बालिका, जिचा बुद्ध्यंक हा २०८ होता आणि जी विक्रमी बौद्धिक करामती करून दाखवत होती, ते सारे त्याला आत्ता तिच्या बोलण्यावरून आठवले. झोब्रिस्टसारख्या बुद्धिमान माणसाबद्दल बोलताना ती एक प्रकारे स्वत:बद्दलच बोलत आहे, असे त्याला भासले. किती काळ ती स्वत:ची बुद्धिमत्ता, हुषारी लपवून ठेवणार आहे, असा प्रश्न लँग्डनला पडला.

शेवटी जी खूण तो शोधत होता, ती त्याला लांबून दिसली. 'व्हाया दी लेओनी' ओलांडल्यावर लँग्डनने तिला एका खास छोट्या अरुंद बोळामध्ये नेले. त्या बोळावर पाटी होती, VIA DANTE ALIGHERI

लँग्डन तिला म्हणाला, ''असे दिसते की, तुला मानवी मेंदूबद्दल बरीच माहिती आहे. वैद्यकीय शिक्षण घेताना तू या विषयावर जास्त लक्ष केंद्रित केले होतेस का?''

''नाही, पण मी लहानपणी या विषयावर बरेच वाचले होते. मानवी मेंदूच्या शास्त्रात मला खूपच रस होता. कारण माझी स्वत:ची वैद्यकीय समस्या होती.''

लँग्डनने तिच्याकडे कुतूहलाने पाहिले. त्यामुळे ती याबद्दलच आणखी काही बोलेल अशी आशा त्याला वाटत होती.

सिएना त्याला शांतपणे सांगू लागली, ''माझा मेंदू... इतर मुलांपेक्षा त्याची वाढ वेगळ्याच प्रकारे झाली. आणि त्यामुळेच काही समस्या उद्भवल्या. माझ्या मेंदूला नक्की काय झाले आहे, हे शोधून काढण्यात मी खूप वेळ खर्च करीत होते. त्या धडपडीत माझे मेंदूबद्दलचे एवढे वाचन झाले की, मी मज्जाशास्त्राबद्दल खूप शिकले.'' मग लँग्डनच्या नजरेला नजर भिडवीत ती म्हणाली, ''आणि हो, माझ्या मेंदूशीच मला टक्कल पडण्याची समस्या जोडली गेली होती.''

लँग्डनने आपली नजर खेदाने दुसरीकडे वळवली. तिला प्रश्न विचारल्याबद्दल त्याला आता अवघडल्यासारखे वाटू लागले. ते पाहून सिएना त्याला म्हणाली, ''तुम्ही माझी ही टकलाची व्याधी मनावर घेऊ नका. त्या व्याधीसह कसे जगत रहायचे हे मी शिकलेले आहे.''

त्या अरुंद जागेतील सावलीत थंड हवा होती. त्या थंडाव्यातून चालत जाताना लँग्डन झोब्रिस्टबद्दल विचार करीत होता. त्याच्या भयप्रद उपायाच्या तत्त्वज्ञानावर तो मनात खल करीत होता.

एक प्रश्न त्याच्या मनात सारखा डोके वर काढून त्याला त्रास देत होता. ''ज्या सोल्जर्सनी आपल्याला ठार करण्याचा प्रयत्न केला, ते नक्की कोण आहेत? त्यांची कारवाई मला गोंधळात पाडणारी आहे. जर झोब्रिस्टने कुठेतरी प्लेगचा संसर्ग पेरून ठेवला असेल, तर त्याच्या बाजूचा प्रत्येक माणूस त्या संसर्गाचा प्रसार थांबवण्यासाठी प्रयत्न करणार नाही का?''

''असेच काही नाही. झोब्रिस्टला वैद्यकीय समाजाने बहिष्कृत केले असेल, त्याला अस्पृश्य ठरवले असेल, पण त्याच्या तत्त्वज्ञानाचे चाहतेही खूप असू शकतील. ते चाहते अगदी कडवे असतील. हा पृथ्वी ग्रह वाचवण्यासाठी काही लोकसंख्येची कत्तल होणे किंवा ते कोणत्याही प्रकारे नष्ट होणे आवश्यक आहे, असेही त्यांना पटले असेल. आपण एवढेच समजू की, ते सोल्जर्स झोब्रिस्टचा हेतू किंवा आकांक्षा पुऱ्या कशा करता येतील, हे पहात असतील.''

झोब्रिस्टच्या शिष्यांची अशी खासगी सेना असू शकते? ही शक्यता कितपत खरी आहे, यावर लँग्डन विचार करू लागला. त्याच्या लक्षात आले की, दुर्दैवाने इतिहासात तशी उदाहरणे बरीच आहेत. अनेक उत्साही माथेफिरू आणि पंथ यांनी काही चमत्कारिक कल्पनांच्या नादी लागून आपण होऊन स्वत:चाच विनाश करून घेतला होता. यामागे एकच कारण होते की, त्या वेडगळ कल्पनेचा जो पुरस्कर्ता नेता होता, तोच आपला एकमेव त्राता आहे, प्रेषित आहे, परमेश्वराचा पुत्र आहे असे त्यांना वाटत होते. त्याचे हे संहाराचे काम संपल्यावर आपल्याला वाचवण्यासाठी एक अंतराळयान तयार असून ते चंद्राच्या पलीकडे थांबून राहिले आहे किंवा आता सर्वांचाच अंतिम न्यायनिवाडा करण्याचा दिवस जवळ येऊन ठेपला आहे, त्यातून कोणाचीही सुटका नाही, वगैरे... वगैरे... कल्पनांचा सुकाळ इतिहासात अनेकदा झालेला होता. तसाच हाही प्रकार आहे. लोकसंख्यावाढीवर नियंत्रण घालणे, हा विषय विज्ञानाच्या अखत्यारीतला असला तरी त्याआधारे झोब्रिस्ट सुचवत असलेले घोर उपाय हे त्याच्या अनुयायांना पटले असतील तर? लँग्डनच्या मनात असे विचार येऊन गेले.

''पण काही मूठभर सोल्जर्स हे त्या तत्त्वज्ञानाच्या मागे लागून निष्पाप जिवांची जाणूनबुजून हत्या करण्यासाठी कसे काय धजावू शकतील? या प्रकारात तेही व्याधिग्रस्त होऊन मरून जाऊ शकणार नाहीत का?''

सिएना त्याच्याकडे गोंधळून पहात म्हणाली, ''रॉबर्ट, ते सोल्जर्स जेव्हा युद्धात उतरतात, तेव्हा ते काय करतात? ते निष्पाप लोकांना ठार करतात आणि शिवाय स्वत: मारले जाण्याची जोखीमही पत्करतात. एखाद्या कारणावर, एखाद्या हेतूवर दृढ विश्वास बसतो तेव्हा काहीही केले जाऊ शकते, काहीही घडू शकते.''

''कारण? हेतू?... प्लेगचा प्रसार करणे हा हेतू?''

सिएना परत त्याच्याकडे पहात म्हणाली, ‘‘रॉबर्ट, प्लेगचा प्रसार करणे हा हेतू नाही... जगाला वाचवणे, मानवजातीचा बचाव करणे हा हेतू आहे. बर्ट्रान्ड झोब्रिस्टने त्याच्या निबंधातील एका उताऱ्यात एक तात्त्विक प्रश्न उपस्थित केला आहे. तुम्ही मला त्या प्रश्नाचे उत्तर द्या.’’

‘‘कोणता प्रश्न?’’

‘‘झोब्रिस्ट म्हणतो की, जगातील लोकसंख्या एकदम निम्म्यावर आणण्याची युक्ती एखाद्या यांत्रिक रचनेने निर्माण करून ठेवली आणि ती यंत्रणा सुरू करून देण्याचे बटण तुमच्या हातात दिले, तर तुम्ही ते दाबाल का? तो नरसंहार सुरू करून द्याल का?’’

‘‘अर्थातच नाही.’’

‘‘ठीक आहे. पण जर तुम्हाला असे सांगितले की, तुम्ही ते बटण नाही दाबलेत तर मानववंश १०० वर्षांत ऱ्हास पावून नामशेष होईल, तर तुम्ही मग काय कराल?’’ यावर ती काही क्षण थांबली आणि नंतर तिने विचारले, ‘‘मग तुम्ही बटण दाबणार की नाही? अगदी बटण दाबल्यामुळे तुमचे मित्र, स्नेही, नातेवाईक आणि कदाचित तुमचा स्वत:चाही त्या नरसंहारात बळी जाणार असेल तरी?’’

‘‘सिएना, मला ते कितपत– ’’

‘‘हा केवळ एक तात्त्विक प्रश्न आहे. आपली मानवजात कायमची नामशेष होण्यापासून वाचण्यासाठी निम्म्या लोकसंख्येचा बळी तू घेशील काय?’’

त्या भीषण आणि चमत्कारिक विषयामुळे लँग्डन अस्वस्थ झाला होता. तेवढ्यात त्याला एक लाल कापडी फलक एका दगडी इमारतीवर दिसला. त्यामुळे त्याची या विचारातून सुटका झाली आणि त्याला एकदम हायसे वाटले. ती इमारत समोरच उभी होती.

त्याने तिकडे बोट दाखवत तिला म्हटले, ‘‘बघ, आपण पोहोचलोच इथे!’’

सिएना यावर आपली मान हलवत म्हणाली, ‘‘पण माझ्या प्रश्नाचे उत्तर न देऊन तुम्हीही ती ‘अव्हेरवृत्ती’ दाखवलीत!’’

५१

'कॅसा दी डान्टे' हे 'सान्टा मार्घारिटा' रस्त्यावरती उभे होते. ते सहज ओळखू येत होते. त्याच्या दर्शनी भागावर MUSEO CASA DI DANTE अशी अक्षरे रंगवलेला मोठा कापडी फलक होता.

सिएनाने तो फलक वाचून विचारले, ''आपण डान्टेच्या घरात जाणार आहोत का?''

लँग्डन म्हणाला, ''तसेच काही नाही. डान्टे पुढे एका कोपऱ्यावरच्या घरात रहात होता... हे एक डान्टेसंबंधीचे संग्रहालय आहे.'' त्या इमारतीमध्ये लँग्डन एकदा आत गेला होता. तिथल्या कलात्मक वस्तूंबद्दल त्याला कुतूहल होते. परंतु आत जाऊन पाहिल्यावर त्याला कळले की, डान्टेच्या संदर्भातील जेवढ्या वस्तू, चित्रे वगैरे जगात आहे, त्यांच्या केवळ प्रतिकृतींचा इथे संग्रह करून ठेवला आहे. तरीही तशा सर्व वस्तू एकत्र, एकाच वास्तूत पहायला मिळणे, ही केवढी मोठी सोय झालेली होती.

सिएनाच्या चेहऱ्यावर जराशी आशा प्रकट झाली. ती म्हणाली, ''शिवाय तुम्ही म्हणाला होतात की, 'द डिव्हाइन कॉमेडी' या डान्टेच्या महाकाव्याची त्या काळातील एक छापील प्रत इथे आहे.''

लँग्डन चुकचुकत म्हणाला, ''अगदी तसेच काही नाही. पण आतमध्ये भेटीच्या वस्तू विकण्याचे एक दुकान आहे. तिथे भव्य पोस्टर्स विक्रीस ठेवलेली आहेत. त्यावर सूक्ष्म टाइपात डान्टेचे सर्व साहित्य आणि काव्य छापलेली आहेत.''

यावर तिने त्याच्याकडे भयभीत नजरेने पाहिले.

''पण काळजी करू नका. काहीच नसण्यापेक्षा हे असले काहीतरी पहायला मिळते आहे, हेही नसे थोडके. फक्त अडचण एवढीच आहे की, मला तेवढी सूक्ष्म अक्षरे वाचता येणार नाहीत. ती तुम्हीच मला वाचून दाखवावीत.''

ते दोघे दरवाजातून आत शिरत असताना आतून एक माणूस त्यांच्याकडे घाईघाईने आला आणि ''आज सुटी आहे...'' अशा अर्थाची वाक्ये इटालियन भाषेत

त्यांना सांगू लागला.

लँग्डन गोंधळून सिएनाकडे पाहू लागला. त्याने तिला विचारले, ''आज कसली सुटी आहे? आज तर सोमवार आहे.''

यावर आपली मान डोलवत ती म्हणाली, ''फ्लॉरेन्समधली माणसे साप्ताहिक सुटी सोमवारी घेतात.''

या शहरातील कॅलेंडर काही वेगळेच आहे, असे त्याला परत एकदा आठवले. असे होण्याचे कारण परदेशी पर्यटक इथे शनिवारी आणि रविवारी येऊन गर्दी करतात. त्यांच्या खरेदीमुळे भरपूर परकीय चलन दुकानदारांना, व्यापाऱ्यांना मिळते. कित्येक व्यापारी तर येशूचा विश्रांतीचा दिवस रविवारी किंवा सोमवारी पाळतात. जे सोईस्कर असेल तो दिवस ते सुटीसाठी निवडतात. थोडक्यात, विक्रीसाठी त्यांची दुकाने शनिवारी आणि रविवारी पर्यटकांसाठी उघडीच ठेवली जातात.

जर डान्टेचे ते पुस्तक इथे पहायला मिळाले नाही तर कोणत्याही पुस्तकाच्या दुकानात जाऊन त्या महाकाव्याची एक प्रत विकत घ्यावी, असा त्याचा विचार होता. पण आता त्याही बेतावर पाणी पडले होते. तो खट्टू झाला.

''आता दुसरा काही मार्ग आहे?'' सिएनाने विचारले.

लँग्डनने यावर बराच वेळ विचार करून शेवटी आपली मान हलवत म्हटले, ''इथे जवळच एक कोपऱ्यावरचे ठिकाण आहे. तिथे डान्टेप्रेमी नेहमी जमतात. त्यांचा तो अड्डाच आहे. त्यांच्यापैकी कोणाकडेतरी त्या ग्रंथाची प्रत असणारच. आपण ती तात्पुरती मागून घेऊ. कोणीतरी नक्कीच आपल्याला देईल.''

''पण तेही लोक तिथे आता जमलेले नसतील तर? कारण जवळ-जवळ सर्वच शहर आज सुटी घेत असते.''

''पण मी म्हणतो ती जागा तशी नाही. तिथे सुटी घेतली जात नाही,'' मग तो पुढे हसून म्हणाला, ''कारण ते एक चर्च आहे.''

त्या दोघांपासून १५० फुटांवर गर्दीतील एक माणूस एका बाजूच्या भिंतीला टेकून उभा होता. त्याच्या चेहऱ्यावर पुरळ उमटले होते आणि कानात एक सोन्याचा डूल होता. धाप लागल्याने तो जरासा दम खात उभा होता. त्याचे पुरळही लक्षात येण्याजोगे होते. विशेषत: त्याच्या डोळ्यांवरील पुरळ फारच भयानक वाटत होते. त्याने आपल्या डोळ्यांवरील चष्मा काढला आणि आपल्या बाहीने डोळ्यांच्या कडा पुसल्या. मात्र कातडीला धक्का बसणार नाही, याची तो काळजी घेत होता. त्याने परत आपल्या डोळ्यांवर चष्मा चढवला तेव्हा ज्यांच्यावर पाळत ठेवली होती, ते पुढे जात असल्याचे त्याने पाहिले. मग सारे बळ एकवटून तो त्यांचा पाठलाग करू

लागला. आता मात्र तो आपला श्वासोच्छ्वास शक्य तितका सावकाश करीत होता.

इकडे राजवाड्यातील 'हॉल ऑफ द फाइव्ह हंड्रेड'मध्ये, ब्रूडर मरून पडलेल्या स्त्रीशेजारी उभा होता. स्पाइक असलेल्या त्या स्त्रीला तो ओळखत होता. ती स्त्री आता हात पसरून दगडी फरशीवर पडली होती. त्याने वाकून तिच्या हातातील पिस्तूल काढून घेतले, त्यातली क्लिप सुरक्षिततेसाठी काढून घेतली आणि ते पिस्तूल आपल्या माणसांकडे दिले.

संग्रहालयाची गरोदर प्रशासक मार्ता ही ब्रूडरच्या जवळ उभी होती. झालेल्या घटनेबद्दल मघाशीच तिने ती दचकवून टाकणारी बातमी पोलिसांना देऊन रॉबर्ट लँग्डन आणि सिएना पळाल्याचे कळवले होते. त्यातील एका माहितीवर ब्रूडर अजूनही विचार करीत होता. *लँग्डनच्या दाव्यानुसार त्याला विस्मरणाच्या विकाराने ग्रासले होते.*

ब्रूडरने आता आपला वायरलेस फोन बाहेर काढला आणि त्याने एक नंबर डायल केला. दुसऱ्या टोकाला तीन वेळा रिंग वाजल्यावर त्याच्या वरिष्ठाने फोन उचलून बोलावयास सुरुवात केली. त्याचा आवाज फार दूरवरून आणि अस्वस्थ झाल्यासारखा ऐकू येत होता.

तो म्हणत होता, "येस, एजंट ब्रूडर? सांगा बरे काय झाले ते!"

आपला प्रत्येक शब्द नीट समजावा म्हणून ब्रूडर सावकाश आणि स्पष्ट उच्चारात बोलू लागला, "आम्ही अजूनही लँग्डन आणि त्याच्या बरोबरच्या स्त्रीला शोधत आहोत. पण आणखी एक वेगळीच घटना घडलेली आहे." एवढे बोलून तो क्षणभर थांबला आणि नंतर म्हणाला, "आणि जर ते खरे असेल तर... सर्वकाही बदलू शकते."

प्रोव्होस्त आपल्या ऑफिसात येरझाऱ्या घालीत होता. आणखी एक स्कॉच व्हिस्कीचा पेग घेण्याच्या मोहावर मात करण्याचा तो प्रयत्न करीत होता. समोर आलेल्या अडचणीच्या आणि आणीबाणीसारख्या परिस्थितीला तोंड देण्यासाठी तो मनाची तयारी करीत होता. त्याच्या समोरची परिस्थिती अधिकच बिघडत चालली होती.

त्याने आपल्या व्यवसायात कधीही आपल्या अशिलांचा विश्वासघात केला नव्हता आणि आत्ताही तसे काही करण्यास तो राजी नव्हता. त्याच वेळी त्याला असा संशय येत होता की, पूर्वी त्याने जी परिस्थिती कल्पिलेली होती त्यापासून

त्यामागचा हेतू भरकटलेला आहे.

एक वर्षापूर्वी प्रसिद्ध अनुवंशशास्त्रज्ञ बर्ट्रान्ड झोब्रिस्ट हा त्याला त्याच्या आलिशान नौका 'मेंडेसियम'वर येऊन भेटला होता आणि त्याने आपल्याला एखादी सुरक्षित जागा काम करण्यासाठी द्यावी, अशी विनंती केली होती. त्या वेळी प्रोव्होस्तला असे वाटले होते की, झोब्रिस्टला गुप्तपणे काहीतरी वैद्यकीय संशोधन करायचे असावे. त्या संशोधनाचे स्वामित्व हक्क मिळाले, तर झोब्रिस्टच्या अफाट संपत्तीत आणखी भर पडू शकणार होती. त्याच्यासारख्या अनेक विचित्र शास्त्रज्ञ आणि इंजिनिअर्स यांनी पूर्वी प्रोव्होस्तकडे सुरक्षित जागा देण्याची मागणी केली होती. आपल्या संशोधनाच्या कल्पना बाहेर फुटून चोरल्या जाऊ नये किंवा त्यांचे कायदेशीर स्वामित्व हक्क अन्य कोणी घेऊ नये, असे त्यांना वाटत होते.

अशा सर्व गोष्टी लक्षात घेऊनच प्रोव्होस्तने झोब्रिस्ट या अशिलाचे काम स्वीकारले होते. त्यामुळे जागतिक आरोग्य संघटना (डब्ल्यूएचओ) जेव्हा झोब्रिस्टचा शोध घेत आहे हे कळल्यावर प्रोव्होस्तला त्याचे आश्चर्य वाटले नाही. तसेच, त्या संघटनेची संचालिका डॉ. एलिझाबेथ सिन्स्की झोब्रिस्टचा स्वत: वैयक्तिकरीत्या शोध घेत आहे, असे कळल्यावर त्याला आश्चर्य वाटले नाही.

कन्सोर्टियमला नेहमीच जबरदस्त व्यक्तींना तोंड द्यावे लागत आलेले होते.

झोब्रिस्टशी झालेल्या करारानुसार कन्सोर्टियमने त्याला कसलेही प्रश्न विचारले नाहीत. त्यामुळे सिन्स्कीचे शोधाचे प्रयत्न विफल झाले. त्याच्या कराराच्या कालावधीत झोब्रिस्ट तिला अजिबात सापडला नाही.

एक आठवड्यापूर्वीच झोब्रिस्टशी केलेला करार संपुष्टात येत होता. सिन्स्कीने प्रयत्न करून झोब्रिस्ट हा फ्लॉरेन्समध्ये आहे, अशी बातमी काढली होती. मग ती फ्लॉरेन्समध्ये गेली आणि त्याचा मागोवा घेत राहिली. तिच्या सततच्या पाठलागामुळे कंटाळून जाऊन शेवटी झोब्रिस्टने आत्महत्या केली. आपल्या व्यवसायात प्रथमच प्रोव्होस्तला आपल्या अशिलाला कबूल केलेले संरक्षण पुरवण्यात अपयश आले होते. त्याच्या मनाला ही गोष्ट खूप लागून राहिली होती. झोब्रिस्टचा अनपेक्षित मृत्यू आणि त्याला सुरक्षितता पुरवण्यात आलेले अपयश या दोन्ही गोष्टी आता प्रोव्होस्तचा पिच्छा पुरवू लागल्या.

पकडले जाण्याऐवजी त्याने आत्महत्या केली? झोब्रिस्ट कशाची एवढी जपणूक करीत होता?

त्याच्या मृत्यूनंतर सिन्स्कीने झोब्रिस्टच्या बँकेतील सेफ डिपॉझिट व्हॉल्टमधील एक वस्तू जप्त केली. त्यामुळे आता फ्लॉरेन्समध्ये कन्सोर्टियम आणि सिन्स्की यांच्यात सरळ संघर्ष सुरू झाला. एक महाजोखमीचा खजिना शोधण्यासाठी आटोकाट प्रयत्न होऊ लागले.

कोणता महाजोखमीचा खजिना शोधायचा होता?

कोणत्यातरी अंत:प्रेरणेने प्रोव्होस्तने पुस्तकाच्या फडताळाकडे पाहिले आणि त्याला झोब्रिस्टने जो लठ्ठ ग्रंथ दिला होता, त्याकडे त्याची नजर गेली.

त्या ग्रंथाचे नाव होते, 'द डिव्हाइन कॉमेडी.'

प्रोव्होस्तने ते पुस्तक काढून आपल्या टेबलावर टाकले. ते आपटल्याचा एक जड आवाज झाला. मग त्याने अस्वस्थपणे पहिले पान काढले आणि त्यावर लिहिलेला मजकूर वाचला :

> *माझ्या प्रिय मित्रा,*
> *मला मार्ग शोधण्यास मदत केल्याबद्दल धन्यवाद!*
> *सारे जगही तुम्हाला असेच धन्यवाद देत आहे!*

प्रथम हे की, बाबारे *मी आणि तू कधीही एकमेकांचे मित्र नव्हतो,* असे प्रोव्होस्तच्या मनात आले.

सारे जग धन्यवाद देते आहे?

हा काय प्रकार आहे? त्याने बराच वेळ क्षितिजावर आपली नजर लावली. त्या शांततेत त्याला त्या व्हिडिओची आणि नोल्टनने त्याबद्दल केलेल्या विचारणेची आठवण झाली. *मला वाटते की, ही व्हिडिओ माध्यमांकडे पाठवण्याआधी तुम्ही पहावी... यातली माहिती ही खूप अस्वस्थ करणारी आहे,* असे तो म्हणाला होता.

नोल्टन हा त्याचा एक सर्वोत्तम असा साहाय्यक होता. त्याच्या अशा फोनमुळे प्रोव्होस्त कोड्यात पडला होता. काहीतरी वेगळे किंवा अघटित असल्याखेरीज तो आपले लक्ष वेधून घेणार नाही.

'द डिव्हाइन कॉमेडी' हे पुस्तक परत फडताळात ठेवल्यानंतर प्रोव्होस्त स्कॉचच्या बाटलीकडे गेला आणि ग्लास भरेल एवढे मद्य त्याने ग्लासात ओतून घेतले.

त्याला आता एक अवघड निर्णय घ्यायचा होता.

५२

'चर्च ऑफ डान्टे' हे चर्च छोटे असल्याने त्याला 'चॅपेल' असे संबोधायला हवे. एका छोट्या घराच्या आकाराएवढ्या या चर्चची लोकप्रियता डान्टेच्या चाहत्यांमध्ये खूपच होती. कारण या चर्चमध्येच डान्टेच्या आयुष्यातील दोन महत्त्वाच्या घटना घडल्याने हे चर्च महत्त्वाचे मानले जाई. येथील पवित्र जागेवर या महान कवीच्या आयुष्याला कलाटणी मिळाली होती.

एका लोकप्रिय दंतकथेनुसार, वयाच्या नवव्या वर्षी बिॲट्रिस पोर्तिनारी या महिलेवर डान्टेची नजर पडली आणि तत्क्षणी त्याचे तिच्यावर प्रेम बसले. ते 'लव्ह ॲट फर्स्ट साइट' होते. तेव्हापासून मरेपर्यंत बिॲट्रिससाठी त्याचे हृदय आक्रंदत राहिले. पण डान्टेच्या दुर्दैवाने तिचे लग्न दुसऱ्याच माणसाशी झाले आणि ती आपल्या वयाच्या अवघ्या चोविसाव्या वर्षी मृत्यू पावली.

काही वर्षांनी याच चर्चमध्ये गेमा दोनाती या महिलेशी डान्टेचा विवाह झाला. महान लेखक आणि कवी बोकॅशिओ यांनी असे लिहून ठेवले आहे की, 'डान्टेने आपल्या पत्नीची नीट निवड केली नाही. ती पत्नी म्हणून डान्टेला साजेशी नव्हती. जरी त्या दोघांना मुले झाली असली, तरी त्या दोघांत एकमेकांबद्दल फारसा ममत्वभाव कधीच नव्हता. डान्टेची फ्लॉरेन्समधून हद्दपारी झाल्यावर त्याच्या पत्नीने त्याला पहाण्याची, भेटण्याची कधीही उत्सुकता दर्शवली नाही की त्यासाठी प्रयत्नही केला नाही.'

डान्टे हा जन्मभर बिॲट्रिसवरती प्रेम करत राहिला, तिची स्मृती मनात उजळवत राहिला. तिला मात्र डान्टे हा फारसा ठाऊक नव्हता. पण तिच्या स्मृतीचा पगडा त्याच्यावर एवढा होता की, ती मृत्यू पावली तरी तिच्या आठवणी त्याला महान रचना करण्यासाठी स्फूर्ती देत असत.

डान्टेच्या उत्कृष्ट काव्यांचा संग्रह La Vita Nuova या नावाने प्रसिद्ध आहे. त्यातील पानापानांतून त्याने बिॲट्रिसचे नाव घेतले आहे. त्याहीपेक्षा त्याचे महाकाव्य 'द डिव्हाइन कॉमेडी' यामध्येही त्याने बिॲट्रिसचे पात्र आणले आहे. शेवटी तीच

त्याला स्वर्गात मार्गदर्शन करते, असे त्याने दाखवले आहे. अशा रीतीने दोन्ही काव्यग्रंथात त्याने बिॲट्रिसचे चित्र रेखाटले आहे.

आजमितीस 'चर्च ऑफ डान्टे' हे प्रेमभंग झालेल्या सर्व जीवांचे एक तीर्थस्थळ बनले आहे. तरुण वयात मृत्यू पावलेल्या बिॲट्रिसचे थडगे हे या चर्चमध्ये आहे. डान्टेचे भक्त, सर्व विरही आणि प्रेमभंग झालेले हे त्या साध्यासुध्या थडग्याला पवित्र मानून त्याचे आदराने दर्शन घेतात.

लँग्डन आणि सिएना फ्लॉरेन्सच्या या जुन्या कसबा भागातील गर्दीतून वाट काढीत त्या चर्चकडे चालले होते. हळूहळू रस्त्याची रुंदी कमी कमी होत ती शेवटी एका फुटपाथ एवढी झाली. कधी कधी एखादी मोटरकार रस्त्यावरून जाताना दिसे. रस्त्यातल्या गर्दीतून वाट काढीत ती इंचाइंचाने पुढे सरकत असे. अनेकदा तर मोटारीला वाट देण्यासाठी दोन्ही बाजूच्या पादचाऱ्यांना इमारतीच्या भिंतींना पाठ लावून उभे रहावे लागे. सिएनाने आपला सोनेरी केसांचा टोप परत डोक्यावर चढवला होता आणि लँग्डनला त्याचा कोट परत दिला होता. आता ते दोघे पुन्हा मूळच्यासारखे दिसू लागले. तिने टोप चढवल्याने तिचे रूप पुन्हा सुंदर दिसू लागले. त्यामुळे मदतीसाठी एखाद्या परोपकारी व्यक्तीची आता सहज गाठ पडेल, अशी आशा लँग्डनला वाटू लागली. आपल्या मूळच्या कपड्यात परत आल्यावर त्यालाही हायसे वाटू लागले होते.

ते त्या Via del Presto नावाच्या अरुंद कॉरिडॉरमधून जात असताना लँग्डनने अनेक घरांत जाणारे अनेक मार्ग पाहिले. दोन इमारतींच्या मधल्या चिंचोळ्या, अति अरुंद बोळातून जाणारे ते प्रवेशमार्ग होते. ते सर्व सारखेच दिसत होते. चर्च ऑफ डान्टेचा प्रवेशमार्गही असाच असल्याने तो तसले सर्व मार्ग निरखून पुढे जात होता. परंतु चर्चकडे जाणारा तो प्रवेशमार्ग नजरेतून सहजासहजी निसटू शकत नव्हता.

त्या चर्चचे एक वैशिष्ट्य असे होते की, ते अनेकदा वाद्यजलशांचे कार्यक्रम आयोजित करीत. जेव्हा असा कोणताही जलसा चर्चमध्ये नसे, तेव्हा पूर्वीच्या जलशांचे ध्वनिमुद्रण ते वाजवित. त्यामुळे केव्हाही त्या चर्चमध्ये गेल्यावर भेट देणाऱ्याला संगीताचा आस्वाद घेता येत असे. त्या संगीताचा आवाज बाहेरही येत असल्याने चर्चचे अस्तित्व जाणवत असे.

ते दोघे त्या बोळामधून पुढे जात असताना लँग्डनला अशा ध्वनिमुद्रित संगीताचे स्वर मंद आवाजात ऐकू येऊ लागले. जसजसे ते पुढे जाऊ लागले तसतसा तो आवाज मोठ्याने ऐकू येऊ लागला. शेवटी ते दोघे चर्चमध्ये नेणाऱ्या प्रवेशमार्गासमोर जाऊन उभे राहिले. तो बोळ असाच इतर घरात जाण्याच्या बोळांसारखाच सामान्य होता. कसलाही वेगळेपणा तिथे नव्हता. फक्त लाल रंगाचा एक फलक प्रवेशमार्गावर होता. त्यावर Museo Casa di Dante असे लिहिले होते.

मग ते दोघे त्या अरुंद वाटेने गेले आणि शेवटी चर्चमध्ये शिरले. तिथे आत फारसा प्रकाश नव्हता. हवा थंड होती आणि संगीत मोठ्याने वाजत होते. आतमध्ये कसलीही सजावट नव्हती. सारे काही साधेसुधे होते. लँग्डनला पूर्वी पाहिल्यापेक्षा ही जागा आज खूप लहान वाटू लागली होती. आतमध्ये मूठभर पर्यटक बसलेले होते. काही जण शांतपणे संगीत ऐकत होते, काही जण आपल्या जवळच्या वह्यांत काहीतरी लिहीत होते, काही जण भिंतीवर लावलेली चित्रे निरखून पहात होते, तर काही जण उगाचच मनात येईल ते करीत वेळ काढीत होते.

वेदीवर असलेले नेरी दी बिसी या चित्रकाराचे चित्र सोडल्यास बाकीची पूर्वीची सर्व चित्रे बदलून तिथे समकालीन चित्रकारांच्या कलाकृती लावलेल्या होत्या. त्यात डान्टे आणि बिॲट्रिस अशा दोन्ही व्यक्तिरेखा चित्रित केलेल्या होत्या. जेव्हा डान्टेने बिॲट्रिसला प्रथम पाहिले तेव्हा तो ज्या रीतीने भारावून जाऊन तिच्याकडे रोखून पहात होता, तीच नजर, तेच भाव बहुतेक चित्रांत दर्शवलेले होते. त्या चित्रांमध्ये डान्टेचा 'लव्ह ॲट फर्स्ट साइट' हाच विषय रेखाटला होता. पण सर्व चित्रे चित्रकलेची वेगवेगळी वैशिष्ट्ये प्रकट करीत होती. त्यातली बहुतेक वैशिष्ट्ये लँग्डनला आवडत होती. ती चित्रे लोकांना आवडावी अशी असली, तरी त्यांचे चर्चमधील स्थान योग्य नाही असेही वाटत होते. अशाच एका चित्रात डान्टेच्या डोक्यावर एक लाल रंगाची टोपी दाखवलेली होती. त्या टोपीच्या डाव्या-उजव्या बाजू कानावर आलेल्या होत्या. असे वाटत होते की, त्याने ती टोपी सान्ताक्लॉजच्या डोक्यावरून पळवून आणलेली आहे. तथापि प्रत्येक चित्रात डान्टेच्या प्रेयसीकडे पहाण्याच्या त्याच्या नजरेला प्राधान्य दिलेले होते. या चित्रांमुळे हे चर्च वेदनादायक प्रेमाचे प्रतीक वाटत होते. विफल झालेले प्रेम, पूर्ती न झालेले प्रेम आणि एकतर्फी असलेले अतृप्त प्रेम अशा सर्व दुःखद प्रेमांचे अथवा प्रेमभंगाचे हे चर्च आश्रयस्थान वाटत होते.

लँग्डनने डावीकडे असलेल्या बिॲट्रिसच्या थडग्याकडे पाहिले. इथे येण्यासाठी त्या थडग्याला भेट देणे, हा चर्चमध्ये येणाऱ्यांचा एक प्रमुख हेतू असे. त्या थडग्याच्या मागे एक वस्तू ठेवली होती. तिला खूप प्रसिद्धी मिळाली होती. ती एक काटक्यांची विणलेली टोपली होती. त्या टोपलीत भक्त बिॲट्रिसला उद्देशून पत्रे, चिठ्ठ्या लिहून टाकीत. आज सकाळी ठेवलेल्या त्या टोपलीत एवढी पत्रे पडलेली होती की, ती टोपली भरून वहात होती.

बिॲट्रिस ही आता प्रेमात पडलेल्यांची देवता बनली होती. आणि प्रदीर्घ काळ चालत आलेल्या प्रथेनुसार स्वतःच्या हस्ताक्षरांत लिहिलेली पत्रे बिॲट्रिसला उद्देशून लिहिली की, ती लिहिणाऱ्यासाठी त्याचे प्रेम सफल होण्यास मदत करीत असत. ज्या व्यक्तीवर आपले प्रेम बसले आहे, त्या व्यक्तीने आपल्या प्रेमाची दखल घ्यावी

आणि आपल्यावर प्रेम करावे किंवा अधिक प्रेम करावे किंवा आपली प्रिय व्यक्ती मृत्यू पावल्याने ते दुःख सहन करण्यासाठी बळ द्यावे, अशा विविध तऱ्हेच्या विनंत्या त्या पत्रांमध्ये केलेल्या असत.

काही वर्षांपूर्वी लँग्डन कलेच्या इतिहासावर एक पुस्तक लिहीत होता. त्या पुस्तकाचे काम चालू असताना तो एकदा या चर्चमध्ये आला होता आणि त्यानेही बिअ‍ॅट्रिसला एक चिठ्ठी लिहून त्या टोपलीत टाकली होती. त्यात त्याने बिअ‍ॅट्रिसबद्दल आपले मत व्यक्त केले होते. बिअ‍ॅट्रिसने जरी डान्टेला खरे प्रेम दिले नाही तरी तिने त्याला त्याचा काव्यग्रंथ लिहिण्यासाठी फार मोठी स्फूर्ती दिली होती.

हे प्रिये माझ्यात संचार करून तू तुझी कहाणी माझ्यामधून सांग...

प्राचीन ग्रीक कवी होमर यानेही 'ओडिसी' नावाचे एक महाकाव्य लिहिले होते. त्या काव्यातील वर दिलेली सुरुवातीची ओळ ही डान्टेसाठी चपखल बसते. लँग्डनला तर असे वाटत होते की, आपण बिअ‍ॅट्रिसला लिहिलेल्या पत्रामुळेच तिने आपल्याला, ग्रंथ लिहिण्यास अदृश्य स्फूर्ती दिली असावी, अशी त्याची श्रद्धा झाली होती. कारण नंतर तिथून घरी आल्यावर त्याने आपला ग्रंथ विनासायास अगदी सहजरित्या पुरा केला. त्यात त्याला कसलेही अडथळे आले नाहीत. सारेकाही सुरळीतपणे होत गेले.

त्याला एकदम सिएनाचा मोठा आवाज ऐकू आला. ती कोणाशीतरी इटालियन भाषेत बोलत होती.

त्याने मागे वळून पाहिले तर सिएना तिथे विखुरलेल्या काही पर्यटकांना उद्देशून बोलत होती. ते सर्व जण तिच्याकडे पहात होते. पण त्यांच्या चेहऱ्यावर थोडेसे गंभीर भाव प्रकट झालेले होते. मग सिएना त्यांच्याकडे पाहून गोड हसली आणि तिने इटालियन भाषेत कुणाकडे डान्टेने लिहिलेले 'द डिव्हाइन कॉमेडी' हे पुस्तक आहे का, अशी विचारणा केली. त्यावर काही जणांनी अगम्य असे भाव चेहऱ्यावर आणले, तर काही जणांनी आपल्या माना नकारार्थी हालवल्या. मग तिने तोच प्रश्न इंग्रजीत विचारला. पण पुन्हा तशीच प्रतिक्रिया झाली.

वेदीच्या मागे एक पोक्त स्त्री साफसफाई करीत होती. तिने एकदम "शूऽऽ" असा आवाज करून सिएनाकडे पहात आपल्या ओठांवर बोट ठेवून गप्प रहाण्यास सुचवले.

मग सिएना लँग्डनकडे वळून म्हणाली, "मग आता काय?"

लँग्डनला वाटले होते की, सिएनाच्या आवाहनाला कोणीतरी अनुकूल प्रतिसाद देऊन तो 'द डिव्हाइन कॉमेडी' हा ग्रंथ पुरवेल. पण तसे काही घडले नाही. प्रत्येक वेळी तो जेव्हा आला होता, तेव्हा अनेक पर्यटक चर्चमध्ये येऊन डान्टेचे द डिव्हाइन कॉमेडी वाचताना त्याने पाहिले होते. त्यामुळे त्यांना वेगळाच आनंद

मिळत होता.

पण आज तसे काही घडले नाही.

लँग्डनला एक वयस्कर जोडपे चर्चच्या पुढच्या भागापाशी बसलेले दिसले. त्यातल्या पुरुषाचे टक्कल असलेले डोके पुढे झुकलेले होते. त्याची हनुवटी पार छातीला भिडू पहात होती. नक्कीच तो डुलकी घेत असला पाहिजे. त्याच्या शेजारी बसलेली स्त्री मात्र नीट जागी होती. तिच्या कानात इअरप्लग होते. त्याच्या पांढऱ्या वायर्स खाली लोंबत होत्या. तिच्या मांडीवरील आयफोनला त्या जोडलेल्या होत्या.

ते पाहून त्याच्या मनात आशेचा एक किरण चमकून गेला. कदाचित या दाम्पत्याला सिएनाचे आवाहन ऐकू गेले नसावे. तो त्या जोडप्यापर्यंत गेला आणि त्यांच्यासमोर उभा राहिला. त्या स्त्रीने वर मान करून त्याच्याकडे पाहिले आणि आपले कानातले इअरप्लग बाहेर काढले. तिच्याशी कोणत्या भाषेत बोलावे ते लँग्डनला कळेना. पण जगभर आयफोन, आयपॉड आणि आयपॅड यांचा प्रसार झालेला असल्याने एक जागतिक शब्दकोश नकळत प्रचारात आला होता. पाटीवरील चिन्हांप्रमाणे ते शब्द सर्वांना कळू लागले होते.

"आयफोन?" लँग्डनने तिला कौतुकाने विचारले.

तात्काळ त्या वयस्कर स्त्रीचा चेहरा उजळून निघाला. मोठ्या गर्वाने तिने आपली मान डोलवली. ती सरळ इंग्रजीत बोलू लागली. तिचे उच्चार ब्रिटिश होते. ती हळू आवाजात म्हणाली, "हे काय सुरेख छोटेसे खेळणे आहे बघा. माझ्या मुलाने मला ते दिलेले आहे. मी यावर आलेली ई-मेल पहात होते. मी मला आलेली ई-मेल ऐकत आहे यावर विश्वास बसतो का? हा एक छोटा खजिनाच मला मिळाला आहे. वय झाल्याने मला अक्षरे नीट वाचता येत नाहीत. त्यामुळे मला ही एक मोठीच मदत झाली आहे."

"माझ्याकडेही असाच आयफोन आहे," लँग्डन हसून म्हणाला आणि तिच्या शेजारच्या आसनावर बसला. मग तिच्या नवऱ्याला जाग येणार नाही इतपत हळू आवाजात तो म्हणाला, "पण तो काल रात्री तो हरवला."

"ओह, ट्रॅजेडीच आहे! मग तुम्ही तो शोधण्यासाठी 'फाइन्ड युवर आयफोन' हे फीचर वापरले आहे? माझा मुलगा म्हणतो की – "

"ओह, मी तरी किती मूर्ख आहे पहा. मी ते फीचर कधी काढून पाहिलेच नाही," असे म्हणून लँग्डनने तिच्याकडे ओशाळवाणे पाहिले. मग पुढे त्याने थोडेसे धाडस करीत तिला विचारले, "मी कदाचित थोडेसे आगाऊपणे विचारत असेन, पण तुमचा हा आयफोन काही वेळ मला वापरू द्याल का? मला काही ई-मेल आल्या आहेत का, ते पहायचे आहे. कृपया मला मदत कराल का?"

"हो, हो! जरूर घ्या. नो प्रॉब्लेम ॲट ऑल! पुअर डियर."

लँग्डनने तिचे आभार मानून तो फोन घेतला. तो फोन हरवला तर आपली केवढी पंचाईत होईल, हे ती बोलत राहिली होती. लँग्डनने फोनवरून गुगलची सर्च विन्डो उघडली आणि मायक्रोफोनचे बटण दाबले. फोनमधून आवाज सुरू झाला.

"डान्टे, डिव्हाइन कॉमेडी, पॅरडाइज अध्याय ट्वेन्टी-फाइव्ह"

ते पाहून ती स्त्री आश्चर्यचकित झाली. तिला तो फोन कसा वापरावा हे अजून नीट समजले नव्हते. अजून तिला त्यातली बरीच फीचर्स शिकायची होती. फोनच्या छोट्या पडद्यावर शोध घेण्याचे प्रयत्न दृश्य स्वरूपात उमटत होते. लँग्डनने सिएनाकडे एक दृष्टिक्षेप सहज टाकला. ती त्या चिठ्ठ्यांच्या टोपलीशेजारी ठेवलेल्या छापील कागदांमधून काहीतरी निवडत होती.

सिएना जिथे उभी होती तिथून थोड्याच अंतरावर एक टाय घातलेला माणूस सावलीत उभा होता. तो वाकून अत्यंत मनोभावे प्रार्थना करीत आहे, असे दिसत होते. त्याने आपले डोके खूप खाली झुकवले होते. त्यामुळे लँग्डनला त्याचा चेहरा दिसला नाही. पण तो दु:खात बुडाला असावा असे वाटत होते. कदाचित त्याची प्रिय व्यक्ती त्याला सोडून गेली असावी आणि मनाला शांती मिळावी म्हणून तो इथे आला असावा.

लँग्डनने आपले लक्ष पुन्हा आयफोनकडे वळवले. मग काही सेकंदात ४ *डिव्हाइन कॉमेडी* हा ग्रंथ स्क्रीनवर आला. हा ग्रंथ आता एक सार्वजनिक मालमत्ता झाली होती. जेव्हा अध्याय २५ हा स्क्रीनवर आला तेव्हा त्याला या तंत्रज्ञानाचे कौतुक वाटले. *माझे आता कागदी पुस्तकांबद्दलचे प्रेम थोपवले पाहिजे. ई-बुक्सचा जमाना आता सुरू झाला आहे.*

ती वयस्कर स्त्री पहात होती. इंटरनेटवरून किती प्रचंड माहितीचा साठा क्षणार्धात आपल्यापुढे खुला होतो, यावरती थक्क होऊन विचार करीत होती. आपल्याला फार वेळ हा फोन वापरणे बरे दिसणार नाही, या जाणिवेने त्याने त्याला हवे ते पान पडद्यावर आणले.

त्या पानावरचा मजकूर तसा कमीच होता, परंतु चर्चच्या अंधूक प्रकाशामुळे तो उजळून निघालेला वाटत होता. डान्टेच्या त्या महाकाव्याचे इंग्रजीमधील अनुवाद अमेरिकी प्राध्यापक मॅन्डेलबाम याने केले होते. तो अनुवादही आता त्याला पडद्यावर आणता आला. त्याचा अनुवाद एवढा उत्तम होता की, त्याला त्याबद्दल इटालियन सरकारने इटलीतील सर्वोच्च बहुमान 'प्रेसिडेन्शियल क्रॉस ऑफ दी ऑर्डर ऑफ द स्टार ऑफ इटालियन सॉलिडॅरिटी' हा प्रदान केला होता. लाँगफेलोच्या अनुवादापेक्षा मॅन्डेलबॉमचा अनुवाद कमी काव्यात्मक असला, तरी समजणारा होता आणि मनाला अधिक भावणारा होता.

आज माझा पेच सुटेल आणि मनातला गोंधळ संपेल, असा विचार लँग्डनच्या

मनात आला. फ्लॉरेन्समध्ये आपल्याला हव्या असेलल्या जागेचा शोध लवकर लागेल अशी आशा तो करत होता. त्या जागेत इग्नॅझिओने डान्टेचा मुखवटा लपवून ठेवला होता.

आयफोनच्या छोट्या स्क्रीनवर एका वेळी मजकुराच्या फक्त सहा ओळीच उमटू शकत होत्या. लँग्डन वाचत असताना त्याला हवा तो उतारा आठवू लागला. पंचविसाव्या अध्यायात डान्टेने 'द डिव्हाइन कॉमेडी'चा उल्लेख केला होता. हे महाकाव्य लिहिताना डान्टेची शारीरिक हानीही झाली होती. तरी त्याला आशा होती की, आपल्या या स्वर्गीय काव्यामुळे आपल्यावर लादण्यात आलेल्या पशूसारख्या क्रौर्य दाखवणाऱ्या हद्दपारीच्या दु:खावर मात करता येईल. आणि कुणी सांगावे, कदाचित त्याची आणि फ्लॉरेन्सची ताटातूट करणारी ती हद्दपारी नाहीशी होऊ शकेल.

अध्याय २५
जर तसे व्हायला हवे... तर हे पवित्र काव्य –
ते तयार करण्यात माझ्याबरोबर स्वर्ग आणि पृथ्वी यांनीही भाग घेतला होता
त्यामुळेच मी इतकी वर्षे तग धरून दबून राहिलो
व त्यामुळेच त्या शिक्षेच्या भीषणतेवर मात करू शकलो
जिथे मी रहात होतो, झोपत होतो त्यापासून मला वंचित केले गेले
त्यामुळे एका मेंढीवर लांडग्यांशी झुंज देण्याची पाळी आली

डान्टेला आपल्या फ्लॉरेन्स गावाची ओढ असल्याने त्याची आठवण 'द डिव्हाइन कॉमेडी' लिहिताना येत असावी, असेच या ओळी वाचताना जाणवते. पण लँग्डनला या शहरातील कोणत्याही विशिष्ट स्थळाचा उल्लेख त्या काव्यात कधीच आढळला नाही.

त्या स्त्रीने त्याची विचारशृंखला तोडत आपल्या आयफोनकडे बघत त्याला अचानक विचारले, "डेटा चार्जेसबद्दल तुम्हाला काही माहिती आहे का? माझ्या मुलाने मला सांगितले होते की, परदेशात गेल्यावर आयफोनवरून वेब सर्फिंग करताना जरा सावधगिरीने आणि काळजीपूर्वक करावे."

लँग्डनने तिला आश्वासन दिले की, तो आता फक्त एक मिनिटच तिच्या फोनचा वापर करणार असून त्याचे पैसेही तिला देणार आहे. पण तरीही त्याला समजून चुकले की, ती त्याला पंचविसाव्या अध्यायातील सर्व शंभर ओळी वाचू देणार नाही.

मग त्याने झटपट पुढच्या सहा ओळी काव्यातून काढून पडद्यावर आणल्या

आणि तो त्या वाचू लागला.

तोपर्यंत इतर आवाजात, इतर आच्छादनात
मी (फ्लॉरेन्सला) एक कवी म्हणून परतेन
आणि माझ्या शिरावर बाप्तिस्मापात्र बहुमान म्हणून मुकुटासारखे धरेन
कारण तिथेच मला श्रद्धेच्या मार्गावर प्रवेश मिळाला होता,
त्या श्रद्धेमुळेच आत्म्यांचे परमेश्वरापाशी स्वागत होते
आणि त्याच श्रद्धेपोटी पीटरने माझ्या डोक्याला पुष्पमाला गुंडाळली

लँग्डनला या ओळी थोड्याशा आठवत होत्या. तसेच, डान्टेच्या शत्रूंनी त्याच्याशी एक राजकीय समझोत्याचा करार त्याच्यापुढे केला होता, याचाही एक अप्रत्यक्ष संदर्भ आहे. डान्टेच्या काव्यात जो लांडग्यांचा उल्लेख आहे, तो त्याला ज्यांनी हद्दपार केला त्यांच्या संदर्भात आहे. याबाबतीत इतिहास असे सांगतो की, त्याला हद्दपार करणाऱ्यांनी डान्टेपुढे असा प्रस्ताव ठेवला होता की, डान्टेची अवहेलना करण्यासाठी त्याला जी शिक्षा सार्वजनिक पद्धतीने देण्यात येईल, ती सहन करण्याची तयारी ठेवूनच त्याने फ्लॉरेन्समध्ये यावे. ती सार्वजनिक शिक्षा म्हणजे, आपण दोषी असल्याचे मान्य आहे हे दाखवण्यासाठी त्याने चर्चमध्ये लोकांसमोर गोणपाटाचे कपडे घालून बाप्तिस्मापात्रापाशी यावे.

या काव्यपंक्तीमध्ये डान्टेने तो अवहेलनात्मक करार नाकारला होता आणि जाहीर केले होते की, 'जर तो फ्लॉरेन्सला परतला, तर गोणपाटाचे कपडे न घालता त्या बाप्तिस्मापात्रापाशी जाऊन तिथला कवीसाठी असलेला मुकुट उचलून आपल्या डोक्यावर घालेन.'

लँग्डनने पुढच्या ओळी वाचण्यासाठी आपले बोट उचलले, पण त्या स्त्रीने तसे करू दिले नाही. आपला निषेध व्यक्त करून आयफोन परत घेण्यासाठी त्याच्यापुढे हात केला. तिचे मन आता बदलले होते, हे यावरून त्याच्या लक्षात आले.

ती काय बोलते आहे, हे त्याने जेमतेम ऐकले. मग क्षणार्धात त्याने फोनच्या स्क्रीनला स्पर्श करून पुढच्या ओळी आणायच्या आत आधीच्या पहिल्या दोन ओळी दुसऱ्यांदा वाचल्या.

मी (फ्लॉरेन्सला) एक कवी म्हणून परतेन
आणि माझ्या शिरावर बाप्तिस्मापात्र बहुमान म्हणून मुकुटासारखे धरेन

लँग्डन त्या शब्दांकडे पहात राहिला. त्यातून त्याला हवी ती नक्की जागा कळली होती. त्या ओळीतील उघड अर्थ खूप काही सांगून जात होता.

बाप्तिस्मापात्र!

फ्लॉरेन्समध्ये त्या काळात जगातील सुंदर बाप्तिस्मापात्रे बनत असत. ती खास बाप्तिस्मापात्रे ७०० वर्षे चर्चमध्ये लहान मुलांना बाप्तिस्मा देताना म्हणजे ख्रिस्ती नामकरण विधी होताना, फ्लॉरेन्समध्ये वापरली जात होती. डान्टेनेही तसा बाप्तिस्मा घेतला होता. त्याचे ख्रिस्ती नामकरण विधिवत् झाले होते.

लँग्डनने ताबडतोब एक इमारत डोळ्यांपुढे आणली. त्या इमारतीत ते पात्र ठेवलेले होते. तो एक भव्य आणि अष्टकोनी प्रासाद होता. तो स्वर्गीय आहे, असे वाटण्याइतपत सुंदर होता.

अशाच इमारतीमध्ये इग्नॅझिओने मुखवटा ठेवला का?

लँग्डनच्या मनात एक सोनेरी किरण प्रकट झाला. तो किरण एका प्रतिमेवर पडला. ते ब्रॉन्झ धातूचे एक दार होते. त्या सोनेरी प्रकाशामुळे ते सकाळच्या उन्हात न्हाऊन निघाले होते आणि झगमगत होते.

इग्नॅझिओला काय सांगायचे आहे, ते मला आता कळले.

त्याच्या मनात रेंगाळणाऱ्या साऱ्या शंका ताबडतोब नाहीशा झाल्या. संबंध फ्लॉरेन्समध्ये ती दारे फक्त इग्नॅझिओच उघडू शकत असला पाहिजे. कारण तो म्हणाला होता. *'रॉबर्ट, ती दारे तुझ्यासाठी उघडून ठेवली आहेत, पण तू आता घाई केली पाहिजेस.'*

लँग्डनने त्या स्त्रीला तिचा आयफोन ताबडतोब परत दिला आणि तिचे मनापासून आभार मानले.

तो धावत-धावत सिएनापाशी गेला आणि उत्साहाने तिला हळू आवाजात म्हणाला, ''इग्नॅझिओच्या बोलण्याचा अर्थ मला कळला. The Gates of Paradise! स्वर्गाची दारे!''

सिएनाने संशयाने विचारले, ''स्वर्गाची दारे? पण ती तर... स्वर्गात असतात.''

यावर लँग्डन हसून तिला म्हणाला, ''फ्लॉरेन्स हाच स्वर्ग आहे आणि तुम्हाला ती दारे कुठे शोधायची हे समजले पाहिजे.'' तो सिएनाला घेऊन चर्चच्या दाराकडे बाहेर पडण्यासाठी घाईघाईने गेला.

५३

***मी** कवी म्हणून परत येईन. माझ्या बाप्तिस्मापात्रापाशी जाईन,* अशा अर्थाचे डान्टेने लिहिले होते. ते शब्द लँग्डनच्या मनात सारखे घोळू लागले. आता सिएनाला घेऊन तो उत्तरेच्या दिशेने 'व्हाय दिलो स्टुडिओ' या बोळामधून जाऊ लागला. त्याला जिथे जायचे होते, ती जागा पुढे होती. जाताना पावलोपावली लँग्डनचा आत्मविश्वास दुणावत चालला होता. आपण आता योग्य मार्गाने जात आहोत, हे त्याला कळून चुकले. त्याच्या मागावर असलेला तो माणूस त्याच्या मागेच होता.

ती दारे तुझ्यासाठी उघडून ठेवली आहेत, पण तू आता घाई केली पाहिजेस.

त्या बोळाच्या टोकाशी ते आले. पुढे काहीतरी कामकाज चाललेले होते. त्याच्या खालच्या स्वरातील आवाजामुळे लँग्डनला अंदाज आला; अचानकती गल्ली रुंद होऊन मोठी झाली आणि त्यातून गर्दीचा लोंढा बाहेर मोठ्या रस्त्यावर पडून पांगू लागला.

ती इमारत 'पियाझ्झा डेल ड्युओमो' ही होती.

तो एक भव्य प्लाझा (चौक) होता. त्याची रचना गुंतागुंतीची होती. फ्लॉरेन्समधील ते एक सर्वांत जुने कॅथीड्रल धार्मिक केंद्र होते. आता ते पर्यटकांचे प्रेक्षणीय स्थळ झाले होते. तिथे पर्यटकांच्या बसेसची ये-जा होऊ लागली होती. असंख्य माणसे त्या भव्य कॅथीड्रलमध्ये जाऊ लागली. कॅथीड्रल म्हणजे एक भव्य आणि कलाकुसर केलेले मोठे चर्च.

त्या इमारतीच्या दक्षिण बाजूला लँग्डन आणि सिएना आले होते आणि कॅथीड्रलकडे तोंड करून उभे होते. इमारतीची बाहेरची बाजू ही हिरव्या, गुलाबी आणि पांढऱ्या संगमरवराने मढवलेली होती. ते कॅथीड्रल दोन्ही बाजूला खूप विस्तारलेले होते. ती अवघड रचना बांधताना खूप कलात्मकता वापरलेली होती.

एकाच एका रंगाच्या दगडात इमारत बांधण्याची परंपरा सोडून विविध आणि भडक रंगातील मिश्रणे करून ती इमारत बांधलेली होती. इमारतीची रचना गोथिक

प्रकारची होती, दणकट आणि रांगडी वाटावी अशी होती. शिवाय टिकाऊ होती. लँग्डनने फ्लॉरेन्सला प्रथम येऊन जेव्हा ती इमारत पाहिली तेव्हा त्याला ती भडक वाटली होती. पण त्याच्या नंतरच्या प्रत्येक भेटीत तो तासन्तास त्या रचनेचा अभ्यासिकेत निरीक्षणे करू लागला. इमारतीमधले आगळे सौंदर्य दाखवणारा परिणाम पाहून तो मंत्रमुग्ध होऊ लागला. शेवटी ती इमारत म्हणजे सौंदर्याचा एक उत्कृष्ट नमुना आहे, असे मानून तो अक्षरश: तिच्या प्रेमात पडला.

दुसरा ड्युओमो – सांटा मारिया डेल फिओरे – याचे नाव इग्नॅझिओ ब्युसोनी याला उपनाम म्हणून चिकटले. हे कॅथीड्रल फ्लॉरेन्सचे नुसते आध्यात्मिक हृदय मानले जात नव्हते, तर अनेक शतके तिथे नाट्य आणि गुप्त कारस्थाने घडत होती. इमारतीचा इतिहास आता लोकांच्या विस्मरणात जाऊ लागला होता. त्या इतिहासात व्हेसारीचे 'द लास्ट जजमेंट' हे चित्र इमारतीच्या घुमटावर आतल्या बाजूने काढायचे ठरले होते. ते चित्र पाहून अनेकांची माथी आधीच भडकली होती आणि त्यांनी याच इमारतीत व्हेसारीवर टीकेचा भडिमार केला होता... शेवटी स्पर्धा लावून अन्य एखाद्या वास्तुरचनाकाराकडून ते घुमटाचे काम पुरे करून घ्यावे, असे त्या वादळी चर्चेत ठरले.

सरतेशेवटी ते काम फिलिपो ब्रुनेलीशी याला मिळाले. त्याने ते काम पुरे केले. त्या वेळी तो घुमट सर्वांत मोठा ठरला हाता. आज ब्रुनेलीशी हा पुतळ्याच्या रूपाने आपल्याला कॅननिसी या राजवाड्याच्या बाहेर दिसतो. त्याच्या चेहऱ्यावर अपरंपार समाधान ओसंडून वाहताना दिसते.

आज सकाळी लँग्डनने जेव्हा आकाशाकडे पाहिले, तेव्हा हाच लाल रंगाच्या फरश्यांचा घुमट त्याला दिसला. तो घुमट म्हणजे वास्तुरचनाशास्त्रातील एक आश्चर्य समजले जाते. लँग्डनला पूर्वी त्या घुमटावर नेणाऱ्या जिन्यावरून जायची इच्छा होती. पण जसजसे वर जावे तसतशा त्या जिन्याच्या पायऱ्या अरुंद होत गेल्या होत्या. पर्यटकांच्या गर्दीत तो जिना चढताना तर हटकून घुसमटायला व्हायचे. लँग्डनला कोंडले गेल्याचा भयगंड होता. त्यामुळे जिना चढताना त्याची कसोटी लागली होती. पुढे त्यामुळेच 'ब्रुनेलीशीचा घुमट' हे पुस्तक वाचायला तो उद्युक्त झाला.

सिएना त्याला विचारीत होती, ''रॉबर्ट, तुम्ही येता आहात ना?''

लँग्डनने घुमटावरची आपली दृष्टी खाली वळवली. आपण वाटेतच उभे राहिलो आहे, हे त्याच्या लक्षात आले. तो तिला एवढेच म्हणाला, ''सॉरी अबाउट दॅट!''

मग ते दोघे चौकाच्या कडेकडेने जाऊ लागले. कॅथीड्रलची ती इमारत त्यांच्या उजवीकडे होती. इमारतीच्या बाजूला जे बाहेर पडण्याचे मार्ग होते त्यातूनच

पर्यटकांची आत बाहेर ये-जा चालू होती. आपल्या हातातील यादीकडे पहात काय-काय पहायचे आहे, हे काही जण तपासून पहात होते. कॅथीड्रलच्या एकूण तीन इमारती होत्या. त्यातील दुसरी इमारत म्हणजे 'कम्पॅनिल' – त्यांच्या समोर उभी होती. त्या इमारतीला 'गिओटो बेल टॉवर' या नावाने ओळखले जायचे. पहिल्या इमारतीसारखीच ही दुसरी इमारत हिरव्या, गुलाबी आणि पांढऱ्या संगमरवरांनी मढवलेली होती, सजवलेली होती. तिचे चौकोनी आकाराचे कळस आकाशात ३०० फूट उंच गेले होते. शतकानुशतके हे सडपातळ वाटणारे कळस कसे काय टिकून राहिले, याचे लँग्डनला नेहमी नवल वाटत आलेले होते. त्यांच्यावर भूकंप, वारा, खराब हवामान यांचा कसा काय परिणाम होत नव्हता? विशेषत: टोकाशी उंचावर असलेल्या घंटेचे सुमारे नऊ टनाचे अवजड वजन पेलवत असताना कसे तग धरून उभे होते?

सिएना त्याच्या शेजारून भरभर चालत होती. तिचे डोळे भिरभिरत कम्पॅनिल इमारतीमागच्या आकाशाचा वेध घेत होते. ती नक्कीच त्या टेहळणी करणाऱ्या हेलिकॉप्टरचा शोध घेत होती. पण ते आसमंतात कुठेही दिसत नव्हते. पर्यटकांची गर्दी बऱ्यापैकी होती. त्या गर्दीतच आपण मिसळून गेलो तर बरे होईल, असे लँग्डनला वाटत होते.

दुसऱ्या इमारतीपाशी म्हणजे कॅम्पनिलपाशी गेल्यावर त्यांना चित्रकारांची एक रांगच रांग दिसली. त्यांनी उभे राहून आपापल्या ईजलवर येणाऱ्या-जाणाऱ्या पर्यटकांना पाहून त्यांची व्यंगचित्रे रेखाटण्याचा सपाटा चालवला होता. स्केटबोर्डवरून जाणारा एक मुलगा, दात बाहेर आलेली एक मुलगी झाडाची एक काटकी तलवारीसारखी परजत जात होती, मधुचंद्राला आलेले एक जोडपे एका युनिकॉर्न पुतळ्याचे चुंबन घेत होते, अशी चित्रे रेखाटण्यात सर्व चित्रकार गुंग होऊन गेले होते. ते पाहून लँग्डनला गंमत वाटली. कारण याच जागेवर एकेकाळी पोरगेलासा मायकेल अँन्जेलो हा आपले ईजल घेऊन चित्रे काढीत होता.

गिओटो बेल टॉवरच्या तळाभोवतालून भरभर चालत लँग्डन आणि सिएना उजवीकडे वळले आणि एक चौक ओलांडून कॅथीड्रलच्या मुख्य इमारतीसमोर येऊन ठेपले. या ठिकाणी मात्र पर्यटकांची गर्दी उसळली होती. जगभरातून पर्यटक तिथे आलेले होते आणि आपापले कॅमेरे, मोबाइलचे कॅमेरे, व्हिडिओ कॅमेरे वर छताला असलेल्या मुख्य चित्राकडे रोखत होते.

लँग्डनने आपली नजर फारशी वर वळवली नाही. त्याच्या नजरेत एक लहान इमारत आली होती. ती इमारत कॅथीड्रलच्या दर्शनी प्रवेशद्वारासमोर उभी होती. कॅथीड्रलच्या ज्या तीन संयुक्त इमारती होत्या, त्यांपैकी ती तिसरी इमारत होती.

ती इमारत लँग्डनची आवडती इमारत होती. त्या इमारतीला 'बाप्टिस्ट्री ऑफ

सान गिओव्हानी' या नावाने संबोधले जात होते.

तिचा दर्शनी भाग तसाच इतर इमारतींप्रमाणे विविधरंगी दगडातला होता. इतर दोन्ही इमारतींपासून या इमारतीचा आकार वेगळाच होता. तो आकार अष्टकोनी होता. म्हणून ही इमारत वेगळीच वाटत होती. थरावर थर असलेला एखादा केक असावा तशी ती इमारत वाटत होती. तीन थरांत ती इमारत विभागली गेली होती. तिच्या माथ्यावर एक उथळ आणि पांढऱ्या रंगाचे छप्पर होते.

केवळ अष्टकोनी आकारामुळे त्या इमारतीला सौंदर्य प्राप्त झाले नव्हते, तर अनेक चिन्हांची तिथे गर्दी असल्याने ती इमारत सुंदर वाटत होती, हे लँग्डनला ठाऊक होते. इंग्लिश आठ हा आकडा ख्रिश्चन धर्मात महत्त्वाचा मानला जातो. हा आकडा पुनर्जन्म आणि पुनर्निर्मिती दर्शवतो. तसेच अष्टकोनी आकार हा परमेश्वराने स्वर्ग आणि पृथ्वी निर्माण करण्यात सहा दिवस खर्च केले, एक दिवस विश्रांती घेतली आणि आठव्या दिवशी ख्रिश्चन लोकांना 'पुनर्जन्म' दिला आणि बाप्तिस्माच्या द्वारे त्यांची 'पुनर्निर्मिती' केली. त्यामुळे जिथे बाप्तिस्मा दिला जातो, तिथे जगात सर्वत्र अष्टकोनी आकार हमखास सापडतात.

ही इमारत फ्लॉरेन्समधल्या मोजक्या सुंदर आणि वैशिष्ट्यपूर्ण इमारतींपैकी आहे, याची लँग्डनला कल्पना होती. पण प्रत्येक वेळी त्याला या इमारतीची जागा थोडीशी चुकलेली आहे असे वाटे. जगात सर्वत्र बाप्टिस्ट्रीची इमारत मध्यभागी बांधलेली आहे. इथे मात्र तसे नव्हते. इथे दोन मोठ्या इमारतींच्या सावलीखाली ही इमारत उभी होती, एखाद्या वाढ खुरटलेल्या रोपट्यासारखी.

त्या इमारतीमधली बारीक आकाराच्या फरश्यांमधून निर्माण केलेल्या नक्षीदार कलाकृती या आढ्याला होत्या. तिकडे पाहिले की स्वर्ग आपल्या डोक्यावर आहे असा भास होतो, असे पूर्वीचे लोक म्हणायचे. *कुठे पहायचे हे जर तुम्हाला कळले, तर फ्लॉरेन्स तुम्हाला स्वर्गच भासेल,* असे लँग्डनने सिएनाला सांगितले. अनेक शतके त्या इमारतीत असंख्य लोकांना बाप्तिस्मा दिला गेला होता. त्यामध्ये खुद्द डान्टे हाही होता.

मी कवी म्हणून परत येईन... माझ्या बाप्तिस्मापात्रापाशी जाईन.

परंतु डान्टेवर हद्दपारीचा हुकूम बजावलेला असल्याने त्याला या इमारतीमध्ये येणे शक्य झाले नाही. गेल्या रात्री अशक्य वाटणाऱ्या घटना घडल्याने लँग्डनला आशा वाटू लागली की, डान्टेला तिथे येण्यासाठी शेवटी आपल्या मुखवट्याच्या रूपाने शक्य झाले असावे. नक्कीच इग्नॅझिओने मरण्यापूर्वी तो मुखवटा आतमध्ये तिथेच कुठेतरी लपवून ठेवला असणार. त्याला इग्नॅझिओचे ते शेवटचे ऐकलेले शब्द आठवले. त्या वेळी मरणोन्मुख झालेला इग्नॅझिओ आपली छाती आवळून धरीत एका गल्लीबोळातून खुरडत खुरडत जात होता आणि तो मुखवटा बाप्टिस्ट्रीमध्ये

सुरक्षित ठेवल्यावर ती माहिती जाता जाता फोनवर सांगू इच्छित होता.

ती दारे तुझ्यासाठी उघडून ठेवली आहेत.

लँग्डन आणि सिएना गर्दीतून वाट काढीत बाप्टिस्ट्रीकडे चालले होते. त्याचे डोळे इमारतीवर खिळले होते. सिएना तर कुतूहलाने भारावून जाऊन वेगाने चालत होती. तिच्याबरोबर लँग्डनलाही धावावे लागत होते. त्या इमारतीची भव्य मुख्य दारे सूर्यप्रकाश पडल्याने झळाळत आहेत, असे त्याला दिसले.

त्या लाकडी दारावर ब्रॉन्झचा पत्रा चढवलेला होता. दारे १५ फूट उंचीची होती. ती दारे बनवण्यासाठी २० वर्षांपेक्षा अधिक काळ लागला होता. त्या दारांवर बायबलमधील संदर्भ असलेल्या चित्रांची १० पॅनेल्स बसवलेली होती. ती चित्रे एवढी अप्रतिम होती की, त्याबाबत व्हेसारी म्हणाला होता, ''प्रत्येक बाबतीत ती चित्रे अगदी परिपूर्ण आहेत... कलेचा हा एक सर्वोत्कृष्ट नमुना निर्माण केला गेला आहे.''

मायकेल अ‍ॅन्जेलोने तर या दारावरील ब्रान्झच्या पत्र्यावरील चित्रांबाबत असे म्हटले होते की, ''ही चित्रे एवढी सुंदर आहेत की, त्यामुळे ही दारे 'स्वर्गाची दारे' वाटतात.'' मायकेल अ‍ॅन्जेलोचा उल्लेख आजही या संदर्भात केला जातो.

५४

हे तर ब्रॉन्झमधील बायबल आहे, असे लॅंग्डनच्या मनात आले. तो आता त्या दारासमोर उभा राहून मनात दारावरील चित्रांचे रसग्रहण करीत होता.

उन्हात झळाळणाऱ्या स्वर्गाच्या दारांवर १० पॅनेल्स होती. प्रत्येक पॅनेलमध्ये 'ओल्ड टेस्टामेन्ट'मधला एकेक प्रसंग दर्शवलेला होता. त्यात 'गार्डन ऑफ ईडन'पासून ते 'मोशे'पर्यंत ते 'शलमेनराजाच्या देवळा'पर्यंतचे प्रसंग होते. पाच-पाचच्या दोन उभ्या ओळीतल्या पॅनेल्समध्ये ते सारे सामावलेले होते. ती विलक्षण चित्रे कित्येक शतके लोकप्रिय झाली होती. कलाकार आणि इतिहासतज्ज्ञ यांच्यासाठी तो एक संशोधनाचा आणि रसग्रहणाचा विषय बनला होता. त्यात बॉटिसेली याच्यापासून आधुनिक काळातील समीक्षकांपर्यंत सर्वांनी दोन्ही उभ्या ओळीतील कोणती ओळ किंवा कोणते पॅनेल सर्वोत्कृष्ट आहे, यावर आपापली मते व्यक्त केली होती. त्यातील 'मत्तय' आणि 'यशया' या व्यक्तिरेखा असलेले पॅनेल बहुतेकांनी सर्वोत्कृष्ट ठरवले आहे.

काही वर्षांपूर्वी इग्नॅझिओ ब्युसोनी याने मोठ्या अभिमानाने लॅंग्डनला ही दारे दाखवली होती. त्याने ओशाळे होऊन हेही सांगितले की, ५०० वर्षांच्या काळात पाऊस-पाणी, हवेतील प्रदूषण, उपद्रवी पर्यटक यांना तोंड देत राहिल्याने ही ब्रॉन्झची दारे झिजून गुळगुळीत झाल्याने त्याच्यावरून प्रतिकृती बनवता येत नाहीत. परंतु मूळची पॅनेल्स ही सुरक्षितपणे आतमध्ये जपून ठेवलेली आहेत. शेवटी लॅंग्डनने त्याला नम्रपणे सांगितले की, ही दरवाजावरची पॅनेल्स मूळची नसली तरीही रसिक त्याचे कौतुक करीत आलेले आहेत. मूळ पॅनेलवरून केलेली दुसरी प्रतिकृती ही अमेरिकेतील सॅन फ्रान्सिस्को येथील 'ग्रेस कॅथीड्रल'च्या दारावर बसवण्यात आल्याचे त्याला लॅंग्डनने सांगितले. विसाव्या शतकाच्या मध्यातील ही घटना आहे.

लॅंग्डन ती दारे पहात असताना जवळच एक माहितीचा फलक लावला होता, तिकडे त्याची नजर गेली. त्यावर एक साधा इटालियन भाषेतील शब्दप्रयोग

लिहिलेला होता. तो वाचून लँग्डन दचकला. *La peste nera.* त्याचा अर्थ होता The Black Death! काळा मृत्यू! बापरे, मी जिथे-जिथे जाईन तिथे-तिथे मला असेच वाचावयास मिळते आहे, असे लँग्डनच्या मनात आले. त्या पाटीवरील मजकूर सांगत होता की, प्लेगच्या भयंकर साथीतून फ्लॉरेन्स शहर कसेबसे का होईना बचावल्याने लोकांनी देवाबद्दल कृतज्ञता व्यक्त करण्यासाठी त्या वेळी दारावरील अर्पणपत्रे निर्माण केली होती.

लँग्डनने आपली नजर बळेबळे दाराकडे वळवली. *स्वर्गाची प्रवेशद्वारे!* इग्नॅझिओचे शब्द परत त्याच्या मनात उमटले. *ती दारे तुझ्यासाठी उघडून ठेवली आहेत, पण तू आता घाई केली पाहिजे.*

परंतु ती दारे बंदच होती. नेहमीसुद्धा ती बंदच असतात. फक्त महत्त्वाच्या धार्मिक सणांच्या दिवशी ती उघडून ठेवली जात. उत्तरेच्या बाजूच्या एका वेगळ्या दरवाजातून नेहमी पर्यटक आत जातात.

सिएना गर्दीतून आपले पाय उंचावून दाराचे निरीक्षण करीत होती. ती म्हणाली, ''त्या दरवाज्यांना उघडण्यासाठी मूठच नाही. तसेच अंगचे कुलूपही नाही. त्यामुळे किल्लीसाठी जागाही दिसत नाही.''

तिचे म्हणणे खरे होते. घिबर्टी या कलाकाराने ती दारे बनवली होती. त्याने दरवाज्यावरील ब्रॉन्झच्या पॅनेल्सच्या सौंदर्याला बाधा येऊ नये म्हणून तशी रचना केली होती. ते आठवून लँग्डन म्हणाला, ''ती दारे नुसती ढकलली तरी उघडली जातात. पक्की बंद करण्यासाठी आतल्या बाजूने तशी सोय केली आहे.''

यावर विचार करून सिएना म्हणाली, ''म्हणजे बाहेरच्या बाजूने कोणालाही दारे पक्की बंद केली आहेत की नाही, हे समजणार नाही.''

''इग्नॅझिओला ते ठाऊक असल्यानेच 'दारे आतून उघडून ठेवली आहेत' असा अर्थ सुचवणारे वाक्य तो म्हणाला असावा.''

मग तो उत्तरेच्या बाजूला असलेल्या एका वेगळ्या दारापाशी गेला. त्या दारातून पर्यटकांना आत प्रवेश दिला जात होता. ते बंद दार साधेच होते. त्याला सजावट केली नव्हती. शेजारीच एक कंटाळवाण्या चेहऱ्याचा माणूस सिगारेट ओढीत फरशी पुसत होता. तो पर्यटकांना उत्तरे देण्याऐवजी एका फलकाकडे बोट दाखवत होता. फलकावर लिहिले होते की, 'फक्त दुपारी १ ते ५ प्रवेश.'

आता काही तास ते दार बंद रहाणार. तेव्हा आत कोणीच असणार नाही, असे त्याच्या मनात येऊन त्याला बरे वाटले.

तो परत सिएनापाशी आला. ती पर्यटकांच्या एका गटाशी बोलत होती. ते पर्यटक एका लोखंडी कुंपणापलीकडून फोटो काढीत होते. 'स्वर्गाच्या दारा'पासून काही फुटांवर ते लोखंडी जाळीचे कुंपण उभे केले होते. पर्यटकांनी दाराच्या फार

जवळ येऊ नये म्हणून ते उभारले होते.

त्या कुंपणाला एक बिडाचे फाटक होते. दारावर उभे टोकदार सुळे होते. त्यांना सोनेरी रंग दिला होता. कोणत्याही उपनगरातील बंगल्याभोवती असतात तसे ते एक फाटक होते. त्या अप्रतिम स्वर्गाच्या दाराचे संरक्षण करणारे फाटक मात्र भलतेच साधेसुधे होते. तिथेच एका फलकावर 'स्वर्गाची दारे' असे शब्द लिहिले होते. त्या परिसरातील अनेक फलक वाचून पर्यटकांच्या मनात गोंधळ उडत असे. एका जाडजूड स्त्रीने तो फलक वाचला. त्यामुळे ते बिडाचे फाटक हीच 'स्वर्गाची दारे' आहेत, असे तिला वाटले. ती फणकाऱ्याने म्हणाली, "उफ्, माझ्या बंगल्यातील कुत्र्याच्या घराच्या दारासारखीच ही दारे आहेत." यावर तिला कोणी खुलासा करण्याच्या आत ती तिथून निघून गेली.

सिएना त्या फाटकापाशी गेली आणि त्यावर वाकून आतल्या बाजूने फाटक पक्के बंद करण्यासाठी बोल्ट, कडी यांसारखे काही आहे का, ते पाहू लागली. ती लँग्डनला कुजबुजत म्हणाली, "आतल्या बाजूला एक कुलूप दिसते आहे, पण ते कडीत अडकवलेले नाही."

ती दारे तुझ्यासाठी उघडून ठेवली आहेत, पण तू घाई केली पाहिजे.

मग लँग्डनने फाटकापलीकडेची 'स्वर्गाची दारे' पाहिली. जर इग्नॅझिओने खरे सांगितले असेल, तर अशाच प्रकारे ती दारे नुसती लोटून ठेवली असावीत. मग आपण ती भव्य दारे नुसती ढकलूनही उघडू शकतो. पण हे करताना एकाही माणसाने आपल्याला पहाता कामा नये, ही यातली मोठी अडचण होती. बाहेर बरेच पर्यटक होते, इमारतीचे रक्षक होते, पोलीस होते. त्यांच्या नजरेस आपले दारे उघडण्याचे प्रयत्न दिसता कामा नये.

"तिकडे बघा!" एक स्त्री अचानक ओरडून म्हणत होती. "तो माणूस खाली उडी मारणार आहे पहा... तो बघा त्या मनोऱ्यावर गेला आहे." तिच्या आवाजात पुरेपूर भीती होती. इमारतीवरील कळस हा एक चौकोनी मनोरा होता आणि त्यावर एक नऊ टन वजनाची घंटा होती. तिथवर चढून कोणीतरी खाली उडी मारून आत्महत्या करण्याच्या बेतात आहे, अशी सर्वांची समजूत झाली. त्या ओरडणाऱ्या स्त्रीकडे लँग्डनने पाहिले. ती सिएना होती. लोकांचे लक्ष भलतीकडे वेधण्यासाठी तिने ती युक्ती केली होती. आता सर्व जण मनोऱ्यावरील घंटेकडे पाहू लागले आणि तिथे त्या माणसाचा शोध घेऊ लागले. अनेक जण तिकडे बोटे दाखवू लागले, काही जण डोळे किलकिले करून पाहू लागले, एकमेकांना हाका मारू लागले.

"कोणीतरी तिथून उडी मारते आहे?"

"कुठून?"

"मला नाही तसे दिसत."

“तिथे वर डावीकडे?”

तिथल्या चौकातील लोकांत खळबळ उडवून देण्यास अवघे काही सेकंद पुरले होते. प्रत्येकाची नजर माथ्यावरच्या घंटेकडे लागली होती. गर्दीतील सर्वांनी आपापल्या माना वर करून शोध घ्यायला सुरुवात केली होती.

विषाणूची साथ वेगाने पसरत जावी, तसाच हा प्रकार आहे, असे लँग्डनच्या मनात आले. तेव्हा आता आपल्याला जे काही करायचे आहे ते करायला फारच कमी वेळ आहे, हे लक्षात आल्यावर त्याने ताबडतोब ते बिडाचे फाटक दाबले. ते फट्कन आतल्या बाजूला गेले. लँग्डन त्यातून आत शिरला. त्याच्या मागोमाग सिएनाही शिरली. तिने ते फाटक परत पहिल्यासारखे लावून टाकले. मग ते दोघे १५ फूट उंचीच्या ब्रॉन्झच्या दाराकडे गेले. आपण इग्नॅझिओच्या शब्दांतून अचूक अर्थ शोधला असावा, अशी आशा करीत लँग्डनने त्या भव्य दरवाजावर आपल्या खांद्याने दाब दिला, आपल्या पायानेही जमिनीवर मागच्या दिशेने दाब दिला, जोरात दिला.

काहीही घडले नाही. मग तो आणखी जोर लावत गेला. हळूहळू कुरकुरत एक दार आतल्या बाजूला सावकाश जाऊ लागले. शेवटी ते अवजड दार एक फूट आतल्या बाजूला सरकले. मग वाट न पहाता सिएना तेवढ्या फटीतून आत घुसली. लँग्डनही तिच्या मागोमाग आपले अंग चोरत कसाबसा आतल्या अंधारात घुसला.

मग दोघांनी मिळून ते जड दार पुन्हा बाहेरच्या बाजूला ढकलले एक ‘थड्’ आवाज करून ते दार परत जागेवर जाऊन बसले. आता सर्वत्र शांतता पसरली होती.

सिएनाने एक लांबलचक लाकडी दांड्याकडे बोट करून ते लँग्डनला दाखवले. दोन्ही दारांना मागे दोन ब्रॅकेट्स होते. त्यावर तो दांडा ठेवून दिला आणि बाजूच्या भिंतीतल्या भोकात गुंतवला की दार आत उघडू शकत नव्हते. तो एक अडसर होता. जुन्या काळातील दारे आतून पक्की बंद करण्याची ती पद्धत होती. तो अडसर आता काढून बाजूला ठेवला होता. “इग्नॅझिओनीच तो बाजूला काढून ठेवला असणार,” सिएना म्हणाली.

मग त्या दोघांनी तो अडसर उचलून दोन्ही दारामागच्या ब्रॅकेट्समध्ये ठेवून बाजूच्या भिंतीत गुंतवून टाकला. ती ‘स्वर्गाची दारे’ आता बंद झाली. ते दोघे आतमध्ये सुरक्षित राहिले.

बरेच क्षण लँग्डन आणि सिएना अंधारात नुसते उभेच राहिले. दाराला पाठी लावून ते धापा टाकीत, विश्रांती घेत होते. बाहेरच्या बाजूच्या गर्दीच्या गोंगाटाच्या पार्श्वभूमीवर आतमध्ये खरोखरच एक स्वर्गीय शांतता पसरली होती.

बाप्टिस्ट्री इमारतीच्या बाहेर एक चष्मा घातलेला, गळ्यात नेकटाय असलेला माणूस गर्दीत उभा होता. त्याच्या मानेवरील आणि चेहऱ्यावरती लाल पुरळ लोकांचे लक्ष वेधून घेत होते. परंतु त्याने लोकांच्या बघण्याकडे दुर्लक्ष केले होते. लँग्डन आणि सिएना आत गेल्यावर तो झटपट ब्रॉन्झच्या दारापाशी गेला होता. ती दोघे एकदम कशी अदृश्य झाली, हे त्याला कळेना. त्याने दार लागल्याचा तो 'थड्' आवाज ऐकला असल्याने नक्कीच ती दोघे आत गेली असणार, असा अंदाज केला. पण या दाराने तर आत प्रवेश करता येत नाही.

हळूहळू बाहेरचा गलका कमी कमी होत गेला. घंटेकडे मान वर करून पहाणाऱ्या पर्यटकांचा वर बघण्यातला रस विरून गेला. *कोणीच उडी मारीत नाही.* सर्व जण पांगू लागले.

त्या माणसाचे पुरळ परत खाजू लागले. या वेळी फार खाज सुटली होती. त्याच्या बोटांची टोके सुजली होती. शेवटी त्याने आपले दोन्ही हात खिशात घालून ठेवले. इमारतीत शिरण्यासाठी तो दुसरे प्रवेशद्वार शोधत निघाला. इमारतीला प्रदक्षिणा घालू लागला.

तो इमारतीच्या कोपऱ्यापाशी गेला, आणि त्याच्या गळ्याच्या हाडात वेदनेची एक जोरदार कळ उमटली. आपण परत तिथे खाजवू लागलो आहोत, असे त्याच्या लक्षात आले.

५५

बाप्टिस्ट्रीमध्ये शिरल्यावर लँग्डनच्या लक्षात आले की, इथे शोध घेणे ही एक अशक्य गोष्ट आहे. जरी पूर्वी अनेकवार तो इथे येऊन गेला होता, तरी त्याला आपल्यावर एक गूढ दडपण आले आहे हे जाणवू लागले. तो वरच्या दिशेने आपली नजर नेऊ लागला.

उंच, उंच नजर नेल्यावर त्याला कळले की, या अष्टकोनी इमारतीचा आतला विस्तार हा ८० फुटांपेक्षा जास्त आहे. इथल्या भिंती एखाद्या निखाऱ्याप्रमाणे प्रकाशित झालेल्या आहेत. छत आणि भिंती यांचा पृष्ठभाग तपकिरी रंगाचा होता. त्यावर लक्षावधी छोट्या फरश्यांवरून आलेला प्रकाश विविध कोनांतून पडला होता. तो प्रकाश सर्वत्र सारखा नव्हता. चकचकीत सिलिकाच्या तुकड्यांनी एकात एक सहा वर्तुळे भिंतीवर काढली होती. मध्यभागी बायबलमधील दृश्ये चितारली होती. हे सारे वरच्या बाजूला छताला होते.

नैसर्गिक प्रकाश हा एक मध्यभागी असलेल्या गवाक्षामधून आत आला होता. त्याच्या भोवताली भिंतीत आत गेलेल्या अनेक छोट्या खिडक्या होत्या. त्यातून चौकोनी आकाराचे झोत आत शिरले होते. असे वाटत होते की, ते चौकोनी झोत एकसंध आणि घट्ट आहेत. जणूकाही त्या प्रकाशाच्या तुळया वाटत होत्या.

लँग्डन सिएनाला घेऊन जसजसा पुढे जाऊ लागला तेव्हा त्याला छतावरील ती तीन वर्तुळे म्हणजे डान्टेच्या 'द डिव्हाइन कॉमेडी'मध्ये लिहिल्याप्रमाणे स्वर्ग आणि नरक यांची प्रतीके वाटू लागली.

डान्टे बाप्तिस्मा घेण्यासाठी इथे आला होता, तेव्हा तो खूप लहान होता. त्या वेळी त्याने ही वर्तुळे पाहिली होती. इथूनच त्याला स्फूर्ती मिळाली असावी, असे लँग्डनच्या मनात येऊन गेले. त्याने वर्तुळांच्या मध्यभागी पाहिले. तिथे येशू ख्रिस्ताचे चित्र होते. तो एका आसनावर बसून समोर आलेल्या पुण्यवान आणि पापी आत्म्यांचा न्यायनिवाडा करीत होता.

त्याच्या उजव्या बाजूला पुण्यवान लोकांना अमरत्व बहाल केले जात होते, तर डाव्या बाजूला असलेल्या पापी लोकांवर दगडफेक केली जात होती, त्यांना भाले भोसकून आगीवर भाजले जात होते आणि त्यांना सर्व प्रकारचे प्राणी खाऊन टाकीत होते. हे सर्व पहाणारा सैतान असंख्य चकचकीत फरश्यांच्या तुकड्यातून चितारला होता. तो एक माणसांना खाणाऱ्या जनावराच्या रूपात दाखवला होता. लँग्डन प्रत्येक वेळी जेव्हा हे चित्र पाही तेव्हा त्याला वाटे की, याच चित्रातील सैतानाला डान्टेने बालक असताना, तो बाप्तिस्मा घेताना ते पाहिले असणार, त्याला भीती दाखवली असणार आणि शेवटी त्याला या सैतानानेच महाकाव्य लिहिण्यासाठी स्फूर्ती दिली असणार.

त्याच्या वरच्या चित्रात डोक्यावर शिंगे असलेला एक दुष्ट राक्षस हा एका माणसाला डोक्याकडून खात असलेला दाखवला होता. तोंडात घेतलेल्या त्या माणसाचे पाय अजून बाहेर हवेत लोंबकळताना दिसत होते. डान्टेच्या काव्यात अर्धवट पुरल्या गेलेल्या माणसांचे पाय वर हवेत हलताना वर्णन केलेले आहे. ते यावरूनच केले असावे, असे लँग्डनला वाटले सैतानाचे वर्णन तर 'उद्ध्वस्त साम्राज्याचा स्वामी' असे केले होते.

सैतानाच्या दोन्ही कानातून दोन साप बाहेर येऊन वळवळत होते. ते असे चितारले होते की, त्या सैतानाला तीन डोकी आहेत असे वाटावे. 'इन्फर्नो' या खंडकाव्यात डान्टेने नेमके असेच वर्णन केले आहे. लँग्डनने आपल्या स्मृतीत शोध घेऊन डान्टेची कल्पनाशक्ती दाखवणाऱ्या त्या ओळी नजरेसमोर आणल्या.

त्याच्या डोक्यावर त्याला तीन तोंडे होती... त्याच्या तिन्ही हनुवट्यांवरून रक्ताळलेला फेस ओघळत होता... त्याची तिन्ही तोंडे जे काही आत येईल, ते दळून टाकीत होती... त्यांचे ताबडतोब तीन तुकडे होत.

सैतानाचे कार्य हे तिहेरी असते, हे लँग्डनला ठाऊक होते. अर्थात हे एक प्रतीक होते. ख्रिश्चन धर्मातील 'होली ट्रिनिटी'चे वर्णनही असेच तीन प्रकारचे असल्याने तोल सांभाळणारे होते.

त्या चित्राचा डान्टेच्या बालमनावर खोलवर परिणाम झाला असणार असे लँग्डन समजला. तसेच दरवर्षी या चर्चला भेटी दिल्याने ते चित्र पाहून त्याची विचारशक्ती चाळवली जात होती. प्रत्येक वेळी तो सैतान डान्टेला पहात आला होता. या वेळी तो लँग्डनकडे रोखून पहात होता. त्यामुळे लँग्डन मनात अस्वस्थ झाला.

त्याने ताबडतोब आपली नजर आतल्या दुसऱ्या मजल्यावरील सज्जाकडे वळवली. त्या सज्जात स्त्रियांना उभे राहून खाली काय चालले, ते पहाण्याची

परवानगी दिली जायची. वरून त्या बाप्तिस्माचा विधी पहायच्या. तसेच तिथून खालच्याच मजल्यावर तेविसाव्या जॉन या ॲन्टिपोपचे थडगे उंचावर टांगल्यासारखे ठेवले होते. त्याची फक्त एकच बाजू भिंतीत पक्की केलेली असल्याने हवेत थडगे तरंगत असल्याचा भास पहाणाऱ्याला होई.

शेवटी लँग्डनने आपली दृष्टी तळमजल्यावरील जमिनीवरील फरश्यांकडे वळवली. त्यातील फरश्यांच्या तुकड्यांतून ज्या आकृत्या निर्माण केल्या होत्या त्याचा संबंध खगोलशास्त्राशी असावा, असा अनेकांचा विश्वास होता. त्यातील काळ्या-पांढऱ्या रंगातील आकृत्यांकडे पहात-पहात तो मध्यभागाकडे पाहू लागला. तो सबंध खोलीचा मध्यबिंदू होता.

नेमक्या त्याच जागी तेराव्या शतकात डान्टे अलिएघिरी हा उभे राहून वर पहात असावा, असे लँग्डनच्या मनात येऊन गेले. "कवी म्हणूनच मी परत येईन... माझ्या बाप्तिस्मापात्रापाशी जाईन," असे उद्‌गार लँग्डनच्या तोंडून आपोआपच उमटले. त्याचा आवाज त्या भव्य दालनात घुमला. त्याचे प्रतिध्वनी चोहोबाजूने उमटले.

"बरोबर, असेच आहे ते!" लँग्डन शेवटी म्हणाला.

सिएनाही त्या मध्यभागाकडे पहात होती. लँग्डनचा आवाज ऐकून ती अस्वस्थ झाली. लँग्डनने मध्यभागाकडे केलेले बोट पाहून ती म्हणाली, "पण तिथे आत्ता कोणीच नाही."

"आत्ता कोणीच असणार नाही," लँग्डन उत्तरला.

तिथे मध्यभागी एक अष्टकोनी आणि तांबूस-तपकिरी रंगाचा सपाट उंचवटा होता. नक्षी, चित्रे, रंगीत रचना यांच्या दालनात तो साधासुधा उंचवटा किंवा मंच तसा साजेसा नव्हता. जणूकाही तिथल्या सुशोभित जागेमध्ये एक भोक पडले होते आणि ते नंतर बुजवले गेले आहे, असे वाटत होते.

लँग्डनने तिला सांगितले की, ते मूळचे बाप्तिस्मापात्र हे एक मोठे अष्टकोनी भांडे होते आणि ते त्या मंचावर बरोबर मध्यभागी ठेवले जायचे. ते घंगाळाएवढे मोठे होते. आत्ताच्या काळातील बाप्तिस्मापात्रे ही उभट आकाराची पात्रे असतात. बाप्तिस्मापात्रांना 'फॉन्ट' (font) असे म्हणतात. त्याचा शब्दश: अर्थ 'झरा' किंवा 'कारंजे' असा आहे. ते एक बरेच खोल असलेले घंगाळ असते. त्यामुळे ज्याला बाप्तिस्मा द्यायचा आहे, त्याचे संपूर्ण डोके आतील पाण्यात बुडवता येते. या दगडी दालनात तसे जेव्हा केले जायचे, तेव्हा बाप्तिस्मा घेणारी लहान मुले नक्कीच भीतीने किंचाळत असतील, असे लँग्डनला वाटले.

"इथे दिला जाणारा बाप्तिस्मा हा थंड पाण्याचा आणि भीती वाटणारा असे. अनेकदा तो धोकादायकही असे. असे सांगतात की, लहान असताना डान्टेने त्या वेळी पात्रातील भांड्यात उडी मारून पाण्यात बुडत असलेल्या एका मुलाला

वाचवायचा प्रयत्न केला होता. ती दंतकथा काहीही असली, तरी सोळाव्या शतकात ते बाप्तिस्मापात्र झाकून ठेवले जाई,'' लँग्डनने तिला खुलासा केला.

सिएना आता दालनात सर्वत्र पाहू लागली. ती काहीतरी शोधत होती. ती लँग्डनला म्हणाली, ''पण जर ते मूळचे बाप्तिस्मापात्र आता इथे नाही... तर मग इग्नॅझिओने तो मुखवटा कोठे लपवला असेल?''

तिची शंका बरोबर आहे, हे लँग्डनला समजले. पण त्या भव्य दालनात लपवून ठेवण्यासाठी असंख्य जागा होत्या. अनेक खांब, पुतळे, थडगी, भिंतीतील कोनाडे, वेदी वगैरे ठिकाणी सहज त्यांच्याआड लपवता येण्याजोग्या जागा होत्या. शिवाय वरच्या मजल्यावरही तशा अनेक जागा होत्या.

तथापि, लँग्डनला तो मुखवटा इथेच कुठेतरी सापडणार याची खात्री होती. त्याने मागे वळून पाहिले. ज्या दारातून ते आत आले त्या दाराकडे त्याने पाहिले. तो तिला म्हणाला, ''आपण असे करू, जिथून आपण आत आलो तिथून शोधण्यास सुरुवात करू.'' त्याने दाराच्या उजव्या बाजूच्या भिंतीकडे बोट केले. ती जागा दारे उघडल्यावर ज्या भिंतींना लागतात, त्या भिंतीमध्ये एक खोलगट मोठ्या कोनाड्यासारखी जागा केलेली होती. ती एक प्रकारची आतली देवडी होती. तिथे एक कमी उंचीचा ओटा होता. त्याचा पृष्ठभाग हा षटकोनी होता आणि त्यावर कोरीव काम केलेली नक्षी होती. ती नक्षी अत्यंत गुंतागुंतीची होती. त्या ओट्याच्या बाजूंवरही तशीच नक्षी होती. ती उठावदार होती. ओट्यावर एक पॉलिश केलेली तीन फूट रुंदीची लाकडी फळी ठेवलेली होती.

लँग्डन तिकडे जाऊ लागला तरीही तिथे काही सापडेल, असे सिएनाला वाटेना. जेव्हा ते दोघे त्या मोठ्या कोनाड्यासारख्या जागेत शिरले तेव्हा सिएनाने बारकाईने त्या जागेचे निरीक्षण केले. त्या ओट्यावर पॉलिश केलेली फळी होती ती केवळ झाकण म्हणून ठेवलेली होती. तिच्या खाली पोकळी होती. ते दिसल्यावर सिएनाने आपला श्वास रोखून धरला.

''हे बाप्तिस्मापात्र आहे?''

लँग्डन मान हलवत म्हणाला, ''जर डान्टेला आज बाप्तिस्मा दिला असता तर त्याचे डोके या पोकळीतील पाण्यात नक्कीच बुडवले असते.'' मग फार वेळ न घालवता त्याने हेतुपूर्वक एक दीर्घ श्वास घेतला आणि त्या पोकळीत आपला हात घातला. त्या वेळी त्याच्या हाताला मुंग्यांनी घेरून टाकले. पण लवकरच त्या काढता येतील, अशी त्याची खात्री होती.

लँग्डनने त्या झाकणाच्या कडा नीट पक्क्या धरल्या आणि ते अवजड झाकण उचलून एका बाजूला उभे करून ठेवले. आतमध्ये दोन फूट रुंदीची पोकळी होती. त्यात अंधार होता.

पण त्या पोकळीत जे काही दिसले, ते पाहून त्याने आपला आवंढा गिळला.

आतल्या पोकळीत एक जुने बाप्तिस्मापात्र ठेवले होते. कदाचित ते पात्र ठेवण्यासाठीची ती नेहमीची जागा असावी. अंधारातून त्या पात्रामध्ये असणारा डान्टे अलिघिएरी याचा मृत चेहरा त्या दोघांकडे रोखून पहात होता.

५६

***शो**धा म्हणजे तुम्हाला ते सापडेल!*

लँग्डन बाप्तिस्मापात्रातील डान्टेच्या चेहऱ्याकडे पहात होता. तो मुखवटा नव्हता, तर खुद्द डान्टेचा चेहरा होता. डान्टे मृत झाल्यावर त्याच्या चेहऱ्यावर प्लॅस्टर ओतून एक साचा केला होता आणि त्या साच्यातून तो चेहरा तयार केला होता. त्याची जाडी कमी असल्याने कोणालाही तो आपल्या चेहऱ्यावर बसवता येत होता. म्हणूनच त्याला 'मुखवटा' म्हटले जायचे. थोडक्यात डान्टेच्या चेहऱ्याची ती एक प्रतिकृती होती. त्यावरती डान्टेच्या चेहऱ्यावरील सुरकुत्या व्यवस्थित उमटलेल्या होत्या. त्याचे बाकदार नाक आणि पुढे आलेली हनुवटी अगदी मूळच्यासारखी हुबेहूब होती.

डान्टे अलिघिएरी!

तो चेहरा जरी निर्जीव असला, तरी पहाणाऱ्याला पुरेसे अस्वस्थ करणारा होता. आणि बाप्तिस्मापात्रात तो चेहरा दैवी वाटत होता. आपण काय पहातो आहोत, हे क्षणभर लँग्डनला समजेना.

हाच तो मुखवटा... तरंगतो आहे?

लँग्डन खाली वाकला आणि त्याने नीट जवळून निरखून पाहिले. बाप्तिस्मापात्राची खोली काही फूट होती. ती एक प्रकारे विहीरच होती, असे म्हटले पाहिजे. त्याच्या सर्व भिंती खाली जाऊन एकमेकांना षटकोनी आकारात मिळत होत्या. आश्चर्य असे की, त्या पात्रात तो मुखवटा तरंगत असल्याचा भास कसा काय होत होता? जणूकाही तिथे जे तळाशी पाणी होते, त्यावर तो मुखवटा जादूने तरंगत होता. हा चमत्कार कसा काय झाला, ते लँग्डनला एका क्षणात उमगले. अनेकदा लहान बाळांना बाप्तिस्मापात्रात बसवले जाऊन काही धर्मविधी केले जात. त्यामुळे, त्या वेळी बाळाला नीट टेकवावे म्हणून पात्राच्या मध्यभागातून एक छोटी नळी वर आलेली होती आणि तिच्या टोकाशी एक थाळी बसवली होती. एखादे नक्षीदार कारंजे मध्यभागी असावे, तसा तो प्रकार दिसे. त्या थाळीवर डान्टेच्या चेहऱ्याचा

मुखवटा ठेवला होता. त्यामुळे त्याखाली असलेल्या पाण्यात तो तरंगतो आहे, असा भास होत होता. त्या मुखवट्याला पाण्याचा स्पर्शही झाला नव्हता. शिवाय तो मुखवटा एका प्लॅस्टिकच्या झिपलॉक पिशवीत बंदिस्त करून ठेवलेला होता.

लँग्डन आणि सिएना काही क्षण ते दृश्य न बोलता पहात राहिले. त्यांना वाटले की, त्या पिशवीत डान्टे हवेच्या अभावी गुदमरून तर जात नाही ना? पाणी भरलेल्या त्या पात्रातून डान्टेचा मुखवटा त्यांच्याकडे रोखून पहात होता. त्यामुळे लँग्डनला आपण लहानपणी विहिरीत पडलो असताना कसे भेदरून वर आकाशाकडे पहात होतो, त्याची आठवण झाली.

पण तो विचार त्याने बाजूस सारला आणि काळजीपूर्वक तो मुखवटा मागच्या बाजूने धरून उचलला. आत्ताच्या आधुनिक मापदंडानुसार तो मुखवटा तसा लहान वाटत होता. प्राचीन काळी वापरलेले ते प्लॅस्टर अपेक्षेपेक्षा जरासे जड होते. त्याने सावकाश तो मुखवटा पात्रातून पिशवीसकट बाहेर काढला. मग ते दोघेही त्याकडे बारकाईने पाहू लागले.

जरी तो मुखवटा ते प्लॅस्टिकमधून पहात होते, तरीही तो जिवंत वाटत होता. इतकेच काय, कवीच्या चेहऱ्यावरील सुरकुत्या आणि पुटकुळ्याही त्यावर उमटलेल्या होत्या. फक्त चेहऱ्यावर मध्यभागी वरपासून खालपर्यंत एक सूक्ष्म चीर गेलेली होती. पण तेवढे सोडले, तर तो मुखवटा जसाच्या तसा होता. त्याला बाकी काहीही झालेले नव्हते. तसा तो परिपूर्णच होता, असे म्हटले पाहिजे.

सिएना हळू आवाजात म्हणाली, ''त्याची मागची बाजू बघा!''

लँग्डन तसे करीतच होता. संग्रहालयातील संगणकाच्या पडद्यावर त्यांनी मुखवट्याच्या मागच्या बाजूला काहीतरी आहे, असे पाहिले होते. ते 'काहीतरी' काय आहे? ते पाहिल्यावर लँग्डन आणि इग्नॅझिओ लगेच तिथून का निघाले?

नाजूक प्लॅस्टरचा तो मुखवटा हातातून खाली पडू नये म्हणून लँग्डनने काळजीपूर्वक तळहातावर उलटा केला. ती मागची बाजू गुळगुळीत होती. याचे कारण तो मुखवटा कोणीही आपल्या चेहऱ्यावर धारण करावा, यासाठी बनवला नव्हता. मागच्या बाजूवर काहीतरी जाडजूड आणि घट्ट असा पदार्थ ओतून तो वाळवला होता. त्यामुळे त्या मुखवट्याला भक्कमपणा आला होता. मागचा भाग अगदीच उथळ आणि अंतर्वक्र पृष्ठभागाचा होता. तिथे काय दिसेल, याची त्याला कल्पना नव्हती. पण तिथे काहीही नव्हते.

काहीही नाही!

खरोखरच काहीही नाही!

फक्त एक गुळगुळीत आणि रिकामा पृष्ठभाग!

ते पाहून सिएनाचाही गोंधळ झाला. ''तिथे काहीच नाही,'' ती उद्गारली.

“जर काहीच नाही तर तुम्ही आणि इग्नॅझिओ मागच्या बाजूला काय निरखून पहात होता?” तिने विचारले.

मला काहीच कल्पना करता येत नाही, असे लॅंग्डन मनात म्हणाला. मागची बाजू नीट दिसावी म्हणून त्याने त्यावरचे प्लॅस्टिक ताणले. *खरोखरीच इथे काहीही दिसत नाही.* त्याची निराशा वाढत गेली. मग त्याने ती मुखवट्याची पिशवी प्रकाशाच्या एका कवडशात धरली. क्षणभर त्याला वाटले की, वरच्या बाजूचा रंग बदलतो आहे. डान्टेच्या कपाळाच्या आतल्या बाजूने एक बारीक रेघ गेलेली दिसली. *ही काय जन्मखूण आहे... का अन्य काही आहे?*

लॅंग्डन एकदम मागे वळला. तिथे भिंतीमध्ये एक कपाट लपवले होते. कपाटाचे दार संगमरवराचे होते. तो सिएनाला म्हणाला, “आत काही टॉवेल सापडतात का ते बघ.”

सिएनाला तसे काही सापडेल असे वाटत नव्हते. पण तिने आज्ञाधारकपणे ते गुप्त कपाट उघडले, त्यात एक व्हॉल्व्ह होता. त्याचा उपयोग बाप्तिस्मापात्रातील पाण्याची पातळी कायम राखण्यासाठी केला जायचा. एक दिव्याचे बटण होते. त्या वायरच्या टोकाला बॅटरीवरचा दिवा होता. पात्राच्या वर असलेला स्पॉटलाइट लावण्यासाठी आणि बंद करण्यासाठी ते वापरले जायचे. आणि काही लिननचे टॉवेल्स होते.

तिने आश्चर्याने लॅंग्डनकडे पाहिले. लॅंग्डनने जगभरातील अनेक चर्चेस पालथी घातली होती. त्यामुळे त्याला कळाले होते की, जिथे बाप्तिस्मापात्र ठेवले जाते, तिथेच जवळपास एक कपाट असते आणि आणीबाणीच्या प्रसंगी लागणारे टॉवेल्स त्यात ठेवलेले असतात. अगदी लहान बाळांचा नामकरण विधी चालू असताना त्यांनी शू केली, तर हे टॉवेल्स जवळ ठेवलेले असायचे.

ते टॉवेल्स पाहून तो म्हणाला, “छान! आता हा मुखवटा सेकंदभर धरून ठेवशील?” असे म्हणून त्याने तिच्या हातांच्या ओंजळीत मुखवटा अल्लादपणे ठेवला.

मग त्याने ती षटकोनी फळी उभी करून ठेवली. ती त्या पात्रावर पहिल्यासारखी ठेवून झाकून टाकली. आता ते एक छोटेसे वेदी असल्यासारखे टेबल बनले. त्याने कपाटातील अनेक टॉवेल्स त्या झाकणावरती पसरून ठेवले. मग त्याने स्पॉटलाइटचे बटण दाबून तो सुरू केला. ते टेबल आणि प्लॅस्टिकच्या पिशवीतील मुखवटा यावर लख्ख प्रकाश पडला.

सिएनाने हळुवारपणे तो मुखवटा टेबलावर ठेवला. लॅंग्डनने अजून काही टॉवेल्स कपाटातून काढून घेतले आणि ते हातावर मोज्यासारखे घालून त्याने प्लॅस्टिकच्या बॅगेतून तो मुखवटा सावकाश बाहेर काढला. आपल्या नुसत्या

हाताचा स्पर्श तो कसोशीने टाळीत होता. काही क्षणातच डान्टेचा मुखवटा पूर्ण उघडा होऊन टेबलावर पडला होता. तो मुखवटा प्रकाशात वर पहात होता. एखादा भूल न दिलेला रुग्ण ऑपरेशन टेबलवरच्या दिव्याकडे जसा पहातो, तसे तो पहात होता. लँग्डनने हाताला टॉवेल गुंडाळून मग मुखवटा पुढून मागून सर्व बाजूने न्याहाळला. पुढील बाजूवर मुखवटा जुना झाल्याच्या खुणा उमटल्या होत्या, तर मागील बाजू पुढच्यापेक्षा अधिक स्वच्छ आणि गुळगुळीत पृष्ठभागाचा होता.

सिएना आपली मान वाकडी करून ते पहात होती. ती म्हणाली, ''ही मागची बाजू अधिक नवीन वाटते ना?''

दोन्ही बाजूंमधील रंगांचा फरकही जाणवण्याजोगा होता. पण तरीही मागची बाजू पुढच्या बाजूएवढीच जुनी होती, असेही खात्रीने वाटत होते. तो म्हणाला, ''मागची बाजू शोकेसमध्ये असल्याने त्यावर प्रकाश कधी पडत नव्हता. तसे पुढच्या बाजूचे नव्हते.''

''एक मिनिट!'' सिएना मुखवट्यावर वाकून पहात म्हणाली. ''हे बघा, कपाळावरती! तुम्ही आणि इग्नॅझिओने हेच पाहिले असावे.'' त्याला एक अंधूक पांढरी रेषा मुखवट्याच्या कपाळाच्या मागच्या बाजूने गेलेली दिसली. त्याला आता या प्रकाशात समजून चुकले कपाळावरची ती रेषा जेवढी पिवळी पडायला हवी होती तेवढी पडली नव्हती. याचा अर्थ... ती रेषा माणसाने निर्माण केली होती.

सिएना कुजबुजत म्हणाली, ''ती रेघ म्हणजे काहीतरी लिहिलेले आहे.'' तिचे शब्द नीट उमटत नव्हते, तिच्या घशातच अडकत होते. ''पण – ''

लँग्डनने ते नीट निरखून पाहिले. ती एक अक्षरांची ओळ होती आणि ती अलंकारिक वळणाच्या हस्ताक्षरात कोणीतरी लिहिलेली होती. ती ओळ तपकिरी-पिवळ्या रंगात होती.

''बस्स! एवढेच?'' सिएनाच्या आवाजात जरासा राग प्रकट झाला होता.

कोणी हे लिहिले असेल? लँग्डन मनातल्या मनात नवल करू लागला. *डान्टेच्या काळातील कोणीतरी हे लिहिले असेल?* पण ते अशक्यच होते. शिवाय दरम्यानच्या काळात एखाद्या संशोधकाच्या हे लक्षात आलेच असते. पण तसे काही लँग्डनच्या कानावर आले नव्हतेच किंवा कुठे वाचलेही नव्हते. त्याला या संदर्भात आणखीही एक व्यक्ती आठवली.

ती व्यक्ती बर्ट्रान्ड झोब्रिस्ट होती.

झोब्रिस्टचा त्या मुखवट्यावर मालकीहक्क होता. त्यामुळे त्याला हवे तेव्हा तो संग्रहालयाला विनंती करून तो मुखवटा मिळवू शकत होता. त्यानेच त्या मुखवट्याच्या मागे अलीकडेच त्यावर ती अक्षरे लक्षात येणार नाही, एवढ्या अस्पष्ट रीतीने उमटवली असतील आणि नंतर तो मुखवटा संग्रहालयातील शोकेसमध्ये

नेऊन ठेवला असेल. आणि हे त्याने कोणालाही न सांगता गुपचूप केले असेल. त्याला मार्ताचे शब्द आठवले. ती म्हणाली होती, "या मुखवट्याच्या मालकाच्या परवानगीशिवाय आमचा कोणताही कर्मचारी ही शोकेस उघडू शकत नाही. जर त्यांनी परवानगी दिली, तर खुद्द मालकाच्या उपस्थितीत आम्ही ही शोकेस उघडू शकतो."

लँग्डनने मग यामागचे तर्कशास्त्र ताबडतोब रचले. सिएनाने ते मान्य केल्याचे दिसले. पण तरीही तिची अस्वस्थता कमी झाली नाही. ती म्हणाली, "यात काहीही अर्थ नाही. झोब्रिस्ट यांनी गुप्तपणे यावर अक्षरे लिहिली असे आपण मानले तर तोही अडचणीत येईल. कारण त्यानेच हा मुखवटा दर्शवण्यासाठी तो छोटा प्रोजेक्टर निर्माण केला आहे... शिवाय ते जे काही त्याने लिहिले आहे, त्यातून काहीच अर्थ काढता येत नाही. असे निरर्थक त्याने का लिहिले? तू आणि मी, आपण दोघेही या मुखवट्यासाठी सकाळपासून धावपळ करीत आहोत. आणि शेवटी आपल्या हातात काय पडले? गुंता सुटलाच नाही."

लँग्डन पुन्हा ती अक्षरे काळजीपूर्वक वाचू लागला. हाताने लिहिलेली ती अक्षरे तशी कमीच होती. ती फक्त सात अक्षरे होती. आणि त्यातून काही अर्थ निघणे अशक्यच होते, असंभवनीय होते, दुरापास्त होते.

सिएनाची यामुळेच निराशा झाली, हे नक्कीच समजण्याजोगे होते.

पण लँग्डनला मात्र यातून नेहमीचा काहीतरी गूढ उकलण्याचा आनंद मिळत होता. आपण दोघेही जे काही शोधतो आहोत, ते सारे यातूनच बाहेर पडेल अशी त्याची धारणा झाली होती. यानंतरच आपल्याला पुढे काय करायचे ते ठरवता येईल.

शिवाय त्या मुखवट्याला एक ओळखीचा सुगंध मंदपणे येतो आहे, असे त्याला वाटत होते. त्यामुळेच कदाचित मुखवट्याची मागची बाजू पुढच्या बाजूपेक्षा अधिक पांढरी वाटत असावी. सूर्यप्रकाश किंवा जुनेपण हे त्या फरकासाठी अजिबात कारणीभूत नव्हते.

सिएनाने ती अक्षरे बारकाईने वाचली आणि ती म्हणाली, "मला कळत नाही की ती सर्व अक्षरे एकसारखीच का काढली आहेत?"

लँग्डनच्याही ते लक्षात आले होते. ती सर्व अक्षरे इंग्रजी P होती.

PPPPPPP

"सात वेळा P. यातून कसला अर्थ काढायचा? आपण आता काय करायचे?" सिएना म्हणाली.

यावर लँग्डन शांतपणे हसून म्हणाला, "ही अक्षरे काय गूढ संदेश देत आहेत, त्याचा आपण शोध घेऊ या."

सिएना म्हणाली, ''सात P मध्ये कसला आलाय संदेश?''

''आहे, नक्की आहे. जर तू डान्टेबद्दल अभ्यास केला असशील, तर त्यात संदेश लपला आहे हे स्वच्छ कळून येईल.''

चष्मा आणि नेकटाय घातलेला तो माणूस आता बाप्टिस्ट्री इमारतीच्या बाहेर उभा होता. त्याने रुमालाने आपली नखे आणि मानेवरचे पुरळ टिपले. त्याच्या डोळ्यांची आग होत होती. पण त्याने तिकडे लक्ष दिले नाही. शिवाय तो पर्यटकांच्या प्रवेशद्वारापाशी आला होता.

दाराबाहेर एक कर्मचारी सिगारेट फुंकीत उभा होता आणि तो पर्यटकांना परतवून लावत होता. त्या पर्यटकांना इटालियन भाषेतील त्या फलकावरील आकड्यांचा अर्थ लावता येत नव्हता. APERTURA 1300 - 1700 असा तो फलक होता. याचा अर्थ दुपारी एक वाजल्यापासून पाच वाजेपर्यंत पर्यटकांसाठी इमारत खुली होती.

मानेवर पुरळ उठलेल्या माणसाने आपल्या घड्याळात पाहिले. सकाळचे अवघे १०:०२ वाजले होते. म्हणजे अजून तीन तास अवकाश होता. त्याने तिथे उभ्या असलेल्या कर्मचाऱ्याकडे पाहिले आणि मग एक बेत आखला. आपल्या कानातील सोन्याचा डूल काढून प्रथम खिशात ठेवला. मग आपले पैशांचे पाकीट काढून त्यातील पैसे पाहिले. त्यात क्रेडिट कार्ड्स होती, युरो चलनाच्या नोटांचे एक बंडल होते आणि तीन हजार अमेरिकन डॉलर्स होते.

लोभ आणि हाव यांना बळी पडण्याचे पाप जागतिक पातळीवरचे आहे.

त्या माणसाचे काम झाले.

५७

मुखवट्यावरील सात वेळा लिहिलेल्या P अक्षरामुळे लँग्डनचे विचार एकदम डान्टेच्या 'द डिव्हाइन कॉमेडी'मधील मजकुराकडे खेचले गेले. क्षणभर त्याला व्हिएन्तामध्ये मंचावर उभा राहून 'Divine Comedy, Symbols of Hell' या विषयावर व्याख्यान देतानाच्या स्मृती आठवल्या.

त्याचा आवाज लाउडस्पीकरमधून सभागृहात घुमत होता. तो सांगत होता, "आपण आता नरकाच्या नऊ पातळ्यांमधून खाली उतरून पृथ्वीच्या केंद्रबिंदूपाशी आलो आहोत आणि सैतानासमोर उभे राहिलो आहोत."

लँग्डन व्याख्यानाच्या अनुषंगाने पडद्यावर स्लाइड्स दाखवत होता. पडद्यावर आता बॉटिसेली याने अनेक चित्रांत काढून दाखवलेले सैतानाचे चित्र उमटले. त्या सैतानाला तीन डोकी होती. बॉटिसेली याने अनेक चित्रांत सैतान दाखवला होता. त्याच्या Mappa चित्रात, फ्लॉरेन्समधील बाप्टिस्ट्रीमधील फरश्यांच्या तुकड्यांमधून सैतान दाखवला होता. तसेच ऑन्ड्रिया दी सिओन याने काढलेल्या 'ब्लॅक डिमन' या चित्रात सैतान दाखवला होता. त्या सैतानाच्या अंगावरच्या केसांना त्याने घेतलेल्या बळींचे लाल रक्त लागलेले होते.

लँग्डन सांगत होता, "आपण सैतानाच्या केसाळ छातीवरून खाली उतरून गुरुत्वाकर्षणाच्या विरुद्ध दिशेला एका धूसर जगात अवतीर्ण झालो... पुन्हा आपल्याला आकाश दिसले, आकाशातील तारे दिसले आहेत."

लँग्डनने पुढच्या स्लाइडमधील एक मघाशी दाखवलेली प्रतिमा पुन्हा दाखवली. त्यामध्ये मायकेलिनो हा ड्युओनो इमारतीच्या घुमटावर आतल्या बाजूने चित्र काढताना दाखवला होता. त्या चित्रात डान्टे लाल पायघोळ झग्यात फ्लॉरेन्स शहराच्या तटबंदीच्या बाहेर उभा होता. "तुम्ही जर या चित्राकडे नीट पाहिले, तर तुम्हाला आकाशातील तारे दिसतील." ताऱ्यांनी भरलेले ते आकाश डान्टेच्या डोक्यावर चितारले होते.

"तुम्ही पहातच आहात की, वरच्या आकाशातील स्वर्ग हा पृथ्वीभोवती

व्यापून राहिलेले जे नऊ गोळे दिसत आहेत, त्यात आहे. ही नऊ गोळ्यांची स्वर्गाची रचना ही नरकातील नऊ पातळ्यांचा तोल संभाळण्यासाठी कल्पिलेली आहे. तुम्हाला एव्हाना कळाले असेल की, डान्टेच्या लिखाणात नेहमी नेहमी नऊ आकडा का आला आहे ते.''

मग लँग्डन क्षणभर थांबला, त्याने पाण्याचा एक घोट घेतला आणि प्रेक्षकांची मने जरा स्थिर होऊ दिली. ''आता शेवटी नरकातून बाहेर पडण्याची वेळ आली आहे,'' तो सांगत होता, ''म्हणून नरकातील भयानक आगडोंब सहन केल्यावर तुम्हाला आता स्वर्गात जाण्याची घाई झाली असेल. दुर्दैवाने डान्टेने दाखवलेले विश्व हे वाटते तेवढे साधेसोपे नाही.'' मग त्याने नाट्यपूर्ण रीतीने एक उसासा सोडला आणि पुढे म्हटले, ''स्वर्गात जाण्यासाठी आरोहण करायचे असेल, तर आपल्याला अक्षरश: एक डोंगर चढून जावा लागतो.''

यानंतरच्या स्लाइडमध्ये लँग्डनने मायकेलिनो याने चितारलेले एक चित्र दाखवले. त्यात डान्टेच्या मागे क्षितिजावर शंकूच्या आकाराचा एकमेव डोंगर दिसला. तो डोंगर उंच उंच जात पार स्वर्गापर्यंत पोहोचला होता. डोंगरातील एक रस्ता डोंगराला वेढे घालत घालत वर गेलेला होता. त्या रस्त्यावरून नग्न मानवी आकृत्या थकूनभागून मंद पावले टाकीत वर चालल्या होत्या. त्यांना वाटेत कसलातरी त्रास होत असावा, असे त्यांच्या चेहऱ्यावरून दिसत होते. याचे कारण ते सर्व जण आपण केलेल्या दृष्कृत्याबद्दल विविध प्रकारच्या शिक्षा स्वत:ला करीत, प्रायश्चित्त करीत वर चाललेले होते.

लँग्डन बोलू लागला, ''मी तुम्हाला शुद्धीकरण करणारा एक डोंगर दाखवला. तुम्हाला मला दु:खाने असे सांगावेसे वाटते की, नरकातून बाहेर पडलेल्या, पश्चात्ताप पावलेल्या जीवांना स्वर्गात जाण्याचा फक्त हाच एकमेव मार्ग आहे. नरक आणि स्वर्ग यांना जोडणारा दुसरा कोणताही मार्ग नाही. पश्चात्ताप पावलेला प्रत्येक जीव हा आपण केलेल्या प्रत्येक पापाची किंमत चुकवत वर चालला आहे. दुसऱ्यांचा मत्सर करणाऱ्या जीवांच्या डोळ्यांच्या पापण्या शिवून बंद केल्यावर त्यांना स्वर्गाकडे वर जाऊ दिले जाते. म्हणजे वाटेत त्यांना असूया, आसक्ती, लोभ वगैरेंचा स्पर्श होत नाही. जे जीव पूर्वी गर्विष्ठ होते, त्यांच्या पाठीवर दगडांचे ओझे लादले जाते म्हणजे त्या भाराने वाकून, एक प्रकारे नतमस्तक होऊन ते वर चढू लागत. जे जीव अधाशी होते, खादाड होते त्यांना वर चढताना अन्न-पाणी अजिबात दिले जात नाही. तसेच, जे विषयवासनेत एके काळी लोळत होते, त्यांना ज्वालांमधून वाट काढीत जावे लागे. त्यांच्या कामेच्छेचीच ती उष्णता असते.'' मग काही क्षण थांबून तो पुढे म्हणाला, ''पण तुम्हाला स्वत:ला शुद्ध करून घेण्यास, पापातून मुक्त होऊन हा डोंगर चढून जाण्याची जरी परवानगी दिलेली असली, तरी

आधी तुम्ही या व्यक्तीशी बातचित केली पाहिजे.''

मग लँग्डनने पुढची स्लाइड पडद्यावर आणली. मायकेलिनो याच्या चित्राची ती स्लाइड होती. पंख असलेला एक देवदूत त्या शुद्धीकरण करणाऱ्या डोंगराच्या पायथ्याशी एका सिंहासनावर बसला होता. त्याच्या पायाशी पश्चात्तापदग्ध अशा जीवांची रांग लागलेली होती. आपल्याला वर जायला कधी परवानगी मिळेल, याची ते वाट पहात होते. त्या देवदूताच्या हातात एक लांबलचक तलवार होती आणि तिचे टोक तो रांगेतील पहिल्या जीवाच्या चेहऱ्यात भोसकत होता.

लँग्डन बोलू लागला, ''हा देवदूत काय करतो आहे कोणास ठाऊक?''

''तो एकाच्या डोक्यात भोसकत आहे,'' एकाचा आवाज आला.

''नाही!''

दुसरा एक आवाज म्हणाला, ''कोणाच्यातरी डोळ्यात भोसकले जात आहे.''

लँग्डनने त्यालाही मान हालवून नकार देऊन विचारले, ''आणखी कोण सांगेल?'' मागून एक आवाज आला, ''तो प्रत्येकाच्या कपाळावर लिहीत आहे.''

लँग्डनने स्मित करीत म्हटले, ''असे दिसते आहे की, इथे कुणालातरी डान्टे समजला आहे.'' मग त्याने परत त्या चित्राकडे बोट दाखवत म्हणाला, ''असे उमगते आहे की, हा देवदूत कोणा बिचाऱ्याच्या कपाळात भोसकत आहे. पण डान्टेच्या लिखाणानुसार तो देवदूत प्रत्येकाच्या कपाळावर एक अक्षर तलवारीच्या टोकाने लिहीत आहे. आता तुम्ही विचाराल, ''नक्की काय लिहिले जात आहे?''

मग इच्छित परिणाम साधण्यासाठी लँग्डन थोडा वेळ थांबला आणि नंतर म्हणाला, ''तो एकच अक्षर कोरून लिहीत आहे... ते अक्षर सात वेळा लिहिले जाते. डान्टेच्या कपाळावर देवदूताने कोणते अक्षर सात वेळा लिहिले असेल?''

''P!'' गर्दीतून कोणीतरी ओरडून सांगितले.

लँग्डन हसून म्हणाला, ''होय, P हे अक्षर लिहिले गेले आहे. P म्हणजे Peccatum. हा एक लॅटिन शब्द आहे. त्याचा अर्थ 'पाप' असा आहे. ज्याअर्थी तो सात वेळा लिहिला गेला, त्याअर्थी Septem Peccata Mortalia हा शब्दप्रयोग सुचवतो. याचा अर्थ असा होतो –''

कोणीतरी ओरडून म्हणाले, ''सात घोर पापे!''

''वा! अगदी बरोबर! अचूक बोललात. शुद्धीकरणाचा डोंगर चढून जाताना प्रत्येक पातळीवर तुम्हाला तुमच्या पापांचा पश्चात्ताप व्हायला हवा, प्रत्येक पातळी ओलांडून वर जाताना एक देवदूत तुमच्या कपाळावर रेखित केलेले एक P अक्षर पुसून टाकतो. असे डोंगरमाथ्यावर पोहोचेपर्यंत होत जाते. त्या वेळी कपाळावरील सर्व P अक्षरे पुसली गेलेली असतात. तुमचा आत्मा आता पूर्णपणे पापमुक्त झालेला असतो.'' मग डोळे मिचकावत लँग्डन म्हणाला, ''त्या डोंगराला शुद्धीकरणाची

जागा असे एका कारणामुळे संबोधतात.''

लँग्डन त्याच्या विचारातून भानावर आला. त्याने पाहिले की, सिएना आपल्याकडे पहात राहिली आहे. ती विचारीत होती, ''सात वेळा P म्हणजे काय?'' असे बोलून तिने त्याला वर्तमानकाळात खेचून आणले. मग मुखवट्याकडे बोट करून ती म्हणाली, ''तुम्ही तर यात एक संदेश दडलेला आहे असे म्हणालात. आता आपण काय करायचे आहे, ते त्यावरून समजणार आहे?''

मग लँग्डनने तिला शुद्धीकरणाच्या डोंगराबद्दल सांगितले. सात वेळा P म्हणजे 'सात घोर पापे'. ती पापे कपाळावरून पुसून टाकण्यासाठी शुद्धीकरणातून जावे लागते.

लँग्डन आपल्या खुलाशाचा समारोप करीत म्हणाला, ''बर्ट्रान्ड झोब्रिस्ट हा डान्टेचा निस्सीम भक्त होता. त्याला हा सात P अक्षरांचा प्रकार ठाऊक असावा. तसेच शुद्धीकरणाची प्रक्रिया पार पाडल्यानंतर स्वर्गात पोहोचता येते, हेही त्याला ठाऊक असावे, असे उघडच यावरून कळून येते.''

सिएना संशयाने म्हणाली, ''तुम्हाला असे म्हणायचे आहे का की, बर्ट्रान्ड झोब्रिस्टने मुखवट्यावर सात वेळा P लिहिले याचे कारण त्यानुसार आपण काहीतरी पुढे करावे असे त्यांना वाटते आहे?... आपल्याकडून ती अक्षरे पुसली जावीत, अशी त्याची इच्छा आहे? तुम्हाला असे वाटते आहे का?''

''मला असे दिसते आहे की – ''

''रॉबर्ट, जरी आपण ती अक्षरे पुसली तरी त्यामुळे आपल्याला कशी काय मदत होणार? फार तर अक्षरे पुसलेला एक मुखवटा आपल्या हातात पडेल. बाकी काय होईल?''

लँग्डनच्या चेहेऱ्यावर एक आशावादी हसू पसरले. तो म्हणाला, ''कदाचित तसे असेल किंवा कदाचित तसे नसेलही. आपल्याला जे सरळ-सरळ दिसते आहे, त्यापेक्षा अधिक काहीतरी आहे असे मला वाटते. मी कितीतरी वेळा म्हणालो होतो की, मुखवट्याची मागची बाजू ही पुढच्या बाजूपेक्षा जास्त पांढरी आहे, कारण पुढची बाजू मागच्या बाजूपेक्षा अधिक जुनी आहे, सांगितले होते ना असे?''

''होय!''

''कदाचित माझे चुकत असेल. दोन्ही बाजूंच्या रंगातील फरक चांगलाच उठावदार आहे आणि मागच्या बाजूला 'दात' उमटल्यासारखे वाटतात.''

''दात?'' सिएनाला समजेना.

लँग्डनने तिला मुखवट्याच्या दोन्ही बाजू उलट-सुलट करून दाखवल्या. मागच्या बाजूचा पृष्ठभाग हा जरा अधिक खरबरीत होता. जणूकाही तो सॅन्डपेपरने घासल्यासारखा वाटत होता. ''चित्रकलेच्या क्षेत्रात अशा पृष्ठभागाला 'दात' म्हणतात.

चित्रकारांना अशा पृष्ठभागावर रंग लावायला, ‘दात’ आलेला पृष्ठभाग चितारायला आवडते. कारण त्यावरचा रंग पृष्ठभागाला नीट धरून रहातो.''

''मला नाही समजले.''

मग लँग्डन हसून म्हणाला, '''गेसो' म्हणजे काय हे ठाऊक आहे?''

''होय. चित्रकार आधी कॅनव्हासवर एक प्राइम रंग लावतात आणि –'' ती मध्येच बोलायची थांबली. त्याला काय म्हणायचे ते तिला समजले होते.

''बरोबर. गेसो करून ते एक स्वच्छ पांढरा आणि खरबरीत पृष्ठभाग तयार करतात. याचा उपयोग अनेकदा पृष्ठभागावरील नको असलेला चित्राचा भाग झाकला जातो आणि तोच कॅनव्हास पुन्हा वापरात आणता येतो.'' त्याने खुलासा केला.

सिएना आता उत्तेजित झाली होती. ''तुम्हाला असे वाटते आहे की, झोब्रिस्टने मुखवट्याच्या मागच्या बाजूवर गेसो केला असेल?''

''मागचा पृष्ठभाग अधिक ‘दात’ असलेला किंवा अधिक खरबरीत आणि पुढच्या भागापेक्षा अधिक पांढरा कसा, याचा मात्र उलगडा त्यामुळे होतो. त्याला तो सात P अक्षरे आपल्याकडून पुसली जावीत, असेही वाटत असेल.''

त्याच्या या शेवटच्या मुद्द्यामुळे सिएना गोंधळून गेली.

लँग्डनने तो मुखवटा उचलून तिच्या नाकापाशी त्याची मागची बाजू धरली आणि तो म्हणाला, ''याचा वास घेऊन बघा.''

तिने तसे केले आणि आपले नाक उडवत म्हटले, ''एखाद्या भिजलेल्या कुत्र्याला जसा वास येतो तसा हा वास आहे. गेसोचा वास असाच असतो का?''

''सर्व गेसोंचा वास तसा नसतो. नेहमीच्या गेसोचा वास हा खडूच्या वासासारखा असतो. ॲक्रिलिक रंगाचा गेसो केला तर भिजलेल्या कुत्र्याच्या वासासारखा वास येतो.''

''म्हणजे...?''

''म्हणजे हा गेसो पाण्यात विरघळणारा आहे.''

ते ऐकून सिएनाने आपली मान तिरपी केली. आणि ते पाहून लँग्डनला कळून चुकले की, तिला आता उमजू लागले आहे. तिने आपली नजर सावकाश मुखवट्याकडे वळवली, आणि मग तिने एकदम लँग्डनकडे आपले डोळे विस्फारून पाहिले. ती म्हणाली, ''म्हणजे या गेसोखाली काहीतरी असावे असे तुम्हाला वाटते?''

''ते जर कळले तर बऱ्याच गोष्टींचा उलगडा होईल.''

सिएनाने ताबडतोब ते षटकोनी लाकडी फळीचे झाकण उचलले. आतमध्ये पात्रातील तळाशी पाणी होते. मग तिने एक कोरडा टॉवेल घेऊन त्या पाण्यात

बुडवून तो ओला केला आणि तो लँग्डनकडे धरीत म्हणाली, ''तुम्हीच करा!''

लँग्डनने आपल्या डाव्या तळहातात तो मुखवटा धरला आणि उजव्या हाताने ओला टॉवेल झटकून त्यातील जादा पाणी काढून टाकले. मग तो मुखवट्याची मागची बाजू ओल्या टॉवेलने टिपू लागला. मुखवट्याच्या कपाळाच्या आतली बाजू त्याने ओली केली. मग पुन्हा टॉवेल जरासा ओला करून एक बोटाने तो ती P अक्षरे टिपू लागला. अक्षरांची शाई आता निघून अक्षरे विरत जाऊ लागली. तो आनंदाने म्हणाली, ''गेसो विरघळतो आहे. शाई निघून चालली आहे.''

तिसऱ्या वेळा त्याने जेव्हा तसे केले तेव्हा तो गंभीर आवाजात बोलू लागला. त्याचा आवाज तिथे घुमू लागला. तो म्हणत होता, ''बाप्तिस्मामधून येशू ख्रिस्त तुम्हाला पापमुक्त करून एक नवीन आयुष्य बहाल करतो. त्यासाठी तो तुमच्यावर होली वॉटर आणि होली स्पिरिट शिंपडतो. हे सारे यथायोग्य वाटते आहे.''

सिएनाने आपले डोळे फिरवत त्या मुखवट्याकडे पाहिले. लँग्डन जसजसा ओल्या टॉवेलने तो पृष्ठभाग पुसत गेला, तसतसे खालचे मूळचे प्लॅस्टर उघडे पडत चालले. मुखवट्याच्या पुढच्या बाजूला पिवळसर छटा होती. तशीच छटा आता मागच्या बाजूलाही येऊ लागली. जेव्हा ते शेवटचे P अक्षर पुसले गेले, तेव्हा त्याने कोरड्या टॉवेलने पृष्ठभाग पुसून काढला आणि मुखवटा जरा लांब धरून तो निरखून पाहू लागला. सिएनाही निरखून पाहू लागली.

तिच्या तोंडून एकदम एक आश्चर्योद्‌गार बाहेर पडला.

लँग्डनला मागच्या बाजूला काहीतरी आहे असे वाटत होते. अगदी नेमके तसेच तिथे दिसत होते. गेसोच्या खालच्या पृष्ठभागावर पुन्हा काहीतरी लिहिलेले होते. ती नऊ अक्षरे होती. मूळच्या पिवळसर प्लॅस्टरच्या पृष्ठभागावर ती लिहिलेली होती.

पण या वेळी ती अक्षरे निरर्थक नव्हती. त्या अक्षरांनी मिळून एक शब्द बनवला होता.

५८

"Possessed?" सिएनाने तो शब्द वाचला आणि पुढे म्हटले, "मला यातून काहीही उमजले नाही."

मलाही नीट कळले नाही. लँग्डनने ती उमटलेली नवीन अक्षरे नीट अभ्यासली. त्या अक्षरांनी डान्टेच्या कपाळाच्या मागच्या बाजूवर possessed हा शब्द 'झपाटलेला' या अर्थीच लिहिला होता का?

"झपाटलेला? म्हणजे सैतानाने झपाटलेला?" सिएनाने विचारले.

शक्य आहे. लँग्डनने आपली नजर वर छताकडे वळवली. तिथे चकचकीत फरशीच्या असंख्य तुकड्यांनी सैतानाचे चित्र काढले होते. तो सैतान पापी जीवांना खाऊन टाकीत होता. त्या जीवांना आपल्या पापातून मुक्त होण्यासाठी कधीही शुद्धीकरण करणे शक्य झाले नव्हते, जमले नव्हते. *डान्टे... झपाटलेला होता?* यातूनही काही नीट अर्थ निघत नव्हता की कसलाही बोध होत नव्हता.

"याचा अर्थ अजूनही काही मजकूर तिथे असला पाहिजे," असे म्हणून सिएनाने लँग्डनच्या हातातला मुखवटा काढून घेतला आणि ती बारकाईने मागची बाजू निरखू लागली. काही क्षणांनी ती म्हणाली, "बरोबर त्या शब्दाच्या मागे-पुढे बघा... आणखी काही मजकूर दिसतो आहे."

लँग्डनने पुन्हा काळजीपूर्वक पाहिले. त्याला खरेच त्या शब्दाच्या मागे-पुढे काही पुसट अक्षरे दिसली. सिएनाने पुन्हा टॉवेल ओला करून तिथले शब्द दिसण्यासाठी पुसण्यास सुरुवात केली. हळूहळू तिथे आणखी शब्द उमटत गेले. त्या शब्दांनी एक मजकूर तयार केला :

O, you possessed of sturdy intellect. यातील possessed शब्दाचा अर्थ 'झपाटलेला' असा होत नव्हता. त्या वाक्याचा अर्थ 'अरे, जबरदस्त बुद्धिमत्ता जवळ असलेल्या मानवा (अथवा वाचका)' असा होत होता. ते वाक्य अर्धवट होते. ते पाहिल्यावर लँग्डनने हळूच एक शीळ घातली आणि तो ते वाक्य पुरे करीत म्हणाला, "O, you possessed of sturdy intellect... observe the teachings hidden here... beneath the veil of verses so obscure''

सिएना थक्क होत म्हणाली, ''काय म्हणालात?''

''डान्टेच्या 'इन्फर्नो'मधील या काव्यपंक्ती आहेत. त्या अत्यंत प्रसिद्ध आहेत.'' लँग्डन उत्साहाने सांगत होता. ''डान्टे हा त्याच्या अतिहुषार, बुद्धिमान वाचकाला उद्देशून आवाहन करीत होता की, या सांकेतिक कडव्यातील लपलेला उपदेश अक्कलहुषारीने शोधून, जाणून घ्या.''

लँग्डनला जेव्हा जेव्हा साहित्यिक उपमा, प्रतीके शिकवायची वेळ येई तेव्हा त्याला या ओळी आठवत असत. जणूकाही या ओळीत लेखक आपले हात जोरजोरात हालवून वाचकाचे लक्ष वेधत असे व्यक्त करीत आहे की, ''वाचकांनो, इथे प्रतीकात्मक रूपाने द्वयर्थी मजकूर लिहिलेला आहे.''

सिएना आता मुखवट्याची मागची बाजू जोरजोरात घासू लागली. ते पाहून लँग्डन तिला म्हणाला, ''सावकाश! सावकाश! जरा काळजीपूर्वक करा!''

जसजसा वरचा थर निघत गेला तसतसा नवीन मजकूर प्रकट होत गेला. ती म्हणाली, ''तुम्ही म्हणता ते बरोबर आहे. डान्टेच्या काव्यातील बाकीच्या ओळी तुम्ही म्हणालात तशा इथे दिसू लागल्या आहेत.'' तिने मग पुन्हा टॉवेल ओला करून आपले प्रयत्न पुढे चालू ठेवले.

बाप्तिस्मापात्रातील पाणी गढूळ झालेले पाहून लँग्डन थोडासा हादरला. त्याने मनातल्या मनात त्याबद्दल धर्मगुरूंची क्षमा मागितली. आपण हे पवित्र पात्र वॉशबेसिनसारखे वापरले याबद्दल त्याला वाईट वाटले.

जेव्हा सिएनाने पाण्यातून टॉवेल बाहेर काढला तेव्हा त्यातून पाणी ओघळत होते. तिने तो टॉवेल अर्धवट पिळला आणि मुखवट्याच्या मध्यावर ठेवला, आता तो ती गोल गोल फिरवू लागली.

थोड्या वेळाने ती म्हणाली, ''बापरे, मागची बाजू संपूर्णपणे मजकुराने भरलेली आहे. आणि त्यावर लिहिले आहे – '' असे म्हणून ती थांबली. आपली मान तिने वाकडी केली आणि तो मुखवटा गोल फिरवत ती वाचत गेली. ''काय लिहिलेले आहे?'' लँग्डनने विचारले.

तिने आपले काम आधी पुरे केले. मग एका कोरड्या टॉवेलने मुखवट्याची मागची बाजू पुसून काढली आणि तो मुखवटा खाली ठेवला. आता ते दोघेही आतला मजकूर बघत होते.

लँग्डन पुन:पुन्हा तो मुखवटा निरखत होता. सर्व अंतर्वक्र पृष्ठभागावर मजकूर लिहिलेला होता. ते सुमारे १०० शब्द होते. त्यांची सुरुवात O, you possessed of sturdy intellect या शब्दांनी झाली होती. सर्व मजकूर एकाच अखंड ओळीतला होता. तो गोल गोल फिरत आतल्या बाजूला वळत गेला होता. एखाद्या

घड्याळातली स्प्रिंग दिसावी तसा तो मजकूर वेटोळे घालीत मध्यभागी जाऊन संपला होता.

याचा अर्थ त्या शुद्धीकरणाच्या शंकूच्या आकारावरील संबंध डोंगराला वेढे घालीत घाट रस्त्यासारखी ती वळणे होती. लँग्डनला त्या आकारामागचा अर्थ असा एकदम कळला. डोंगरातील तो घाटरस्ता असाच सतत उजवीकडे वळत वर गेलेला होता. इथेही तो मजकूर उजवीकडे घड्याळाच्या काट्यांच्या फिरण्याच्या दिशेने वळत गेलेला होता. त्याने अशी किती वळणे झाली तेही पाहिले. एकूण नऊ वळणे झाली होती.

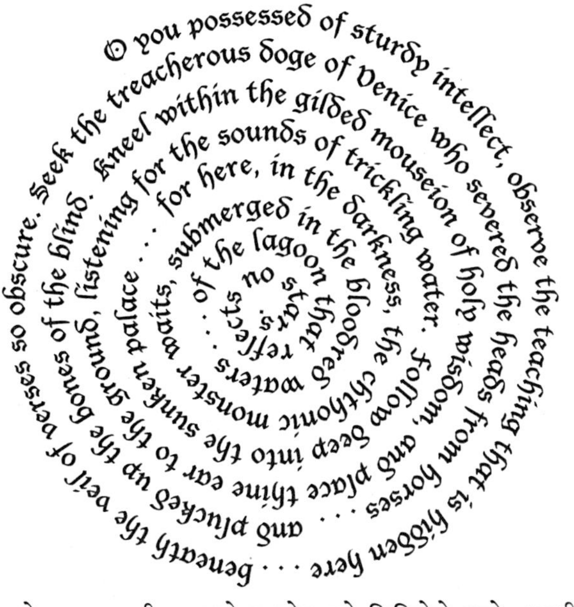

"डान्टेच्या काव्यातील मूळचे कडवेच इथे लिहिलेले आहे. अगदी जसेच्या तसे. पण ही सुरुवातीची ओळ तशी लिहिलेली आहे. पुढचा मजकूर मूळचा नसावा. कोणीतरी डान्टेच्या शैलीत पुढे लिहिलेले असावे. कुणी असे केले असेल?"

सिएना कुजबुजत म्हणाली, "अर्थातच झोब्रिस्टने, तोच यामागे असणार. दुसरे कोणीही नाही."

लँग्डनने तिचे म्हणणे मान्य करीत आपली मान होकारार्थी हालवली. कोणीही असाच तर्क केला असता. झोब्रिस्टनेच बॉटिसेलीच्या मूळच्या नरकाच्या चित्रात बदल नव्हता का केला! आपल्या हेतूंसाठी तो जर बिनदिक्कत सर्वश्रेष्ठ चित्रकृतीमध्ये

अशी ढवळाढवळ करू शकत असेल, तर इथेही तो सहजच तसे करेल.

''पण बाकीचा मजकूर हा विचित्र आहे,'' लँग्डन म्हणाला. मुखवटा फिरवत तो मजकूर वाचत गेला. ''यात असे म्हटले आहे, ...घोड्यांची मुंडकी कापून... आंधळ्यांची हाडे गोळा करून...'' मग पुढचे गाळून तो एकदम शेवटी गेला आणि म्हणाला, ''याचा शेवट 'रक्ताळलेले पाणी' अशा शब्दांत झाला आहे.''

सिएनाच्या भुवया वाकड्या झाल्या. ती म्हणाली, ''म्हणजे तुम्हाला ती चंदेरी केसांची स्त्री स्वप्नात दिसते, त्या स्वप्नातील पाणीही असेच 'रक्ताळलेले पाणी' असते ना?''

लँग्डन होकारार्थी मान हलवत म्हणाला, ''रक्ताळलेले पाणी... सरोवरातले पाणी. त्यामध्ये आकाशातल्या ताऱ्यांचे प्रतिबिंब दिसत नाही.''

सिएनाने तो उमटलेला मजकूर पहात त्यातल्या एका शब्दाकडे बोट करीत म्हटले, ''हे एखादे विशिष्ट स्थळ आहे का?''

लँग्डनने तो शब्द पाहिला. प्रथम वाचताना तो शब्द त्याच्या नजरेतून निसटला होता. तो शब्द म्हणजे जगातल्या एका सुंदर आणि एकमेवद्वितीय अशा शहराचे नाव होते. ते नाव पहाताच त्याच्या अंगावर शहारे आले. कारण डान्टे अलिएघिरी हा त्या शहरात गेल्यावर त्याला एका भयानक रोगाचा संसर्ग होऊन त्यातच त्याचा अंत झाला.

ते शहर होते, व्हेनिस!

लँग्डनने आणि सिएनाने त्या गूढ आणि सांकेतिक कडव्यांचा अभ्यास बराच वेळ शांतपणे केला. ते काव्याचे कडवे मनाला अस्वस्थ करणारे होते. त्यातला खरा अर्थ शोधून काढणे, अवघड होते. त्यातील doge आणि lagoon या दोन शब्दांमुळे व्हेनिस शहराची खात्री पटत होती. व्हेनिस शहरात असंख्य लहान-मोठी तळी आणि सरोवरे होती आणि ती एकमेकांना जोडली गेलेली होती. त्या शहरावर जो राज्य करीत होता, तो 'doge' या नावाने ओळखला जायचा.

लँग्डनला कळेना की, व्हेनिसमधल्या नेमक्या कोणत्या जागी निर्देश केला असावा. पण त्या कडव्यात मार्गदर्शनानुसार वाचकाला जाण्यासही सांगितले होते.

तुमचा कान तुम्ही जमिनीला लावा आणि थेंब थेंब गळणाऱ्या पाण्याचा आवाज ऐका.

सिएना म्हणाली, ''म्हणजे काहीतरी भूमिगत शोधायचे आहे?''

लँग्डनने अस्वस्थपणे आपली मान होकारार्थी हालवली आणि तो पुढची ओळ वाचू लागला.

खोल बुडालेल्या त्या राजवाड्यात जा... कारण इथेच, काळोखात थॉनिक राक्षस वाट पहात आहे.

“रॉबर्ट, कोणता राक्षस लिहिला आहे?” सिएनाने विचारले.

“Chthonic! या शब्दातील Ch ही अक्षरे अनुच्चारित आहेत. त्यामुळे त्याचा उच्चार ‘थॉनिक’ असा करायचा. त्याचा अर्थ ‘जो जमिनीखाली रहातो तो!”

लँग्डन पुढे काही बोलायच्या आत पर्यटकांच्या प्रवेशद्वाराबाहेरचा बोल्ट खाड्कन सरकवल्याचा आवाज आत ऐकू आला. कोणीतरी बाहेरून ते दार उघडले असावे.

“ग्राझिये मिल्ले! *खूप खूप धन्यवाद!*” बाप्टिस्ट्रीच्या कर्मचाऱ्याला चेहऱ्यावर पुरळ उठलेला तो माणूस म्हणाला. त्या कर्मचाऱ्याने ५०० डॉलर्सच्या नोटा आपल्या खिशात घातल्या आणि आजूबाजूला कोणी आहे की नाही ते पाहिले.

“सिन्क मिनूती! पाच मिनिटे!” असे म्हणून त्याने दाराचा बोल्ट सरकावला, दार सताड उघडले आणि त्या पुरळवाल्या माणसाला आत जाऊ दिले. तो आत गेल्यावर त्याने पट्कन परत दार लावून टाकले. तो माणूस आता आतमध्ये पाच मिनिटेच रहाणार होता. तेवढ्या पाच मिनिटांसाठी त्याने ५०० डॉलर्स मोजले होते.

सुरुवातीला त्याच्या मागणीला त्या कर्मचाऱ्याने नकार दिला होता. पण शेवटी त्याला त्या माणसाची दया आली. तो एवढ्यासाठी अमेरिकेहून आला होता. त्याला फक्त आत जाऊन प्रार्थना करायची होती, आपल्याला झालेली भयानक व्याधी बरी होण्यासाठी प्रार्थना करायची होती. म्हणून त्याने पाच मिनिटांसाठी ५०० डॉलर्स घेऊन त्याला आत जाऊ दिले.

आत शिरलेला तो माणूस दमदार पावले टाकीत मध्यभागी असलेल्या अष्टकोनी वेदीवरती गेला. त्याने सहज वर पाहिले. त्याने असले छत कधीही पाहिलेले नव्हते. तीन डोक्यांचा एक राक्षस थेट खाली त्याच्याकडेच पहात होता. मग त्याने आपली नजर खाली वळवली आणि तो चहूकडे पाहू लागला.

त्याला कोणीही दिसले नाही. सर्व जागा रिकामी होती.

ते दोघे नेमके गेले तरी कुठे?

त्याने सर्वत्र नजर फिरवून पुन्हा बारकाईने पाहिले. मग त्याची नजर मुख्य वेदीकडे गेली. तो एक प्रशस्त आयताकृती संगमरवरी ओटा होता. भिंतीलगतची बाजू आत भिंतीत गेलेली होती. त्या वेदीपुढे संरक्षक खांब उभे होते आणि त्या सर्वांना मिळून एक सुशोभित पडदा लावला होता. सबंध दालनात तो पडदा हलत होता. नुकताच त्याला धक्का लागला असावा.

त्या वेदीच्या मागे जाऊन लँग्डन आणि सिएना घाईघाईने लपले होते, वाकून बसले होते. त्यांना हातातल्या टॉवेल्सची बाप्तिस्मापात्राची आवराआवर करण्यासाठी वेळच मिळाला नव्हता. त्यांच्या योजनेनुसार तिथे पर्यटक येईपर्यंत बसून रहायचे होते. मग ते गर्दीत मिसळून बाहेर पडणार होते. त्यांनी आपल्याजवळ तो मुखवटा मात्र नीट जपून ठेवला होता.

बाप्टिस्ट्रीचे उत्तरेकडचे दार नक्कीच उघडले गेले असणार – तात्पुरते तरी ते उघडले असणार. ते उघडल्यावर लँग्डनला बाहेरचे आवाज ऐकू आले होते. पण लगेच दार बंद झाल्याने पुन्हा आत शांतता पसरली होती.

आत्ताच्या शांततेत लँग्डनला एकाच माणसाची पावले वाजताना ऐकू येऊ लागली. कोणीतरी येत होते. त्याच्याच दिशेने येत होते.

तो कर्मचारी असेल? पर्यटकांसाठी इमारत खुली करण्याआधी आतली जागा तो तपासत असेल? त्या बाप्तिस्मापात्रावर जो स्पॉटलाइट लावून ठेवला होता तो विझवायचा राहिला होता. तिकडे त्या कर्मचाऱ्याचे लक्ष नक्कीच वेधले जाणार. शेवटी त्या व्यक्तीची पावले सरळ वेदीपाशीच आली.

त्यानंतर तिथे बरेच क्षण शांतता पसरली होती.

मग एका माणसाने रागाने म्हटलेले त्यांना ऐकू आले. ''रॉबर्ट, मी आहे. तुम्ही मागे लपला आहात, हे मी ओळखले आहे. चला, बाहेर या आणि नीट बोलून खुलासा करा.''

५९

आता लपून रहाण्यात अर्थ नाही. आपण इथे आहोत, हे त्याने ओळखले आहे.

लँग्डनने सिएनाला 'इथेच लपून रहा' अशी खूण केली आणि त्याने तो मुखवटा प्लॅस्टिकच्या पिशवीत घालून ठेवला.

नंतर लँग्डन सावकाश आपल्या पायावर उठून उभा राहिला. वेदीच्या मागे जसा धर्मगुरू ताठ उभा रहातो, तसा पवित्रा घेऊन तो उभा राहिला. त्याने समोर पाहिले तर फक्त एकच एक माणूस उभा होता. त्या माणसाचे केस करड्या रंगाचे होते, त्याच्या डोळ्यांवर डिझायनर चष्मा होता आणि चेहऱ्यावरती भयंकर पुरळ उमटले होते. तो माणूस वैतागून आपली मान खाजवत होता. त्याच्या सुजलेल्या डोळ्यांत गोंधळ आणि संताप भरलेला दिसत होता.

''रॉबर्ट, तुम्ही इथे काय करता आहात?'' तो पुढे येत म्हणाला. त्याचे उच्चार अमेरिकन होते.

''सांगतो!'' लँग्डन नम्रपणे म्हणाला. ''पण त्याआधी मला हे सांगा की तुम्ही कोण आहात?''

तो माणूस पुढे येता येता थांबला. त्याने अविश्वासाने विचारले, ''काय म्हणालात तुम्ही?''

लँग्डनला त्या माणसाच्या डोळ्यांत काहीतरी ओळखीचे पुसट भाव पाहिल्यासारखे वाटू लागले. त्या... त्याचा आवाजही किंचित ओळखीचा वाटला. *कदाचित मी या माणसाला कधीतरी भेटलोही असेन... कुठेतरी... पण कशाच्या संदर्भात?* लँग्डनने पुन्हा विचारले, ''कृपा करून आपण कोण आहात ते मला सांगा. मी तुम्हाला कसा काय ओळखू शकेन?''

त्या माणसाने अविश्वासाने आपले दोन्ही हात हवेत पसरले. तो म्हणाला, ''मी जोनाथन फेरीस. जागतिक आरोग्य संघटनेमध्ये डॉक्टर आणि अधिकारी आहे. मी तुम्हाला भेटायला हार्वर्ड विद्यापीठात विमानाने आलो होतो.'' ते ऐकून लँग्डन

स्मृतीला ताण देण्याचा प्रयत्न करू लागला.

तो माणूस विचारू लागला, ''तुम्ही मला फोन का केला नाही?'' हे बोलतानाही तो त्याची मान आणि गाल खाजवत होता. तिथला भाग लाल झाला होता आणि तिथे बारीक बारीक फोड उमटले होते. ''आणि तुम्ही कोण्या स्त्रीला घेऊन इथे आला आहात? मी तुम्हाला पाहिले होते. ती तुमच्यासाठी आता काम करते आहे का?''

आता मात्र सिएनाला राहवेना. ती सरळ उठून उभी राहिली आणि पुढे येऊन बोलू लागली, ''डॉ. फेरीस? मी सिएना ब्रूक्स. मीसुद्धा एक डॉक्टर आहे. मी इथे फ्लॉरेन्समध्येच काम करते. काल रात्री प्रोफेसर लँग्डन यांच्यावर गोळी झाडलेली होती. ती त्यांच्या डोक्याला, कवटीला चाटून गेली. त्यामुळे त्यांना गेल्या दोन दिवसांतले काहीही आठवत नाही. त्यांना बरा होण्याजोगा स्मृतिभ्रंश झाला आहे. मी इथे त्यांच्याबरोबर आले आहे, कारण मी त्यांना मदत करते आहे.''

सिएनाचे शब्द तिथल्या भव्य दालनात प्रतिध्वनी उमटवत होते. तिचे बोलणे ऐकताच त्या माणसाने आपली मान वाकडी केली, तो कोड्यात पडला, जणूकाही सिएनाच्या शब्दांचा अर्थ त्याच्या मेंदूत शिरला नव्हता. थोड्या वेळाने तो भानावर आला आणि अडखळत मागे सरकला. आधारासाठी त्याने तिथला खांब धरला.

त्याच्या चेहऱ्यावरचा राग ओसरत चालला आहे, हे लँग्डनला दिसले. तो अडखळत म्हणाला, ''ओ माय गॉड... आता मला बहुतेक गोष्टींचा खुलासा होतो आहे.'' मग तो हळू आवाजात म्हणाला, ''रॉबर्ट, आम्हाला वाटले की...'' आपले डोके हलवत नीट शब्द जुळवत तो म्हणाला, ''आम्हाला वाटले की, तुम्ही बाजू बदलली... कदाचित त्यांनी तुम्हाला पैसे दिले असतील... किंवा धमकी दिलेली असेल... पण आम्हाला खरे काय झाले, ते कळायला काहीच मार्ग नव्हता.''

''ते फक्त आत्तापर्यंत माझ्या एकटीशीच बोलले आहेत,'' सिएना सांगू लागली. ''त्यांना एवढेच ठाऊक आहे की, काल रात्री आपण जागे झालो ते एका हॉस्पिटलमध्ये. तेव्हापासून त्यांना ठार करायला त्यांच्या मागे लोक लागले आहेत. तसेच त्यांना डोळ्यांसमोर चित्रविचित्र आणि भयाण दृश्ये दिसतात... माणसांची प्रेते, प्लेगचे बळी आणि एक चंदेरी केसांची स्त्री आणि एक सापासारखा ताईत... असे ते सांगतात.''

तो माणूस म्हणाला, ''चंदेरी केसांची स्त्री म्हणजे एलिझाबेथ? ती डॉ. एलिझाबेथ सिन्स्की आहे. रॉबर्ट तिनेच काही मोबदल्यावर तुमची तात्पुरती सेवा घेतली आहे, आम्हाला मदत करण्यासाठी.''

सिएना यावर म्हणाली, ''असे जर असेल तर मी तुम्हाला सांगते की, त्या आता संकटात सापडलेल्या आहेत. आम्ही त्यांना एका काळ्या व्हॅनमध्ये पाहिले.

त्यात बरेच सोल्जर्स होते. कोणीतरी गुंगीचे इंजेक्शन दिले असावे किंवा काहीतरी केले असावे अशी ती दिसत होती.''

त्या माणसाने सावकाश आपले डोके हालवले आणि आपले डोळे मिटून घेतले. त्याच्या पापण्या आता फुगीर दिसू लागल्या आणि त्या लाल झाल्या होत्या.

सिएनाने विचारले, ''तुमच्या चेहऱ्याला काय झाले आहे?''

त्याने डोळे उघडून विचारले, ''काय म्हणालात?''

''तुमची कातडी? तुम्हाला कसला तरी संसर्ग झाला असावा असे वाटतेय. तुम्ही आजारी आहात का?''

तो माणूस एकदम दचकला. सिएनाचा प्रश्न तसा सरळ होता, पण थोडासा उद्धट वाटणारा होता. लँग्डनलाही तसेच वाटले होते. सकाळपासून सतत प्लेगचे संदर्भ आल्याने तोही लाल कातडी, त्यावर फोड येणे वगैरे पाहून तो थोडा हादरला होता.

तो माणूस म्हणाला, ''मी ठीक आहे. याला कारणीभूत ते हॉटेलातील भिकार साबण. त्यातल्या सोयाची मला जबरदस्त ॲलर्जी आहे. बहुतेक सर्व सुवासिक इटालियन साबणात सोयाबिनचा अर्क घातलेला असतो. मीच मूर्ख म्हटले पाहिजे. मी आधी खात्री करून घ्यायला हवी होती.''

सिएनाने एक उसासा टाकला. तिचे खांदे आता खाली आले. ''थँक गॉड! नशीब तुम्ही ते खाल्ले नाहीत.''

यावर ते दोघे हसले. मग सिएनाने धाडस करून त्यांना विचारले, ''मला एक सांगा, बर्ट्रान्ड झोब्रिस्ट या नावाशी तुमचा कुठे किंवा कशाच्या तरी निमित्ताने संबंध आला होता का?''

ते ऐकताच तो माणूस थिजून गेला. जणूकाही त्या प्रश्नामुळे त्याच्या समोर तीन डोक्यांचा सैतान उभा राहिला आहे, असा त्याचा चेहरा झाला.

सिएना पुढे म्हणाली, ''आम्हाला असे वाटते आहे की, आम्ही नुकताच त्यांचा एक संदेश शोधून काढला आहे. त्या संदेशानुसार व्हेनिस शहराकडे निर्देश केला जातो. याबद्दल तुम्हाला काय वाटते? यात काही तथ्य असेल का?''

ते ऐकताच त्या माणसाचे डोळे विस्फारले गेले. तो म्हणाला, ''बापरे! होय, यात नक्कीच तथ्य आहे. अगदी १०० टक्के आहे. तो निर्देश कुठे केला जातो आहे म्हणालात?''

सिएनाने एक दीर्घ श्वास घेतला. ती गोल गोल आकारात लिहिलेली कविता आणि ती मुखवट्यावर कशी प्रकट झाली... वगैरे सर्व ती सांगणार होती. परंतु तिला तसे करण्यापासून परावृत्त करण्यासाठी लँग्डनने तिचा हात सूचकपणे दाबला. तो माणूस जरी आपल्या बाजूचा वाटत असला, तरी आज घडत गेलेल्या

सर्व प्रसंगांचा अनुभव लक्षात घेता लँग्डनची वृत्ती आता 'कोणावरही विश्वास ठेवू नये' अशी झाली होती. तसेच, त्या माणसाचा टाय पाहिल्यावर तर हा माणूस आणि त्याचा तो टाय यापूर्वी आपण डान्टेच्या चर्चमध्ये पाहिल्याचे त्याला आठवले. त्या वेळी तो माणूस प्रार्थना करीत होता. म्हणजे हा माणूस आपल्या पाळतीवर होता. तो आपल्यामागे का येत होता?

लँग्डनने त्याला विचारले, "तुम्ही आम्हाला नेमके इथे कसे काय शोधलेत?"

लँग्डनला अजूनही नीट आठवत नाही हे जाणवून तो माणूस म्हणाला, "रॉबर्ट, तुम्ही काल रात्री मला फोन करून सांगितले होते की, तुम्ही एका संग्रहालयाचे संचालक इग्नॅझिओ ब्युसोनी यांच्याबरोबर एक मीटिंग ठरवली आहे. त्यानंतर तुम्ही एकदम अदृश्य झालात. नंतर परत तुम्ही मला फोन केलाच नाही. जेव्हा मला कळले की, इग्नॅझिओ ब्युसोनी हे मरण पावलेल्या अवस्थेत सापडले, तेव्हा मला काळजी वाटू लागली. मी तुम्हाला सकाळपासून शोधतो आहे. व्हिचिओ राजवाड्याबाहेर मला पोलिसांची वर्दळ दिसली आणि तिथे काय घडते आहे, त्याची मी वाट पहात असताना अचानक तुम्ही मला दिसलात. तुम्ही त्या मागच्या बाजूच्या छोट्या दरवाजातून बाहेर येत होता. तुमच्या बरोबर या..." असे म्हणून त्याने सिएनाकडे पाहिले.

"सिएना, सिएना ब्रूक्स." ती म्हणाली.

"आय ॲम सॉरी... डॉ. ब्रूक्स. मी तुमचा पाठलाग करू लागलो. तुम्ही काय करणार आहात, हे मला जाणून घ्यायचे होते."

"मी तुम्हाला डान्टेच्या चर्चमध्ये प्रार्थना करताना पाहिले होते. खरे ना?" लँग्डनने विचारले.

"होय, बरोबर आहे! तुम्ही काय करीत असाल याचा मी अंदाज घेत होतो. पण मला नीटसा तर्क करता येईना. मग तुम्ही काहीतरी महत्त्वाच्या कामगिरीवर असल्यासारखे तिथून निघून गेलात. मग मी तुमचा पाठलाग करू लागलो. जेव्हा तुम्ही इथे चोरून घुसलात तेव्हा मी ठरवले की, आता सरळ तुम्हाला गाठून तुमच्यापुढे उभे रहावे. त्यासाठी मी काही मिनिटांसाठी बाहेरच्या कर्मचाऱ्याला पैसे चारले."

"खरोखरच तुम्ही धाडसी आहात," लँग्डन म्हणत होता, "आणि तुम्हाला असे वाटले की, मी तुमच्याविरुद्ध गेलो आहे."

मग तो माणूस आपली मान हलवत म्हणाला, "पण तरीही मला असे वाटत होते की, तुम्ही तसे बिलकूल करणार नाही. त्यामागे काहीतरी कारण असणार. पण हे स्मृतिभ्रंशाचे कारण असेल असा तर्क मात्र मला करता आला नाही." मग तो माणूस परत आपले पुरळ खाजवू लागला. त्याला मानेवर फार कंड सुटली होती.

तो पुढे म्हणाला, "मला इथे आतमध्ये फक्त पाच मिनिटे दिली आहेत. तेव्हा, आपल्याला आता इथून बाहेर पडले पाहिजे. मी तुम्हाला जसे शोधून काढले, तशीच तुम्हाला मारायला टपलेली माणसेही तुम्हाला सहज शोधून काढतील. तुम्हाला ठाऊक नाही, पण बरेच काही घडते आहे. आपल्याला ताबडतोब व्हेनिस शहराकडे गेले पाहिजे. अगदी ताबडतोब! पण त्यासाठी फ्लॉरेन्समधून कोणाच्याही दृष्टीस न पडता बाहेर पडले पाहिजे. तर आपण पुढे सुरक्षित राहू. ज्यांनी डॉ. सिन्स्की यांना ताब्यात घेतले आहे... तीच माणसे तुमचा शोध घेत आहेत... त्यांची माणसे सर्वत्र नजर ठेवून आहेत," असे म्हणून तो दाराकडे निघाला.

लँग्डनने आपले मत बदलले नाही. पण शेवटी त्यालाही वाटू लागले की, याच्याबरोबर आपण गेलो तर आपल्याला काही उत्तरे सापडतील. त्याने विचारले, "ते काळ्या गणवेषातील सोल्जर्स कोण आहेत? ते मला का ठार करू पहात आहेत?"

"ती एक मोठी कथा आहे. मी तुम्हाला ती वाटेत जाता जाता सांगेन," तो माणूस म्हणाला.

यावर लँग्डनने आपल्या भुवया उंचावल्या. त्याला हे उत्तर तितकेसे आवडले नव्हते. त्याने सिएनाला एका बाजूला घेऊन तिला हलक्या आवाजात विचारले, "या माणसावर विश्वास ठेवावा? तुला काय वाटते?"

हा वेड्यासारखा प्रश्न कसा विचारतो आहे, अशा भावनेने तिने त्याच्याकडे पाहिले आणि म्हटले, "मला काय वाटते? मला वाटते की, तो जागतिक आरोग्य संघटनेचा माणूस आहे! आपल्याला गूढ उकलायचे असेल, तर याला हाताशी धरलेच पाहिजे."

"त्याच्या अंगावरचे पुरळ? त्याचे काय?"

"त्यावर त्याने दिलेले उत्तर बरोबर आहे. ॲलर्जी!"

"आणि जर तसे नसेल तर? दुसराच काहीतरी रोग, व्याधी असेल तर?" त्याने आपली शंका व्यक्त केली.

"दुसरेच काहीतरी?" असे म्हणून तिने अविश्वासाने लँग्डनकडे पहात म्हटले, "रॉबर्ट, हा प्लेग नाही. तुमची तशी समजूत असेल, तर ती चुकीची आहे. तो एक डॉक्टर आहे, हे लक्षात घ्या. त्याला जर काही घातक, भयंकर रोग झाला असेल आणि तो संसर्गजन्य असेल तर तो डॉक्टर एवढ्या निर्धास्तपणे हिंडून सबंध जगाला संसर्ग करीत रहाणार नाही."

"पण आपल्याला प्लेग झाला आहे, हे त्यालाच समजले नसेल तर?"

सिएनाने आपल्या ओठांवरून जीभ फिरवली आणि क्षणभर विचार करून म्हटले, "तर मग तो संसर्ग तुम्हाला आणि मला त्याच्याकडून केव्हाच झाला

आहे... त्याचबरोबर या भागात हिंडणाऱ्या बहुतेकांनाही तो झाला आहे.''

''तुमच्याकडे प्रत्येक प्रश्नाला उत्तर आहे असे दिसते.''

''आता हे तुम्ही जवळ बाळगा!'' असे म्हणून तिने प्लॅस्टिक झिपलॉक पिशवीतील डान्टेचा मुखवटा त्याच्या हवाली केला. ''या मित्राला नीट जपा!''

मग ते दोघे घाईघाईने चालत डॉ. फेरीस याच्यापाशी गेले. तो आपल्या मोबाइलवर बोलत होता. ते दोघे त्याच्या जवळ जाईपर्यंत त्याचे बोलणे संपले होते. त्याने सांगितले, ''मी माझ्या ड्रायव्हरला फोन केला. तो आपल्याला बाहेर –'' डॉ. फेरीस बोलायचे एकदम थांबला. लँग्डनच्या हातातील डान्टेचा मृत चेहरा तो प्रथमच पहात होता.

त्याने आपले अंग संकोचून घेत विचारले, ''हे काय आहे?''

''ती एक मोठी कथा आहे. मी तुम्हाला ती वाटेत जाता जाता सांगेन!'' लँग्डन उत्तरला.

६०

जोनास फॉकमन हा एक प्रकाशक होता. त्याच्याकडे आलेल्या पुस्तकांचे संपादन तोच करीत असे. त्याचे ऑफिस आणि घर एकच होते. ते न्यू यॉर्कमध्ये होते. त्याच्या ऑफिसातला फोन वाजू लागला. तो जागा झाला. त्याने आपल्या घड्याळात पाहिले. पहाटेची ४ वाजून २८ मिनिटे झाली होती.

प्रकाशनाच्या क्षेत्रात जसे एका रात्रीत मिळणारे यश दुर्मीळ असते; तसेच एका रात्रीत उद्‌भवणारी आणीबाणीची परिस्थितीही दुर्मीळ असते. म्हणून फॉकमन थंडपणे आपल्या बिछान्यातून उठला आणि खालच्या हॉलमध्ये असलेल्या आपल्या ऑफिसकडे धावला.

"हॅलो?" लाइनवरचा आवाज खूप खोलवर ऐकू येत होता. "जोनास, थँक्स हेवन्स, तुम्ही घरी असल्याबद्दल. मी रॉबर्ट बोलतो आहे. मी तुम्हाला झोपेतून उठवले नाही ना?"

"अर्थातच उठवले आहे! आत्ता पहाटे चारचा सुमार आहे."

"सॉरी, मी परदेशातून बोलतो आहे."

या लेखक विद्वानांना कोणी हार्वर्डमध्ये टाइम झोन का शिकवीत नाही?

"मी जरा अडचणीत आलो आहे, जोनास, मला मदतीची गरज आहे." लँग्डनच्या आवाजात खूप ताण होता. "तुमच्याकडे कॉर्पोरेट नेटजेट्‌सचे क्रेडिट कार्ड आहे."

"नेटजेट्‌स?" असे म्हणून फॉकमन हसला. "रॉबर्ट आम्ही पुस्तक प्रकाशनाच्या व्यवसायात आहोत. खासगी जेट विमान कंपन्यांशी आमचा संबंध येत नाही."

"माझ्या मित्रा, तुम्ही खोटे बोलत आहात, हे आपणा दोघांनाही ठाऊक आहे."

फॉकमनने एक उसासा टाकला आणि म्हटले, "ठीक आहे, मी माझे वाक्य जरा नव्याने रचून सांगतो. धार्मिक विषयांचे इतिहास हे मोठमोठ्या ग्रंथरूपात लिहिणाऱ्या लेखकांसाठी खासगी जेट कंपन्यांकडे आम्हाला जाता येत नाही. आता

तुम्हाला जर Fifty Shades of Iconography असला काही ग्रंथ लिहायचा असेल, तर मात्र वेगळे. त्यावर मी आत्ता बोलायला तयार आहे.''

''जोनास, विमानाच्या तिकिटांची कितीही किंमत पडो, मी ती नंतर द्यायला तयार आहे. हा माझा शब्द आहे, वचन आहे. माझी या आधीची वचने मी कधी मोडली होती का?''

फक्त तुझ्या पुस्तकाची शेवटची तारीख तू तीन वर्षांनी चुकवलीस. फॉकमनच्या मनात आले, तरीही त्याला लँग्डनच्या आवाजातील गांभीर्य जाणवले होते. तो म्हणाला, ''काय झाले आहे ते सांगा पाहू. मी मदत करायचा प्रयत्न करतो.''

''तेवढे सांगायला माझ्याकडे वेळ नाही, पण मला खरोखरच तुमच्याकडून मदत हवी आहे. एवढी विमान प्रवासाची मदत कराच, हा माझ्या जीवन-मरणाचा प्रश्न आहे.''

फॉकमन आणि लँग्डन यांचे एकमेकांशी असलेले व्यावसायिक संबंध दीर्घ काळाचे होते. फॉकमन नेहमी उपरोधिकपणे विनोदाचा वापर करीत लँग्डनशी बोले. ते दोघेही एकमेकांशी तसे बोलत असत. पण आता त्याला लँग्डनच्या आवाजात तातडी असल्याची भावना जाणवली. तो बिलकूल विनोद करीत नव्हता. याचा अर्थ *लँग्डन अत्यंत गंभीर झाला आहे.* मग त्याने काहीतरी ठरवले. पैशांची मदत करायची असेल, तर मग माझा फायनान्स मॅनेजर मला सुळावर चढवेल. परंतु ३० सेकंदांनी फॉकमनने लँग्डनच्या विमान प्रवासाचा तपशील कागदावर उतरवून घेतला.

''सर्वकाही नीट समजले ना?'' लँग्डनने विचारले. त्याला आपल्या प्रकाशकाच्या कचरत बोलण्यातला भाव जाणवला होता. तसेच विमानप्रवासाचा तपशील ऐकल्यावर आश्चर्याचा भावही जाणवला होता.

''होय! मला असे वाटले की, तुम्ही अमेरिकेतच आहात. पण तुम्ही इटलीत आहात याचे मला आश्चर्य वाटते आहे.''

''मलाही माझे आश्चर्य वाटते आहे. थँक्स अगेन, जोनास! मी आता विमानतळाकडे जाण्यासाठी निघतो.''

नेटजेट्स विमान कंपनीचे अमेरिकेतील ऑपरेशन्स सेन्टर हे ओहिओ राज्यातील कोलंबस शहरात होते. तिथे फोन केलेल्यांना सेवा पुरवणारी फ्लाइट सपोर्ट टीम २४ तास कार्यरत होती.

'ओनर सर्व्हिसेस'ची प्रतिनिधी डेब हिला नुकताच न्यू यॉर्कहून एक फोन आला होता. फोन करणारा कॉर्पोरेट फ्रॅक्शनल ओनर होता. व्यवसायाने तो एक प्रकाशक

होता. फोनवर ती स्त्री म्हणाली, ''वन मोमेन्ट सर!'' मग तिने आपले कानावरचे हेडफोन्स नीट जुळवले आणि ती ऐकू आलेला मजकूर संगणकावर टाइप करू लागली. ''तांत्रिकदृष्ट्या ती एक नेटजेट्सची युरोपमधील फ्लाइट असेल. पण मी तुम्हाला मदत करते.'' तिने ताबडतोब आपला फोन 'नेटजेट्स युरोप सिस्टम'शी जोडला. ते ऑफिस पोर्तुगालमध्ये होते. त्यांनी ताबडतोब आपल्या जेट विमानांच्या येण्या-जाण्याची सध्याची स्थिती इटलीमध्ये काय आहे, ते पहाण्यास सुरुवात केली.

''ओके सर!'' ती म्हणाली, ''असे दिसले आहे की, आमच्याकडे एक 'सायटेशन एक्सेल' विमान मोनॅकोमध्ये आहे. ते विमान आम्ही फ्लॉरेन्सला पाठवू. एका तासात पाठवू. तेवढा वेळ मिस्टर लँग्डन यांना पुरेसा आहे का?''

''पुरेसा असावा!'' प्रकाशन कंपनीमधील त्या माणसाने उत्तर दिले. त्याच्या आवाजात थकवा जाणवत होता आणि तो थोडासा वैतागलेलाही वाटत होता. ''आपल्या प्रयत्नांबद्दल, धन्यवाद!''

''एन्टायर्ली अवर प्लेजर,'' डेब म्हणाली, ''मिस्टर लँग्डन यांना जिनिव्हाला जायचे आहे का?''

''असे वाटते खरे!''

डेबने टाइप करून फोनवर म्हणाली, ''ठीक आहे, सर्वकाही जुळवाजुळव झाली आहे. मिस्टर लँग्डन हे लुका इथे विमान पकडू शकतात. फ्लॉरेन्सपासून ते पश्चिमेकडे ५० मैलांवरती आहे. स्थानिक वेळेप्रमाणे विमान ११:२० वाजता निघेल. त्या आधी निदान १० मिनिटे तरी लँग्डन यांनी पोहोचायला हवे. तुम्ही ग्राउंड ट्रान्स्पोर्टेशन, केटरिंग वगैरेची विनंती केलेली नाही. तसेच तुम्ही त्यांच्या पासपोर्टचा तपशील दिलेला आहे. तेव्हा आता सर्वकाही जमले आहे. आणखी काही सांगायचे आहे?'' प्रकाशक हसून म्हणाला, ''थँक्स! तुम्ही बरीच मदत केलीत.''

''अवर प्लेजर. हॅव अ नाइस नाइट,'' डेबने फोन बंद केला आणि संगणकाच्या पडद्याकडे पहात रिझर्व्हेशनची प्रक्रिया पूर्ण करण्यासाठी ती हालचाली करू लागली. रॉबर्ट लँग्डनच्या पासपोर्टची माहिती संगणकात पक्की केली. लगेच पडद्यावर एक धोक्याची सूचना देणारी चौकट उघडझाप करू लागली. तिने ती सूचना वाचली आणि तिचे डोळे विस्फारले.

काहीतरी चूक झालेली दिसते आहे.

तिने पुन्हा पासपोर्टची माहिती भरण्यासाठी 'एन्टर'ची कळ दाबली. परत तीच सूचना पडद्यावर झळकली. जगभरातील कोणत्याही स्थळी जरी विमानाचे तिकीट काढायला लँग्डन गेला असता, तरी तीच सावधगिरीची सूचना पडद्यावर झळकली असती.

डेब काही क्षण अविश्वासाने पडद्याकडे बघत राहिली. तिला ठाऊक होते की, 'नेटजेट्स' विमान कंपनी प्रवाशांनी दिलेली खासगी माहिती गंभीरतेने जपत होती. त्या माहितीला महत्त्व देत होती. आणि तरीही ही आताची सूचना कॉर्पोरेट जगातील खासगीपणाच्या नियमांवर मात करून येत होती.

डेबने ताबडतोब आपल्या वरिष्ठांना फोन लावला.

ब्रूडरने आपला मोबाइल फोन फट्कन बंद केला. आणि तो आपल्या माणसांना व्हॅनमध्ये बसण्यास भाग पाडू लागला.

त्याने जाहीर केले, "लँग्डन निघून चालला आहे. तो एक खासगी विमान घेऊन जिनिव्हाला जात आहे. एका तासात ते विमान लुका इथल्या विमानतळावरून निघणार आहे. इथून तो विमानतळ ५० मैलांवर आहे. आत्ता जर आपण निघालो, तर तिथे विमान उडायच्या आत पोहोचू."

त्याच वेळी एक भाड्याची फियाट गाडी ड्युओमो चौकापासून उत्तरेकडे वेगाने जात होती. त्या गाडीने फ्लॉरेन्सच्या रेल्वे स्टेशनचा रस्ता धरला होता.

फियाटमध्ये मागच्या आसनावर लँग्डन आणि सिएना बसले होते. पण त्यांनी आपले अंग शक्य तितके खाली केलेले होते. डॉ. फेरीस हा पुढच्या आसनावर ड्रायव्हरशेजारी बसला होता. नेटजेट्स विमान कंपनीकडे रिझर्व्हेशन करण्याची कल्पना सिएनाची होती. त्यामुळे आपण भलत्याच दिशेने जात आहोत, असा भास निर्माण होणार होता. त्यामुळे या तिघांना फ्लॉरेन्सच्या रेल्वे स्टेशनमधून सुखरूप निसटता येणार होते. अन्यथा तिथे रेल्वेमध्ये बरेच पोलीस आधीपासून आले असते. शिवाय रेल्वेच्या प्रवासासाठी युरोपात पासपोर्टची गरज नव्हती.

लँग्डनने सिएनाकडे पाहिले. ती डॉ. फेरीसकडे पहात विचार करीत होती. डॉ. फेरीसला वेदना होत होत्या हे तर उघड दिसत होते. तो श्वासोच्छ्वासही मोठ्या कष्टाने करीत होता. श्वास घेताना प्रत्येक वेळी त्याला त्रास होत होता.

त्याच्या व्याधीचे तिने केलेले निदान बरोबर असावे, अशी आशा लँग्डन करीत होता. तो त्याच्या मानेवरील पुरळ पहात होता आणि त्यातून निघालेले जंतू त्या छोट्या फियाटमध्ये सर्वत्र पसरत आहेत, असे चित्र त्याच्या नजरेसमोर येत होते. डॉ. फेरीसची बोटांची टोके आणि नखे लाल झालेली होती, सुजलेली होती. शेवटी लँग्डनने तो विचार मनातून काढून टाकला आणि तो खिडकीतून बाहेर पाहू लागला.

ते रेल्वे स्टेशनवर पोहोचत असताना ग्रॅन्ड हॉटेलवरून गेले. लँग्डनने ते हॉटेल पाहिले. तिथे अनेकदा चित्रकृतींवरती परिषदा भरलेल्या होत्या आणि लँग्डन त्या परिषदांना दरवर्षी हजर राहिलेला होता. ते हॉटेल दिसल्यावर लँग्डनला कळाले की, या वेळी आपण आयुष्यात जे कधी केले नाही, ते करण्यास निघालेले आहोत.

मी डेव्हिडला न भेटताच फ्लॉरेन्स सोडत आहे.

मायकेल अॅन्जेलोची मनात क्षमा मागून लँग्डनने आपली नजर समोर येणाऱ्या स्टेशनाकडे वळवली... मग तो व्हेनिसबद्दल विचार करू लागला.

६१

***लँ**गडन जिनिव्हाला चालला आहे?* ब्रूडरची घोषणा सिन्स्कीच्या कानावर पडली. तिचा आजार वाढत चालला होता. व्हॅनच्या मागच्या आसनावर बसून ती सारखी हलत होती. ती व्हॅन आता फ्लॉरेन्स सोडून पश्चिमेला असलेल्या एका खासगी विमानतळाकडे चालली होती.

जिनिव्हाला जाण्यात काहीही अर्थ नाही, असे सिन्स्कीने मनात म्हटले.

जिनिव्हा शहराशी तिचा संबंध फक्त तिथे जागतिक आरोग्य संघटनेचे मुख्य ऑफिस असण्यापुरताच होता. *लँग्डन मला तिथे शोधतो आहे का?* लँग्डनला सिन्स्की फ्लॉरेन्समध्ये आहे, असे वाटणे वेडेपणाचेच होते.

मग तिच्या डोक्यात दुसरा एक विचार आला.

माय गॉड! झोब्रिस्टने जिनिव्हा शहराला तर आपले लक्ष्य बनवले नाही ना?

झोब्रिस्टला प्रतीकशास्त्राची किंवा चिन्हशास्त्रची आवड होती. आपले प्रत्येक कृत्य प्रतीकात्मक कसे असेल, हे तो पहात होता. म्हणून कदाचित त्याने लोकसंख्या कमी करण्यासाठी प्लेगचा प्रसार करण्याची सुरुवात मुद्दाम जिनिव्हा शहरापासून करण्याचा विचार केला असू शकेल. कारण जागतिक आरोग्य संघटनेचे मुख्य ऑफिस तिथेच होते. गेले वर्षभर तो या संस्थेशी आणि डॉ. सिन्स्की यांच्याशी लढा देत होता. परंतु जरी या दृष्टिकोनातून पाहिले तरीही झोब्रिस्टच्या प्लेगप्रसाराच्या कार्याची सुरुवात करण्यासाठी किंवा ते शहर आपले 'ग्राउंड झीरो' ठरवण्यासाठी जिनिव्हा हे त्यासाठी योग्य नव्हते. इतर शहरांशी तुलना करता हे शहर भौगोलिकदृष्ट्या अगदीच वेगळे पडलेले होते. त्याच्या आसपास फार मोठी गावे नव्हती. शिवाय ते समुद्रसपाटीपासून हजारपेक्षा जास्त फूट उंचीवर होते. त्यातून आत्ता हिवाळा चालू होता. प्लेगच्या आत्तापर्यंतच्या बहुतेक साथी या उन्हाळ्यात पसरल्या होत्या. उबदार वातावरण आणि दाट गर्दी असलेल्या वस्त्या इथे प्लेगच्या साथीने आपले मूळ धरले होते. या सर्व दृष्टीने प्लेगची साथ दूरवर पसरवण्यासाठी, प्रसारासाठी जिनिव्हा योग्य नव्हते. *मग भले झोब्रिस्ट माझा*

कितीही तिरस्कार करीत असला तरी, असे विचार सिन्स्कीच्या मनात येऊन गेले.

तर मग असा प्रश्न उभा रहातो की, 'मग लँग्डन तिकडे आता का जातो आहे?' त्या रात्री अनेक जण विचित्रपणे वागू लागले होते. आता हा अमेरिकन प्रोफेसरही त्यांच्या यादीत जाऊन बसला आहे असे दिसते. ती यादी वाढतच जात होती. सिन्स्कीजवळ त्यासाठी कोणताही खुलासा नव्हता.

लँग्डन नक्की कोणाच्या बाजूने आहे?

डॉ. सिन्स्की हिला काही दिवसांपूर्वीच लँग्डनबद्दल माहिती कळली होती. जरी तिला माणसे पारखण्याची चांगली दृष्टी होती, तरीही तिला रॉबर्ट लँग्डनसारखा माणूस पैशांच्या आमिषाला बळी पडेल असे वाटत नव्हते. पण तरीही *त्याने आपल्याशी केलेला करार काल रात्री मोडला.* आता तो इकडेतिकडे एखाद्या लबाड व्यक्तीसारखा उगाचच धावपळ करतो आहे, भरकटतो आहे. *किंवा त्याला कोणी असे पटवून दिले आहे का की, झोब्रिस्टची कृती ही फसवण्यासाठी, एक प्रकारची कलाटणी देण्यासारखी चकवा देणारी आहे?*

या विचाराने तिच्या अंगावर शहारे आले. तिने मग स्वत:लाच आश्वासन दिले, *मला लँग्डनची कीर्ती पूर्णपणे ठाऊक आहे. वाटतो त्यापेक्षाही तो अधिक चांगला आहे, श्रेष्ठ आहे.*

रॉबर्ट लँग्डन याला सिन्स्की चार दिवसांपूर्वी प्रथमच भेटली होती. C-130 जातीच्या एका मालवाहू विमानाच्या सांगाड्याचे रूपांतर छोट्या कॉन्फरन्स रूममध्ये केले होते. ते जागतिक आरोग्य संघटनेचे एक फिरते समन्वय केंद्र होते.

अमेरिकेतील केंब्रिज या गावापासून १५ मैलांवर असलेल्या हॅन्स्कॉम फिल्ड इथे असलेल्या विमानतळावर सिन्स्की संध्याकाळी सात वाजता विमानाने आली होती. लँग्डनला तिने भेटीसाठी आधी फोन करून तिथे बोलावून घेतले होते खरे; परंतु एवढ्या मोठ्या विद्वान प्राध्यापकाकडून काय अपेक्षा ठेवायची, हे तिला समजेना. पण जेव्हा लँग्डन विमानाच्या तिरप्या गँगप्लँकवर चढून मोठ्या आत्मविश्वासाने पावले टाकीत तिच्याजवळ गेला आणि तिच्यापुढे जाऊन दिलखुलास हसला, तेव्हा तिला आश्चर्याचा धक्काच बसला.

लँग्डनने तिचा हात हातात घेऊन हस्तांदोलन करीत म्हटले, "आपण डॉ. सिन्स्की आहात, असे मी धरून चालतो."

"प्रोफेसर, आपली भेट होणे हाच माझा सन्मान आहे, असे मला वाटते."

"मलाही आपल्याबाबत असेच वाटते आहे. तुम्ही जे काही काम करत आहात त्याबद्दल आपले कौतुक आहे!"

लँग्डन हा एक उंच माणूस होता. नागरी संस्कृतीची त्याच्यावर छाप पडलेली होती. त्याने अंगात चढवलेले कपडे वर्गात शिकवण्याच्या वेळेचे असावेत असा

तिचा अंदाज होता. एक ट्वीडचा कोट, खाकी रंगाची पॅन्ट आणि पायात चपलेसारखी पादत्राणे होती. यावरून तो घाईघाईने विद्यापीठातून निघाला असावा असे तिला वाटले. तो तिला वयापेक्षा अधिक तरुण व निरोगी वाटला. यामुळे तिला आपल्या वयाची जाणीव झाली. त्याच्यापुढे आपण याची आई शोभतो, असे तिला वाटले.

तिने स्मित करीत म्हटले, ''प्रोफेसरसाहेब, इथे येण्याबद्दल मी आपली आभारी आहे!''

लँग्डनला घेऊन येण्यासाठी सिन्स्कीने आपल्या एका माणसाला पाठवले होते. त्या गंभीर माणसाकडे बोट दाखवत लँग्डन तिला म्हणाला, ''तुमच्या या स्नेह्याने मला विचार करायलाही नीट वेळ दिला नाही.''

''छान! त्यासाठीच तर मी त्यांना पगार देते.''

तिच्या गळ्यातील ताइताकडे पहात तो म्हणाला, ''झकास ताईत आहे.'' मग डोळे बारीक करून नीट निरखून पहात तो पुढे म्हणाला, ''सुरेख नीलमणी आहेत.''

तिने यावर आपली मान डोलवली आणि त्या ताइतामधील निळ्या खड्यांकडे पाहिले. तो ताईत एखाद्या सर्पाने उभ्या दांड्याला वेटोळे घालावेत, अशा रीतीने बनवला होता. ती म्हणाली, ''औषधांसाठी असलेले हे एक आधुनिक चिन्ह आहे. याला 'कॅड्युसिअस' असे म्हणतात. तुम्हाला ते ठाऊक असेलच म्हणा!''

लँग्डनने एकदम वर पाहिले. जणूकाही त्याला काही बोलायचे होते.

तिने वाट पाहून त्याला विचारले, ''येस?''

त्याच्या मनात काही मुद्दे त्याला स्फुरले होते. मग त्याने आदरपूर्वक एक स्मितहास्य केले आणि विषय बदलत तिला विचारले, ''मला आपण इथे का बोलावलेत?''

एलिझाबेथने जवळ असलेल्या एका तात्पुरत्या कॉन्फरन्स विभागाकडे बोट केले. तिथे एक स्टेनलेस स्टीलचे टेबल होते आणि त्याभोवती खुर्च्या मांडल्या होत्या. ''चला, आपण तिकडे जाऊन बसू या. माझ्याकडच्या काही गोष्टी मला तुमच्या नजरेस आणायच्या आहेत.''

लँग्डन तिकडे जाऊ लागला. एलिझाबेथच्या लक्षात आले की, या गुप्त बैठकीमुळे हा प्रोफेसर थोडासा विचलित झालेला आहे. पण तसे तो बिलकूल दर्शवत नव्हता. हा माणूस आपल्याच नादात सुखावलेला आहे. जेव्हा त्याला इथे येण्यामागचा हेतू सांगितला जाईल, तेव्हा त्याची प्रतिक्रिया कशी असेल?

एलिझाबेथने लँग्डनला आसनावर स्थानापन्न होऊ दिले. मग कसलीही प्रस्तावना न करता तिने आपला हेतू त्याच्यापुढे मांडला. तो हेतू तिने आणि तिच्या माणसांनी

मिळून तयार केला होता. फ्लॉरेन्समधल्या बँकेतील एका सेफ डिपॉझिट व्हॉल्टमधून तिने काही कागदपत्रे १२ तासांपूर्वी जप्त केली होती. त्याआधारे तिने आपले ध्येय आणि कार्यक्रम ठरवलेला होता.

त्याआधी तिने त्याच्यापुढे एक छोटी व कोरीव काम केलेली लांबट दंडगोलाकृती डबी ठेवली होती. लँग्डनने ती डबी नीट निरखून पाहिली. त्यानंतर तिने तिला जे काही ठाऊक होते, ते थोडक्यात त्याला सांगितले. ते एक प्राचीन काळातील सिलिंडर ऊर्फ नळकांडे होते. त्याच्या साहाय्याने कागदावर छपाई करता यायची. त्यावर तीन डोक्यांच्या सैतानाचे भेसूर चित्र होते आणि एकच शब्द लिहिला होता – Saligia

लँग्डन म्हणाला, ''हा Saligia एक लॅटिन भाषेतील शब्द आहे. तो नेहमी एका गोष्टीची आठवण करून देतो – ''

''सात घोर पापकृत्ये यासाठी तो वापरला जातो. आम्ही त्याची खात्री करून घेतली आहे.''

''ठीक आहे...'' लँग्डन गोंधळल्यासारखा वाटत होता. ''पण हे मला दाखवण्यामागे तुमचा काही विशिष्ट हेतू आहे?''

''होय!'' असे म्हणून तिने तो सिलिंडर परत घेऊन तो जोरजोरात हालवू लागली. आतली चुंबकीय गोटी ही मागे-पुढे हलू लागली.

तिच्या या कृतीने लँग्डन गोंधळला. ती काय करते आहे हे तो विचारणार होता. पण त्याच्या आतच त्याला त्या लांबट डबीच्या एका टोकाशी प्रकाश दिसला. ते टोक चकाकू लागले होते. मग तिने त्या रूपांतर केलेल्या विमानाच्या भिंतीच्या एका गुळगुळीत पृष्ठभागाकडे रोखले.

तिकडे पहाताच लँग्डनच्या तोंडून एक हलकीशी शीळ उमटली. आणि तो त्या प्रकाशित प्रतिमेकडे सरकला.

''हा बॉटिसेली चित्रकाराने एक नरकाचा नकाशा तयार केलेला आहे. डान्टे याच्या 'इन्फर्नो' काव्यावर तो आधारलेला आहे. पण माझा तर्क असा आहे की हे तुम्ही एव्हाना शोधून काढलेच असेल.''

डॉ. एलिझाबेथ सिन्स्कीने यावर आपली मान डोलवली. तिने आणि तिच्या माणसांनी इंटरनेटवरून माहिती घेऊन या चित्राचा छडा लावला. बॉटिसेली चित्रकाराने हे चित्र काढले आहे, असे कळल्यावर तिला आश्चर्य वाटले. 'शुक्रदेवतेचा जन्म' आणि 'वसंत ऋतू' ही त्याची दोन गाजलेली चित्रे त्याच्या कौशल्याची आणि बुद्धिमत्तेची साक्ष देणारी होती. ती चित्रे चित्रकलेच्या क्षेत्रात आदर्श समजली जात होती. त्या चित्रातून प्रजनन आणि जीवनाची निर्मिती व्यक्त केली जात होती, तिला ही चित्रे खूपच प्रिय होती. पण त्यामुळे तिच्यात नसलेल्या जननक्षमतेची तिला

आठवण करून दिली जायची. तिचे सर्व आयुष्य हे काहीतरी सतत उत्पादक कामे करीत गेलेले होते. त्या पार्श्वभूमीवर ही एकमेव बाब अत्यंत खेदाची होती.

सिन्स्की म्हणाली, "मला अशी आशा होती की, या चित्रात जे प्रतीकशास्त्र दडलेले आहे, ते तुम्ही समजावून सांगाल."

लँग्डनला आता प्रथमच थोडीशी चीड वाटू लागली. तो म्हणाला, "एवढ्यासाठी तुम्ही मला इथे बोलावून घेतले? काहीतरी आणीबाणीसारखी परिस्थिती आहे, असे तुम्ही म्हणाल्याचे मला आठवते आहे."

"अहो, मी ते थोडेसे विनोदाने बोलले होते."

यावर लँग्डनने एक उसासा सोडला आणि तो म्हणाला, "डॉ. सिन्स्की, जर तुम्हाला एखाद्या विशिष्ट चित्राबद्दल अधिक काही जाणून घ्यायचे असेल, तर तुम्ही एखाद्या संग्रहालयाशी संपर्क साधावा. ज्या संग्रहालयाकडे हे मूळ चित्र असेल त्यांच्याकडे याबद्दल सारी माहिती असणार. या चित्राच्या बाबतीत व्हॅटिकनमधील 'अपोस्टोलिका' या ग्रंथालयाशी संपर्क साधावा. प्रतिमाशास्त्र, चिन्हशास्त्र या विषयातील अनेक मंडळी त्यांच्याकडे पदरी आहेत. ही माणसे – "

"पोपचे व्हॅटिकन हे माझा द्वेष करते."

ते ऐकताच लँग्डन दचकला. "तुमचासुद्धा? मला वाटले की, ते फक्त माझाच द्वेष करतात."

यावर ती दुःखाने एक स्मित करत म्हणाली, "जागतिक आरोग्य संघटनेचे असे मत आहे की, जगाच्या आरोग्यासाठी संततिनिरोधक साहित्य मोठ्या प्रमाणात उपलब्ध झाले पाहिजे. हीच जागतिक आरोग्याची खरी किल्ली आहे. यामुळे एड्ससारख्या घातक रोगांची लागण थांबते आणि लोकसंख्येवरही नियंत्रण रहाते."

"यावर व्हॅटिकनच्या पोपचे वेगळे मत आहे."

"बरोबर! त्यांनी या समस्येवर अभ्यास करण्यासाठी अफाट शक्ती आणि पैसे खर्च केले आहेत. त्यासाठी तिसऱ्या जगात त्यांनी अशा साधनांच्या दुष्परिमाणांचा खूप प्रचार केला."

"असे होय!" हा मुद्दा समजल्यावर लँग्डन हसत म्हणाला, "जे वृद्ध पुरुष ब्रह्मचर्य पाळत आलेले आहेत, त्यांनी या अशा विषयावर बोलावे, भाष्य करावे हे मोठे गमतीशीर आहे."

सिन्स्कीला आता दर सेकंदाला लँग्डनचा स्वभाव अधिकाधिक आवडू लागला होता.

तिने तो दंडगोल जोरजोरात हलवून आत पुन्हा वीज निर्माण करून भरून ठेवली. मग तिने पुन्हा त्या छोट्या प्रोजेक्टरमधून परत मघाचे ते चित्र भिंतीवर उमटवले. ती म्हणाली, "प्रोफेसरसाहेब, पुन्हा एकदा नीट जवळून बघा."

लँग्डन भिंतीपाशी गेला. तो नीट निरखून पाहू लागला. मग तो एकदम आणखी जवळ जाऊन मध्येच वाटेत थांबला. तो म्हणाला, "हे चमत्कारिक आहे. मूळच्या चित्रात बदल केलेला आहे."

याला किती चट्कन हे समजले! "होय, मूळच्या चित्रात बदल केलेला आहे. त्या बदलांचा अर्थ काय आहे, हे मला तुमच्याकडून जाणून घ्यायचा आहे."

यावर लँग्डन गप्प बसला. त्याने सर्व चित्र तपशीलवार न्याहाळले. त्यातला तो catrovacer हा शब्द पाहिला... मग तो प्लेगचा मुखवटा पाहिला... मग चित्राच्या कडेने लिहिलेले शब्द 'मृत्यूचे डोळे' हेही पाहिले.

"हा बदल कोणी केला? कुठून तुम्हाला हे सारे मिळाले?" त्याने प्रश्न विचारले.

"खरे म्हणजे तुम्हाला आत्ता ते न कळले तर बरे होईल. माझी अशी इच्छा आहे की, तुम्ही त्या बदलांचे नीट विश्लेषण करावे आणि त्यामागचा अर्थ आम्हाला सांगावा," असे म्हणून तिने एका कोपऱ्यातील टेबलाकडे बोट केले.

यावर त्याने म्हटले, "इथे बसू? आत्ताच काम सुरू करायचे?"

तिने मान हालवून होकार दिला. ती म्हणाली, "आपल्यावरि थोडीशी सक्ती होते आहे, हे मला समजते. पण ही गोष्ट आम्हाला किती महत्त्वाची आहे हे सांगणे कठीण आहे." काही क्षण थांबून ती म्हणाली, "कदाचित आमच्या दृष्टीने हा जगण्या-मरण्याचा प्रश्न असेल."

"यातला अर्थ काढण्यास थोडा वेळ लागेल. पण तुम्हाला हे तेवढेच महत्त्वाचे वाटत असेल तर – "

"थँक यू!" तो आपले मन बदलेल या भीतीने सिन्स्की घाईघाईने म्हणत होती, "तुम्हाला यासाठी आणखी कोणाला बोलावून घ्यायचे आहे का?"

लँग्डनने आपली मान हलवून नकार दिला आणि तिला सांगितले की, तो एकटाच शनिवार आणि रविवार या सुटीच्या दिवशी हे काम करणार आहे.

हे छान आहे. मग सिन्स्कीने त्याला टेबलापाशी बसवले. तो छोटा प्रोजेक्टर, कागद, पेन्सील आणि उपग्रहाचे कनेक्शन असलेला एक लॅपटॉप त्याला दिला. लँग्डनला कोडे पडले होते. 'डब्ल्यूएचओ'सारखी जागतिक संस्था या बॉटिसेलीच्या चित्रात एवढा रस का घेते आहे? पण तरीही त्याने आपले काम सुरू केले.

डॉ. सिन्स्की यांना वाटले की, हा प्रोफेसर ते चित्र तासन्तास पहात राहील आणि शेवटी त्याला त्यातून काहीही निष्कर्ष काढता येणार नाही. ती आपल्या हातातील काम घेऊन त्याच्याशेजारी खुर्चीत येऊन बसली. अधूनमधून तिला तो प्रोजेक्टर हलवण्याचा आवाज येई. आतमध्ये नव्याने वीज भरून तो परत ते चित्र भिंतीवर उमटवून निरखून पाही. मग तो कागदावर काही टिपणे करी, मजकूर

खरडे, शेवटी १० मिनिटे झाल्यावर लँग्डनने आपल्या हातातील पेन्सील खाली ठेवली आणि तो मोठ्याने म्हणाला, "सिर्का ट्रोव्हा" – Cerca trova.

सिन्स्कीने त्याच्याकडे पाहून विचारले, "काय?"

यावर तो म्हणाला, "सिर्का ट्रोव्हा – Cerca trova. शोधा म्हणजे तुम्हाला ते सापडेल. असा हा शब्दप्रयोग सांगतो आहे."

सिन्स्कीने घाईघाईने त्याच्यापाशी गेली आणि एक खुर्ची ओढून ती त्याच्याजवळ बसली. लँग्डनचे बोलणे ती मोठ्या कौतुकाने ऐकत राहिली. डान्टेने नरकाच्या ज्या पातळ्या कल्पिलेल्या होत्या, त्यात या नवीन चित्रात कसा बदल केला आहे, मग ते योग्य क्रमाने परत जुळवले, तर त्यातून इटालियन भाषेतील सिर्का ट्रोव्हा Cerca trova हे शब्द दिसू लागतात. ते ऐकून सिन्स्कीला नवल वाटले. *शोधा आणि सापडवा? असा कसा काय वेडगळ संदेश मला दिला गेला आहे?* तो शब्दप्रयोग हे एक आव्हानच होते. जे आव्हान तिला थेट दिल्यासारखे होते. 'कौन्सिल ऑन फॉरिन रिलेशन्स'च्या ऑफिसात त्या माणसाबरोबर झालेल्या संभाषणाची तिची स्मृती जागृत झाली. ती स्मृती अस्वस्थ करणारी होती. *त्यानंतर आपले हे द्वंद्वयुद्ध सुरू झालेले आहे.*

लँग्डनने तिचा चेहरा नीट न्याहाळून म्हटले, "आपला चेहरा उतरलेला दिसतो आहे. तुम्हाला अशा संदेशाची अपेक्षा नसावी ना?"

सिन्स्की चट्कन भानावर आली. तिने स्वत:ला सावरले आणि आपल्या गळ्यातील ताइताचा दागिना बोटाने सरळ केला. "असेच काही नाही. मला एक सांगा... हे नरकाचे चित्र आहे, त्यातूनच काही शोधायचे आहे, असे तुम्हाला वाटते?"

"होय, सिर्का ट्रोव्हा."

"आणि ते कुठे शोधायचे हे सुचवले गेले आहे?"

यावर लँग्डनने हनुवटीवर आपली बोटे आपटली. तोपर्यंत त्याच्या भोवती डब्ल्यूएचओचे बाकीचे कर्मचारी जमू लागले. त्यांनाही नवीन काही माहिती उपलब्ध होते आहे की नाही, याबद्दल उत्सुकता होती. लँग्डन म्हणाला, "उघडपणे तसे काही नाही. पण मला असे वाटते की, तुम्ही तुमचा शोध कुठून सुरू करावा याबद्दल माझ्याकडे एक चांगली कल्पना आहे."

"सांगा पाहू ती कल्पना," सिन्स्कीने त्याला ठामपणे विचारले. लँग्डनला तिचा तो ठामपणा अनपेक्षित होता.

"इटलीमधील फ्लॉरेन्स शहरात." आपली प्रतिक्रिया कळू नये म्हणून सिन्स्कीने आपले ओठ एकमेकांवर दाबून धरले. पण तिच्या कर्मचाऱ्यांमध्ये मात्र हालचाल सुरू झाली. एकाने ताबडतोब मोबाइल फोन उचलून कुठेतरी फोन लावला. दुसरा

एक माणूस तिथून विमानाच्या पुढच्या भागाकडे धावत गेला.

लँग्डनने गोंधळून विचारले, ''मी असे काय विचित्र बोललो?''

सिन्स्कीने विचारले, ''पण तुम्ही फ्लॉरेन्सचे नाव का घेतले? कशामुळे तेच नाव तुम्हाला घ्यावेसे वाटले?''

''सिर्का ट्रोव्हा,'' असे म्हणून फार काळ न सुटलेले एक ऐतिहासिक रहस्य तो आठवू लागला. व्हिचिओ राजवाड्यातील व्हेसारी याने काढलेल्या एका भित्तिचित्राशी त्याचा संबंध होता.

होय, फ्लॉरेन्सपासूनच सुरुवात करायला हवी, असे त्याच्या मनात येऊन गेले. तिला शिक्षा देणाऱ्याने मनोऱ्यावरून उडी टाकून आत्महत्या करणे ही घटना फ्लॉरेन्समधील व्हिचिओ राजवाड्याजवळ घडावी, हा काही उघड योगायोग नव्हता.

ती म्हणाली, ''प्रोफेसर, मी जेव्हा माझ्या गळ्यातील हा ताइताचा दागिना दाखवून 'कॅड्युसिअस' असे म्हणाले होते. त्यानंतर तुम्हाला काही सांगायचे होते. पण तुम्ही कचरलात आणि मग आपला विचार तुम्ही बदललात. तुम्हाला त्या वेळी काय सांगायचे होते?''

लँग्डन मानेने नकार देत म्हणाला, ''काहीही नाही. ते जरासे मूर्खपणाचे होते. कधी-कधी माझ्यातील प्रोफेसर हा उच्छृंखल बनतो.''

सिन्स्कीने त्याच्याकडे रोखून पहात म्हटले, ''तुमच्यावर माझा विश्वास आहे म्हणून मी हे तुम्हाला विचारीत आहे. तुम्ही त्या वेळी काय सांगणार होतात?''

लँग्डनने एक आवंढा गिळून आपला घसा साफ केला. तो म्हणाला, ''तसे काही विशेष नाही. पण तुम्ही म्हणाला होतात की, तुमचा हा ताईत म्हणजे औषधींचे एक प्राचीन प्रतीक आहे, चिन्ह आहे. पण त्यानंतर तुम्ही 'कॅड्युसिअस' म्हणालात. ती एक नेहमी होणारी चूक होती. कॅड्युसिअस म्हणजे एका काठीला दोन सापांनी एकाविरुद्ध एकेक असे खालपासून वरपर्यंत घातलेले विळखे. तसेच त्या काठीला वरच्या टोकाला दोन छोटे पंखही असतात. पण तुमच्या ताइतामध्ये तर एकच साप आहे आणि ते पंखही नाहीत. तेव्हा तुमचे हे प्रतीक –''

''ॲस्क्लीपियसची काठी आहे,'' ती म्हणाली.

लँग्डनने आपले डोके आश्चर्याने हलवत म्हटले, ''अगदी बरोबर!''

''मला ठाऊक होते ते. मी फक्त तुमच्या ज्ञानाची परीक्षा घेत होते.''

''काय म्हणालात?''

''तुम्ही माझ्याशी खरे बोलत आहात की नाही, हे मला पहायचे होते. मग ते सत्य मला कितीही अप्रिय वाटण्याजोगे असले तरी तुम्ही ते सांगू शकता की नाही, हे मला पहायचे होते.''

''मग तुमच्या या परीक्षेत मी नापास झालो असे मला वाटते.''

"तसे काही नाही. पण आपण दोघांनी एकमेकांशी पूर्णपणे प्रामाणिक राहिले तर आपल्याला एकत्र काम करता येईल."

"एकत्र काम? म्हणजे इथे मी केलेले काम संपले नाही?"

"नाही, प्रोफेसर, आपले काम संपले नाही. मला मदत करण्यासाठी तुम्ही फ्लॉरेन्सला आले पाहिजे, आणि मला हवे ते शोधून काढले पाहिजे."

लँग्डन अविश्वासाने पहात राहिला आणि मग म्हणाला, "म्हणजे आज रात्रीच निघायचे?"

"होय. मी अजून तुम्हाला आत्ताच्या आणीबाणीच्या परिस्थितीविषयी काहीच सांगितले नाही."

"तुम्ही काय सांगणार आहात त्याबद्दल माझी काहीच तक्रार असणार नाही, पण मला फ्लॉरेन्सला जाण्याची इच्छा नाही."

यावर सिन्स्की गंभीरपणे म्हणाली, "माझीही इच्छा नाही. पण दुर्दैवाने आपल्या जवळ फार थोडा वेळ उरलेला असल्याने जावे लागणारच."

६२

माध्यान्हीच्या सूर्याची उन्हे रेल्वेगाडीच्या गुळगुळीत टपावरून परावर्तित होत होती. लँग्डनची ती गाडी उत्तरेला चालली होती. ती टस्कन भागातून बाकदार वळणे घेऊन जात होती. इटलीची ती वेगवान रेल्वेगाडी समजली जात होती. ताशी १७४ मैल वेगाने ती 'सिल्व्हर ॲरो' नावाची गाडी बिलकूल आवाज न करता धावत होती. तिचा तालबद्ध आवाज आणि अधूनमधून सावकाश डोलणे यांमुळे गाडीतील प्रवाशांवर झोपेचा अंमल हळूहळू चढे. त्या गाडीला इटलीमध्ये 'फ्रेसियारजेन्टो' असे म्हटले जाई. लँग्डनच्या दृष्टीने नुकत्याच झालेल्या काही तासांतील घटना फार वेगाने घडल्या होत्या.

त्या वेगवान गाडीमध्ये लँग्डन, सिएना आणि डॉ. फेरीस हे एका छोट्या केबिनमध्ये बसले होते. त्यामध्ये निजण्यासाठी बर्थ होते आणि चार कातड्याने मढवलेल्या खुर्च्या होत्या, एक घडीचे टेबल होते. फेरीस याने आपले क्रेडिट कार्ड वापरून संपूर्ण केबिन रिझर्व्ह करून घेतली होती. त्याचबरोबर मिनरल वॉटरच्या बाटल्या आणि सॅन्डविचेसही खरेदी केले होते. लँग्डन आणि सिएना यांनी ते सॅन्डविचेस पटापट खाऊन टाकले. कारण सकाळपासून त्यांनी काहीही खाल्ले नव्हते. त्यांनी शेजारच्या बाथरूममध्ये जाऊन तोंड धुतले. त्यामुळे ते तरतरीत झाले होते.

आता ते जरा आरामात बसले होते. दोन तासांत व्हेनिस येणार होते. डॉ. फेरीसची नजर डॉन्टेच्या मुखवट्यावर पडली. तो मुखवटा अजूनही झिपलॉक प्लॅस्टिक पिशवीत होता. दोघांमध्ये असलेल्या टेबलावर तो ठेवला होता. डॉ. फेरीस यांनी विचारले, "हा मुखवटा व्हेनिसमध्ये आपल्याला कसे काय मार्गदर्शन करणार आहे? नक्की कुठे नेणार आहे?"

सिएना त्यावर घाईघाईने म्हणाली, "झोब्रिस्ट जो प्लेगचा प्रसार करणार आहे त्याला आळा घालण्यासाठी कदाचित हा मुखवटा ही एकच आशा असेल."

"थांब जरा!" लँग्डन म्हणाला. त्याने आपला एक हात मुखवट्यावर ठेवला.

जणूकाही तो मुखवट्याचे रक्षण करीत होता. तो डॉ. फेरीसला म्हणाला, ''तुम्ही आम्हाला वचन दिले होते की, एकदा का आपण सुखरूपणे गाडीत बसलो की तुम्ही आम्हाला गेल्या काही दिवसांतील घडामोडींबद्दल सांगणार होता. मला आत्तापर्यंत एवढेच समजले आहे की, जागतिक आरोग्य संघटनेने त्यांच्या टीममध्ये मला सामील करून घेतले आहे. झोब्रिस्टने नरकाच्या चित्रातून काय अर्थ काढला असेल, ते तुम्हाला जाणून घ्यायचे आहे. त्यासाठी तुम्ही माझी मदत घेतली आहे, असे मी समजतो. यापेक्षा तुम्ही मला अधिक काहीही सांगितले नाहीत.''

डॉ. फेरीसने आपल्या आसनावर अस्वस्थपणे चाळवाचाळव केली आणि तो आपली मान आणि चेहरा खाजवू लागला. तो म्हणाला, ''मी तुमची निराशा समजू शकतो. जे काही घडले ते तुम्हाला आठवत नाही आणि त्यामुळे काही प्रश्न उभे आहेत. पण वैद्यकीयदृष्ट्या बोलायचे झाल्यास...'' एवढे बोलून त्याने सिएनाकडे एक दृष्टिक्षेप टाकला. त्याला आपल्या मताला तिच्याकडून पुष्टी मिळवायची होती. तो सांगू लागला, ''मी तुम्हाला अत्यंत कळकळीने सुचवतो की, जे आठवत नाही ते आठवण्याचा प्रयत्न करण्यात तुम्ही फारशी शक्ती खर्च करू नका. स्मृतिभ्रंशाच्या पेशंटच्या बाबतीत भूतकाळातील गोष्टी तशाच विस्मृतीत राहू द्याव्यात हे उत्तम.''

''विस्मृतीत राहू द्याव्यात?'' लँग्डन रागाने म्हणाला. त्याचा राग हळूहळू वाढत चालला होता. ''खड्ड्यात गेला तुमचा उपदेश! मला काही प्रश्नांची उत्तरे हवीत. तुमच्या संस्थेने मला इटलीमध्ये आणले. मग इटलीत माझ्यावर गोळी झाडली गेली. त्यामुळे मी माझ्या आयुष्यातील काही दिवस विस्मृतीत गमावले! हे सारे कसे काय घडले, ते मला समजलेच पाहिजे!''

सिएना मध्ये पडत अत्यंत मृदू आवाजात बोलू लागली. लँग्डनचा राग तिला शांत करायचा होता. ती म्हणाली, ''डॉ. फेरीस यांचे म्हणणे बरोबर आहे. सर्व माहिती एकदम कळणे हे प्रकृतीला घातक आहे. जे काही छोटे छोटे स्मृतींमधले तुकडे आहेत, त्यावर विचार करा. ती चंदेरी केसांची स्त्री, 'शोधा आणि सापडवा', नरकाच्या चित्रातील वळवळणारी प्रेते वगैरे प्रतिमांचा तुमच्या मनात गोंधळ निर्माण झाला आहे. त्या गोष्टी तुमच्या मनात इतक्या वेळा वारंवार येत आहेत की, तुम्हाला अधिक काही विचार करण्यास त्रास होतो आहे, अडथळा येतो आहे. तुमची विचारशक्ती त्यामुळे क्षीण झाली आहे. जर डॉ. फेरीस यांनी गेल्या काही दिवसांत जे काही घडले ते सांगितले, तर त्यामुळे तुमच्या अन्य काही स्मृती तुम्ही गमावून बसाल. मग तुमची दिवास्वप्ने पुन्हा सुरू होतील. रेट्रोग्रेड ॲम्नेशिया ही एक गंभीर स्थिती असते. गमावलेल्या स्मृती जागृत करणे हे मानसशास्त्रदृष्ट्या खूप विध्वंसक कार्य असते.''

लँग्डनला हा विचार पटला नाही.

फेरीस म्हणत होता, "तुम्हाला आपण दिशाहीन झाल्याचे वाटत असले पाहिजे, पण त्याच वेळी तुमचे मानस तुम्ही जपले पाहिजे, तर आपल्याला काही प्रगती करता येईल. या मुखवट्याद्वारे माहिती मिळवणे, हे आपल्यावर आता बंधनकारक आहे."

सिएनाने यावर आपली मान डोलवली.

त्या दोन्ही डॉक्टरांचे यावर एकमत होत आहे, हे लँग्डनने हेरले.

लँग्डन गप्प बसून राहिला आणि आपल्या अनिश्चिततेच्या भावनेवर मात करण्याचा प्रयत्न करू लागला. एखाद्या पूर्णपणे अनोळखी माणसाला भेटावे आणि तुम्हाला कळावे की, या माणसाला आपण अनेक दिवस ओळखत होतो, ही भावना फार चमत्कारिक असते. लँग्डनच्या असेही लक्षात आले की, *या समोरच्या माणसाच्या डोळ्यांत काहीतरी अंधूक ओळख दिसते आहे. हे डोळे आपण पाहिलेले असावेत.*

डॉ. फेरीस आता सहानुभूतीने म्हणाले, "प्रोफेसर, तुमचा माझ्यावर विश्वास बसत नाही, हे मला समजते आहे आणि तुम्ही आत्तापर्यंत ज्यातून गेला आहात ते लक्षात घेता हे स्वाभाविकच आहे. ॲम्नेशियाचे जे अन्य दुष्परिणाम आहेत, त्यात पॅरानोइया ही मनोविकृती आहे. पण ती फारशी तीव्र नसते, क्षीण स्वरूपात असते. तसेच हा पेशंट कोणावरही विश्वास ठेवीत नाही."

लँग्डनच्या मनात आले, हे मात्र खरे असेल. मी आता माझ्यावरही विश्वास ठेवत नाही.

सिएना वातावरण हलकेफुलके करण्यासाठी म्हणाली, "पॅरानोइयाबद्दल बोलायचे झाल्यास रॉबर्टनी जेव्हा तुमच्या चेहऱ्यावरचे पुरळ पाहिले, तेव्हा त्यांना वाटले की तुम्हाला प्लेग झाला आहे."

यावर डॉ. फेरीस याचे फुगीर डोळे एकदम विस्फारले गेले आणि तो मोठ्याने हसू लागला. तो म्हणाला, "हे पुरळ ना? प्रोफेसरसाहेब, जर मला प्लेग झाला असता तर मी दुकानात जाऊन ॲलर्जीवरच्या हिस्टॅमिनप्रतिबंधक गोळ्या आणून त्या चालू केल्या नसत्या." मग त्याने आपल्या खिशातून एक छोटी नळीसारखी डबी काढून ती लँग्डनकडे दिली. आतमध्ये अर्धी डबी भरलेली होती. ते एक कंड प्रतिबंधक मलम होते.

लँग्डन नरमून म्हणाला, "सॉरी अबाउट दॅट!"

"ठीक आहे, ठीक आहे. तुम्ही काही काळजी करू नका."

मग लँग्डन खिडकीतून बाहेरचे इटालियन प्रदेशातील निसर्गसौंदर्य बघू लागला. तो थोडासा शांत झाला. द्राक्षांच्या बागा आणि शेते दिसणे आता हळूहळू कमी होत चालले होते. कारण सपाट जमीन संपून रेल्वे डोंगराळ भागाजवळ जात होती.

लवकरच ती आगगाडी डोंगरांमधून वळसे घालीत वर जाणार होती आणि परत खाली उतरून पूर्वेकडे ॲड्रियाटिक समुद्राच्या दिशेने जाणार होती.

त्याच्या मनात आले, 'मी आता व्हेनिसकडे चाललो आहे, प्लेग शोधायला जात आहे.'

आजच्या या विचित्र दिवशी असे काही घडत गेले होते की, त्यामुळे आपण अशा एका प्रदेशातून जात आहोत जिथे काहीही नाही. फक्त असे काहीतरी धूसर आकार उभे आहेत की त्याची कसलीही वैशिष्ट्ये, तपशील नाहीत. हे सारे स्वप्नातल्यासारखे वाटत आहे. भयानक स्वप्नांमुळे लोक जागे होतात, पण जागेपणी पडलेल्या या स्वप्नामुळे आपणच त्या स्वप्नात जात आहोत, असे लँग्डनला वाटले.

"काय, कसल्या विचारात गढून गेला आहात?" सिएना त्याला म्हणाली.

लँग्डन तिच्याकडे पाहून हसून म्हणाला, "मी असा विचार करीत होतो की, आता मला घरीच जाग येईल आणि हे सारे एक भयाण स्वप्न पडले होते!"

सिएनाने आपली मान वाकडी करून त्याच्याकडे पाहिले. तिला ही कल्पना आवडलेली नव्हती, असे तिचा चेहरा सांगत होता. ती म्हणाली, "जर तुम्हाला घरी तशी जाग आली तर मला विसरणार. आणि मग मला खरीखुरी न समजता एक भास समजाल?"

लँग्डनला यावर हसणेच भाग पडले. तो म्हणाला, "मी तुम्हाला थोडासाच विसरेन."

तिने त्याच्या गुडघ्यावर थोपटत म्हटले, "प्रोफेसरसाहेब, उगाच दिवास्वप्ने पाहू नका आणि चला कामाला लागा."

लँग्डनने मग नाइलाजाने डान्टेच्या मुखवट्याकडे पाहिले. तो मुखवटा वर आढ्याकडे पहात होता. त्याने मुखवटा अलगद उचलून आपल्या हातात पालथा ठेवला. आतल्या बाजूवरील गोल गोल मजकुराची पहिली ओळ तो वाचू लागला.

अरे, जबरदस्त बुद्धिमत्ता जवळ असलेल्या माणसा....

या क्षणी ही ओळ आपल्याला उद्देशून आहे, याची लँग्डनला शंका होती, पण तरीही तो काम करू लागला. पुढच्या ओळी वाचू लागला.

त्या धावत्या गाडीच्या पुढे २०० मैलांवरती 'मेंडासियम' नौका ॲड्रियाटिक समुद्रात नांगरून पडली होती. नौकेतील खालच्या डेकवर मदतनीस नोल्टनने आपल्या छोट्या खोलीच्या काचेच्या दारावर टक्‌टक् ऐकली. त्याने टेबलावरील एक बटण दाबले आणि ती अपारदर्शक काच पारदर्शक झाली. बाहेर एक

यावर सिएना मध्येच बोलू लागली. "म्हणजे असे की, वरवर वाचण्यातून आपल्याला केवळ मजकूर कळतो, पण त्यामध्ये खरा अर्थ हा तसाच दडलेला रहातो."

"होय, असेच काहीतरी आहे." मग लँग्डनने पुढच्या ओळी वाचून त्याचा अर्थ सांगितला.

व्हेनिसच्या दगाबाज डोझेला शोधा
ज्याने घोड्यांची मुंडकी कापून काढली....
आणि आंधळ्याची हाडे खुडून घेतली

लँग्डन म्हणाला, "हे घोड्यांची मुंडकी कापून काढणे आणि आंधळ्यांची हाडे... वगैरे काय प्रकार आहे ते समजत नाही. पण काहीतरी विशिष्ट जागा यातून सुचवायची आहे, असे मात्र वाटते."

"मला वाटते ती जागा म्हणजे... एखाद्या डोझेचे थडगे असेल," सिएना म्हणाली.

"किंवा एखादा पुतळा असेल किंवा डोझेचे चित्रही असेल. परंतु अनेक शतके हे डोझे राज्यावर नव्हते," लँग्डन म्हणाला.

इटलीमध्ये एकेक नगर हे एक राज्य किंवा संस्थान समजले जायचे आणि त्या संस्थानावर राज्य करणाऱ्यांना 'ड्यूक' म्हटले जायचे. ड्यूकसारखेच हे डोझे राज्यकर्ते शहरापुरतेच सीमित असत. इ.स. ६९७पासून हजार वर्षांच्या कालावधीत व्हेनिसवर या डोझे मंडळींनी अवघी शंभरएक वर्षे राज्य केले होते. त्यांचे घराणे १८व्या शतकात नेपोलियनच्या आक्रमणानंतर नाहीसे झाले. परंतु त्यांचे वैभव आणि सत्ता यांच्याबद्दल इतिहासकारांना अजूनही एवढे आकर्षण आहे की, ते त्यांचे गुणगान करीत असतात.

लँग्डन सांगू लागला, "तुम्हाला कदाचित ठाऊक असेल की, व्हेनिसमधले पर्यटकांचे मोठे आकर्षण हे दोन गोष्टींबद्दल आहे. पहिले डोझे यांचा राजवाडा आणि दुसरे सेन्ट मार्कस बॅसिलिका." बॅसिलिका म्हणजे दुतर्फा खांबांची रांग आणि अर्धवर्तुळाकार घुमट असलेला लांबट आकाराचा दिवाणखाना. सेन्ट मार्कस चर्चला असा दिवाणखाना होता. "राजवाडा आणि बॅसिलिका हे डोझे राजघराण्याने स्वत:साठी बांधले होते. त्यांच्यापैकी अनेकांची प्रेते या वास्तूत पुरली आहेत," असेही लँग्डनने सांगितले.

"या डोझे राज्यकर्त्यांपैकी कोणता राज्यकर्ता धोकादायक समजला जायचा?" सिएनाने विचारले.

दगाबाज डोझेला शोधा! या ओळीपाशी लँग्डन थांबला. तो म्हणाला, ''नाही, माझ्या माहितीप्रमाणे कोणीच तसा नाही. पण कवितेत 'धोकादायक' असा शब्द वापरलेला नाही, 'दगाबाज' शब्द वापरलेला आहे. दोन्ही शब्दांत फरक आहे. तसेच डान्टेच्या जगात दगाबाजी किंवा विश्वासघातकीपणा हा सात घोर पापकृत्यांपैकी एक समजला जायचा. त्यातल्या सर्वांत वाईट पापकृत्याबद्दल नरकातील नवव्या आणि शेवटच्या पातळीवर शिक्षा केली जायची.''

डान्टेच्या मते दगाबाजी ही आपल्यावर लोभ करणाऱ्या व्यक्तीचा विश्वासघात करण्याचे कृत्य आहे. इतिहासातील सर्वांत मोठा विश्वासघात किंवा असले घोर पापकृत्य हे ज्युडासने आपल्या प्रिय येशू ख्रिस्ताच्या बाबतीत केले होते. म्हणून डान्टे त्याला दगाबाज समजायचा आणि यासाठीच त्याला नरकाच्या पार गाभ्यात टाकून दिले होते. त्या गाभ्याला 'ज्युडेका' असे नावही तिथे असणाऱ्या तिरस्कृत ज्युडासवरून दिले.

फेरीस म्हणाला, ''ठीक आहे, म्हणजे आपण आता अशा दगाबाज डोझेचा शोध देणार आहोत.''

सिएना त्याच्याशी सहमत होत म्हणाली, ''यामुळे शोध घेण्याची आपली यादीही कमी झाली आहे.'' मग क्षणभर थांबून तिने त्या काव्याच्या मजकुराकडे पहात म्हटले, ''पण ही जी पुढची ओळ आहे... 'ज्याने घोड्यांची मुंडकी कापून काढली' यातून काय सूचित होते? असा कोणी डोझे होता का?''

तिच्या प्रश्नाने लँग्डनच्या मनात 'गॉडफादर' कादंबरीतील तो किळसवाणा प्रसंग आठवला. लँग्डन म्हणाला, ''तसे काही समजत नाही. पण त्या डोझेने 'आणि आंधळ्याची हाडे खुडून घेतली' असेही म्हटले आहे.'' मग फेरीसकडे पाहून त्याने विचारले, ''तुमच्या फोनमध्ये इंटरनेटची सोय आहे ना?''

फेरीसने ताबडतोब आपला फोन आपल्या सुजलेल्या बोटांनी बाहेर काढून आणि त्याला देत म्हटले. ''पण माझ्या बोटांनी मला बटणे दाबणे नीट जमणार नाही. मला ते कठीण जाईल.''

सिएनाने हात पुढे करून तो मोबाइल फोन घेतला आणि म्हटले, ''ठीक आहे, मी व्हेनेशियन डोझेबद्दल माहिती शोधते. तसेच 'मुंडकी नसलेले घोडे' आणि 'आंधळ्याची हाडे' असे हा संदर्भ देऊन बघते, पहाते काही माहिती मिळते का ती!''

लँग्डन कवितेच्या पुढच्या ओळींचा अर्थ मोठ्याने सांगू लागला.

पवित्र प्रज्ञेच्या आणि मुलाम्याने मढवलेल्या सभागृहात गुडघे टेकवा
आणि आपला कान जमिनीला लावा.

ठिबकणाऱ्या पाण्याचा आवाज ऐका

मूळच्या कवितेत सभागृहाला उद्देशून mouseion हा शब्द वापरला होता. फेरीसने "हा कोणता शब्द आहे? मी कधी ऐकला नव्हता," असे विचारले.

लँग्डन त्याला समजावून सांगू लागला, "हा एक प्राचीन शब्द आहे. त्याचा अर्थ 'म्युसकडून संरक्षित केलेले देवालय' असा होतो. म्युस ही इयुसची कन्या आणि एक देवता होती. अशा देवालयात एक सभागृह किंवा जमण्याची जागा होती. त्यामध्ये बुद्धिमान किंवा सुसंस्कृत लोक जमून साहित्य, कला आणि संगीत या विषयांवर चर्चा करायचे, विचारांची देवाणघेवाण करायचे. अशी जागा प्रथम टॉलेमी याने अलेक्झांड्रियाच्या ग्रंथालयात ख्रिस्ताच्या जन्मापूर्वी कित्येक शतके आधी बांधली होती. ती पहिली अशी जागा किंवा mouseion होती. त्यानंतर जगभरात अशा शेकडो जागा निर्माण झाल्या."

फेरीसने सिएनाला विचारले, "डॉ. ब्रूक्स, व्हेनिसमध्ये अशी एखादी जागा आहे का, ते इंटरनेटवर शोधा."

लँग्डन खट्याळपणे हसत म्हणाला, "अशा डझनावारी जागा व्हेनिसमध्ये आहेत. आता त्यांना 'म्युझियम' असे म्हणतात."

फेरीस म्हणाला, "म्हणजे आता आपल्याला शोधण्यासाठी मोठे जाळे करावे लागणार."

सिएना मोबाइलमधील इंटरनेटवरून शोध घेत होती. ती म्हणाली, "ठीक आहे, आपण आता तशा एखाद्या म्युझियमचा शोध घेऊ तिथे आपल्याला तो 'घोड्यांची मुंडकी कापणारा' आणि 'आंधळ्याची हाडे गोळा करणारा' डोझे सापडेल. रॉबर्ट, असं काही विशिष्ट म्युझियम तिथे आहे?"

लँग्डन व्हेनिसमधील सर्व म्युझियम्स म्हणजे संग्रहालये डोळ्यांसमोर आणीत होता. त्याला पाच संग्रहालये आठवली. पण ती उपयोगाची नाहीत, असे त्याच्या लक्षात आले.

मग तो पुन्हा मूळच्या काव्याच्या अर्थाकडे वळला.

पवित्र प्रज्ञेच्या आणि मुलाम्याने मढवलेल्या सभागृहात गुडघे टेका.

लँग्डन म्हणाला, "तशा अर्थाचे एकही संग्रहालय व्हेनिसमध्ये अस्तित्वात नाही."

फेरीस आणि सिएना त्याच्याकडे मोठ्या अपेक्षेने पाहू लागले.

तो सांगत गेला, "सेन्ट मार्कस बॅसिलिका हे एक व्हेनिसमधले सर्वांत मोठे

चर्च आहे.''

फेरीसने विचारले, ''पण त्या चर्चमध्ये संग्रहालय आहे?''

लँग्डनने होकारार्थी मान हलवत म्हटले, ''व्हॅटिकन म्युझियमसारखेच ते आहे आणि त्या चर्चचा अंतर्भाग अगदी परिपूर्ण रीतीने सजवलेला आहे. त्यासाठी सोन्याच्या फरश्या वापरल्या आहेत.''

''म्हणजे हेच ते काव्यातील gilded mouseion आहे,'' सिएना उत्तेजित होऊन म्हणाली.

लँग्डनने आपली मान होकारार्थी हलवली. सेन्ट मार्कस चर्च आणि त्यातील सोन्याचा मुलामा दिलेल्या फरश्या... वगैरेंचा उल्लेख काव्यात आहे, याबद्दल लँग्डनचीही खात्री पटली होती. व्हेनिसचे नागरिक अनेक शतके या चर्चला 'सोन्याचे चर्च' असे संबोधत आले होते. जगात कोठेही नसेल, असा या चर्चचा अंतर्भाग अत्यंत देखणा आणि सुशोभित होता.

फेरीस म्हणाला, ''त्या काव्यात म्हटले आहे की 'गुडघे टेका!' आणि चर्च हीच एकमेव जागा अशी आहे की, तिथे गुडघे टेकले जातात.''

सिएना मोबाइलवरची भराभर बटणे दाबीत म्हणाली, ''मी आता 'सेन्ट मार्कस चर्च' हेही अधिक माहितीच्या शोधासाठी यात घालते. आपल्याला तो डोझेचा संदर्भ तिथेच सापडेल.''

सेन्ट मार्कसच्या माहितीमध्ये डोझे बाबतीत बरेच संदर्भ सापडतील, याबद्दल लँग्डनची खात्री होती. त्याने परत तो काव्याचा अर्थ मनात आणून त्यावर विचार करण्यास सुरुवात केली.

ठिबकणारे पाणी? सेन्ट मार्कस चर्चच्या खाली असे काही पाणी गळते आहे? असा प्रश्न मुळात वेडेपणाचा आहे. कारण सबंध शहराखाली पाणीच पाणी आहे. व्हेनिस शहरातील प्रत्येक इमारत ही मंद गतीने खाली खचत जात आहे, त्यातून पाणी गळत आहे. लँग्डनने ते चर्च आणि त्यातील सभागृह नरजेसमोर आणले आणि तिथे कुठे गुडघे टेकून जमिनीला कान लावता येईल, याचा अंदाज त्याने घेतला. आणि समजा तसा पाणी ठिबकण्याचा आवाज ऐकू आला तर... तर पुढे काय करायचे? तो पुन्हा त्या काव्याच्या अर्थाकडे वळला :

खोल खचलेल्या राजवाड्यात जा
कारण इथेच काळोखात तो थॉनिक राक्षस वाट पहात आहे,
तो रक्ताळलेल्या पाण्यात बुडालेला आहे....
त्या पाण्याच्या सरोवरात ताऱ्यांचे प्रतिबिंब उमटत नाही.

लँग्डनने ते काल्पनिक चित्र नजरेसमोर आणले आणि तो अस्वस्थ झाला. "ठीक आहे, आपण तो ठिबकणाऱ्या पाण्याचा आवाज खरा आहे, असे गृहीत धरून चालू.... म्हणजे ती कोणतीतरी खचलेली किंवा बुडालेली जागा आहे."

फेरीस आपला चेहरा खाजवत उदासपणे म्हणाला, "पण तो 'थॉनिक राक्षस' ही काय भानगड आहे?"

सिएना त्यावर म्हणाली, "थॉनिक म्हणजे जमिनीखाली रहाणारा, पाताळात रहाणारा." ती अजूनही इंटरनेटवर शोध घेत होती.

लँग्डन म्हणाला, "काही अंशी ते खरे आहे. जरी त्या शब्दामागे काही ऐतिहासिक संदर्भ असले, तरी सर्वसाधारणपणे राक्षसी वृत्तीचे प्राणी आणि पुराणे यांतील संदर्भ त्यामागे आहेत. ग्रीक पुराणात 'एर्नीयेस', 'हेकाटे' आणि 'मेड्युसा' ही त्यातली उदाहरणे आहेत. अशांना 'थॉनिक' म्हटले जाते. कारण ते जमिनीखालच्या जगात रहातात, पाताळात असतात. त्यामुळे त्यांचा नरकाशी संबंध जोडला गेला आहे. ऐतिहासिक संदर्भानुसार ते जेव्हा जमिनीवर येतात तेव्हा ते मानवी जगात विध्वंसक कृत्ये करून हाहा:कार माजवतात."

यानंतर तिथे बराच वेळ शांतता पसरली होती. सर्व जण एकाच प्रकारे आणि एकाच मुद्द्यावर विचार करीत आहेत, हे लँग्डनने ओळखले. *हा पाताळातील राक्षस... म्हणजे झोब्रिस्टने निर्माण केलेला प्लेग असणार.*

लँग्डन आपल्या चर्चेची गाडी पुन्हा रुळावर आणण्यासाठी बोलू लागला, "ते बाकी काहीही असो, आपण एक भूमिगत स्थळ शोधीत आहोत. त्यासाठी काव्यातील शेवटची ओळच थोडाफार संदर्भ देते आहे. त्यात एका भूमिगत सरोवराचा उल्लेख आहे. त्या सरोवरात ताऱ्यांचे प्रतिबिंब उमटत नाही, असे म्हटले आहे."

सिएना म्हणाली, "हा एक चांगला मुद्दा आहे. जर ते सरोवर भूमिगत असेल, तर त्यात आकाशाचे प्रतिबिंब कसे काय उमटू शकेल? पण अशी भूमिगत सरोवरे व्हेनिसमध्ये आहेत का?"

लँग्डन उत्तरादाखल म्हणाला, "असे काही सरोवर किंवा तलाव मला मुळीच ठाऊक नाही. पण शहर पाण्यावरच उभे राहिले आहे, हे लक्षात घेता तशा असंख्य शक्यता निर्माण होतात."

यावर सिएनाने चटकन विचारले, "पण ते सरोवर किंवा तलाव ज्या जागेत आहे ती जागा बंदिस्त असेल, कुणाच्यातरी वास्तूत असेल तर? शिवाय काव्यातील ओळीत काळोखाचाही उल्लेख आहे आणि तो काळोख बुडालेल्या राजवाड्यात आहे. तसेच तो डोझे राजघराण्याचा राजवाडा बॅसिलिकाशी संबंधित आहे, बरोबर? याचा अर्थ असा की जे काही कवी सांगतो आहे, त्यानुसार अशा वास्तूंमध्ये त्या गोष्टी नक्कीच असाव्यात. ते mouseion, राजवाडा, डोझे राजघराण्याशी संबंध हे

सर्व व्हेनिसच्या मुख्य सरोवराशी संबंधित आहे, तेही समुद्रसपाटीच्या पातळीत.''

''असे म्हणायचे आहे का, की तो 'बुडालेला राजवाडा' हाच डोझे राजांचा राजवाडा आहे?''

''का नाही? काव्याच्या ओळीत सेन्ट मार्कस प्रथम आपल्याला बॅसिलिकामध्ये गुडघे टेकायला लावतो, नंतर ठिबकणाऱ्या पाण्याचा आवाज ऐकायला सांगतो. कदाचित तसे केल्याने आपल्याला डोझेच्या राजवाड्याचा मार्ग दाखवला जाईल, त्या राजवाड्याचा पाया पाण्यात बुडालेला असेल किंवा आणखी काही वेगळे असू शकेल.''

लँग्डनने डोझे राजवाड्याला अनेकवार भेटी दिल्या होत्या आणि त्याला ठाऊक होते की, तो एक पूर्णपणे भक्कम राजवाडा होता. अनेक इमारतींचा त्यात विस्तार झालेला होता. त्या राजवाड्यात एक भव्य संग्रहालय होते, त्यात अनेक संस्थांची ऑफिसे आणि दालने तर एवढी होती की त्यांचे एक जाळे पसरले होते. रहाण्यासाठी अपार्टमेन्ट्स होती, अनेक अंगणे होती आणि तुरुंगाचे मोठे जाळे अनेक इमारतींमध्ये विभागले गेले होते.

हे सारे लक्षात घेऊन लँग्डन म्हणाला, ''कदाचित तुझी शंका बरोबर असेल, पण त्या राजवाड्यात आंधळेपणाने शोध घ्यायचा झाल्यास कित्येक दिवस तो शोध चालेल. मी असे सुचवतो की, काव्यात सांगितल्याप्रमाणेच आपण तो शोध घेऊ. प्रथम आपण सेन्ट मार्कसच्या बॅसिलिका इथे जाऊ आणि त्या दगाबाज डोझेचा पुतळा किंवा थडगे कुठे असेल, तर ते शोधू आणि मग नंतर खाली गुडघे टेकू.''

''आणि नंतर– '' सिएनाने विचारले.

''आणि नंतर,'' असे म्हणून लँग्डनने एक उसासा सोडला आणि पुढे म्हटले, ''मग आपण त्या ठिबकणाऱ्या पाण्याचा आवाज ऐकू येण्यासाठी प्रार्थना करू... तिथून कुठेतरी पुढे जाण्यासाठी त्यातून मार्ग सापडेल.''

त्यानंतर तिथे शांतता पसरली. लँग्डनला दिवास्वप्नातील एलिझाबेथ सिन्स्कीचा चेहरा आठवला. ती त्याला पलीकडच्या तीरावरून साद घालून म्हणत होती. *वेळ फारच थोडा उरला आहे, शोधत रहा!* ती सिन्स्की आता कोठे असेल याचे तो नवल करू लागला... आणि जर तिचे बरोबर असेल तर? काळ्या गणवेषातील जवानांना एव्हाना कळून चुकले असेल की, लँग्डन आणि सिएना आपल्या हातातून निसटले आहेत. *किती काळ ते आपला पाठलाग करणार आहेत?*

लँग्डनने पुन्हा आपली नजर त्या काव्यपंक्तीवर वळवली. तो आता मनाने थकत चालला होता. त्या थकव्यावर मात करण्याची तो धडपड करू लागला. त्याने शेवटची ओळ वाचली आणि त्याच्या मनात एक वेगळाच विचार आला. *त्या सरोवराच्या पाण्यात ताऱ्यांचे प्रतिबिंब पडत नाही.* हे मुद्दाम सांगण्याचे काय कारण

आहे? कदाचित शोध घेण्यासाठी ही ओळ उपयोगाची नसेल. तो म्हणाला, ''आणखी एक मुद्दा मी तुम्हाला सांगितला पाहिजे.''

सिएनाने आपली नजर फोनवरून काढून त्याच्याकडे पाहिले.

''डान्टेने इन्फर्नो, पर्गाटोरिओ आणि पॅराडिसो अशी तीन खंडकाव्ये लिहिली. ती सर्व काव्ये शेवटी एकाच शब्दाने संपतात.''

''कोणता शब्द?'' फेरीसने विचारले.

लँग्डनने कागदावर उतरवलेल्या काव्यपंक्तीच्या शेवटच्या शब्दाकडे बोट दाखवत म्हटले, ''हा तोच शब्द आहे – 'स्टार्स' – stars.''

The lagoon that reflects no stars.

लँग्डन सांगत गेला, ''इन्फर्नोमध्ये डान्टे हा शेवटी शेवटी ठिबकणाऱ्या पाण्याचा आवाज एका भगदाडात ऐकतो आणि त्या भगदाडातून पुढे जातो... त्यामुळे त्याला शेवटी नरकातून बाहेर पडता येते.''

ते ऐकताच फेरीसने एक सुटकेचा श्वास टाकला.

त्यानंतर केबिनमध्ये एक कानठळ्या बसवणारा आवाज सर्वांनी ऐकला. ती वेगात असलेली आगगाडी एका बोगद्यात शिरत होती.

नंतर आलेल्या काळोखात लँग्डनने आपले डोळे मिटले आणि आपले मन शांत करण्याचा प्रयत्न केला. *झोब्रिस्ट हा वेडपट असेल, पण त्याने नक्कीच डान्टेच्या काव्याचे रसग्रहण केले होते,* असे दिसते.

मुखवट्याच्या मागच्या बाजूवरील गोल गोल आकारातील काव्यपंक्तीचा शेवटचा शब्द star हा गोलाच्या मध्यभागीच संपला होता.

६४

नोल्टनला आता सुटकेच्या भावनेचा प्रत्यय आला. ती भावना जणूकाही एका लाटेच्या रूपात त्याच्या मनाला एक मोठा दिलासा देऊन गेली.

झोब्रिस्टचा व्हिडिओ पहाण्यासाठी प्रोव्होस्तने आपले मन बदलले. नोल्टनने अक्षरश: धावत जाऊन तो लाल रंगाचा पेनड्राइव्ह आणला आणि संगणकात घुसवला. आता तो आणि प्रोव्होस्त एकाच वेळी तो व्हिडिओ पहाणार होते. झोब्रिस्टचा नऊ मिनिटांचा तो खळबळजनक संदेश नोल्टनचा पाठलाग करीत होता. त्यामुळेच त्याला आपल्याबरोबर आणखीही कोणीतरी, विशेषत: बॉसने, हा व्हिडिओ पाहिला तर त्याला खूपच दिलासा मिळणार होता. *आता मी दडपणातून मुक्त होईन,* असे त्याला वाटले.

जेव्हा नोल्टनने बटणे दाबून तो व्हिडिओ चालू केला, तेव्हा त्याने आपला श्वास रोखून धरला होता.

पडद्यावर अंधार झाला आणि खळाळत्या लाटांचा मंद आवाज ऐकू येऊ लागला. कुठल्यातरी भूमिगत गुहेत लालसर धुके पसरले होते. त्या धुक्यातून कॅमेरा पुढे सरकू लागला. जरी प्रोव्होस्तच्या चेहऱ्यावर त्या दृश्यांचा कसलाही परिणाम झालेला दिसत नव्हता, तरी नोल्टनला कळून चुकले होते की, आपल्या बॉसला धक्का बसला असून तो गोंधळून गेला आहे.

कॅमेरा पुढे सरकायचा थांबला आणि खालच्या दिशेने त्याने आपले तोंड वळवले. त्या छोट्या सरोवराचा पृष्ठभाग दिसू लागला. मग कॅमेरा सरळ पाण्याला जाऊन भिडला आणि आत शिरला. तो खोल खोल पाण्याखाली जाऊ लागला आणि शेवटी दृश्यामध्ये एक चकचकीत पॉलिश केलेला टिटॅनियम धातूचा फलक तळाशी दिसू लागला. तो फलक बोल्टने तळावर पक्का केला होता.

याच जागी, आज रोजी
जग कायमचे बदलले गेले

प्रोव्होस्त ते पाहून थोडासा हलला, त्याने थोडीशी कच खाल्ली. त्याने कुजबुजत म्हटले, "उद्या? आणि ही जागा आहे कुठे? आपल्याला ती कळेल?"

नोल्टनने आपली मान नकारार्थी हालवली.

कॅमेरा आता डावीकडे वळला. एक प्लॅस्टिकची बंद पिशवी समोर आली. पाण्यात बुडालेल्या त्या पिशवीत एक चिकट जेलीसारखा आणि पिवळसर-तपकिरी रंगाचा द्रव पदार्थ होता.

"हा सारा काय प्रकार आहे?" असे म्हणून प्रोव्होस्त एक खुर्ची ओढून त्यावर बसून ते पाहू लागला. ती पिशवी पाण्यात कशालातरी बांधून ठेवली होती आणि एखाद्या गॅसच्या फुग्यासारखी पाण्यात डोलत होती.

एक अस्वस्थ करणारी शांतता खोलीत पसरत चालली. लवकरच पडद्यावर अंधार झाला आणि मग एक पोपटाच्या चोचीसारखे नाक असलेल्या व्यक्तीची छाया गुहेत अवतीर्ण झाली आणि ती व्यक्ती गूढ भाषेत बोलू लागली.

मीच ती छायाकृती आहे...

मला भूमिगत करण्यात आले होते, पण मी जमिनीच्या खोलातून आत्ता जगाशी बोलतो आहे. मला या अंधाऱ्या गुहेत डांबण्यात आले. येथील रक्ताळलेल्या पाण्याच्या सरोवरात ताऱ्यांचे प्रतिबिंब पडत नाही.

पण ही जागा माझा स्वर्ग आहे... माझ्या नाजूक बालकासाठी हे एक परिपूर्ण गर्भाशय आहे.

नरक!

प्रोव्होस्तने मान वर करून विचारले, "नरक?"

यावर नोल्टन खांदे उडवत म्हणाला, "होय सर, इन्फर्नो! हे भलतेच अस्वस्थ करणारे आहे."

प्रोव्होस्तने आपली नजर परत पडद्याकडे वळवली.

चोचीसारखे नाक असलेली ती छायाकृती पुन्हा बोलू लागली. ती अनेक मिनिटे बोलली. ती आकृती प्लेगबद्दल बोलली, लोकसंख्येच्या नूतनीकरणाची गरज असल्याबद्दल बोलली, आणि भविष्यकाळात यासाठी आपण एक देदीप्यमान भूमिका बजावणार आहोत, असेही म्हणाली. जे कोणी अज्ञानी आत्मे आपल्याला थोपवायला पहात आहेत त्यांच्याविरुद्ध आपला संघर्ष चालू राहील आणि ज्या कोणाला आपली धाडसी कृती नीट उमगली तेच फक्त या ग्रहावर जिवंत रहातील, वाचतील, असेही ती छायाकृती म्हणाली.

हा संघर्ष किंवा संग्राम कोणताही असो, नोल्टनला सकाळपासून असे वाटत

आले होते की, यामध्ये कन्सोर्टियम ही चुकीच्या बाजूला उभी आहे.

तो आवाज आता सांगू लागला–

“मी मुक्ती मिळण्यासाठी एक झकास गोष्ट बनवली आहे. पण तरीही माझ्या प्रयत्नांना कोणीही कसलेही पारितोषिक देणार नाही, की तुताऱ्या वाजवणार नाही... उलट मलाच ठार करण्याच्या धमक्या दिल्या जातील.

“पण मी मृत्यूला भीत नाही... कारण मृत्यूमुळेच द्रष्ट्याचे रूपांतर हुतात्म्यात होते... मृत्यूमुळेच कल्पनांचे रूपांतर जबरदस्त चळवळींमध्ये होते.

“येशू ख्रिस्त! सॉक्रेटिस! मार्टिन ल्यूथर किंग!

“एके दिवशी मीही लवकरच त्यांच्या पंगतीत जाऊन बसेन.

“मी जी गोष्ट मुक्ती देण्यासाठी बनवली आहे ते एक परमेश्वराचे स्वतःचे कार्य आहे... त्याच्याकडून मिळालेली ती एक देणगी आहे. त्यानेच मला माझी बुद्धी, उपकरणे, हत्यारे, धैर्य वापरून ती गोष्ट तयार करण्यासाठी प्रेरित केले होते.

“आता तो दिवस जवळ जवळ येत चालला आहे.

“माझ्या खालीच तो प्रलय निद्रिस्त आहे, गर्भाशयात झोपला आहे, पाण्यातल्या त्या गर्भाशयातून वर उसळी मारून येण्याची तो तयारी करतो आहे... त्याच्यावर भूमिगत राक्षस सतत लक्ष ठेवून आहे. त्या राक्षसाचा सर्व क्रोधही लक्ष ठेवून आहे.

“तुमच्यासारखेच माझ्याजवळ माझ्या कर्माचे काही गुण आहेत, तसेच तुमच्याप्रमाणेच पापकृत्ये मला नवीन नाहीत. इतकेच काय; पण जी सात घोर पापकृत्ये आहेत– त्यातील आमिषाला बळी पडण्याचे पाप मी केले आहे. फक्त थोडे जण अशा आमिषाला बळी पडत नाहीत.

“गर्व! मी त्यालाच बळी पडलो असे समजा.

“हा महत्त्वाचा संदेश मुद्रित करून माझ्यावर ‘गर्वाची’ टोचणी मीच लादून घेतली आहे... जगाने माझे हे कार्य नीट समजावून घ्यावे अशी माझी खात्री होण्यासाठी मी उत्सुक आहे.

“आणि तसे मी का करू नये?

“मानवजातीला त्याच्या मुक्तीचा उगम कळला पाहिजे... ज्याने कोणी नरकाची उघडी दारे कायमची बंद केली, त्याचे नाव जगाला कळले पाहिजे.

"जसजसा एकेक तास पुढे सरकत जाईल, तसतसा यातून निर्माण होणारा परिणाम पक्का होत जात आहे. गणितशास्त्र हे गुरुत्वाकर्षणासारखे निष्ठुर आहे... त्याच्याशी कसलीही तडजोड करता येत नाही. जीवांची निर्मिती आणि प्रसार हे गणिती श्रेणीने वाढत गेल्याने त्याच जीवसृष्टीने मानवजात जवळ जवळ नष्ट केली आहे. ही गोष्टही मानवी जीवांच्या प्रसारातून उद्‌भवली आहे. एखाद्या जिवंत जीवाचे – मग ते वाईट जीव असो की चांगले जीव असो– चांगले वैशिष्ट्य असे की, तो एकाच दृष्टिकोनातून परमेश्वराचे नियम पाळतो.

तेव्हा तुम्ही सारे सफल व्हा! आणि तुमच्यासारख्या विचारी लोकांची संख्या वाढवा! म्हणून तर मला आगीनेच आगीशी झुंज द्यावी लागते आहे."

"बास झाले!" प्रोव्होस्तने नोल्टनला एवढ्या शांतपणे सांगितले की, त्याला ते जेमतेमच ऐकू गेले.

त्याने विचारले, "काय सर?"

"व्हिडिओ थांबवा आता."

नोल्टनने 'पॉज'चे बटण दाबून व्हिडिओ थांबवला. तो म्हणाला, "सर, याचा शेवट तर भलताच भयानक आहे."

"मी पाहिले तेवढे पुरे झाले," प्रोव्होस्त म्हणाला. त्याचा चेहरा पांढरा पडला. नोल्टनच्या केबिनमध्ये तो येरझारा घालू लागला. नंतर बऱ्याच वेळाने तो एकदम वळून म्हणाला, "FS-2080शी संपर्क साधला पाहिजे."

नोल्टनला पुढे काय करायचे ते आता समजले.

प्रोव्होस्तची जी विश्वासू माणसे होती, त्यांना त्याने सांकेतिक क्रमांक दिलेले होते. झोब्रिस्ट या अशिलाला त्याच– म्हणजे FS-2080ने – म्हणजे विश्वासू माणसाने प्रोव्होस्तकडे पाठवले होते. आपण या विश्वासू माणसावर भरवसा ठेवला, हेच आपले चुकले असे प्रोव्होस्तला वाटले. बर्ट्रान्ड झोब्रिस्टची शिफारस याच FS-2080 ने केली होती आणि त्यामुळे कन्सोर्टियमच्या नाजूक रचनेचे जग संकटात सापडत होते.

या आणीबाणीच्या परिस्थितीसाठी, संकटासाठी FS-2080 हाच जबाबदार आहे.

"यामागचे झोब्रिस्टचे खरेखुरे हेतू आपल्याला कळलेच पाहिजे. त्याने हे काय करून ठेवले आहे आणि त्या व्हिडिओतील त्याची धमकी ही खरीच आहे का, मला समजले पाहिजे."

नोल्टनला समजले की, आपल्यापुढे उभे राहिलेल्या या प्रश्नांची उत्तरे फक्त तो FS-2080 हाच देऊ शकेल. कारण इथे कोणालाच बर्ट्रान्ड झोब्रिस्ट नीट ठाऊक नव्हता. आता कन्सोर्टियमने आपल्यावर घालून घेतलेली आपलीच आचारसंहिता भंग करायची वेळ आली होती. प्रोव्होस्त आता मनातल्या मनात चरफडत स्वत:लाच दोष देऊ लागला. आपण उगाच झोब्रिस्टवरती विश्वास ठेवला, असे त्याला वाटू लागले. थोडक्यात काय, तर या सर्व गोंधळाला, संकटाला आणीबाणीच्या परिस्थितीला FS-2080 हाच जबाबदार होता.

झोब्रिस्टभोवती एक संकटमालिका घिरट्या घालू लागली होती. ती अधिकाधिक गंभीर होत चालली होती. त्याची झळ नुसती कन्सोर्टियमला बसणार नव्हती, तर साऱ्या जगाला बसणार होती.

FS-2080 याला थेट आपल्यापुढे आणून उभे करण्यावर नोल्टनने विचार केला. पण त्यासाठी नुसता संपर्क साधण्यातही काही जोखीम घ्यावी लागत होती.

नोल्टन प्रोव्होस्तला सांगू लागला, "सर, जर तुम्ही FS-2080शी संपर्क साधलात तर तुम्हाला खूपच सावध राहावे लागेल आणि खबरदारी घ्यावी लागेल."

मग प्रोव्होस्तने आपला मोबाइल फोन रागाने बाहेर काढीत म्हटले, "आता परिस्थिती जोखीम घेण्यापलीकडे गेली आहे."

नेकटाय घातलेला आणि फॅशनेबल चष्मा डोळ्यांवर चढवलेला तो माणूस आपल्या दोन प्रवासी सहकाऱ्यांसह रेल्वेत बसला होता. त्याला आपली मान खाजवायची सारखी ऊर्मी होत होती. त्याची कंड वाढत चालली होती. त्याच्या छातीतील वेदनाही वाढत चालल्या होत्या.

शेवटी जेव्हा बोगद्यातून ती वेगवान गाडी बाहेर पडली तेव्हा त्या माणसाने लँग्डनकडे पाहिले. लँग्डन आपल्या विचारचक्रातून बाहेर पडला आणि त्याने सावकाश आपले डोळे उघडले. सिएना हातातील मोबाइल फोनकडे पाहू लागली. बोगद्यातून गाडी जाताना फोनची रेंज गेली होती. ती आता पुन्हा मोबाइल इंटरनेटवर शोध घेऊ लागली. तो फोन एकदम थरथरू लागला आणि 'पिंगऽ पिंगऽऽ' असे तीव्र आवाज करू लागला.

आपल्याला फोन आला आहे हे ओळखून त्या पुरळवाल्या माणसाने ताबडतोब सिएनाच्या हातून फोन घाईघाईने घेतला. त्याला हा फोन कॉल अनपेक्षित होता. त्यामुळे त्याला आश्चर्य ही वाटत होते. ते आश्चर्य आपल्या चेहऱ्यावर दिसू नये म्हणून तो प्रयत्न करू लागला.

तो उठून उभा राहिला आणि म्हणाला, "सॉरी, आईचा फोन आहे. सध्या ती

आजारी आहे ना. मला तिच्याशी बोललेच पाहिजे.''

त्यावर लँग्डन आणि सिएना यांनी आपल्या माना हलवून समजल्यासारखे दाखवले. मग तो केबिनमधून बाहेर पडला आणि ताबडतोब बाहेरच्या कॉरिडॉरमधून जवळच्या स्वच्छतागृहाकडे गेला.

स्वच्छतागृहात गेल्यावर त्याने दार आतून बंद केले आणि तो फोनवर म्हणाला, ''हॅलो?''

पलीकडून एक गंभीर आवाज आला, ''मी प्रोव्होस्त बोलतो आहे.''

६५

त्या वेगवान आगगाडीतील स्वच्छतागृह तसे खूपच लहान होते. विमानातील स्वच्छतागृह जसे अत्यंत लहान असते, तसेच हेही लहान होते. फेरीसने आपले फोनवरचे प्रोव्होस्तशी चाललेले बोलणे संपवले आणि त्याने फोन आपल्या खिशात ठेवला.

बाजू बदलली गेली आहे, असे त्याला आता कळून चुकले होते. जणूकाही समोरचे निसर्गदृश्य एकदम उलटेपालटे व्हावे, तसे त्याला वाटू लागले. परिस्थितीचा नीट आढावा घेण्यासाठी त्याला आता थोडी उसंत हवी होती.

माझे मित्र आता माझे शत्रू बनले आहेत.

त्याने आपला गळ्यातला टाय सैल केला आणि आरशातील आपल्या चेहऱ्याच्या प्रतिबिंबाकडे पाहिले. पूर्वीपेक्षा पुरळ अधिक वाढले आहे असे त्याच्या लक्षात आले. त्याच्या छातीत वेदना होत होत्या. त्या वेदनांपुढे त्याला चेहऱ्यावरील पुरळाची समस्या काहीच वाटेनाशी झाली होती.

मग घाईघाईने त्याने आपल्या शर्टाची बटणे काढली आणि तो छाती उघडी करून आरशात पाहू लागला. त्याने आपली दृष्टी जबरदस्तीने छातीवर खिळवली.

बापरे!

त्याच्या छातीवर एक गडद काळा डाग उमटला होता आणि तो वाढत चालला होता. तो डाग छातीच्या मध्यभागी होता आणि निळसर काळ्या रंगाचा होता. काल रात्री त्या डागाचा आकार एखाद्या लिंबाएवढा होता. पण आज तो संत्र्याएवढा झाला होता. त्याने तिथे हळुवारपणे स्पर्श केला आणि वेदनेमुळे तो थरारला.

मग त्याने घाईघाईने शर्टाची बटणे लावून टाकली. आता जे काही करायचे आहे त्यासाठी अंगात बळ यावे, अशी आशा तो करू लागला. *पुढचा तास हा फार महत्त्वाचा आहे. त्या वेळी अनेक कामे उरकायची आहेत. ती नाजूक कामे कौशल्याने केली पाहिजेत.*

आपले डोळे मिटून तो शांतपणे विचार करू लागला. कोणती कामे तातडीने करण्याची गरज आहे आणि त्यामुळे काय घडेल, याचा तो विचार करू लागला. *माझे मित्र आता माझे शत्रू बनले आहेत,* हे त्याच्या मनात पुन्हा आले.

मग त्याने खोलवर श्वास घेतला, अनेकवार घेतला. यामुळे आपल्या मनातील खळबळ आणि घबराट कमी होईल, अशी त्याला आशा होती. आपले हेतू लपवायचे असतील तर आपण शांत आहोत, हे दर्शवणे त्याला भाग होते.

दुसऱ्यांची मने वळवायची कृती करायची असेल तर अंतर्मन शांत राहिले पाहिजे.

अशी फसवाफसवी करणे त्याला नवीन नव्हते. पण तरीही त्याचे हृदय या वेळी धडधडत होते. त्याने थरथरत एक खोलवर श्वास घेतला. मग त्याने स्वत:लाच सांगितले, *इतकी वर्षे तू दुसऱ्या लोकांना फसवत आला आहेस, तेच तू आता करतो आहेस.*

मग उसने अवसान आणून तो बाहेर पडला आणि आपल्या केबिनकडे गेला. लँग्डन आणि सिएनाकडे त्याने एक नजर टाकली. *आता माझी अखेरची कृती,* असे त्याच्या मनात आले.

परंतु स्वच्छतागृहातून बाहेर पडण्याआधी त्याने एक शेवटची खबरदारी म्हणून आपल्या मोबाइलमधील बॅटरी काढून खिशात घातली. आता आपला फोन चालत नाही, याची त्याने खात्री करून घेतली.

सिएनाने त्याच्याकडे पाहिले. *याचा चेहरा फिका झाला आहे, पडलेला आहे,* असे तिच्या मनात आले. तो आपल्या आसनावर बसला आणि त्याने एक उसासा टाकला.

सिएनाने सहानुभूतीने त्याला विचारले, ''काय, सगळे ठीक आहे ना?''

यावर त्याने मान डोलवली आणि म्हटले, ''होय, ठीक आहे.''

इंटरनेटवरून बरीच माहिती सिएनाने गोळा केली होती. तिने त्याला म्हटले, ''मला तुमचा फोन जरा देता का? डोझे राजघराण्यासंबंधी मला आणखी माहिती काढायची आहे. सेन्ट मार्कस चर्चला आपण पोहोचण्यापूर्वी कदाचित काही प्रश्नांची उत्तरे आपल्याला मिळू शकतील.''

''काही हरकत नाही,'' असे म्हणून फेरीसने आपला फोन खिशातून काढला आणि तो चालू करून पाहू लागला. ''ओ, डॅम! याची बॅटरी पूर्णपणे उतरून गेली आहे. इतका वेळ मी फोन घेतला होता ना, त्याचा हा परिणाम आहे. हा तर पूर्ण बंद पडला आहे.'' मग आपल्या घड्याळात पाहून त्याने म्हटले, ''आपण आता

लवकरच व्हेनिसला पोहोचतो आहोत. आपल्याला थोडा वेळच वाट पहावी लागणार आहे.''

इटलीच्या किनाऱ्यापासून पाच मैल अंतरावर 'मेंडासियम' नौका उभी होती. प्रोव्होस्त त्या खोलीत एखाद्या पिंजऱ्यातील श्वापदासारखा कडेकडेने येरझारा घालीत होता. नोल्टन त्याच्याकडे पहात होता. मघाशी त्याने केलेल्या फोननंतर त्याच्या हालचाली सुरू झाल्या होत्या. नोल्टन गप्प राहून पहात होता. जेव्हा प्रोव्होस्त विचारमग्न असे तेव्हा कसालाही आवाज तोंडातून काढायचा नाही, हे अनुभवाने तो शिकला होता.

शेवटी रापलेल्या कातडीच्या प्रोव्होस्तने बोलावयास सुरुवात केली. तो ठासून बोलत होता, ''आपल्यापुढे कोणताच पर्याय नाही. आपल्याला ही व्हिडिओ डॉ. एलिझाबेथ सिन्स्की यांना दाखवलीच पाहिजे.''

नोल्टन स्तब्ध बसला होता. त्याने आपले आश्चर्य दिसू दिले नाही. *ती चंदेरी केसांची दुष्ट स्त्री? जिच्यापासून आपण वर्षभर झोब्रिस्टला लपवून ठेवले ती स्त्री?* ''ठीक आहे सर, मी हा व्हिडिओ त्यांना ई-मेलने पाठवून देऊ?''

''बापरे! तसे काही करू नका. कारण मग तो व्हिडिओ चोरून जनतेत त्याचा प्रसार होईल. नंतर एक सार्वजनिक उत्पात सुरू होईल. मला डॉ. सिन्स्की इथे बोटीवर हव्यात. त्यांना झटपट इकडे आणा.''

नोल्टनचा विश्वास बसेना. जागतिक आरोग्य संघटनेच्या एका संचालकाला इथे आणायचे? मेंडासियमवर आणायचे? ''पण सर, यात आपल्या आचारसंहितेचा भंग होईल आणि फार मोठी जोखीम – ''

''नोल्टन, मी सांगतो तसेच करा. आणि तेही **आत्ताच्या आत्ता!**''

६६

FS-2080 हा धावत्या आगगाडीच्या खिडकीतून बाहेर पहात होता. खिडकीच्या काचेत त्याला लँग्डनचे प्रतिबिंब दिसत होते. प्रोफेसर महाशय अजूनही मुखवट्यामागे झोब्रिस्ट याने लिहिलेल्या काव्यपंक्तींचे कोडे सोडवण्यात दंग झाले आहेत, असे त्याला दिसले.

बर्ट्रान्ड, अरेरे! मला त्याची आठवण अजूनही येते आहे. FS-2080च्या मनात आले. झोब्रिस्टच्या विरहाचे दु:ख अजूनही त्याच्या मनात रेंगाळत होते. त्या रात्री ते दोघे एका जादुई स्वप्नातल्याप्रमाणे एकमेकांना भेटले होते. त्याला ती रात्र अजूनही आठवत होती.

शिकागो. बर्फाचे वादळ शहरात घोंगावत होते, धुमाकूळ घालीत होते.

सहा वर्षांपूर्वीची ती गोष्ट होती. तो जानेवारी महिना होता... पण तरीही अजूनही ती कालची घटना आहे असे वाटत होते. मी त्या वेळी बर्फ साचलेल्या रस्त्यातून कडेकडेने चाललो होतो. मोठ्या कष्टाने थकून चालत होतो. माझी कॉलर मी उंचावली होती. सर्वत्र पांढरे धुके पसरले होते. हवेतील हिमकणांना तोंड देत मी जात होती. ते एक मैलाचे अंतर आठवणीत कायमचे लक्षात राहणारे होते. कितीही थंडी पडली असली तरीही मला जिथे पोहोचायचे आहे तेथवर मी जात रहाणारच, असे स्वत:ला बजावीत होतो. कारण आज रात्री महान बर्ट्रान्ड झोब्रिस्ट यांचे विचार ऐकण्याची संधी मला मिळणार होती... आणि तेही खुद्द त्यांच्या तोंडून.

या माणसाने जे जे काही लिहिले होते, ते सर्व मी वाचले होते. त्यांच्या भाषणाची ५०० तिकिटे छापलेली होती. त्यांपैकी एक तिकीट मी घेतले होते. ५०० जणांतील मी एक भाग्यवंत होतो.

जेव्हा मी व्याख्यानाच्या सभागृहापाशी आलो तेव्हा मी गार वारे अंगावर घेत आल्याने निम्मा बधिर झालो होतो. जेव्हा मी सभागृहात पाहिले, तेव्हा ते जवळ जवळ रिकामे होते. ते पाहून मला धक्काच बसला होता. झोब्रिस्ट यांचे व्याख्यान

रद्द झाले होते का? कडाक्याच्या थंडीमुळे शहरात सर्व व्यवहार बंद होत चाललेले होते, तसे काही इथे बंद झाले होते का?... का अशा हवेमुळेच झोब्रिस्ट यांना इथे आज रात्री येणे जमू शकले नव्हते का?

आणि तेवढ्यात ते आले, उपस्थित झाले.

रंगमंचावर त्यांची उत्तुंग शरीरयष्टी आणि छाप पाडणारे व्यक्तिमत्त्व प्रकट झाले होते.

ते उंच होते... खूप उंच होते... त्यांचे भेदक डोळे हिरवे होते. तिथे जगातील साऱ्या गूढ गोष्टी एकत्र झाल्या आहेत, असा भास होई. त्यांनी त्या जवळ जवळ रिकाम्या असलेल्या सभागृहाकडे पाहिले. तिथे त्या वेळी फक्त त्यांचे दहा-पंधराच चाहते उपस्थित होते. रिकामे सभागृह पाहून मलाच लाज वाटली.

तर असे हे बर्ट्रान्ड झोब्रिस्टचे दर्शन मला झाले होते!

जेव्हा त्यांनी सभागृहावर नजर टाकली, तेव्हा त्यांचा चेहरा गंभीर झाला होता. तो एक गंभीर क्षण होता.

त्यानंतर एकदम ते मोठ्याने हसत सुटले. आपले हिरवे डोळे चमकवत म्हणाले, "हे रिकामे सभागृह गेले खड्ड्यात. माझे हॉटेल शेजारीच आहे. आपण सगळे जण तिथल्या बारमध्ये जाऊन बसू. मी तिथे तुमच्याशी बोलेन."

जमेलेल्यांनी एकदम जल्लोष केला. मग तो सर्व घोळका हॉटेलच्या बारकडे गेला. तिथे प्रशस्त जागेत गर्दी करून सर्व जण बसले. झोब्रिस्ट यांनी सर्वांसाठी ड्रिंक्सची ऑर्डर दिली. मग झोब्रिस्ट त्यांच्या संशोधनाबद्दल सांगू लागले, त्यांना कशी प्रसिद्धी मिळत गेली, ते कसे लोकप्रिय बनत गेले आणि त्यांचे अनुवंशशास्त्रातील तंत्रज्ञानाबद्दल असलेली मतेही हळूहळू कशी मान्यता पावत गेली... वगैरे सारेकाही त्यांनी सांगितले. जसजसे मद्याचे पेले रिकामे होत गेले तसतसे ते आपल्या नवीन मानवतावादाच्या तत्त्वज्ञानाबद्दल सांगू लागले. या ज्ञानाबद्दल त्यांना भलतेच प्रेम होते. ते त्याला 'ट्रान्सह्युमॅनिस्ट फिलॉसॉफी' म्हणायचे.

"जर मानवाला या जगात दीर्घकाळ टिकून रहायचे असेल, तर फक्त हेच तत्त्वज्ञान काही आशा दाखवते, असा माझा विश्वास आहे," असे ते म्हणाले. मग त्यांनी आपला शर्ट काढून आपले खांदे सर्वांना दाखवले. त्या खांद्यावर सर्वत्र 'H+' अशा अनेक खुणा नोंदलेल्या होत्या. "यावरून तुम्हाला कळेल की, माझी या तत्त्वज्ञानावर किती निष्ठा आहे."

एका प्रसिद्ध व्यक्तीच्या खासगी बैठकीत मी सामील झालो आहे, असे मला वाटू लागले. अनुवंशशास्त्रातील एक प्रशंसनीय आणि प्रखर शक्तिशाली व्यक्ती ऐकणाऱ्यात उत्साह आणि चैतन्य निर्माण करणारी किंवा सुखवणारी असेल, याची मी कधी कल्पनाही करू शकत नव्हतो. प्रत्येक वेळी झोब्रिस्ट माझ्याकडे दृष्टिक्षेप

करायचे तेव्हा त्यांचे हिरवे डोळे माझ्यामध्ये एक अनपेक्षित भावना निर्माण करीत... माझ्यातील लैंगिक आकर्षणाची भावना जागृत होई, ती खेचून वर काढली जाई.

जसजशी रात्र सरकू लागली तसतसा जमलेल्यांचा गट पांगू लागला. एकेक जण काढता पाय घेऊ लागला. हळूहळू वास्तव जगात आम्ही येऊ लागलो. शेवटी रात्री १२ वाजल्यानंतर झोब्रिस्ट यांच्यापुढे मी एकटाच बसलेलो होतो.

माझे डोके मद्यामुळे किंचित गरगरत होते. मी त्यांना म्हणालो, "थँक्यू फॉर टुनाइट. तुम्ही एक अद्‌भुत शिक्षक आहात."

"माझी स्तुती करता आहात ना?" त्यांनी मला हसून विचारले आणि ते थोडेसे माझ्या दिशेने सरकले. आमचे पाय टेबलाखालून एकमेकांना स्पर्श करू लागले. "स्तुती केल्याने कुठेही गेलात तरी आपले काम होत असते."

मी त्यांची स्तुती करणे हे अयोग्य ठरत होते, पण ती एक हिमवृष्टी चालू असलेली थंड रात्र होती. आम्ही दोघे ग्राहक नसलेल्या, रिकाम्या 'शिकॅगो हॉटेल'मध्ये होतो. सर्वत्र सामसूम झालेली होती. असे वाटत होते की, सारे जग आता थांबलेले आहे.

झोब्रिस्ट यांनी मला विचारले, "मग आता काय विचार आहे तुमचा? माझ्या खोलीत जाऊन आपण एक 'नाइटकॅप' मारू या." झोपण्याआधी जो एक मद्याचा छोटा पेग घेतला जातो, त्याला नाइटकॅप म्हणतात. थंडीत ते बरे वाटते. शिवाय आत्ता तर कडाक्याची थंडी पडली होती.

त्यांच्या अशा सुचवण्याने मी तर थिजून गेलो. एखाद्या हरणाच्या डोळ्यांवर रात्री प्रखर प्रकाशाचा झोत टाकला तर ते जसे खिळून रहाते, तसे माझे झाले होते.

झोब्रिस्ट आपले डोळे मिचकावत मोठ्या प्रेमाने कुजबुजल्या आवाजात म्हणाले, "माझा असा तर्क आहे की, तुम्ही कधीही एखाद्या प्रसिद्ध व्यक्तीच्या सहवासात आला नसाल."

यावर मी लाजलो. माझ्यातल्या भावना उसळून वर येऊ पहात होत्या. त्यावर मी ताबा ठेवू लागलो. मला अवघडल्यासारखे वाटू लागले, मी उत्तेजित झालो आणि मला भीतीही वाटू लागली. मी म्हणालो, "तसे खरे सांगायचे तर आजपर्यंत मी कोणाच्याच निकट सहवासात आलो नाही."

यावर झोब्रिस्ट हसले आणि ते माझ्या दिशेने इंचभर सरकले. "तुम्ही त्यासाठी इतके दिवस कशाची वाट पहाता आहात, ते मला कळत नाही. परंतु मला तुमचा पहिला माणूस बनू द्या, प्लीज!"

त्या क्षणाला माझ्यामध्ये लहानपणापासून जी अवघडलेली लैंगिक भीती आणि नैराश्य होते, ते एकदम दूर झाले... त्या थंड रात्रीमध्ये ते विरून गेले.

मी प्रथमच माझ्यातील लज्जा सोडून मुक्त झालो, स्वच्छंद झालो.

मला हे हवे होते.

१० मिनिटानंतर आम्ही हॉटेलातील त्यांच्या खोलीत होतो, नग्न होऊन एकमेकांच्या मिठीत होतो. झोब्रिस्ट यांनी त्यांना पाहिजे होता, तेवढा वेळ घेतला. ते सावकाश आपले हात माझ्यावरून फिरवित मला उद्दीपित करीत होते. मी माझ्या शरीरातून बाहेर पडून एका अद्‌भुत सुखसागरात पोहतो आहे, असे मला वाटू लागले.

मीच ही गोष्ट निवडली होती. त्यांनी माझ्यावर त्यासाठी कोणतीच जबरदस्ती केली नव्हती.

झोब्रिस्ट यांच्या मिठीतल्या कोशात मला असे वाटू लागले होते की, जगात जे जे काही चालले आहे, ते सारे योग्यच आहे, बरोबर आहे. त्यांच्या मिठीत पडून खिडकीतून बाहेरच्या रात्रीकडे नजर टाकताना मला आता प्रकर्षाने वाटू लागले की याच माणसाबरोबर आपण कोठेही जाऊ...

वेगात असलेली आगगाडी एकदम हळू झाली. FS-2080 आपल्या सुखद स्मृतींमधून बाहेर पडून निराशाजनक वर्तमानकाळात परत आला.

बर्ट्रान्ड... शेवटी तुम्ही सोडून गेलात.

त्या दोघांची ती पहिली रात्र त्यांच्या पुढच्या प्रवासाची नांदी होती.

मी त्यांच्या प्रेयसीपेक्षाही जास्त होतो. मी त्यांचा शिष्य झालो होतो.

लँग्डन म्हणाला, "लिबर्टी पूल आला आहे. आपण आता व्हेनिसला पोहोचलोच आहोत."

FS-2080 याने दुःखाने आपली मान हालवली. बाहेर असलेल्या 'लॅगुना व्हेनेटा'च्या पाण्याकडे त्याने पाहिले. एके काळी आपण याच पाण्यात बर्ट्रान्डबरोबर नौकाविहार केला होता ते त्याला आठवले... ते शांत दृश्य आता एका भयानक स्मृतीत विरून जाऊ लागले. ती स्मृती आठवड्यापूर्वीची होती.

बादिया मनोऱ्यावरून जेव्हा झोब्रिस्टने उडी मारली, तेव्हा मीच तिथे होतो.

मीच त्यांना शेवटचे पाहिले होते.

अखेर झोब्रिस्टने आत्महत्या करून, समलिंगी केलेल्या फेरीसला अनाथ केले.

६७

नेटजेट्स कंपनीच्या 'सायटेशन एक्सेल' नावाच्या विमानाने विमानतळ सोडला आणि खळबळाटी हवा पार करून ते वेगाने खूप उंच गेले. वर गेल्यावर एक वळण घेऊन त्याने व्हेनिसची दिशा धरली. त्या विमानात डॉ. एलिझाबेथ सिन्स्की होती. विमानाने जमीन सोडल्याचे तिच्या फारसे लक्षात आले नाही. तिने आपल्या गळ्यातल्या ताइताचा दागिना सवयीनुसार हाताळला आणि ती खिडकीतून बाहेरच्या रिकाम्या आकाशात पाहू लागली.

शेवटी त्यांनी तिला गुंगीची इंजेक्शने देणे थांबवले होते. आता तिच्या मनातील गोंधळ, संदेह, वगैरे थांबून ते स्वच्छ झाले होते. तिच्या शेजारच्या आसनात ब्रूडर गप्प बसला होता. कदाचित आत्तापर्यंत ज्या ज्या घटना घडत गेल्या त्यामुळे तो चक्रावून गेला असावा.

'सारेकाही उलटेपालटे झाले आहे,' असे सिन्स्कीला वाटू लागले. तिने जे काही आज पाहिले त्यावर विश्वास ठेवण्यासाठी ती धडपडत होती.

तीस मिनिटांपूर्वी त्यांनी त्या छोट्या विमानतळावर छापा घातला होता. लँग्डन एका खासगी जेट विमानातून जात आहे, असे कळल्यावर ते तिथे पोहोचले होते. पण प्रोफेसर लँग्डन सापडण्याऐवजी त्यांना ते 'सायटेशन एक्सेल' विमान तिथे उभे राहिलेले दिसले होते. त्या विमानाचे इंजीन आइडलिंग करीत होते. टारमॅकवर नेटजेट्सचे दोन वैमानिक येरझारा घालीत होते आणि अधूनमधून आपल्या हातातील घड्याळाकडे पहात होते.

परंतु कुठेही रॉबर्ट लँग्डनचा पत्ता नव्हता.

मग ब्रूडरला एक फोन आला.

जेव्हा ब्रूडरच्या मोबाइल फोनची रिंग वाजू लागली, तेव्हा सिन्स्की त्या काळ्या व्हॅनमध्ये मागच्या आसनावर होती. ती दिवसभर तिथेच बसली होती. ब्रूडर आत शिरला आणि त्याने तो फोन तिला दिला. त्याच्या चेहऱ्यावरून त्याची मती गुंग झाली आहे, हे समजत होते.

तो म्हणाला, ''मॅडम, तुमच्यासाठी एक अर्जन्ट फोन आहे.''

''कोणाचा फोन कॉल आहे?'' तिने विचारले,

''फोनवर मला एवढेच सांगण्यात आले आहे की, तुम्हाला बर्ट्रान्ड झोब्रिस्ट यांच्याबद्दल काही माहिती द्यायची आहे.''

सिन्स्कीने फोन घेत म्हटले, ''धिस इज डॉ. एलिझाबेथ सिन्स्की!''

पलीकडून आवाज आला, ''डॉक्टर सिन्स्की, आपण दोघे एकमेकांना कधीही भेटलेलो नाही. पण माझी संस्था झोब्रिस्ट यांना गेले वर्षभर लपवून ठेवीत होती.''

ते ऐकताच सिन्स्की एकदम ताठ बसली. ती म्हणाली, ''तुम्ही कोणीही असा, तुम्ही एका गुन्हेगाराला आश्रय दिला होता.''

''मॅडम, आम्ही काहीही बेकायदेशीर कृत्य केले नाही. पण आत्ताचा मुद्दा हा नाही– ''

''खड्ड्यात गेला तुमचा मुद्दा.''

मग तिला पलीकडच्या व्यक्तीने एक दीर्घ श्वास घेतल्याचा आवाज ऐकू आला. मग तो माणूस मृदू स्वरात बोलू लागला, ''माझ्या कृतीच्या योग्यायोग्यतेबद्दल आपण दोघे बराच वेळ चर्चा करू शकतो. मला ठाऊक आहे की, माझ्याबद्दल तुम्हाला फारशी माहिती नाही. पण मला तुमच्याबद्दल थोडे तरी ठाऊक आहे. गेले वर्षभर मी मिस्टर झोब्रिस्ट यांना तुम्ही आणि इतर यांच्यापासून लपवून ठेवले होते आणि ते मला त्याबद्दल भरभक्कम रक्कम देत होते. माझ्या या व्यवसायात काही नीतिमत्ता आणि आचारसंहिता मी अगदी कडकपणे पाळतो. पण आज मी ती आचारसंहिता मोडून तुम्हाला फोन केला आहे. आपल्या दोघांजवळ असलेली माहिती आपण एकत्र करू या. कारण त्याखेरीज आता दुसरा पर्याय राहिलेला नाही. मला भीती वाटते की, बर्ट्रान्ड झोब्रिस्ट यांनी काहीतरी भयानक गोष्ट करून ठेवलेली आहे.''

हा कोण माणूस आहे, हे सिन्स्कीला समजेना. ''आणि हे तुम्ही आत्ता सांगता आहात?'' तिने विचारले.

''होय, अगदी बरोबर. आत्ताच सांगतो आहे.'' पलीकडच्या माणसाच्या बोलण्यात कळकळ प्रकट झाली होती.

शेवटी सिन्स्कीने त्या माणसाबद्दलचे आपल्या मनातील ग्रह दूर करण्याचा प्रयत्न केला आणि तिने परत विचारले, ''आपण कोण आहात?''

''उशीर होण्याच्या आत तुम्हाला मदत करावी, या इच्छेने मी 'कोणीतरी' बोलत आहे. माझ्याकडे आत्ता एक व्हिडिओ आहे. तो बर्ट्रान्ड झोब्रिस्ट यांनी तयार केलेला आहे. त्याने हा व्हिडिओ उद्या जगभर प्रकाशित करण्यासाठी माझ्याकडे दिला होता. मला वाटते की, तुम्ही तो व्हिडिओ जरूर पाहावा.''

“असे काय त्यात विशेष दाखवलेले आहे?”

“ते मला फोनवर सांगता येणार नाही. त्यासाठी आपण दोघांनी एकमेकांना भेटले पाहिजे.”

“तुमच्यावर कितपत विश्वास टाकावा हे मला कळत नाही.”

“कारण मी आत्ता तुम्हाला रॉबर्ट लँग्डन हे कुठे आहेत, ते सांगणार होतो... ते अगदी विचित्रपणे का वागत आहेत?”

लँग्डनचे नाव ऐकताच सिन्स्की हादरली. मग ती आश्चर्याने तो विक्षिप्त खुलासा ऐकू लागली. हा पलीकडचा माणूस गेले वर्षभर तिच्या शत्रूला जवळ करीत होता. आणि तरीही ती त्याचे बोलणे नीट तपशीलवार ऐकू लागली. सिन्स्कीच्या मनाने कौल दिला की, या माणसावर विश्वास ठेवायला हरकत नाही.

मला त्याच्याशी जुळवून घेणे भाग आहे.

शेवटी त्या दोघांच्या एकत्रित माहितीमधून असे ठरले की, त्या नेटजेट्सच्या रिकाम्या विमानातून सिन्स्की आणि ब्रूडर यांच्यासह सर्व जवानांनी व्हेनिसकडे ताबडतोब कूच करावी. त्या माणसाने दिलेल्या माहितीनुसार आत्ता या क्षणी लँग्डन आणि त्याच्या बरोबरची दोन माणसे ही आगगाडीने व्हेनिसला पोहोचत आहेत. तिथल्या स्थानिक अधिकाऱ्यांना इतक्या कमी वेळात कळवून काहीही उपयोग नव्हता. पण फोनवरच्या माणसाने लँग्डन नक्की कुठे जाणार आहे, ते तिला सांगितले.

सेन्ट मार्कस स्क्वेअर? हे नाव ऐकताच सिन्स्की एकदम शहारली. कारण ती जागा अत्यंत वर्दळीची होती, ती व्हेनिसमधली दाट लोकवस्तीची जागा होती. तिने फोनवरून विचारले, “पण तुम्हाला हे कसे ठाऊक झाले?”

“हे मला फोनवरून सांगता येणार नाही. पण एक गोष्ट लक्षात ठेवा की, मिस्टर रॉबर्ट लँग्डन हे एका धोकादायक माणसाच्या नादी लागून त्याच्याबरोबर प्रवास करीत तिकडे चालले आहेत.”

“कोण तो माणूस?”

“तो झोब्रिस्ट यांच्या खास मर्जीतला एक माणूस आहे.”

एवढे बोलून त्याने एक उसासा सोडीत पुढे म्हटले, “या माणसावर मी मूर्खासारखा विश्वास ठेवला, असे आता मला वाटते. मला वाटते की, हा माणूस म्हणजे एक मोठा धोका ठरू शकेल.”

ते खासगी जेट विमान व्हेनिसच्या मार्को पोलो विमानतळाकडे सिन्स्की आणि तिच्या बरोबरीच्या सहा माणसांना घेऊन उडत होते. सिन्स्की आता लँग्डनबद्दल विचार करू लागली. *त्याचा स्मृतिभ्रंश झाला? त्याला काही आठवत नाही?* या विचित्र बातमीने सिन्स्कीला फार फार वाईट वाटले. असल्या गुंतागुंतीच्या मामल्यात

आपण उगाच एका विद्वानाला अडकवले, याचे तिला खूप दु:ख झाले.

मी त्यांच्यापुढे दुसरा पर्यायही ठेवला नव्हता.

दोनच दिवसांपूर्वी सिन्स्कीने लँग्डनला आपल्या मोहिमेत सामील करून घेतले होते. इतकेच काय, पण हा निर्णय झाल्यावर त्याला तिने पासपोर्ट आणण्यासाठी घरीसुद्धा जाऊ दिले नव्हते. त्याऐवजी तिने त्याला 'स्पेशल लिआँझा टु वर्ल्ड हेल्थ ऑर्गनायझेन' हा हुद्दा देऊन तशी अधिकृत कागदपत्रे त्याला दिली. या कागदपत्रांच्या आधारावर पासपोर्ट आणि व्हिसा यावाचून जगात कोठेही लँग्डन प्रवास करू शकत होता.

त्या वेळी ते दोघे C-130 या लष्करी विमानाच्या सांगाड्यात थाटलेल्या ऑफिसात बसले होते. सिन्स्कीने लँग्डनकडे पाहिले, तेव्हा तो थोडासा अस्वस्थ झालेला दिसत होता. विमानाच्या भिंतीला नसलेल्या एका काल्पनिक खिडकीतून बाहेर पहातो आहे, असे तिला दिसले. त्याचे ते टक लावून बघणे पाहून तिने त्याला विचारले, ''प्रोफेसर, या विमानाला खिडक्या नाहीत, हे तुम्हाला कळले आहे का? यापूर्वी हे विमान लष्करी सेवेत होते.''

लँग्डनने तिच्याकडे वळून पाहिले. त्याचा चेहरा उतरला होता, धुरकट झाला होता. ''होय, जेव्हा मी या विमानात शिरलो तेव्हाच माझ्या ते लक्षात आले. पण मला बंदिस्त जागेत गुदमरायला होते, मी अस्वस्थ होतो.''

''म्हणून तुम्ही एका काल्पनिक खिडकीतून बाहेर बघत होता ना?''

त्याने एक ओशाळवाणे हसू चेहऱ्यावर आणीत म्हटले. ''होय, तसेच काहीतरी आहे.''

''ठीक आहे, पण आता जरा इकडे पहा!'' असे म्हणून तिने एक छायाचित्र त्याच्या समोर धरले. एक सडपातळ, हिरव्या डोळ्यांचा तऱ्हेवाईक माणूस त्यात होता. ती म्हणाली, ''हा बर्ट्रान्ड झोब्रिस्ट आहे.''

कौन्सिल ऑफ फॉरिन रिलेशन्सच्या ऑफिसात झोब्रिस्टसमोर त्याच्याशी झालेली बोलाचाली तिने आधीच लँग्डनला सांगितली होती. त्या माणसाला लोकसंख्या नियंत्रणात आणण्याच्या संहारासारख्या उपायांची कशी आवड आहे, हेही तिने सांगितले होते. प्लेगमुळे जगाचा कसा फायदा होणार आहे, यावरची त्याची मते सर्वत्र प्रसिद्ध होती. तसेच गेले वर्षभर तो कसा बेपत्ता आहे... वगैरे सर्व काही तिने त्याला सांगितले होते.

''पण इतका काळ एवढा प्रसिद्ध माणूस कसा काय लपून राहू शकेल?'' लँग्डनने विचारले.

''त्याला मदत करणारे बरेच जण आहेत, अगदी व्यावसायिक पातळीवरसुद्धा त्याला मदत होऊ शकते. कदाचित एखादे परकीय सरकारही त्याला मदत

करीत असेल.''

''परंतु कोणतेही सरकार अशा संहारक प्लेगच्या निर्मितीसाठी कशी मदत करेल?''

''का बरे? अशीच सरकारे काळ्या बाजारातून अणुबॉम्ब मिळवण्यासाठी नाही का धडपड करीत? प्रभावी प्लेगची साथ हे एक जैवरासायनिक हत्यार आहे, हे विसरू नका. त्याची किंमतही तेवढीच अफाट असते. झोब्रिस्टने अशा सरकारांना किंवा मदत करणाऱ्यांना काही ना काही खोटेनाटे सांगून 'या प्लेगचा प्रसार मर्यादित आहे' असे पटवले असल्याची दाट शक्यता आहे. त्याच्या या प्लेगच्या अस्त्राचा प्रभाव नेमका किती आहे, हे फक्त त्याला एकट्यालाच ठाऊक असणार.''

लँग्डन यावर गप्प बसला.

सिन्स्की पुढे सांगत गेली, ''ते काहीही असो, सत्तेसाठी किंवा पैशांसाठी त्याला मदत करणारे नसले तरी, झोब्रिस्टच्या त्या चमत्कारिक तत्त्वज्ञानाचे अनेक भक्त आहेत. नरसंहाराच्या कल्पनेने भारावून गेलेले खूप जण आहेत. अशी माणसे त्याच्यासाठी वाटेल ते करायला तयार आहेत. त्यातून तो एक प्रसिद्ध पुरुष आहे. त्याने तर तुमच्या हार्वर्ड विद्यापीठात यावर फार पूर्वी एक व्याख्यान दिले होते.''

''आमच्या विद्यापीठात?''

मग सिन्स्कीने आपले पेन बाहेर काढले आणि झोब्रिस्टच्या छायाचित्राच्या कडेच्या कोऱ्या बाजूवर एक चिन्ह काढले. ''तुम्ही चिन्हशास्त्रात तज्ज्ञ आहात. तेव्हा आठवते का हे चिन्ह पाहिल्याचे?''

H+

''एच प्लस,'' लँग्डन हळू आवाजात म्हणाला. मग तो आपली मान हलवत पुढे म्हणाला, ''होय! दोन-तीन वर्षांपूर्वी आमच्या विद्यापीठात या चिन्हांची पोस्टर्स अनेक ठिकाणी लागली होती. त्या वेळी मला वाटले की, एखाद्या रसायनशास्त्राशी संबंधित असलेल्या परिषदेच्या संदर्भात ती असावीत.''

सिन्स्की चुकचुकत म्हणाली, ''२०१०मध्ये एक 'ह्यूमॅनिटी प्लस' नावाची शिखर परिषद भरली होती. ते त्यांचे आत्तापर्यंतचे सर्वांत मोठे संमेलन होते. H+ हे 'ट्रान्सह्यूमॅनिस्ट' चळवळीचे चिन्ह आहे.'' लँग्डन यावर विचार करू लागला.

सिन्स्की सांगत गेली, ''ट्रान्सह्यूमॅनिझम ही एक बुद्धिवादी चळवळ आहे. तो एक सुधारित मानवतावाद आहे. वैज्ञानिक समुदायात या चळवळीची मुळे चट्‌कन धरली गेली. त्यात मुख्यत्वेकरून असे तत्त्वज्ञान सांगितले जाते की, मानवाने नवीन तंत्रज्ञानाच्या आधारे आपल्या शरीरात असलेली दुर्बलता, दोष, विकृती वगैरे

नुसत्या नाहीशा करायच्या नाहीत, तर त्या अनुवंशशास्त्रदृष्ट्याही कायमच्या घालवायच्या. थोडक्यात अनुवंशशास्त्रातील तंत्रज्ञान वापरून शरीरात कायमची सुधारणा घडवायची. तसे बदल घडवायचे. तसे पाहिले, तर अनेक वर्षे आपल्या शरीरात सुधारणा करीत आलेलो आहोतच. रोगांच्या नवीन नवीन लशी निर्माण करून आपल्या मुलांमध्ये त्या त्या रोगांविरुद्ध... म्हणजे पोलिओ, कांजिण्या, टॉयफॉइड वगैरे विरुद्ध प्रतिकारशक्ती निर्माण करतो. झोब्रिस्ट याच्या जर्मलाइन अनुवंशशास्त्राच्या तंत्रज्ञानानुसार हीच प्रतिकारशक्ती आपण कायम स्वरूपात जी आपल्या शरीरात आणतो, तीच प्रतिकारशक्ती आपल्याकडून पुढच्या पिढीला आपोआप दिली गेली पाहिजे. म्हणजे तुमची मुले तशी प्रतिकारशक्ती घेऊन जन्माला येतील. थोडक्यात मानवी देहात अशा कायमच्या सुधारणा करून आपला संपूर्ण वंशच सुधारावयाचे. म्हणजे आपल्यापासून पुढच्या सर्व पिढ्यांत हे नवीन गुण उतरतील. एक प्रकारचे हे मानववंश सुधारणाशास्त्रच आहे म्हणा.''

ते ऐकताच लँग्डन दचकला. ''म्हणजे मानवी जीवांची ही एक नवीन उत्क्रांती होईल.''

सिन्स्की पुढे म्हणाली, ''कोणी याला उत्क्रांतीला मदत करणारे तंत्रज्ञान म्हटले तरीही यात यापेक्षा अधिक काही आहे. यामध्ये जिवांच्या पेशीतील डीएनएमध्ये जर अशी सुधारणा होऊ लागली, तर ती कोणत्या थराला जाईल, हे सांगता येत नाही. मग माशांना पाय फुटू शकतील किंवा एप माकडांना माणसासारखा हाताला अंगठा निर्माण होईल. अशा गोष्टी उत्क्रांतीमध्ये घडतातही. तसे घडण्यासाठी काही लाख वर्षे जावी लागतात. पण आपण याच गोष्टी आता एका पिढीतच घडवणे शक्य करीत आहोत. या तंत्राचे पुरस्कर्ते म्हणतात की, डार्विनचे 'सर्व्हाइव्हल ऑफ द फिटेस्ट' (बलवान तेवढेच जगतील!) हे एक अंतिम सत्य आहे. आणि म्हणून माणसांनी आपली जीव जात ही उत्क्रांतीच्या नियमानुसार सुधारावयाची आहे.''

''म्हणजे एक प्रकारे देवाची भूमिका करायची,'' लँग्डन म्हणाला.

''होय, तसाच प्रकार आहे,'' सिन्स्की सांगत होती, ''जे अन्य ट्रान्सह्यूमॅनिस्ट्स आहेत. त्यांच्याप्रमाणेच झोब्रिस्ट अट्टाहासाने प्रतिपादन करतो की, माणसाने अशी आपण होऊन आपली उत्क्रांती सर्व उपलब्ध उपायांनी आणि शक्तिनिशी करून घेणे हे त्याचे *कर्तव्य* आहे. थोडक्यात मानवजातीत सुधारणा घडवण्यासाठी गुणसूत्रबदल करून घ्यायचे. पण असे करण्यात एक समस्या आहे. एक अनुवंशशास्त्रीय बदल करायला गेलात, तर दुसरे भलतेच बदल आपोआप घडतात. कारण अनुवंशशास्त्रदृष्ट्या आपला जो डीएनए आहे त्याची रचना पत्त्याच्या बंगल्यासारखी आहे. या बंगल्यातील एक पत्ता काढून नवीन सुधारित रचना करायला गेलात, तर बंगल्याचा काही भाग कोसळतो. त्याची कारणे आपल्याला कळत नाही. अशी

सुधारित फळे, भाज्यांचे नवीन वाण आपण केलेत खरे, पण त्यातील मूळचे काही चांगले गुण आपण गमावून बसलो आहोत. माणसाच्या शरीरातील एखादा दोष अनुवंशशास्त्राच्या, तंत्रज्ञानाच्या साहाय्याने दूर केलात, तर त्याच वेळी शरीरातील पूर्वीच्या इतर शेकडो चांगल्या गोष्टी नष्ट होतील. याचे एकूण परिणाम हे विध्वंसक ठरतील.''

लँग्डनला हे पटले. तो म्हणाला, ''म्हणून तर उत्क्रांतीचा वेग हा अत्यंत मंद असतो.''

''अगदी बरोबर!'' सिन्स्की म्हणाली. लँग्डनबद्दलचा तिचा आदर दर क्षणाला वाढत चालला होता. ती म्हणाली, ''आपले शरीर युगानुयुगे चालणाऱ्या एका प्रक्रियेतून बनले आहे. आपण त्यात आता ढवळाढवळ करू पहातो आहोत. हा आत्ताचा काळ त्यामुळेच मला धोकादायक वाटतो आहे. माणसाने आता डीएनएच्या जनुकांच्या अनुक्रमामध्ये बदल घडवून आणण्याची क्षमता प्राप्त केली आहे. त्यामुळे आपल्या पुढच्या पिढीत हस्तकौशल्य, कुवत, दम, ताकद, बुद्धिमत्तासुद्धा मोठ्या प्रमाणात वाढेल. मानवजात एक 'सुपर रेस' बनेल. पण हे मत केवळ तात्विक पातळीवरचे आहे. जो काही सुधारित मानववंश असेल, त्याला 'ट्रान्सह्यूमॅनिस्ट' हे 'मरणोत्तर निर्माण झालेली माणसे' असे म्हणतात. मरणोत्तर म्हणजे आपल्या पिढीच्या मरणानंतर जन्माला आलेली भावी सुधारित माणसे असतील, असे काही जण मानतात.''

''म्हणजे हे एक गूढ किंवा भयानक वंशसुधारणाशास्त्र आहे, असे म्हटले पाहिजे,'' लँग्डन म्हणाला.

ते ऐकताच सिन्स्कीच्या अंगावर शहारे उमटले. १९४०मध्ये काही शास्त्रज्ञांनी एक तसा प्रयत्न करून पाहिला आणि त्याला त्यांनी 'वंशसुधारणाशास्त्र' असे गोंडस नाव दिले. त्यांच्या प्रयत्नांमागे त्यांनी त्यावेळचे प्राथमिक स्वरूपातले अनुवंशशास्त्र वापरून त्यांना मान्य असलेले गुण ज्यांच्यात आहे, त्यांचा जन्मदर वाढवत होते. तर नको असलेले गुण ज्यांच्यात होते, त्यांचा जन्मदर ते खाली आणू पहात होते. थोडक्यात, अनुवंशशास्त्राच्या पातळीवर ही एक वंशशास्त्रदृष्ट्या केली जाणारी साफसफाई होती.

सिन्स्की सांगू लागली, ''हे अनुवंशशास्त्रातील तंत्र वापरून यातले तज्ज्ञ किती खोलात जाऊन ती नवीन मानवजात निर्माण करतील, ती नवीन माणसे कशी असतील, या सर्वांची कल्पना करणे कठीण आहे. बरेच हुषार लोक असे मानतात की, जर आपली मानवजात वाचवायची असेल, टिकवून धरायची असेल, तर ही वंशसुधारणा ताबडतोब सुरू करायला हवी. सुधारित मानववादी ट्रान्सह्यूमॅनिस्ट यांचे एक मासिक प्रसिद्ध होत असते. त्या मासिकाचे नावच H+ असे आहे. त्यात

प्रसिद्ध झालेल्या एका लेखात 'जर्मलाइन जेनेटिक इंजिनिअरिंग' ही आता एक पुढची पायरी आहे. एवढेच नव्हे, तर आपल्या जीवजातीचे ती एक सुप्त शक्ती आहे, असे म्हटले होते. या मासिकाला पुष्टी देण्यासाठी, त्याचा बचाव करण्यासाठी 'डिस्कव्हर' नावाचे आणखी एक मासिक काढले. त्याला 'जगातील एक सर्वांत धोकादायक कल्पना' असे संबोधले जाऊ लागले.''

लँग्डन म्हणाला, ''हे नामाभिधान सामाजिक आणि सांस्कृतिक दृष्टिकोनातून मला पटते.''

''ते कसे काय?''

''मी असे समजतो की, जेनेटिक इंजिनिअरिंगचे तंत्र हे ब्यूटी पार्लरमधल्या शस्त्रक्रियेसारखे ठरेल. यासाठी भरमसाट फी आकारली जाईल. बरोबर?''

''होय. प्रत्येकाला आपल्यावर आणि आपल्या मुलांवर हे वंशसुधारणेचे उपचार परवडणार नाही.''

''याचा अर्थ असा की, कायदेशीर आनुवंशिक सुधारणा करण्याचे मार्ग खुले झाल्यावर समाजात यावरून 'आहे रे' आणि 'नाही रे' वर्ग निर्माण होतील. आधीच आपल्या समाजात 'श्रीमंत' आणि 'गरीब' वर्ग निर्माण होऊन त्यातली दरी वाढत चालली आहे.

''आनुवंशिक सुधारणा तंत्रामुळे एक सुपरह्यूमन जात आणि... एक या सुधारणांसाठी पैशांमुळे वंचित झालेल्यांची एक खालच्या दर्जाची 'सबह्यूमन' जात आपोआपच अस्तित्वात येईल. जगात जी अतिश्रीमंत माणसे एक टक्के आहेत तीच हे जग चालवतात असा तुमचा समज आहे का? तसे असेल तर हेच एक टक्का लोक अधिक हुषार, शारीरिकदृष्ट्या अधिक समर्थ आणि अधिक निरोगी ठरतील. गुलामगिरी आणि वांशिक शुद्धीकरण करण्यासाठी ही परिस्थिती अनुकूल ठरेल.'' हे ऐकताच सिन्स्कीला लँग्डनबद्दल अधिकच कौतुक वाटू लागले. ती त्याला म्हणाली, ''प्रोफेसरसाहेब, तुम्ही अगदी चट्कन ही समस्या जाणून घेतली. मलाही असेच वाटते की, आनुवंशिक सुधारणांच्या तंत्रज्ञानामुळे ही एक गंभीर त्रुटी उभी राहील.''

यावर लँग्डन म्हणाला, ''हो ना, माझ्या हे लक्षात आले, पण मी अजूनही झोब्रिस्ट यांच्याबद्दल गोंधळलो आहे. सुधारित मानववंशवाद्यांचे विचार हे मानवजात अधिक सुधारण्यासंदर्भात आहेत. माणसे अधिक निरोगी करणे, घातक रोग बरे करणे, त्यांचे आयुर्मान वाढवणे, असे असावेत. अन तरीही झोब्रिस्ट यांची लोकसंख्या वाढीवरची मते, दृष्टिकोन हे जादा लोकसंख्येची कत्तल करणारे असावेत, असे वाटते. सुधारित मानवतावादावरच्या आणि लोकसंख्या वाढीवरच्या त्यांच्या कल्पना या संघर्षात्मक आहेत, हो ना?''

सिन्स्कीने यावर एक उसासा सोडला. लँग्डनने एक चांगला प्रश्न विचारला होता. दुर्दैवाने त्याचे उत्तर हे स्वच्छ आणि अस्वस्थ करणारे होते. ''झोब्रिस्टची सुधारित मानवतावादावरची मते म्हणजे मानवाची शरीरे तंत्रज्ञानाच्या साहाय्याने अधिक उत्तम, अधिक निरोगी करावीत, अशी असल्याचे ते मनापासून मानतात. पण मानवजात नामशेष होण्याआधी असे घडवण्याची आपल्याला संधी आहे. परिणामी, या संबंधात कोणीच जर कृती करणार नसेल, तर आपली वाढलेली लोकसंख्याच आपली मानवजात नष्ट करेल. आणि हे अनुवंशशास्त्राच्या तंत्रज्ञानाचे फायदे लक्षात येण्यापूर्वीच घडेल, अशी झोब्रिस्टला भीती वाटते.''

लँग्डन आपले डोळे विस्फारत म्हणाला, ''म्हणजे झोब्रिस्ट यांना मानवजातीची संख्या कमी करून... आणखी वेळ मिळवायचा आहे?''

सिन्स्कीने यावर आपली संमती दर्शवत म्हटले, ''त्यांनी एकदा मला असे सांगितले होते की, आपल्याला असे वाटते आहे की, आपण एका जहाजावर अडकलेलो आहोत आणि त्या जहाजावरच्या प्रवाशांची लोकसंख्या सारखी आधीच्या दुप्पट होत चालली आहे. यामुळे कधीतरी ते जहाज जादा वजनामुळे बुडणार. तसे ते बुडायच्या आत आपण एखादी लाइफबोट बांधून तयार ठेवली पाहिजे.'' मग थोडे थांबून ती म्हणाली, ''यावर त्यांनी जहाजावरील निम्म्या लोकसंख्येला सरळ समुद्रात ढकलून देण्याचा उपाय सुचवला होता.''

लँग्डन म्हणाला, ''बापरे, किती भयंकर विचार!''

'''हो'ना...! त्याबद्दल शंकाच नाही. लोकसंख्या कमी करण्याचा एखादा धाडसी उपाय हा काही दिवसांनी अखेर विलक्षण वीरकृत्याचा समजला जाईल... जेव्हा मनुष्यजातीला टिकून रहाण्यासाठी काहीतरी उपाय निवडावा लागेल, तेव्हाच असे होईल.''

''मघाशी मी म्हटल्याप्रमाणे, खरोखरच हा एक भयंकर विचार आहे.''

''पण झोब्रिस्ट एकटेच असा विचार करीत नव्हते, हे तर त्याहूनही भयंकर आहे. ते जेव्हा मरण पावले तेव्हा अनेकांनी त्यांना हुतात्मा ठरवले. फ्लॉरेन्समध्ये गेल्यावर आपली कोणत्या लोकांशी गाठ पडणार आहे, याची मला कल्पना नाही. पण आपल्याला अत्यंत काळजी घ्यावी लागणार आहे. तो प्लेगचा स्रोत शोधून काढणारे आपण एकटेच नाही आणि तुमच्या सुरक्षिततेसाठी सांगते की, 'तुम्ही इटलीत आहात' ही बातमी मी कोणालाही कळू देणार नाही.''

मग लँग्डनने तिला इटलीतील आपला स्नेही इग्नॅझिओ ब्युसोनी हा कसा एक डान्टेचा अभ्यासक आहे हे सांगितले. तसेच हा माणूस आपल्याला व्हिचिओ राजवाड्यात वर्दळ नसलेल्या वेळात तिथे नेऊन तिथल्या जुन्या चित्रकृती दाखवेल. झोब्रिस्टने प्रोजेक्टरमध्ये तयार केलेल्या चित्रात जो 'सिर्का ट्रोव्हा' शब्दप्रयोग आहे

त्याचाही उलगडा तिथे होऊ शकेल असे सांगितले.''

सिन्स्कीने आपले चंदेरी केस मागे सारले आणि लँग्डनकडे पहात कळकळीने म्हटले, ''प्रोफेसर, ते जे काही आहे ते शोधा आणि सापडवा. वेळ निघून चालला आहे.''

यानंतर सिन्स्की उठून आतल्या स्टोअर रूमकडे गेली आणि तिने आतून एक हॅझमॅट ट्यूब आणली. तो एक रुंद नळीसारखा कॅन होता. त्याला खास यंत्रणा बसवली होती. ठराविक व्यक्तीच्या बोटांच्या ठशामुळेच ती उघडू शकेल, अशी रचना त्यात आधीच करून ठेवावी लागे.

ती म्हणाली, ''तुमचा अंगठा जरा इथे ठेवा बर!'' तिने नळीच्या यंत्रणेत विशिष्ट रचना करून त्याच्यापुढे धरत म्हटले.

लँग्डनने तसे केले. मग तिने त्यामध्ये तो छोटा प्रोजेक्टर ठेवून दिला. आता ती ट्यूबसारखी नळी त्याच्याखेरीज दुसरे कोणीही उघडू शकणार नव्हते. स्मित करीत ती म्हणाली, ''ही नळी एक छोट्या लॉकर बॉक्स असल्यासारखी आहे.''

''होय आणि त्यावर ते जीवशास्त्रदृष्ट्या धोका असल्याचे चिन्ह आहे, त्याचे काय?'' लँग्डनने विचारले.

''आता आमच्याकडे सुरक्षित अशी एवढीच नळी आहे. निदान यामुळे तरी तो प्रोजेक्टर सुरक्षित राहील.''

लँग्डन तिथून लगेच स्वच्छतागृहाकडे निघून गेला. तो गेल्यावर सिन्स्कीने ती नळी म्हणजेच 'कॅनिस्टर' लँग्डनच्या कोटाच्या खिशात ठेवण्याचा प्रयत्न केला; पण त्या खिशात ती लांबट नळी नीट मावत नव्हती. शिवाय ती बाहेरून कळून येत होती. अशा तऱ्हेने ती नळी उघड उघड नेता येणार नाही, असा विचार करून तिने आत स्टोअर रूममध्ये जाऊन एक धारदार चाकू आणि सुई-दोऱ्याचा संच आणला. मग लँग्डनच्या कोटाच्या अस्तराला एके ठिकाणी चाकूने चीर पाडून त्यात ती नळी सारली आणि वरून सुई-दोऱ्याने ती चीर शिवून बंद करून टाकली. छोटा प्रोजेक्टर असलेली ती हॅजमॅट नळी आता सीलबंद झाली.

शेवटचे टाके ती घालीत असताना लँग्डन तिथे आला आणि ते पाहून त्याच्या चेहऱ्यावर जणूकाही मोनालिसाच्या मूळच्या चित्रावर कोणीतरी सारवल्यासारखे भाव आले.

ते पाहून तिने म्हटले, ''काही काळजी करू नका, प्रोफेसर, मी तुमच्या फाटलेल्या कोटाला टाके घातले आहेत!''

६८

व्हेनिसचे 'सान्ता ल्युसिया' रेल्वे स्टेशन हे करड्या रंगाच्या दगडात बांधले होते. त्याची बांधणी सुबक आणि सुरेख होती. शिवाय त्यात काँक्रीटचाही वापर केला होता. आधुनिक शैलीत बांधलेल्या त्या स्टेशनच्या दर्शनी भागात कोणतीही चिन्हे वापरली नव्हती. फक्त इटलीच्या रेल्वेचे एकच चिन्ह होते. पंख असलेली FS अक्षरे तिथे होती.

व्हेनिसमधल्या ग्रॅन्ड कॅनॉलच्या पश्चिमेकडच्या शेवटच्या टोकाला हे स्टेशन असल्याने येणाऱ्या प्रवाशांना व्हेनिसच्या खास वातावरणाचा अनुभव नुसते एक पाऊल स्टेशनाबाहेर टाकले की लगेच येतो. त्याला आजूबाजूच्या खास रचनेच्या वास्तू, वातावरणात दरवळणारे वास आणि आवाज यांची वैशिष्ट्ये, यांचे वेगळेपण त्याला जाणवते.

इथे आल्यावर लँग्डनला इथली खारी हवा प्रथम जाणवायची. समुद्रावरून येणाऱ्या अशा हवेत रस्त्यावर पिझ्झा विकणाऱ्यांच्या पिझ्झाचा वास त्यात मिसळलेला असायचा. आज वारा पूर्वेकडून येत होता. त्यात डिझेलचा वास मिसळला होता. कारण कालव्यामध्ये उभ्या असलेल्या सर्व वॉटर टॅक्सींनी आपापली इंजिने चालू करून आयडलिंगवर ठेवलेली होती. त्यांची कालव्यात एक लांबलचक रांग लागलेली होती. कालव्यातील पाण्याला एक फुगवटा आला होता. डझनभर नौकांचे कॅप्टन आपापले हात हालवून प्रवाशांनी आपल्याच नौकेत यावे म्हणून ओरडून आवाहन करीत होते. आपल्या नौकेत बसल्यावर त्यांना इतर वाहनांपेक्षा कमी भाडे पडेल याचे आमिष ते दाखवत होते. इतर वाहने होती, गोंडोला, व्हेपोरेट्टी आणि खासगी स्पीडबोटी.

ग्रॅन्ड कॅनॉलच्या पाण्यावर नुसती गडबड उडालेली आहे, असे पाहून लँग्डनला मोठी मौज वाटली. तिथे तरंगणाऱ्या वाहनांचे 'ट्रॅफिक जॅम' झालेले होते. असाच डोक्याला त्रासदायक ठरणारा गर्दीगोंधळ हा अमेरिकेतील बोस्टन शहरात मोटारींचा होत असतो, असे त्याच्या मनात आले.

ग्रॅन्ड कॅनॉलच्या पलीकडे हाकेच्या अंतरावर एका घुमटाची आकृती आकाशात दिसत होती. त्यावर आता हिरवट गंज चढला होता. सॅन सायमन पिकोलो याने ती प्रतिकृती रचलेली होती. एका चर्चवर तो घुमट होता आणि ते चर्च सबंध युरोपात वास्तुरचनेतील उत्कृष्ट नमुना समजले जाई. त्या घुमटाचा उतार हा अत्यंत तीव्र होता आणि त्याभोवतालची वर्तुळाकार जागा या दोन्ही गोष्टी बायझन्टाइन शैलीतील होत्या. त्याचे संगमरवरी स्तंभ हे रोमच्या जुन्या देवळाच्या प्रवेशद्वारातील ग्रीक पद्धतीसारखे होते. मुख्य प्रवेशद्वारातील दोन खांबांच्या वर जी कमानीखालची त्रिकोणी जागा होती, त्यामध्ये अनेक जुन्या ख्रिश्चन संतांची चित्रे संगमरवरात कोरून काढलेली होती. ते कोरीव काम खूपच गुंतागुंतीचे होते.

व्हेनिस शहर म्हणजे एक उघड्यावरचे संग्रहालय आहे, असे लँग्डनच्या मनात आले. त्याने कालव्याकडे पाहिले. कालव्याचे पाणी चर्चच्या पायऱ्यांवर हिंदकळत होते. म्हणजे हे चर्च अत्यंत हळूहळू खाली खचत चालले होते. परंतु लँग्डनला वाटणाऱ्या भीतीपेक्षा हे खचणे अगदीच सूक्ष्म रीतीने चालले होते.

त्यामुळे कोणालाच ती कल्पना येत नव्हती.

डान्टेच्या मुखवट्याच्या मागे ज्या काव्यपंक्ती लिहिल्या होत्या, त्या अजूनही लँग्डनच्या मनात घोळत होत्या. त्या ओळी आपल्याला कोठवर नेणार, हे त्याला समजेना. त्याने त्या काव्यपंक्ती एका कागदावर उतरवून घेतल्या होत्या. तो मुखवटा मात्र बरोबर घेतला नव्हता. गर्दीत, धावपळ करताना, शहरातील पाण्याच्या जाळ्यातून निरनिराळ्या ठिकाणी भेटी देताना तो मौल्यवान मुखवटा जवळ बाळगणे सुरक्षित नव्हते. स्टेशनमध्ये प्रवाशांसाठी काही लॉकर पेट्या होत्या. त्यातील एका पेटीत वृत्तपत्राच्या कागदात गुंडाळून त्याने तो मुखवटा ठेवून त्या पेटीला कुलूप लावले. परत येईपर्यंत तो मुखवटा सुरक्षित रहाणार होता. ही कल्पना सिएनाची होती.

सिएनाने कालव्यातील वॉटर टॅक्सीकडे बोट दाखवून त्याला म्हटले, "रॉबर्ट, आपल्याजवळ फार वेळ नाही."

सिएना आणि फेरीस जरा पुढे चालले होते. लँग्डन त्यांच्याजवळ घाईघाईने चालत गेला. तो वास्तुशास्त्राचा भोक्ता आणि रसिक होता. त्यामुळे ग्रॅन्ड कॅनॉलच्या कडेकडेने वेगाने चालणे त्याला जमत नव्हते. वाटेतील इमारती त्याचे लक्ष वेधून घेत होत्या. त्यांच्याकडे दुर्लक्ष करून जाणे त्याला कठीण होते. 'व्हेपोरेट्टो' म्हणजे एक पाण्यातील बस होती. तिला टप नव्हते. काही थोड्या प्रवाशांना रात्रीच्या वेळी त्यात पुढच्या बाजूला बसून काठावरच्या विविध कलात्मक इमारती पहाण्यात रस वाटत असे. त्या इमारतींवर, विशेषत: मोठी चर्चेस, राजवाडे यांवरती रात्री प्रकाशझोत टाकलेले असल्याने त्या अधिक आकर्षक दिसत.

आज व्हेपोरेट्टी फारशा दिसत नाहीत, असा विचार लँग्डनच्या मनात आला. पाण्यावरच्या या व्हेपोरेट्टी बसेस कमालीच्या मंद गतीने जात. त्या मानाने पाण्यावरच्या टॅक्सीज वेगाने धावत. दुर्दैवाने तशी टॅक्सी मिळवण्यासाठी स्टेशनाबाहेर मोठमोठ्या रांगा लागल्या होत्या.

फेरीसची मन:स्थिती वाट पहाण्याची नव्हती. त्याने ताबडतोब स्वत:च निर्णय घेऊन एक 'वॉटर लिमोसिन' बोलावली. ती एक आलिशान नौका होती. त्यासाठी त्याने खिशातून नोटांचे एक बंडल काढून त्यातील भरपूर पैसे देऊन ती लिमोसिन भाड्याने घेतली. ती नौका महोगनी लाकडापासून बनवली होती. तिला सुरेख पॉलिश केलेले होते. माथ्यावर काढता-घालता येण्याजोगे टप होते. वेगाने धावणाऱ्या त्या नौकेतील प्रवास कमी वेळात आणि खासगी स्वरूपाचा असल्याने ते सर्व जण ग्रॅन्ड कॅनॉलमधून १५ मिनिटांत सेन्ट मार्कस चर्चच्या चौकात पोहोचणार होते.

त्या नौकेच्या ड्रायव्हरने झकपक अर्मानी पोषाख केलेला होता. चित्रपट सृष्टीतील नायकापेक्षाही तो अधिक देखणा, रुबाबदार होता. पण इटलीत असल्याने यापेक्षा अधिक चांगला व्यवसाय करणे, त्याला जमू शकले नव्हते.

त्या तिघांचे स्वागत करीत त्याने आपले नाव, 'मॉरिझिओ पिम्पोनी' असल्याचे इटालियन भाषेत सांगितले. "प्रोसेको? लिमोने सेलो? शॅम्पेन? – तुम्हाला कुठे जायचे आहे? माझी ही लिमोसिन नौका आहे. आपल्याला शॅम्पेन हवी का?"

सिएना त्याला म्हणाली, "नो, ग्राझिए! – नो थँक्स!" मग तिने इटालियन लोकांच्या सवयीनुसार भरभर बोलत सांगितले की, आम्हाला सेन्ट मार्कसच्या चौकात लवकरात लवकर पोहोचव.

मग त्याने पुन्हा सिएनाकडे पाहून डोळे मिचकावत म्हटले, "मासेर्तो! माझी ही बोट सगळ्या व्हेनिसमध्ये सर्वांत वेगवान समजली जाते...."

मग ते सर्व जण नौकेत जाऊन तिथल्या अत्यंत आरामदायी आसनांवर जाऊन बसले. ती आसने पुढच्या बाजूला होती. मग त्याने नौकेचा पाण्यातला पंखा उलटा फिरवून नौकेला काठापासून वेगळे केले. मुख्य प्रवाहात आल्यावर त्याने उजवीकडे एक वळण घेऊन नौका एकदम सुसाट वेगाने पुढे हाकण्यास सुरुवात केली. कालव्यातील अनेक नौका, गोंडोला वगैरेंच्या गर्दीतून शिताफीने आपली नौका दामटीत पुढे काढली. वाटेतल्या नौका चालकांना तो ओरडून इशारे देत होता, "बाजूला व्हा! आज व्हीआयपी मंडळी बसली आहेत."

काही सेकंदांतच त्याने कालव्यातील गर्दीतून मार्ग काढून पूर्वेची दिशा धरली. कालव्याच्या काठावर अनेक रेस्टॉरन्ट्स उभी होती. त्यातून स्क्विड माशांचे पदार्थ तयार केले जात होते. त्यांचा खमंग वास कालवाभर दरवळत होता. कालवा एके ठिकाणी वळला होता. तिथे नौका पोहोचल्यावर समोर एकदम सॅन गेरेमिया चर्चचा

भव्य घुमट नजरेसमोर आला.

लँग्डन पुटपुटत म्हणाला, "सेन्ट ल्युसिया." चर्चच्या बाजूवर हे त्या संताचे नाव लिहिले होते. "आंधळ्याच्या अस्थी," असेही तो पुटपुटला.

सिएना त्याला म्हणाली, "काय म्हणालात?" लँग्डनला असा एखादा नवीन मुद्दा आठवला असेल की, त्यामुळे ते कोडे लवकर सोडवता येईल, असे तिला वाटत होते.

"काही नाही," लँग्डन म्हणाला. "जरासा एक विचित्र विचार मनात आला. विशेष असा काही नाही." मग त्याने त्या चर्चकडे बोट करीत म्हटले, "तिथे कोरून लिहिलेले शब्द पाहिलेत? तिथेच सेन्ट ल्युसियाला दफन केले आहे. मी कधी कधी ख्रिश्चन संतचरित्रावर लिहिण्याच्या कलेविषयी व्याख्यान देतो. सेन्ट ल्युसिया ही संतस्त्री अंध लोकांची एक आश्रित होती."

लँग्डनचे बोलणे ऐकून नौका चालवणारा म्हणाला, "सेन्ट सॅन्टा ल्युसिया ही आंधळ्या लोकांची आवडती संत होती! तुम्हाला त्याबद्दलची कथा ठाऊक आहे? नाही?" मग तो मागे वळून त्यांच्याकडे तोंड करून इंजिनाच्या आवाजामुळे ओरडून सांगू लागला. "ल्युसिया एवढी सुंदर होती की, सर्व पुरुषांना तिचे आकर्षण वाटे. म्हणून ल्युसियाने आपले कुमारिकत्व कायम ठेवण्यासाठी, देवापुढे शुद्ध रहाण्यासाठी, आपले स्वत:चे डोळेच काढून टाकले."

सिएना म्हणाली, "बापरे, केवढी श्रद्धा, केवढी ही निष्ठा!"

"तिच्या या त्यागाचे बक्षीस म्हणून परमेश्वराने ल्युसिया हिला एक वेगळीच सुंदर दृष्टी बहाल केली."

सिएनाने लँग्डनकडे पहात म्हटले, "या कथेतून कोडे सोडवण्याच्या दृष्टीने काहीही निष्पन्न होत नाही ना?"

यावर लँग्डन म्हणाला, "परमेश्वर हा नेहमी गूढ रीतीने आपले काम करीत असतो." सेन्ट ल्युसिया हिच्यावर त्याने वीसएक चित्रकृती पाहिल्या होत्या. त्यामध्ये स्वत: ल्युसिया आपले दोन्ही डोळे एका प्लेटमधून नेताना दाखवलेले होते.

सेन्ट ल्युसियावरच्या अनेक कथा होत्या. त्या सर्वांमध्ये आपले मोहक डोळे तिने स्वत: कापून बाहेर काढून एका प्लेटमध्ये ठेवल्याची वर्णने होती. तिने आपले डोळे आपल्यावर जो कोणी उत्कटतेने प्रेम करतो, त्याच्यासाठी काढले आणि जाहीर केले की, "तुम्हाला जे हवे होते ते मी हे माझे डोळे देत आहे... आता मी याचना करते की, कृपा करून मला शांतपणे जगू द्या." विचित्र असे की, पवित्र धर्मग्रंथात ल्युसियाच्या या त्यागापासून स्फूर्ती घेऊन तिला ख्रिस्ताने दिलेल्या कडक ताकिदीशी जोडला आहे. "जर तुमचा डोळा हा तुमचा घात करीत असेल,

उपमर्द करीत असेल, तर तो सरळ तिथून काढून टाका, खुडून टाका.''

'खुडून' हा शब्द आठवताच लँग्डनला त्या गूढ काव्यपंक्तीतला तसाच शब्द आठवला. त्याने मनात तो अर्थ आठवला. *व्हेनिसमधील ज्या दगाबाज डोझेने आंधळ्याची हाडे खुडून घेतली त्याला शोधा.*

'खुडून' हा शब्द योगायोगाने आला काय, असा विचार लँग्डन करू लागला. जर संत ल्युसिया ही आंधळी व्यक्ती असेल, तर तिचा संदर्भ इथे गूढपणे येतो आहे का?

''मॉरिझिओ,'' लँग्डनने नौका चालवणाऱ्याला हाक मारली. मग सॅन गेरेमिया चर्चकडे बोट करीत त्याला विचारले, ''सेन्ट ल्युसियाची हाडे त्या चर्चमध्ये अजून आहेत का?''

''आहेत! थोडीशी आहेत!'' नौका एका हाताने कौशल्याने चालवत व मागे पहात तो म्हणाला. समोरून येणाऱ्या वाहतुकीकडे तो दुर्लक्ष करीत होता. तो पुढे सांगत गेला, ''पण बहुतेक हाडे तिथे नाहीत. सेन्ट ल्युसियाचे एवढे भक्त होते की, त्यांनी तिची हाडे घेऊन आपापल्या चर्चमध्ये नेऊन ठेवली. तेव्हा ती हाडे अशी जगभर विखुरली गेली आहेत. पण तरीही आम्ही तिचा उत्सव साजरा– ''

फेरीस एकदम ओरडून समोरून येणाऱ्या नौका चालवणाऱ्याला म्हणाला, ''मॉरिझिओ! सेन्ट ल्युसिया आंधळी होती, पण तुम्ही आंधळे नाहीत. सरळ समोर पाहून बोट चालवा!''

मॉरिझिओ हसला आणि त्याने वळून पुढे पाहिले. तो अगदी वेळेत वळला असे म्हटले पाहिजे. समोरून येणाऱ्या बोटीशी त्याची टक्कर झाली असती.

सिएनाने लँग्डनचा चेहरा नीट न्याहाळून त्याला विचारले, ''त्याच्या सांगण्यातून तुम्हाला काय वाटते? काही नवीन सुचते का? त्या दगाबाज डोझेने आंधळ्याची हाडे खरेच खुडून घेतली का?''

लँग्डनने आपल्या ओठावरून जीभ फिरवत म्हटले, ''मला तसे ठामपणे सांगता येणार नाही.''

मग त्याने सिएना आणि फेरीस या दोघांना सेन्ट ल्युसिया हिच्या अस्थींसंबंधीचा इतिहास सांगितला. सर्व संतचरित्रांमध्ये ल्युसियाची ही ऐतिहासिक माहिती अगदीच अनपेक्षित आणि वेगळीच होती. सुंदर ल्युसियावर फिदा झालेल्या एका प्रतिष्ठित प्रेमीने अधिक आग्रह धरला, तेव्हा तिने त्याला नकार दिला. तेव्हा त्या माणसाने तिची नाचक्की करीत तिला जिवंत जाळण्याची धमकी दिली. दंतकथा असे सांगते की, नंतर तिला जेव्हा जाळायचा प्रयत्न झाला. तेव्हा तिचे शरीर जळेना. कारण तिचे मांस हे ज्वलनप्रतिबंधक होते. तिच्या मृत्यूनंतर तिच्या अवशेषांमध्येही काही खास शक्ती होती. जो कोणी तिचे अवशेष जवळ बाळगेल तो विलक्षणरीत्या

दीर्घायुषी होणार होता.

"म्हणजे तिची हाडे 'जादुई हाडे' होती?" सिएनाने विचारले.

"होय, असे दिसते खरे. म्हणून तिची हाडे अनेकांनी जगभर नेली. गेली दोन हजार वर्षे जगातील सामर्थ्यवान नेते हे वृद्धावस्था टाळण्यासाठी, मृत्यू टाळण्यासाठी धडपडत होते. आणि त्यासाठी ते सेन्ट ल्युसियाची हाडे नेत होते. तिच्या सापळ्याची हाडे चोरण्यात येत होती, पुन:पुन्हा चोरली जात होती. इतिहासात निदान डझनभर तरी सामर्थ्यवान राजकीय पुरुषांच्या हातात ती हाडे पडली होती."

"त्यामध्ये तो दगाबाज डोझे हासुद्धा आहे?" तिने विचारले.

लँग्डनच्या डोळ्यांसमोर त्या काव्याचा अर्थ आला.

ज्याने घोड्यांची मुंडकी कापून काढली... आणि ज्याने आंधळ्याची हाडे खुडून नेली, त्या व्हेनिसच्या दगाबाज डोझेला शोधा.

लँग्डन सिएनाला म्हणाला, "अगदी शक्य आहे!" त्याला आता त्या काव्यात सेन्ट ल्युसियाचा निर्देश प्रकर्षाने जाणवू लागला. ल्युसिया ही तीन गाजलेल्या स्त्रियांपैकी होती. तिनेच 'व्हर्जिल' देवतेला आवाहन करून सांगितले की, डान्टेची दुष्टांच्या भूमिगत जगातून सुटका करावी. दुसऱ्या दोन स्त्रियाही गाजलेल्या होत्या. त्यांपैकी एक ख्रिस्ताची आई व्हर्जिन मेरी आणि दुसरी स्त्री ही जिच्यावर डान्टेचे प्रेम होते, ती बिॲट्रिस होती. डान्टेने सेन्ट ल्युसिया हिची सर्वांत जास्त स्तुती केली होती.

सिएना यावर म्हणाली, "तुम्ही म्हणता हे जर खरे असेल– " तिच्या बोलण्यातून खूप उत्तेजना जाणवत होती, "तर त्याच दगाबाज डोझेने घोड्यांची मुंडकी कापली असे समजायचे?...."

"...आणि त्यानेच सेन्ट ल्युसियाची हाडे चोरली, असेच म्हणायचे आहे ना?" लँग्डनने तिचे वाक्य पुरे केले.

सिएनाने यावर आपली मान डोलवली. "म्हणजे मग आपली यादी आणखी लहान होईल." मग तिने फेरीसकडे पाहून म्हटले, "तुमचा मोबाइल फोन खरंच चालू होत नाही का?" आपल्याला आता इंटरनेटवर आणखी शोध घेतला पाहिजे."

"तो पुरता बंद पडला आहे. मी आत्ताच खात्री करून घेतली. सॉरी!" फेरीस म्हणाला.

लँग्डनने सांगितले, "आपण आता लवकरच पोहोचत आहोत. सेन्ट मार्कसच्या बॅसिलिकामध्ये आपल्याला उत्तरे सापडतील यात शंकाच नाही, असे मला आता वाटू लागले आहे."

त्यांच्यापुढे उभे राहिलेल्या कोड्यात सेन्ट मार्कस हाच एकमेव असा अडथळा

होता. पवित्र प्राचीन ज्ञानाचे ते एक संग्रहालय आहे. तो डोझे राजा कोण आहे... आणि तिथून जर नशीब जोरावर असेल तर, झोब्रिस्टच्या मनातला तो विशिष्ट राजवाडाही सापडेल. तिथूनच त्याला प्लेगचा प्रसार करायचा आहे. *आणि तिथेच तो पाताळातील राक्षस वाट पहातो आहे.*

प्लेगच्या विविध प्रतिमा डोक्यात घोळत होत्या. त्याने लँग्डनने त्या दूर सारण्याचा प्रयत्न केला. पण त्याचा काही उपयोग झाला नाही. ही व्हेनिस नगरी आपल्या अत्यंत भरभराटीच्या काळात कशी असेल, याबद्दल त्याला नेहमी नवल वाटत आलेले होते... त्यानंतर त्या प्लेगने या नगरीला ग्रासून टाकले आणि एवढे दुर्बल केले की, ऑटोमान बादशहाकडून ती जिंकली गेली. त्यानंतर नेपोलियनने ती जिंकून घेतली... त्यानंतर परत एकदा याच व्हेनिसने युरोपातील एक यशस्वी व्यापारी केंद्र म्हणून आपले डोके वर काढले. आणि ती पुन्हा भरभराटीस आली. हे सर्व पहाता या नगरीसारखे सुंदर शहर जगात दुसरीकडे कोठेही नाही, हे पटते. इथेच संपत्ती आणि संस्कृती या एकत्र नांदत होत्या. त्यांना जगात तोड नाही.

उपरोधाने असे म्हणावेसे वाटते की, परदेशातील चैनीच्या वस्तूंची समाजात आवड असल्यामुळेच शेवटी विनाश होतो. त्यामुळेच तो महाघातक प्लेग चीनच्या लोकांमधून व्हेनिसमध्ये व्यापारी जहाजातील उंदरांमधून प्रवास करीत उगवला. याच प्लेगने चीनमधील दोनतृतीयांश लोकसंख्या नष्ट केली होती आणि तो युरोपात पोहोचला. मग युरोपातील एकतृतीयांश लोकसंख्याही त्याने झटपट नष्ट करून टाकली. त्यात तरुण, वृद्ध, गरीब, श्रीमंत वगैरे सर्व प्रकारचे लोक सापडले.

प्लेगची साथ व्हेनिसमध्ये पसरल्यावर तिथे जो हाहा:कार उडाला त्याची वर्णने लँग्डनने वाचली होती. माणसे एवढी मोठ्या प्रमाणात मेली की, त्यांना पुरण्यासाठी कुठेही कोरडी जमीन व्हेनिसमध्ये उरली नाही. शेवटी प्रेते कालव्यात फेकून दिली जाऊ लागली. अशी बरीच प्रेते कालव्यात तरंगत रहात. काही ठिकाणी तर त्यांची एवढी दाटी व्हायची की, मोठमोठ्या ओंडक्यांच्या साहाय्याने ती प्रेते ढकलत, ओढत समुद्राकडे नेऊन तिथे सोडून दिली जायची. प्लेगचा उद्रेक शांत करण्यासाठी अनेक सामुदायिक प्रार्थना झाल्या, पण त्याचा काहीही उपयोग झाला नाही. त्यामुळे प्लेगचा जोर किंचितही ओसरला नाही. नंतर नगराधिकाऱ्यांना कळून चुकले की, उंदरांकडून प्लेगचा प्रसार होतो. पण आता खूप उशीर झाला होता. परंतु व्हेनिसने बंदरात येणाऱ्या सर्व परकीय जहाजांना किनाऱ्यापासून काही अंतरावर किमान ४० दिवस थांबून रहाण्याचा हुकूम काढला. नंतरच त्यांना बंदरात येण्यास परवानगी दिली जाऊ लागली. आजही इटलीत असे रोगराई पसरवणारे संशयित जहाज आल्यास त्याला ४० दिवस वेगळे ठेवले जाते. त्याला इटालियन भाषेत 'क्वॉरन्ट' असे म्हणतात. त्यातूनच इंग्रजीत quarantine –'क्वॉरन्टाईन' हा शब्द आला.

त्यांची नौका वेगाने पुढे जात होती. कालव्याचे आणखी एक वळण आले. तिथे वाऱ्याबरोबर धान्याची काही कुसे, तुसे उडत येत होती. त्यामुळे त्याचे प्लेगवरचे गंभीर विचार विचलित झाले. त्याचे लक्ष डावीकडच्या काठावरील एका तीनमजली वास्तूकडे गेले.

CASINO DI VENEZIA – 'एक अमर्याद भावना' या नावाची ती वास्तू होती. ती वास्तू एका कॅसिनोची होती. इथे अमर्याद सुखांची लयलूट आहे, असे त्यांना म्हणायचे असावे. ते शब्द त्या कॅसिनोवर लावलेल्या एका पताकेवर लिहिलेले होते. सोळाव्या शतकातील एका राजवाड्याचा भाग म्हणून ती वास्तू उभी होती. त्या वास्तूत ते कॅसिनो काढलेले होते. पूर्वी ती इमारत खासगी मालकीची होती. पण आता ती 'ब्लॅक-टाय' खेळ खेळण्यासाठी प्रसिद्धी पावली होती. १८८३मध्ये संगीत रचनाकार रिचर्ड वॅग्नेर हा तिथे 'पार्सिफल' ही संगीतिका सादर करताना हृदयविकाराच्या झटक्यामुळे कोसळला होता.

इमारतीच्या उजवीकडे आणि पलीकडे आणखी एक वास्तू उभी होती. तिच्यावर चमत्कारिक नक्षीकाम केलेले होते. त्या इमारतीवर आणखी एक मोठी पताका फडकत होती. त्यावर CA' PESARO अशी मोठमोठी अक्षरे होती. आधुनिक चित्रकलेचे ते एक आंतरराष्ट्रीय कलादालन आहे, असेही सांगणारे शब्द त्या पताकेवर होते. काही वर्षांपूर्वी लँग्डन त्या कलादालनात गेला होता. तिथे क्लिम्ट या चित्रकाराचे गाजलेले चित्र लावले होते. त्या चित्रकृतीचे नाव होते, The Kiss. हे चित्र व्हिएन्ना शहरातून उसने आणून तिथे प्रदर्शित केलेले होते. लँग्डनने क्लिम्टची आणखी एक चित्रकृती पाहिली. त्यात दोन प्रेमिकांनी एकमेकांना मिठ्या मारल्या होत्या. त्या दोघांची शरीरे एकमेकांमध्ये विलक्षण रीतीने गुंतलेली होती. तेव्हापासून लँग्डनला त्या चित्रकाराच्या चित्रकृतींची गोडी लागली होती. व्हेनिस शहरातील अनेक उत्कृष्ट चित्रे पाहिल्यावर लँग्डनला 'मॉडर्न आर्ट'मध्येही रुची वाटू लागली होती.

आता कालवा रुंद झालेला असल्याने मॉरिझिओ तुफान वेगाने आपली नौका चालवत होता.

'रियाल्टो' हा पूल समोर दिसू लागला. तिथून पुढे निम्म्या अंतरावर सेन्ट मार्कसचा चौक होता. ते जेव्हा पुलापाशी आले, तेव्हा त्याखालून जाण्यासाठी नौका चालवणारा तयारी करू लागला. लँग्डनने पुलाकडे वर पाहिले तेव्हा तिथे एका माणसाची आकृती उभी असलेली दिसली. तो माणूस एकटाच उभा होता. बाकी तिथे कठड्यापाशी कोणीही नव्हते. तो वरून खाली नजर ठेवून निश्चल उभा होता. त्याची मुद्रा उदास दिसत होती.

पण त्याचा चेहरा ओळखीचा होता... घाबरवणारा होता.

तत्क्षणी लँग्डनचे शरीर संकोचले गेले.

त्या उभट आणि राखाडी रंगाच्या चेहऱ्यावर थंड डोळे होते आणि त्याला एक चोचीसारखे नाक होते!

नौका जेव्हा त्या पुलाखालून गेली तेव्हा लँग्डनच्या लक्षात आले की, त्या उभ्या असलेल्या माणसाने एक मुखवटा चेहऱ्यावर धारण केलेला होता. व्हेनिसमध्ये असे मुखवटे रोज शेकड्यांनी पर्यटकांना विकले जात होते. शेजारच्याच रियाल्टो मार्केटमध्ये त्याची विक्री चाले.

पण त्या माणसाचा पोषाख मात्र त्याला खूपच चांगला वाटला.

६९

सेन्ट मार्कस चौक व्हेनिसमधल्या ग्रॅन्ड कॅनॉलच्या दक्षिण टोकाला होता. तिथे शहरातून आलेले अनेक लहान-मोठे कालवे शेवटी समुद्रात विलीन होत. तिथेच बंदर होते आणि कस्टम्सचे एक ऑफिस होते. त्या ऑफिसचा एक उंच टेहळणी मनोराही उभा होता. इतिहासकाळात या मनोऱ्याच्या माथ्यावरून समुद्रावर लक्ष ठेवले जायचे आणि आक्रमण करणारी परकीय जहाजे दिसली की, सैन्याला सावध केले जायचे. आता त्या मनोऱ्याच्या माथ्यावर एक भलामोठा आणि सोनेरी रंगातला पृथ्वीचा गोळा ठेवला आहे आणि एक वातकुक्कटही उभे केले आहे. हवामान दर्शवणारे ते वातकुक्कुट भविष्यकाळाची देवता समजून कलात्मकदृष्ट्या सजवलेले आहे. त्याची दिशा बदलली की किनारा सोडून समुद्रात शिरणाऱ्या जहाजांना, त्यावरील खलाश्यांना भावी अनिश्चततेची सूचना मिळे.

मॉरिझिओने आपली आलिशान बोट कालव्याच्या टोकाला उभी केली. इथून पुढे खुला समुद्र सुरू झाला होता. पूर्वी या मार्गाने रॉबर्ट लँग्डन खूप वेळा आला होता. पण त्या वेळी त्याने मोठ्या व्हेपोरेट्टोमधून प्रवास केला होता. या वेळी मात्र त्याला त्या लिमोसिन नौकेतून प्रवास करावा लागला होता. जेव्हा पाण्याला एकदम फुगवटा येई, तेव्हा ती नौका डुचमळू लागे. त्या वेळी लँग्डन अस्वस्थ होत होता.

डॉकपाशी जाण्यासाठी त्यांच्या नौकेला एका मोठ्या तलावातून जावे लागणार होते. त्या तलावात अनेक नौकांची गर्दी उसळली होती. त्यात आलिशान नौकेपासून, ते टँकर, शिडांच्या खासगी नौका, भल्यामोठ्या अगडबंब बोटी अशांची अक्षरश: दाटीवाटी झालेली होती. असे वाटत होते की, ही सर्व पाण्यातली वाहने खेड्यातील रस्त्यावरून आता आठ पदरी सुपरहायवेवर जाण्यासाठी निघालेली आहेत. समोर एक दहामजली प्रवासी बोट आल्यावर सिएना थक्क होऊन पहात राहिली. बोटीच्या डेकवर प्रवाशांची गर्दी उसळली होती. ते सर्व जण कठड्यापाशी उभे राहून तिथून दिसणाऱ्या सेंट मार्कस चौकाची कॅमेऱ्याने छायाचित्रे काढीत होते. त्या बोटीनंतर तशाच आणखी तीन बोटी समुद्रात जाण्यासाठी रांगेत वाट पहात उभ्या होत्या.

लॅंग्डनच्या कानावर आले होते की, अलीकडच्या काळात व्हेनिसमध्ये येणाऱ्या आणि जाणाऱ्या बोटींची एवढी संख्या वाढली आहे की, दिवस-रात्र तिथे त्यांची रांग लागलेली असते.

अशा त्या भाऊगर्दीत आल्यावर मॉरिझिओने समोरून येणाऱ्या भव्य प्रवासी बोटी पाहिल्या आणि डावीकडे नजर टाकून त्यांना विचारले, ''मी तुम्हाला त्या 'हॅरीज बार'पाशी सोडले तर चालेल ना? तिथून सेन्ट मार्कस चौक चालत जाण्याच्या अंतरावर आहे.'' त्याने जवळच दिसणाऱ्या एका रेस्टॉरंटकडे बोट दाखवले. ते रेस्टॉरंट प्रसिद्ध होते.

फेरीसने यावर फर्मावले, ''नाही. आम्हाला सेन्ट मार्कस चौकाच्या डॉकपाशीच सोडा.''

यावर मॉरिझिओने आपले खांदे उडवीत म्हटले, ''जशी तुमची इच्छा; जरा थांबा!'' मग त्याने इंजिनाची गती वाढवली आणि ती नौका वळवून पाण्यावरच्या एका गल्लीत शिरली. तलावातून बाहेर ये-जा करणाऱ्या सर्व बोटी, नौका, लॉंचेस, इत्यादी वाहनांची वाहतूक ही ठराविक मार्गाने व्हावी म्हणून तिथे पाण्यावर लेन आखल्या होत्या. दोन मोठे तरंगणारे गोल एकमेकांना एका ठराविक लांबीच्या दोरीने जोडून ती एक तरंगती साखळी पाण्यावरची रेघ म्हणून ठेवलेली होती. अशा दोन साखळ्यांमधली जागा ही लेन समजली जायची. ज्या दहा-दहा मजली बोटी होत्या, त्या तर तरंगणाऱ्या उत्तुंग इमारती वाटत होत्या. त्यांच्या जाण्या-येण्यामुळे दोन्ही बाजूंना जो खळबळाट निर्माण होई त्याने तिथल्या सर्व नौका, लॉंच वगैरे पाण्यावर तरंगणाऱ्या बुचासारख्या खालीवर होत. १०-१२ गोंडोला या अशाच पद्धतीने पाण्यातील लेनमधून जात होत्या. प्रत्येकाची लांबी ४० फूट होती. रुंदी मात्र कमी असल्याने त्या अवजड वाटत नव्हत्या. त्यांचे वजन सुमारे अर्धा टन होते. त्या खळबळाटी पाण्यातही स्थिर राहू शकत होत्या. प्रत्येक वाहन कसलेला खलाशी चालवत होता. तो पुढच्या बाजूला डावीकडे उभा राहून नौका चालवे. त्याच्या अंगात नेहमीचा आडवे काळे-पांढरे पट्टे असलेला शर्ट किंवा घट्ट बसणारे शर्ट, जर्कीन वगैरे होते. त्याच्या शेजारी उजवीकडे एक वल्हे ठेवलेले होते. पाण्यात खळबळाट होऊ लागला की, प्रत्येक इटालियन गोंडोला डावीकडे कलून त्या बाजूला वळू पाहे. यामुळे गोंडोलाचा आकार दोन्ही बाजूला सारखा ठेवला नव्हता. डाव्या बाजूला जास्त गोलाकार रचना केली होती. इतकेही करून गोंडोला डावीकडे वळू लागली तर चालवणारा लगेच ते वल्हे घेऊन उजवीकडे पाण्यात वल्हवू लागे. मग डावीकडे वळणे रोखले जाई.

अशाच एका गोंडोलाला ओलांडून जाताना मॉरिझिओ म्हणाला, ''त्या गोंडोलाची पुढची बाजू धातूची आहे. ते डिझाइन दिसते का तुम्हाला? गोंडोलावर फक्त

एवढाच धातू आहे. बाकी सर्व रचना लाकडाची आहे. तो धातू नाळेपासून पुढे निमुळता होत आलेला आहे. अशी लोखंडी रचना तुम्हाला फक्त व्हेनिसमध्येच दिसेल.'' मॉरिझिओ याने त्या रचनेचा प्रतीकात्मक अर्थ समजावून सांगितला. नाळेतून पुढे आलेल्या धातूचा वक्राकार भाग हा 'ग्रॅन्ड कॅनॉल' दर्शवतो. त्याला जे सहा दात काढले आहेत, ते व्हेनिस संस्थानामधील सहा जिल्हे दर्शवतो. तसेच त्याचे जे खास आकाराचे लंबवर्तुळाकृती पाने आहेत, ते व्हेनिसमधल्या डोझे राजांचे मस्तक दर्शवते.

डोझे म्हटल्यावर लँग्डनच्या मनात पुन्हा त्या गूढ काव्याचा अर्थ घोळू लागला. *ज्याने घोड्यांची मुंडकी कापली... आणि ज्याने आंधळ्याची हाडे खुडून नेली अशा दगाबाज डोझेला व्हेनिसमध्ये शोधा.*

लँग्डनने किनाऱ्याकडे पाहिले. एके ठिकाणी त्याला वनराई दिसली. ती किनाऱ्यापर्यंत आली होती. तिथल्या झाडांच्या शेंड्यांची पलीकडे आकाशात उंच गेलेला सेन्ट मार्कस चर्चचा घंटेचा मनोरा दिसला. लाल विटांच्या त्या मनोऱ्यावर टोकाला एक सोनेरी पुतळा होता. तो आर्च एंजल गॅब्रिएलचा होता. तो आर्च एंजल खाली वाकून ३०० फुटांवरील जमीन पहात आहे, असा त्याचा पवित्रा होता.

व्हेनिस शहरातील इमारतींचा जमिनीत खचण्याचा कल असल्याने कोठेही फारशा उंच इमारती बांधलेल्या नव्हत्या. त्यामुळे सेन्ट मार्कसचा मनोरा हा खूप लांबूनही उठून दिसत असे. समुद्रातील जहाजांना त्याचा उपयोग दिशा समजण्यासाठी एखाद्या दीपस्तंभासारखा होई. अनेक कालव्यांच्या जाळ्यात फसलेल्या व्यक्तीलाही त्या मनोऱ्यामुळे दिशा समजण्यास उपयोग होई. अशा या उंच मनोऱ्याचा भाग १९०२मध्ये कसा काय कोसळला, याचे लँग्डनला आश्चर्य वाटत होते. त्या वेळी सेन्ट मार्कस चौकात राडारोड्यांचा खच पडला होता. आश्चर्य असे की, या अपघातात कोणीही दगावले नाही की जखमी झाले नाही. याला अपवाद फक्त एका मांजराचा होता. त्याला दुखापत झाली होती.

व्हेनिसमध्ये कित्येक स्थळी असे वातावरण होते की, ते अनुकरणीय नव्हते. पर्यटकांना ते अनुभवाला येई. तरीही लँग्डनला 'रिवा डेग्ली शियाव्होनी' हा रस्ता आवडे. पाण्याच्या कडेकडेने जाणारा हा दगडी रस्ता रुंद होता. दगड आणि पाण्यातील गाळ यांच्या साहाय्याने हा रस्ता नवव्या शतकात बनवलेला होता. ओल्ड आर्सेनलपासून तो सेन्ट मार्कस चौकापर्यंत जात होता.

या रस्त्यावर सुरेख कॅफे होती, झकास हॉटेले होती आणि काही घरगुती चर्चसुद्धा होती. आर्सेनल भागात प्राचीन काळापासून जहाजे बनवण्याचा उद्योग होता. त्या शिपबिल्डिंग यार्डपासून हा रस्ता सुरू होई. पाइन वृक्षांचे भाग काढून ते पाण्यात उकळवले जात. यापासून तयार होणाऱ्या डांबरासारख्या चिकट पदार्थाचा

वापर लाकडी जहाजांना पडलेल्या भोकांना बुजवण्यासाठी रोगण म्हणून केला जात असे. एके काळी हवेत त्याचा वास पसरलेला असे. असे सांगतात की, डान्टेने या शिपबिल्डिंग यार्डला भेट दिली होती. यातूनच त्याला इन्फर्नोमधील नरकाची एक शिक्षा सुचली. पापी लोकांना अशा उकळत्या रोगणाच्या नदीमध्ये टाकून देणे.

लँग्डनने आपली नजर उजवीकडे वळवली. किनाऱ्याला लागून तो प्रसिद्ध 'रिवा' रस्ता जात होता. त्याचा शेवट नाट्यपूर्णरीत्या समुद्रात होत होता. सेन्ट मार्कस चौकाचे ते दक्षिणेकडचे टोक होते. व्हेनिस शहराच्या सुवर्णयुगात समुद्रात जाऊन मिळणाऱ्या या रस्त्याच्या टोकाला 'सर्व संस्कृती इथे लोप पावतात' असे म्हटले जाई. आज सेन्ट मार्कस चौकाला लागून हा सुमारे ९०० फूट लांबीचा रस्ता होता. त्याच्या दुसऱ्या बाजूला समुद्र होता. तिथे समुद्रात काही गोंडोला नांगरून पडल्या होत्या. त्यांच्या नाळेपुढची पुढे आलेली ती लोखंडी टोके गोंडोलाच्या डुचमळण्यामुळे खालीवर होत होती.

लँग्डनच्या मनात आले हे शहर तसे किती छोटे आहे! न्यू यॉर्क शहरातील सेन्ट्रल पार्कच्या दुप्पट मोठे आहे. याची भूमी ही समुद्रातून वर आली आहे. तरीही हे शहर एके काळी पश्चिमेतील सर्वांत मोठे आणि सर्वांत श्रीमंत असे साम्राज्य म्हणून समजले जायचे.

मॉरिझिओने आपली नौका आणखी पुढे नेऊन किनाऱ्याजवळ नेली. त्या वेळी लँग्डनला चौकात माणसांची गर्दी उसळलेली दिसली. या चौकाचा उल्लेख नेपोलियनने एकदा 'युरोपचा दिवाणखाना' असा केला होता. आत्ता तिथली गर्दी पाहून असे वाटत होते की, कोणीतरी समारंभासाठी निमंत्रणे दिल्याने तिथे आलेल्या पाहुण्यांची दाटीवाटी झाली आहे. एवढी गर्दी पाहिल्यावर असे वाटे की, त्या गर्दीच्या भाराने हा चौक खाली खचून जाईल.

ती गर्दी पाहून सिएना म्हणाली, ''माय गॉड!'' तिने हा आश्चर्योद्‌गार का काढला हे लँग्डनला समजेना. प्लेगचा प्रसार करायला ही गर्दीची जागा झोब्रिस्टने निवडली म्हणून तिला भीती वाटली, का झोब्रिस्टने अति लोकसंख्यावाढीचा दिलेल्या इशाऱ्यातील धोके आणि भयानकता तिला जाणवली म्हणून?

व्हेनिसमध्ये दरवर्षी येणाऱ्या पर्यटकांची गर्दी अफाट असते. असा अंदाज आहे की, जगातील लोकसंख्येच्या एकतृतीयांश लोक व्हेनिसला भेटी देतात. इ. स. २०००मध्ये व्हेनिसला २० लाख पर्यटकांनी भेट दिली होती. पृथ्वीवरील लोकसंख्येत दरवर्षी एक कोटी लोकांची भर पडते आहे. तेव्हा आता पर्यटकांत दरवर्षी जादा ३० लाख लोकांची भर पडणार. पृथ्वीवरील एकूण जमिनीचे क्षेत्रफळ जसे मर्यादित आहे, तसेच व्हेनिसचे क्षेत्रफळही मर्यादित आहे. एका मर्यादेपुढे इथे बाहेरून पुरेसे अन्नधान्य आयात करता येणार नाही, कचऱ्यांची विल्हेवाट पुरेशी

लावता येणार नाही किंवा रहाण्यासाठी पुरेशी निवासस्थाने किंवा बिछाने उपलब्ध होणार नाहीत.

फेरीस लँग्डनपाशी येऊन उभा राहिला होता. पण त्याचे लक्ष किनाऱ्याकडे नव्हते, तो समुद्राकडे पहात होता. तो व्हेनिसकडे येणारी सर्व जहाजे, सर्व नौका न्याहाळून अस्वस्थपणे पहात होता. त्याची ही कृती पाहून सिएनाने त्याला विचारले, "तुम्ही ठीक आहात ना?"

फेरीस गडबडून म्हणाला, "ठीक आहे, ठीक आहे... मी जरा विचारात गढलो होतो." मग त्याने वळून मॉरिझिओला सांगितले, "सेन्ट मार्कसच्या जितके जवळ जाता येईल, तिथवर चला!"

"काही अडचण नाही. दोन मिनिटांत तिथे नेतो," तो म्हणाला.

ती नौका तशी ही सेन्ट मार्कसच्या चौकाजवळ पोहोचली होती. आता डोझेचा राजवाडा उजवीकडे दिसत होता. संपूर्ण किनाऱ्यावर त्या इमारतीचा प्रभाव पडलेला होता.

व्हेनिसमधल्या गोथिक प्रकारच्या वास्तुरचनेचे उत्तम उदाहरण म्हणून त्या राजवाड्याकडे निर्देश करता येईल. तो राजवाडा अत्यंत सुबक दिसत होता. फ्रान्स आणि इंग्लंडमधल्या वास्तुरचनेसारखेच या राजवाड्याचे विविध बुरूज आणि कळस होते. सबंध राजवाडा म्हणजे एक भव्य चौकोनी लोलक वाटत होता. या राजवाड्याची आतली जागा एवढी मोठी होती की, डोझे राजघराण्याचे सरकार आणि कर्मचारीवर्ग त्यात सहज सामावून धरला जात होता.

समुद्रातून या राजवाड्याकडे नजर टाकली, तर संगमरवरातील या राजवाड्याच्या जवळ बांधलेले अनेक द्वारमंडप, स्तंभ, उघड्या ओवऱ्या यांच्यामुळे राजवाड्याच्या सौंदर्याला बाधा येत नव्हती. राजवाड्याच्या दर्शनी भागाला गुलाबी रंगाचा संगमरवर भौमितिक आकारात लावल्याने लँग्डनला स्पेनमधील 'आल्हाम्ब्रा' या वास्तूची आठवण झाली.

नौका आणखी किनाऱ्याजवळ गेली. राजवाड्यासमोरची गर्दी पाहून फेरीस विचारात पडला होता. तिथल्या एका पुलावर खूप गर्दी झाली होती. सर्व जण खाली एका कालव्याकडे बोट दाखवत होते. त्या डोझे राजवाड्याच्या दोन मोठ्या भागांमधील एका चिंचोळ्या वाटेतून तो कालवा गेला होता.

फेरीसने चिंताक्रांत होत म्हटले, "ते लोक काय पहात आहेत?"

"तो एक व्हेनिसमधला प्रसिद्ध पूल आहे. त्याचे नाव, 'इल पॉन्टे दी सोस्पीरी' असे आहे," सिएना म्हणाली.

लँग्डनने समोर पाहिले. त्यांची ती पाण्यातली लेन आता एका छोट्या बोगद्यातून जात होती. बोगद्याच्या कमानीवर कोरीव कामाची कलाकुसर केलेली

होती. याला 'उसाशांचा पूल'– The Bridge of Sighs असे म्हणतात, हे त्याला आठवले. याच्याखालून जाताना त्याला लहानपणी पाहिलेल्या 'द लिटल रोमान्स' – The Little Romance चित्रपटातील कल्पना आठवली. त्या कल्पनेनुसार अशा कमानीखालून जाताना दोन तरुण प्रेमिकांनी सूर्यास्ताच्या वेळी सेन्ट मार्क चर्चच्या घंटा वाजत असताना, एकमेकांचे चुंबन घेतले, तर त्यांचे प्रेम मरेपर्यंत टिकून रहाते. ती रोमॅन्टिक कल्पना लँग्डनच्या मनात लहानपणापासून घर करून राहिली होती. त्या चित्रपटातील नायक हा त्या वेळी एक १४ वर्षांचा मुलगा दाखवला होता. लँग्डनच्या मनात त्या वेळी तो भरला होता. एवढे आकर्षण पुढे त्याला कधीही जाणवले नाही.

नंतर लँग्डनला बऱ्याच वर्षांनी समजले की, या पुलाचे Bridge of Sighs – 'उसाशांचा पूल' हे नाव रद्द केले आहे. या बातमीचा त्याला धक्का बसला होता. पुलाखालून जाणाऱ्या दगडी रस्ता डोझे राजवाडा आणि डोझेंनी बांधलेला तुरुंग यांना जोडणारा होता. त्या तुरुंगात दीर्घ काळ खितपत पडलेले काही कैदी झुरणीला लागलेले असत. शेवटी त्यांचा अंत तुरुंगातच होई. त्यांनी सोडलेले दुःखाचे उसासे, उमाळे हे जाळीच्या खिडकीतून बाहेर येऊन रस्त्यावर आणि कालव्यावर ऐकू येत. ते उसासे प्रेमिकांचे नव्हते; म्हणून ते नाव बदलले गेले होते.

त्या तुरुंगाला लँग्डनने एकदा भेट दिली होती. परंतु तुरुंगातील भयप्रद कोठड्या या कालव्याच्या बाजूला नव्हत्या, कारण अनेकदा पुराचे पाणी तिथून तुरुंगात शिरे. त्या कोठड्या राजवाड्याच्या सर्वांत वरच्या मजल्यावर होत्या. तिथे कैद्यांचा छळ केला जायचा. त्या कोठड्यांवर जे छप्पर होते, त्यावर शिशाची कौले बसवली होती. त्यामुळे ते अत्यंत तापून आतील कैद्यांचे उन्हाळ्यात उष्णतेमुळे हाल होत. तसेच हिवाळ्यात त्यांना भयंकर थंडी वाजे. मग ते कैदी सारखे हाशहुश करीत. यातील एका कोठडीत प्रसिद्ध प्रेमिक कॅसानोव्हा याला कैदेत ठेवले होते. त्याच्यावर अनैतिकतेचा आणि हेरगिरीचा आरोप ठेवला होता. तो तिथे १५ महिने बंदिस्त होता. अखेरीस त्याने तिथल्या अधिकाऱ्याशी संगनमत करून तिथून पळ काढला.

शेवटी मॉरिओझिओला नौका उभी करण्यासाठी धक्क्यापाशी एक जागा सापडली. तिथे एक गोंडोला नौका उभी होती. ती तिथून निघण्याच्या तयारीत होती. मॉरिझिओने गोंडोला चालवणाऱ्याला ओरडून सूचना दिली की, "आम्ही आता त्याच जागी आमची नौका लावत आहोत." ती जागा 'हॉटेल डॅनिएली'च्या समोर होती. सेन्ट मार्कस चौकापासून ती अवघ्या ३०० फुटांवर होती. डोझे राजवाडाही तिथून जवळ होता.

मॉरिझिओने आपली नौका त्या जागी लावली आणि हातातील दोर धक्क्यावरच्या

खुंट्याकडे फेकला आणि हॉलिवुडच्या साहसी चित्रपटातील नायक जसा बढाईखोर रीतीने वागतो तशा रीतीने त्याने धक्क्यावर उडी मारून तो दोर खुंट्याला बांधून टाकला. मग त्याने नौकेतील प्रवाशांना धक्क्यावर उतरण्यासाठी आपला हात त्यांना दिला.

लँग्डनने प्रथम त्याचा हात धरला आणि तो धक्क्यावर उतरल्यावर त्याला "थँक्स!" म्हणाला. फेरीसही त्याच्या मागोमाग उतरला. पण तरीही त्याचे लक्ष समुद्रावरच होते.

सर्वांत शेवटी सिएना उतरली. त्याने अक्षरश: उचलून तिला धक्क्यावर ठेवले. मग कमालीच्या देखण्या मॉरिझिओने तिच्याकडे रोखून पाहिले. त्याच्या नजरेत असा भाव होता की, सिएनाने बरोबरीच्या दोन्ही पुरुषांना टाळून आपल्या नौकेवर येऊन आपल्याला सहवास द्यावा. पण तिने त्याच्या या मूक आर्जवाकडे दुर्लक्ष केले म्हणजे तसे दाखवले.

"ग्राझिये, मॉरिझिओ!" ती नकळत सवयीने म्हणाली. त्या वेळी तिची नजर जवळच्या डोझे राजवाड्यावर होती.

मग तिने भरभर चालत लँग्डन आणि फेरीस यांना गाठले. ते तिघेही काही सेकंदांत चौकातील गर्दीत मिसळून गेले.

७०

मार्को पोलोने संबंध आशिया खंडाचा प्रवास केला आणि तो २५ वर्षांनी युरोपातील आपल्या घरी परतला. त्याच्या स्मरणार्थ जवळच्या विमानतळाला 'मार्को पोलो इन्टरनॅशनल एअरपोर्ट' असे नाव दिलेले आहे. हे नाव विमानतळाला अगदी यथायोग्य असे आहे. सेन्ट मार्कस चौकापासून उत्तरेला अवघ्या चार मैलांवर तो विमानतळ आहे.

एलिझाबेथ सिन्स्की ही एका खासगी आलिशान विमानाने व्हेनिसला पोहोचली. तिचे विमान १० मिनिटे अगोदरच आले. नंतर लगेच ती तलावावरील एका अत्याधुनिक नौकेत बसून निघाली. ती नौका प्रवाशांना जहाजाकडे नेणारी होती. सर्व प्रवासाची व्यवस्था तिला फोन करणाऱ्याने केली होती. ती आता कुठे चालली होती?

तो प्रोव्होस्त होता.

सिन्स्कीला दिवसभर त्या काळ्या व्हॅनमध्ये गुंगीची इंजेक्शने देऊन ठाणबद्ध करून ठेवले होते. त्यामुळे तिला आत्ता जाणवणारी समुद्रावरची हवा अत्यंत आल्हाददायक वाटली. तिच्या अंगात त्यामुळे तरतरी आली. आपला चेहरा तिने समुद्रावरून येणाऱ्या खाऱ्या वाऱ्याकडे वळवला. त्यामुळे तिचे चंदेरी केस डोक्यामागे उडू लागले. शेवटचे इंजेक्शन दिल्यापासून आत्तापर्यंत दोन तास उलटले होते. आता ती बरीच भानावर आली होती. काल रात्रीपासून आत्ता तिला स्वत:चे आणि परिस्थितीचे भान आले होते. आत्ता ती खरोखरीच डॉ. एलिझाबेथ सिन्स्की होती.

एजंट ब्रूडर हा तिच्या शेजारी बसला होता. त्याची माणसेही त्या नौकेत होती. त्या नौकेला 'टेन्डर' म्हटले जायचे. ते सर्व जण एक शब्दही उच्चारीत नव्हते. आपण कोणाला भेटण्यासाठी आणि कशासाठी जात आहोत, याचा विचार करायला लागल्यावर त्यांच्या मनात गोंधळ उडे. त्यांच्या हातात निर्णय घेण्याचे स्वातंत्र्य नव्हते.

ते छोटे टेन्डर 'जहाज' धावत पुढे जात असताना समोर उजवीकडे एक मोठे

बेट आता दिसू लागले. त्या बेटाच्या काठावर विटांची बैठी घरे होती. त्यांच्यातून धुराडी बाहेर पडली होती. हे मुरानो बेट आहे, हे एलिझाबेथने ओळखले होते. त्या घरांमध्ये काचेच्या भट्ट्या होत्या. ते सारे छोटे छोटे कारखाने होते.

ते दृश्य पाहून एलिझाबेथला काही वर्षांपूर्वीचा काळ आठवला. ती आणि तिचा प्रियकर हे दोघेही एकत्र शिकत होते. ते दोघे एकदा या बेटावरील काचेचे संग्रहालय पहाण्यासाठी आले होते. त्यांनी दोघांनी मिळून तिथले ग्लासब्लोइंग कारखाने पाहिले होते. तिच्या प्रियकराने गरम काच फुगवून केलेले एक मोबाइलचे खेळणे पाहिले होते. ते पाहिल्यावर त्याला ते एवढे आवडले होते की, अगदी अजाणतेपणे तो म्हणाला होता – "आपल्याला मूल झाल्यावर त्याच्या पाळण्यावर हे खेळणे टांगून ठेवू." ते ऐकल्यावर तिचे हृदय दुःखाने भरून आले. इतकी वर्षे तिने आपले एक रहस्य जपून ठेवले होते, लपवले होते. त्याबद्दल तिला शरम वाटू लागली. शेवटी तिने ते रहस्य आपल्या प्रियकराला सांगून टाकले. तिला लहानपणापासून दमा होता आणि त्यावर ती जे 'ग्लुकोकॉर्टिकॉइड' औषध घेत होती त्यामुळे तिची प्रजननशक्ती नष्ट झाली होती. तिला आयुष्यात कधीही मूल होणार नव्हते.

तिने हे प्रखर सत्य आपल्या प्रियकराला सांगितल्यावर, इतके दिवस हे रहस्य लपवून ठेवल्यामुळे आणि तिच्या वांझपणामुळे तो हादरला होता. त्याचे हृदय पाषाणासारखे झाले होते. तो नक्की कशामुळे हादरला हे जरी तिला कळले नाही, तरी आठवड्याने जेव्हा तिने व्हेनिस सोडले तेव्हा तिच्या बोटात वाङ्निश्चयाची अंगठी नव्हती.

त्या बेटाला भेट दिल्यावर तिने तो नीलमणी असलेला ताइताचा दागिना खरेदी करून गळ्यात घातला होता. तो ताईत तसे पाहिले तर औषधाचा प्रतीक होता. त्याला Rod of Asclepius असे म्हटले जाई. पण आता ते प्रतीक तिच्या बाबतीत कडू औषध बनले होते. तेव्हापासून ती रोज तो दागिना गळ्यात घालीत होती.

ज्याला माझ्यापासून मूल हवे होते, त्याच्या वियोगाची आठवण करून देणारा माझ्या गळ्यातील हा ताईत असल्याचे तिचे मत होते.

व्हेनिसच्या आसपासची खेडी, ही पूर्वी प्लेगची साथ आली असताना त्यातून वाचण्यासाठी एके काळी वसवली होती. साथ ओसरल्यानंतर कालांतराने त्या खेड्यात प्रेमिक मंडळी प्रेमक्रीडा करावयासाठी जाऊन रहायची. पण आता त्या खेड्यात कोणीही प्रेमिक जात नाही.

ती छोटी टेन्डर बोट 'आयसोला सॅन पिएत्रो' ओलांडून गेली. तेव्हा तिला समजून चुकले की, आपल्याला एका मोठ्या आणि आलिशान नौकेकडे नेले जात आहे. ती नौका एखाद्या कालव्याच्या खोल पाण्यात त्यांची वाट पहात असणार.

त्या नौकेचे गनमेटल हे करड्या रंगाचे असल्याने ती अमेरिकेच्या लष्करी बळ

वाढवण्याच्या कार्यक्रमातील असावी, असा पहाणाऱ्याला भास होई. नौकेवर रंगवलेल्या तिच्या नावावरूनही पहाणाऱ्याला ही नौका नक्की कसली आहे, याचा तर्क करता येत नसे.

The Mendacium? म्हणजे कसली नौका?

ती नौका लांबून दिसू लागली आणि जसजसे तिच्याकडे जावे तसतशी ती मोठी मोठी होत गेलेली दिसू लागली. नौकेच्या डेकवर एकच माणूस दुर्बिणीतून काहीतरी न्याहाळत होता. त्याची कातडी रापलेली होती. शेवटी टेन्डर बोट मेंडासियम नौकेला जाऊन भिडली, तेव्हा वरून खाली बोटीत एक शिडी सोडण्यात आली. डेकवर वाट पहाणारा माणूस त्या शिडीवरून खाली उतरला. त्याने तिला म्हटले, "डॉ. सिन्स्की, माझ्या नौकेवर आपले स्वागत असो!" रापलेल्या कातडीच्या त्या माणसाने डॉ. सिन्स्कीशी हात पुढे करून हस्तांदोलन केले. त्याचा तळहात तिला मऊ आणि गुळगुळीत वाटला. तो हात बोटीवर काम करणाऱ्याचा नक्कीच नव्हता. तो माणूस तिला पुढे म्हणाला, "तुम्ही आल्याने मला खूप आनंद झाला. प्लीज, माझ्या मागोमाग या!"

मग टेन्डर नौकेतील सर्व जण मेंडासियमवर चढू लागले. त्या नौकेमध्ये चढताना सिन्स्कीला अनेक छोटी छोटी क्युबिकल्स दिसली. बरीच माणसे कामे करीत होती. या आलिशान नौकेवर इतकी माणसे असतील, अशी तिला कल्पनाच नव्हती. 'ही एवढी माणसे कसली कामे करीत आहेत, कोणत्या कामगिरीवर आहेत,' असे प्रश्न तिला पडले.

वरच्या डेकवर जाताना तिने नौकेच्या इंजिनाचा घोंगावणारा मोठा आवाज ऐकला. काही मिनिटांतच ती नौका तिथून हलू लागली. *आपण कोठे चाललो आहोत,* असे तिच्या मनात येऊन ती घाबरली.

मग तो रापलेल्या कातडीचा माणूस तिच्या बरोबर आलेल्या काळ्या गणवेषातील सोल्जर्सना म्हणाला, "मला डॉ. सिन्स्की यांच्याबरोबर एकट्याने बोलायचे आहे." सलग काही क्षण थांबून त्याने सिन्स्कीकडे पाहून तिला विचारले, "जर तुमची काही हरकत नसेल तर."

एलिझाबेथने मानेनेच त्याला आपली संमती दर्शवली.

आता ब्रूडर जरा मोठ्याने म्हणाला, "सर, मी आपल्याला असे सुचवतो की, तुमच्या या बोटीवर जर कोणी डॉक्टर असेल, तर त्यांच्याकडून सिन्स्की यांची वैद्यकीय तपासणी व्हावी. त्यांना काही वैद्यकीय– "

यावर सिन्स्की मधेच बोलली, "मी ठीक आहे. खरंच ठीक आहे. पण तरीही तुमच्या सूचनेबद्दल धन्यवाद!"

यावर प्रोव्होस्तने ब्रूडरकडे काही क्षण रोखून पाहिले आणि डेकवर असलेल्या

एका टेबलाकडे बोट केले. त्या टेबलावर खाद्यपेये नीट मांडून ठेवली जात होती. तो तिला म्हणाला, ''तुम्हाला याची गरज आहे. मी तुम्हाला लवकरच मोकळे करेन. नंतर तुम्ही किनाऱ्यावर जाऊ शकाल. तुमचा मी फार थोडाच वेळ घेईन.''

मग त्याने ब्रूडरकडे पाठ वळवली आणि सिन्स्कीला घेऊन तो डेकवरच्या स्टेटरूममध्ये गेला. स्टेटरूम ही एखादी अभ्यासिका असावी, अशी वाटत होती. ते दोघे आत शिरल्यावर आपल्यामागे त्याने दार लावून टाकले.

मग त्याने दारूच्या बारकडे बोट करून तिला विचारले, ''काही ड्रिंक्स घेणार का?''

यावर तिने मानेनेच नकार दिला. सभोवतालचे चमत्कारिक सामानसुमान पाहून त्याचा अर्थ ती लावू पहात होती. *हा कोण माणूस आहे? तो इथे काय करतो आहे?*

ती यजमान व्यक्ती आपल्या हनुवटीखाली आपली बोटे टेकवून तिला न्याहाळीत होती. तो शेवटी म्हणाला, ''तुम्हाला कल्पना नसेल म्हणून मी सांगतो की, माझा अशील बर्ट्रान्ड झोब्रिस्ट हा तुमचा उल्लेख 'चंदेरी केसांची दुष्ट स्त्री' असा करीत होता.''

''मीही झोब्रिस्ट यांना शेलक्या नावांनी संबोधू शकते.''

त्या माणसाने यावर आपली काहीच प्रतिक्रिया दर्शवली नाही. तो आपल्या टेबलापाशी गेला. तिथे एक लठ्ठ ग्रंथ होता. त्याकडे बोट दाखवून तो म्हणाला, ''हे मी तुम्हाला मुद्दाम दाखवतो आहे.''

सिन्स्की टेबलापाशी गेली आणि तिने तो ग्रंथ पाहिला.

डान्टेचा इन्फर्नो? मृत्यूची विविध भयानक रूपे! 'कौन्सिल ऑफ फॉरिन रिलेशन्स'च्या ऑफिसात झोब्रिस्टने ती दाखवल्याचे सिन्स्कीला आठवले.

''झोब्रिस्टने मला हे पुस्तक दोन आठवड्यांपूर्वी दिले होते. त्यामध्ये त्याने काहीतरी लिहून मग ते मला दिले होते.''

पुस्तकाच्या पहिल्या पानावर झोब्रिस्टने लिहिलेला मजकूर तिने वाचला.

माझ्या प्रिय मित्रा, मला मार्ग दाखवण्यासाठी मदत केल्याबद्दल तुझे आभार! सर्व जगही तुझे आभारी आहे!

ते वाचून सिन्स्कीच्या अंगावर शहारे आले. तिने विचारले, ''कोणता मार्ग दाखवून तुम्ही त्यांना मदत केली?''

''मला ती कल्पना नाही. अगदी मघापर्यंत मला ती कल्पना नव्हती.''

''आणि आता?''

"आता मी माझ्या व्यवसायाच्या आचारसंहितेला एक अपवाद केला आहे... आणि म्हणून मी तुमच्यापर्यंत पोहोचलो."

सिन्स्की खूप अंतरावरून प्रवास करून आलेली होती, त्यामुळे ती मनाने थकली होती. तिला अशा गूढ संवादात रस नव्हता. ती म्हणाली, "सर, तुम्ही कोण आहात ते मला ठाऊक नाही किंवा तुम्ही या आलिशान बोटीवर नेमके काय करता हेही मला ठाऊक नाही, पण तुम्ही मला एक खुलासा केलाच पाहिजे. जागतिक आरोग्य संघटना ज्याचा पाठपुरावा करीत आहे, अशा माणसाला तुम्ही का जवळ केलेत? त्याला आश्रय का दिलात?"

सिन्स्कीने जरी त्याला रागाने विचारले, तरी त्या माणसाने मात्र कमालीच्या शांत आणि हळू आवाजात म्हटले, "माझ्या असे लक्षात आले आहे की, तुम्ही आणि मी दोन विरुद्ध हेतूंसाठी काम करीत होतो, पण मी असे सुचवतो की, जे झाले ते झाले. ते सारे भूतकाळात जमा झाले आहे आणि आपण तो भूतकाळ विसरू या. भविष्यकाळ हा आपल्याकडून ताबडतोब काही कृती व्हावी, अशी मागणी करतो आहे. कारण मला तसे प्रकर्षाने जाणवते आहे."

एवढे बोलून त्या माणसाने एक लाल रंगाचा फ्लॅश ड्राइव्ह बाहेर काढला आणि त्याच्या संगणकात घातला. मग त्याने तिला संगणकाच्या पडद्याकडे पहाण्याची खूण केली आणि म्हटले, "बर्ट्रान्ड झोब्रिस्टने केलेला हा एक व्हिडिओ आहे. उद्या समस्त टीव्ही माध्यमांद्वारे जगात हा व्हिडिओ प्रसारित करण्यासाठी त्याने तो माझ्याकडे सोपवला होता."

यावर सिन्स्की आपली काही प्रतिक्रिया व्यक्त करण्याआधीच संगणकाचा पडदा अंधूक झाला आणि तिला पाण्याच्या लहरींचा आवाज ऐकू येऊ लागला. मग पडद्यावरच्या अंधारातून एक दृश्य प्रकट होऊ लागले. ...ते एक कोणत्या तरी गुहेतील दृश्य होते. त्यात पाणी खेळत होते... जणूकाही ती एक भूमिगत पाणथळ जागा होती किंवा छोटा तलाव होता. आश्चर्य असे की, त्या पाण्यात आतून प्रकाश बाहेर येत आहे, असे वाटत होते... त्या थंड आणि लाल रंगाच्या प्रकाशाने ते पाणी चमकत होते.

पाण्याच्या छोट्या लाटा कशावर तरी आपटत असल्याचा आवाज चालूच होता. मग हळूहळू कॅमेरा पाण्यात खाली खाली जाऊ लागला. त्याच्या तळाशी एक फट होती आणि त्यावरती एक आयताकृती धातूची पाटी पक्की केलेली होती. त्यावर काही मजकूर, एक तारीख आणि एक नाव कोरलेले होते.

या जागी, याच दिवशी
सर्व जग कायमचे बदलले गेले

ती तारीख उद्याची होती. तिथे नाव होते, बर्ट्रान्ड झोब्रिस्ट याचे.

ते पाहून एलिझाबेथ सिन्स्कीच्या अंगावर शहारे आले. तिने विचारले, ''ही कोणती जागा आहे? ही जागा कुठे आहे?!''

तिला प्रत्युत्तरादाखल प्रोव्होस्तने एक निराशाजनक सुस्कारा प्रथम सोडला आणि म्हटले, ''डॉक्टर सिन्स्की, या प्रश्नाचे उत्तर तुम्हालाच ठाऊक असावे, अशी मी आशा करीत होतो.''

रिव्हा डेग्ली शियाव्होनी या समुद्रकाठच्या रस्त्यावर, मेंडासियम नौकेपासून ते तिघे जण मैलभर अंतरावर उभे होते. तिथून समुद्राकडे जर नीट निरखून पाहिले, तर एका छोट्या बेटाशेजारी एक भव्य आणि आलिशान नौका उभी होती. त्या नौकेने आता सेन्ट मार्कस चौकाचा रोख धरला होता.

FS-2080ने ओळखले की, ती नौका 'मेंडासियम' आहे. त्याच्या शरीरातून एक भीतीची लाट उसळत गेली.

त्या नौकेचा रंग करडा होता. त्यात काहीच चूक नव्हती.

आला, प्रोव्होस्त आला... प्रोव्होस्त येत आहे... आणि वेळ वाया चालला आहे.

७१

चौकातील अफाट गर्दीतून लँग्डन, सिएना आणि फेरीस हे नागमोडी वळणे घेत पुढे चालले होते. ते शक्यतो पाण्याच्या बाजूला असलेल्या कठड्याला चिकटून वाट काढीत पुढे सरकत होते. शेवटी ते चौकाच्या दक्षिण टोकाला पोहोचले. इथे रस्ता संपून समुद्र सुरू झाला होता.

या ठिकाणी पर्यटकांची एवढी दाटी झाली होती की, ती भेदून पुढे जाणे अशक्य होते. चारही बाजूंनी माणसे त्यांना दाबत होती. लँग्डनचा कोंडले गेल्याचा भयगंड जागृत होऊ लागला होता. सर्व पर्यटक तिथे दोन खांबांच्या पार्श्वभूमीवर असलेल्या चौकाचे छायाचित्रण करण्यास धडपडत होते.

ते दोन खांब म्हणजे समुद्रमार्गे येऊन शहरात जाणाऱ्यांसाठी एके काळचे अधिकृत प्रवेशद्वार होते, असे लँग्डनला आठवले. तसेच याच ठिकाणी अठराव्या शतकाच्या अखेरीपर्यंत सार्वजनिकरीत्या गुन्हेगारांना फाशी चढवले जाई अथवा त्यांचा वध केला जाई. त्यातील एका खांबावर त्याला सेन्ट थिओडोर याचा पुतळा मोठ्या गर्वाने उभा असलेला दिसला. त्याच्याबरोबर त्याचा ड्रॅगन होता. लँग्डनला तो नेहमी एखाद्या सुसरीसारखा वाटायचा.

दुसऱ्या खांबावर व्हेनिसमध्ये सर्वव्यापी असलेले प्रतीक उभे होते. 'पंख असलेला सिंह' हे व्हेनिसने आपले प्रतीक मानलेले होते. शहरात जागोजागी हे चिन्ह लावलेले होते. कुठेही जा, या पर्यटकांच्या शहरात असा हा सिंह रुबाबात एका उघडून ठेवलेल्या पुस्तकावर आपला पंजा ठेवून उभा आहे, असे दिसे. ते पुस्तक लॅटिन भाषेतले होते आणि त्यात लिहिलेला मजकूरही ठळकपणे दिसेल, असा चितारलेला होता. त्या मजकूराचा अर्थ 'आपल्याला शांती लाभो – एक शुभ वर्तमान सांगणारा मार्क!' – Pax tibi Marce, evangelista meus असा होता. एका दंतकथेनुसार जेव्हा सेन्ट मार्क याचे व्हेनिसमध्ये आगमन झाले तेव्हा त्याने असे भाकीत केले होते की, "माझ्या शरीराला अंतिम चिरविश्रांती इथेच मिळणार आहे." त्या वेळी एका देवदूताने लॅटिन भाषेतले ते उद्गार काढले होते. भविष्यकाल

कथन करणारी ही दंतकथा पुढे व्हेनिसच्या नागरिकांनी अलेक्झांड्रियाहून सेन्ट मार्क याचे शव पुन्हा व्हेनिसमध्ये आणण्यासाठी वापरली. मग त्या आधारे ते शव व्हेनिसमध्ये आणून त्याचे दफन सेन्ट मार्क बॅसिलिका इथे केले. तेव्हापासून आत्तापर्यंत पंख असलेला सिंह व्हेनिसचे प्रतीक बनला आहे. त्यामुळे शहरात प्रत्येक वळणावर ते प्रतीक पर्यटकांना दिसते.

ते दोन्ही स्तंभ मागे टाकून लँग्डन पुढे गेला आणि उजवीकडे वळला. ते तिघे सेन्ट मार्क चौक ओलांडून जात होते. लँग्डन म्हणाला, ''जर आपली गर्दीत चुकामूक होऊन आपण वेगळे झालो, तर बॅसिलिकाच्या दर्शनी दारापाशी भेटू या.''

ते तिघे जण ताबडतोब गर्दीच्या कडेकडेने वाट काढीत चालले. डोझे राजवाड्याच्या पश्चिमेकडेच्या भिंतीला धरून ते पुढे जाऊ लागले. 'कबुतरांना खायला घालण्यास मनाई आहे' असा कायदा व्हेनिसमध्ये असला तरीही इथली कबुतरे अजूनही जिवंत होती आणि काही कबुतरे तर गर्दीतल्या माणसांच्या पायाजवळ जाऊन जमिनीवर पडलेले धान्यकण टिपत होती. तर काही कबुतरे उघड्यावर असलेल्या कॅफेपाशी रेंगाळत राहून टाकून दिलेले पावाचे तुकडे वेचीत होती आणि जाकिटे घातलेल्या वेटर मंडळींना सतावत होती.

त्या चौकातील विस्तृत जागा चौकोनी नव्हती, तर इंग्रजी या अक्षराच्या आकारातील होती. L अक्षराच्या पायाची आडवी बाजू ही समुद्र आणि बॅसिलिका यांना जोडणारी होती. पुढे जाऊन चौकाने डावीकडे एक काटकोनात वळण घेतले होते. इथून पुढे चौक अधिक विस्तृत आणि लांबट होता. म्युझिओ कॉर्नरपासून बॅसिलिकापर्यंत तो पसरला होता. ही जागा आयताकृती असण्याऐवजी वेडीवाकडी होती, त्याच्या दोन बाजू असमान होत्या आणि दोन बाजू समांतर होत्या. एका बाजूला तो आकार निमुळता होत गेला होता. या चौकातील फरश्या अशा बसवल्या होत्या की, त्यांच्या डिझाइनमुळे पंधराव्या शतकातील रस्त्यावरील फेरीवाल्यांच्या विक्रीच्या जागा आखल्या गेल्या होत्या.

लँग्डन जसजसा त्या चौकाच्या काटकोनी वळणापाशी जात होता, तसतसा त्याला चौकातील मनोऱ्यावर टोकाशी असलेल्या घड्याळाची निळी काच चमकताना दिसू लागली. 'मूनरेकर'– Moonraker – चित्रपटात जेम्स बॉन्ड याने याच खगोलशास्त्रीय घड्याळातून खलनायकाला फेकलेले दाखवले होते.

आता लँग्डन चौकातील अशा एका जागी आला होता की, जिथे वाहनांना बंदी होती. ही जागा त्याला खूप आवडे. कारण तिथे वाहनांचे कर्णकटू हॉर्नचे वगैरे आवाज नव्हते. वाहतूक, वर्दळ नसल्याने फक्त माणसांचे आवाजच इथे ऐकू येत होते. इथे कबुतरे ओरडत होती, फुटपाथवर कॅफेच्या बाहेर असल्यावर खुर्च्यांवर बसून ग्राहक कॉफी पीत बसलेले असायचे. त्यांच्या भोवती काही व्हायोलिन वादक

शोभिवंत खांबही उभे केलेले होते. प्रवेशद्वारांना ब्रॉन्झ धातूच्या पत्र्यांनी मढवलेले होते.

सेन्ट मार्कसची वास्तू ही झान्टाइन शैलीतली होती. त्या शैलीतील युरोपातील सर्वोत्कृष्ट वास्तू म्हणून या इमारतीकडे बोट दाखवले जाते. फ्रान्समधील 'नोत्र दाम' चर्चच्या करड्या रंगाच्या मनोऱ्यांशी या चर्चची तुलना केली, तर सेन्ट मार्कसचा प्रभाव अधिक पडतो. ही वास्तू वास्तववादी वाटते, नुसती अलंकारिक वाटत नाही. ही वास्तू जेवढी रुंद होती, त्यापेक्षा उंची जास्त होती. चर्चवर पाच वेगवेगळे घुमट होते. त्यांच्या अस्तित्वामुळे एक प्रकारचा आनंदी भाव निर्माण होई. बऱ्याच मार्गदर्शक पुस्तिकांमध्ये, गाइड बुक्समध्ये ही चर्चची इमारत आणि त्यावरील घुमट यांना ख्रिश्चन लग्नविधीतील आकर्षक केकची उपमा दिलेली आहे.

चर्चच्या मध्यभागी असलेल्या कळसाच्या माथ्यावर सडपातळ शरीराच्या सेन्ट मार्क याचा पुतळा आहे. तो खाली चौकाकडे नजर लावलेल्या अवस्थेत असून आपले एक पाऊल त्याने एका छोट्या कमानीवर ठेवले आहे. ती कमान गर्द निळ्या रंगात रंगवली असून त्यावर सोनेरी रंगातल्या अनेक चांदण्या काढलेल्या आहेत. अशा या रंगीत पार्श्वभूमीवर व्हेनिसचे शुभशकुनी चिन्ह असलेला सोनेरी पंखाच्या सिंहाचा पुतळा त्यापुढे उभा केला आहे.

या सोनेरी पुतळ्याखाली सेंट मार्कसचा सर्वांत प्रसिद्ध असलेला खजिना त्यापुढेच ठेवला होता. तो खजिना म्हणजे तांबे धातू वापरून तयार केलेले चार घोड्यांचे भव्य पुतळे होते. आत्ता दुपारच्या उन्हात ते चमकत होते. ते घोड्यांचे पुतळेही प्रसिद्धी पावलेले होते.

सेन्ट मार्कचे घोडे!

त्या घोड्यांच्या पुतळ्यांचा पवित्रा असा होता की, ते आता कोणत्याही क्षणी हवेत झेप घेऊन खालच्या चौकात उडी मारणार. इतर पुतळ्यांसारखेच हे पुतळेही कॉन्स्टॅन्टिनोपल (इस्तंबूल) इथून व्हेनिसमध्ये आणले होते. ही घटना युरोपातून सुरू झालेल्या धर्मयुद्धाच्या काळातील होती. युरोपमधील ख्रिश्चन धर्म वाचवण्यासाठी पूर्वेकडील मुस्लीम देशांशी तेराव्या शतकात जे युद्ध झाले त्याला 'धर्मयुद्ध' म्हटले जाते. या युद्धात कॉन्स्टॅन्टिनोपल इथून ते घोड्यांचे पुतळे लुटून आणलेले होते. अशीच एक लूट चर्चच्या घोड्याच्या पुतळ्याखाली प्रदर्शित केलेली होती. तो एक जांभळ्या ग्रॅनाइट दगडात केलेला पुतळा होता. त्याला The Tetrarchs असे म्हटले जाई. त्या पुतळ्याचा एक पाय गायब झाला होता. तेराव्या शतकातील या घटनेनंतर १९६०मध्ये खुद्द इस्तंबूल शहरात केलेल्या उत्खननात तो गायब झालेला पाय सापडला. व्हेनिस शहरातून मग त्या पायाची मागणी करण्यात आली. इस्तंबूलच्या तुर्की अधिकाऱ्यांनी त्या मागणीला एक साधे उत्तर दिले : *तुम्ही*

आमचा पुतळा पूर्वी चोरून नेलात. आम्ही आमच्या मालकीच्या पुतळ्याचा पाय ठेवून घेत आहोत.

"मिस्टर, विकत घ्यायचे आहे का?" एक स्त्री लँग्डनला विचारीत होती. ती एक जाडजूड जिप्सी स्त्री होती. तिच्या हातात एक उंच काठी होती आणि त्या काठीला अनेक मुखवटे लटकवलेले होते. व्हेनिसमध्ये विकले जाणारे ते विविध प्रकारचे मुखवटे होते. त्यातले बरेचसे मुखवटे हे जत्रेमध्ये स्त्रिया वापरीत असत. काही मुखवटे अर्धवट चेहऱ्याचे आणि गमतीदार असलेले कोलंबिना प्रकारचे होते. तर काही मुखवट्यांच्या चेहऱ्याला टोकदार हनुवटी होती. त्या सर्व प्रकारच्या मुखवट्यात एकच मुखवटा करडा आणि काळा अशा रंगात होता. तो काठीच्या टोकावर होता. त्या मुखवट्याने लँग्डनचे लक्ष वेधून घेतले. त्या मुखवट्याला एक लांब चोचीसारखे नाक होते आणि त्याला जे डोळे होते ते भेदक होते. ते आपल्याकडेच रोखून पहात आहेत, असे त्याकडे बघणाऱ्याला वाटे.

हाच तो प्लेगच्या डॉक्टरचा ऐतिहासिक मुखवटा आहे, हे लँग्डनच्या लक्षात आले. तुम्ही व्हेनिसमध्ये आहात याची आठवण करून देणारा तो मुखवटा होता.

त्या जिप्सी स्त्रीने ओरडून विचारले, "काय घेणार का?"

लँग्डनने एक दुबळे हास्य करीत तिला नकार दिला.

ती स्त्री गेल्यावर लँग्डनची नजर गर्दीकडे वळली. तिथे जमावात तसले प्लेगच्या डॉक्टरांचे असंख्य मुखवटे सोडून आपली नजर वर असलेल्या तांब्याच्या चारही घोड्यांकडे वळवली. तिसऱ्या मजल्यावरील सज्जात ते घोडे ठेवले होते.

आणि एकदम त्याच्या डोक्यात प्रकाश पडला! अगदी लख्ख!

एका चित्राचे अनेक तुकडे एकदम जवळ येऊन त्यांचे एक चित्र त्याच्या नजरेसमोर आले. सेन्ट मार्कसचे घोडे, व्हेनिसमधील मुखवटे, कॉन्स्टॅन्टिनोपलवरून आणलेली लूट हे सारे एकत्र आले.

तो स्वत:शी हळू आवाजात म्हणाला, "माय गॉड, असे आहे होय!"

७२

रॉबर्ट लँग्डनला जो विचार सुचला त्यामुळे तो जागच्या जागी खिळून राहिला.

सेन्ट मार्कचे घोडे!

ते चार अश्व रुबाबदार, देखणे होते. त्यांच्या राजेशाही माना, आयाळ वगैरे पाहिल्यावर लँग्डनची एक स्मृती अनपेक्षितपणे एकदम जागृत झाली. डान्टेच्या मुखवट्यामागे लिहिलेल्या काव्यपंक्ती खरोखरच कशा चपखल आहेत, हे त्याला कळून चुकले. त्या जागृत झालेल्या स्मृतीमुळे कोड्याचा सारा खुलासा होऊ शकत होता.

एकदा एका सुप्रसिद्ध व्यक्तीच्या लग्नाच्या स्वागत समारंभाला तो हजर राहिला होता. तो समारंभ अमेरिकेतील न्यू हॅम्पशायर येथील ऐतिहासिक 'रनीमिड फार्म'वर आयोजित केला होता. त्या वेळी पाहुण्यांच्या करमणुकीवर भरमसाट खर्च केलेला होता. त्या करमणुकीचा एक भाग म्हणून जे नाट्य आणि नृत्य सादर केले होते, तो प्रायोगिक थिएटरमधील मंडळींनी मुखवटे घालून केला होता. त्या नाटकात खरेखुरे घोडे वापरले होते. त्यांच्यावर आरूढ झालेल्या स्वारांनी झगमगीत असे व्हेनिसमधले पोषाख अंगावर चढवले होते. आपले चेहरे मात्र त्यांनी मुखवट्यामागे लपवले होते. ते मंचावर नाचणारे अश्व चांगलेच लांब आणि काळे कुळकुळीत होते. असे अश्व लँग्डनने यापूर्वी कधी पाहिले नव्हते. भव्य शरीरयष्टीचे हे अश्व जेव्हा मोठ्याने खिंकाळत तेव्हा त्यांचे सारे स्नायू थरथरत. ती थरथर प्रेक्षणीय होती. त्यांच्या माना सुमारे तीन फूट लांबीच्या होत्या आणि त्यावर दाट आयाळ होती. ते इतर घोड्यांपेक्षा अधिक उंच होते. त्यांच्या खुरांपाशी बरेच केस उगवलेले असल्याने त्यांना पंखांची पिसे असल्यासारखे भासत होते. घोड्यांची ही जात युरोपात Equus robustus या नावाने ओळखली जाते. आधुनिक काळात त्यांना 'फ्रिजियन' अश्व असे म्हटले जाऊ लागले. कारण त्यांची मूळची निपज ही 'फ्रिजलॅन्ड' या डच प्रांतातली होती. बघता क्षणीच यांची जबरदस्त छाप पहाणाऱ्यावर

पडत असे. मध्ययुगातील युरोपीय राजे हे अश्व आपल्या पदरी युद्धासाठी बाळगीत असत. इतर घोड्यांपेक्षा जबदरस्त ताकद असलेले हे घोडे नामशेष होण्याच्या मार्गावर होते. पण आता त्यांची निपज वाढवण्यात शास्त्रज्ञांना यश आले आहे.

त्या देखण्या, ताकदवान आणि छोट्या हत्तीच्या आकाराएवढ्या प्राण्यात एवढे सौंदर्य भरलेले आहे की, एकदा त्यांना पाहिल्यावर लँग्डन एवढा भारावून गेला होता की, त्याने नंतर ताबडतोब इन्टरनेटवर जाऊन Horses of St. Mark's in Venice यावरची माहिती काढली. त्या माहितीनुसार हे अश्व अत्यंत देखणे असल्याने नेहमी ते चोरले जाऊन त्यांची पळवापळवी होई. म्हणून त्या माहितीमध्ये त्या अश्वांना उद्देशून 'इतिहासात नेहमी पळवापळवी केलेल्या कलावस्तू' असा शब्दप्रयोग केला आहे.

या शब्दप्रयोगाचा मान Ghent Altarpiece या चित्रकृतीकडे जातो, अशी इतके दिवस लँग्डनची समजूत होती. म्हणून त्याने ताबडतोब 'असोसिएशन फॉर रिसर्च इनटू क्राइम्स अगेंस्ट आर्ट' या संस्थेच्या वेबसाइटकडे धाव घेतली. पण त्यातून त्याला चित्रकृती आणि पुतळे यांच्या पळवापळवीबद्दल त्रोटक माहिती मिळाली.

ग्रीसमधील 'चिओस' या बेटावर एका अज्ञात शिल्पकाराने चार फ्रिजियन अश्वांचे पुतळे तांब्यामध्ये बनवले. काही वर्षे ते तिथेच बेटावर होते. पुढे 'दुसरा थिओडोसियस' याने तिथून ते पुतळे पळवून कॉन्स्टॅन्टिनोपलला नेले आणि तिथल्या हिप्पोड्रोममध्ये प्रदर्शनासाठी ठेवले. मग जेव्हा युरोपमध्ये चौथे धर्मयुद्ध सुरू झाले, तेव्हा त्यात व्हेनिसच्या संस्थानिकांची फौज होती. कॉन्स्टॅन्टिनोपल इथे गेल्यावर त्यांनी ते पुतळे जप्त करून गलबतामधून व्हेनिसला पाठवले. आकाराने भव्य आणि अवजड असलेले पुतळे व्हेनिसला पाठवणे, हे एक त्या काळी खरोखरीच अवघड काम होते. परंतु त्या वेळच्या व्हेनिसवर राज्य करणारा जो डोझे होता, त्याने आग्रह धरून ते पुतळे व्हेनिसला पाठवून दिले. १२५४मध्ये ते पुतळे व्हेनिसमध्ये आले. मग सेन्ट मार्कसच्या कॅथीड्रलमध्ये दर्शनी भागात त्या पुतळ्यांची स्थापना करण्यात आली.

त्यानंतर ५४३ वर्षांनी नेपोलियने व्हेनिस संस्थान १७९७मध्ये जिंकले आणि ते घोड्यांचे पुतळे पळवून पॅरिसमध्ये पाठवून दिले. पॅरिसची जी प्रसिद्ध विजय कमान – Arc de Triomphe आहे, तिच्यापुढे हे पुतळे प्रदर्शित करण्यात आले. शेवटी १८१५मध्ये वॉटर्लू इथे नेपोलियनचा पराभव झाल्यावर त्याला देश सोडावा लागला. नेपोलियनच्या कृत्यांच्या आठवणी पुसण्यासाठी एका मोठ्या बार्ज नौकेवरून हे पुतळे व्हेनिसला पाठवून दिले गेले. मग सेन्ट मार्कसच्या बॅसिलिकामध्ये आत्ता दिसतात तिथे ते उभारण्यात आले.

जरी लँग्डनला या घोड्यांच्या पुतळ्याबद्दलचा इतिहास बऱ्यापैकी माहीत होता तरीही त्याला ARCAच्या वेबसाइटवर आणखी एक अशी काही माहिती मिळाली की त्यामुळे तो दचकला होता.

> इ. स. १२०४मध्ये व्हेनिसच्या नागरिकांनी त्या चार घोड्यांच्या माना आणि गळे यावरून सुशोभित गळपट्टे जडवले. कारण कॉन्स्टॅन्टिनोपोलमधून व्हेनिसला गलबताने ते पुतळे आणण्यासाठी (खोक्यात मावण्यासाठी) त्या चारही घोड्यांच्या माना कापून मुंडकी वेगळी केली होती.

म्हणजे डोझे राजाने या घोड्यांच्या पुतळ्यांची मुंडके कापण्याचे हुकूम सोडले होते तर! ही शक्यता लँग्डनच्या लक्षात येणेच शक्य नव्हते. केव्हातरी मिळालेली ही माहिती तो विसरून गेला होता. पण आता ती स्मृती जागृत झाली होती.

"रॉबर्ट?" सिएना त्याला हाका मारीत होती.

तिच्या हाकांमुळे तो आपल्या विचारातून बाहेर पडला आणि तिला शोधू लागला. ती हाताने गर्दीतील लोकांना ढकलून बाजूला सारून वाट काढीत येत होती आणि त्याला हाका मारीत होती. तिच्या शेजारून फेरीस चालत होता.

"त्या कवितेतले घोडे मला कळले बरं का!" तो ती जवळ येताच उत्तेजित होऊन ओरडून तिला म्हणाला.

"म्हणजे काय?" तिने गोंधळून विचारले.

"आपण ज्या दगाबाज डोझेने घोड्यांची मुंडकी कापली होती त्याबद्दल मी बोलतो आहे."

"मग त्याचे काय?"

"त्या कवितेतले घोडे हे जिवंत घोडे नाहीत." त्याने वर उन्हात तळपत असलेल्या तांब्याच्या चार घोड्यांकडे बोट करून दाखवत पुढे म्हटले, "त्याला या घोड्यांबद्दल म्हणायचे आहे!"

७३

'द मेंडासियम' या नौकेवर डॉ. एलिझाबेथ सिन्स्की होती. तिचे हात थरथरू लागले होते. प्रोव्होस्तच्या अभ्यासिकेत ती संगणकावर व्हिडिओ पहात होती. तिने आजवरच्या आयुष्यात काही हादरवून टाकणाऱ्या घटना पाहिल्या होत्या, परंतु आत्महत्येआधी झोब्रिस्टने केलेला हा विचित्र व्हिडिओ पाहून ती फारच हादरली होती. मृत्यू पावल्यासारखी ती थंडगार पडली होती.

तिच्या समारेच्या पडद्यावर ती भूमिगत गुहा दिसत होती. त्या गुहेच्या ओल्या भिंतीवरती लांब चोच असलेल्या एका व्यक्तीची छाया उभी होती. ती छाया क्षणभर थरथरली. ती छायाकृती पुढे बोलत राहिली. त्या छायाकृतीने जे काही निर्माण केले त्याला ती छायाकृती 'नरक' या शब्दाने संबोधित होती. त्याच्या त्या निर्मितीकडून जगाला लोकसंख्यावाढीतून मुक्त केले जाणार होते.

परमेश्वरा वाचव रे बाबा! सिन्स्कीने मनात प्रार्थना केली. ती प्रोव्होस्तला थरथरत्या आवाजात म्हणाली, ''आपण ती भूमिगत जागा शोधून काढली पाहिजे. कदाचित अजून फारसा उशीर झालेला नसेल.''

''अजून पहात रहा. पुढे तर अधिक अनपेक्षित, चमत्कारिक आहे,'' प्रोव्होस्त तिला म्हणाला.

अचानक त्या गुहेच्या ओल्या भिंतीवरची छाया मोठी मोठी होत गेली. शेवटी त्या छायेतून एक व्यक्ती बाहेर पडली. ती व्यक्ती प्लेगची डॉक्टर होती. सिन्स्की त्याच्याकडे पहात राहिली. त्याच्या अंगात काळा कोट होता आणि तोच तो लांब चोच असलेला मुखवटा होता. तो डॉक्टर सरळ कॅमेऱ्याच्या दिशेने चालत येऊ लागला. शेवटी त्याच्या मुखवट्याने सबंध पडदा व्यापला गेला. त्या दृश्याचा एक भीतिदायक परिणाम पहाणाऱ्यावर होत होता.

ती व्यक्ती म्हणत होती, ''नरकातील सर्वांत वाईट जागा ही नैतिक पेचप्रसंगात, आणीबाणीच्या परिस्थितीत जे आपली तटस्थता सोडत नाहीत, त्यांच्यासाठी राखून ठेवलेली असते.'' आपली मान जखडली गेली आहे, असे सिन्स्कीला वाटू लागले.

वर्षभरापूर्वी झोब्रिस्टशी तिची गाठ पडली होती. तेव्हा त्याने न्यू यॉर्कच्या विमानतळावरील काउंटरवर याच शब्दांत तिच्यासाठी निरोप ठेवला होता.

पडद्यावरील प्लेगचा डॉक्टर म्हणत होता, ''मला ठाऊक आहे की, काही लोक मला राक्षस म्हणत असतात.'' मग क्षणभर तो थांबला. आपल्यालाच उद्देशून ते शब्द आहेत, असे सिन्स्कीला वाटले. तो पुढे म्हणाला, ''काही लोकांना माझ्याबद्दल असेही वाटते की, या मुखवट्यामागे एक हृदयशून्य पशू आहे.'' एवढे बोलून तो पुन्हा थांबला आणि आणखी कॅमेऱ्याजवळ सरकला. मग तो म्हणाला, ''पण मी निर्दय नाही की हृदयशून्यही नाही.''

एवढे झाल्यावर झोब्रिस्टने आपल्या चेहऱ्यावरचा मुखवटा काढला आणि त्याने आपल्या कोटाचे मागचे हूडही खाली केले. आता त्याचा चेहरा स्पष्ट दिसू लागला. ते पाहून सिन्स्की ताठ झाली. ती त्या ओळखीच्या चेहऱ्याकडे, त्याच्या हिरव्या डोळ्यांकडे रोखून पाहू लागली. तिने ते डोळे त्याच्या ऑफिसात वर्षभरापूर्वी पाहिलेले होते. आता व्हिडिओत दिसणाऱ्या त्या डोळ्यांत तोच त्वेष आणि जोश दिसत होता. पण त्यात आणखीही काही होते. त्यात एखाद्या वेड्या माणसाचा उत्साह ओसंडत होता.

तो माणूस सांगू लागला, ''माझे नाव बर्ट्रान्ड झोब्रिस्ट आहे.'' तो कॅमेऱ्याकडे रोखून पहात बोलत होता. ''आणि हा माझा चेहरा असा आहे, उघडा आहे आणि जगापासून लपवलेला नाही. माझ्या आत्म्याबद्दल सांगायचे झाल्यास... डान्टेचे हृदय जसे त्याच्या प्रिय बिॲट्रिसविषयी आनंदाने नाचू लागायचे तसेच माणसांबद्दलचे प्रेम माझ्या हृदयातून भरभरून वहात आहे. मला जर माझे हृदय बाहेर काढून तुम्हाला दाखवता आले असते, तर तुम्हाला हे सहज दिसले असते. आपणा सर्वांवर माझे अत्यंत गाढ प्रेम आहे. तसेच ते तुमच्यातील एका व्यक्तीवर सर्वांत जास्त आहे.''

झोब्रिस्ट आणखी पुढे सरकला. कॅमेऱ्यात त्याची नजर खोलवर घुसली होती आणि एखाद्या प्रेमिकासारखा तो अत्यंत मृदूपणे बोलू लागला. तो म्हणाला, ''माझे प्रेम हे अमूल्य आहे. तुम्हीच माझा परमानंद आहात, माझा शाश्वत आनंद आहात. माझ्यातील दुर्गुणांचे विनाशक आहात, माझ्यात तुम्हीच सद्गुणांची पेरणी केलीत, माझे मुक्तिदातेही तुम्हीच आहात. माझ्याजवळ येऊन मला ही गर्ता ओलांडण्यासाठी तुम्हीच मला नकळत मदत केली आहे. मी आता जे काही करायला जाणार आहे त्यासाठी तुम्हीच मला बळ देत आहात. मी ते आत्ता करणार आहे.''

सिन्स्की ते सारे तिरस्काराने ऐकत होती.

झोब्रिस्ट आता खिन्नपणे बोलू लागला. त्याचा आवाज त्या भूमिगत आणि भयाण गुहेत घुमू लागला. तो म्हणत होता, ''तुम्हा सर्वांकडून मी स्फूर्ती घेतली

आहे, मार्गदर्शन घेतले आहे. मी जे काही निर्माण केले आहे, ते जसे माझे आहे तसेच तुमचेही आहे. जर तुमचे माझ्यावर आणि माझे तुमच्यावर प्रेम असेल, माया असेल, ममता असेल, तर पुन्हा मला भेटू नका की स्पर्शही करू नका. मी तुमच्या मुलायम हातात तुमचे भवितव्य सोपवले आहे आणि या विचारातच मला शांती लाभणार आहे. माझे इथले काम आता झाले आहे. आणि मी आता जमिनीवर येणार आहे, जगात येणार आहे... आणि पुन्हा आकाश, आकाशातील तारे पहाणार आहे.''

झोब्रिस्ट बोलायचे थांबला आणि त्याच्या बोलण्यातील 'तारे' हा शब्द त्या गुहेत घुमला. मग तो अत्यंत शांतपणे कॅमेऱ्यापासून दूर झाला. त्याचे निवेदन पूर्ण झाले होते. व्हिडिओ संपला होता. पडदा रिकामा झाला होता.

प्रोव्होस्त संगणक बंद करीत म्हणाला, ''ती जी भूमिगत जागा आहे, ती कुठे आहे हे कळत नाही. तुम्हाला सांगता येईल?'' सिन्स्कीने आपली मान नकारार्थी हलवली. असल्या जागेसारखी जागा तिला कुठेही आजपर्यंत दिसलेली नव्हती. मग तिला रॉबर्ट लँग्डनची आठवण झाली. एव्हाना त्याने हे रहस्य उकलण्याच्या दिशेने काही प्रगती केली असेल का?

प्रोव्होस्त म्हणाला, ''मला एक मात्र नक्की ठाऊक आहे. झोब्रिस्ट म्हणतो की, 'तुमच्यातील एका व्यक्तीवर माझे सर्वांत जास्त प्रेम आहे.' ती व्यक्ती कोण आहे ते मला ठाऊक आहे.'' मग थोडे थांबून तो पुढे म्हणाला, ''ती व्यक्ती ही FS-2080 आहे. हा त्या व्यक्तीचा सांकेतिक क्रमांक आहे. आणि ती व्यक्ती झोब्रिस्टचा एक प्रेमिक आहे.''

सिन्स्की ताड्कन उभी राहिली आणि म्हणाली, ''हो! मला माहीत आहे FS-2080 बद्दल.''

तिचे बोलणे ऐकून प्रोव्होस्तही दचकला आणि तिला म्हणाला, ''म्हणजे तुम्हाला या सांकेतिक क्रमांकाचा काहीतरी अर्थ ठाऊक आहे?''

सिन्स्कीने अविश्वास वाटावा एवढ्या जोरात आपली मान हालवली आणि म्हणाली, ''अर्थातच!''

सिन्स्कीचे हृदय आता धडधडू लागले होते. FS-2080 हा क्रमांक ज्या कोणाचा आहे ती व्यक्ती नेमकी कोण ते तिला ठाऊक नव्हते. पण तो क्रमांक कोणासाठी असतो, हे तिला ठाऊक होते. कारण जागतिक आरोग्य संघटना यासारख्याच सांकेतिक क्रमांकाचा वापर काही वर्षे करीत आलेली होती.

''ती व्यक्ती ही ट्रान्सह्यूमॅनिस्ट चळवळीतील आहे. तुम्हाला त्या चळवळीची माहिती असणारच,'' तिने म्हटले. काही क्षण थांबून ती पुढे सांगू लागली. ''ट्रान्सह्यूमॅनिझम! सध्याच्या मानवतावादापलीकडचा किंवा सुधारित मानवतावाद!

त्यांच्या तत्त्वज्ञानानुसार माणसांनी जेवढे काही तंत्रज्ञान उपलब्ध केले आहे, ते सर्व वापरून आपला मानववंश अधिक बलवान बनवला पाहिजे. कारण जो बलवान असेल तोच टिकून राहील!''

यावर प्रोव्होस्तने फक्त आपले खांदे उडवले.

ती पुढे सांगत गेली, ''सर्वसाधारणपणे सांगायचे झाल्यास ही सुधारित मानवतावादी चळवळ अनेक जबाबदार नागरिकांनी चालवली आहे. त्यात नैतिकदृष्ट्या जबाबदार असलेले शास्त्रज्ञ, भविष्यवेत्ते, दूरदृष्टी असलेले अनेक जण सामील आहेत. परंतु इतर चळवळीत जसे होते तसेच याही चळवळीत घडते आहे. अनेक जहालवादी मंडळी चळवळीत सामील होऊन असे मत मांडत आहेत की, ही चळवळ पाहिजे त्या वेगाने प्रगती करीत नाही. भयानक भविष्यकाळाच्या भीतीपोटी काही विचारवंत मानवाचा अंत जवळ येत असून कोणीतरी हे थोपवण्यासाठी, मानवजात वाचवण्यासाठी काहीतरी धाडसी उपाययोजना केली पाहिजे याचा पुरस्कार करत आहेत.''

प्रोव्होस्त यावर म्हणाला, ''आणि माझा असा तर्क आहे की, बर्ट्रान्ड झोब्रिस्ट या लोकांपैकी असावा.''

''अगदी बरोबर!'' सिन्स्की म्हणाली, ''झोब्रिस्टच अशा या चळवळीचे नेते होते. शिवाय ते अत्यंत बुद्धिमान होते, ते अशा विचारसरणीने भारलेले होते, मंत्रमुग्ध झालेले होते. मग त्यांनी मानवजातीचा अखेरचा विनाश होईल, असे लेख लिहून प्रसिद्ध केले. त्यामुळे या सुधारित मानवतावादाच्या चळवळीत चैतन्य पसरत गेले. आज या चळवळीतील अनेक अनुयायी, चेले हे अशी सांकेतिक नावे वापरतात. त्यामध्ये नेहमी सुरुवातीला दोन अक्षरे आणि नंतर एक चार आकडी अंक असतो. उदाहरणार्थ, DG-2064, BA-2105 किंवा मघाशी तुम्ही म्हणालात तो सांकेतिक क्रमांक.''

''FS-2080.''

सिन्स्की मान डोलवत म्हणाली, ''म्हणजेच तो क्रमांक धारण करणारी व्यक्ती ही सुधारित मानवतावादी आहे.''

''त्या अक्षरांना आणि क्रमांकाला काय अर्थ आहे?''

यावर सिन्स्की संगणकाकडे बोट करून म्हणाली, ''तुम्ही ब्राउजर वापरून शोध घ्या. मग मी दाखवते.''

यावर प्रोव्होस्तला तशी खात्री वाटेना, पण तरीही त्याने संगणकावर शोध चालू केला.

''FM-2030 याचा आधी उदाहरणादाखल शोध घ्या!'' सिन्स्की त्याच्या मागे उभी रहात म्हणाली.

प्रोव्होस्तने FM-2030 टाइप केले आणि हजारो वेबपेजेस समोर आली. सिन्स्की म्हणाली, "यातील कुठल्याही पेजवर क्लिक् करा."

प्रोव्होस्तने यादीतील सर्वांत वर क्लिक् केले. मग विकिपीडियाची साइट ओपन केली. त्यात एका देखण्या इराणी माणसाचे छायाचित्र उमटले होते. त्याचे नावही पडद्यावर आले. ते होते, Fereidoun M. Esfandiary. ही व्यक्ती लेखक, तत्त्वज्ञ, भविष्यवेत्ता आणि सुधारित मानवतावादी चळवळीचा जुना आश्रयदाता होती. त्याने अनेक जीवशास्त्रीय तंत्राचा पुरस्कार केला होता. भविष्यात कृत्रिमरीत्या मनुष्यजीव प्रयोगशाळेत अनुवंशशास्त्र तंत्रज्ञानाने निर्माण होतील, यावर त्याचा विश्वास होता. तसेच एक जागतिक संस्कृती निर्माण होईल, असेही तो मानीत असे.

विकिपीडियानुसार, या एस्फान्डियारी व्यक्तीचा एक धाडसी दावा असा होता की, नवीन तंत्रज्ञानामुळे माणसाचे आयुष्य हे सहज १०० वर्षांचे होईल. ही एक दुर्मीळ गोष्ट अस्तित्वात येऊन प्रत्येक जण शतायुषी होईल. भावी तंत्रज्ञानावर त्याचा ठाम विश्वास असल्याने त्याने त्या तंत्रज्ञानाला अनुकूल असा FM-2030 हा क्रमांक नाव म्हणून धारण केला होता. आपल्या पहिल्या नावातील सुरुवातीचे अक्षर आणि मधल्या नावातील अक्षर अशी FM आद्याक्षरे घेतली होती. पुढचा जो आकडा होता त्या इसवी सनात तो १०० वर्षांचा होणार होता. दुर्दैवाने त्याच्या स्वादुपिंडाला कर्करोग ७०व्या वयात झाला आणि त्याला आपले जगण्याचे उद्दिष्ट गाठता आले नाही. पण त्याच्या स्मृतिप्रीत्यर्थ त्या सुधारित मानवतावादाचे उत्साही अनुयायी हेही मग आपली नावे तशीच धारण करू लागले.

जेव्हा प्रोव्होस्तने संगणकावरचा मजकूर वाचून संपवला, तेव्हा तो उभा राहिला आणि खिडकीपाशी गेला आणि बाहेरील समुद्राकडे बराच वेळ पहात राहिला. शेवटी तो म्हणाला, "म्हणजे ती व्यक्ती बर्ट्रान्डि झोब्रिस्ट याचा एक प्रेमिक, FS-2080 या नावाचा होता. आणि तो या सुधारित मानवतावाद्यांपैकी होता."

"शंकाच नाही. पण ती व्यक्ती नक्की कोण हे मला मला ठाऊक नाही. FS-2080 म्हणजे कोण? पण– "

प्रोव्होस्तने तिचे बोलणे तोडीत म्हटले, "मला तेच म्हणायचे आहे. पण ती व्यक्ती मला ठाऊक आहे. अगदी अचूक ठाऊक आहे."

७४

ते वातावरण सोनेरी वाटत होते. आजवर रॉबर्ट लँग्डनने अनेक भव्य आणि अप्रतिम अशी कॅथीड्रल्स पाहिली होती. परंतु सेन्ट मार्कचे कॅथीड्रल म्हणजे हे भव्य चर्च त्याच्या मते एकमेवाद्वितीय होते. अनेक शतके या चर्चबद्दल म्हटले जायचे की, तुम्ही नुसती या चर्चमधली हवा जरी हुंगली तरी तुम्ही एक अधिक श्रीमंत व्यक्ती बनाल. हे विधान नुसते रूपकात्मक नव्हते, तर शब्दशः खरे होते.

आतमध्ये भिंतीवर अनेक लक्षावधी प्राचीन सोन्याच्या फरश्या चिकटवलेल्या होत्या. हवेत हिंडणाऱ्या बऱ्याच धुलिकणांपैकी काही कण हे सोन्याचे आहेत, असे म्हटले जायचे. हे तरंगणारे सोन्याचे कण आणि त्यावर पडलेला सूर्यप्रकाश पश्चिमेकडच्या मोठ्या खिडक्यांतून आत येत होता. त्यामुळे त्या चमचमणाऱ्या प्रकाशामुळे एक उत्साहाने भारलेले वातावरण निर्माण होई. परिणामी इथे येणारे श्रद्धाळू लोक हे आध्यात्मिकदृष्ट्या संपन्न होत आणि त्याच वेळी आपल्या फुप्फुसात खोलवर सोन्याचे कण जाऊन बसल्याने ते जणूकाही भौतिकदृष्ट्याही आपोआप काहीसे श्रीमंत बनत.

आता दुपारच्या वेळी सूर्य बराच खाली आल्याने पश्चिमेच्या खिडकीतून येणारे सूर्यप्रकाशाचे किरण खूप खालच्या कोनातून आत घुसत होते. लँग्डनच्या डोक्यावर तो प्रकाश पडल्याने त्याचे डोके एखाद्या सोनेरी केसांच्या नवरीसारखे भासत होते. लँग्डन त्या वातावरणात थक्क होऊन नुसता श्वासोच्छ्वास करीत होता. त्याच्या शेजारी असलेली सिएना आणि फेरीसही असेच करीत होते.

"आता कुठे जायचे?" सिएनाने त्याला हळूच विचारले.

एका वर जाणाऱ्या जिन्याकडे लँग्डनने बोट केले. चर्चचा संग्रहालयाचा विभाग वरच्या मजल्यावर होता. तिथे चर्चला पूर्वी भेटीदाखल दिलेल्या सर्व वस्तू ठेवण्यात आल्या होत्या. त्या पाहिल्यावर नक्की कोणत्या डोझेने ती घोड्यांची डोकी कापून इकडे आणली ते समजेल, अशा लँग्डनचा विश्वास होता.

जिना चढून जात असताना त्याच्या लक्षात आले की, फेरीस हा कसाबसा

धडपडत चढतो आहे आणि त्याला श्वासोच्छ्वास करताना मोठी अडचण येत आहे. सिएनाने लँग्डनकडे पाहिले. त्याचीही नजर आत्ता तिच्याकडे गेली होती. त्याचे लक्ष वेधण्यासाठी ती बऱ्याच वेळा धडपडत होती. तिने फेरीसकडे पाहून एक सावधगिरीचा भाव चेहऱ्यावर आणला. लँग्डनला उद्देशून ती काहीतरी पुटपुटली. लँग्डनला ते नीट ऐकू आले आणि समजलेही. तिला त्याबद्दल खुलासा विचारण्याआधी फेरीसने आपली नजर मागे फिरवली. सिएनाने त्याच्याकडे आपले डोळे रोखले खरे, पण तिला क्षणभर उशीर झाला होता. ती फेरीसकडे पहात राहिली.

शेवटी तिने फेरीसला विचारले, ''डॉक्टरसाहेब, तुम्ही ठीक आहात ना?''

यावर फेरीसने आपली मान हालवली आणि तो भरभर जिना चढू लागला.

लँग्डनच्या मनात आले, *ही किती बुद्धिमान अभिनयपटू स्त्री आहे, पण ती मला काय कळवू इच्छित आहे?*

जेव्हा ते वरच्या तिसऱ्या मजल्यावर पोहोचले, तेव्हा त्यांना खाली पसरलेल्या संपूर्ण बॅसिलिकाचे आकलन झाले. ग्रीक क्रॉसच्या पद्धतीने ती वास्तुरचना केली होती. सेन्ट पीटर्स किंवा नोत्र दाम या चर्चमध्ये जेवढे लांबट चौकोन किंवा तशा चौकोनी जागा होत्या त्यापेक्षा जास्त चौकोनी जागा इथे होत्या. पश्चिमेच्या ढेलजीपासून वेदीपर्यंतचे अंतर कमी होते. सेन्ट मार्कची रचना ही जराशी रांगडी, भक्कम होती आणि तिथे वावरायला खूप वाव होता.

चर्चची वेदी अनेक खांबांच्या मागे होता. तिथेच एक क्रूस उभा केलेला होता आणि त्यावर ख्रिस्ताचा पुतळा होता. त्यावर एक सुबक अशी मेघडंबरी होती. ती जगातील सर्व चर्चेसमधल्या मेघडंबरीपेक्षा सर्वांत मौल्यवान अशी मेघडंबरी आहे, असा दावा केला जायचा. त्याच्या पार्श्वभूमीवर एक पडदा लावला होता. त्याला 'सोनेरी कापड' असे ही संबोधले जायचे. कारण त्यातील चांदीच्या धाग्यांवर सोनेरी मुलामा दिलेला होता. त्या पडद्यामध्ये १३०० मोती, ४०० लाल रंगाचे खडे, ३०० इंद्रनील मणी, पाचू, नीलमणी आणि माणिक जडवलेले होते. आणि म्हणूनच हा पडदा मौल्यवान समजला जात होता. त्या चार अश्वांच्या पुतळ्यासारखाच हा पडदाही व्हेनिसचा एक सर्वोत्कृष्ट खजिना समजला जात होता.

वास्तुशास्त्रदृष्ट्या 'बॅसिलिका' शब्दाचा अर्थ पूर्वेला तोंड करून उभे असलेले बायझन्टाइन शैलीत बांधलेले युरोप किंवा पश्चिमी जगातील चर्च, असा होतो. तुर्कस्तानातील कॉन्स्टॅन्टिनोपल म्हणजेच इस्तंबूल शहरातील जे 'जस्टिनिअन बॅसिलिका' आहे त्याचीच नक्कल सर्वत्र केली जाते. सेन्ट मार्क या चर्चवर एवढा पूर्वेकडच्या शैलीचा प्रभाव पडला असल्याने अनेक पुस्तकात अनेकदा म्हटले गेले आहे की, या चर्चमध्ये गेल्यावर तुर्की मशिदीत गेल्यासारखे वाटते. पूर्वेकडची बायझन्टाइन शैलीतील बरीच कॅथीड्रल्स ही नंतर मुस्लीम प्रार्थनास्थळात रूपांतरित

केली गेली.

परंतु सेन्ट मार्क हे कॅथीड्रल तुर्कस्थानातील कोणत्याही देखण्या मशिदीशी साधर्म्य दाखवते, यावर लँग्डन बिलकूल विश्वास ठेवायला तयार नव्हता. पण एखाद्याला जर बायझन्टाइन शैली नीट पहायची असेल, तर त्याने या चर्चमधील गुप्त स्थळे असलेल्या खास खोल्यांना भेट द्यावी. चर्चमधील उजव्या ट्रान्सेप्टमध्ये मार्क चर्चचा सारा खजिना ठेवलेला आहे– सोन्याने चकाकणाऱ्या २८३ प्रतिमा, रत्ने आणि चषक ठेवलेले आहेत. ही सर्व लूट कॉन्स्टॅन्टिनोपलहून आणलेली होती.

आत्ता दुपारी बॅसिलिकामध्ये तशी बरीच शांतता आहे, असे लँग्डनला वाटले. तरीही पर्यटकांचे काही घोळके हिंडत होते. पण त्यांच्या बाजूने वाट काढता येत होती. पर्यटकांचे बरेच गट चर्चमध्ये आत-बाहेर करीत होते. लँग्डनने सिएना आणि फेरीस यांना पश्चिमेकडेच्या खिडकीकडे नेले. जिथे बाहेरच्या सज्जात पर्यटकांना जाता येत होते. तिथेच त्या चार देखण्या अश्वांचे पुतळे ठेवलेले होते. तिथे पोहोचल्यावर कोणत्या डोझे राजाने त्या पुतळ्यांच्या माना कापल्या हे आपल्याला सहज समजेल, अशी लँग्डनची समजून होती. मग त्यानंतर काय करायचे ते तो ठरवणार होता– त्या डोझेचा शोध घेणार होता. त्याचे थडगे अथवा पुतळा तो शोधणार होता. तसे करताना त्याला कोणाची तरी मदत लागणार होती. कारण चर्चकडे शेकडो पुतळे होते. तसेच दफनाची भुयारी खोली होती आणि चर्चच्या उजव्या बाजूच्या भागात काही घुमटाकृती थडगी होती.

लँग्डनला एक तरुण कर्मचारी स्त्री दिसली. ती पर्यटकांच्या एका गटाला माहिती देत होती. लँग्डन तिच्याकडे गेला. तिच्या बोलण्यात व्यत्यय आणीत, त्याने तिला विचारले, ‘‘एक्स्क्यूज मी. आज दुपारी इथे एट्टोरी व्हिओ असतील का?’’

‘‘एट्टोरी व्हिओ?’’ ती कर्मचारी स्त्रीने लँग्डनकडे पहात म्हणाली, ‘‘हो, पण मला –’’ मग एकदम तिचा चेहरा उजळला आणि तिने विचारले, ‘‘आपण रॉबर्ट लँग्डन ना?’’

लँग्डनने हसून उत्तर दिले, ‘‘होय. मला एट्टोरी यांच्याशी बोलायला मिळेल का?’’

‘‘होय! होय!’’ असे म्हणून तिने पर्यटकांच्या गटाला थोडा वेळ तिथेच थांबायला सांगितले आणि ती निघाली.

संग्रहालयाचा प्रमुख एट्टोरी व्हिओ आणि लँग्डन हे दोघेही या बॅसिलिकावरच्या माहितीपटात एकत्र आलेले होते. त्यानंतरही ते दोघे एकमेकांच्या संपर्कात राहिलेले होते. लँग्डन सिएनाला सांगत होता. ‘‘एट्टोरी यांनी या बॅसिलिकावर एक पुस्तक

लिहिलेले आहे. खरेतर त्यांनी तशी बरीच पुस्तके लिहिली आहेत.''

फेरीसची घाबरलेली अवस्था पाहून सिएना त्याच्याकडे पाहू लागली. लँग्डन मात्र पर्यटकांच्या त्या गटाला पश्चिमेकडेच्या खिडकीकडे नेऊ लागला. तिथे खिडकीतून खाली सज्जात पाहिल्यावर ते चार देखणे अश्व सर्वांना दिसले. उन्हामध्ये ते चमकत होते. खालच्या चौकात हिंडणारे पर्यटक आणि अन्य गोष्टी वरून छान दिसत होत्या.

लँग्डन जवळ आलेल्या सिएनाला म्हणाला, ''ते खालचे घोडे हे नकली आहेत. मूळच्या पुतळ्याच्या केवळ प्रतिमा आहेत. खरे पुतळे हे आत कुठेतरी सुरक्षित जपून ठेवलेले आहेत.''

मग लँग्डनने सिएना आणि फेरीस यांना एका कॉरिडॉरमधून एका खोलीकडे नेले. त्या खोलीत भरपूर प्रकाश होता. तिथल्या भिंती विटांच्या होत्या आणि त्यावर कमानी होत्या.

''हेच ते मूळचे पुतळे!'' लँग्डन म्हणाला. प्रत्येक वेळी लँग्डन जेव्हा जेव्हा हे पुतळे पहात आलेला होता, तेव्हा त्याला आश्चर्य वाटे की, या घोड्यांची कातडी एवढी हुबेहूब कशी केली गेली असेल? त्यांच्या स्नायूंची रेषान्रेषा कशी स्पष्ट दिसत असेल? त्यांच्यावर सोनेरी-हिरवा गंज कसा काय चढला असेल? पण त्या सर्वांचा एक नाट्यपूर्ण परिणाम होत होता.

या घोड्यांचा भूतकाळ खळबळजनक असला तरी सध्या मात्र त्या पुतळ्यांची चांगली देखभाल केली जात होती. उत्तम कलाकृती कशा नीट जतन कराव्यात याचे ते एक उत्तम उदाहरण होते.

तेवढ्यात मागून एका भरदार आवाजात रॉबर्टला कोणीतरी म्हटले, ''रॉबर्ट! तुम्ही माझा अपमान केलात.''

लँग्डनने वळून मागे पाहिले. त्याला एट्टोरी व्हिओ दिसला. तो विनोदाने हसत होता. पांढरे केस, अंगात निळा सूट, गळ्यात साखळीत अडकवलेला चष्मा, असा तो एट्टोरी पर्यटकांच्या घोळक्यातून वाट काढीत आला होता. तो लँग्डनला म्हणत होता, ''तुम्ही व्हेनिसला येता आणि मला साधा फोन करीत नाही?''

लँग्डनने यावर हसून त्याच्याशी हस्तांदोलन करत म्हटले, ''मी तुम्हाला चकित करणार होतो. तुमची तब्येत ठीक दिसते आहे. माझ्या बरोबरीच्या मित्रांची ओळख करून देतो. हे माझे मित्र डॉ. ब्रूक्स आणि डॉ. फेरीस.''

एट्टोरीने त्यांचे स्वागत केले आणि मग थोडे मागे जाऊन लँग्डनला विचारले, ''डॉक्टरांच्या बरोबर प्रवास करता आहात? आजारी आहात काय? आणि तुम्ही कपडेही नेहमीचे घातलेले नाहीत. इटालियन बनू पहात आहात का?''

यावर लँग्डन म्हणाला, ''दोन्हीही नाही. मी तुमच्या इथल्या घोड्यांच्या

पुतळ्यांबद्दल काही माहिती गोळा करण्यासाठी आलेलो आहे.''

एट्टोरीला याचे नवल वाटून तो म्हणाला, ''म्हणजे एका प्रसिद्ध प्रोफेसरलासुद्धा काही गोष्टी ठाऊक नाहीत तर!''

लँग्डनने हसून खुलासा करीत म्हटले, ''हे घोडे जेव्हा धर्मयुद्धात कॉन्स्टॅन्टिनोपलहून आणले, तेव्हा त्यांची वाहतूक करण्यासाठी त्यांची डोकी कापण्यात आली होती. मला त्याबद्दल अधिक जाणून घ्यायचे आहे.''

लँग्डनने असे म्हटल्यावर एट्टोरी त्याच्याकडे असा काही पहात राहिला की, जणूकाही त्याने राणीला झालेल्या मूळव्याधीची चौकशी केली आहे. तो कुजबुजत्या आवाजात म्हणाला, ''अरे बापरे! रॉबर्ट, आम्ही त्याबद्दल अजिबात बोलत नाही. जर तुम्हाला ती कापलेली डोकी पहायची असतील, तर मी तुम्हाला ती प्रसिद्ध– ''

''एट्टोरी, मला एवढीच माहिती हवी आहे की कोणत्या डोझे राजाने ती मुंडकी कापली होती?''

यावर एट्टोरीने बचावाचा पवित्रा घेत म्हटले, ''असे काहीही घडले नाही. मी तशा गोष्टी ऐकल्या खऱ्या, परंतु ऐतिहासिकदृष्ट्या पाहिले तर कोणत्याही डोझे राजाने असे काही केले असेल– ''

''एट्टोरी, मग ज्या डोझे राजाबद्दल खरी किंवा खोटी गोष्ट सांगितली जाते तो कोण?''

यावर एट्टोरीने आपला चष्मा डोळ्यांवर चढवत म्हटले, ''त्या सांगितल्या जाणाऱ्या गोष्टीनुसार आपले हे लाडके घोडे किंवा त्यांचे पुतळे हे व्हेनिसला एका हुषार आणि कपटी डोझेने जहाजाने पाठवून दिले.''

''कपटी?''

''होय, त्या डोझेने धर्मयुद्धात सामील झालेल्या सर्वांनाच आपल्या युक्त्यांनी फसवले होते. या डोझेने सरकारी खजिन्यातून इजिप्तला जहाजाने जाण्यासाठी पैसे उचलले... परंतु आपल्या सैन्याला वाटेतूनच परत पाठवले. त्याने बाकीच्या राजांनी आणलेल्या सैन्याच्या मदतीने कॉन्स्टॅन्टिनोपोलला लुटले.

''अनेक राजांनी मिळून आपापले सैन्य या एकत्रित धर्मयुद्धात सामील झालेले होते. पण या डोझेने आपल्या संस्थानाचे सैन्य परत पाठवून लुटालूट केली आणि बरीच लूट व्हेनिसकडेच पाठवली.''

थोडक्यात, या डोझे राजाने बाकीच्या मित्रराजांशी चक्क दगाबाजी केली होती. मग लँग्डनने विचारले, ''आणि त्या डोझेचे काय नाव होते?''

यावर एट्टोरीने आपल्या भुवया उंचावत म्हटले, ''रॉबर्ट, मला वाटते की तुम्ही जागतिक इतिहासाचे एक अभ्यासक आहात.''

“होय, पण जग हे खूप मोठे आहे आणि इतिहास हा अतिलांबलचक असतो. मला काही धागादोरा तरी त्या संदर्भात द्याल की नाही?”

“ठीक आहे, एकच सांगतो.”

लँग्डन यावर एट्टोरीचा निषेध करणार होता. पण त्याचा काही उपयोग होणार नाही, हे जाणून तो गप्प बसला.

“तुमचा हा डोझे जवळ जवळ १०० वर्षे जगला. त्या काळात हा चमत्कार समजला जात होता. त्याच्या दीर्घायुष्याचे रहस्य हे एका अंधश्रद्धेशी जोडले गेले. त्याने कॉन्स्टॅन्टिनोपल इथून संत ल्युसिया हिच्या अस्थी परत व्हेनिसला आणल्या. त्या सान्ता ल्युसियाचे डोळे – ”

“तर त्याने तिच्या अस्थी तिथून उचलून घेतल्या, खुडून नेल्या. हो ना?” सिएनाच आता बोलली. लँग्डनच्याही मनात हेच वाक्य बोलायचे होते.

एट्टोरी सिएनाकडे वेगळ्याच नजरेने पहात म्हणाला, “होय, एका अर्थाने तसे म्हणायला हरकत नाही, असे मला वाटते.”

फेरीसचा चेहरा एकदम फिका पडला. तो निस्तेज दिसू लागला. जणूकाही आत्तापर्यंत चालत आल्याने आणि जिना चढल्याने त्याला दम लागला होता.

एट्टोरी पुढे म्हणाला, “मी आणखीही एक सांगतो की, हा डोझे संत ल्युसिया हिचा एक निस्सीम भक्त होता. कारण पुढे याच डोझेचे डोळे जाऊन तो आंधळा झाला. वयाच्या ९०व्या वर्षी तो याच चौकात उभा होता. पण त्याला काहीही दिसत नव्हते. आणि त्याने त्या धर्मयुद्धाला मार्गदर्शन केले होते, धर्मोपदेश केला होता.”

“तो कोण होता हे मला आता समजले,” लँग्डन म्हणाला. यावर एट्टिरो हसून म्हणाला, “होय, मी तशी आशा करतो.”

लँग्डनच्या अफाट स्मृतीत भरमसाट प्रतिमा भरलेल्या होत्या, संदर्भ असलेल्या कल्पनांपेक्षाही त्या जास्त होत्या. त्याच्या मनात एका चित्रकृतीची स्मृती जागृत झाली होती. ती म्हणजे एका चित्रकाराने शरीर वृद्ध झाल्यामुळे कृश डोझे राजाचे चित्र काढले होते. तो डोझे आंधळा होता. आपले दोन्ही हात उंच धरून तो धर्मयुद्धासाठी जमलेल्या गर्दीला आवाहन करीत होता. त्याचे नाव आत्ता लँग्डनला आठवले. ते होते, ‘डॅन्डोलो’. चित्राखाली लिहिले होते : *डॅन्डोलो धर्मयुद्धासाठी उपदेश करताना.*

लँग्डन म्हणाला, “एन्रिको डॅन्डोलो. हाच तो दीर्घायुषी डोझे.”

एट्टोरी म्हणाला, “तुमची माहिती माझ्यापेक्षाही जुनी आहे.”

“आता मला एक सांगा, त्या डोझेचे दफन इथे कुठे झाले आहे?”

“डॅन्डोलोचे? नाही, इथे नाही झाले,” एट्टोरी म्हणाला.

"मग राजवाड्यात झाले काय?" सिएनाने विचारले.

एट्टोरीने मग आपल्या डोळ्यांवरचा चष्मा काढला, क्षणभर विचार केला आणि म्हणाला, "मला विचार करायला थोडा वेळ द्या. अनेक डोझे राजांचे दफन झालेले आहे. मला आत्ता एकदम आठवत नाही– "

पण एट्टोरी आपले बोलणे पुरे करण्यापूर्वीच एक भयभीत झालेला कर्मचारी तिथे पळत पळत आला आणि एट्टोरीला बाजूला घेऊन त्याच्या कानात तो काहीतरी पुटपुटला. ते ऐकताच एट्टोरी एकदम ताठ झाला. काहीतरी संकट कोसळले असे त्याला जाणवले. तो ताबडतोब कठड्याकडे धावत गेला आणि त्याने खाली डोकावून पाहिले. काही क्षणांनी तो लॅंग्डनकडे वळून म्हणाला, "मी आलोच," असे म्हणून बाकी काहीही न बोलता तो तिथून घाईघाईने निघून गेला.

कोड्यात पडून लॅंग्डन कठड्यापाशी जाऊन खाली वाकून डोकावून पाहू लागला. *खाली चर्चमध्ये काय चालले आहे?*

प्रथम त्याला वेगळे असे काहीही दिसले नाही. पर्यटक मंडळी इतस्तत: हिंडत होती, रेंगाळत होती. काही वेळाने त्याच्या लक्षात आले की, सर्व पर्यटक एकाच दिशेने पहात आहेत. ती दिशा मुख्य प्रवेशद्वाराकडे होती. त्यातून काही काळ्या गणवेषातील माणसे धडाधड आत घुसली होती आणि सर्वत्र पसरत होती. बाहेर पडणारी सर्व दारे त्यांनी रोखून धरली होती.

काळ्या गणवेषातील सोल्जर्स? लॅंग्डनचे कठड्यावरचे हात एकदम घट्ट आवळले गेले.

"रॉबर्ट?" सिएना त्याला मागून हाक मारीत होती.

लॅंग्डनची दृष्टी खालच्या सोल्जर्सवर खिळून राहिली होती. *त्यांनी आपल्याला कसे काय शोधले?*

"रॉबर्ट!" सिएनाने पुन्हा हाक मारली. तिच्या आवाजात आता घाई जाणवत होती. ती पुढे म्हणाली, "काहीतरी गडबड आहे! जरा मला मदत करा!"

लॅंग्डन कठड्यापासून मागे वळला. कसली एवढी आणीबाणीची परिस्थिती निर्माण झाली आहे, ते त्याला कळेना. तो कोड्यात पडला होता.

आणि ती गेली तरी कुठे?

दुसऱ्याच क्षणाला त्याला सिएना आणि फेरीस दिसले. तिथे असलेल्या घोड्यांच्या पुतळ्यांच्या समोर जमिनीवर डॉ. फेरीस कोसळला होता, तो उचक्या देत होता, त्याच्या अंगाला झटके येत होते. त्याने आपली छाती घट्ट पकडून धरली होती. सिएना त्याच्यावर वाकलेली होती.

७५

सिएना ओरडून म्हणाली, "मला वाटते की, त्यांना हृदयविकाराचा झटका आला असावा."

लँग्डन डॉ. फेरीसपाशी धावत गेला. तो जमिनीवर पडला होता. त्याला धाप लागली होती, त्याचा श्वास ताळ्यावर येत नव्हता.

यांना काय झाले आहे? काय झाले असावे, ते लँग्डनच्या मनात झटक्यात येऊन गेले. खाली ते जवान आले असताना आणि वर इथे फेरीस जमिनीवर पडून आपल्या मुठी आवळून आपटत असताना लँग्डन क्षणभर गांगरून गेला होता. काय करावे ते त्याला कळेना.

सिएनाने वाकून फेरीसच्या गळ्यातील टाय सैल केला, त्याच्या शर्टाची बटणे काढून त्याची छाती मोकळी केली. जरा हवा लागली तर त्याला बरे वाटेल, असे तिला वाटत होते. पण त्याची उघडी छाती पहाताच तिच्या तोंडून एक भीतीचा उद्‌गार बाहेर पडला. आपल्या तोंडावर हात ठेवून ती मागे सरकली आणि त्याच्या उघड्या छातीकडे रोखून पहात उभी राहिली.

लँग्डननेही ते पाहिले.

फेरीसच्या छातीची कातडी काळवंडली होती. काळ्या रंगाचा एक संत्र्यापेक्षाही जरा मोठा गोल डाग त्याच्या छातीवर मध्यभागी विसावला होता आणि तो बरगडीच्या सर्वांत खालच्या हाडापर्यंत पोहोचला होता. असे वाटत होते की, फेरीसला एखाद्या तोफेच्या गोळ्याचा तडाखा बसला होता.

"तो एक अंतर्गत रक्तस्राव आहे," सिएना लँग्डनकडे पहात म्हणाली. ते पाहून तिला धक्का बसला होता. ती पुढे म्हणाली, "दिवसभर त्यांना दम लागत होता, श्वास घ्यायला अडचण का पडत होती, हे आता समजले."

फेरीसने आपले डोके वळवले. त्याला काहीतरी बोलायचे होते. पण ते त्याला जमत नव्हते. तो फक्त तोंडातून किंचित विव्हळल्यासारखा आवाज काढीत होता. आता हळूहळू सभोवताली पर्यटक जमू लागले. परिस्थिती आणखीनच गोंधळाची

होत चालली.

सिएनाच्या चेहऱ्यावर आश्चर्य आणि भीती असे भाव होते. पण चट्‌कन ते भाव जाऊन तिथे राग प्रकटला. ती खाली वाकून फेरीसकडे रोखून पहात म्हणाली, "तुम्ही आमच्याशी खोटे बोलत आलात, हो की नाही?"

फेरीसने पुन्हा बोलायचा प्रयत्न केला, पण त्याच्या तोंडून शब्द फुटत नव्हता. तिने फेरीसचे खिसे तपासले. त्यातून त्याचे पाकीट आणि फोन बाहेर काढले. तिने तो फोन आपल्या खिशात घातला. ती रागाने नुसती लाल झाली होती.

त्याच वेळी एक पोक्त इटालियन स्त्री गर्दीत घुसून पुढे आली आणि तिने सिएनाला रागाने ओरडून इटालियन भाषेत काहीतरी म्हटले. बोलताना तिने मूठ आवळून आपल्या छातीवर आपटली. 'अशीच मूठ त्या खाली पडलेल्या माणसावर आपट,' असे ती सुचवत होती.

सिएनाने तिला जोरात उत्तर दिले, "नाही! तो उपाय केला तर पेशंट मरेल. त्याची छाती पहा!" मग ती लँग्डनकडे वळून म्हणाली, "रॉबर्ट, आपल्याला आता इथून ताबडतोब निघाले पाहिजे."

लँग्डन बावचळून म्हणाला, "पण त्यांना सोडून आपल्याला इथून कसे जाता येईल?"

यावर सिएना म्हणाली, "माझ्यावर विश्वास ठेवा. तो काही 'हार्ट ॲटॅक' नव्हता. आणि आता त्यांना सोडून आपल्याला निघायला हवे. अगदी आत्ताच."

जसजसा फेरीसभोवती घोळका वाढू लागला, तसतसे काही पर्यटक मदतीसाठी ओरडू लागले. सिएनाने लँग्डनचा हात घट्ट धरला आणि ती त्याला खेचून घेऊन जाऊ लागली. तिने त्याला सज्जाकडे, बाहेरच्या ताज्या हवेकडे नेले. तिथे गेल्यावर लँग्डनला क्षणभर दिसेनासे झाले. सूर्य खूप खाली आला होता आणि त्याचे किरण सरळ त्याच्या डोळ्यांत घुसले होते. कमी प्रकाशातून प्रखर प्रकाशात तो आला होता. तासाभरात पश्चिमेकडे सूर्य अस्ताला जाणार होता. त्याचा प्रकाश सज्जात आणि खालच्या चौकात पसरला होता. सबंध सज्जा सोनेरी प्रकाशाने न्हाऊन निघाला होता. सिएनाने त्याला पर्यटकांमधून वाट काढीत तिथून तिसऱ्या मजल्यावरील गच्चीत नेले. तिथे उभे असलेले सर्व पर्यटक खालचा चौक आणि ते घोड्यांचे पुतळे यांच्या सौंदर्याचा आस्वाद घेत होते.

जेव्हा ते दर्शनी बाजूकडून वाट काढीत पुढे जात होते, तेव्हा बाहेर काही अंतरावर असलेल्या एका विचित्र नौकेचे दर्शन लँग्डनला झाले. एक अत्याधुनिक नौका उभी होती आणि भविष्यकालीन युद्धनौका असल्यासारखे तिचे स्वरूप दिसत होते.

यावर त्याने अधिक काही विचार करण्याच्या आत ते दोघे नैर्ऋत्येच्या

कोपऱ्यात आले. जवळच एक दार होते. त्याला 'पेपर डोअर' म्हटले जायचे. बॅसिलिका आणि डोझेचा राजवाडा यांना जोडणारी जी वास्तू होती तिकडे जाणारे ते दार होते. व्हेनिसचे राजे जनतेला उद्देशून जे फतवे काढीत, तो त्या वास्तूवर चिकटवीत. त्यातून ते 'पेपर डोअर' नाव पडले.

फेरीसच्या छातीचे दृश्य त्याच्या नजरेसमोर आले. ती छाती काळी-निळी झाली होती. तरीही तो हृदयविकाराचा झटका कसा काय नव्हता, हे त्याला समजेना. मग त्याला सिएनाने केलेले त्याचे निदान आठवले आणि तो घाबरला. शिवाय सिएना त्याला जे म्हणाली त्यावरूनही त्याला कळून चुकले की, काहीतरी गडबड झाली आहे, बदलले गेले आहे. ती आता फेरीसवर विश्वास ठेवायला तयार नव्हती. *म्हणून तर ती मघाशी आपल्या डोळ्यांनी सारखे माझे लक्ष वेधायचे प्रयत्न करीत होती का?*

सिएना एकदम थांबली आणि ती कठड्यावरून खाली वाकून पाहू लागली. खालचा चौक बराच खाली होता. ती म्हणाली, ''डॅमइट! मला वाटले त्यापेक्षा आपण बरेच वर आहोत.''

ते ऐकल्यावर लँग्डन तिच्याकडे पहातच राहिला. *ही काय इथून खाली उडी मारणार होती का?*

सिएना घाबरलेली दिसत होती. ती म्हणाली, ''रॉबर्ट, आपण त्यांच्या हातात सापडता कामा नये.''

लँग्डनने खाली पाहिले. त्या अवजड आणि लोखंडी प्रवेशद्वारातून पर्यटक आत येत होते. सिएना म्हणाली, ''त्यांनी बाहेर पडणारी सर्व दारे रोखून धरली आहेत.''

इथून सुटका करून घेण्याचे सर्व पर्याय लँग्डनने मनात आणले. आणि फक्त एकच पर्याय त्याच्या नजरेसमोर आला. तो म्हणाला, ''मला वाटते की मी आतमध्ये असे काहीतरी पाहिले की, त्यामुळे आपली अडचण दूर होऊ शकेल.''

तिला लँग्डनचे बोलणे नीट समजू शकले नाही. मग लँग्डन तिला परत आत घेऊन गेला. ते दोघे संग्रहालयाच्या कडेकडेने जाऊ लागले. शक्यतो पर्यटकांना आपण दिसू नये अशी खबरदारी घेत ते जात होते. बहुतेक पर्यटक हे फेरीस जिथे पडला होता, तिकडेच पहात होते. लँग्डनने तिरपी नजर करून तिकडे पाहिले असताना ज्या पोक्त इटालियन स्त्रीने फेरीसच्या छातीत ठोसा मारण्याचा उपाय सुचवला होता ती आता काळ्या गणवेषातील एका जवानाला सज्जाकडे बोट करून दाखवत होती.

आपल्याला आता घाई केली पाहिजे, असे लँग्डनच्या लक्षात आले. तो शोधत शोधत एका जागी आला. तिथे प्रशस्त पडदे भिंतीवर टांगलेले होते. शेजारीच

भिंतीवर एक यंत्रणा लावलेली होती. भडक पिवळ्या रंगातल्या त्या यंत्रणेखाली एक लाल रंगातील सावधगिरीची पाटी होती. त्याबद्दल लिहिलेले होते :

ALLARME ANTINCENDIO

आग लागल्यास सावधगिरीचा गजर वाजवण्यास सांगणारी ती पाटी होती. ते वाचून सिएना म्हणाली, ''फायर अलार्म? हीच तुमची युक्ती आहे का?''

''होय, मग बाहेर पडण्यासाठी जी गर्दी उसळेल, जी गडबड उडेल त्यात मिसळून आपण निसटून जाऊ.'' एवढे म्हणून लँग्डनने त्या यंत्रणेचा मोठा दांडा ओढला. पण काहीच घडले नाही. मग त्याने खूप जोर लावून पुन्हा तो दांडा खाली खेचला. तसा तो खाली ओढल्याने आतली सिलिंडरमधील काच फुटायला हवी होती.

परंतु त्याला हवा असलेला सायरन वाजलाच नाही.

त्याने पुन्हा प्रयत्न केले. पण तरीही काहीही झाले नाही.

सिएना त्याच्याकडे पहात म्हणाली, ''रॉबर्ट, आपण एका दगडी चर्चमध्ये असून इथे पर्यटकांची दाटी झालेली आहे. तुम्हाला असे वाटते का की, या सार्वजनिक धोक्याच्या घंटा दुरुस्त अवस्थेत असतील? कोणीतरी याच्याशी खोड्या केल्या असतील.''

''अर्थातच! अमेरिकेतील आगीसंदर्भातील कायदे– ''

''पण तुम्ही आत्ता युरोपात आहात. इथे वकिलांची संख्याही खूप कमी आहे. आणि आपल्याजवळ आता खूपच कमी वेळ उरला आहे.''

लँग्डनला दिसले की, सज्जात गेलेले ते दोन जवान आता परतत आहे. ते आपल्या तीक्ष्ण नजरेने सर्वत्र शोध घेत होते. त्यातील एक जो पहिलवानासारखा दिसणारा होता, त्यानेच आपण सिएनाबरोबर तिचाकीवरून पळून जाताना मागून गोळी घातली होती.

आता जवळ फारसे पर्याय उरलेले नसल्याने लँग्डन झट्कन कोपऱ्यात दिसलेल्या जिन्याकडे गेला. तो एक खाली जाणारा गोल गोल जिना होता. ते खाली उतरून तळमजल्यावरील लँडिंगच्या अंधारात काही क्षण थांबले. त्यांना दिसले की, अनेक सोल्जर्सनी बाहेर जाणारी दारे अजूनही रोखून धरलेली आहेत. लँग्डन म्हणाला, ''आपण या जिन्याखालच्या अंधारातून बाहेर आलो, तर ते आपल्याला पहातील.''

सिएना कुजबुजत त्याला म्हणाली, ''जिना अजून खाली जातो आहे.'' तिने एका पडद्याकडे बोट केले. 'खाली जाऊ नये' असे दर्शवणारा तो पडदा वाटेत

टांगला होता. पडद्यापलीकडे जिना अरुंद होत खाली खाली गेला होता. तळाशी मिट्ट काळोख होता. पडद्याच्या अलीकडे एक पाटी इटालियन भाषेत होती. ACCESSO VIETATO चर्चमध्ये खाली जमिनीत एक भुयारी खोली असते. तिथे अनेकांचे दफन केले जाते. त्या भुयारी खोलीत जाऊन लपणे, ही काही वाईट कल्पना नाही, असे लँग्डनला वाटले. दरम्यान सिएना पडद्यापलीकडे जाऊन जिना उतरूही लागली होती. ती चाचपडत उतरत होती. खालच्या अंधारी पोकळीत ती नाहीशी झाली.

ती खालून हळू आवाजात म्हणाली, "खोली रिकामीच आहे." लँग्डनला याचे आश्चर्य वाटले नाही. सर्व चर्चच्या खाली जरी अशी भूमिगत दफनभूमी असली, तरी हे सेन्ट मार्क वेगळेच चर्च होते. खालची खोली एवढी मोठी होती की, ते एक छोटे चर्च म्हणजे चॅपेल म्हणून वापरता येत होते. इथे सेन्ट मार्कच्या अस्थींसमोर नियमितपणे प्रार्थना केली जात होती.

"मला वाटते की, मला बाहेरचा अंधूक प्रकाश दिसतो आहे," सिएना म्हणाली.

हे कसे शक्य आहे? असे लँग्डनच्या मनात आले. तो या जागेत पूर्वी आलेला होता. त्या भूमिगत खोलीत मध्यभागी सेन्ट मार्कचे थडगे होते. त्यावर कदाचित एखादा विजेचा दिवा लावला असावा, असे त्याला वाटले. लँग्डन अजून जिन्यात उतरला नव्हता. पण तेवढ्यात त्याने जवळ येणाऱ्या पावलांचा आवाज ऐकल्याने तो चट्कन पडद्यापलीकडे गेला आणि त्याने आत उतरण्यास सुरुवात केली. त्याआधी त्याने पडदा परत मूळच्यासारखा करून ठेवला. आता तो गोल गोल जिन्यावरून खाली उतरू लागला.

जिन्याच्या तळाशी सिएना त्याची वाट पहात उभी होती. तिच्या मागे ती खोली अगदी अंधूक दिसत होती. तिथले दगडी छत खूपच खाली होते. त्याखाली प्राचीन खांब होते. त्यावरच सर्व चर्चचा भार पडत होता. त्या तळघरातून निघणारे जे मार्ग होते, ते विटांच्या भिंतींनी बांधून काढले होते. मात्र त्या मार्गावरील छत हे कमानीकृती होते. लँग्डनला आता कोंडले गेल्याची भावना होऊ लागली. खोलीच्या छताच्या बाजूने असलेल्या रस्त्याकडेच्या एका बाजूच्या भिंतीला खिडक्यांसाठी आत गेलेल्या जागा होत्या. तिथून वरपर्यंत त्या खिडक्यांच्या जागा खूप वर गेल्या होत्या. तिथे अर्धवर्तुळाकृती खिडक्या होत्या. त्यांना काचा लावल्या होत्या. त्या काचा लोखंडी फ्रेममध्ये बसवलेल्या होत्या आणि त्याला एकमेकांत गुंतणारी १५ लोखंडी वर्तुळे बसवलेली होती. खिडकी जर उघडायची असेल, तर ती आतूनच उघडली जाऊ शकत होती.

त्या उंचावरच्या खिडक्या आणि त्याखाली असलेल्या पोकळ्या हे प्रकाशाचे

मार्ग होते. त्यांना 'लाइट वेल्स' – Light Wells म्हणतात, हे लँग्डनला आठवले. कोंदटलेल्या तळघरात हवा आणि प्रकाश आणण्यासाठी ती सोय केलेली होती. जर कोणी बाहेरून खिडकीतून आतल्या शॅफ्टच्या पोकळीत उतरला तर त्याला परत त्याच मार्गाने परत जाणे अशक्य होते. कारण ती पोकळी १० फूट उंचीची होती आणि त्याला वर जाळीही बसवलेली होती.

त्या प्रकाशमार्गातून जो काही तुटपुंजा प्रकाश पाझरत होता, त्यामुळे तळघरातून अंधूक प्रकाश पसरला होता. जणूकाही ते चंद्रप्रकाशाचे जंगल वाटत होते. उभे असलेले खांब जंगलातील झाडे वाटत होती आणि त्यांच्या सावल्या लांबवर पडल्या होत्या. तळघराच्या मध्यभागी असलेल्या थडग्यावर एक दिवा मंदपणे जळत होता. तिथे असलेल्या वेदीच्या मागे एका दगडी शवपेटीत सेन्ट मार्कला ठेवलेले होते. त्याआधी तिथे काही बाकांच्या ओळी होत्या. जे कोणी नशीबवान असतील त्यांना तिथे बसून प्रार्थना करण्याची मुभा मिळे.

आपल्या शेजारी प्रकाश चमकून गेल्याचा भास लँग्डनला झाला. त्याने वळून पाहिले, तर सिएनाच्या हातातील मोबाइल फोनचा पडदा प्रकाशित झाला होता. तिने तो फोन फेरीसच्या खिशातून काढून घेतलेला होता. ते पाहून लँग्डन म्हणाला, "पण फेरीस तर म्हणाले होते की, त्यांच्या फोनची बॅटरी संपली आहे म्हणून?"

"ते खोटे बोलले," सिएना म्हणाली. ती फोनची बटणे दाबीत होती. "त्यांनी अनेक खोट्या गोष्टी सांगितल्या." मग तिने फोनकडे पहात आपले डोके हलवत म्हटले, "सिग्नल मिळत नाही. मला वाटले होते की, मी डॅन्डोलो या डोझेचे थडगे इंटरनेटवरून शोधून काढू शकेन." मग ती त्या 'लाइट वेल्स'पाशी गेली आणि मोबाइल फोन उंच धरून तिने सिग्नल मिळतो का ते पाहिले.

एन्रिको डॅन्डोलो या डोझेच्या थडग्याचा शोध घेण्याची लँग्डनला नीट संधी मिळालीच नाही. त्याआधीच त्याला पळ काढावा लागला होता. आत्ताचे जे संकट त्यांच्यावर ओढवले होते, ते सोडता त्यांनी सेन्ट मार्कच्या परिसरातील आपला वेळ शोधकार्याच्या सत्कारणी लावला होता. त्यांनी त्या दगाबाज डोझेचे नाव शोधून काढले. ज्याने घोड्यांची मुंडकी कापली... आणि आंधळ्या व्यक्तीच्या सापळ्यातील काही हाडे खुडून नेली होती, त्या डोझेची आणि त्या घटनांची खात्री पटवून घेतली होती.

दुर्दैवाने लँग्डनला डॅन्डोलोचे थडगे कुठे आहे, ते ठाऊक नव्हते. तसेच ते एट्टोरी व्हिओ यालाही ठाऊक नाही, असे त्याला दिसले. आणि एट्टोरीला तर या चर्चचा इंचन्‌इंच ठाऊक होता... तशीच डोझे राजांच्या राजवाड्याची ही माहिती त्याला असावी. त्यातून एट्टोरीने असेही मत व्यक्त केले होते की, डॅन्डोलो याचे थडगे सेन्ट मार्क चर्चमध्ये आणि डोझे यांच्या राजवाड्यातही नसावे.

मग ते थडगे गेले कुठे?

लँग्डनने सिएनाच्या पलीकडे पाहिले. तिने तिथला एक बाक ओढत ओढत एका 'लाइट वेल'मध्ये खिडकीखाली ठेवला होता. त्यावर चढून तिने खिडकीची कडी काढली आणि तिची दारे सताड उघडली. खिडकीला गज होते. मग फेरीसचा फोन तिने बाहेरच्या शाफ्टमध्ये धरला.

बाहेर असलेल्या सेन्ट मार्क चौकातील आवाज आता आतमध्ये येऊ लागले. तिथल्या एका बाकावर घडीच्या खुर्च्यांची एक रांगच्या रांग ठेवलेली होती. त्यातली एक खुर्ची घेऊन लाइट वेलमध्ये वर चढता येईल. तसेच वरची जाळीही कदाचित आतून उघडता येईल, असे त्याला वाटले.

लँग्डन अंधारातून सिएनाकडे धावला. त्याने त्यासाठी चार पावले टाकली असतील-नसतील, तोच एक जबरदस्त ठोसा त्याच्या कपाळावर बसला आणि तो मागे भेलकांडत जाऊन मट्‌कन गुडघ्यावर बसला. क्षणभर त्याला वाटले की, कोणीतरी आपल्यावरती हल्ला केला. पण लवकरच त्याच्या लक्षात आले की, तसे काही झालेले नसून त्याची सहा फूट उंची आडवी आली होती. वरचे छत बरेच खाली असल्याने ते त्याला ठस्‌कन लागले होते. हजारएक वर्षापूर्वीच्या माणसांची सरासरी उंची लक्षात घेऊन ते छत विशिष्ट उंचीवर बांधले होते.

तो खालच्या दगडी फरशीवर गुडघे टेकून बसला होता. कपाळाला धडक बसल्याने त्याच्या डोळ्यांसमोर तारे चमकत होते. ते नाहीसे होण्याची तो वाट पहात होता. जेव्हा त्याचा सुन्नपणा गेला तेव्हा त्याचे लक्ष जमिनीवर खोदून लिहिलेल्या मजकुराकडे गेले. तिथे लिहिले होते : Sanctus Marcus.

तो त्या शब्दांकडे बराच वेळ पहात राहिला. सेन्ट मार्कचे नाव तिथे नव्हते. शिवाय ते दोन्ही शब्द लॅटिन भाषेत लिहिलेले होते.

दिवसभर तो इटालियन भाषेतील पाट्या वाचत आलेला होता, त्यामुळे क्षणभर त्याला सेन्ट मार्कचेच नाव लॅटिनमध्ये लिहिले आहे, असे वाटले होते. लॅटिन ही मृत भाषा सेन्ट मार्कच्या मृत्युसमयी सबंध रोमन साम्राज्यात चालत होती, असे त्याला नंतर आठवले.

मग त्याच्या डोक्यात दुसरा एक विचार आला.

तेराव्या शतकाच्या सुरुवातीला – म्हणजे एन्रिको डॅन्डोलो आणि चौथे धर्मयुद्ध या काळामध्येही लॅटिन भाषेचा प्रभाव सर्वांत जास्त होता. युरोपातील सर्व सत्ताधारी हीच भाषा वापरीत होते. कॉन्स्टेन्टिनोपोल पुन्हा जिंकून व्हेनिसच्या राजाने रोमन साम्राज्याला एक महान कीर्ती मिळवून दिली, त्या व्यक्तीला एन्रिको डॅन्डोलो या नावाने कसे थडग्यात पुरतील? त्याऐवजी त्यांनी त्याचे लॅटिन नाव वापरले असावे.

हेन्रिकस डॅन्डोलो.

हा विचार मनात येताच बराच काळ विस्मृतीत गेलेली एक प्रतिमा त्याच्या मनात विजेसारखी चमकून गेली. या भुयारी चॅपेलमध्ये तो गुडघे टेकून बसला असता त्याला जो हा साक्षात्कार झाला तो काही दैवी प्रेरणेने झाला नाही, हे त्याला ठाऊक होते. उलट पुढच्या गोष्टीची जाणीव करून देणारी ती एक सूचक घटना होती. डॅन्डोलो याचे लॅटिन भाषेतील नाव... हे एका झिजलेल्या संगमरवरी फरशीवर कोरलेले होते. ती फरशी एका सुशोभित केलेल्या फरशीच्या जमिनीचा भाग होती. त्यावरील डॅन्डोलो याचे लॅटिन नाव त्यांनी इथे वापरले.

हेन्रिकस डॅन्डोलो.

लँग्डनला थडग्याचे रहस्य उकलले जाऊन ज्याचा शोध घेत आहोत, त्या ठिकाणी आपण पूर्वी गेलोही होतो, हे कळताच ते सारे किती सोपे होते आणि आहे हे त्याला जाणवले. एन्रिकोने कवितेत म्हटल्याप्रमाणे एन्रिको डॅन्डोलो याला एका सोनेरी मुलाम्याच्या संग्रहालयात पुरले आहे, सेन्ट मार्क बॅसिलिकामध्ये नव्हे.

त्याला सत्य उमगल्यावर तो सावकाश उठून उभा राहिला. सिएना त्याच्याकडे येत म्हणाली, ‘‘मला सिग्नल मिळत नाही.’’

‘‘ते रहस्य उलगडताना मीच एक चूक करीत होतो.’’

यावर ती चेहरा पाडून म्हणाली, ‘‘आपण चुकीच्या जागी आलो आहोत, असे मला सांगू नका.’’

‘‘सिएना, आपण चुकीच्या देशात आलो आहोत.’’

७६

सेन्ट मार्कच्या चौकात एक जिप्सी स्त्री व्हेनिसमधले मुखवटे विकत होती. बऱ्याच वेळाने तिला विश्रांती घ्यावीशी वाटली म्हणून बॅसिलिकाच्या बाहेरच्या भिंतीला एके ठिकाणी ती टेकून उभी राहिली. ती जागा तिची नेहमीची होती. दोन जाळ्या तिथे लावलेल्या होत्या आणि त्यांच्यामध्ये एक कोनाडा तयार झाला होता. तिथे ती रोज उभी राहून विश्रांती घेई. मग आपल्या थकलेल्या डोळ्यांनी ती सूर्यास्ताचा देखावा पहात राही.

अनेक वर्षे या चौकात ती विक्री करीत आलेली असल्याने चौकात घडलेल्या अनेक घटना तिने पाहिलेल्या होत्या. परंतु आत्ता जी घटना तिच्या डोळ्यांसमोर घडत होती, तशी ती पूर्वी कधीही तिने पाहिली नव्हती. ती घटना डोळ्यांसमोर असली तरी तिच्या समोर घडत नव्हती, ती तिच्या खाली घडत होती. तिला प्रथम तिच्या पायाखालून आवाज ऐकू येऊ लागले. तिने जवळच्या खोल गेलेल्या पोकळ जागेत पाहिले. तिथल्या 'लाइट वेल'मध्ये वाटेत एक जाळी होती. ती लाइट वेल सुमारे १० फूट खोल असावी. तळाशी एक झरोका होता. तो झरोका उघडलेला होता आणि त्यातून एक घडीची खुर्ची बाहेर ठेवली गेली.

त्या खुर्चीच्या मागोमाग तिथे एक सोनेरी केसांची सुंदर स्त्री झरोक्यातून बाहेर आली. त्या स्त्रीने पोनीटेल बांधला होता. मग ती स्त्री धडपडत त्या खुर्चीवर चढली आणि तिने वर जिप्सी स्त्रीकडे जाळीमधून पाहिले आणि ती दचकली. मग तिने आपल्या ओठांवर बोट ठेवून त्या जिप्सी स्त्रीला चूप राहण्याची खूण केली. मग ती घडीची खुर्ची उलगडून त्यावर चढली आणि जाळीपर्यंत हात पोहोचवण्याचा प्रयत्न करू लागली.

त्या जिप्सी स्त्रीच्या मनात आले, 'अगं पोरी तू तशी बुटकी आहेस आणि हे तू काय करते आहेस?'

मग ती सोनेरी केसांची मुलगी खुर्चीवरून खाली उतरली आणि तळघरातील कोणाशीतरी बोलली. त्या लाइट वेलमध्ये दोन माणसे कशीबशी उभी राहू शकत

होती, एवढी ती जागा अरुंद होती. तरीही तिथे आता एक उंच माणूस आतून आला आणि तो त्या टिनपाट पत्र्याच्या खुर्चीवर चढला. त्या माणसाने नीटनेटके कपडे केलेले होते. त्याचे केस काळे होते.

खुर्चीवर उभे राहिल्यावर त्यानेही वर पाहिले आणि त्या जिप्सी स्त्रीच्या नजरेला नजर भिडवली. मग आपली शरीरे कशीबशी वळवत त्याने आणि त्या सोनेरी केसांच्या स्त्रीने आपापल्या जागा बदलल्या. त्या उंच माणसाने वरची जाळी हाताने पकडली आणि जाळीखालचा सिक्युरिटी बार काढून टाकला. आता जाळी चौकटीतून सहज काढता येऊ शकत होती. आपल्या टाचा उंच करून आणि जोर एकवटून ती जाळी तशीच वर ढकलली. तो फक्त एकच इंच ती जाळी वर उचलू शकला.

"तुम्ही जरा वर उचलून घ्या ना," सोनेरी केसांच्या स्त्रीने जिप्सी स्त्रीला विनंती केली.

तुम्हाला हात द्यायचा? तिला या भानगडीत गुंतायचे नव्हते. *आणि तुम्ही काय करता आहात?* असे तिच्या मनात आले. पण ती काहीही बोलली नाही.

तिला बोलती करण्यासाठी सिएनाने आपले पाकीट काढले आणि त्यातून एक १०० यूरोची नोट बाहेर काढली. ती नोट तिने फडफडवून मदतीसाठी तिला आमिष दाखवले. तीन दिवसांत जेवढी विक्री होऊन नफा होईल, त्यापेक्षा ती रक्कम नक्कीच जास्त होती. परंतु सौदा करण्यात ती जिप्सी स्त्री पटाईत होती. तिने आपली दोन बोटे हवेत हालवली. तिला २०० यूरो हवे होते. मग खालच्या स्त्रीने आणखी एक नोट बाहेर काढून धरली.

आपल्याला २०० यूरो मिळणार हे कळल्यावर जिप्सी स्त्रीला आनंद झाला. पण तिने तो चेहऱ्यावर न दाखवता उलट 'नाइलाज आहे' असा चेहरा करून ती खाली वाकली आणि जाळीचा बार धरला. मग खालच्या माणसाने जोर लावून जाळी वर ढकलायचा प्रयत्न केला आणि तीही वरून जाळी ओढू लागली. जिप्सी स्त्रीचे हात बळकट होते. वर्षानुवर्षे ती भार उचलण्याचे, वाहून नेण्याचे काम करीत होती. जाळी थोडीशी वर उचलली गेली. आता पूर्ण उचलली जाणार असे तिला वाटत असतानाच खाली कोसळल्याचा मोठा आवाज झाला. खालचा माणूस बहुधा तळघरात गेला असावा. त्याच्या पायाखालची खुर्ची मोडून पडली होती.

ती लोखंडी जाळी आता फक्त जिप्सी स्त्रीच्या हातावर लटकत होती. तिला ती जड होत चालली होती, कोणत्याही क्षणी ती सोडून देणार होती. पण २०० यूरोच्या लोभापायी तिने आपला सारा जोर एकवटला आणि जाळी वर ओढली. बॅसिलिकाच्या बाजूच्या भिंतीवर खण्कन आवाज करून ती आपटली आणि तिथेच उभी राहिली.

धापा टाकीत जिप्सीने खाली पाहिले. त्या दोन माणसांनी एकमेकांची शरीरे

वेडीवाकडी पकडून धरलेली होती आणि पत्र्याच्या खुर्चीचा पार द्रोण झाला होता. मग तो माणूस उठून उभा राहिला. जिप्सीने पैशांसाठी आपला हात पुढे केला. पोनीटेल घातलेल्या स्त्रीने दोन नोटा हातात घेऊन त्या आपल्या डोक्यावर धरल्या. परंतु तिथवर जिप्सीचे हात पोहोचेना.

ते पैसे त्या माणसाजवळ दे. तो तुझ्यापेक्षा उंच आहे.

अचानक खालच्या लाइट वेलमधून गडबड ऐकू येऊ लागली. तळघरातून रागीट आवाज ऐकू येऊ लागले. तो माणूस आणि ती स्त्री भीतीने वळले. त्यांची शरीरे संकोचली. नंतर तिथे गोंधळ झाला, गडबड उडाली.

काळ्या केसांचा माणूस खाली वाकला आणि त्याने आपले दोन्ही हात एकमेकांत गुंतवून कमरेपाशी एक ओंजळ तयार केली आणि त्या स्त्रीला खूण केली. मग तीही वेळ न लावता त्या ओंजळीत पाय ठेवून ती वर चढली. त्याने जोर लावून आपली ओंजळ वर उचलली. ती स्त्री वर आली. तिने आपले दोन्ही हात वर केले होते. दातांमध्ये दोन नोटा पकडल्या होत्या. ती आणखी वर जाण्यासाठी धडपडत होती. खालून तो माणूस तिला उंच करू पहात होता. आणखी... आणखी... शेवटी तिचे हात जाळीच्या फ्रेमच्या कडेला पोहोचले आणि तिने दोन्ही हातांनी त्या कडा पकडल्या आणि स्वत:ला वर उचलले.

महत्प्रयासाने ती चौकोनी भोकातून वर आली. पोहण्याच्या तलावातून काठावर येणाऱ्या एखाद्या युवतीसारखी ती वर आली. मग तिने जिप्सीच्या हातात दोन्ही नोटा कोंबल्या आणि लगेच वळून खालच्या माणसाला वर आणण्यासाठी आपला हात पुढे केला.

पण आता उशीर झाला होता.

काळ्या गणवेषातील दोन हात लाइट वेलमध्ये घुसले आणि त्यांनी त्या माणसाच्या तंगड्या पकडल्या. ते हात त्याला मागे खेचत होते.

मग तो धडपडणारा माणूस वर गेलेल्या स्त्रीला ओरडून म्हणाला, ''सिएना, पळ! थांबू नकोस! आत्ताच जा इथून!''

त्या दोघांची क्षणभर नजरानजर झाली. त्यांच्या नजरेत दु:ख होते... आणि मग सारेकाही संपले.

त्या माणसाला खाली ओढून फरफटत आत नेले गेले.

सोनेरी केसांची ती स्त्री भेदरलेल्या नजरेने खाली पहात होती. ती पुटपुटत म्हणाली, ''आय ॲम सॉरी, रॉबर्ट!'' मग क्षणभर थांबून ती पुढे म्हणाली, ''सर्वच घटनांसाठी.''

पुढच्या क्षणी ती चौकातील गर्दीत धावत जाऊन मिसळून गेली. व्हेनिस शहरात अदृश्य झाली.

७७

लँगडनच्या कानांवर पाण्याच्या लहरी मागे-पुढे होण्याचे मृदू आवाज पडत होते. त्यामुळे तो हळूहळू बेशुद्धावस्थेतून बाहेर पडू लागला. त्याला जंतुनाशक औषधांचा वास आणि खाऱ्या हवेचा वास नाकाला जाणवला. त्याने डोळे उघडून पाहिले. आपल्या भोवतालचे जग डोलते आहे, असे त्याला दिसले.

मी आहे तरी कुठे?

काही वेळापूर्वीच्या आठवणीनुसार तो काही ताकदवान हातांबरोबर जीवघेणी झुंज करीत होता. त्यांनीच त्याला त्या लाइट वेलमधून फरफटत आत तळघरात आणले होते. पण आता त्याला आपल्या खाली तळघरातील थंडगार फरशी जाणवत नव्हती... त्याऐवजी त्याला एक मृदू अंथरूण जाणवत होते.

त्याच्या डोळ्यांना आता आजूबाजूच्या वस्तू दिसू लागल्या. ती एक छोटी आणि स्वच्छ खोली होती. तिला फक्त एकच गोल खिडकी होती. खोलीचे डोलणे मात्र चालूच होते.

मी एखाद्या नौकेत आहे काय?

काळ्या गणवेषातील एका जवानाने त्याला तळघरातील फरशीवर पाडून दाबून धरले होते. तो रागाने धुसफुसत त्याला म्हणत होता, "उगाच पळून जाण्याचा प्रयत्न करू नका." लँगडनची हीच शेवटची आठवण होती.

त्या वेळी त्याने मदतीसाठी ओरडायचा प्रयत्न केल्यावर दुसऱ्या जवानाने त्याचे तोंड दाबून धरले. त्याचा आवाज घुसमटला गेला. मग एक जवान दुसऱ्याला म्हणाला, "याला आपण इथून हलवले पाहिजे." मग तो दुसरा जवान मान हलवत म्हणाला, "ठीक आहे, तसे करा!" लँगडनला जाणवले की कुणाचीतरी ताकदवान बोटे आपल्या मानेतील रक्तवाहिन्या चाचपडत आहेत. मग एका शुद्ध रक्तवाहिनीची जागा सापडल्यावर त्या माणसाने आपल्या बोटांची टोके तिथे घट्ट दाबून धरली आणि तो दाब वाढवत नेला. काही सेकंदातच लँगडनला सावल्यांसारखे दिसू लागले आणि त्याची शुद्ध हरपू लागली. त्याच्या मेंदूला प्राणवायूचा पुरवठा बंद

पडला होता.

ते मला ठार करीत आहेत. सेन्ट मार्कमधल्या थडग्यासमोर मला ठार केले जात आहे, असे त्याच्या मनात आले.

मग त्या पाठोपाठ काळोख धावून आला. पण तो तसा संपूर्ण नव्हता. त्या करड्या अंधारातही काही माणसांच्या आकृत्या हालचाल करीत आहेत, हे त्याला जाणवले. त्यांचे दबके आवाजही त्याला ऐकू येत होते.

यानंतर किती काळ गेला याची त्याला फारशी कल्पना नव्हती. पण आता त्याच्यासमोर हळूहळू सारे जग प्रकट होऊ लागले होते. आपण कोणत्यातरी नौकेवरील दवाखान्यात आहोत, असे त्याला वाटले. त्याच्या भोवतालचे वातावरण निर्जंतुक होते त्यामुळे त्याला आदल्या रात्रीची हॉस्पिटलमधील आठवण झाली. तिथे असाच वास भरून राहिला होता. तिथल्या स्मृती आता पुसट होऊ लागल्या.

मग त्याचे विचार तत्काळ सिएनाकडे वळले. तिच्या सुरक्षिततेची चिंता तो करू लागला. ती आपल्या मृदू आणि तपकिरी डोळ्यांनी खाली आपल्याकडे पहात होती. त्यावेळची तिची नजर त्याला आठवली. त्या नजरेत भीती आणि करुणा ओतप्रोत भरलेली होती. ती एव्हाना निसटून व्हेनिसमध्ये सुखरूप असेल, अशी आशा तो करू लागला.

आपण चुकीच्या देशात आलो आहोत, असे तो सिएनाला सांगत होता. त्या वेळी त्याला एन्रिको डॅन्डोलो याच्या थडग्याची अचूक जागा कळल्याने त्याला मोठाच धक्का बसला होता. त्या गूढ काव्यपंक्तीनुसार पुरातन ज्ञानाचे संग्रहालय हे शेवटी व्हेनिसमध्ये नाहीच... ते दुसऱ्या दूरवरच्या एका जगात होते. काव्यपंक्तीत जे लिहिलेले होते, त्याचा अर्थ होता, 'अंधूक आणि अस्पष्ट असणाऱ्या कडव्यांच्या बुरख्याखाली....'

लॅंग्डनला हे सगळे सिएनाला सांगायचे होते. पण त्याला तशी संधीच मिळाली नाही. *मला यश मिळाले नाही, हे समजल्यावर ती पळून गेली.*

आपल्या पोटात एक गोळा उठला आहे, असे त्याला जाणवले. *तो प्लेगचा स्रोत मात्र अजूनही कुठेतरी आहे... कोणत्यातरी जागी.*

दवाखान्याच्या बाहेर त्याला बुटांची पावले वाजल्याची ऐकू आली. त्याने वळून पाहिले तेव्हा त्याला काळ्या गणवेषातील एक माणूस आत येताना दिसला. पीळदार शरीरातील तो एक पहिलवानासारखा दिसणारा माणूस होता. तोच तो माणूस की, ज्याने लॅंग्डनला तळघरातील फरशीवर दाबून धरले होते. त्याचे डोळे थंड होते. तो जवळ येताक्षणीच लॅंग्डनचे शरीर आपोआप संकोचले गेले. पण इथून कुठे पळून जायचे? *हे लोक मला काहीही करू शकतात.*

"मी कुठे आहे?" लॅंग्डनने विचारले.

''व्हेनिसजवळ थांबलेल्या एका मोठ्या नौकेवर तुम्ही आहात,'' त्याला उत्तर मिळाले.

लँग्डनने त्या माणसाच्या गणवेषावरील चिन्ह पाहिले. त्या हिरव्या रंगाच्या चिन्हात पृथ्वी होती, तिच्यावर जगाचा नकाशा दाखवला होता. त्या गोलाभोवती ECDC ही अक्षरे काढलेली होती. हे असले चिन्ह लँग्डनने कधीही पाहिले नव्हते.

तो जवान म्हणाला, ''आम्हाला तुमच्याकडून काही माहिती हवी आहे आणि आमच्याकडे फार कमी वेळ आहे.'' यावर लँग्डन म्हणाला, ''मी तुम्हाला का माहिती द्यावी? तुम्ही तर मला जवळ जवळ ठार करीत होता.''

''अजिबात नाही. आम्ही ज्युडोमधले निष्प्राण करण्याचे तंत्र 'शिमे वाझा' हे वापरले होते. तुम्हाला इजा करण्याचा आमचा बिलकूल इरादा नव्हता.''

''असे? मग आज सकाळी तुम्ही माझ्यावर एक गोळी का झाडली होती?'' लँग्डनने विचारले. सिएनाच्या घरून तिच्या तिचाकीवरून पळून जाताना त्याच्या दिशेने याच लोकांनी गोळी झाडल्याचे त्याला आठवले. सुदैवाने ती गोळी फेन्डरवर आपटून निघून गेली होती. ''तुम्ही माझ्या पाठीवर झाडलेली गोळी मणक्यात न घुसता जराशी चुकली म्हणून मी बचावलो.''

मग त्या माणसाने आपले डोळे बारीक करीत म्हटले, ''जर मला खरोखरच तुम्हाला ठार करायचे असते, तर माझा नेम चुकलाच नसता. मी तुमच्या दिशेने फक्त गोळी झाडली, तीही टायर पंक्चर करण्यासाठी. तुम्हाला थांबवण्यासाठी मी तसे केले होते. मला स्पष्ट हुकूम दिले होते की, तुमच्याशी संपर्क साधून तुम्ही असे विचित्र का वागता आहात, याची माहिती आम्हाला काढायची होती.''

त्याचे हे उत्तर लँग्डनला नीट समजायच्या आत दारातून आणखी दोन जवान तिथे आले आणि त्याच्या बिछान्याकडे जाऊ लागले.

त्या दोघांमध्ये एक स्त्री चालत होती. त्याला नेहमी स्वप्नात दिसणारी तीच ती स्त्री आता त्याच्या समोर आली होती. सदेह अवतरली होती, जणूकाही दुसऱ्या जगातून आली होती.

लँग्डनला जी दिवास्वप्ने पडत त्यात हीच ती स्त्री होती. तीच ती सुंदर स्त्री, लांब चंदेरी केसांची स्त्री आणि तीच ती नीलमणी असलेल्या ताइताचा अलंकार गळ्यात घातलेली. मृत्युपंथाला टेकलेल्या शरीरांची गर्दी असलेल्या पार्श्वभूमीवर ती स्वप्नात उभी होती. आता तीच स्त्री त्याच्यासमोर हाडे, मांस, रक्त असलेल्या देहात उभी होती.

''प्रोफेसर लँग्डन,'' ती म्हणाली, हसत हसत ती त्याच्या बिछान्याजवळ येऊन उभी रहात पुढे म्हणाली, ''तुम्ही ठीक आहात हे पाहून माझा जीव भांड्यात पडला.'' एक खुर्ची घेऊन ती लँग्डनपाशी बसली आणि त्याची नाडी पाहू लागली.

ती सांगू लागली, ''मला असे कळले की, तुम्हाला स्मृतिभ्रंश झाला होता. तुम्हाला मी आठवते आहे का?''

लँग्डनने क्षणभर तिचे निरीक्षण करून म्हटले, ''तुम्हाला पाहिल्याची काही दृश्ये मला आठवतात. पण तुम्ही कधी भेटल्याचे बिलकूल आठवत नाही.''

मग ती लँग्डनकडे वाकली. त्याला जाणून घेण्याची तिला उत्सुकता होती. ती म्हणाली, ''माझे नाव एलिझाबेथ सिन्स्की आहे. मी जागतिक आरोग्य संघटनेची संचालक आहे. आणि मला मदत करण्यासाठी मी तुम्हाला आमच्यात सामील करून घेतले होते. मला शोधायचे होते की– ''

''तुम्हाला प्लेगचा स्रोत शोधायचा होता, जो बर्ट्रान्ड झोब्रिस्ट यांनी निर्माण केला आहे,'' लँग्डन म्हणाला.

ते ऐकून सिन्स्कीला उत्तेजन मिळाले. ती म्हणाली, ''तुम्हाला आठवते ते?''

''नाही, एका हॉस्पिटलमध्ये मला जाग आली. एक चमत्कारिक प्रोजेक्टर माझ्यापाशी होता. आणि स्वप्नात मला तुमची दृश्ये दिसायची. तुम्ही म्हणायचा, शोधा आणि सापडवा. मी तेच करत होतो. पण या माणसांनी मला मध्येच गाठून ठार करायचा प्रयत्न केला,'' असे म्हणून लँग्डनने त्या जवानांकडे बोट केले.

तो पहिलवान सोल्जर यावर काही बोलू पहात होता. पण एलिझाबेथने त्याला हाताचा इशारा करून थोपवले.

ती लँग्डनशी मृदू आवाजात बोलू लागली, ''प्रोफेसर, माझी खात्री आहे की, तुमचा गोंधळ उडालेला आहे. मीच तुम्हाला या सर्व प्रकरणात ओढले आणि यातून काय भलतेच निर्माण होऊन त्यात तुम्ही सापडलात. पण तुम्ही सुरक्षित आहात हे पाहून मला बरे वाटते आहे.''

''सुरक्षित?'' लँग्डनने विचारले. तो पुढे म्हणाला, ''मी तर एका बोटीवर कैदेत आहे!'' *आणि तुम्हीसुद्धा कैदेत आहात.*

त्याचे म्हणणे समजल्यासारखी तिने आपली मान हालवली आणि म्हटले, ''तुम्हाला स्मृतिभ्रंश झाल्याने मी आता तुम्हाला जे जे काही सांगणार आहे, त्यामुळे तुम्ही चक्रावून जाल. पण आपल्याकडे फार थोडा वेळ उरला आहे आणि अनेक जणांना तुमची मदत हवी आहे.''

पुढे बोलावे की न बोलावे, अशा संभ्रमात सिन्स्की पडली आणि जरासे कचरत बोलू लागली, ''मी प्रथम हे सांगते की, एजंट ब्रूडर आणि त्यांची माणसे तुम्हाला कधीही इजा करणार नव्हती, हे लक्षात घ्या. त्यांना असे हुकूम दिलेले होते की, कोणत्याही प्रकारे तुमच्याशी पुन्हा संपर्क साधावा.''

यावर त्याने विचारले, ''पुन्हा संपर्क साधावा? पण मी– ''

''प्लीज प्रोफेसर, आधी नुसते ऐकून घ्या. सर्व काही गोष्टींचा खुलासा होईल.

मी तसे वचन देते.''

लँग्डन पुन्हा त्या दवाखान्यातील बिछान्यात पडून राहिला. जसजशी सिन्स्की त्याला सांगत गेली तसतसे त्याचे विचारचक्र फिरत राहिले.

''एजंट ब्रूडर आणि त्याची माणसे ही 'सर्व्हिलन्स अॅन्ड रिस्पॉन्स सपोर्ट' Surveillance and Response Support – SRS टीममधील आहेत. ते 'युरोपियन सेन्टर फॉर डिसीज प्रिव्हेन्शन अॅन्ड कन्ट्रोल' यांच्या हाताखाली आत्ता कामे करीत आहेत.''

लँग्डनने त्या माणसांच्या गणवेषावरील चिन्हाकडे पाहिले. त्यावर ECDC अक्षरे होती. म्हणजे, युरेपियन सेन्टर फॉर डिसीज प्रिव्हेन्शन अॅन्ड कन्ट्रोल?

ती सांगत होती, ''त्यांचा गट हा संसर्गजन्य रोगांच्या प्रादुर्भावाचा शोध घेत असतो. एक प्रकारे ही 'स्वात' (SWAT) संघटनेसारखी टीम आहे. जे रोग, व्याधी संसर्गजन्य आहेत, तीव्र आहेत त्यांचे उपशमन करण्यासाठी ही संघटना आम्ही वापरतो. झोब्रिस्ट मोठ्या प्रमाणात जनतेचे आरोग्य धोक्यात आणणार असून त्यांनी निर्माण केलेला संसर्गजन्य रोगाचा स्रोत तो नेमका कुठे आहे, हे तुम्ही शोधून काढणार असल्याने तुम्ही आमची एकमेव आशा होता. म्हणून, जेव्हा तुम्हीच गायब झालात, तेव्हा मी SRS टीमकडे तुम्हाला शोधण्याची कामगिरी सोपवली. ...मीच त्यांना फ्लॉरेन्समध्ये माझ्या मदतीसाठी बोलावून घेतले होते.''

ते ऐकताच लँग्डन सुन्न झाला. ''ते जवान *तुमच्यासाठी* काम करतात?''

तिने होकारार्थी मान हलवत म्हटले, ''मी ECDC कडून त्यांना मदतीसाठी बोलावले होते. काल रात्री जेव्हा तुम्ही अचानक गायब झालात आणि माझ्याशी संपर्क साधेनासे झालात तेव्हा आम्हाला वाटले की, तुमच्यावर काहीतरी संकट आले आहे. पण आमच्या टीमने तुम्ही हार्वर्डमध्ये तुमच्या ईमेलने इंटरनेटवर केलेला संपर्क आज सकाळी शोधला तेव्हा तुम्ही जिवंत आहात, असे आम्हाला कळले. मग आम्ही असा तर्क केला की तुम्ही आता बाजू बदलली असून प्रतिपक्षाला मिळाला असाल... कदाचित त्यासाठी तुम्हाला खूप मोठी रक्कम देऊ केली असावी. एवढे पैसे मिळाल्यामुळे तुम्ही तो संसर्गजन्य रोगाचा स्रोत अन्य कुणासाठी शोधू लागला असाल.''

ते ऐकल्यावर आपली मान हलवत लँग्डन म्हणाला, ''हे भलतेच विपरीत आहे, विसंगत आहे आणि हास्यास्पद आहे.''

''हो ना! अशी ही चमत्कारिक परिस्थिती झाली होती खरी. पण फक्त तेवढाच तर्क आम्ही करू शकत होतो. आणि या प्रकरणात जोखीम एवढी मोठी होती की, आम्हाला दुसरे काही करता येणे शक्य नव्हते. तुमचा स्मृतिभ्रंश झाला आहे, अशी कल्पना आम्ही करू शकलो नाही. जेव्हा आमच्या टेक्निकल सपोर्ट ग्रूपने ते

हार्वर्डमधील संगणकीय खाते अचानक व्यवस्थित वापरले जात आहे, हे शोधले तेव्हा तुमचा IP ॲड्रेस हुडकून काढला. फ्लॉरेन्समधील अपार्टमेन्ट शोधले. तिथे गेल्यावर तुम्ही तिथून एका स्त्रीबरोबर जात होतात. ते कळल्यावर आमचा संशय वाढला आणि तुम्ही दुसऱ्या कोणासाठीतरी काम करू लागला असाल, असे आम्हाला वाटले.''

"आम्ही तिथून जाताना तुम्हाला मी पाहिलेसुद्धा!'' लँग्डन सांगत होता. "तुम्ही एका काळ्या व्हॅनमध्ये मागच्या आसनावर बसला होतात. तुमच्या आजूबाजूला जवान बसलेले होते. त्यामुळे मला वाटले की, तुम्हाला त्यांनी बंदी बनवले आहे. शिवाय तुम्ही गुंगीत असल्यासारख्या दिसत होतात. त्यांनीच तुम्हाला गुंगीचे औषध दिले असावे असे मला वाटते.''

"तुम्ही आम्हाला पाहिलेत?'' डॉ. सिन्स्कीला आश्चर्य वाटले होते. "बाकी तुमचे म्हणणे बरोबर आहे. त्यांनी मला औषध टोचले होते. पण मीच त्यांना तसे करण्यासाठी हुकूम दिला होता.''

लँग्डन आता पुरता गोंधळला. *तिनेच आपल्याला इंजेक्शन देण्यास सांगितले?*

सिन्स्की पुढे म्हणाली, "तुम्हाला हे आठवत नसेल, पण जेव्हा आमचे C-130 हे विमान फ्लॉरेन्समध्ये उतरले तेव्हा वातावरणाचा दाब बदलला होता आणि त्यामुळे मला 'पॅरॉक्सिसमल पोझिशनल व्हर्टिगो' या विकाराचा त्रास होऊ लागला. पूर्वी मला एकदा तसा त्रास झाला होता. तसा तो त्रास तात्पुरता असतो आणि फारसा गंभीर नसतो. पण त्यामुळे रोग्याला सारखे गरगरल्यासारखे वाटते आणि पोटात मळमळू लागते. त्याला साधी आपली मान वर करता येणे कठीण होते. म्हणून मीच 'मेटोक्लोप्रमाइड' हे इंजेक्शन दर तासाला घेत गेले. त्यामुळे माझी पोटातली मळमळ थांबली. या औषधामुळे चक्कर येते, डोक्यात भणभण होते. पण त्यामुळे मी निदान ताळ्यावर राहून फोन वापरून माझी कारवाई चालू ठेवू शकले. SRS टीमच्या मनात मला एखाद्या हॉस्पिटलमध्ये दाखल करायचे होते. पण मी त्यांना तसे काहीही करू नका, असा हुकूम दिला. मला माझे कार्य पुरे होईतोपर्यंत स्वस्थ बसायचे नव्हते. आणि तुमची मदत घेतल्यावाचून तर मला ते करता येत नव्हते. सुदैवाने व्हेनिसला विमानातून येताना मला झालेली व्याधी बरी झाली.''

लँग्डन शिथिल होऊन बिछान्यात पडून राहिला. त्याच्या मनातली भीती, शंका वगैरे सारे दूर झाले होते. *ज्यांनी मला आपल्या कार्यासाठी सामील करून घेतले होते, त्यांच्यापासूनच मी दूर पळत होतो.*

सिन्स्कीने आता पुढे काय करायचे आहे ते ठरवले असावे. ती म्हणाली, "प्रोफेसर, आता आपल्याला तो झोब्रिस्टच्या प्लेगचा स्रोत शोधून काढायचा आहे.

७८

लँगडन त्या माणसाच्या मागोमाग गेला. अनेक अरुंद कॉरिडॉरातून ते दोघे जात होते. अनेक कॉरिडॉरांचा तो जणूकाही एक चक्रव्यूह होता. त्यांच्या मागोमाग डॉ. सिन्स्की आणि ते ECDCचे सोल्जर्स एका रांगेत जात होते. ते सर्व जण एका जिन्याजवळ आले. लँगडनला वाटले की, आता जिना चढून आपल्याला वर जाऊन दिवसाचा प्रकाश पहायला मिळेल. पण त्याऐवजी त्याला दुसऱ्या एका जिन्याने प्रोव्होस्तच्या मागोमाग नौकेच्या खालच्या डेकवर जावे लागले.

ते आता नौकेच्या तळापाशी आले होते. तिथे अनेक छोटी छोटी काचेची क्युबिकल्स होती. काहींची दारे पारदर्शक होती, तर काही दारे अपारदर्शक बनवली होती. ती सर्व क्युबिकल्स साउंडप्रूफ होती. आतले आवाज बाहेर येऊ शकत नव्हते. आतमध्ये सर्व कर्मचारी आपापल्या कामात गुंग होते. काही जण संगणकावर मजकूर टाइप करीत होते, तर काही जण फोनवर बोलत होते. त्यांनी जेव्हा आपापल्या माना वर करून तिथून जाणारी अनोळखी माणसे पाहिली, तेव्हा त्यांना धक्काच बसला. पण प्रोव्होस्तने त्यांच्याकडे पाहून 'सारेकाही ठीक आहे' अशा अर्थाचा भाव चेहऱ्यावर आणून आपली मान हलवली.

ही कसली जागा आहे? त्या दाटीवाटीच्या जागेतून जाताना लँगडन त्या जागेबद्दल नवल करीत राहिला.

शेवटी त्यांच्या यजमानाने – प्रोव्होस्तने – सर्वांना एका मोठ्या कॉन्फरन्स रूममध्ये आणले. सर्व जण ओळीने आत शिरले आणि तिथल्या खुर्च्यांवर स्थानापन्न झाले. मग प्रोव्होस्तने एक बटण दाबले. खोलीच्या काचेच्या सर्व भिंती हिस्स्ऽऽऽ, आवाज करून अपारदर्शक बनल्या. बाहेरच्या जगातून कोणीही त्यांना आता पाहू शकत नव्हते.

शेवटी लँगडनने न राहवून विचारले, "आपण आहोत तरी कुठे?"

"ही माझी नौका आहे. द *मेंडासियम.*"

"मेंडासियम?" लँगडन विचारू लागला. "म्हणजे... स्युडोलोगोजसाठी, भ्रम

निर्माण करणाऱ्या ग्रीक देवतेसाठी असलेला हा एक लॅटिन शब्द आहे. तोच ना?''

लँग्डनच्या माहितीची प्रोव्होस्तवरती छाप पडली. तो हसून म्हणाला, ''बऱ्याच लोकांना ही व्युत्पत्ती ठाऊक नाही.''

हे काही फारसे चांगले नामाभिधान नाही, असे लँग्डनच्या मनात आले. मेंडासियम ही एक सावलीसारखी भ्रामक देवता होती आणि ती सर्व भ्रम, खोटेपणा, नकलीपणा, फसवणूक यांवर राज्य करणारी होती.

मग प्रोव्होस्तने एक लाल रंगाचा छोटा फ्लॅश ड्राइव्ह बाहेर काढला आणि तो एका इलेक्ट्रॉनिक यंत्रणेच्या मागच्या बाजूला जोडला. मग खोलीतील एक भव्य एलसीडी पडदा प्रकाशित होऊन छतावरचे दिवे मंद झाले.

आता खोलीत शांतता पसरली. त्या शांततेत लँग्डनला किनाऱ्यावर मागे-पुढे होणाऱ्या पाण्याच्या लहरींचा आवाज ऐकू येऊ लागला. प्रथम त्याला वाटले की, याच जहाजाबाहेरून तो आवाज येतो आहे. पण नंतर त्याला कळले की, तो स्पीकरमधून येतो आहे. हळूहळू पडद्यावर चित्र उमटू लागले. एक गुहा दिसू लागली. त्या गुहेच्या भिंतीवरून पाणी ओघळत होते. त्यावर थरथरणारा लाल प्रकाश पडला होता.

प्रोव्होस्त म्हणाला, ''बर्ट्रान्ड झोब्रिस्ट याने हा व्हिडिओ तयार केला आहे आणि त्याने तो उद्या सर्व टीव्ही चॅनेल्सना प्रसारित करण्यासाठी माझ्याजवळ दिला आहे.''

लँग्डनने मुकाट्याने तो घरगुती पद्धतीने तयार केलेला व्हिडिओ पाहिला... ती भूमिगत गुहा, तिथला तलाव, तलावातील लहरी... नंतर कॅमेऱ्याचे पाण्यात जाऊन आतली दृश्ये दाखवणे... तळावर एक धातूचा फलक ठोकून बसवलेला होता. त्यावर कोरलेला मजकूर होता :

IN THIS PLACE, ON THIS DATE,
THE WORLD WAS CHANGED FOREVER.

'याच जागी आज रोजी सारे जग कायमचे बदलून गेले.' त्या मजकुराखाली बर्ट्रान्ड झोब्रिस्टची सही कोरली होती. शिवाय जी तारीख तिथे घातली होती, ती *उद्याची* होती.

माय गॉड! लँग्डनने सिन्स्कीकडे पाहिले. पण ती फक्त जमिनीकडे आपली नजर वळवून बसली होती. तिने ही फिल्म आधीच पाहिली आहे, असे त्याच्या लक्षात आले. पुन्हा ती दृश्ये पहाण्याचे धैर्य तिच्यात नव्हते.

कॅमेरा आता पाण्यात डावीकडे वळू लागला. तिथे पाण्याखाली एका मोठ्या पारदर्शक प्लॅस्टिकच्या पिशवीत एक चिकट आणि पिवळसर-तपकिरी रंगाचा द्रवपदार्थ होता. ती पिशवी म्हणजे पाण्यातला एक मोठा बुडबुडा वाटत होता. तो

नाजूक बुडबुडा खाली जमिनीला दोरीने जखडून ठेवला असावा, असे दिसत होते. म्हणून तर तो वर न येता तिथल्या तिथेच हेलकावे घेत हलत होता. ते दृश्य पाहून लँग्डन गोंधळला.

हा काय प्रकार आहे? ती फुगलेली पिशवी लँग्डन बारकाईने निरखू लागला. आतला चिकटसर द्रव हा हळूहळू आतल्या आत हलतो आहे, हे त्याच्या लक्षात आले.

त्या दृश्यामागचा अर्थ लँग्डनला कळला, तेव्हा त्याला जबरदस्त धक्का बसला. त्याने आपला श्वास रोखून धरला. *हीच ती झोब्रिस्टने तयार केलेली प्लेगचा प्रसार करणारी लस आहे,* हे त्याला कळून चुकले.

सिन्स्की ओरडून म्हणाली, ''बास! बास! प्लेबॅक थांबवा.''

मग पडद्यावरचे दृश्य स्थिर झाले. पाण्याखाली डोलत रहाणारी ती प्लॅस्टिक पिशवी म्हणजेच, तो बंदिस्त केलेला घातक लसीचा ढग स्थिर झाला.

सिन्स्की म्हणाली, ''ते काय आहे याचा तुम्ही एव्हाना तर्क केला असेलच. फक्त प्रश्न असा आहे की, पिशवीतली लस तिथे किती काळ राहील?'' मग ती पडद्याकडे गेली आणि त्या पिशवीवरील एका ठिकाणी तिने बोट रोखले. ती पुढे म्हणाली, ''या पिशवीवर हा एक कसलातरी छाप आहे. तो छाप जर कळला तर ही पिशवी कशापासून बनवली आहे, ते आपल्याला कळेल. तुम्हाला हा छाप वाचता येईल?'' लँग्डनने आपले डोळे बारीक करून पाहिले. पिशवी ज्या कंपनीने उत्पादित केली, त्या नावाचा ट्रेडमार्क तिथे होता. 'सोल्युब्लॅन' – Solublan.

सिन्स्की म्हणाला, ''ही एक जगातील सर्वांत मोठी पिशव्यांची उत्पादक कंपनी आहे. ती कंपनी पाण्यात विरघळणाऱ्या प्लॅस्टिकच्या पिशव्या उत्पादित करते.''

लँग्डनला आपल्या पोटात गोळा उठतो आहे, असे वाटले. तो म्हणाला, ''म्हणजे ही पिशवी... विरघळून जाणार?''

यावर सिन्स्कीने गंभीरपणे आपली मान होकारार्थी हलवत म्हटले, ''आम्ही त्या उत्पादक कंपनीशी संपर्क साधून आहोत. दुर्दैवाने त्यांच्याकडून आम्हाला असे कळले आहे की, ते अशा प्लॅस्टिक फिल्म्सचे डझनभर प्रकारांचे उत्पादन करीत असतात. त्यामुळे ही समोर दिसणारी पिशवी १० मिनिटांपासून अडीच महिन्यांपर्यंतच्या कालावधीत केव्हाही विरघळू शकेल. नक्की कोणत्या प्रतीचे प्लॅस्टिक आहे, हे कळल्याशिवाय कंपनीला तो कालावधी सांगता येणार नाही. शिवाय प्लॅस्टिक विरघळण्याचा काळ हा पाण्याची प्रत आणि पाण्याचे तपमान यांवरही अवलंबून आहे. पण आमची खात्री आहे की, झोब्रिस्टने हे घटकही काळजीपूर्वक ध्यानात घेतले असणार.'' मग थोडे थांबून ती पुढे म्हणाली, ''आम्हाला असे वाटते की,

ही पिशवी– ''

''उद्या विरघळेल!'' प्रोव्होस्त मध्येच म्हणाला, ''म्हणून तर उद्याची तारीख झोब्रिस्टने माझ्या कॅलेंडरवर लाल वर्तुळाने दाखवली होती. तीच तारीख त्या धातूच्या फलकावर कोरलेली आहे.''

लँग्डन आता दिङ्मूढ होऊन बसला होता.

''त्यांना उरलेला भागही दाखवा,'' सिन्स्की म्हणाली.

मग पडद्यावरती नवीन दृश्य आले. कॅमेरा आता चमकणाऱ्या पाण्यातून आडवा फिरत होता. लँग्डनला आता खात्री पटली की, त्या काव्यात याच जागेचे वर्णन आहे. *त्या सरोवरातील पाण्यात ताऱ्यांचे प्रतिबिंब उमटत नाही.*

मग यानंतर डान्टेने वर्णन केलेल्या नरकाची दृश्ये दाखवणारी चित्रे पडद्यावर उमटू लागली. भूमिगत जगातील 'कॉसिटस' नदी गुहांमधून वहाताना दिसू लागली. तो तलाव जिथे कुठे होता, त्याच्या भोवती तीव्र उतार असलेल्या भिंती होत्या. लँग्डनच्या मते त्या कृत्रिम होत्या, माणसांनी तयार केल्या होत्या. त्यावर शेवाळे चढलेले होते. ते शेवाळेही बनावट असावे किंवा माणसांनीच तिथे लावले असावे, असे लँग्डनला वाटले. तसेच त्या मोठ्या जागेचा फक्त एकच छोटा कोपरा दाखवला जातो आहे, असेही त्याला वाटले. कारण तिथल्या भिंतींवर उंच आणि अंधूक छाया उमटलेल्या होत्या. त्या छाया खांबासारख्या उंच आणि एकमेकांपासून सारख्या अंतरावर उभ्या होत्या.

ते स्तंभ! लँग्डन त्यावर विचार करू लागला. याचा अर्थ त्या गुहेचे छप्पर त्या स्तंभांनी पेलून धरले असणार. म्हणजे ते सरोवर किंवा तो तलाव हा एका भव्य खोलीतला असणार.

त्या खचलेल्या राजवाड्यात खूप खोल जा!

तो यावर काही बोलण्याआधी त्याचे लक्ष भिंतीवरील एका नव्याने उगवलेल्या छायेकडे गेले... तो एक मानवी आकार होता. त्या छायाकृतीला एक लांब चोचीसारखे नाक होते.

बापरे! माय गॉड!

आता ती छायाकृती बोलू लागली, घुसमटलेल्या आवाजात बोलू लागली. त्या बोलण्यात एक कवितेतली लय होती.

''मीच तुमचा मुक्तिदाता आहे. मीच ती 'छायाकृती' आहे.''

नंतरची काही मिनिटे लँग्डनने आजवर कधी पाहिला नाही, एवढा भीषण चित्रपट पाहिला. तो वेडसर आणि बुद्धिमान असलेला बर्ट्रान्ड झोब्रिस्ट याने

प्लेगच्या डॉक्टरच्या वेशात एक स्वगत भाषण दिले. ते भाषण हादरवून टाकणारे होते. त्यामध्ये डान्टेच्या 'इन्फर्नो' काव्यातील अनेक संदर्भ होते. त्यातून एक संदेश स्पष्टपणे दिला जात होता. तो संदेश असा होता : मानवी लोकसंख्येची वाढ आता हाताबाहेर गेलेली असून मानवजात टिकून रहाते आहे का नष्ट होते आहे, अशी वेळ आलेली आहे.

पडद्यावरची ती छायाकृती बोलत होती :

> "काहीही न करणे म्हणजे डान्टेने वर्णन केलेल्या नरकाचे स्वागत करण्यासारखे आहे... मग सर्व जण दाटीवाटीत राहून भुकेलेले होतील आणि पापकृत्ये करू लागतील. म्हणून मी अत्यंत धाडसाने हे कारवाईचे पाऊल उचलेले आहे. यातली काही जण भयाने आपले अंग चोरतील. पण सर्वांना मुक्तीची किंमत ही मोजावीच लागते. नंतर एके दिवशी सबंध जगाला यातले सौंदर्य कळून येईल."

अचानक खुद्द झोब्रिस्टच पडद्यावर अवतीर्ण झाला. त्याच्या अंगावर प्लेगच्या डॉक्टरचा वेष होता. त्याने आपल्या तोंडावरचा ऐतिहासिक मुखवटा काढून टाकला होता. लँग्डनने झोब्रिस्टचा भकास चेहरा पाहिला, त्याचे हिंस्त्र हिरवे डोळे पाहिले. त्याला कळून चुकले, या सर्व गोंधळाच्या आणि आणीबाणीच्या परिस्थितीच्या केंद्रभागी झोब्रिस्ट उभा आहे. झोब्रिस्ट याचे ज्यावर प्रेम आहे, त्या व्यक्तीची तो स्तुती करू लागला. त्याने त्या व्यक्तीपासून स्फूर्ती घेतली होती.

> "मी सारा भविष्यकाळ तुमच्या हातात ठेवीत आहे. माझे इथे खाली चाललेले काम आता पुरे झाले आहे. आता मला वरच्या जगात परतायचे आहे... आणि मला आकाशातील तारे पुन्हा पहायचे आहेत."

व्हिडिओ संपल्यावर लँग्डनला कळून चुकले की, झोब्रिस्टचे शेवटचे शब्द हे 'इन्फर्नो'मध्ये डान्टेने लिहिलेले शेवटचे शब्द आहेत.

आपण आज दिवसभरात सर्व प्रकारचे भय अनुभवले आहे, असे लँग्डनच्या लक्षात आले. या सर्वांचा परिपाक आता केवळ एकाच भयानक वास्तवतेमध्ये झाला होता. बर्ट्रान्ड झोब्रिस्टला आता एक नवा चेहरा मिळाला होता आणि आवाजही मिळाला होता.

कॉन्फरन्स रूममधले दिवे लागले आणि लँग्डनच्या लक्षात आले की, सगळ्यांच्या नजरा आपल्याकडे लागल्या आहेत. सर्व जण मोठ्या अपेक्षेने तो

आता काय बोलणार याची प्रतीक्षा करीत होते.

एलिझाबेथ सिन्स्की उठून उभी राहिली. तिच्या चेहऱ्यावरचे भाव गोठले होते. अस्वस्थ होऊन ती आपल्या गळ्यातील ताइतावर बोटे आपटीत होती. ती म्हणाली, ''प्रोफेसर, आपल्याजवळ फार कमी वेळ आहे, हे आता उघडच आहे. फक्त एकच चांगली बातमी आत्तापर्यंत आपल्या हाती अशी आहे की, प्लेगचे जंतू कुठे सापडले नाहीत किंवा तसा आजार कुणाला झाल्याचीही बातमी आलेली नाही. तेव्हा आपण असे समजू या की, ती सोल्युब्लॅन प्लॅस्टिकची पिशवी अद्याप विरघळली नसावी. पण आपल्याला ती पिशवी कुठे शोधायची ते अजून समजलेले नाही. ती पिशवी फुटायच्या आधी त्यावर आपण ताबा मिळवायला हवा. त्यासाठी आपल्याला ती जागा कुठे आहे ते कळले पाहिजे आणि तेही अगदी ताबडतोब.''

एजंट ब्रूडर आता उठून उभा राहिला. तो लँग्डनकडे हेतुपूर्वक रोखून पहात होता. तो त्याला म्हणाला, ''आम्ही असे समजून चाललो की, तुम्ही व्हेनिसला आहात. झोब्रिस्टने इथेच कोठेतरी ती प्लेगची पिशवी लपवून ठेवली आहे, हे तुम्हाला कळले आहे म्हणून.''

लँग्डनने सर्वांकडे आपली नजर टाकली. सर्वांच्या चेहऱ्यावर त्याला भीतीचा ताण दिसला. प्रत्येक जण आता काहीतरी चमत्काराची आशा करीत होता. तेव्हा आता हीच वेळ त्यांना बरे वाटावी, अशी बातमी आपण सांगितली पाहिजे, असे त्याला वाटले.

लँग्डनने जाहीर केले, ''आपण एका चुकीच्या देशात आहोत. तुम्हाला जी जागा हवी आहे, ती इथून हजार मैल दूर आहे.''

'मेंडासियम' जहाजाच्या इंजिनाने आपला वेग वाढवला. त्यामुळे मोठा आवाज होऊन तो नौकेत घुमू लागला. लँग्डनच्या शरीरात ते घुमणे भरून राहिले. मेंडासियम जहाजाने एक मोठे वळण घेतले. त्या वेळी वळणाच्या आतल्या बाजूला ती थोडी कलली होती. तिने व्हेनिसच्या विमानतळाचा रोख धरला होता. नौकेवर सारी गडबड उडून गेली होती. सर्वत्र धांदल दिसत होती. सर्व जण घाईघाईत कामे करू लागले होते. प्रोव्होस्तने धावपळ करीत त्याच्या कर्मचाऱ्यांना हुकूम सोडणे सुरू केले होते. एलिझाबेथ सिन्स्कीने आपल्या मोबाइल फोनवरून जागतिक आरोग्य संघटनेच्या C-130 विमानाच्या वैमानिकाशी संपर्क साधला होता आणि कोणत्याही क्षणी विमान उड्डाण करायच्या तयारीत ठेवण्यास सांगितले. जागतिक आरोग्य संघटनेच्या त्या विमानाला विमानतळावर सर्वोच्च प्राधान्य दिले जात होते. एजंट ब्रूडर याने झटपट एक लॅपटॉप उघडला आणि तो आंतरराष्ट्रीय पातळीवर

पुढे जी जी गरज लागेल त्यासाठी तो आत्तापासून संपर्क साधून साखळी करू लागला. शेवटी जिथे पोहोचायचे आहे तिथे आधीपासून आपली संबंधित माणसे पाठवण्याची तयारी तो करू लागला.

अखेर एका दूरच्या जगात जायचे ठरले होते.

प्रोव्होस्त आता कॉन्फरन्स रूममध्ये घाईघाईने आला आणि ब्रूडरला म्हणाला, "व्हेनिसमधल्या अधिकाऱ्यांकडून आणखी पुढे काही कळवले गेले आहे का?"

ब्रूडरने मान हलवत म्हटले, "अजून कसलाही धागा मिळाला नाही. त्यांचा शोध चालू आहे. पण सिएना ब्रूक्स नाहीशी झाली आहे."

म्हणजे ते सिएनाचा शोध घेत आहेत? लँग्डनच्या मनात आले.

सिन्स्कीने आपले फोनवरचे संभाषण संपवले आणि तीही प्रोव्होस्तच्या संवादात सामील झाली. ती म्हणाली, "अजून सापडली नाही ना?"

प्रोव्होस्तने म्हटले, "तुमची हरकत नसेल तर आम्हाला बळाचा वापर करून तिला आणायची परवानगी द्या."

लँग्डन उठून म्हणाला, "का? ती या प्रकारात कुठे येते?"

प्रोव्होस्तने आपले डोळे रोखत म्हटले, "प्रोफेसर, मिस ब्रूक्सबद्दलच्या काही गोष्टी अजून आम्ही तुम्हाला सांगितल्या नाहीत."

७९

रिअॅल्टो ब्रिजवरून गर्दीतून मार्ग काढीत, वाटेतल्या लोकांना कधी कधी ढकलून बाजूला सारीत सिएना पुढे चालली होती. पूल संपल्यावर ती पुन्हा पळत सुटली. कालव्याला लागून जाणाऱ्या रस्त्यावरून ती धावत सुटली. तो रस्ता 'फंडामेंटा विन कॅस्टेलो' हा होता.

शेवटी त्यांनी रॉबर्टला पकडलेच.

रॉबर्टला ते सोल्जर्स लाइट वेलमधून आत ओढून नेताना त्याने कसे बेभानपणे आपल्याकडे वर पाहिले होते, हे तिला आठवले. त्याची नजर अजूनही तिच्या डोळ्यांपुढून हलत नव्हती. त्याला ज्यांनी पकडले ते रॉबर्टचे मन कितपत सहजासहजी वळवू शकतील, याबद्दल तिला जराशी शंकाच होती. त्याने जे काही संशोधन करून आत्तापर्यंत करून निष्कर्ष काढले, ते तो त्यांना कसे काय सांगेल? शेवटी तो काय म्हणाला होता?

आपण चुकीच्या देशात आहोत?

परंतु रॉबर्टला पकडणारी माणसे त्याला खरी परिस्थिती उघड करून सांगण्यात फार वेळ गमावणार नाहीत. त्यासाठी ते काहीही करतील.

आय अॅम सॉरी रॉबर्ट! पण मी तरी काय करू? दुसरा कोणताच पर्याय माझ्यापुढे नव्हता.

अचानकच सिएनाची आणि त्याची ताटातूट झाली होती. तिला आता त्याची खूप आठवण येऊ लागली. इथे माणसांच्या गर्दीत तिला एकटेपणाच्या भावनेने घेरून टाकले. तिला आजवर नेहमीच अशी एकटेपणाची भावना होऊन ती उदास बनत आलेली होती.

हे काही तिला नवीन नव्हते.

बालपणापासून सिएना ब्रूक्स हिला एकटेपणाची भावना ग्रासून टाकीत आलेली होती.

एक असामान्य बुद्धिमत्ता घेऊन तिची लहानपणापासून वाढ होत गेलेली होती.

तरुणपणी जगताना तर तिला असे वाटे की, आपण कोण्या चमत्कारिक लोकांत आणि चमत्कारिक भूमीत जगतो आहोत... एखाद्या परग्रहावरील व्यक्तीला दुसऱ्या अनोखी ग्रहावर अडकल्यावर जसे एकटे वाटेल, तसेच तिला वाटत आलेले होते. तिने मित्र-मैत्रिणी जोडण्याचा प्रयत्न केला. परंतु शेवटी ते तिच्याशी गंभीरपणे न वागता उथळपणे वागू लागले. तिला त्यांच्या तशा वागण्यात बिलकूल रस नव्हता. वयस्कर लोकांना आदर दाखवून त्यांना आपलेसे करण्याचा प्रयत्न ती करू लागली, परंतु तिच्या असे लक्षात आले की, बहुतेक प्रौढ माणसे ही केवळ वय वाढलेली लहान मुलेच असतात. त्यांच्यात प्रगल्भता, परिपक्वता आलेली नसते. त्यांना आपल्या भोवतालच्या जगाच्या साध्या मूलभूत गोष्टी, तत्त्वे वगैरेंचे आकलन झालेले नसते. आणि सर्वांत तिला त्रास व्हायचा म्हणजे या लोकांना कसल्याही बाबतीत कधीच उत्सुकता वाटत नसे किंवा त्याच्याशी सोयरसुतक नसे.

मला असे वाटते की, मी स्वत: या जगाचा हिस्साच नाही.

अशी जाणीव जेव्हा तिला झाली, तेव्हा तिने एखाद्या अदृश्य व्यक्तीप्रमाणे वागायचे ठरवले. ती निर्विकार राहू लागली. सरड्याप्रमाणे आपले रंग बदलून समाजात मिसळायचे, अनुकूल वागण्याचे नाटक करायचे, तसेच वेगळाच चेहरा धारण करून गर्दीत, जमावात, माणसांच्या गटात वावरायचे, असे ती करू लागली. लहानपणापासून तिला नाटकात कामे करायची हौस होती. कारण आपण कोणीतरी वेगळे होऊन दाखवायचे असे तिचे स्वप्न होते. त्यातून हा नाटकाचा छंद तिला लहानपणी लागला होता. शेवटी तिला 'कोणीतरी सामान्य व्यक्ती' असण्याचा अभिनय करावा लागला.

शेक्सपिअरच्या 'ए मिडसमर नाइट्स ड्रीम' या नाटकातील तिच्या लाजवाब अभिनयामुळे तिला 'आपण खरोखरीच कोणीतरी वेगळे आहोत' असे वाटू लागले. तसेच प्रौढ अभिनेतेही तिच्याशी विनम्रपणे वागून तिला पाठिंबा देऊ लागले. पण तिचा हा आनंद फार काळ टिकला नाही. ज्या क्षणी पहिल्या रात्रीच्या नाटकाचा प्रयोग संपवून ती स्टेजच्या बाहेर आली, तेव्हा वृत्तमाध्यमाच्या लोकांच्या गर्दीला तिला सामोरे जावे लागले. मात्र तिच्या बरोबरच्या सहअभिनेत्यांनी शांतपणे मागच्या दाराने पोबारा केला. आपण माध्यमाच्या लोकांसमोर एकटे पडलो आहोत, हे तिला जाणवले.

आता हीच अभिनयपटू मंडळी आपला द्वेष करू लागली आहेत.

यामुळे तिला वारंवार नैराश्याचे झटके येऊ लागले. ती उदास राहू लागली. अशी मन:स्थिती का होते, हे नीट जोखण्यासाठी वयाच्या सातव्या वर्षी तिने भरपूर वाचन केले. जेव्हा तिने शोधलेली शास्त्रीय कारणे आपल्या आई-वडिलांना सांगितली, तेव्हा ते आश्चर्याने स्तंभित झाले. काय बोलावे ते त्यांना सुचेना. तसे

एरवीही आपल्या कन्येच्या विचित्र किंवा असामान्य वागण्यामुळे ते थक्क होत असत. पण त्यांना तिच्यातील बौद्धिक असामान्यत्व कधी कळलेच नाही. उलट त्यांनी तिला एका मनोवैज्ञानिकला दाखवले. त्या मनोवैज्ञानिक डॉक्टरने तिला शेकडो प्रश्न विचारले. नेमके तेच प्रश्न सिएनाने स्वत:ला आधीच विचारले होते. मग त्या डॉक्टराने तिच्यासाठी Amitriptyline आणि Chlordiazepoxide अशी दोन औषधे एकत्र घेण्याचे सुचवले.

ते ऐकल्यावर सिएना एकदम चिडली. ती ताड्कन कोचावरून उठून उभी राहिली. ती म्हणाली, ‘‘Amitriptyline? काय भलतेच सांगता आहात. मला सुखी व्हायचे आहे. मला मेल्यासारखे पडून रहायचे नाही!’’

तिचा उफाळलेला राग पाहून तो डॉक्टर गप्प राहिला. मग त्याने दुसरी एक सूचना केली. तो म्हणाला, ‘‘सिएना जर तुला औषधे घ्यायची नसतील, तर आम्ही सर्वंकष स्वरूपाची औषधयोजना तुझ्यावर करू!’’ असे म्हणून तो काही क्षण थांबला आणि पुढे म्हणाला, ‘‘तू तुझ्याच विचारचक्राच्या सापळ्यात अडकून राहिली आहेस. तुला असे वाटते आहे की आपण या भोवतालच्या जगातले नाही.’’

यावर ती म्हणाली, ‘‘खरे आहे. मी हा विचार थोपवायचा प्रयत्न करते, पण मला ते जमत नाही.’’

मग तो डॉक्टर शांतपणे हसत म्हणाला, ‘‘होय, तुला तो विचार थांबवता येत नाही. आपण इथले कोणीच नसण्याचा विचार मानवी मनाला करता येणे अशक्य आहे. प्रत्येकाचा आत्मा हा भावनेचा आधार पकडू पहातो आणि त्यासाठी तो भावनेला खतपाणी घालणाऱ्या गोष्टी शोधत असतो. मग भले त्या गोष्टी चांगल्या असो वा वाईट असो. तुझी समस्या अशी आहे की, तू तुझ्या भावनांना, विचारांना चुकीचे खतपाणी घालीत आहेस.’’

मनाबद्दल एवढ्या यांत्रिक परिभाषेत कोणी बोललेले तिने आत्तापर्यंत कधी ऐकलेले नव्हते. तिने ताबडतोब प्रश्न केला, ‘‘मग मी वेगळे इंधन माझ्या मनाला, विचारांना कसे काय पुरवू?’’

यावर तो म्हणाला, ‘‘तू तुझे बौद्धिक लक्ष दुसरीकडे वळवायला हवे, सध्या तू मुख्यत्वेकरून स्वत:वरच लक्ष केंद्रित करीत आहेस. आपण या जगात जगण्यास योग्य का नाही याचे तुला आश्चर्य वाटते आहे... तसेच आपल्यात काय चुकीचे आहे, असा तुझा विचार चालू आहे.’’

‘‘बरोबर आहे, पण मी ही समस्या सोडवायचा प्रयत्न करते आहे. मी याबद्दल जर काही विचारच केला नाहीतर मला हा प्रश्न कधीच सोडवता येणार नाही.’’

मग तो डॉक्टर चुकचुकत म्हणाला, ‘‘तू म्हणतेस ते मला मान्य आहे... हीच तुझी खरी समस्या आहे.’’ त्या डॉक्टरने तिला स्वत:बद्दल विचार न करता अन्य

समस्यांवर विचार करावा. थोडक्यात दुसरीकडे आपले लक्ष वळवावे, असा सल्ला त्याने दिला.

तेव्हापासून सारेकाही बदलून गेले.

स्वत:बद्दल कसलीही खंत बाळगणे तिने सोडून दिले. तसेच बाकीची माणसे अशी खालच्या दर्जाची का असतात, यावरही विचार करणे तिने थांबवले. तिने एखाद्या तत्त्वज्ञासारखी भूमिका घेतली. निराश्रित लोकांना ती जगायला मदत करू लागली, अंध लोकांना ती पुस्तके वाचून दाखवू लागली. परंतु सिएना ही बुद्धीने एक असामान्य व्यक्ती आहे, हे त्यांच्यापैकी कोणालाच समजले नाही. कोणीतरी आपली काळजी घेते आहे, याबद्दल ते लोक कृतज्ञ रहात. बस्स, एवढेच!

सिएना अशी कामे रोज करू लागली. तिला कळाले की, जगात असंख्य लोकांना मदतीची गरज आहे, म्हणून ती अशा कामात एवढी व्यग्र राहिली की तिला पुरेशी झोपही रोज घेता येईना. तिचे हे सततचे कष्ट करणे पाहून बाकीचे तिला म्हणत, "सिएना, जरा बेताने कामे कर. तुला संपूर्ण जगाला कधीच वाचवता येणार नाही!"

बापरे, किती भयंकर आहे हे विधान!

तिचे असे सामाजिक कार्य चालू असताना अनेक मानवतावादी स्थानिक मंडळींशी तिचा संपर्क आला. मग त्या लोकांनी जेव्हा एक महिन्याभराची फिलिपाईन्सची भेट ठरवली, त्या वेळी तिला बरोबर येण्याचे निमंत्रण दिले. तिने ती संधी आनंदाने स्वीकारली.

फिलिपाईन्समध्ये आपल्याला गरीब कोळी लोक आणि शेतीकामे करणारे गरीब शेतकरी यांना खाऊ-पिऊ घालण्याची मदत करावी लागणार आहे, अशी तिने कल्पना केली होती. तिने त्या देशाच्या भौगोलिक सृष्टिसौंदर्याबद्दल खूप वाचले होते. जणूकाही ती एक स्वप्नभूमी वाटावी, एवढा तो देश नैसर्गिक सौंदर्याने समृद्ध होता. तिथले डोंगर, नद्या, दऱ्याखोरे, विविध जीवांनी नटलेले समुद्रतळ, सुरेख मैदाने वगैरे सारेच भुरळ घालणारे होते. त्यांचा गट मॅनिला या राजधानीच्या शहरात उतरला आणि तिथे एका दाट लोकवस्तीत राहू लागला. तसे पाहिले तर मॅनिला हे शहर सबंध जगातील सर्वांत दाट लोकवस्तीचे शहर समजले जाते. सर्वत्र माणसांची एवढी गर्दी असे की, ती पाहून सिएना हादरलीच. तसेच तिथे दारिद्र्यही तेवढेच मोठ्या प्रमाणात होते. त्याच लोकांची संख्या जास्त होती. तिला हे नवीनच होते.

माणसामाणसांत एवढा फरक कसा असतो? आणि तोही माणसानेच कसा निर्माण केला?

सिएनाने काही माणसांना अन्न देऊन भरवले, तरी अन्न न मिळालेली शेकडो

उपाशी माणसे तिच्याकडे भकास डोळ्यांनी बघत रहात. मॅनिलातील दाट लोकवस्तीच्या समस्याही तशाच मोठ्या होत्या. तिथे एकदा ट्रॅफिकजॅम झाले की, सहा-सहा तास वाहतूक ठप्प होई. वाहनांमुळे एवढे प्रदूषण होई की, माणसाला नीट श्वास घेता यायचा नाही, घुसमटायला व्हायचे. दरिद्री लोकांची संख्या भरपूर होती आणि त्यांचे दारिद्र्य एवढे भीषण होते की, ते लोक आपली लहान मुले वेश्याव्यवसायातील एजंटांना विकून टाकीत. निदान त्यांना त्यामुळे पुढे चार घास खायला मिळून ती जगतील, एवढेच आई-वडिलांना समाधान लाभे. त्यामुळे तिथे लैंगिक व्यापार प्रचंड प्रमाणात बोकाळला होता.

अशा या अनैतिक व्यवहाराखेरीज जुगारी अड्ड्यांची पसरलेली जाळी, खिसेकापू मंडळी आणि आणखीही काही भयानक धंदे करणाऱ्यांचा त्या शहरात बुजबुजाट झाला होता. ते सारे पाहून सिएना अक्षरश: सुन्न झाली. आपल्या सभोवताली माणुसकी पायदळी तुडवली जात असल्याचे तिला दिसत होते. हे सारे जगण्याच्या, टिकून रहाण्याच्या नैसर्गिक आणि प्राथमिक धडपडीतून निर्माण झाले होते. जेव्हा जगण्यासाठी माणूस बेभान बनतो, तेव्हा माणसाचे रूपांतर पशूमध्ये होते.

हे सर्व अनुभवल्यावर सिएनामध्ये निराशेची एक भली मोठी लाट चालून आली. तिला एकदम कळून चुकले की, मानवजात आता नामशेष होण्याच्या काठावर जाऊन पोहोचली आहे.

माझी समजूत चुकीची होती. मला जग वाचवता येणार नाही, असा विचार तिच्या मनात उद्भवू लागला.

शेवटी तिच्या प्रतिक्रियेचा कडेलोट झाला. यापासून दूर जाण्याची ऊर्मी तिच्यात उफाळून आली. ही असंख्य माणसे, गर्दी, इथल्या समस्या या साऱ्यांची तिला घृणा वाटली. असह्य झाल्याने बेभान होऊन ती रस्त्यातून पळत सुटली. गर्दीतून धावताना, माणसांमधून वाट काढताना तिला लोकांचे धक्के बसत होते. तरीही ती पुढे जात राहिली. तिला मोकळी जागा हवी होती. या घुसमटून टाकणाऱ्या वातावरणातून बाहेर पडून खुल्या हवेतला मोकळा श्वास घ्यायचा होता.

या माणसांच्या शरीरांच्या गर्दीत मी गुदमरते आहे.

पळत असताना तिच्यावर अनेकांच्या नजरा पडत होत्या. पण ती त्याकडे दुर्लक्ष करीत होती. तिच्याकडे नजर जाणे तसे साहजिक होते. तिथल्या स्थानिक समाजात ती उठून दिसण्याजोगी होती. उंच, गोरीपान, सोनेरी केसांचा झुलणारा पोनीटेल. जणूकाही ती रस्त्यातून विवस्त्र होऊन पळत आहे, अशा नजरेने पुरुष तिला पहात होते.

शेवटी जेव्हा तिचे पाय थकले तेव्हा ती थांबली. आपण कुठे पोहोचलो आहोत हेही तिला कळेना. धावताना ती रडत होती. तिच्या डोळ्यांत अश्रू जमा झाले होते.

तिने ते पुसले आणि सभोवताली पाहिले. आपण एका गलिच्छ वस्तीत, झोपडपट्टीत येऊन पोहोचलो आहोत, असे तिला कळले. तिथे सर्वत्र पत्र्याच्या झोपड्या होत्या. प्लायवूड आणि जाड पुठ्ठे उभे करून तेही एकमेकांना जोडून आश्रयस्थाने उभी केली होती. सर्वत्र लहान मुले रडण्याचा आवाज येत होता. शौचविधी वाटेल तिथे केल्याने वातावरणात दुर्गंधी भरून राहिली होती. तरीही तिला माणसांच्या समुद्रातून, गर्दीतून बाहेर पडल्याने हायसे वाटत होते.

मी अक्षरश: एका नरकातून धावत बाहेर आले आहे.

"तुरिस्ता!" कोणीतरी खर्जातल्या आवाजात तिला मागून हाक मारीत होते. "मागकानो?– किती घेणार?"

तिने मागे वळून पाहिले. तीन तरुण माणसे तिच्याकडे चालून येत होती. त्यांच्या चेहऱ्यावर लालसा प्रकट झालेली होती. लांडगे जसे आपल्या सावजाकडे लाळ गाळत बघतात तसे ते तिघे तिच्याकडे बुभुक्षित नजरेने पहात होते. तिला तत्काळ त्यांचा हेतू कळला. आपण धोक्यात सापडलो आहोत, हे तिला जाणवले. ती माघार घेऊ लागली. पण जवळ येऊन त्यांनी तिला रोखले, आपल्या सावजाला घेरले.

तो तिघा मानवी लांडग्यांचा कळप तिच्यावर चालून गेला. मदतीसाठी ती ओरडू लागली. पण तिच्या आरडाओरडीकडे कोणीही लक्ष दिले नाही. तिथेच १५ फुटांवर एक म्हातारी एका टायरवर बसली होती. सिएनाने तिच्याकडे पाहिले. ती म्हातारी हातातल्या एका गंजलेल्या चाकूने एका कांद्यातील खराब भाग काढून टाकीत होती. सिएना पुन्हा ओरडली. त्या म्हातारीला ऐकू जावे म्हणून ती ओरडली. पण तिने मान वर करून पाहिलेही नाही.

मग त्या तिन्ही मवाल्यांनी तिला पकडले आणि फरपटत फरपटत एका झोपडीत नेले. आता पुढे काय होणार याची तिला स्पष्ट कल्पना आली. भीतीने तिला पूर्णपणे वेढून टाकले. ती त्यांच्याशी झगडू लागली. पण ते तिच्यापेक्षा ताकदवान होते, बलदंड होते. त्यांनी तिला एका जुन्या मळकट बिछान्यावर दाबून धरले.

त्यांनी तिचा शर्ट टरकावून काढला, तिच्या मुलायम त्वचेमध्ये आपली नखे रुतवली. ती आता जिवाच्या आकांताने किंचाळू लागली. मग त्यांनी तिचा काढलेला शर्ट तिच्या तोंडात कोंबला. एवढा आत कोंबला की तिला श्वास घेता येणे कठीण झाले. मग त्यांनी तिला पोटावर पालथे केले. तिचे तोंड त्या वास मारणाऱ्या बिछान्यात दाबून धरले.

सिएना ब्रूक्सला सामान्य आणि अज्ञानी माणसांबद्दल नेहमीच दया वाटत आलेली होती. यातना, दु:खे यांनी भरलेल्या जगात असूनही ही माणसे परमेश्वरावर विश्वास ठेवणारी होती. आणि तरीही ती आत्ता परमेश्वराकडे प्रार्थना करीत होती...

कळवळून प्रार्थना करीत होती. *परमेश्वरा, प्लीज मला या दुष्टांपासून वाचव!*

ती तीन माणसे जबरदस्ती करीत असताना हसत होती, खदखदत हसत होती, तिला उद्देशून टोमणे मारीत होती, अचकट-विचकट बोलत होती. ती आपल्या तंगड्या झाडीत होती, तरीही त्यांनी तिच्या पायातून तिची जीन ओढून काढली. तिच्या पाठीवर एक जण वाकून झोपू लागला. त्याच्या अंगावरील घामाचे थेंब तिच्या पाठीवर ओथंबू लागले.

मी एक कुमारिका असूनही माझ्या वाट्याला हे काय येते आहे!

अचानक तिच्या पाठीवरचा माणूस उडी मारून बाजूला झाला. इतका वेळ ते तिची चेष्टामस्करी करीत होते. पण त्याऐवजी ते आता रागाने आणि भयाने ओरडू लागले. तिच्या पाठीवर इतका वेळ टप टप पडणारे घामाचे थेंब आता एका उबदार धारेने पडू लागले. तिच्या अंगावरून ते खालच्या बिछान्यावर ओघळू लागले आणि तिथे लाल डाग निर्माण करू लागले.

ती आपल्या अंगावर वळून काय झाले ते पाहू लागली. बाहेर कांदा साफ करीत असलेली ती म्हातारी आपला गंजलेला चाकू हातात घेऊन आत आली होती. खाली पडलेल्या माणसापाशी ती उभी होती. त्या माणसाच्या पाठीतून रक्ताची धार लागली होती. म्हातारीने बाकीच्या दोघांकडे रागाने डोळे वटारून पाहिले. त्यांना धमकी दिली आणि त्यांच्या दिशेने हवेत तिने चाकू खुपसले. शेवटी तिचा अविर्भाव पाहून ते तिघेही तिथून पळून गेले.

मग एक शब्दही न बोलता त्या म्हातारीने सिएनाचा हात धरून तिला उठवले, तिचे कपडे गोळा करून दिले आणि ते तिच्या अंगात चढवायला मदत केली. डबडबलेल्या डोळ्यांनी सिएना तिला म्हणाली, "*सलामत!* थँक यू!"

मग त्या म्हातारीने आपल्या कानाकडे बोटे करून आपण बहिरे आहोत, हे तिला सांगितले.

सिएनाने भारतीय पद्धतीने आपले दोन्ही हात तिच्यापुढे जोडले, आपले डोळे मिटून तिच्यापुढे ती वाकली आणि आपला आदर तिने व्यक्त केला. जेव्हा तिने डोळे उघडून पाहिले तेव्हा ती म्हातारी निघून गेली होती.

सिएनाने ताबडतोब फिलिपाईन्स देश सोडला. जाताना आपल्या गटातील सहकाऱ्यांचा निरोपही तिने घेतला नाही. आपल्यावर कोणता प्रसंग गुदरला होता याची वाच्यताही तिने कोणापाशी केली नाही. त्या भीषण प्रसंगाकडे आपण दुर्लक्ष केले की, कालांतराने तो पुसट होऊन विरून जाईल, अशी तिला आशा होती. पण प्रत्यक्षात उलट झाले. काही महिन्यानंतर तिला कळून चुकले की, आपल्याला त्या गतप्रसंगाची भयाण स्वप्ने पडतात आणि तो प्रसंग आपला पाठलाग करतो आहे. कोठेही गेले तरी तिला असुरक्षित वाटते. मग तिने मार्शल आर्टच्या वर्गात आपले

नाव घातले. त्यातली तंत्रे तिने चटकन आत्मसात करून घेतली. प्रतिपक्षाशी झुंज देताना अत्यंत मारक तंत्र ती वापरू लागली. पण तरीही तिची असुरक्षिततेची भावना काही जाईना.

मग तिची नैराश्य भावना पुन्हा परतली. आता तर ती भावना दसपट झाली होती. शेवटी तिला निद्रानाशाचा विकार झाला. तिच्या लक्षात आले की, आता आपले केस मोठ्या प्रमाणात गळू लागले आहेत. दररोज ती काही केसांचे पुंजके गमावू लागली. एका आठवड्यात तिच्या डोक्याला निम्मे टक्कल पडले. ते पाहून ती हादरली. आपली बाकीची लक्षणे पाहून तिच्या लक्षात आले की, हा सारा आपल्या मनावर पडणाऱ्या ताणतणावाचा परिणाम आहे. वैद्यकीय शास्त्रात याला 'टेलिजेनिक एक्लुन्हिअम' असे म्हणतात, हे तिला आठवले. या विकारावर कोणतेही औषध नाही. फक्त आपणच आपला ताणतणाव दूर करणे, एवढाच उपाय आहे. दर वेळी ती आरशात स्वत:ला पाही तेव्हा तिचे हृदय धडधडू लागे. *मी आता म्हातारी दिसू लागले!*

शेवटी आपल्या डोक्यावर उरलेसुरले केस भादरून टाकण्याचा निर्णय तिला नाइलाजाने घेणे भाग पडले. तिचे रूप आजारी असल्यासारखे दिसू लागले. जणूकाही तिला कॅन्सर झाला होता. मग तिने एक केसांचा टोप विकत आणला. तो टोप तिच्या मूळच्या सोनेरी केसांसारखा होता. तो केसांचा पोनीटेल होता. तो घातल्यावर ती खूपच पूर्वीसारखी दिसू लागली.

पण तरीही ती आतल्या आत खूप बदलून गेली होती.

माझी प्रकृती बिघडलेलीच दिसते आहे.

मग एका तिरीमिरीत तिने आपले मागचे आयुष्य पूर्ण विसरण्याचे ठरवले. ती अमेरिकेला गेली आणि तिथे एका वैद्यकीय अभ्यासक्रमासाठी एका संस्थेत आपले नाव घातले. तिला या क्षेत्राची मुळातच आवड होती. आपण डॉक्टर झालो की, आपण पुन्हा माणसांची सेवा करू लागू आणि त्यामुळे आपली मन:स्थिती ताळ्यावरती येईल. तिच्या उद्ध्वस्त जगातील यातना विसरण्यासाठी ती जे सुचेल ते करीत होती.

त्या वैद्यकीय संस्थेत रोज तिचा खूप वेळ खर्च होई. पण तेवढे सोडले तर सारेकाही ठीक चालले होते. तसेच, शिकत असताना ती एक अर्धवेळ नोकरी करू लागली. त्यामुळे जादा पैसे हातात खेळू लागले. तिचे भाषेवर कमालीचे प्रभुत्व होते आणि तिची स्मरणशक्ती जबरदस्त होती. त्यामुळे ती अधूनमधून शेक्सपिअरच्या नाटकात कामे करू लागली. नाट्यसृष्टीत मात्र तिला खूपच बरे वाटे आणि त्यात ती एवढी रमून जाई की, स्वत:ला विसरून जाई. अभिनय करण्यामुळे तिचे मन ताळ्यावर येई. हे तिचे एक अभय देणारे क्षेत्र बनले... आपण 'कोणीतरी' आहोत,

असे तिला वाटू लागले. पण कोणीतरी म्हणजे कोण? पूर्वीपेक्षा अन्य कोणीही.

सिएना आपल्या व्यक्तिमत्त्वाच्या ओळखीपासून सुटका करून घेऊ पहात होती. हे तर ती लहानपणापासून करत होती. तिचे जे नाव ठेवले होते, ते तिने लहानपणीच टाकून दिले होते आणि 'सिएना' असे नाव धारण केले होते. कारण 'सिएना' म्हणजे 'सुदैवी' असा अर्थ होत होता. आणि तसा तिचा समजही होता.

आपल्यापुढे पडलेल्या समस्यांवरचे लक्ष काढून ते दुसरीकडे वळवा, जगाच्या समस्यांवर लक्ष केंद्रित करा, हे ती नेहमी स्वत:ला बजावत आलेली होती.

मॅनिला शहरात तिला जो वाईट अनुभव आला, त्यामुळे ती दाट लोकवस्तीविषयी गंभीरतेने विचार करू लागली, तसेच जागतिक लोकसंख्येबद्दलही ती विचार करू लागली. या विषयांवरील लेख ती आवर्जून वाचू लागली. तिच्या वाचनात मग आनुवंशिक तंत्रज्ञानातील तज्ज्ञ बर्ट्रान्ड झोब्रिस्ट याचे लेख आले. त्याने जगाच्या लोकसंख्येबद्दल काही नवीन सिद्धान्त पुढे केले.

त्याचे लेख वाचल्यावर सिएनाच्या लक्षात आले की, झोब्रिस्ट अत्यंत बुद्धिमान आहे. अन्य कोणताही माणूस कितपत बुद्धिमान असू शकतो, यावर तिने तोपर्यंत विचार केला नव्हता. झोब्रिस्टने लिहिलेले लेख जसजसे तिच्या वाचनात येऊ लागले तसतशी ती त्याच्याबद्दल विचार करू लागली. 'तुम्ही जगाला वाचवू शकणार नाही' हा झोब्रिस्टचा लेख वाचल्यावर लहानपणी केली जाणारी स्तुती तिला आठवली. झोब्रिस्टने लेखात म्हटले होते :

तुम्ही जगाला वाचवू शकाल. जर तुम्ही वाचवणार नसाल तर मग दुसरे कोण वाचवेल? आत्ताच वाचवले नाही, तर मग केव्हा वाचवणार?

लोकसंख्यावाढीच्या संदर्भात झोब्रिस्टने मांडलेल्या गणिती समीकरणाचा सिएनाने काळजीपूर्वक अभ्यास केला. त्याने भविष्यकाळात जो लोकसंख्येचा स्फोट होऊन हाहा:कार उडणार आहे आणि संपूर्ण मानवजातच कशी कोसळणार आहे, याचे माल्थस या शास्त्रज्ञाच्या सिद्धान्तावर आधारित विवेचन केले होते. ते विवेचन तिने आत्मसात केले. अत्यंत उच्च पातळीवरून मांडलेले अंदाज तिच्या बुद्धीला खूपच भावले, आवडले. पण त्याचबरोबर ती पुढचा भविष्यकाळ हेरू लागली तसतसा तिच्या मनावरचा ताण वाढत गेला... त्या साऱ्याला गणिताचा ठाम आधार होता, खात्री होती... पुढे तसेच घडणार हे उघड-उघड समजत होते... आणि ते अपरिहार्य होते. मानवाचे पुढचे भवितव्य भीषण होते.

पण असे पुढे घडेल, हे इतर कोणीच का पहात नाहीत?

हे अंदाज आणि त्यामागच्या कल्पना यामुळे सिएना भेदरून गेली. पण त्याच बरोबर झोब्रिस्टच्या बुद्धिमत्तेने तिला झपाटून टाकले. त्याने सादर केलेल्या व्याख्यानांच्या व्हिडिओ तिने पाहिल्या, त्याने लिहिलेले एकूण एक लेख तिने वाचून काढले.

जेव्हा तिला कळले की, झोब्रिस्टचे एक व्याख्यान अमेरिकेत ठरले आहे, तेव्हा तिने ठरवले की, आपण आता तिथे जाऊन त्या व्याख्यानाला हजर रहायचे. त्या रात्री ती त्या व्याख्यानाला गेली आणि नंतर तिचे संपूर्ण विश्व बदलून गेले.

ती संध्याकाळ एक जादुई संध्याकाळ होती. तिला एका दुर्मीळ सुखाचा अनुभव मिळाला... लँग्डन आणि फेरीस यांच्याबरोबर रेल्वेत बसल्यावर ती गतकाळातील संध्याकाळ आठवून तिच्या चेहऱ्यावरती स्मित उमटले.

शिकागो! बर्फाचे वादळ!

जानेवारी महिना. सहा वर्षांपूर्वीचा काळ... पण अजूनही तिला ते सारे काल घडले असे वाटत आहे. मी रस्त्यातील बर्फ तुडवत त्या वादळातून मैलभर अंतर चालून गेले. हवेतल्या हिमकणांमुळे सर्वत्र पांढरा पडदा नजरेसमोर आला होता. त्या व्हाइटआउटमधून वाट काढीत, माझी कॉलर उंच करून मी जात होते. गार वारे बोचत होते. पण काय वाटेल ते झाले तरी मी व्याख्यानाच्या जागी पोहोचणारच असा निर्धार केला होता. त्या महान बर्ट्रान्ड झोब्रिस्ट यांचे व्याख्यान मला प्रत्यक्ष ऐकायला मिळणार होते... तेही समक्ष. व्याख्यानाचा हॉल जवळ जवळ ओस पडलेला होता. काही वेळातच स्टेजवर बर्ट्रान्ड झोब्रिस्ट याने प्रवेश केला. चांगली उंचीपुरी शरीरयष्टी... उत्साही आणि भेदक असे हिरवे डोळे होते की, साऱ्या जगातील गूढ रहस्ये सामावली आहेत असे वाटावे, असा तो दिसत होता.

त्याने समोरचा रिकामा हॉल पहात म्हटले, "उडत गेला हा हॉल. चला आपण सारे बारमध्ये जाऊन बसू."

आम्ही तसे मूठभरच श्रोते होतो. सर्व जण हॉटेलच्या बारमध्ये जमलो. मग तो त्याचे अनुवंशशास्त्र, लोकसंख्या आणि त्याचा नवीन आवडता विषय 'नवमानवतावाद' यांवर त्याचे विचार मांडू लागला.

मग आम्हा सर्वांना ड्रिंक्स दिली गेली तेव्हा तर मला असे वाटले की, आमचा हा एक खासगी कार्यक्रम असून त्यासाठी ही प्रतिष्ठित व्यक्ती आमच्यासाठी; केवळ आमच्यासाठी इथे आली आहे. बोलता बोलता झोब्रिस्ट माझ्याकडे मध्येच दृष्टिक्षेप टाकीत. त्यांच्या हिरव्या डोळ्यांची नजर माझ्यावर पडली की, माझ्या आतमध्ये एक वेगळीच भावना निर्माण होई... आतमधून कुठूनतरी मोहित करणारी कामभावना डोके वर काढू पाही.

मला तो अनुभव अगदीच नवीन होता.

मग एकेक जण तिथून निघून जाऊ लागले. शेवटी झोब्रिस्टसमोर मी एकटीच उरले. त्यांचा निरोप घेण्यासाठी मी म्हणाले, "थँक यू फॉर टुनाइट!" मला मद्य किंचित चढले होते. "तुम्ही एक अफलातून शिक्षक आहात."

"तुम्ही स्तुती करून मला चढवत आहात." मग झोब्रिस्ट एक स्मित करत

जवळ आला. आमचे दोघांचे पाय एकमेकांना स्पर्शू लागले, एवढा तो जवळ आला. ''दुसऱ्याची स्तुती करत गेलात, तर तुम्ही कुठल्या कुठे जाऊन पोहोचाल.'' ते माझी स्तुती करीत होते. तसे करणे अयोग्य होते, पण ती एक बर्फवृष्टीची थंडगार रात्र होती. हॉटेलातील बारमध्ये आता कोणीच उरलेले नव्हते. फक्त आम्हीच दोघे होतो. बाकीचे सारे जग थबकले होते, असे वाटत होते.

''मग कसला विचार करता आहात? माझ्या खोलीत येऊन 'नाइट कॅप' घेणार का?'' त्यांनी मला असा प्रश्न विचारल्यावर मी गोठून गेले. हरणाच्या डोळ्यांवर जर प्रकाश मारला तर ते जसे भेदरून जागच्या जागी खिळून उभे रहाते, तशी मी उभी राहिले होते. आता काय करावे ते मला समजेना.

मग झोब्रिस्टचे डोळे चमकू लागले. तो हळू आवाजात म्हणाला, ''माझा असा तर्क आहे की, तुम्ही कधीही कोणत्याही प्रसिद्ध व्यक्तीच्या निकटच्या सहवासात आला नव्हता.''

यावर मी लाजले आहे, असे मला जाणवले. मग मी माझ्यात उफाळून येणाऱ्या भावना लपवण्यासाठी स्वत:शीच झगडा करू लागले. मी अवघडले होते, मी उत्तेजित झाले होते, मला भीतीही वाटू लागली होती. मी म्हणाले, ''ॲक्चुअली, खरे सांगायचे तर मी आत्तापर्यंत कोणत्याच पुरुषाच्या सहवासात आले नव्हते.''

ते ऐकल्यावर झोब्रिस्ट हसला आणि इंचभर माझ्या दिशेने पुढे सरकला, ''तुम्ही कशाची वाट पहाता आहात, हे मला समजत नाही. पण मी तुमचा पहिला पुरुष होण्यास तयार आहे.''

त्या क्षणाला मला जी अवघडलेली कामभावनेची भीती लहानपणापासून वाटत होती ती पळाली... ती त्या बाहेरच्या बर्फाळ हवेत विरून गेली.

त्यानंतर मी विवस्त्र होऊन त्यांच्या मिठीत शिरले होते. ते माझ्या कानात कुजबुजत होते, ''रिलॅक्स सिएना.'' मग त्यांचे हात सावकाशपणे माझ्या शरीरावरून लडिवाळपणे फिरू लागले. त्यामुळे माझ्या सर्व शरीरावरील अद्भुत सुखसंवेदनांचा एक पाऊस पडत होता. त्या पावसात मी न्हाऊन निघत होते. असा अनुभव मी आयुष्यात प्रथमच घेत होते. असा अनुभव अस्तित्वात असू शकतो, हे मला प्रथमच कळत होते.

झोब्रिस्टच्या मिठीच्या कोशात मी गुरफटून गेले होते. मला असे वाटत होते की, शेवटी जगात सर्वकाही योग्य आहे, ठीक आहे आणि सारेकाही आपापल्या जागी बसले आहे. माझ्या आयुष्यालाही काही हेतू आहेत, हेही मला त्या वेळी कळले.

शेवटी मला आयुष्यात प्रेम सापडले.

आता मी त्या प्रेमामागे जात रहाणार. मग ते कुठेही जात असले तरी.

८०

'द मेंडासियम' नौकेच्या डेकवर लाकडी कठडा धरून लँग्डन उभा होता. सागवानी लाकडाच्या कठड्याला चकचकीत पॉलिश केलेले होते. त्याचे पाय लटपटत होते आणि आपला श्वासोच्छ्वास तो नियंत्रणात ठेवू पहात होता. समुद्रावरची हवा आता अधिक थंड झाली होती. आकाशात खूप खालून जेट विमाने उडत होती. त्यावरून त्याला कळले की, आपण व्हेनिसच्या विमानतळाजवळ आलो आहोत.

मिस ब्रूक्सबद्दलच्या काही गोष्टी अजून आम्ही तुम्हाला सांगितल्या नाहीत.

त्याच्या बाजूलाच प्रोव्होस्त आणि डॉ. सिन्स्की उभे होते. ते काहीही न बोलता शांतपणे उभे होते. लँग्डनला पूर्णपणे भानावर येऊ देण्यासाठी ते थांबले होते. लँग्डनला त्यांनी खाली जे काही सांगितले होते, त्यामुळे तो हादरला होता, त्याचे भान हरपले होते, तो सैरभैर झाला होता. म्हणून सिन्स्कीने मुद्दाम त्याला इथे, वर खुल्या हवेत आणले होते.

समुद्रावरची हवा हळूहळू सुधारत होती, तरी लँग्डनच्या डोक्यातील गोंधळ संपत नव्हता. तो फक्त रित्या नजरेने नौकेच्या मागे फेसाळणाऱ्या पाण्याकडे टक लावून पहात होता. त्याने जे काही सिएनाबद्दल ऐकले होते, त्यामागे काही तर्क किंवा शास्त्रीय धागा आहे का, हे तो शोधीत होता.

प्रोव्होस्तच्या सांगण्यानुसार सिएना ब्रूक्स आणि बर्ट्रान्ड झोब्रिस्ट हे दोघेही काही वर्षे एकमेकांचे प्रेमिक म्हणून होते. नवमानवतावादी लोकांच्या काही भूमिगत कार्यात ते दोघे प्रत्यक्ष कामे करीत होते. तिचे पूर्ण नाव, 'फेलिसिटी सिएना ब्रूक्स' असे होते. FS-2080 या सांकेतिक क्रमांकानेही ती ओळखली जायची... त्या संकेतामधली FS ही आद्याक्षरे 'फेलिसिटी – सिएना' यातील होती आणि पुढचा आकडा हा तिच्या शंभराव्या वाढदिवसाच्या वर्षांचा होता.

ते ऐकून लँग्डन चक्रावला होता. *या सगळ्याचा अर्थ काय?*

प्रोव्होस्त सांगत होता, "दुसऱ्या एका वेगळ्या ठिकाणाहून मला सिएना

ब्रुक्सबद्दल माहिती मिळाली होती. त्यामुळे मी तिच्यावर विश्वास ठेवला. जेव्हा गेल्या वर्षी ती माझ्याकडे आली आणि तिने 'एका धनाढ्य अशिलाला भेटावे' अशी मला विनंती केली, तेव्हा ती मी मान्य केली. तो अशील बर्ट्रान्ड झोब्रिस्ट निघाला. त्याने मला एक सुरक्षित जागा देण्याची विनंती केली. त्या जागेत तो निवांतपणे त्याचे 'काम' बाहेरच्या जगाला बिलकूल कळू न देता करणार होता. ते काम त्याचे 'मास्टरपीस' ठरणार होते. माझी फी त्याला मान्य होती. मला असे वाटले की, त्याला काहीतरी नवीन तंत्रज्ञान निर्माण करायचे असावे, कसलातरी शोध लावायचा असावा. ते नवीन तंत्रज्ञान किंवा शोध आधीच कोणी चोरू नये, पळवू नये म्हणून तो ही खबरदारी घेत असावा. त्याला काही अनुवंशशास्त्रातील अतिप्रगत तंत्रज्ञान निर्माण करायचे असेल की, ते जागतिक आरोग्य संघटनेच्या आचारसंहितेच्या विरुद्ध असावे. ...मी त्याला काहीही प्रश्न विचारले नाही, पण माझ्यावर विश्वास ठेवा, तो प्लेगच्या जंतूंची मोठ्या प्रमाणात निर्मिती करीत आहे, अशी मला सुतराम शंकाही आली नाही.''

ते ऐकून लँग्डनने गोंधळून आपली मान भकासपणे हालवली.

''झोब्रिस्ट हा डान्टेचा भक्त होता,'' प्रोव्होस्त सांगत होता, ''म्हणून त्याने फ्लॉरेन्स शहर हे लपून रहाण्यासाठी निवडले. मग माझ्या कंपनीने त्याला तिथे हवी ती मदत आणि सामानसुमान पुरवले. एक अत्याधुनिक आणि सुसज्ज प्रयोगशाळा, रहाण्यासाठी सुरेख निवासस्थान, विविध नावे आणि संपर्कासाठी काही खास लाइन्स पुरवल्या. त्याची वैयक्तिक देखभाल करणारा, काळजी घेणारा, गुप्तता राखणारा 'अटॅशी' व्यक्तीही त्याच्या दिमतीला दिली. झोब्रिस्ट कुठेही सार्वजनिक ठिकाणी गेला नाही की त्याने आपले स्वत:चे क्रेडिट कार्ड वापरले नाही. त्याचा मागोवा कोणालाही घेता येणे हे आम्ही अशक्य करून टाकले होते. आम्ही त्याला विविध वेष दिले, वेगवेगळी नावे दिली, त्या नावांनी बनावट कागदपत्रे तयार करून दिली. त्यामुळे त्याला गुपचूप प्रवास करता येऊ लागला.'' मग काही क्षण थांबून तो पुढे म्हणाला, ''ज्या अर्थी सोल्युब्लॅन प्लॅस्टिकची पिशवी त्याने आणली त्या अर्थी त्याने तसा प्रवास केला असावा.''

सिन्स्कीने एक उसासा टाकला. आपले वैफल्य लपवण्याचा प्रयत्न तिने केला. ती म्हणाली, ''आमची जागतिक आरोग्य संघटना झोब्रिस्ट यांना गेल्या वर्षीपासून नियंत्रणात ठेवू पहात होती. परंतु ते जणूकाही पृथ्वीवरून अदृश्य झाले होते.''

''अगदी सिएनापासूनही ते लपून राहिले होते,'' प्रोव्होस्त म्हणाला.

मग लँग्डन मान वर करून म्हणाला, ''काय म्हणालात? पण तुम्ही तर म्हणाला होतात की दोघे एकमेकांचे प्रेमिक होते.''

"होते. खरे आहे. पण त्याने तिला एकदम दूर सारले. त्याचे लपणे सुरू झाल्यापासून त्याने तिच्याशी अजिबात संपर्क साधला नाही. जरी सिएनानेच हे अशील माझ्याकडे आणून दिले असले, तरी माझा करार झोब्रिस्टशी झाला होता, आणि त्या कराराचा एक भाग असा होता की, तो लपल्यावर सबंध जगाला त्याचा ठावठिकाणा कळता कामा नये. आणि सबंध जगात सिएना येत होती. अज्ञातवासात जाण्याआधी त्याने सिएनाला एक निरोपाचे पत्र पाठवले असावे. त्यामध्ये त्याने आपण अत्यंत आजारी असल्याचा आणि वर्षभरात आपला मृत्यू होण्याची शक्यता वर्तवली असावी. मग आपले ते आजारी आणि खंगलेले रूप तिला दिसू नये, अशी त्याची इच्छा होती."

झोब्रिस्टने सिएनाचा त्याग केला?

प्रोव्होस्त सांगत होता, "त्याची माहिती कळाली म्हणून सिएना माझ्याशी संपर्क साधू लागली. पण मी तिचे फोन स्वीकारण्याचे नाकारले. मला माझ्या अशिलाच्या इच्छेला मान द्यायचा होता."

आता सिन्स्की बोलू लागली, "दोन आठवड्यांपूर्वी झोब्रिस्ट हे फ्लॉरेन्समधील एका बँकेत गेले आणि त्यांनी निनावीपणे एक सेफ डिपॉझिट व्हॉल्ट भाड्याने घेतले. छायाचित्रावरून व्यक्ती ओळखण्याचे एक नवीन सॉफ्टवेअर बसवले होते. त्यावरून ती निनावी व्यक्ती ही बर्ट्रान्ड झोब्रिस्ट हीच आहे, अशी बातमी आमच्या पाळत ठेवणाऱ्या तुकडीला लागली. मग आमची माणसे फ्लॉरेन्सला विमानाने गेली आणि त्यांनी एका आठवड्यात ती बँक आणि त्यातील झोब्रिस्ट यांचा सेफ डिपॉझिट व्हॉल्ट उघडला. आतमध्ये काहीही नव्हते. पण एक पुरावा असा होता की, त्याने एक तीव्र संसर्गजन्य असलेल्या प्लेगच्या जंतूची नवीन जात त्याने निर्माण केली आहे, हे कळले. तो नवीन जंतूंचा साठा त्याने कोठेतरी लपवून ठेवला होता."

थोडे थांबून ती पुढे सांगत गेली, "आम्ही झोब्रिस्टना शोधण्यासाठी धडपडत, पछाडत होतो. दुसऱ्याच दिवशी सकाळी सूर्योदयापूर्वी तो अर्नो इथे रस्त्यावरून चालत जाताना आम्हाला दिसला. आमच्या माणसांनी ताबडतोब त्याचा पाठलाग केला. पण तो बादिया मनोऱ्यावर गेला आणि त्याने उंचावरून खाली उडी टाकून आत्महत्या केली."

प्रोव्होस्त म्हणाला, "त्याचे हे कृत्यही नियोजनबद्ध असावे. आपण फार काळ जगणार नाही, अशी त्याची खात्री झाली असावी."

सिन्स्की म्हणाली, "नंतर असे लक्षात आले की, सिएना हीसुद्धा त्याचा शोध घेत आहे. कसे कोण जाणे, पण तिला कळाले की, आमची माणसे त्याच्या शोधासाठी फ्लॉरेन्समध्ये धडपडत आहेत. मग तिने आमच्यावर पाळत ठेवली.

कदाचित आम्ही त्याला शोधून काढू असे तिला वाटत असावे. दुर्दैवाने ती मागोवा घेत अर्नो इथे पोहोचली होती आणि झोब्रिस्टची, आपल्या प्रियकराची आत्महत्या तिने स्वत: पाहिली होती. ते पाहून तिला मोठाच धक्का बसला असला पाहिजे.''

हे सारे ऐकून लँग्डनला आपण आजारी झाल्यासारखे वाटले. ते दोघे काय सांगत आहेत, हे त्याला जेमतेम समजत होते. त्याच्या शोधयात्रेत फक्त सिएना हीच एकमेव व्यक्ती विश्वासार्ह होती. आणि ही माणसे तर सांगत आहेत की, 'तुम्हाला वाटते तशी सिएना नव्हती.' हे कसे काय? त्यांनी तिच्याबद्दल काहीही सांगितलेले असो, पण झोब्रिस्टच्या प्लेगच्या निर्मितीच्या इच्छेत, सिएनाचा सहभाग असेल असे त्याला वाटेना.

आणि जर तसा तो असला तर?

केवळ मानवजात नामशेष होण्यापासून बचावण्यासाठी तुम्ही आज जगातील निम्मी लोकसंख्या ठार करू शकाल?

लँग्डनच्या मनात हा विचार आल्यावर त्याच्या अंगावर शहारे आले.

सिन्स्की सांगत होती, ''झोब्रिस्ट मृत्यू पावल्यावर मी आमची पत वापरून बँकेला त्याचे सेफ डिपॉझिट व्हॉल्ट सक्तीने उघडायला भाग पाडले. त्यामध्ये मला उद्देशून झोब्रिस्टने लिहिलेले एक पत्र होते... आणि एक विचित्र वस्तू होती.''

''म्हणजे तो प्रोजेक्टर,'' लँग्डन म्हणाला.

''बरोबर. मला लिहिलेल्या त्या पत्रात त्याने म्हटले होते की, जी जागा 'ग्राउंड झीरो' आहे, म्हणजे जिथे तो प्लेगच्या जंतूंचा साठा आहे, तिथे मी जाऊन दाखवावे. 'नरकाचा नकाशा' पाहिल्याखेरीज कोणालाच ती जागा सापडू शकणार नव्हती.''

मूळ नकाशा म्हणजेच ते बॉटिसेलीचे चित्र सुधारून प्रोजेक्टरमध्ये टाकलेले होते. लँग्डनला आता ते आठवले.

प्रोव्होस्तने आणखी काही माहिती दिली. तो म्हणाला, ''झोब्रिस्ट यांनी माझ्याशी एक करार केला होता की, त्या सेफ डिपॉझिट व्हॉल्टमधील वस्तू मी डॉ. सिन्स्की यांना नेऊन द्याव्यात. मात्र त्या उद्या सकाळनंतर पोहोचवाव्यात असे होते. पण डॉ. सिन्स्की यांनी त्या आधीच हस्तगत केल्या असल्याने आम्ही चक्रावून गेलो. मग त्या गोष्टी आमच्या अशिलाच्या इच्छेनुसार पुन्हा मिळवण्यासाठी आम्ही हालचाली सुरू केल्या.''

मग लँग्डनकडे पाहून सिन्स्की म्हणाली, ''मला त्या नकाशाचा अर्थ वेळेत समजू शकला नाही. म्हणून तर मी तुम्हाला मदतीसाठी बोलावून घेतले. यातले तुम्हाला काही आठवते आहे का?''

यावर लँग्डनने नकारार्थी मान हालवली.

“मग आम्ही तुम्हाला गुपचूप विमानाने फ्लॉरेन्सला आणले. तिथे तुम्ही कोणाचीतरी भेट घेतली. ती व्यक्ती मदत करेल असे तुम्हाला वाटले असावे.”

इग्नॅझिओ ब्युसोनी.

“तुम्ही त्यांची काल रात्री गाठ घेतली आणि नंतर तुम्ही गायब झालात. तुम्हाला काहीतरी झाले असावे असे आम्हाला वाटले,” सिन्स्की म्हणाली.

प्रोव्होस्त म्हणाला, “प्रत्यक्षात तसे काहीतरी खरोखरच घडले होते. तुमच्याकडून तो प्रोजेक्टर मिळवण्यासाठी आम्ही वायेन्था नावाची एक एजंट स्त्री पाठवली होती. ती विमानतळापासून तुमच्या मागावर होती. 'पियाझा डेला सिनोरिया' रस्त्यावर तुम्ही असताना तिच्या नजरेतून तुम्ही निसटलात.” मग तो चिडून म्हणाला, “तुमचा माग तिने गमावला ही तिची एक मोठी चूक होती. वायेन्था तशी आपला दोष दुसऱ्या कोणावर ढकलणारी नव्हती.”

“काय म्हणालात?”

“वायेन्था उगाच योगायोग मानणारी नव्हती की काही निमित्त करणारी नव्हती. ती नेहमी योग्य जागी थांबून पहात असे. एका अंधाऱ्या जागेतून ती तुमच्यावर पाळत ठेवीत होती. तिथे पर्यटकांचा एक गट तिच्या जवळून गेला. तिच्या डोक्यावर असलेल्या एका खिडकीतल्या पिंजऱ्यातून एक कबुतर ओरडले तेव्हा तिथून जाणारे ते पर्यटक थांबले. ते सर्व जण त्या कबुतराकडे पाहू लागले. वायेन्था आणि तुम्ही यांच्यात ते अडथळा म्हणून उभे राहिले. त्यांच्यामुळे तिला तुम्ही दिसेनात. ती शेजारच्या गल्लीत निसटून जाईपर्यंत तुम्ही तिथून निघून गेला होतात.” मग त्याने तीव्र खेदाने आपले डोके हालवले. नंतर तिने सांगितले की, ते काही असो, पुढे तिला काही तास तुम्ही सापडला नाहीत. पण नंतर पुन्हा ती तुमच्या मागावर होती. एव्हाना तुमच्याबरोबर दुसरी कोणी एक व्यक्ती होती.

तो इग्नॅझिओ होता. *आम्ही दोघे व्हिचिओ राजवाड्यातून डान्टेचा मुखवटा घेऊन बाहेर पडलो होतो.* असे लँग्डनच्या मनात आले.

“वायेन्थाने पियाझा डेला सिनोरिया या रस्त्यावर तुम्हाला बरोबर गाठले. पण तुम्ही दोघांनी तिला पाहिले आणि दोघेही जण दोन वेगवेगळ्या दिशांना पळालात.”

इग्नॅझिओ पळून बाप्टिस्ट्रीमध्ये गेला. तिथे त्याने तो मुखवटा लपवून ठेवला आणि नंतर त्याला हृदयविकाराचा झटका आला, हे लँग्डनने ओळखले. “नंतर वायेन्थाने एक गंभीर चूक केली,” प्रोव्होस्त म्हणाला.

“म्हणजे माझ्यावर गोळी झाडली, असेच ना?”

“नाही. तिने तुम्हाला पकडून ताब्यात घेतले. तुम्हाला अधिक काही ठाऊक व्हायच्या आत तिने तुमच्यावर प्रश्नांचा भडिमार केला. तुम्ही चित्रातल्या त्या नकाशातून काही छडा लावलात काय किंवा डॉ. सिन्स्की यांना काही सांगितले आहे

का, हे आम्हाला जाणून घ्यायचे होते. पण तुम्ही एक शब्दही सांगायला तयार नव्हता. तुम्ही म्हणालात की, 'तसे काही सांगण्यापेक्षा मी मरण पत्करेन!'''

मी त्या खतरनाक प्लेगच्या शोधात होतो! बहुतेक मला असे वाटले असेल की, तुम्ही लोक भाडोत्री मारेकरी असाल आणि तुम्हाला ते जीवशास्त्रीय हत्यार मिळवायचे असावे.

नौकेचे ते राक्षसी इंजीन एकदम उलट दिशेने फिरू लागले. विमानतळाजवळचा धक्का जवळ आला होता. आता नौका थांबणार होती. दूरवर विमानतळावर उभे असलेले C-130 या मालवाहू विमानाचे धूड लँग्डनला दिसले. त्या विमानात इंधन भरण्याचे काम चाललेले होते. विमानाच्या धडावर WORLD HEALTH ORGANIZATION – जागतिक आरोग्य संघटना – अशी अक्षरे रंगवलेली होती.

त्याच वेळी ब्रूडर त्यांच्यापाशी उगवला. त्याचा चेहरा गंभीर दिसत होता. तो म्हणत होता, ''मला नुकतेच असे कळले आहे की फक्त पाच तासातच अधिकृत टीम म्हणजे आपण, जागेवर पोहोचायला हवे. याचा अर्थ आपल्याला आता जायलाच हवे.''

ते ऐकताच सिन्स्की खचून गेली. ती म्हणाली, ''स्थानिक अधिकाऱ्यांचे काही सहकार्य मिळाले? ते बरोबर येतील?''

ब्रूडर सावध झालेला दिसत होता. तो म्हणाला, ''अद्याप नाही. आपल्याला नक्की कुठे जायचे आहे ते अजून ठाऊक नाही, म्हणून ते काहीही करू शकत नाही. शिवाय आपण जे काही ताब्यात घेऊ पहातो आहोत, ती कारवाई त्यांच्या आवाक्याच्या बाहेरची आहे. त्यांच्यासह ही कारवाई करणे म्हणजे आपण त्यांच्या हातून प्रत्यक्षात काहीतरी चुका घडून अधिकच नुकसान होण्याची जोखीम पत्करण्याजोगे आहे.''

'' अधिक काहीही नुकसान होऊ द्यायचे नाही, असे वैद्यकीय आचारसंहितेतले वाक्य आहे,'' सिन्स्की म्हणाली.

ब्रूडर सांगू लागला, ''दुसरे असे की, अजून सिएना ब्रुक्सबद्दल कोणतीच बातमी आपल्या हाती आली नाही.'' मग प्रोव्होस्तकडे पहात तो म्हणाला, ''सिएनाचे व्हेनिसमध्ये कोणी ओळखीचे आहे का, जे तिला मदत करू शकतील?''

प्रोव्होस्त म्हणाला, ''झोब्रिस्टचे अनुयायी सर्वत्र पसरले आहेत. माझ्या अंदाजानुसार सिएना आपला हेतू साध्य करण्यासाठी शक्य तितकी सर्वांकडून मदत घेईल.''

यावर सिन्स्की म्हणाली, ''पण तिला तुम्ही व्हेनिसच्या बाहेर जाऊ देऊ नका. ती सोल्युब्लॅन प्लॅस्टिकची पिशवी आता कोणत्या अवस्थेत असेल, ते काही सांगता येत नाही. जर कोणाला ती दिसली आणि त्याने नुसता तिला किंचित जरी

स्पर्श केला तरी ती चट्‌कन फुटेल आणि त्यातील पदार्थ पाण्यात मिसळतील.''

परिस्थितीचे गांभीर्य जाणवल्यावर तिथे काही क्षण शांतता पसरली.

आता लँग्डन म्हणाला, ''मला सांगायला खेद होतो की, आणखी एक वाईट बातमी म्हणजे, ती जागा सोन्याचा मुलामा असलेल्या पुरातन आणि धार्मिक ज्ञानाच्या संग्रहालयापाशी आहे. आणि सिएनाला हे ठाऊक आहे. त्यामुळे ती जागा कुठे आहे, हे तिला सहज समजेल. आपण तिकडेच जात आहोत हेही तिला कळाले असेल.''

''काय?'' सिन्स्की हादरून मोठ्याने म्हणाली, ''मला वाटले की तुम्हाला जे काही कळले ते तिला सांगण्याची तुम्हाला संधी मिळाली नसावी. तुम्ही फक्त तिला एवढेच म्हणालात की, आपण चुकीच्या देशात आलो आहोत!''

यावर लँग्डन म्हणाला, ''बरोबर आहे. पण तिला ठाऊक आहे की, आपण एन्रिको डॅन्डोलो याचे थडगे शोधतो आहोत. मग ती इंटरनेटवर जाऊन ताबडतोब शोध घेईल. ती जागा शोधून काढेल. आणि एकदा तिला ती जागा कळली की मग ती सोल्युब्लॅनची विरघळणारी पिशवी तिच्यापासून लपून रहाणार नाही. त्या काव्यपंक्तीत म्हटले आहे की, तिथे एक भूमिगत जागा आहे, तिथून पाणी ठिबकण्याचा आवाज ऐकू येतो. त्या जागेकडे जावे.''

''डॅम इट!'' ब्रूडर चिडून म्हणाला आणि धुसफुसत तो तिथून पाय आपटीत निघून गेला.

प्रोव्होस्त यावर म्हणाला, ''पण ती तिथे आपल्या आधी पोहोचणार नाही. आपणच लवकर निघू.''

सिन्स्कीने एक जड उसासा टाकला. ती म्हणाली, ''मला तशी फारशी खात्री वाटत नाही. आपला वेग कमी असेल आणि सिएनाकडे भरपूर माहिती आहे, तिच्या भरपूर ओळखी आहेत, ती हुषार आहे.''

शेवटी मेंडासियम जहाज धक्क्याला लागले. लँग्डन अस्वस्थपणे विमानतळाच्या धावपट्टीवर उभ्या असलेल्या C-130 विमानाकडे पाहू लागला. ते विमान कसेबसे उडू शकेल, असे त्याला वाटले. शिवाय त्याला अजिबात खिडक्या नव्हत्या. मी अशा विमानात सिन्स्कीची भेट घेतली? पण त्यावेळेचे त्याला आत्ता काहीही आठवत नव्हते.

धक्क्याला लागलेली ती नौका डोलत होती. त्या डोलण्याने असेल अथवा खिडक्या नसलेल्या कोंदट विमानात बसायच्या भीतीने असेल, त्याच्या पोटात एकदम मळमळू लागले. तो सिन्स्कीकडे वळून म्हणाला, ''विमानातून प्रवास करणे मला झेपेल असे वाटत नाही. मला कसेतरीच होते आहे.''

ती म्हणाली, ''तुम्ही ठीक आहात. तुम्ही आज खूप चमत्कारिक प्रसंगातून

गेला आहात, पार पिळवटून गेला आहात. शिवाय तुमच्या शरीरात टॉक्सिन्स आहेत.''

''टॉक्सिन्स? दूषित पदार्थ?'' असे म्हणून लँग्डन लटपटत मागे सरकला. ''तुम्ही काय म्हणत आहात?''

यावर तिने आपली मान वळवून दुसरीकडे पाहिले. आपण जे बोलायला नको होतो ते बोलून गेलो, हे तिला स्वच्छ दिसत होते.

ती म्हणाली, ''प्रोफेसर, आय ॲम सॉरी. दुर्दैवाने मला नुकतेच कळले आहे की, तुमच्या डोक्याला झालेल्या दुखापतीखेरीज तुमची प्रकृती थोडीशी गुंतागुंतीची बनली आहे.''

ते ऐकताच लँग्डनच्या मनातून भीतीची जाणीव वर आली. त्याच्या डोळ्यांसमोर चर्चमध्ये कोसळलेल्या फेरीसच्या छातीवरील काळा डाग आला.

''मला नक्की काय झाले आहे?'' त्याने विचारले.

सिन्स्की सांगायला कचरू लागली. कसे सांगावे ते तिला कळेना. ती एवढेच म्हणाली, ''आधी तुम्ही विमानात तर चढा!''

८१

त्या दिमाखदार 'फ्रारी चर्च'च्या पूर्वेला 'अटेलिअर पिएत्रो लोंघी' हे व्हेनिसमधील दुकान होते. तिथे ऐतिहासिक पोषाख, टोप आणि तत्सम वस्तू विकल्या जात. त्यांच्या ग्राहकांच्या यादीत चित्रपट कंपन्या, नाटक मंडळी आणि सार्वजनिक प्रतिष्ठा असलेले लोक होते. जत्रा आणि इतर उत्सवात हुबेहूब पोषाख करून भाग घेण्याची अनेकांनी सवय होती. कारण अशा समारंभावर भरपूर पैसे खर्च केले जात. दिपून जावे असे वातावरण तिथे असे. याचा फायदा या दुकानाला होई. इथे ग्राहकांच्या मापाचे कपडे शिवून दिले जात किंवा आल्टर करून जुन्या ऐतिहासिक पद्धतीचे वाटावेत, असे केले जात.

संध्याकाळ झालेली असल्याने दुकानातील कर्मचारी दुकान बंद करण्याच्या तयारीत होता. तो दार लावून घेत असताना त्याला एक आकर्षक स्त्री दारात आलेली दिसली. तिचे केस सोनेरी होते आणि तिने पोनीटेल बांधला होता. ती एकदम दुकानात घुसली. तिला दम लागला होता. ती धापा टाकीत होती. जणूकाही कित्येक मैल ती धावत धावत आलेली आहे, असे तिच्याकडे पहाता वाटत होते. तिचे डोळे तपकिरी रंगाचे आणि मोठे होते. तिच्या आविर्भावावरून ती बेभान झालेली वाटत होती.

काउंटरपाशी जाऊन धापा टाकीत ती म्हणाली, "मला तुमचे मालक गिओर्गिओ व्हेन्सी यांना भेटायचे आहे."

त्या कर्मचाऱ्याच्या मनात आले, 'आम्हालाही ते कधी भेटत नाहीत, तर तुम्हाला कुठून भेटणार?' त्याचा मालक कपड्यांचा डिझाइनर होता. तो कोणालाही भेटत नसे. पडद्याआडून आपला धंदा तो चालवत असे. क्वचित कुणाला भेटलाच, तर आधी त्याची भेटीची वेळ घ्यावी लागे. त्याने या कपडे शिवण्याच्या धंद्यात अफाट माया गोळा केलेली होती. त्याच्या ओळखी मात्र खूप होत्या. एवढे यश मिळत असल्याने त्याच्या स्वभावातील तऱ्हेवाईकपणा बाहेर यायचा. त्याला एकटे रहायला आवडे. तो जेवण एकट्याने करे. त्याचा विमानप्रवास हाही खासगी आणि

स्वत:च्या विमानातून होई. त्याच्याकडे येणाऱ्या पर्यटक ग्राहकांच्या संख्येत नेहमी वाढ होत असल्याने तो याबद्दल नेहमी कुरकुरत असे. त्याला मित्रमंडळी, स्नेही, हितचिंतक यांचा तिटकारा होता.

त्या कर्मचाऱ्याने नेहमीचे एक हसू चेहऱ्यावर आणीत म्हटले, "आय ॲम सॉरी. सिन्योर व्हेन्सी इथे नाहीत. तुम्हाला कदाचित मी मदत करू शकेन. काय हवे आपणाला?"

त्या स्त्रीने जोरात म्हटले, "गिओर्गिओ इथेच आहेत. ते वरच्याच मजल्यावर रहातात. तिथे मला आता दिवा दिसला आहे. मी त्यांची मैत्रीण आहे. माझे तातडीचे काम आहे."

त्या स्त्रीच्या डोळ्यांत भेटीची तीव्र इच्छा त्याला दिसली. ही स्त्री आपल्या मालकांची मैत्रीण असेल? निदान ती तसा दावा करीत आहे. "ठीक आहे, मग मी त्यांना तुमचे नाव काय सांगू?"

यावर तिने काउंटरवरचा एक कागदाचा तुकडा घेतला आणि त्यावर काही अक्षरे आणि क्रमांक लिहिला. "त्यांना फक्त हे नेऊन द्या. आणि घाई करा. माझ्याजवळ वेळ फार कमी आहे."

त्या कर्मचाऱ्याने जरासे कचरत तो कागद वर नेला आणि आपल्या मालकाच्या कामाच्या टेबलावर ठेवला. त्याचा मालक तिथेच एका शिवणाच्या यंत्रावर काम करीत होता.

"सिन्योर, तुम्हाला भेटायला एक स्त्री आली आहे. ती म्हणते आहे की, तिचे एक तातडीचे काम आहे."

त्यावर मान वर करून न बघता आणि आपले मशीन न थांबवता त्याने एका हाताने तो कागद घेतला आणि वाचला.

त्याचे खटखट आवाज करणारे मशीन थांबले.

मग त्याने तो कागद फाडून टाकीत आपल्या नोकराला म्हटले, "त्यांना ताबडतोब वर पाठवून दे."

८२

मालवाहतूक करणारे C-130 विमानाचे धूड हवेत वर चढत होते. त्याच वेळी त्याने वळण घेत आग्नेयेची दिशा धरली होती. ॲड्रियाटिक समुद्रावरून ते आता उडत होते. विमानात बसलेल्या रॉबर्ट लँग्डनला खूप कोंदट वाटत होते आणि मालवाहू विमानाला कुठेच खिडक्या नसल्याने त्याचा कोंडले गेल्याचा भयगंडही हळूहळू जागृत होत होता. त्याच्या डोक्यात अनेक अनुत्तरित प्रश्नांची गर्दी झाली होती. तो चक्रावून गेला होता.

सिन्स्कीने त्याला सांगितले होते की, *तुमची वैद्यकीय स्थिती डोक्याच्या दुखापतीखेरीज जराशी गुंतागुंतीची झाली आहे.*

'आता ती आपल्या प्रकृतीबद्दल काय खुलासा करणार आहे? त्यातून काही गंभीर निष्पन्न न होवो म्हणजे मिळवले,' असे त्यांच्या मनात आले. सिन्स्की आत्ता SRSच्या माणसांसमवेत रोगाचा प्रसार करणारी ती पिशवी कशी ताब्यात घ्यायची यावर चर्चा करीत होती. ब्रूडर जवळच फोनवर कोठल्या तरी सरकारी खात्याशी बोलत होता. सिएना ब्रूक्स हिचा ताबडतोब शोध लावण्यासाठी आवाहन करीत होता.

सिएना...

तिचा विचार मनात येताच त्याला प्रश्न पडला की, मुळात ती या प्रकरणाच्या गुंत्यात एवढी कशी सापडली? आणि ती यात आहे हे यांना कसे कळले? विमानाची हवेतील चढाई संपून ते जेव्हा एकाच पातळीत उडू लागले, तेव्हा प्रोव्होस्त लँग्डनच्या समोर येऊन बसला. त्याने आपल्या हातांची बोटे एकमेकांत अडकवून आपली हनुवटी त्यावर ठेवली आणि ओठांवर जीभ फिरवून तो बोलू लागला, ''डॉ. सिन्स्की यांनी मला ही माहिती तुम्हाला द्यायला सांगितली आहे... त्यामुळे तुमच्या मनातील बराचसा गोंधळ दूर होईल.'' आपल्या मनातील गोंधळ या माणसाला कसा कळणार? आणि कळला तरी तो दूर कसा करणार हे लँग्डनला समजेना.

प्रोव्होस्त सांगू लागला, ''मी तुम्हाला पूर्वीच सांगणार होतो. हे सारे प्रकरण... माझी एजंट वायेन्था हिने तुम्हाला नको त्या वेळी अर्धवट पद्धतीने यात खेचले... त्यामुळे सारा गोंधळ उडाला आहे. तुम्ही त्या प्लेगचा उगम शोधण्यात कितपत प्रगती केली आहे, याची आम्हाला कल्पना नव्हती किंवा तुम्ही डॉ. सिन्स्की यांना कितपत सांगितली आहे हेही आम्हाला ठाऊक नव्हते. पण त्या वेळी आम्हाला भीती वाटत होती की, जर त्यांना आमच्या अशिलाच्या कसलातरी शोध लावण्याची जागा कळली तर आमची पंचाईत होईल. कारण आमच्या अशिलाला आम्ही संरक्षणाची हमी दिली होती. अन्यथा डॉ. सिन्स्की अशिलाची प्रयोगशाळा, यंत्रसामग्री जप्त करतील किंवा उद्‌ध्वस्त करतील. त्यांनी तसे काही करू नये म्हणून झोब्रिस्ट यांच्या कामाच्या जागेचा, त्या शोधाचा किंवा आत्ता आपल्याला ठाऊक झाल्यामुळे त्या प्लेगच्या स्त्रोताचा ठावठिकाणा आम्हाला आधी कळणे गरजेचे होते. म्हणून सिन्स्कीतर्फे तो शोध आमच्यातर्फे तुम्ही करावा असे आम्ही ठरवले.'' क्षणभर तो थांबला. ''दुर्दैवाने आम्ही तुम्हाला आमची बाजू सांगितली; तरीही तुमचा आमच्यावर विश्वास बसला नाही.''

''म्हणून तुमच्या लोकांनी माझ्या डोक्यावर गोळी झाडली?'' लँग्डन रागाने म्हणाला.

''मग आम्ही एक योजना बनवली. त्यामुळे तुम्ही आम्हाला हवा तो शोध घेऊ लागला असे आम्ही पाहिले.''

''पण एखाद्याला पळवून त्याच्यावर प्रश्नांचा भडिमार करून त्याला आपल्यावर विश्वास ठेवायला तुम्ही कसे भाग पाडू शकाल?''

मग प्रोव्होस्तने अस्वस्थ होऊन बसल्या जागी हालचाल केली. तो म्हणाला, ''प्रोफेसर, तुम्हाला 'बेन्झोडायाझेपाइन' या रसायनाच्या गटातील रसायने ठाऊक आहेत?'' लँग्डनने आपले डोके नकारार्थी हालवले.

''हे एक नवीन औषध असून ते इतर औषधांबरोबर दिले जाते. जर कोणाला एखाद्या प्रसंगामुळे भयंकर मानसिक धक्का बसला असेल, तर नंतर त्याचा त्रास होऊ नये म्हणून हे औषध वापरतात. एखाद्याला मोटार अपघातात धक्का बसला किंवा एखाद्या स्त्रीवर लैंगिक अत्याचार झाला, तर अशांच्या दीर्घकालीन स्मृती या कायमच्या हळव्या बनतात. पण औषधाच्या मदतीने मज्जाशास्त्रातील तज्ज्ञ यावर या औषधामुळे तोडगा काढतात. अर्थात असे काही होऊ नये म्हणून हे औषध आधीच रुग्णाला दिले जाते.''

लँग्डन शांतपणे ऐकत होता. हा संवाद कोणत्या दिशेने चालला आहे हे त्याला समजेना.

प्रोव्होस्त सांगत होता, ''जेव्हा नवीन स्मृती तयार होतात म्हणजे गेल्या ४८

तासांतील स्मृती या नंतर दीर्घकालीन स्मृतीत पाठवल्या जातात. त्यामुळे तुमच्या तात्पुरत्या स्मृतीत काही रहात नाही. पण आता नवीन बेन्झोडायाझेपाइन्सचे मिश्रण वापरून तात्पुरत्या स्मृती घालवून ते स्मृतिकोश पार स्वच्छ करून टाकता येतात. थोडक्यात गेल्या ४८ तासांतील स्मृती पूर्णपणे निपटून काढता येतात. त्यामुळे त्या भयानक स्मृती कायम स्वरूपात साठवण्यासाठी पुढे पाठवल्या जाण्याआधीच नष्ट केल्या जातात. त्यामुळे नंतर आठवून त्याचा त्रास होण्याचा प्रश्नच उद्‌भवत नाही. उदाहरणार्थ, एखाद्यावर हल्ला झाला आणि नंतर काही तासांत त्याला हे बेन्झोडायाझेपाइन्स हे औषध दिले, तर त्या हल्ल्याच्या स्मृती त्याच्या स्मृतिकोशातून कायमच्या नाहीशा होतात. त्यामुळे त्याच्या मानसिकतेवर नंतर काहीही दुष्परिणाम होत नाही. आपल्यावरचा भीषण प्रसंग त्याला कधीच आठवत नाही. परंतु त्याचबरोबर ४८ तासांतील अन्य महत्त्वाच्या स्मृतीही नष्ट होतात.'' लँग्डन त्याच्याकडे रोखून पहात म्हणाला, ''थोडक्यात तुम्ही मला एक स्मृतिभ्रंश करणारे इंजेक्शन दिलेत.''

यावर प्रोव्होस्तने एक ओशाळवाणा उसासा टाकला. तो अपराधी भावनेने म्हणाला, ''होय, झाले खरे तसे. पण बाकी तसे हे औषध हानिकारक नाही. तुमची तात्पुरती स्मृती नाहीशी झाली, हे मी मान्य करतो.'' एवढे बोलून तो काही क्षण थांबून पुढे सांगू लागला, ''जेव्हा तुम्ही बाहेर पडला होतात तेव्हा तुम्ही काहीतरी 'प्लेग... प्लेग...' असे शब्द पुटपुटत होतात. आम्हाला वाटले की, त्या प्रोजेक्टरमधून जे चित्र तुम्ही पाहिले त्यामुळे तसे बोलत असाल. झोब्रिस्ट यांनी खरोखरच प्लेगचे जंतू निर्माण केले, याची आम्हाला त्या वेळी अजिबात कल्पना नव्हती. तसेच, तुम्ही 'व्हेरी सॉरी... व्हेरी सॉरी...' असेही पुटपुटत होतात.''

परंतु प्रत्यक्षात आपण 'व्हेसारी' हे त्या राजवाड्याचे नाव घेत होतो. मग लँग्डन म्हणाला, ''पण... मला वाटते की, माझ्या डोक्याला जखम झाल्यामुळे मला स्मृतिभ्रंश झाला असावा. कोणीतरी माझ्यावर गोळी झाडली होती.''

यावर प्रोव्होस्तने मान हालवून म्हटले, ''कोणीही तुमच्यावर गोळी झाडली नव्हती, प्रोफेसर. तुमच्या डोक्याला त्यामुळे जखम झाली नाही.''

''काय?'' असे म्हणून लँग्डनने नकळत आपला हात डोक्यावर मागे नेला. तिथे त्याच्या हाताला सुजलेली जखम लागली. तो म्हणाला, ''मग हे काय आहे?'' त्याने आपले केस बाजूला करून जखमेजवळची कातडी प्रोव्होस्तला दाखवली.

''हा एक तुम्हाला झालेला भास खरा आहे, हे दाखवण्याचा केलेला प्रयत्न आहे. आम्ही तुमच्या डोक्यावर कातडीला एक छेद दिला आणि त्यावर टाके घालून ती कातडी परत जोडून टाकली. आपल्यावर गोळी झाडली गेली आणि ती

डोक्याला चाटून गेली यावर तुमचा विश्वास बसावा म्हणून तसे केले गेले.''

म्हणजे ही गोळीची जखम नाही?

प्रोव्होस्त सांगू लागला, ''जेव्हा तुम्हाला जाग आली तेव्हा काही जण तुम्हाला ठार मारायला पहात होते... आणि तुम्ही संकटात होता, यावर तुमचा विश्वास बसावा, यासाठी हा खटाटोप केला होता.''

''नाही! असे नाही! मला ठार करण्याचा प्रयत्न खरेच काही जण करीत होते!'' लँग्डन चिडून असे मोठ्याने ओरडत म्हणाला. त्याच्या उद्रेकाकडे विमानातील सर्वांच्या नजरा वळल्या. ''हे खोटे कसे काय आहे. मी एका हॉस्पिटलमध्ये होतो. मी तिथले डॉक्टर पाहिले. डॉ. मार्कोनी यांच्यावर एका स्त्रीने तर थंडपणे गोळ्या झाडलेल्या मी पाहिल्या.''

''बरोबर आहे. हे तुम्ही पाहिले ते खरेच आहे. पण प्रत्यक्षात तसे तुम्हाला केवळ दिसले तसे घडले नाही. वायेन्था माझ्यासाठी कामे करायची. असले भास घडवण्यात ती अत्यंत कुशल होती.''

''ठार करण्याचे?'' लँग्डनने विचारले.

''नाही. ठार करण्याचे नाही. ठार करीत असल्याचे भास घडवण्याचे.''

लँग्डन बरेच क्षण प्रोव्होस्तकडे रोखून पहात राहिला. त्याच्या नजरेसमोर दाढीवाला डॉ. मार्कोनी गोळी लागल्याने जमिनीवर पडलेला होता. त्याच्या छातीतून रक्त भळभळत बाहेर येत होते.

''वायेन्थाच्या पिस्तुलातील गोळ्या केवळ आवाज करणाऱ्या होत्या, खऱ्या नव्हत्या. डॉ. मार्कोनीच्या अंगावर एक लाल रंगाच्या द्रवाची कुपी लपवली होती. रेडिओ लहरींच्या साहाय्याने ती कुपी फुटण्याची व्यवस्था केलेली होती. आता त्यांची प्रकृती उत्तम आहे.''

लँग्डनने आपले डोळे मिटले. जे काही ऐकले त्यामुळे तो दिङ्मूढ झाला होता. त्याने पुढे विचारले, ''आणि मी पाहिलेले ते हॉस्पिटल? जिथे मला ठेवले होते, ती खोली?''

प्रोव्होस्त त्याचाही खुलासा करू लागला, ''तो एक सेट आम्ही घाईघाईत उभा केला होता. आम्हाला ते जमले होते. प्रोफेसरसाहेब, हे सारे तुम्हाला पटणे तसे कठीण आहे, याची मला कल्पना आहे. आम्ही फार झटपट कामे करीत होतो आणि तुम्ही अर्धवट बेशुद्धीत होता. त्यामुळे सर्वकाही परिपूर्ण नसले, तंतोतंत नसले तरी चालण्याजोगे होते. जेव्हा तुम्ही शुद्धीवर आलात तेव्हा आम्हाला जे तुम्ही पहायला हवे होते, तेच तुम्हाला दिसले– एक हॉस्पिटल, काही नर्सेस, डॉक्टर आणि शेवटी तो तुमच्यावर आणि डॉ. मार्कोनी यांच्यावर झालेला हल्ला, सारेकाही आम्ही व्यवस्थित घडवले होते. ते नाटक होते, हे तुम्हाला कळलेही नाही.''

लँग्डनचे डोके आता गरगरू लागले.

प्रोव्होस्त म्हणाला, "माझी कंपनी ही असली कामेही करते. आम्ही आभास निर्माण करण्यात तरबेज आहोत."

"पण मग सिएनाचे काय?" आपले डोळे चोळीत लँग्डनने विचारले.

"मी त्यावरही नीट विचार केला आणि तिच्याबरोबर काम करायचा निर्णय घेतला. माझी पहिली प्राथमिकता ही माझ्या अशिलाच्या योजनेला डॉ. सिन्स्की यांच्यापासून संरक्षण देण्यासाठी होती. यासाठी मी आणि सिएना अशा आम्ही दोघांनी प्रयत्न केले. तुमचा विश्वास कमावण्यासाठी सिएनाने तुम्हाला जीवघेण्या हल्ल्यातून वाचवले आणि मागच्या गल्लीतून निसटून गेलात. तिथे जी टॅक्सी उभी होती, ती आम्हीच तिथे उभी केली होती. त्या टॅक्सीच्या मागच्या विंडशील्डपाशी वायरलेस लहरींनी तिथे ठेवलेल्या एका छोटासा स्फोट घडवला. त्यामुळे तिथे गोळी लागल्याचा आवाज तुम्हाला ऐकू आला. त्यानंतर त्या टॅक्सीने तुम्हाला एका अपार्टमेन्टपाशी नेले. तुम्हाला ते सिएनाचे निवासस्थान वाटले. आम्ही ते अत्यंत घाईघाईत रचले होते."

'सिएनाच्या फ्लॅटमध्ये इतक्या तुटपुंज्या वस्तू कशा, किंवा हा फ्लॅट निकृष्ट वस्तूंनी सजवलेला कसा, याचे रहस्य त्याला आता उलगडले. तसेच सिएनाच्या शेजाऱ्याचे कपडे आपल्या अंगाला कसे फिट बसले, हेही त्याला आता समजले.

म्हणजे हा सगळा एक बनाव रचलेला होता.

तसेच सिएनाला हॉस्पिटलमध्ये तिच्या मैत्रिणीकडून आलेला तातडीचा फोनही खोटाच असणार.

प्रोव्होस्त आणखी सांगू लागला, "जेव्हा तुम्ही अमेरिकेच्या राजदूताला फोन केला, तेव्हा तो नंबर सिएनाने शोधून तुम्हाला दिला होता. प्रत्यक्षात तो नंबर आमच्या मेंडासियम नौकेवरचा होता."

"म्हणजे मी दूतावासापर्यंत पोहोचलोच नव्हतो?"

"नाही, अजिबात नाही."

जिथे आहात तिथेच थांबून रहा, असे त्या वेळी त्याला फोनवर सांगण्यात आले होते. *मी लगेचच कोणालातरी तुमच्याकडे पाठवतो.* आणि त्यानंतर तिथे समोर वायेन्था अवतीर्ण झाली. सिएनाने तिला सोईस्कररीत्या पाहिले आणि ती कशासाठी आली असावी हेही तुम्हाला खोटेच सांगितले. *रॉबर्ट, तुमचे स्वतःचे सरकार तुम्हाला ठार करायला पहाते आहे! तुम्ही कोणत्याही अमेरिकी अधिकाऱ्याला आता यात ओढू नका! त्या प्रोजेक्टरमधून जे काही चित्र उमटले त्यातल्या रहस्याचा उलगडा तुम्ही केलात, तरच तुम्हाला काही सुटकेची आशा आहे.*

प्रोव्होस्त आणि त्याची गूढ कंपनी यांनी शेवटी परिणामकारक रीतीने लँग्डनला

सिन्स्कीसाठी काम करण्याचे थांबवले आणि आपल्यासाठी काम करायला लावले. शेवटी तो आभास पूर्ण झाला.

सिएना माझ्याशी अगदी परिपूर्ण रीतीने खेळली, असे त्याच्या मनात आले. त्यामुळे त्याच्या रागाचा पारा चढत गेला. तिच्या थोड्या काळातील सहवासात त्याला ती आवडू लागली होती. परंतु त्याला एका प्रश्नाचे उत्तर मिळेना. सिएनासारखी असामान्य बुद्धिमत्तेची, नाजूक आणि प्रेमळ मुलगी कसलाही विचार न करता एकदम लोकसंख्यावाढीबाबत टोकाची भूमिका घेऊन उन्मादक उपाय सुचवणाऱ्या झोब्रिस्टला आपले सर्वस्व विचार न करता कशी काय वाहून टाकू शकते?

सिएना त्याला पूर्वी म्हणाली होती, *मी तुम्हाला नि:शंकपणे सांगते की जर काही धाडसी उपाययोजना केली नाही तर आपल्या मानवजातीचा विनाश जवळ येतो आहे... यामागचे गणित हे वादातीत आहे.*

"आणि सिएनावरचे लेख मला तिच्या घरी सापडले त्याचे काय?" लँग्डनने विचारले. त्याला शेक्सपिअरच्या नाटकाचे पूर्वीचे तिकीट आणि ते लेख आठवले.

"ते खोटे नव्हते, खरे होते," प्रोव्होस्त सांगत गेला. "जर संपूर्ण आभास खरा वाटावा असे दाखवायचे असेल, तर त्यात शक्यतो वास्तवता मिसळायला हवी. आमच्या जवळ फार वेळ नव्हता. त्यामुळे सिएनाचा कॉम्प्युटर आणि तिच्या पर्सनल फाइल्स यांचा उपयोग केला. पण तुम्हाला जर तिच्या खरेपणाबद्दल शंका आली तर त्या गोष्टी तुम्ही पहाणार असे आम्ही धरून चाललो होतो."

"पण मी तिचा कॉम्प्युटर वापरला," लँग्डन म्हणाला.

"होय. आणि तिथेच आमचे नियंत्रण सुटले. सिन्स्की हिने पाठवलेली SRS टीम आपले घर शोधीत येईल याची सिएनाला अपेक्षा नव्हती. म्हणून जेव्हा ते जवान तिच्या घरी येऊ लागले, तेव्हा ती गडबडून गेली आणि तिला आपल्या नाटकात सुधारणा करावी लागली. ती तुम्हाला घेऊन मोपेडवरून पळाली. आपण तुम्हाला वाचवतो आहोत, हा आभास तिला चालू ठेवता आला. आता संपूर्ण योजना हाताबाहेर जात चालल्याने मला त्या योजनेतून वायेन्थाला काढून टाकणे भाग होते. शिवाय तिने ठरवलेल्या आचारसंहितेचा भंग करून ती तुमचा पिच्छा पुरवू लागली होती."

"ती मला जवळ जवळ ठार करणार होती," लँग्डन म्हणाला. व्हिचिओ राजवाड्यातील पोटमाळ्यावरील प्रसंग आठवून तो म्हणाला होता. "त्या वेळी वायेन्थाने हातातले पिस्तूल सरळ त्याच्या छातीवर रोखलेले होते. तिने ते झाडले असते तर क्षणभर मला वेदना झाल्या असत्या, पण नंतर मी मेलो असतो. माझ्या मागून सिएनाने वायेन्थावर झेप घेऊन तिला कठड्यापलीकडे ढकलून दिले. मग छतातून जाऊन, खालच्या हॉलमध्ये कोसळून ती मरण पावली."

यावर प्रोव्होस्तने एक नि:श्वास टाकला आणि तो म्हणाला, ''वायेन्था तुम्हाला ठार करण्याचा प्रयत्न करीत असेल, यावर मला जरा शंकाच आहे. त्या वेळी तिच्या मनात एवढाच विचार असेल की, कसाही करून तुमचा ताबा घ्यायचा. तसेच, आपण खुनी नसून तुम्ही एका नाटकात सापडला आहात, हे तुम्हाला पटवून द्यायचे असावे.''

मग प्रोव्होस्त बोलायचे थांबला. थोडा वेळ तो काहीतरी विचार करत म्हणाला, ''वायेन्थाला ठार मारण्याचे सिएनाच्या मनात होते किंवा तिला गोळी झाडू द्यायची नव्हती, या बाबतीत मला तर्क करता येत नाही आणि मी करणारही नाही. मला आता असे वाटू लागले आहे की, सिएना ब्रूक्स ही मला जशी वाटली तशी नाही.''

मलाही तसेच वाटते आहे, लँग्डन मनात म्हणाला. वायेन्थाला ढकलून दिले जात असताना तिच्या चेहऱ्यावर भीती आणि तीव्र खेदाची भावना पाहिलेली त्याला आठवली. यावरून सिएनाच्या हातून ती चूक घडत होती, नाटकात ठरल्यापेक्षा वेगळेच काही केले जात होते, हे लँग्डनच्या लक्षात आले.

त्याला एकदम आपले संबंध संपल्यासारखे वाटले... त्याला उदास वाटू लागले. एकलेपणाची भावना त्याला ग्रासली गेली. त्याने खिडकीकडे तोंड वळवले. त्याला बाहेरचे जग पहायचे होते. पण त्याऐवजी तिथे त्याला विमानाची भिंतच दिसली. आपला कोंडमारा होत आहे असे त्याला वाटले. छे! *मला इथून बाहेर पडलेच पाहिजे.*

लँग्डनची घुसमटल्यासारखी अवस्था झालेली पाहून प्रोव्होस्तने त्याला विचारले, ''तुम्ही ठीक आहात ना?''

''नाही. अगदी बिलकूल नाही!''

प्रोव्होस्त मनात म्हणाला, *त्याने नवीन वास्तवता समजावून घेतली की, त्याची अस्वस्थता संपेल. तो यातूनही टिकून राहील.*

अचानक एखादी व्यक्ती चक्रीवादळात सापडून उचलली जावी आणि दूरवरच्या अनोख्या प्रदेशात तिला टाकून दिले जावे, असे लँग्डनकडे पाहिल्यावर वाटत होते. आत्तापर्यंत त्याने जे जे काही ऐकले होते, त्याचा त्याला धक्का बसला होता आणि तो सैरभैर झालेला दिसत होता. त्याच्या भोवतालचे जग म्हणजे एक भ्रम होता. त्या भ्रमाचा भोपळा फुटून तो एक चमत्कारिक वास्तव जगात आला होता. त्याचे भान हरपले होते.

कन्सोर्टियम संस्थेकडून जेव्हा व्यक्तींना लक्ष्य बनवले जाई तेव्हा त्यांना जे घडवले जाते आहे, त्या मागच्या सत्याचे आकलन क्वचितच होत असे. ते सत्य

जर कळलेच, तर त्याचे परिणाम पहाण्यासाठी प्रोव्होस्त कधीच तिथे नसे. लँग्डनच्या मनात उडालेला गोंधळ आणि त्याला वाटत असलेली अपराधी भावना पाहून प्रोव्होस्तला आत्ताच्या आणीबाणीच्या परिस्थितीला आपण किती जबाबदार आहोत, याची जाणीव झाली आणि त्या ओझ्याखाली तो पार दबून गेला.

मी एक चुकीचा अशील निवडला. तो बर्ट्रान्ड झोब्रिस्ट होता. मी एका चुकीच्या व्यक्तीवर विश्वास टाकला. ती सिएना ब्रूक्स होती.

आता प्रोव्होस्त एका वादळाच्या केंद्रभागाकडे प्रवास करीत चालला होता. तिथेच भूकंपाचे केंद्र होते. कदाचित तिथेच एका भयानक प्लेगचे उगमस्थान होते, स्रोत होता. त्यातून सबंध जगात हाहा:कार पसरणार होता. बंद बाटलीतील राक्षस बाहेर येणार होता. तसे जर झाले तर प्रोव्होस्तला कळून चुकले की, त्यामध्ये आपली कन्सोंटियम कंपनी होरपळून निघेल. नंतर अनेक चौकश्या आणि आरोप अविरतपणे होत रहातील.

अखेर हे सारे माझ्या वाट्याला येणार आहे?

८३

***मा**झा जीव इथे घुसमटतो आहे. मला हवा पाहिजे. निदान मला बाहेरचे दृश्य जरी दिसले तरी बरे वाटेल. मग ते दृश्य कसलेही असो.* लँग्डनला असे तीव्रतेने वाटू लागले होते.

विमानाच्या धडाला कुठेही खिडक्या नव्हत्या. त्यामुळे त्या भिंती आपल्याजवळ येत आपल्याला आवळून टाकतील, अशी भीती त्याला वाटू लागली. कोंडल्या जाणाऱ्या भावनेचा त्याचा भयगंड जागृत होत चालला होता. जे जे काही सत्य होते, जे जे खरे घडले, घडवले गेले ते सारे त्याला आज सांगण्यात आले. त्यामुळे त्याला उलगडा झाला; तरीही त्याची मन:स्थिती सुधारली नाही. काही प्रश्नांची उत्तरे त्याला मिळाली नव्हती. त्यावर विचार करून करून त्याचे डोके ठणकू लागले. विशेषत: सिएनाबद्दलच्या प्रश्नाने त्याला भंडावून सोडले होते.

आणि तिच्याबद्दल राग येऊनही त्याला तिच्यावाचून चुकल्या चुकल्यासारखे वाटत होते.

ती माझा उपयोग करून घेऊन कामे करीत होती, हा विचार त्याच्या मनात सारखा येत होता.

प्रोव्होस्तशी एक शब्दही न बोलता लँग्डन तिथून उठला आणि विमानाच्या पुढच्या भागाकडे गेला. कॉकपिटचे दार उघडेच होते. आतमध्ये विमानाबाहेरचा नैसर्गिक प्रकाश घुसलेला होता. त्या प्रकाशाकडे पाहून लँग्डनला बरे वाटले. तेवढा प्रकाश त्याला एखाद्या दीपगृहासारखा दिलासा देणारा वाटला. तो दारात उभा राहिला. त्याच्याकडे वैमानिकांचे लक्ष गेले नाही. लँग्डन आत आलेल्या उन्हात उभा होता. आपला चेहरा त्याने त्या उन्हात तापू दिला. त्याच्या समोर बाहेरचे जे विस्तृत वातावरण दिसत होते; ते त्याला अमृतासारखे आल्हाददायक वाटले, स्वर्गीय वाटले. बाहेरचे निळे आकाश इतके शांत वाटत होते की, तिथली शांतता कायमस्वरूपी आहे, हे सहज जाणवत होते.

परंतु 'कायमस्वरूपी काहीही नसते' असे त्याने स्वत:ला बजावले. त्या

भयानक रोगाचा उद्रेक केव्हाही होऊ शकत होता. त्याला तोंड द्यावे लागणार होते. त्याच्या मनात यावर झगडा सुरू झाला होता.

"प्रोफेसर!" कोणीतरी त्याला मागून हाक मारली. तो वळून पाहू लागला.

त्या व्यक्तीला पहाताच लँग्डन दचकला आणि एक पाऊल मागे सरकला. त्याच्यासमोर डॉ. फेरीस उभा होता. लँग्डनने त्याला शेवटचे पाहिले तेव्हा तो बॅसिलिकामध्ये होता. जमिनीवर पडून वेदनेने तळमळत होता. त्याला श्वासही नीट घेता येत नव्हता. आता तो विमानाच्या भिंतीला पाठ टेकून पुढे वाकून लँग्डनकडे पहात होता. त्याच्या डोक्यावर एक बेसबॉलमध्ये वापरली जाणारी टोपी होती. त्याने आपल्या चेहऱ्याला कॅलामाइन लोशन लावलेले होते. त्यामुळे तो चेहरा चिकट आणि गुलाबी रंगाचा दिसत होता. त्याची छाती आणि शरीर यांवर बॅन्डेजेस होती. त्याचा श्वासोच्छ्वास उथळ होत होता. जर फेरीसला प्लेग झाला असेल, तर इथे तशी दखल कोणीच कसे घेत नव्हते.

"तुम्ही... जिवंत आहात?" लँग्डनने त्याच्याकडे रोखून पहात विचारले.

फेरीसने थकून आपली मान हालवली. तो म्हणाला, "होय, थोडाफार मी जिवंत राहिलो आहे." त्या माणसाच्या आविर्भावात, वागण्यात आता आमूलाग्र बदल झालेला दिसत होता. आता त्याला बरेच हायसे वाटत होते. तो शिथिल झालेला होता.

"पण मला वाटले की– " एवढे बोलून लँग्डन थांबला आणि पुढे म्हणाला, "मला यावर नक्की काय विचार करावा ते कळत नाही."

यावर फेरीसने एक समजल्यासारखे स्मित केले आणि म्हटले, "तुम्ही आज बऱ्याच गोष्टी ऐकल्या आहेत. तुम्हाला कसे बनवण्यात आले ते सांगण्यात आले. म्हणून मला वाटले की, मी तुमची क्षणभर तरी क्षमा मागावी. आता तुम्ही तर्क केला असेलच की, मी जागतिक आरोग्य संघटनेसाठी काम करीत नाही. आणि मी तुम्हाला दुसऱ्या एखाद्या विद्यापीठात नोकरी लावून देऊ शकत नाही."

लँग्डनने यावर आपली मान हालवली. आत्तापर्यंत त्याला बसत आलेले आश्चर्याचे धक्के एवढे होते की, त्यामुळे त्याचा मेंदू शिणून गेला होता. तो एवढेच म्हणाला, "म्हणजे तुम्ही प्रोव्होस्त यांच्यासाठी काम करता, हो ना?"

"होय. त्यांनीच मला प्रत्यक्ष जागेवर जाऊन भाग घेण्यासाठी पाठवले. त्यामुळे माझी मदत आणीबाणीच्या प्रसंगी तुम्हाला होऊ शकत होती. SRS माणसांच्या तावडीतून तुम्हाला निसटण्यासाठी माझी मदत उपयोगाची पडली असती."

"तर मग माझा असा तर्क आहे की, तुम्ही तुमचे काम अगदी परिपूर्ण रीतीने केले." लँग्डनला आठवले की, फेरीस त्या बाप्टिस्ट्रीमध्ये आला आणि त्याने

आपण जागतिक आरोग्य संघटनेसाठी काम करतो, असे आपल्याला भासवले. आपले आणि सिएनाचे रेल्वेचे तिकीट काढले, कालव्यातील प्रवासासाठीही त्याने आपल्याच खिशातून पैसे भरले. म्हणून लँग्डन त्याला म्हणाला, "तसेच, तुम्ही डॉक्टर नाहीत, हेही यावरून उघड कळते आहे."

"होय. पण मी आज तेही नाटक केले. सिएना जे नाटक करते आहे, ते खरे वाटावे, यासाठी मी पूरक हालचाली करीत होतो. म्हणजे मग तुम्हाला ती प्लेगच्या उगमाची जागा शोधून काढता आली असती. प्रोव्होस्त यांना झोब्रिस्टने तयार केलेली निर्मिती शोधून काढायची होती. म्हणून ते त्या निर्मितीला सिन्स्कीपासून दूर ठेवू पहात होते."

"ती निर्मिती प्लेगची आहे याची तुम्हाला कल्पना होती?" लँग्डनने त्याला विचारले. फेरीसच्या अंगावरील विचित्र पुरळ आणि छातीतील अंतर्गत रक्तस्राव यांबद्दल त्याला अजूनही कुतूहल वाटत होते.

"नाही, मला तशी बिलकूल कल्पना नव्हती! जेव्हा तुम्ही प्लेगचा उल्लेख केला तेव्हा मी असा अंदाज केला की, कदाचित एखादी कथा सिएनाने रचून तुम्हाला सांगितली असावी. त्यामुळे तुम्ही शोध घेण्यास पुढे सरसावला असाल. मग मीही व्हेनिसला जाताना रेल्वेत अनुकूल असे वागत गेलो... आणि नंतर सारेकाही बदलून गेले."

"ते कसे?"

"प्रोव्होस्तने झोब्रिस्टने केलेला तो व्हिडिओ पाहिला."

मग शक्य आहे. "मग कळून चुकले की, झोब्रिस्ट हा उन्माद झालेला माथेफिरू माणूस आहे."

"अगदी बरोबर. प्रोव्होस्तच्या ताबडतोब लक्षात आले की, आपली कन्सोर्टियम कंपनी आता कशात गुंतली गेली आहे. त्याला एकदम धक्का बसला, तो घाबरला, हादरला. त्याने ताबडतोब FC-2080 या व्यक्तीला खुलासा मागितला. याच व्यक्तीने झोब्रिस्टला प्रोव्होस्तकडे पाठवले होते. झोब्रिस्टने नक्की काय केले आहे, हे त्याने त्या FC-2080ला विचारले."

"FC-2080?"

"सॉरी, सिएना ब्रुक्सला. तिने FC-2080 हा सांकेतिक क्रमांक स्वत:साठी धारण केला होता. या प्रकरणात भाग घेण्यासाठी घेतला होता. नवमानवतावाद्यांची ती पद्धतच होती. पण प्रोव्होस्तला तिच्यापर्यंत जायचे असेल, तर माझ्यामार्फतच जावे लागत होते."

"म्हणजे रेल्वेत तुम्हाला आलेला तो फोन? तुमच्या आजारी आईकडून आला आहे, असे तुम्ही म्हणालात तोच फोन ना?"

“होय. कारण मी तुमच्यादेखत प्रोव्होस्त यांच्याशी बोलू शकत नव्हतो. म्हणून मी केबिनच्या बाहेर गेलो. प्रोव्होस्तने मला मग झोब्रिस्टच्या व्हिडिओबद्दल सांगितले. ते ऐकल्यावर मी हादरलो. सिएनाला झोब्रिस्टने असेच फसवले असेल असे त्यांना वाटले. मग मी त्यांना सांगितले की, सिएना आणि तुम्ही प्लेगबद्दल बोलत असून हातात घेतलेले काम पुरे करण्याचा तुमचा उद्देश आहे. या प्रकरणात सिएना आणि झोब्रिस्ट एकत्र होते, असे त्यांनी हेरले. मग सिएना एकदम त्यांची शत्रू बनली, प्रतिस्पर्धी बनली. मग त्यांनी व्हेनिसमध्ये सतत तुमच्याबरोबर राहून काय काय घडते आहे, ते कळवत जायला सांगितले... तसेच, आपण काही माणसांची एक तुकडी पाठवून सिएनाला रोखून धरणार आहोत, हेही त्यांनी मला सांगितले. एजंट ब्रूडर यांची तुकडी तोपर्यंत सेन्ट मार्क बॅसिलिकामध्ये येऊन पोहोचली होती. पण त्यांच्या कचाट्यातून पळून जाण्यात तिला यश मिळाले.”

लँग्डन उदास होऊन जमिनीकडे पहात होता. त्याच्या डोळ्यांसमोर अजूनही सिएना निघून जाताना त्याच्याकडे करुण नजरेने कशी पहात होती, ते त्याला दिसत होते.

तिची नजर सांगत होती, ‘आय ॲम सॉरी, रॉबर्ट!’

फेरीस म्हणत होता, “ती चांगलीच कडक होती, चिवट होती. तिने बॅसिलिकामध्ये माझ्यावर जो हल्ला चढवला, तो तुम्ही पाहिला नसावा.”

“तुमच्यावर हल्ला चढवला?”

“जेव्हा ते जवान आत शिरले तेव्हा मी ओरडणार होतो. मी सिएना कुठे आहे ते पाहिले. पण त्याआधीच ते जवान येत असल्याचे तिने हेरले होते. मग तिने एकदम आपल्या हाताची मूठ थेट माझ्या छातीत दण्कन मारली.”

“काय?”

“ते एवढ्या झटपट तिने केले की, माझ्या छातीवर काय येऊन आदळले आहे ते मला क्षणभर कळलेच नाही. तिचा ठोसा हा मार्शल आर्टचे शास्त्रशुद्ध शिक्षण घेतलेल्या व्यक्तीचा होता. माझ्या छातीवर जिथे आधीच मार लागला होता, तिथेच तो ठोसा बसला असल्याने छातीतून तीव्र कळा येत होत्या. माझा श्वास पुन्हा ताळ्यावर येण्यासाठी मला ओढत सज्जाकडे घेऊन गेली. आपण मारलेला ठोसा इतरांना कळू नये, अशी खबरदारी ती घेत होती.”

लँग्डन ते ऐकून सुन्न झाला. पण त्याला आठवले की, त्या वेळी एक पोक्त इटालियन स्त्रीने सिएनाला ओरडून इटालियन भाषेत म्हटले होते, “L'hai colpito al petto” त्या वेळी तिने आपल्या स्वत:च्या छातीवर ठोसा मारल्याचा अभिनयही केला होता.

त्यावर सिएनाने तिला इटालियन भाषेत उत्तर दिले होते. सिएना झटपट विचार

करून उभी राहिली आणि तिने त्या इटालियन स्त्रीच्या बोलण्याचे अत्यंत हुषारीने चुकीचे भाषांतर करून लँग्डनला सांगितले होते. प्रत्यक्षात ती स्त्री रागाने सिएनाला म्हणाली होती, ''तुम्ही त्यांच्या छातीत ठोसा का मारला?'' त्या वेळी तिथे एवढी गडबड उडाली होती, गोंधळ झाला होता की, नक्की काय घडले, ते लँग्डनला नीट कळले नव्हते.

फेरीस दु:खाने एक स्मित करीत म्हणाला, ''सिएना ब्रुक्स भलतीच जबरदस्त आणि झटपट काम करणारी आहे.''

लँग्डन मनात म्हणाला, 'होय, मला पटले आहे ते!'

फेरीस सांगत होता, ''सिन्स्कीच्या माणसांनी मला मेंडासियम नौकेवर नेले. तिथे माझ्यावर मलमपट्टी केली, बॅन्डेज बांधले. मग प्रोव्होस्तने मला आपल्याबरोबर विमानातून चलण्यास सांगितले. कारण तुम्ही आणि सिएना यांच्याबरोबर मी वेळ काढला असल्याने माझा उपयोग होईल, असे त्यांना वाटले असावे.''

लँग्डनने त्याच्या चेहऱ्यावरील पुरळ पाहून विचारले, ''आणि तुमच्या चेहऱ्यावर पुरळ कसे आले? तसाच तो छातीवरचा डाग? ही लक्षणे...''

''नाही, ही प्लेगची लक्षणे नाहीत. आज मी दोन डॉक्टरांची भूमिका केली होती. म्हणून हे असे झाले.''

''काय म्हणालात?''

''जेव्हा तुम्ही मला प्रथम त्या बाप्टिस्ट्रीमध्ये पाहिले तेव्हा तुम्ही मला म्हणालात की, जरासा ओळखीचा चेहरा वाटतो.''

''होय. तसे अंधूकपणे मला वाटले खरे. विशेषत: तुमचे डोळे पूर्वी कधीतरी पाहिल्यासारखे वाटले होते. त्यावर तुम्ही मला म्हणालात की, आपणच विद्यापीठात तुम्हाला नोकरीला लावलेत...'' लँग्डन म्हणाला. मग काही क्षणांनी तो म्हणाला, ''पण ते चुकीचे होते हे आता मला समजते आहे...''

''तुम्हाला माझा चेहरा ओळखीचा किंवा पूर्वी पाहिल्यासारखा वाटतो. याचे कारण पूर्वी आपण भेटलो होतो. पण विद्यापीठात नाही.'' लँग्डनला काही संदर्भ आठवतात का, याचा शोध घेण्यासाठी फेरीस त्याच्याकडे पहात होता. तो म्हणाला, ''जेव्हा आज सकाळी तुम्ही हॉस्पिटलमध्ये जागे झालात तेव्हा तुम्ही मलाच प्रथम पाहिले.'' लँग्डनला आपली हॉस्पिटलमधील छोटी खोली आठवली. तो त्या वेळी अर्धवट झोपेत होता आणि त्याची दृष्टी मंदावली होती. जागा झाल्यानंतर त्याच्या नजरेसमोर जी व्यक्ती आली ती त्याला नीट आठवत होती. तो एक गोरा डॉक्टर होता. त्याच्या भुवया केसाळ होत्या आणि त्याला एक लांब दाढी होती. तसेच, त्याला फक्त इटालियन भाषाच बोलता येत होती.

लँग्डन ते सारे आठवून म्हणाला, ''नाही, मी तुम्हाला पाहिले नाही. मी

पाहिलेली पहिली व्यक्ती डॉ. मार्कोनी होती.''

''स्कूसी, प्रोफेसर,'' फेरीस अस्खलिन इटालियन भाषेत बोलला. मग तो एखाद्या वृद्ध माणसासारखा वाकून आपल्या काल्पनिक भुवया त्याने बोटाने साफ केल्या आणि ती काल्पनिक दाढी थोपटीत तो पुढे इटालियन भाषेत म्हणाला, ''Sono il dottor Marconi.''

ते पहाताच लँग्डनने आश्चर्याने आपला आ वासला. तो म्हणाला, ''तुम्ही... तुम्ही डॉ. मार्कोनी झाला होतात?''

''म्हणून तर माझे डोळे तुम्हाला ओळखीचे वाटले. मी यापूर्वी कधीही खोट्या भुवया आणि खोटी दाढी चेहऱ्याला चिकटवून घेतली नव्हती. परंतु दाढी, भुवया ज्या चिकट लॅटेक्स पदार्थाने मी चिकटवून घेतल्या होत्या, त्या पदार्थाची मला तीव्र ॲलर्जी होती. दुर्दैवाने मला हे उशिरा कळले. त्यामुळे माझ्या कातडीवर पुरळ उमटून आग व्हायला लागली. माझे लाल पुरळ पाहून तुम्हाला नक्कीच धक्का बसला असणार... तुम्हाला हा प्लेग वाटला असणार?''

ते ऐकून लँग्डन बघतच राहिला. त्याला आठवले की, जेव्हा वाएन्था गोळ्या झाडण्यासाठी त्याच्या खोलीत घुसली होती, तेव्हा डॉ. मार्कोनी आपली दाढी खाजवत होता. त्याचे रहस्य त्याला आत्ता कळले.

''पुढे आणखीनच एका त्रासाची भर पडली. मी ती स्क्बि, म्हणजे स्फोट पावणारी रक्ताची जी छोटी पिशवी छातीला लावली होती ती सरकली होती. मला ती परत वेळेवर जागेवर आणता आली नाही. जेव्हा ती स्फोट पावली तेव्हा ती अशा काही कोनातून स्फोट पावली की, त्यामुळे माझी एक बरगडी मोडली आणि छातीवर खूप मार बसला. मला मग सबंध दिवसभर श्वासोच्छ्वास करणे जड गेले.''

मी मात्र उगीचच तुम्हाला प्लेग झाला आहे असे समजलो.

मग एक खोल श्वास घेऊन आपले डोळे मिचकावत फेरीस म्हणाला, ''मला वाटते की, मी आता बसून जरा विश्रांती घ्यावी.'' मग लँग्डनच्या मागे पाहून तो पुढे म्हणाला, ''आता तुम्हाला एका व्यक्तीची कंपनी मिळत आहे. त्यांच्याशी गप्पा मारा.''

लँग्डनने मागे वळून पाहिले. डॉ. सिन्स्की केबिनकडे येत होती. तिचे लांब चंदेरी केस तिच्या मागे उडत होते. तिला काहीतरी गवसले असावे, असे तिच्या डोळ्यांतील चमक पाहून लँग्डनला वाटले.

सिन्स्की जवळ येऊन त्याला म्हणाली, ''तुमचे बोलणे मी मध्येच थांबवले याबद्दल सॉरी! आम्ही पुढची कारवाई कशी करायची यावर आत्ता चर्चा करीत होतो आणि थोडेसे संशोधनही करीत होतो.'' मग ती कॉकपिटचे उघडे दार पाहून

म्हणाली, "अच्छा, म्हणजे तुम्ही इथे ऊन खात आहात तर?"

लँग्डन खांदे उडवत म्हणाला, "तुमच्या या विमानाला खिडक्या असायला हव्यात बुवा!"

यावर तिने त्याच्याकडे सहानुभूतीने पहात एक स्मित केले आणि ती म्हणाली, "या प्रकाशाच्या विषयावर जे काही नुकतेच घडले त्या आधारे प्रोव्होस्तच तुम्हाला खुलासा करतील, असे मला वाटते."

"बाकी मला काहीही नको."

"मलाही!" ती त्याच्याशी सहमत होत आजूबाजूला नजर फिरवून दुसरे कोणीही जवळपास नाही, याची खात्री करून घेत पुढे हलक्या आवाजात म्हणाली, "विश्वास ठेवा, प्रोव्होस्त यांच्याविरुद्ध आणि त्यांच्या कंपनीविरुद्ध आता सरकार गंभीरतेने पावले उचलीत आहे. मी ते पाहीनच म्हणा. परंतु आत्ता आपण सर्वांनी ती प्लॅस्टिकची पिशवी विरघळून जाण्याआधीच कशी मिळवायची, यावर आपले लक्ष एकवटवले पाहिजे."

किंवा सिएना तिथे जाऊन ती पिशवी विरघळू देण्याआधी आपण तिथे पोहोचले पाहिजे.

"मला तुमच्याबरोबर डॅन्डोलो याचे थडगे, तिथल्या इमारती आणि घरे यांवर चर्चा करायची आहे."

शेवटी आपल्याला तिथे जाऊन पोहोचायचे आहे, असे ठरल्यापासून लँग्डन तिथल्या उत्कृष्ट वास्तू नजरेसमोर आणू लागला होता. जुन्या धार्मिक ज्ञानाचे संग्रहालय!

सिन्स्की सांगू लागली, "मला नुकतीच एक उपयुक्त माहिती समजली आहे. आम्ही एका स्थानिक इतिहासकाराशी बोलत होतो. पण आम्ही डॅन्डोलोच्या थडग्याबद्दल का चौकशी करीत आहोत, हे त्याला समजेना. आम्हीही त्यामागचे कारण सांगितले नाही. पण मी त्यांना विचारले की, त्या थडग्याच्या खाली काही असू शकेल काय? आणि कल्पना करा त्यांनी काय सांगितले असेल...? त्यांनी 'पाणी' असे सांगितले."

लँग्डन आश्चर्याने म्हणाला, "खरंच?"

"होय, असे दिसते की, त्या इमारतीचे जमिनीखालचे दोन मजले, तळघरे पाण्याखाली गेले असावेत. काही शतकांनंतर भूमिगत पाण्याची पातळी वाढत गेली असणार. ते असेही म्हणाले की, तिथे नक्की अनेक प्रकारच्या पोकळ्या असणार आणि त्या पाण्यात अर्धवट बुडालेल्या असणार."

माय गॉड! लँग्डनने झोब्रिस्ट याच्या व्हिडिओतील दृश्ये नजरेसमोर आणली. तिथली गुहा, तिच्या भिंतीवरून गळणारे पाणी, भिंतीवर चढलेले शेवाळे, तसेच

काही खांबांच्या पडलेल्या अंधूक छाया, हे सारे त्याला आठवले. ''याचा अर्थ ती एक खचलेली खोली आहे.''

''अगदी बरोबर!''

''पण मग झोब्रिस्ट त्या खोलीत कसा जाऊन पोहोचला असेल?''

सिन्स्कीने डोळे मिचकावत म्हटले, ''हाच तर त्यातला आश्चर्यकारक भाग आहे. आम्ही जे काही शोधून काढले ते सर्व तुम्हाला सांगितले, तर तुमचा त्यावर विश्वास बसणार नाही.''

त्याच वेळी व्हेनिसच्या किनाऱ्यापासून दोन मैलांच्या आत एका 'लिडो' नावाच्या छोट्या बेटावर एक विमान उभे होते. ते एक 'सेन्सा सायदेशन मस्टांग' जातीचे चकमकीत विमान होते. नायसेली विमानतळावरून त्या विमानाने हवेत झेप घेऊन उड्डाण केले आणि अंधार होत चाललेल्या आकाशातून जाऊ लागले.

त्या जेट विमानाच्या मालक हा एक कपडे डिझाइन करणारा गिओर्गिओ व्हेन्सी हा होता. तो त्या विमानात नव्हता. पण त्याने आपल्या वैमानिकांना हुकूम देऊन एका तरुण आणि सुंदर स्त्रीला घेऊन जाण्यास सांगितले होते. ''तिला हव्या त्या ठिकाणी तुम्ही विमान न्या!'' असेही त्याने त्यांना बजावले होते.

८४

तुर्कस्तान आणि आसपासचा प्रदेश याला प्राचीन काळी 'बायझन्टाइन' म्हटले जायचे. आत्ता या प्रदेशातील राजधानीवर रात्र सुरू झाली होती. मार्मारा समुद्राच्या संपूर्ण किनाऱ्यावर उभे केलेले फ्लड लाइट्स लावले गेले आणि सारा किनारा उजळून गेला. किनाऱ्यावरील सर्व मशिदी आणि उभे मिनारही उजळून निघाले. आता संध्याकाळच्या, 'अक्साम'ची वेळ झाली होती. शहरातील सर्व मशिदीतील लाउड स्पीकर्सवर 'अजान'ची घोषणा होऊ लागली होती.

ला इलाह इल्ला अल्लाह...

श्रद्धाळू मशिदीमध्ये जाऊन गर्दी करू लागले होते. शहरवासीय आपापल्या दैनंदिन कामात मग्न होते; विद्यापीठातील विद्यार्थी बिअर पीत होते; व्यापारी मंडळी सौदे आपसात करीत होते; हातगाड्यांवर मसाल्याचे पदार्थ, सतरंज्या वगैरे सामान विकले जात होते– आणि हे सर्व पर्यटक आश्चर्याने पहात होते.

हे एक वेगळेच जग होते. या जगात विविध तऱ्हेची माणसे, परस्परविरोधी गोष्टी एकवटल्या होत्या. धार्मिक, निधर्मी, सनातनी, आधुनिक, पौर्वात्य, पाश्चिमात्य, वगैरे वगैरे. आशिया आणि युरोप या दोन्ही खंडांच्या सरहद्दी इथे एकमेकांना येऊन भिडत होत्या. असे वाटत होते की, या शहरात काळच गायब झाला आहे. जुने जग आणि त्याही आधीचे जग यांना जोडणारा पूल म्हणजे हे शहर होते.

याचे नाव होते इस्तंबूल.

हे शहर दीर्घ काळ तुर्कस्तानची राजधानी नसतानाही अनेक शतके तीन भिन्न-भिन्न साम्राज्याचे केंद्र ठरले होते. 'बायझन्टाइन', 'रोमन' आणि 'ऑटोमान' ही तीन ऐतिहासिक साम्राज्ये. यामुळे इस्तंबूल हे ऐतिहासिक विविधतेसाठी जगात प्रसिद्ध पावलेले आहे, असा दावा केला जाई. त्यामुळे या शहरातील टॉपकापी राजवाडा, निळी मशीद ते सात मनोऱ्यांचा किल्ला इथपर्यंत सर्व स्थळांसंबंधी अनेक कथा सांगितल्या जातात. त्यात युद्धे, संघर्ष, चकमकी, जय आणि पराजय हे सारे अंतर्भूत असे.

अशा त्या गजबजलेल्या शहरावरच्या आकाशात C-130 मालवाहू विमान आज रात्री हिंडून खाली 'अतातुर्क' विमानतळावर उतरू पहात होते. आत कॉकपिटमध्ये वैमानिकांच्या आसनामागे लँग्डन एका आसनावर बसला होता. तिथे बसू दिल्याने त्याला खूपच बरे वाटत होते. त्या आसनावर बसून त्याला दिलेले स्नॅक्स खाल्ल्याने आणि अर्धा तास डुलकी काढण्यास मिळाल्याने तो तरतरीत झाला.

त्याने खिडकीतून उजवीकडे पाहिले. इस्तंबूलमधले दिवे त्याला दिसू लागले. मार्माराच्या समुद्रात इस्तंबूल शहराची जमीन अंधारात घुसल्यासारखी वाटत होती. त्याला इस्तंबूलची युरोपीय बाजू दिसत होती. आशियाची बाजू या युरोपीय बाजूपासून एका अंधाऱ्या आणि वेड्यावाकड्या पट्टीने वेगळी झालेली होती.

ती अंधारी, काळी पट्टी हा 'बोस्पोरस जलमार्ग' होता.

पहाता क्षणी या जलमार्गाने इस्तंबूल शहराचे दोन तुकडे केल्यासारखे वाटत होते. हा जलमार्ग इस्तंबूल शहराच्या व्यापाराची जीवनवाहिनी होता. शिवाय तो या शहराला एकाऐवजी दोन किनारे देत होता. भूमध्य समुद्रातून काळ्या समुद्रात जाण्यासाठी जहाजांचा मार्ग म्हणून बोस्पोरस उपयोगी पडत होता. थोडक्यात, दोन जगांमध्ये इस्तंबूल हे एक स्टेशन म्हणून उभे राहिले होते.

धुक्याच्या एका थरामधून जाऊन विमान खाली उतरू लागले. लँग्डनची नजर दूरवर पसरलेल्या शहरातील मोठमोठ्या इमारतीकडे जाऊन शोधू लागली.

एन्रिको डॅन्डोलो याचे थडगे कुठे असेल?

व्हेनिसचा दगाबाज राजा डोझे याचे व्हेनिसमध्ये दफन न करता, त्याने १२०२मध्ये जिंकलेल्या या शहरात त्याचे दफन करण्यात आले होते. त्याने ताब्यात घेतलेल्या या शहरातील एका पवित्र धर्मस्थळात, एका इमारतीत त्याला पुरले होते. या भूभागाची ती इमारत म्हणजे आजपर्यंत एक मुकुट, एक सरताज समजला जात होता.

हॅगिया सोफिया इमारत!

ही इमारत इ.स. ३६०मध्ये बांधलेली होती. चौथ्या धर्मयुद्धात, १२०४मध्ये एन्रिको डॅन्डोलो याने या इमारतीचे रूपांतर कॅथॉलिक चर्चमध्ये केले. नंतर १५व्या शतकात फतेह सुलतान महमूद याने कॉन्स्टॅन्टिनोपल पुन्हा जिंकून घेतले आणि त्या चर्चचे रूपांतर परत मशिदीमध्ये केले. १९३५पर्यंत हॅगिया सोफिया इमारत ही मुस्लीम धर्मीयांचे एक प्रार्थनास्थळ म्हणून वापरले जात होती. नंतर निधर्मीवादाचा उदय झाला आणि या इमारतीचे रूपांतर एका संग्रहालयात केले गेले. तसेच कॉन्स्टॅन्टिनोपोलचे नाव 'इस्तंबूल' झाले.

एक सोनेरी मुलामा दिलेले आणि पवित्र ज्ञानाचे असलेले संग्रहालय म्हणजे, आत्ताची हॅगिया सोफिया इमारत!

सेन्ट मार्क चर्चमध्ये जेवढ्या सोनेरी फरश्या वापरल्या होत्या, त्यापेक्षा अधिक सोनेरी फरश्या इथे वापरलेल्या आहेत. हॅगिया सोफिया म्हणजे 'पवित्र ज्ञान!'

लँग्डनच्या नजरेसमोर ती भव्य इमारत आली आणि त्याने संबंधित वस्तुस्थिती तपासून पहाण्यास सुरुवात केली. तिथेच इमारतीखाली कुठेतरी असलेल्या एका छोट्या तलावात पाण्याखाली एक भयानक पिशवी हेलकावे खात हळूहळू विरघळत चाललेली आहे. त्यातले पदार्थ बाहेर पडू पहात आहेत.

तिथे पोहोचायला उशीर होऊ नये म्हणून लँग्डन मनात देवाची प्रार्थना करू लागला.

विमानात असताना सिन्स्कीने सांगितले होते की, "त्या इमारतीचे खालचे मजले, तळघरे हे सारे पाण्यात गेले आहेत." ती लँग्डनला पुढे म्हणाली, "आम्ही काय शोधून काढले, यावर तुमचा कदाचित विश्वास बसणार नाही. तुम्ही कधी माहितीपटांचा दिग्दर्शक गोक्सेल ग्युलेन्सोय याचे नाव ऐकले आहे?"

यावर लँग्डन मानेनेच नाही म्हणाला.

यावर खुलासा करताना सिन्स्की म्हणाली, "मी जेव्हा या हॅगिया सोफिया इमारतीवर संशोधन करीत होते, तेव्हा यावर तयार केलेला एक माहितीपट मला मिळाला. तो याच दिग्दर्शकाने केलेला होता. ही काही वर्षांपूर्वीची गोष्ट आहे."

"हॅगिया सोफियावर डझनभर माहितीपट निर्माण झाले आहेत."

मग आपल्या कामाच्या जागेपाशी जात ती म्हणाली, "होय, पण या माहितीपटासारखा एकही सरस माहितीपट नाही." मग तिने आपला लॅपटॉप बाहेर काढून त्यातून संबंधित माहिती पडद्यावर आणून म्हटले, "हे वाचा!"

आसनावर बसून लँग्डन वाचू लागला. सिन्स्की एवढी उत्तेजित का झाली आहे, हे त्याला वाचताच लक्षात आले. पहिले दोन शब्द वाचताच लँग्डनने चमकून तिच्याकडे आश्चर्याने पाहिले. ते शब्द होते, स्क्युबा डायव्हिंग – Scuba diving. म्हणजे पाण्याखाली केलेला संचार!

सिन्स्की त्याला पुढे एवढेच म्हणाली, "वाचत जा!"

लँग्डनने आपले डोळे त्या लेखावर रोखून वाचण्यास सुरुवात केली.

हॅगिया सोफिया इमारतीखाली 'स्क्युबा डायव्हिंग' माहितीपटाचा दिग्दर्शक गोक्सेल गुलेन्सोय आणि त्याच्या स्क्युबा टीमने अशा नेमक्या जागा शोधल्या जिथे इमारतीखालच्या शेकडो फूट खोलीवरच्या पोकळ्या पाण्याने भरलेल्या आहेत. इस्तंबूलच्या धर्मस्थळांखाली अशा अनेक पोकळ्या होत्या.

त्यांचा शोध घेताना त्यांना वास्तुशास्त्रातील अनेक आश्चर्यकारक गोष्टी आढळल्या. त्यात ८०० वर्षांपूर्वीची जी हुतात्म्यांची थडगी जमिनीतील भूमिगत

पाण्यात बुडाली होती, त्या जागा या 'हॅगिया सोफिया' ते 'टॉपकापी राजवाडा' ते 'टेकफूर राजवाडा' यांच्याशी आतून जमिनीतून जोडल्या गेल्या होत्या. यासंबंधात अशीही एक अफवा प्रचारात होती की, त्या साऱ्या पूर्वीच्या काळातील अंधारकोठड्या असून आता त्यात पाणी गेलेले आहे. सर्व अंधारकोठड्या एकमेकांना आतून जोडलेल्या होत्या.

त्या लेखात त्या दिग्दर्शकाने नमूद केले होते की, 'हॅगिया सोफिया इमारतीमध्ये जेवढ्या लक्षवेधक गोष्टी आहेत, त्यापेक्षा अधिक लक्षवेधक गोष्टी इमारतीखाली आहेत, यावर माझा विश्वास आहे.' पूर्वीच्या एका संशोधकाने इमारतीच्या पायाचे संशोधन करताना एक छायाचित्र काढलेले होते. ते जेव्हा या दिग्दर्शकाच्या पहाण्यात आले. त्या वेळी तो संशोधक तळघरातील पाण्यातून एका नावेतून आत गेला. वल्हवत वल्हवत तो एका भव्य हॉलमध्ये शिरला होता. त्या हॉलमध्ये अर्धवट पाणी भरले होते.

"तुम्ही अगदी अचूक इमारत निवडली आहे," सिन्स्की खूष होऊन म्हणत होती. "असे दिसते की, जमिनीखाली भल्यामोठ्या पोकळ्या असून त्यातल्या पाण्यातून आपल्याला हिंडता येईल. काही ठिकाणी तर स्क्युबा डायव्हिंग न करताही जाता येईल... म्हणून तर झोब्रिस्टला तो व्हिडिओ बनवता आला."

एजंट ब्रूडर त्यांच्यामागे उभा होता. तो लॅपटॉपच्या पडद्याकडे पहात म्हणाला, "असेही दिसते की, इमारतीखालचे जलमार्ग हे कोळ्याच्या पायासारखे आजूबाजूला पसरले आहेत. आपण तिथे पोहोचण्याअगोदर जर ती सोल्युब्लॉन प्लॅस्टिकची पिशवी विरघळली, तर मग त्यातील द्रवपदार्थ पसरल्यावाचून राहणार नाही. ती गोष्ट थोपवता येणार नाही."

"पिशवीतील पदार्थ... तो कोणता पदार्थ असेल याची काही कल्पना आहे? नक्की काय असेल ते? अर्थातच ते भयानक जंतू असणार, पण– " लँग्डन बोलताना एकदम थांबला.

लँग्डन बोलताना ब्रूडर मध्येच म्हणाला, "आम्ही त्या व्हिडिओची फ्रेमनफ्रेम तपासली. त्यावरून तो पदार्थ खरोखरीच जैविक आहे, रासायनिक नाही... म्हणजे आत काहीतरी जिवंत पदार्थ आहे. ज्याअर्थी आतला पदार्थ भरपूर प्रमाणात नाही, त्याअर्थी तो अत्यंत जहाल, तीव्र किंवा अतिसंसर्गजन्य असणार आणि पुरुत्पादन होण्याची त्याची क्षमता असणार. तो पाण्यात रहाणारा जंतू असो किंवा हवेत वाढणारा असो, एकदा का तो पिशवीतून सुटला की, तो विषाणूसारखा पसरणार. मग तो पाण्यात किंवा हवेत वाढत जाणार. नक्की काय होईल, ते सांगता येणार नाही, पण काहीही शक्य आहे."

सिन्स्की म्हणाली, ''आम्ही आता भूमिगत पाण्यांबद्दलची माहिती गोळा करीत आहोत. त्या पाण्याचे तपमान शोधत आहोत. त्या पाण्यात कोणत्या प्रकारचे जंतू किंवा विषाणू यांची वाढ होऊ शकते, याचा अंदाज घेत आहोत. झोब्रिस्ट हा अत्यंत तीव्र बुद्धिमत्तेचा होता, त्याच्याकडे इतर कोणाकडे नसतील अशा क्षमता होत्या. त्याने ज्या अर्थी हीच जागा निवडली, त्या अर्थी त्याने सर्व घटकांचा विचार केला असणार.''

ब्रूडरने ते मान्य केले. पण पाण्यातील जंतूंची वाढ आणि प्रसार हा मुद्दा आता सर्वांच्या डोक्यात घोळू लागला. ती प्लॅस्टिकची पिशवी जमिनीखालच्या पाण्यात स्थिर ठेवून झोब्रिस्टने त्या पिशवीभोवतालचे तपमान आणि परिस्थिती ही कायम ठेवली. त्यात नैसर्गिकरीत्याच काहीही बदल होऊ शकणार नसल्याने जंतूंच्या वाढीसाठी ती स्थिर परिस्थिती उपयुक्त ठरते. त्यामुळे त्या पिशवीच्या देखभालीसाठी कोणत्याही वेगळ्या प्रयत्नांची गरज रहात नव्हती. तिथे सूर्यप्रकाश जात नसल्याने तापमानात बदल होणार नव्हता आणि भूमिगत असल्याने आपोआपच सुरक्षित रहाणार होती. जणूकाही ती एक खासगी आणि निवांत जागा होती. या सर्वांचा परिणाम म्हणजे ती पिशवी गणितीय पद्धतीप्रमाणे ठराविक वेळीच विरघळणार होती.

मग भले झोब्रिस्ट कधीही तिकडे फिरकला नाही तरीही.

विमानाची चाके जेव्हा जमिनीला टेकली. तेव्हा लँग्डन आसनात थोडासा उडाला. वैमानिकाने विमानाच्या चाकाला दाबून ब्रेक्स लावले आणि टॅक्सिइंग करीत दूरवरच्या एका हँगरकडे ते विमान नेले. मग हे विमानाचे अवाढव्य धूड शेवटी तिथे स्थिरावले आणि थांबले.

आपल्या स्वागतासाठी तिथे जागतिक आरोग्य संघटनेचा निम्मा कर्मचारी वर्ग उपस्थित असेल, अशी काहीशी लँग्डनची अपेक्षा होती. परंतु लँग्डनला नवल वाटले की तिथे फक्त लाल रंगातील क्रॉसचे चिन्ह असलेली 'डब्ल्यूएचओ'ची पांढरी व्हॅन घेऊन एक ड्रायव्हर हजर झाला होता.

रेड क्रॉस इथे? लँग्डन त्या व्हॅनकडे पुन:पुन्हा पाहू लागला. पण असेच चिन्ह दुसऱ्याही एका संस्थेचे म्हणजे स्वित्झर्लंड दूतावासाचेही होते.

त्याने आपला पट्टा सोडवला. प्रत्येक जण आता विमानातून बाहेर पडण्याची तयारी करू लागला. लँग्डन चौकशी करू लागला, ''जागतिक आरोग्य संघटनेची टीम कुठे आहे? तुर्की अधिकारी कोठे आहेत? का सर्व जण परस्पर हॅगिया सोफिया इथे गेलेत?''

सिन्स्कीने अस्वस्थ होऊन त्याच्याकडे एक दृष्टिक्षेप टाकला आणि ती खुलासा करू लागली, ''प्रत्यक्षात आम्ही स्थानिक अधिकाऱ्यांना सावध न करण्याचे ठरवले

आहे. आमच्याबरोबर ECDCची उत्कृष्ट अशी SRS टीम आहे. ही कारवाई शक्यतो गुपचूप केलेली बरी. नाहीतर उगाच बोभाटा होऊन खळबळ माजेल.''

लँग्डनला दिसले की, ब्रूडरच्या टीममधले सगळे जण आता आपापल्या बॅगा उघडून त्यात आवश्यक त्या वस्तू भरू लागले होते. त्यात सर्व तऱ्हेची आवश्यक यंत्रसामग्री होती, पाण्याखाली श्वासोच्छ्वास करण्याची साधने, इलेक्ट्रॉनिक शोध घेणारे साहित्य, खाद्यपदार्थ सारे काही होते.

ब्रूडरने आपली बॅग उचलून खांद्यावर घेतली आणि जवळ येऊन म्हणाला, ''आम्ही निघायला तयार झालो आहोत. आम्ही त्या इमारतीमध्ये शिरू, डॅन्डोलोचे थडगे शोधू, तसेच त्या कवितेत लिहिल्याप्रमाणे ते ठिबकणारे पाणी ऐकायचा प्रयत्न करू. नंतर मी आणि माझी टीम परिस्थितीचा नीट अंदाज घेऊन आणखी कोणी स्थानिक अधिकारी मदतीसाठी बोलवायचा की नाही, ते ठरवू.''

लँग्डनला या योजनेत आधीच काही अडचणी दिसल्या. तो म्हणाला, ''हॅगिया सोफिया इमारत सूर्यास्ताच्या वेळी बंद करण्यात येते. तेव्हा स्थानिक अधिकाऱ्यांच्या सहकार्यावाचून आपण आत साधा प्रवेशही करू शकणार नाही.''

यावर सिन्स्की म्हणाली, ''तशी काही अडचण येईल असे मला वाटत नाही. माझ्या स्वित्झर्लंडच्या दूतावासामध्ये ओळखी आहेत. त्यापैकी एकाने संग्रहालयाच्या मुख्याधिकाऱ्याशी आधीच संपर्क साधून एक खासगी व्हीआयपी पर्यटकांची सहल आत्ता येते आहे, असे कळवले आहे. त्या मुख्याधिकाऱ्याने याला मान्यता दिली आहे.''

यावर लँग्डन हसून म्हणाला, ''जागतिक आरोग्य संघटनेच्या संचालकाची खासगी व्हीआयपी सहल? आणि त्याबरोबर सोल्जर्सची तुकडी आणि त्यांच्या बरोबर यंत्रसामग्री? यामुळे तिथे अनेकांच्या भुवया संशयाने उंचावतील.''

''SRS टीमचे जवान आणि त्यांची सामग्री बाहेर व्हॅनमध्येच राहील. ब्रूडर, तुम्ही आणि मी आत जाऊन परिस्थितीची पहाणी करू,'' सिन्स्की सांगत होती. ''मी व्हीआयपी नसून तुम्ही व्हीआयपी आहात. अगदी अधिकृतपणे.''

''काय सांगता?'' लँग्डन आश्चर्याने म्हणाला.

''सग्रहालयाच्या अधिकाऱ्याला आम्ही सांगून ठेवले आहे की, एक प्रसिद्ध अमेरिकी प्रोफेसर आपली संशोधन करणारी टीम घेऊन येतो आहे. त्यांना हॅगिया सोफियाच्या चिन्हांवर एक लेख लिहायचा आहे. त्यांचे विमान पाच तास खोळंबले होते. त्यांना उद्या सकाळीच निघायचे असल्याने आम्ही अशी आशा करतो की– ''

''ठीक आहे, ठीक आहे! माझ्या लक्षात आले सारे,'' लँग्डन मान्य करीत म्हणाला.

''संग्रहालयाकडून तिथे आपल्या स्वागतासाठी एका अधिकाऱ्याला पाठवले

जाईल. 'इस्लामिक आर्ट' या विषयावर तुम्ही जे काही लिहिलेले आहे ते लेख त्याला खूप आवडलेले असल्याने तो तुमचा चाहता बनला आहे,'' असे म्हणून सिन्स्की मलूलपणे हसली. तिला आता खूपच आशा वाटू लागली होती. ती पुढे म्हणाली, ''त्यांनी आपल्याला आश्वासन दिले आहे की, सबंध इमारतीमध्ये आपल्याला कुठेही जायची परवानगी दिली आहे.''

''आणि विशेष म्हणजे,'' ब्रूडर सांगत होता, ''संपूर्ण वास्तू आपल्याच ताब्यात रहाणार आहे.''

८५

रॉबर्ट लँग्डन व्हॅनच्या खिडकीमधून बाहेर बघत होता. जलमार्गाच्या शेजारून जाणाऱ्या हायवेवरून व्हॅन धावत होती. तो हायवे शहराच्या मध्यभागाकडे नेणारा होता. स्विस अधिकाऱ्यांच्या ओळखीमुळे लँग्डन, सिन्स्की आणि इतर मंडळी यांना कस्टममधून झटपट मोकळे करण्यात आले.

सिन्स्कीने प्रोव्होस्त आणि फेरीस यांना विमानातच थांबण्यास सांगितले. शिवाय आपल्या बऱ्याच कर्मचाऱ्यांनाही तिने विमानात ठेवलेले होते. ते कर्मचारी सिएना ब्रूक्स हिचा मागोवा काढण्याचा प्रयत्न करीत होते.

सिएना इस्तंबूलला वेळेत पोहोचेल किंवा आपल्या आधी पोहोचेल, यावर कोणाचाच विश्वास नव्हता. परंतु झोब्रिस्टचे कोणी अनुयायी जर तुर्कस्तानमध्ये असतील, तर सिएना त्यांना फोन करण्याची शक्यता होती. सिन्स्कीची टीम तिकडे पोहोचण्याआधी त्यांना ती सावध करून सिन्स्कीला चकवा दिला जाण्याची शक्यता होती.

सिएनाला खरोखरीच मोठ्या प्रमाणात नरसंहार घडवण्याची इच्छा होती काय? आज दिवसभरात जे जे काही घडत गेले, त्याचा स्वीकार करणे लँग्डनच्या मनाला कठीण जात होते. त्याला ते स्वीकारताना वेदना होत होत्या. परंतु त्याने शेवटी नाइलाजाने ते सत्य स्वीकारले. *रॉबर्ट, तुला सिएना कधीच कळली नाही. तिने तुझा वापर करून घेतला.*

आता शहरावर हलकासा पाऊस पडू लागला. व्हॅनच्या काचेवरील वायपर डोलू लागला. त्याचा सारखा खट्ऽ खट्ऽ आवाज होऊ लागला. त्या आवाजामुळे तो जरा वेळाने कंटाळून गेला. त्याच्या उजव्या बाजूला मार्माराचा समुद्र होता. त्यातून काही आलिशान यॉट नौका जा-ये करीत होत्या. तसेच भल्यामोठ्या टँकर बोटींची वर्दळ चालू होती. त्या सर्वांचे दिवे त्याला दिसत होते. सबंध जलमार्गावर अनेक सडपातळ मिनार मशिदींभोवती उभे होते आणि ते दिव्यांच्या प्रकाशामुळे उजळून गेले होते. इस्तंबूल हे एक आधुनिक आणि निधर्मी शहर बनले असले, तरी

या शहराचा गाभा हा धर्माचा आहे, अशी आठवणच ते मिनार शांतपणे करून देत होते.

हा हायवे १० मैल लांबीचा होता. युरोपमधला हा सर्वांत सुंदर हायवे आहे, असे लँग्डनला नेहमी वाटे. आधुनिक आणि सनातन यांतील संघर्ष या रस्त्यावर व्यवस्थित प्रकट झाला होता. रस्त्याला लागून जुन्या शहराच्या वेशीची भिंत होती. ती १६००पेक्षा अधिक वर्षांची जुनी होती. अशा या रस्त्याला जॉन एफ. केनेडी याचे नाव दिले होते. कमाल अतातुर्क हा तुर्कस्तानचा एके काळचा राज्यकर्ता होता. तो अत्यंत सुधारणावादी होता. त्याच्यामुळे तुर्कस्तान एका कोसळलेल्या साम्राज्याच्या राखेतून पुन्हा एक राष्ट्र म्हणून उभे राहिले. केनेडी हा त्याचा चाहता होता.

या केनेडी अ‍ॅव्हेन्यू रस्त्याला समुद्रकिनाऱ्याचे रम्य दृश्य लाभले होते. त्याच्या दुतर्फा झाडी होती, ऐतिहासिक बागा होत्या. येनीकापी बंदरावरून हा रस्ता जात होता. शेवटी इस्तंबूल शहरातून बोस्पोरसची सामुद्रधुनी इथे जात होता. तिथून तो सरळ पुढे गोल्डन हॉर्नभोवतालून पुढे निघून गेला होता. शहरातील ओटोमानचा टॉपकापी राजवाडा एके काळी साम्राज्याचा बुलंद आणि भक्कम आधार समजला जाई. तो उंच राजवाडा आता कोठूनही दिसतो. तिथून बोस्पोरसच्या जलमार्गाचे मनोहारी दृश्य दिसत असल्याने तिथे रोज पर्यटकांची गर्दी उसळे. तसेच, त्या राजवाड्यात ऑटोमान याचा खजिनाही ठेवल्याने पर्यटक तो पहाण्यासाठी गर्दी करीत. त्यात एक अंगरखा आणि तलवार ठेवलेले होते. असे सांगतात की, त्या दोन्ही वस्तू प्रेषित महंमदाच्या होत्या.

परंतु आपण काही राजवाडा पहायला जाणार नाही, असा विचार मनात आणून लँग्डन हॅगिया सोफिया वास्तू मनात उभी करू लागला. ती वास्तू शहराच्या मध्यभागात होती. त्यांच्यापासून आता ती थोड्याच अंतरावर होती.

मग त्यांची गाडी हमरस्ता सोडून भर लोकवस्तीत शिरली आणि वेडीवाकडी वळणे घेत लोकांच्या गर्दीतून वाट काढीत जाऊ लागली. लँग्डन बाहेरच्या गर्दीकडे पहात राहिला. दिवसभरातील संवाद, संभाषण आठवून तो थरारला.

लोकसंख्येत झालेली अतिवाढ!

प्लेग!

झोब्रिस्टच्या चमत्कारिक महत्त्वाकांक्षा!

त्याच बरोबर लँग्डनला कळेना की, ही एसआरएस माणसांची कारवाई नक्की कोणत्या दिशेने चालली आहे. त्याला ही गोष्ट आत्तापर्यंत नीट समजलेली नव्हती. *आपण आता ग्राउंड झीरोकडे जात आहोत,* एवढेच त्याला समजले होते. पिवळसर-तपकिरी रंगाच्या द्रवाची ती प्लॅस्टीकची पिशवी हळूहळू विरघळत चालली आहे,

आणि आपण तिच्या शोधयात्रेत सामील झालो आहोत. पण मुळात या प्रकरणात आपण कसे गुंतलो, याचे त्याला आश्चर्य वाटत होते.

डान्टेच्या मुखवट्यामागे ज्या चमत्कारिक काव्यपंक्ती होत्या त्यामुळेच तो इथवर आला होता. लँग्डनने एसआरएस टीमला हॅगिया सोकियाचा मार्ग दाखवला. आता प्रत्यक्ष त्या जागेवर गेल्यावर आणखी बरेच काम करावे लागणार होते. त्या काव्यपंक्तींचा अर्थ पुन्हा त्याच्या मनात घोळू लागला :

> सोनेरी मुलामा दिलेल्या आणि पवित्र ज्ञान असलेल्या संग्रहालयात आपले गुडघे टेकवा आणि आपला कान जमिनीला लावा. ठिबकणाऱ्या पाण्याचा आवाज ऐका. खाली बुडालेल्या राजवाड्यात खोलवर जा... कारण तिथे, अंधाऱ्या जागेत तो थॉनिक राक्षस वाट पहातो आहे. तो रक्तासारख्या लाल पाण्यात बुडालेला आहे. त्या सरोवरातील पाण्यात ताऱ्यांचे प्रतिबिंब पडत नाही.

लँग्डनला पुन्हा एकदा डान्टेच्या 'इन्फर्नो' काव्यातील शेवटचा अध्याय अशाच एका दृश्यात संपलेला आठवला. या योगायोगाचा किंवा मुद्दाम तशा काव्यपंक्ती रचल्याचा नक्की अर्थ काय असेल? तो गोंधळून गेला. नरकात खोल खोल गेल्यावर डान्टे आणि व्हर्जिल सर्वांत खालच्या बिंदूला पोहोचतात. इथून त्यांना बाहेर निसटण्याची वाट सापडत नाही. मग त्यांना आपल्या पायाखालच्या दगडांच्या खालून पाणी ठिबकण्याचा आवाज ऐकू येतो. मग ते पाण्याची बारीक धार आणि दगडातल्या भेगा यांचा मागोवा घेत... शेवटी सुरक्षित निसटतात.

डान्टे याबद्दल लिहितो, *"तिथे खाली एक अशी जागा आहे की, जी डोळ्यांनी समजत नाही, पण पाण्याच्या बारीक धारेच्या आवाजामुळे समजू शकते. ती धार एका पोकळ दगडाच्या बाजूने जाते... आणि त्या लपलेल्या वाटेमध्ये माझा मार्गदर्शक व मी शिरलो आणि अखेर बाहेरच्या नेहमीच्या जगात आलो."*

झोब्रिस्टने नक्कीच याच डान्टेच्या ओळीतून स्फूर्ती घेतली असणार याची लँग्डनला खात्री होती. परंतु या आत्ताच्या प्रकरणात सारेकाही झोब्रिस्टने उलटे-पालटे केले होते. लँग्डन आणि बाकीचेसुद्धा ठिबकणाऱ्या पाण्याच्या आवाजात मागोवा घेत जाणार होते. परंतु शेवटी ते थेट त्या पिशवीकडे अर्थात नरकाकडेच जाणार होते.

आता व्हॅनला गल्लीबोळांतून मार्ग काढावा लागत होता. रस्त्यातील वर्दळ खूपच वाढलेली होती. तिथली लोकवस्ती दाट होती, एकवटलेली होती. झोब्रिस्टने मुद्दामच इस्तंबूलच्या दाट मनुष्यवस्तीचे ठिकाण आपल्या विकृत मनाने निवडले

असावे, असा विचार लँग्डनच्या मनात येऊन गेला.

इथेच युरोप खंड आणि आशिया खंड यांच्या सीमा एकत्र आल्या होत्या.

पूर्व दिशा पश्चिम दिशेला भेटत होती.

हा एक जगाचा चौक झाला होता.

इतिहासात इस्तंबूलमध्ये अनेक वेळा भयानक प्लेगच्या साथी उद्‌भवलेल्या होत्या. त्यामुळे मोठ्या प्रमाणात लोक मृत्यू पावल्याने लोकसंख्या कमी झाली होती. प्लेगच्या साथीच्या शेवटच्या काळात जेव्हा कहर झाला होता, तेव्हा तर इस्तंबूल शहराला, 'प्लेगचे केंद्र' असे लोक म्हणू लागले. एकदा तर एका दिवसात १० हजार रहिवासी मृत्युमुखी पडले होते. ऑटोमान साम्राज्याच्या काळात जी चित्रे काढली गेली, त्यात अनेक चित्र प्लेगवरची होती. ती पुढे खूप गाजली. एका चित्रात तर तक्सिम नावाच्या मैदानापाशी प्रेतांचे ढीग रचलेले होते आणि ती प्रेते पुरण्यासाठी लोक बेभान होऊन अनेक खड्डे खणताना दिसत होते.

कार्ल मार्क्स म्हणाला होता, 'इतिहासाची पुनरावृत्ती होते.' इथे इस्तंबूलमध्ये तसे न होवो, अशी आशा लँग्डन करू लागला.

पावसाने भिजलेल्या रस्त्यावरून अनेक माणसे त्यांचे संध्याकाळचे उद्योग करण्यासाठी उत्साहाने बाहेर पडून वावरत होते; एक देखणी तुर्की स्त्री आपल्या मुलांनी जेवायला घरी यावे म्हणून हाका मारीत होती; रस्त्यावरच्या फुटपाथवर टेबल-खुर्च्या टाकलेल्या जागेत एक कॅफे चालवले जात होते; तिथे दोन वृद्ध स्त्रिया एकच पेय दोघीत वाटून घेऊन पीत होत्या; झकपक कपडे करून एक जोडपे एका छत्रीतून जात होते आणि एक कोट घातलेला माणूस बसमधून उडी मारून घाईघाईने रस्त्यातून पळत सुटला होता. नक्कीच त्याला एखाद्या जलशाला जाण्यासाठी उशीर झालेला असावा.

लँग्डनने रस्त्यातील माणसांचे चेहरे न्याहाळले. त्यावरील भाव पाहून प्रत्येकाचे जीवन कसे असेल, हे तो जोखीत होता.

अनेक व्यक्ती मिळून जनसमुदाय तयार होतो.

त्याने आपले डोळे मिटून घेतले. खिडकीपासून आपले तोंड फिरवून डोक्यातील विकृत विचार हाकलण्याचा प्रयत्न केला. पण त्याचे मन उद्‌ध्वस्त होत होते. एक नको असलेली प्रतिभा त्याच्या मनात निर्माण होऊ लागली होती. ब्रुगेल या लेखकाच्या 'Triumph of Death' (मृत्यूचा विजय) कादंबरीत वर्णन केल्याप्रमाणे त्याला मृत्यूचे तांडव दिसू लागले, उजाड भूमी दिसू लागली. रोगाच्या साथी, दुःखे आणि भयानक यातना यांनी एक समुद्रकाठचे शहर कसे विदीर्ण झाले होते, याचे दर्शन त्या कादंबरीत होते. लँग्डनच्या डोळ्यांसमोर त्यातील दृश्ये तरळू लागली.

व्हॅन उजवीकडे वळून तोरुन ॲव्हेन्यू या रस्त्याला लागली. क्षणभर लँग्डनला

वाटले आपले ठिकाण आले. त्याच्या डावीकडे धुक्यामध्ये त्याला एक मोठी मशीद दिसली. पण ती हॅगिया सोफिया इमारत नव्हती.

त्याच्या लगेच लक्षात आले की, ही 'ब्ल्यू मॉस्क' या नावाने ओळखली जाणारी निळी मशीद आहे. त्या मशिदीला निमुळते मिनार होते. त्यांची उंच हवेत गेलेली टोके हे टोकदार सुळके होते. त्या मशिदीच्या या मिनारांना गोल सज्जे होते. ते पाहून डिस्ने लॅन्डमध्ये सिन्ड्रेलाच्या किल्ल्याची रचना वास्तुरचनाकाराला सुचली होती. या मशिदीच्या आतल्या भिंतीवर चकचकीत निळ्या टाइल्स लावल्याने तिला 'निळी मशीद' असे संबोधले जाऊ लागले.

आपण आता जवळ पोहोचलो आहोत, हे लँग्डनला काबासकल अॅव्हेन्यूला व्हॅन वळल्यावर समजले. 'सल्तनमेत पार्क'वरून गाडी जाऊ लागली. आता निळ्या मशिदीपासून थोडेच अंतर उरले होते. निळी मशीद आणि हॅगिया सोफिया या इमारती त्या परिसरात उंच असल्याने लांबूनच समजत होत्या. लँग्डनने समीरच्या ओल्या काचेतून हॅगिया सोफियाची इमारत लांबून दिसते का, ते पाहिले. परंतु व्हॅनचा झगझगीत प्रकाश आणि पाऊस यांमुळे लांबचे नीट दिसत नव्हते. शिवाय रस्त्यावरची वाहतूक आता अत्यंत मंद गतीने पुढे सरकत होती. पुढे असलेल्या वाहनांचे मागचे लाल दिवे ब्रेक्स मारल्याने सारखे लागलेले दिसत होते.

व्हॅनचा ड्रायव्हर म्हणाला, "पुढे काहीतरी समारंभ असावा. मला वाटते की, एखादा जलसा असावा. अशा गतीने पुढे सरकण्यापेक्षा पायी गेलो तर लवकर पोहोचू."

सिन्स्कीने विचारले, "अजून किती दूर राहिलेले आहे?"

"त्या पार्कमधून गेल्यास तीन मिनिटांत पोहोचता येईल. आणि तसे ते सुरक्षितही आहे."

सिन्स्कीने ब्रूडरकडे पाहून मान हालवली आणि नंतर एसआरएस टीमच्या लोकांकडे तिने पाहिले. ती त्यांना म्हणाली, "तुम्ही व्हॅनमध्येच बसून रहा. इमारतीच्या जितक्या जवळ व्हॅन नेता येईल तितकी न्या. नंतर लवकरच ब्रूडर तुम्हाला सूचना देईल."

मग सिन्स्की, ब्रूडर व लँग्डन व्हॅनमधून उड्या मारून खाली उतरले आणि ते पार्ककडे चालू लागले.

त्या पार्कमधील झाडांची पाने खूप मोठी असल्याने त्या खालून जाताना पावसापासून थोडेसे संरक्षण मिळत होते. पण ते घाईघाईने बागेतील पायवाटेने चालले होते. सुदैवाने त्या पायवाटेवर छप्पर होते. पायवाटेच्या दुतर्फा पाट्या होत्या. त्यामुळे बागेत कुठे काय पहावे, ते हिंडणाऱ्या पर्यटकांना समजे. त्या प्रेक्षणीय वस्तूंमध्ये लक्सॉरहून आणलेली इजिप्शियन स्मृतिशिळा (obelisk)

होती, डेल्फीमधील अपोलोच्या देवळातील सर्पाकृती स्तंभ आणि मिलिऑन स्तंभही होता. याच स्तंभापासून पूर्वी बायझन्टाइन साम्राज्यात युरोपातील सर्व अंतरे मोजली जायची. शेवटी ते एका गोलाकृती तलावाच्या काठापाशी असलेल्या झाडांजवळ आले. त्या बागेचा तो मध्यबिंदू होता. तिथल्या मोकळ्या जागेत उभे राहून लँग्डनने पूर्वेकडे आपली नजर रोखली. त्याला ती वास्तू दिसली.

हॅगिया सोफिया!

वास्तू कसली, एक पर्वत वाटावा एवढी ती वास्तू अवाढव्य होती.

नुकत्याच झालेल्या पावसात ती वास्तू न्हाऊन निघाल्याने चमकत होती. जणूकाही ते एक शहर आहे, असा भास लांबून होत होता. तिच्या मध्यभागी माथ्यावर असलेला घुमट अतिरुंद होता, विस्तृत होता. त्या इमारतीभोवती असलेल्या बऱ्याच अन्य इमारतींच्या माथ्यावर घुमट होते. पण ते हॅगिया सोफिया इमारतीच्या घुमटापेक्षा लहान होते. त्यामुळे असा भास होत होता की, अनेक घुमटांच्या समुदायावर तो मोठा घुमट मध्यभागी ठेवलेला आहे. त्यामुळे त्या सर्व इमारती एकाच इमारतीचे भाग आहेत, असेही लांबून वाटे.

सिन्स्की आणि ब्रूडर हे दोघेही आत्तापर्यंत धुक्यातून सरळ नजर ठेवून चालले होते. पण एकदम ते जरा पुढे सरकले आणि आपल्या माना उंच करून पाहू लागले. त्यांच्या समोर धुक्यातून ती हॅगिया सोफिया इमारत प्रकट झाली होती. त्या वास्तूची लांबी, रुंदी आणि उंची इत्यादींचा आवाका त्यांच्या मनाला अजमावायला त्रास पडत होता.

ब्रूडर ती इमारत पाहून थक्क होत म्हणाला, "माय गॉड! आपल्याला या इमारतीमध्ये शोध घ्यायचा आहे?"

८६

मला कैदी बनवून बंदिस्त केले गेले आहे, असे प्रोव्होस्तला वाटू लागले. C-130 विमानात तो येरझारा घालीत होता. ती आणीबाणीची परिस्थिती हाताबाहेर जाण्याआधी इस्तंबूलला जाऊन सिन्स्कीला मदत करण्याचे त्याने तिच्यापाशी कबूल केले होते.

झोब्रिस्टला मदत केल्याच्या आरोपावरून जर सरकारने आपल्यावर काही कारवाई केली, तर सिन्स्कीला मदत केल्यामुळे कदाचित ती कारवाई, शिक्षा किंवा दंड सौम्यही केला जाऊ शकेल, असाही विचार प्रोव्होस्त करत होता. पण 'आता मी सिन्स्कीच्याच ताब्यात असल्यासारखा आहे,' असे त्याला वाटले.

ते विमान सरकारी हॅंगरमध्ये जाऊन थांबल्यावर सिन्स्कीने ब्रूडरची टीम आधी विमानाबाहेर काढली. नंतर तिने प्रोव्होस्त आणि कन्सोर्टियमची जी थोडीफार माणसे होती त्यांना विमानातून बाहेर जाऊ देऊ नये, असा आपल्या कर्मचाऱ्यांना हुकूम दिला.

नंतर प्रोव्होस्तने जरा हवा खाण्यासाठी विमानाबाहेर पाऊल टाकण्याचा प्रयत्न केला असताना त्याची वाट वैमानिकांनी अडवून धरली. त्यांनी निर्विकार चेहऱ्यांनी त्याला सांगितले की, डॉ. सिन्स्कीने प्रत्येकाला विमानातच थांबून रहाण्याची विनंती केलेली आहे.

प्रोव्होस्तच्या मनात आले, *हे काही बरे लक्षण दिसत नाही.* आपले भवितव्य आता डळमळीत होणार आहे, याची जाणीव होऊन तो एका आसनावर जाऊन बसला.

इतके दिवस प्रोव्होस्त प्यादी नाचवत होता. तो सूत्रधार होता, पण आता एकदम त्याच्या हातातील सत्ता फट्कन काढून घेतली गेली होती.

झोब्रिस्ट, सिएना, सिन्स्की या साऱ्यांनी त्याला धुडकावले होते... त्याला जोखले होते आणि तशा आपल्या खेळी खेळल्या होत्या.

फसवेगिरी विकण्याची कामे जगात एकटा प्रोव्होस्त करीत नव्हता. मात्र तो

अशा व्यवसायातील क्रमांक एकच्या जागेवर गेला होता. या व्यवसायातील 'मुख्य' बनला होता. बाकीची मंडळी त्याच्यापुढे अगदीच छोटी होती, क्षुद्र होती. अशांचा संपर्कही प्रोव्होस्त टाळीत आलेला होता. कारण त्याच्या मते ते भुरटे चोर असल्यासारखे होते.

'अलिबी कंपनी' आणि 'अलिबी नेटवर्क' या दोन कंपन्या अशी कामे करणाऱ्या होत्या. त्यांनी अविश्वासू जोडीदार पुरवून जगभरातून खूप पैसा केला होता. ते सरळ सरळ फसवाफसवी करीत होते. आणि तरीही ते पकडले जाऊ शकत नव्हते. 'तुम्हाला काही काळापुरता आम्ही जोडीदार पुरवू,' अशी हमी ते देत असत. मग त्यांच्याकडे येणारे ग्राहक आपली बायको किंवा नवरा यांच्यापासून काही काळ खोट्या सबबीखाली दूर रहात. त्यांना त्या सबबी निर्माण करण्यासाठी, आपल्या खऱ्या नवऱ्याला किंवा खऱ्या बायकोला पटवण्यासाठी ती कंपनी वाटेल त्या क्लृप्त्या लढवत असे. त्यासाठी परिषदेची निमंत्रणे, डॉक्टरांच्या अपॉइंटमेन्ट्स, विवाहाच्या निमंत्रण-पत्रिका, परिषदेची माहितीपत्रके, विमानाची तिकिटे, हॉटेलातील रिझर्व्हेशन्स वगैरे छापून देत असे. एवढेच काय संपर्कासाठी खोटे फोन नंबर्सही देत असे. प्रत्यक्षात ते नंबर्स त्या कंपनीच्या ऑफिसातीलच असत. यामुळे तुमच्या जोडीदाराची खात्री पटे आणि तुम्हाला घराबाहेर पडायला मोकळे होता येई. मग कंपनीने पुरवलेल्या तात्पुरत्या जोडीदाराबरोबर तुम्ही मजा करू शकता. पण ते जोडीदार काही दिवसांतच तुम्हाला मोठा खर्च करायला लावून, पळून जायचे. आधी ठरलेल्या सर्व अटी मोडून तुम्हाला गंडा घालून निघून जायचे. त्याचे नाव, पत्ता वगैरे सारे खोटे असल्याने तुम्हाला त्याचा शोध घेता येत नसे. कंपनीकडे तक्रार केली तर कंपनी आपल्या कानावर चक्क हात ठेवायची. झाल्या गोष्टीची तक्रार पोलिसात करणे म्हणजे आपलीच बेअब्रू करून घेण्याजोगे असे. कंपनीने तुमच्याकडून आधीच भरभक्कम फी वसूल केलेली असे. कायद्याने त्यांचे कधीच वाकडे करता येत नसे.

या असल्या फालतू, किरकोळ फसवणुकीच्या भानगडीत प्रोव्होस्त कधीच पडत नसे. तो आपल्या अशिलाने सांगितलेली फसवणुकीची कामे करी, पण त्यासाठी त्याची फी भरभक्कम असे. त्याचे अशील श्रीमंत असत. ज्यांना कित्येक लाख डॉलर्स फी देण्याची ऐपत आहे, अशांचीच कामे तो अंगावर घेई. त्यांना मात्र तो आपली सेवा इमानेइतबारे देई. त्याचे असे ग्राहक कोण होते?

विविध सरकारे! मोठमोठ्या कॉर्पोरेट कंपन्या! अचानक अतिश्रीमंत झालेले व्हीआयपी लोक!

या अशिलांना जे साध्य करायचे असे त्यासाठी कन्सोर्टियमचे साहित्य, मालमत्ता, कर्मचारी वर्ग, अनुभव आणि निर्मिती वापरली जाई. अशिलाच्या

इच्छेनुसार अशा फसव्या घटना, कारवाया केल्या जात की, त्या प्रत्यक्षात खरोखरीच घडल्याचा भास होई. हे करताना एवढी खबरदारी घेतली जाई की, ती घटना आपोआप घडली आहे, असे वाटावे. त्याचा मागोवा अशिलापर्यंत बिलकूल घेता येत नसे. कोणताही पुरावा अशिलाकडे बोट दाखवीत नसे. त्यामुळे या संदर्भात अशील चक्क आपल्या कानांवर हात ठेवू शकत असे.

अशा फसव्या घटना या शेअर बाजारातील भाव चढवण्यासाठी किंवा कोसळण्यासाठी, निवडणूक जिंकण्यासाठी, युद्धाला निमित्त पुरवण्यासाठी, युद्ध करणाऱ्या पक्षाची बाजू खरी आहे असे भासवण्यासाठी, एखाद्या दडी मारून बसलेल्या दहशतवाद्याला भुरळ घालून, आमिष दाखवून बाहेर काढण्यासाठी, जनतेचे मत हवे तसे घडवण्यासाठी, घडवल्या जात. १९४७मध्ये अमेरिकन वायुदलाचे एका गुप्त रचनेचे विमान कोसळल्याची घटना न्यू मेक्सिकोमधील रॉसवेल इथे घडली होती. त्यापासून लक्ष दुसरीकडे वेधण्यासाठी आणि खरे कारण लपवण्यासाठी वायुदलानेच खोटी छायाचित्रे, पुरावे निर्माण करून परग्रहावरून आलेल्या उडत्या तबकड्यांचे कारण दर्शवले होते. फार काय, अलीकडेच इराककडे मोठ्या प्रमाणात जनसंहार करण्याची आयुधे, शस्त्रे, अस्त्रे आहेत, अशीही समजूत अमेरिकेने जगाची करून दिली होती. रशियाही या बाबतीत मागे नाही. १९६०नंतरच्या दशकात रशियाने एक खोटे खोटे हेर यंत्रणेचे जाळे उभे केल्याचे पाश्चात्त्य जगाला भासवले होते. ते खरे मानून त्या हेरयंत्रणेचा शोध ब्रिटन बरीच वर्षे घेत बसले होते.

अशी ही फसवेगिरी आजवर नेहमीच चालत आलेली आहे.

प्रोव्होस्त गेली ३० वर्षे अनेक मातब्बर मंडळींना संरक्षण पुरवत आला होता, त्यांची सत्ता बळकट करीत, ती वाढवत आला होता. मात्र अशा कामगिऱ्या अंगावर घेताना तो अत्यंत काळजी घेत असे. तरीही त्याला भीती वाटत असे की, एके दिवशी आपण एखादे चुकीचे काम स्वीकारल्याने गोत्यात येऊ.

तो दिवस आता उगवला होता.

प्रत्येक कोसळण्याची भव्य घटना ही मागे मागे गेल्यास तिचा उगम हा कोठल्यातरी क्षुल्लक घटनेत असतो, असे प्रोव्होस्त मानीत असे. मग योगायोगाने कोणाची तरी भेट घडणे, एखादा चुकीचा निर्णय घेणे, नको ते बघायला मिळणे अशासारख्या त्या घटना असू शकतात.

परंतु या झोब्रिस्टच्या भानगडीत आपल्या हातून झालेली चूकच मुळात कारणीभूत आहे, हे प्रोव्होस्तच्या लक्षात आले. ती चूक १२ वर्षांपूर्वी झालेली होती. त्या वेळी वैद्यकीय शिक्षण घेणारी एक तरुण विद्यार्थिनी त्याच्याकडे काम मागायला आली होती. तिला त्या वेळी पैशांची गरज होती. प्रोव्होस्तने ताबडतोब

तिची सेवा भाड्याने घेण्याचे ठरवले. ती तरुणी अत्यंत बुद्धिमान होती, तिचे निरनिराळ्या भाषांवर प्रभुत्व होते आणि ऐन वेळी कामात अनुकूल बदल करून, हवे ते परिणाम साधण्याचे कौशल्य तिच्याजवळ होते. त्यामुळे कन्सोर्टियमच्या सेवेत तिला लगेच प्राधान्य देण्यात आले.

सिएना ब्रूक्स सहजगत्या निवडली गेली होती.

सिएनाला आपले काम ताबडतोब समजले. आणि प्रोव्होस्तच्या लक्षात आले की, ही तरुण मुलगी आपली गुपिते व्यवस्थित सांभाळू शकते, तिच्याकडून ती गुपिते चुकूनसुद्धा बाहेर फुटणार नाहीत. सिएनाने प्रोव्होस्तकडे दोन वर्षे काम करून बरीच कमाई केली. त्यातून तिने आपली वैद्यकीय शिक्षणाची फी दिली आणि अन्य खर्च भागवला. मग अचानक तिने आपले काम आता संपल्याचे प्रोव्होस्तला जाहीर केले. तिला आता जगाला वाचवण्याचा ध्यास लागला होता.

त्यानंतर १० वर्षांनी सिएना ब्रूक्स आपल्याकडे येईल, अशी प्रोव्होस्तने कल्पनाही केली नव्हती. तिने आपल्याबरोबर एक अतिश्रीमंत व्यक्ती प्रोव्होस्तकडे अशील म्हणून आणली होती.

तो होता, बर्ट्रान्ड झोब्रिस्ट!

प्रोव्होस्तने आपल्या स्मृतीला ताण देऊन तो प्रसंग आठवण्याचा प्रयत्न केला.

सिएनाने झोब्रिस्टला आणून एक मोठी चूक केली होती. झोब्रिस्टच्या योजनेत ती स्वत: सामील झालेली होती.

C-130 विमानातील कॉन्फरन्स टेबलावर कामे करणाऱ्या कर्मचाऱ्यांमध्ये एकदम गडबड उडाली होती. उत्तेजित स्वरात ते फोनवर बोलू लागले होते.

"सिएना ब्रूक्स?" एक जण फोनवर ओरडून बोलत होता. "तुमची तशी नक्की खात्री आहे का?" एवढे बोलून तो अधिकारी काही क्षण पलीकडचे ऐकत राहिला. मग आपल्या भुवया उंचावत त्याने म्हटले, "ओके! मला सारा तपशील द्या. मी फोन चालूच ठेवतो."

मग त्याने फोनच्या माउथपीसवर हात ठेवून आपल्या सहकाऱ्यांकडे पहात म्हटले, "आपण इटलीहून निघाल्यानंतर सिएना ब्रूक्सही इटलीहून निघाली आहे असे दिसते."

"ते कसे काय?" एका स्त्री-कर्मचाऱ्याने विचारले. "आपण सर्व विमानतळ, पूल, रेल्वे स्टेशन्स इथे पाळत ठेवली होती..."

यावर तो अधिकारी उत्तरला, "ती लिडो इथल्या नायसेली विमानतळावरून निघाली."

"शक्यच नाही!" ती स्त्री म्हणाली. आपली मान हलवत ती पुढे म्हणाली, "नायसेली हा एक छोटा विमानतळ आहे. म्हणून तिथे प्रवासी कंपन्यांच्या मोठ्या

विमानांची सर्व्हिस नसते. तिथे फक्त स्थानिक हेलिकॉप्टर्समधल्या सहली आणि– ''

"सिएना ब्रूक्सने काहीतरी करून एक छोटे खासगी जेट विमान मिळवले. ते नायसेली विमानतळावरच्या हँगरमध्येच ठेवलेले होते. ते अजून यासंबंधी माहिती मिळवत आहेत.'' मग त्याने परत फोनमध्ये बोलण्यास सुरुवात केली, "येस, मी फोनवरच आहे. नवीन काय माहिती मिळवली?'' तो जसजशी पलीकडून सांगितली जाणारी माहिती ऐकू लागला; तसतसा तो निराश झाला. शेवटी तो खाली आसनावर बसला आणि म्हणाला, "होय, मी समजू शकतो. थँक यू!'' फोन बंद झाला.

त्याचे सहकारी त्याच्याकडे अपेक्षेने पाहू लागले.

"सिएनाचे जेट विमान तुर्कस्तानकडेच गेले आहे,'' एवढे म्हणून तो आपले डोळे चोळू लागला.

मग कोणीतरी म्हटले, "असे असेल तर युरोपियन एअर ट्रान्सपोर्ट कमांडला फोन लावा आणि त्या विमानाला मागे परतवून लावा.''

यावर तो माणूस म्हणाला, "ते आता शक्य नाही. १२ मिनिटांपूर्वी ते विमान 'हजर्फिन' या खासगी विमानतळावर उतरले आहे. तो विमानतळ इथून अवघ्या १५ मैलांवर आहे. शेवटी सिएना ब्रूक्स निसटली आहे, असे दिसते.''

८७

हॅगिया सोफिया वास्तूच्या माथ्यावरील घुमटावर पावसाचे थेंब ताडताड आपटत होते.

सुमारे हजारएक वर्षे हे चर्च जगातील सर्वांत मोठे चर्च म्हणून समजले जात होते. आणि अजूनही यापेक्षा अधिक भव्य चर्चची कल्पना कोणी करू शकत नव्हते. ती वास्तू आता पुन्हा पहाताना 'जस्टिनियन' या बादशहाची आठवण झाली. ज्या वेळी हॅगिया सोफियाची वास्तू बांधून पूर्ण झाली, तेव्हा त्याने इमारतीसमोर उभे राहून पाहिले, तो दोन पावले मागे सरकला आणि त्याने गर्वाने जाहीर केले की, "शलमोन, मी आता तुमच्यावर मात केली आहे!"

सिन्स्की आणि ब्रूडर हे तीव्र इच्छेने त्या ऐतिहासिक इमारतीकडे चालले होते. जवळ गेल्यावर ती इमारत जराशी मोठी झाली आहे, फुगली आहे, असा भास त्यांना झाला.

इमारतीकडे आत नेणाऱ्या रस्त्यांभोवती दुतर्फा तोफगोळ्यांचे त्रिकोणी ढीग रचून त्यांचे प्रदर्शन केले होते. ते तोफगोळे 'मेहमेत' या योद्ध्याने वापरलेले होते. त्यांचे प्रदर्शन करण्यामागचा हेतू हा की, 'या वास्तूचा इतिहास हा हिंसाचाराने भरला असून ही वास्तू जिंकली गेली होती. तसेच, नंतरही विविध विजयी सत्ताधाऱ्यांनी या वास्तूचा उपयोग गरजेपोटी धर्मस्थळ, प्रार्थनास्थळ म्हणून केला होता.'

ते जेव्हा दक्षिणेकडेच्या दर्शनी भागाकडे गेले तेव्हा लँग्डनने उजवीकडेचे तीन घुमट पाहिले. ते तिन्ही घुमट तीन दंडगोलाकार रचनेवर उभे केलेले होते. तिथे सुलतानांच्या कबरी होत्या. त्यातला एक सुलतान 'तिसरा मुराद' म्हणून ओळखला जायचा. त्याला एकूण १०० मुले झालेली होती, असे सांगितले जाते.

त्या रात्रीच्या शांत हवेत मोबाइलची रिंग वाजू लागली. ब्रूडरने आपला मोबाइल बाहेर काढून कानाला लावला. मात्र आधी त्याने कुणाचा फोन आला ते पाहिले होते. तो म्हणाला, "आता काय आहे?" मग तो काही वेळ ऐकत राहिला

आणि अविश्वासाने आपले डोके हलवत म्हणाला, ‘‘पण हे कसे शक्य आहे?’’ परत काही क्षण त्याने पलीकडचे ऐकले आणि नंतर फोनवर म्हणाला, ‘‘ठीक आहे, मला कळवत रहा. आम्ही आता आत जात आहोत.’’ एवढे बोलून त्याने फोन बंद केला.

सिन्स्कीने विचारले, ‘‘काय बातमी आहे?’’

‘‘आपल्याला डोळे उघडे ठेवले पाहिजे.’’ मग तो आजूबाजूला नजर फिरवत पुढे म्हणाला, ‘‘इथे आणखीही कोणी येत आहे. सिएना ब्रूक्स इस्तंबूलमध्ये आल्याचे कळले आहे.’’

लँग्डन ब्रूडरकडे पहात राहिला. त्याला आणि सिन्स्कीला यावर विश्वास ठेवणे जड जात होते. सिएनाला इथे येणे कसे काय जमले, ते त्याला कळेना. ती व्हिएनामधून यशस्वीपणे कशी काय निसटली, ते त्यांना समजेना. तसे करताना पकडले जाण्याचा धोका तिने पत्करला असला पाहिजे. बर्ट्रान्ड झोब्रिस्टची योजना यशस्वी व्हावी म्हणून तिने जिवाची बाजी लावली होती काय? यात ती मारली जाण्याची शक्यता होती.

ती बातमी ऐकून सिन्स्कीही हादरली होती. एक नि:श्वास सोडून, ती ब्रूडरला काही विचारणार होती. पण ऐन वेळी मन बदलून तिने लँग्डनला विचारले, ‘‘आता कुठे जायचे?’’

लँग्डनने डावीकडेच्या नैर्ऋत्य कोपऱ्याकडे बोट दाखवून म्हटले, ‘‘द फाउंटन ऑफ ॲब्ल्यूशन्स हे तिकडे आहे. तिथे आपण जाऊ.’’ कॅथॉलिक ख्रिश्चन पंथानुसार ती पाण्याची जागा पवित्र मानली जायची. त्या पवित्र पाण्यात लोक आपल्या वस्तू, हात-पाय वगैरे धुऊन घेत. तो एक विधी मानला जाई. मुस्लीम भाविकही त्या पाण्याने आपले पाय प्रार्थनेपूर्वी धूत असत. त्या ठिकाणी संग्रहालयाच्या अधिकारी त्यांना भेटणार होता.

ते सर्व जण त्या जागेपाशी जात असताना कोणाचातरी आवाज त्यांनी ऐकला. ती व्यक्ती हाक मारीत होती, ‘‘प्रोफेसर लँग्डन!’’

एक हसतमुख चेहऱ्याचा तुर्की माणूस त्या कारंज्याच्या कापडी अष्टकोनी छताखालून पुढे आला. तो उत्तेजित होऊन आपले दोन्ही हात हलवत म्हणत होता, ‘‘प्रोफेसर, इकडे, इकडे या!’’

मग सारे जण त्याच्याकडे घाईघाईने गेले.

‘‘हॅलो, माझे नाव मिर्सात आहे!’’ त्याचे इंग्लिश उच्चार हे ठासून बोलल्यासारखे होते. तो मोठ्या उत्साहाने बोलत होता. तो अंगाने कृश होता आणि त्याचे डोक्यावरील केस विरळ होत चालले होते. त्याच्या डोळ्यांवरच्या चष्म्यामुळे तो विद्वान वाटत होता. त्याने अंगात करड्या रंगाचा सूट चढवला होता. तो म्हणाला,

"तुमचे इथे येणे हा माझा बहुमान आहे, असे मी समजतो."

लँग्डनने मिर्साटशी हस्तांदोलन करीत म्हटले, "उलट तुम्हीच आमचा सन्मान करीत आहात. एवढ्या कमी वेळात सूचना मिळूनही तुम्ही आमचे आदरातिथ्य करता आहात हे विशेष आहे."

"येस, येस!"

डॉ. सिन्स्की पुढे होऊन मिर्साटशी हस्तांदोलन करीत म्हणाली, "मी एलिझाबेथ सिन्स्की." मग ब्रूडरकडे बोट दाखवत पुढे म्हणाली, "आणि हे क्रिस्टिफ ब्रूडर. आम्ही प्रोफेसर साहेबांना मदत करण्यासाठी आलो आहोत. आमचे विमान उशिरा आल्याबद्दल सॉरी! पण तरीही तुम्ही उशिरापर्यंत आमच्यासाठी थांबलात याबद्दल आपल्याला धन्यवाद!"

"जाऊ द्या हो! ते काही एवढे विशेष नाही. प्रोफेसर लँग्डन यांच्या सेवेसाठी मी केव्हाही हजर राहीन. त्यांचे Christian Symbols in Muslim World हे पुस्तक आमच्या संग्रहालयात खूप जण खरेदी करतात."

असे? निदान जगात एक तरी स्थळ असे आहे की जिथे माझे हे पुस्तक चालते आहे, असा विचार लँग्डनच्या मनात येऊन गेला.

"मग निघायचे ना?" मिर्साटने विचारले आपल्या मागून येण्याची खूण करून तो पुढे चालू लागला.

मग त्यांचा गट एका छोट्या मोकळ्या जागेत शिरला. वाटेत पर्यटकांसाठी अनेक प्रवेशद्वारे होती. ती ओलांडून त्यांना जावे लागले. इथेच पूर्वी इमारतीचे मुख्य प्रवेशद्वार होते. त्यांना तीन कमानी आणि तीन भव्य ब्रॉन्झच्या दारातून पुढे जावे लागले.

पुढे दोन सशस्त्र पहारेकऱ्यांनी त्यांचे हसून स्वागत केले. मिर्साटला पाहून त्यांनी एका दाराचे कुलूप काढून ते उघडले.

"साग ओलून!" मिर्साट त्यांना तुर्की भाषेत म्हणाला. लँग्डनला थोडीशी तुर्की भाषेची ओळख होती. त्या शब्दांचा अर्थ 'थँक यू' असा होता.

सर्व जण आत गेल्यावर पहारेकऱ्यांनी त्यांच्या मागे ती अवजड दारे लावून टाकली. त्यांचा झालेला आवाज त्या दगडी वास्तूत घुमला.

आता एका खोलीत सर्व जण आले होते. सर्व चर्चमध्ये तशी खोली नेहमीच असते. धार्मिक जग आणि बाहेरचे धर्मभ्रष्ट जग यांच्यात वास्तुरचनेनुसार एक भेद दर्शवणासाठी ती खोली बांधलेली असते. लँग्डन तशा खोलीला नेहमी 'आध्यात्मिक खंदक' असे संबोधत असे.

मग सगळे आणखी काही दारांमधून पुढे गेले. मिर्साटने असेच आणखी एक दार उघडले. पलीकडे चर्चचे गर्भगृह असेल असे वाटत होते. पण तिथे आणखी

एक 'नार्थेक्स' जागा होती. त्या जागेला सर्व बाजूने कठडे होते. या जागेत स्त्रिया, ख्रिश्चन झालेल्या, पण अद्याप बाप्तिस्मा न घेतलेल्या लोकांना आणि लहान मुलांना थोपवून धरले जाई. या नार्थेक्सला 'एसोनार्थेक्स' म्हटले जात होते. हॅगिया सोफियाच्या गर्भगृहाला बाहेरच्या जगापासून दोन पातळ्यांवर संरक्षित ठेवलेले होते.

पुढे जे काही आहे ते पहाण्यासाठी मनाची तयारी व्हावी, म्हणून भेट देण्यास आलेल्यांना इथे थोपवले जाई. तिथल्या भिंतींना जे दगड बसवले होते, ते सर्व घासून घासून गुळगुळीत केलेले होते. त्यामुळे त्या भिंती चकचकीत दिसत होत्या. उंचावर टांगलेल्या झुंबरांचा प्रकाश त्या भिंतीवरून परावर्तित होत होता. त्या नार्थेक्सच्या एका बाजूला चार दारे होती. त्या दारावर लहान लहान रंगीत दगडांचे तुकडे बसवून एक सुरेख नक्षीकाम केलेले होते. लँग्डनला ते नक्षीकाम खूप आवडे.

मिर्साट त्यातील सर्वांत मोठ्या दाराकडे गेला. ते एक भव्य आणि ब्रॉन्झचे नक्षीकाम केलेले पत्रे बसवलेले प्रवेशद्वार होते. मिर्साट कुजबुजत म्हणाला, "दी इम्पिरियल डोअरवे. बायझन्टाइन काळात हे दार फक्त बादशहासाठीच वापरले जायचे. पर्यटक या दारातून सहसा जा-ये करीत नाहीत. पण आता आजची रात्र ही खास आहे."

दारापाशी गेलेला मिर्साट थोडा थबकला आणि म्हणाला, "आपण आत जाण्यापूर्वी मी आपल्याला विचारतो, तुम्हाला आतमध्ये काही विशेष असे पहायचे आहे का?"

यावर लँग्डन, सिन्स्की आणि ब्रूडर हे एकमेकांकडे पाहू लागले.

"होय!" लँग्डन म्हणाला, "पहाण्यासारखे तर खूपच आहे. पण शक्य असेल, तर आम्हाला एन्रिको डॅन्डोलो याच्या थडग्यापासून सुरुवात करायची आहे."

मिर्साटने आपली मान वाकडी केली, जणूकाही त्याला नीट कळले नसावे. तो म्हणाला, "काय म्हणालात? तुम्हाला ते डॅन्डोलोचे थडगे पहायचे आहे?"

"होय!"

मिर्साटचा चेहरा थोडासा उतरला. तो म्हणाला, "पण, सर... डॅन्डोलो यांचे थडगे अगदी साधेसुधे आहे. त्यावर कसलीही सजावट नाही की कसलीही चिन्हेही नाहीत. मुद्दाम दाखवण्याजोगे तिथे काहीही नाही."

"मला कल्पना आहे त्याची," लँग्डन नम्रपणे म्हणाला, "तुम्ही जर आम्हाला तिथे घेऊन गेलात तर आम्ही नक्कीच उपकृत होऊ."

मिर्साट बरेच क्षण लँग्डनकडे पहात राहिला. तो विचारात पडला होता. मग

त्याची नजर सहज दारावर गेली. तिथे छोट्या छोट्या तुकड्यांतून केलेली नवव्या शतकातील ती प्राचीन कलाकुसर होती. त्यातील नक्षीमध्ये एक चित्र काढलेले होते. त्या चित्रात पॅन्टोक्रेटर ख्राइस्ट हा डाव्या हातात बायबलच्या 'नव्या करारां'ची – न्यू टेस्टामेन्ट – एक प्रत घेऊन उजव्या हाताने आशीर्वाद देत होता.

मग डोक्यात एकदम प्रकाश पडावा असे मिर्साटने केले. त्याच्या ओठांवर हसू फुटले. त्याला काहीतरी जाणवले होते. मग आपले बोट हलवत तो म्हणाला, ''हुषार आहात! अतिहुषार आहात!''

ते ऐकून लँग्डन त्याच्याकडे पहात राहिला आणि त्याने विचारले, ''काय म्हणालात?''

मिर्साट गूढपणे हसत म्हणाला, ''डोन्ट वरी, प्रोफेसर. तुम्हाला तिथे जाऊन काय पहायचे आहे, हे मी इथे कोणालाही सांगणार नाही.''

सिन्स्की आणि ब्रूडर कोड्यात पडून लँग्डनकडे पहात राहिले.

यावर लँग्डनने फक्त आपले खांदे उडवले. मग मिर्साटने ते दार उघडले आणि त्यांना आत नेले.

८८

ही जागा म्हणजे जगातले आठवे आश्चर्य आहे, असे अनेक जण म्हणत. आत्ता त्याच जागेत लँग्डन उभा होता. तो या विधानाबाबत वाद घालत नव्हता.

सर्व जण चर्चच्या भव्य गर्भगृहात शिरले. तेव्हा लँग्डनच्या मनात आले की, मुख्यत्वेकरून पर्यटकांवर पहाताक्षणीच छाप पडे ती, हॅगिया सोफिया वास्तूच्या भव्यतेमुळे.

ते गर्भगृह एवढे मोठे होते की, युरोपातील सर्वांत मोठे चर्च म्हणजे कॅथीड्रल त्याच्यापुढे थिटे ठरेल. त्याच्या भव्यतेची जी छाप पडे त्यात काही प्रमाणात 'आभास' हा घटक कारणीभूत होता. त्या दालनातील जमिनीची, त्यावरील फरशीची बायझन्टाइन रचना अशी होती की, सर्व अंतर्गत अवकाश हे मध्यभागी असलेल्या एका छोट्या जागेत एकवटले गेले आहे, असा आभास होत होता. त्याचा नाट्यपूर्ण परिणाम हा भव्यतेमध्ये होत होता. या वास्तूच्या रचनेनंतर जी जी भव्य चर्चेस वा कॅथीड्रल उभी राहिली, त्यात नेमकी याविरुद्ध रचना केली गेलेली होती.

फ्रान्समधील नोत्रदाम हे चर्च जुने आहे. त्याहीपेक्षा ही वास्तू ७०० वर्षे अधिक जुनी आहे. हे या निमित्ताने लँग्डनला आठवले.

त्या जागेचा अवकाश लक्षात येण्यासाठी काही क्षण लँग्डन थांबला. मग त्याची नजर वर चढत गेली. वरचे छत १५० फूट उंचीवर होते. त्याचा विस्तार खूप होता. मध्यभागी घुमट होता. त्याला आतून सोनेरी रंग दिला होता. जणूकाही खालील जागेवर, अवकाशावर एक मुकुट ठेवलेला होता. घुमटांच्या मध्यभागातून सर्व दिशांना पृष्ठभागावर ४० पट्ट्या गेलेल्या होत्या. त्यामुळे मध्यभागी सूर्य असून त्याची किरणे पसरली आहेत, असे वाटत होते. त्या पट्ट्या जिथे संपत होत्या, तिथे ४० खिडक्या होत्या. दिवसा त्या खिडक्यांमधून जो प्रकाश आत घुसे तो अनेक पृष्ठभागावरून परावर्तित पुनर्परावर्तित पावे. जिथे जिथे सोनेरी टाइल्स लावल्या होत्या त्या दोन टाइल्समध्ये काचेचे तुकडे बसवलेले असल्याने त्यावरूनही काही प्रकाश परिवर्तित होई आणि त्याचा एक 'गूढ प्रकाश' बाहेर पडे. यासाठीच हॅगिया

सोफिया ही वास्तू अत्यंत प्रसिद्ध होती.

या ठिकाणी सोनेरी टाइल्स बसवल्याने जी अद्‌भुत वातावरण निर्मिती झाली होती, ती फक्त एकाच चित्रकृतीत बरोबर पकडली होती. त्या चित्रकाराचे नाव होते, जॉन सिंगर सार्जन्ट. या अमेरिकी चित्रकाराने काढलेल्या चित्रात, एकाच रंगाच्या विविध छटा दर्शवल्या होत्या.

तो रंग होता, सोनेरी!

घुमटाला आतून झगमगणारा सोनेरी रंग दिला असल्याने अनेकदा त्याला 'स्वर्गाचा घुमट' म्हटले जाई. त्या घुमटाला चार कमानींनी आधार पुरवला होता. त्या आधाराला बऱ्याच छोट्या घुमटांचा आणि तणावांचा आधार होता. हे सर्व आधार खाली जाणाऱ्या आणखी छोट्या घुमटांवर आणि एका आर्केडवर आधारले होते. या सर्व रचनांमुळे अनेक तऱ्हेच्या वास्तुरचनेच्या प्रकारांचा धबधबा स्वर्गातून खाली पृथ्वीवर अवतरत आहे, असे वाटत होते.

परंतु त्या रचनांचे आडवळणाने स्वर्गातून खाली उतरणे बाजूला सारून, सरळ घुमटापासून खाली आलेल्या केबल्सना चमकणारी झुंबरे लटकलेली होती. ती झुंबरे संख्येने एवढी होती की, त्यांचा एक प्रकाशाचा समुद्र हवेत तरंगत होता. ती झुंबरे एवढी खाली आली होती की, उंच माणसांना पाय वर करून त्यांना हात लावण्याचा मोह होई. हा आणखी एक आभास होता. प्रत्यक्षात ती झुंबरे जमिनीपासून १२ फूट उंचीवर होती.

सर्व धर्मस्थळांच्या इमारतींमध्ये हॅगिया सोफिया इमारतीचा आकार अफाट असल्याने दोन हेतू साध्य होते. पहिला हेतू असा की, परमेश्वराला आदरांजली वहाण्यासाठी माणूस किती पराकोटीला जाऊ शकतो, याचा पुरावा देणे. दुसरा हेतू असा की, भाविक ही भव्य वास्तू पाहून थक्क होतील, आपण परमेश्वरापुढे किती खुजे आहोत याची जाणीव होऊन त्यांचा अहंकार नष्ट होईल. त्यांचे लौकिक अस्तित्व आणि विश्वातील महत्त्व हे परमेश्वरापुढे आक्रसून जाऊन एका ठिपक्याएवढे होऊन जाईल. त्या निर्मात्याच्या हातात आपण अक्षरश: एका अणूएवढे आहोत, क्षुद्र आहोत, हे मग त्याला पटेल.

मार्टिन ल्यूथरने १६व्या शतकात माणसाबद्दल असे म्हटले होते की, *माणूस जर कोणीच नसेल, तर मग त्याच्यातून परमेश्वराला काहीच निर्माण करता येणार नाही.* परंतु ही वास्तू वास्तुरचनाकारांच्या मानसिकतेनुसार बनली होती. धार्मिक वास्तुरचना सुरू झाल्यावर हे सुरुवातीचे उदाहरण असावे.

लँग्डनने ब्रूडर आणि सिन्स्की यांच्याकडे पाहिले. ते दोघे वर पहात होते. आता त्यांनी आपली नजर हळूहळू खाली आणली.

"कमाल आहे!" ब्रूडर म्हणाला.

"हो ना!" मिर्साट उत्तेजित होऊन म्हणत होता, "अल्ला आणि महंमदसुद्धा तसेच आहेत." एवढे म्हणून त्याने मुख्य वेदीकडे ब्रूडरचे लक्ष वेधले. तिथे भिंतीवर फरश्यांच्या असंख्य तुकड्यांमधून ख्रिस्ताचे उंच चित्र निर्माण केले होते. त्याच्या दोन्ही बाजूला दोन तबकड्या लावल्या होत्या. त्यावर महंमद पैगंबर आणि अल्ला यांची अरबी नावे नक्षीदार वळणात लिहिलेली होती.

मिर्साट खुलासा करताना म्हणाला, "या पवित्र जागेचे विविध उपयोग लोकांवर ठसवण्यासाठी इथे संग्रहालय काढले आहे. त्यामुळे इथे मुस्लीम आणि ख्रिश्चन प्रतिमाशास्त्रातील बहुतेक चिन्हे तुम्हाला सापडतील. ही वास्तू चर्च म्हणून बांधली. कालांतराने त्याचे मशिदीत रूपांतर झाले. म्हणून हे असे दिसते." मग त्याने मोठ्या अभिमानाने हसत म्हटले, "वास्तव जगात जरी या दोन धर्मांत संघर्ष झाला असला, तरी आमच्या दृष्टीने ती धार्मिक चिन्हे एकमेकांवर नीट शोभून दिसतात. प्रोफेसर, तुम्ही या मताशी सहमत व्हाल, अशी माझी खात्री आहे."

लँग्डनने यावर हसून आपली मान हालवली. त्याला आठवले की, जेव्हा या चर्चचे रूपांतर मशिदीत करण्यात आले तेव्हा ख्रिश्चन धर्मातील सर्व प्रतिमा, चिन्हे यांवर पांढरा रंग लावून ते पुसून टाकण्यात आले. नंतर जेव्हा मुस्लीम चिन्हांबरोबर मूळची ख्रिश्चन चिन्हे, प्रतिमा इत्यादी पुन्हा प्रस्थापित करण्यात आल्या, तेव्हा दोन्ही धर्मांच्या प्रतिमा मिळून एक आगळा आणि स्तिमित करणारा परिणाम साधला गेला. कारण दोन्ही धर्मांतील प्रतिमा, चिन्हे ही भिन्न भिन्न शैलीतील होती आणि परस्परविरोधी होती.

ख्रिश्चन धर्मातील प्रथांमध्ये धार्मिक व संत मंडळी यांच्या प्रतिमा वर्णन केल्यानुसार शब्दश: चित्रित केल्या जातात, तर इस्लाम धर्मात अक्षरपद्धती आणि भूमितीय आकृतिबंध यांच्या साहाय्याने अल्लाचे सौंदर्य चित्रित केले जाते. इस्लामी श्रद्धेनुसार फक्त अल्ला जीवन निर्माण करू शकतो. त्यामुळे इस्लामी धार्मिक चित्रकलेत माणूस असे जीवन चितारू शकत नाही; त्यात प्रतिमा, चिन्हे, माणूस, परमेश्वर अथवा जनावर यांना स्थान दिले जात नाही.

लँग्डन एकदा आपल्या विद्यार्थ्यांना एक संकल्पना समजावून सांगत होता. "एखाद्या मुस्लीम मायकेल अॅन्जेलोचे उदाहरण बघा. तो कोणत्याही धार्मिक स्थानातील छतावर परमेश्वराचा चेहरा काढणार नाही किंवा त्याचे नावही लिहिणार नाही. परमेश्वराचा चेहरा चित्रित करणे म्हणजे त्याच्या पावित्र्याचे विडंबन करणे, अशी त्यांची समजूत असते."

अधिक खुलासा करण्यासाठी लँग्डनने यामागचे कारण सांगितले.

"ख्रिश्चन आणि मुस्लीम धर्मांमध्ये बोधचिन्हांची आवड खूप दिसून येते," आपल्या विद्यार्थ्यांना लँग्डन एकदा शिकवताना म्हणाला होता. "याचा अर्थ असा

की, ते शब्दांवर आपले लक्ष केंद्रित करतात. ख्रिश्चन परंपरेत 'योहानों'च्या पुस्तकामध्ये 'शब्द' हे शरीर समजले जाते. त्यात म्हटले आहे, 'And the word was made flesh, and he dwelt among us' आणि 'शब्दा'चे रूपांतर शरीरात होय. म्हणून शब्द म्हणजे एक मानवी आकृती असे धरून चालायला हरकत नाही. तर इस्लामी परंपरेत 'शब्द' हा शरीरात रूपांतरित होत नाही, 'शब्द' हा शब्दच राहतो... म्हणून अनेकदा ते इस्लाममधील पवित्र व्यक्तींची नावे सुशोभित अक्षरात लिहितात.''

लँग्डनच्या एका विद्यार्थ्याने या ऐतिहासिक गुंत्याचे वर्णन अचूक शब्दांत असे केले, ''ख्रिश्चनांना 'चेहरे' आवडतात, तर मुस्लिमांना 'शब्द' प्रिय असतात.''

मिर्सार्ट सांगत होता, ''इथे आपल्यापुढे– '' असे म्हणून आपले हात पसरत तो म्हणाला, ''इथे ख्रिश्चन आणि इस्लाम यांचे एक अनोखे मिश्रण झालेले तुम्हाला दिसेल.''

त्याने मग त्या भव्य खोलीच्या घुमटाकडे लक्ष वेधले. तिथे 'व्हर्जिन' आणि तिचे 'मूल' खाली मशिदीतील एका अर्धवर्तुळाकृती कोनाड्याकडे– 'मिहरब'– पहात होते. तो कोनाडा मक्केची दिशा दर्शवत होता. तिथे जवळच एक जिना होता, तो वक्त्यांसाठी असलेल्या व्यासपीठाकडे जात होता. अशी रचना ख्रिश्चन व्याख्यानासाठी वापरली जाते. पण ते व्यासपीठ इस्लामी 'मिनबार' होते. त्यावर उभे राहून शुक्रवारची प्रवचने इमाम देत असे. जवळच अशीच एक मंचासारखी रचना होती. तिथे ख्रिश्चनांची स्तोत्रगीते म्हटली जात. पण प्रत्यक्षात ते मुस्लिमांचे 'मुएझ्झीन महफिली' होते. त्या मंचावरती मुएझ्झीन इमामच्या प्रार्थनेला प्रतिसाद देण्यासाठी गुडघे टेकून बसत असे.

मिर्सार्ट म्हणाला, ''मशिदी आणि कॅथीड्रल्स यांमध्ये आश्चर्य वाटण्याइतपत साम्य आहे. पौर्वात्य आणि पाश्चात्त्य रीतिरिवाजात फारसा फरक नाही.''

ब्रूडर आता अस्वस्थ झाला होता. तो मध्येच बोलू लागला, ''मिर्सार्ट? आम्हाला खरोखरीच डॅन्डोलो यांचे थडगे पहायचे आहे, ते आता दाखवणार ना?''

ते ऐकून मिर्सार्ट किंचित नाराज झाला होता. जणूकाही अशी घाई करणे म्हणजे या वास्तूचा अपमान होत आहे, असे त्याला वाटत होते.

लँग्डनही म्हणाला, ''होय, मीही जरा घाई करतो आहे. कारण आम्हाला नंतर बरीच कामे उरकायची आहेत.''

''ठीक आहे तर...'' मिर्सार्ट म्हणाला. मग त्याने उजवीकडे असलेल्या एका उंच सज्जाकडे बोट करीत म्हटले, ''चला, आपण वर जाऊन ती कबर पाहू या!''

''वर?'' लँग्डनने दचकून विचारले. ''एन्रिको डॅन्डोलो यांना खाली एखाद्या तळघरात पुरले नाही?'' लँग्डनची तशी समजूत झाली होती. यापूर्वी त्याने इथे ती कबर कधीही पाहिली नव्हती.

ते ऐकून मिर्सात थोडासा गोंधळला. तो ठामपणे म्हणाला, "नाही, प्रोफेसर, एन्रिको डॅन्डोलो यांची कबर वरच आहे."

हे काय चालले आहे तरी काय? मिर्सात मनात म्हणत होता.

लँग्डनने जेव्हा डॅन्डोलोची कबर दाखवण्याची मिर्सातला विनंती केली तेव्हा मिर्सातला ती विनंती काहीतरी प्रलोभन दाखवणारी, फसवी वाटली. *कोणीही डॅन्डोलोची कबर पहाण्याची इच्छा व्यक्त करीत नाही.* याचा अर्थ प्रोफेसर लँग्डन यांना त्या कबरीच्या आसपासची गूढ कलाकुसर पहायची असावी. असंख्य तुकड्यातून केलेली ती कलाकुसर ही या इमारतीमधील सर्वांत मोठी गूढ कलाकृती समजली जात होती. त्याला Deesis Mosaic असे म्हटले जायचे. कदाचित लँग्डनला त्यावर काही संशोधन करायचे असावे, लेख लिहायचा असावा, असा अंदाज मिर्सातने केला.

ती गूढ कलाकुसर वर आहे, हे लँग्डनलाही ठाऊक होते. पण मग मिर्सातला कशाचे एवढे आश्चर्य वाटते आहे, हे त्याला समजेना. आपल्याला खरोखरच ती कबर पहायची आहे का, अशी शंका तर त्याला आली नाही ना?

गोंधळलेल्या मिर्सातने त्यांना जिन्याकडे नेले. वाटेत त्यांना दोन भव्य रक्षापात्रे लागली. प्रत्येक पात्राची क्षमता दीड हजार लिटरची होती. ती दोन्ही पात्रे संगमरवरी दगडातून कोरलेली होती. हेलेनिस्टिक काळातील ती कलाकृती होती.

ते सर्व जण न बोलता जिना चढून वर जाऊ लागले. मिर्सात थोडासा अस्वस्थ झालेला होता. लँग्डनबरोबर आलेली माणसे त्याला विद्वान वाटत नव्हती, ती शिक्षण क्षेत्रातील नक्कीच नसावीत. त्यातला एक जण तर लष्करी शिपाई वाटत होता, चांगला पीळदार शरीराचा, टणक, रांगडा आणि संपूर्ण काळ्या कपड्यांतला होता. आणि ती चंदेरी केस असलेली स्त्री... तिला पूर्वी कुठेतरी पाहिल्याचे मिर्सातला वाटत होते. *कदाचित तिला आपण टेलिव्हिजनवर पाहिले असावे,* अशी त्याने समजूत करून घेतली.

या भेटीमागे ते दाखवत असलेला हेतू काही वेगळाच असावा, असा त्याला संशय येऊ लागला. *ते नक्की कशासाठी इथे आलेत?*

जिन्याच्या पायऱ्यांवर पोहोचल्यावर त्याने म्हटले, "आता फक्त एकच जिना आहे. वर आपल्याला ती कबर पहायला मिळेल." मग थोडे थांबून लँग्डनकडे पहात तो पुढे म्हणाला, "आणि अर्थातच ती Deesis Mosaic कलाकुसरही." तो अशी सहजासहजी माघार घेणार नव्हता.

लँग्डन इथे ती कलाकुसर पहायला आला नव्हता. त्याचे आणि त्याच्या बरोबर आलेल्या माणसांचे डोळे डॅन्डोलोच्या कबरीकडे आल्यावर खिळून राहिले.

८९

मिर्सांटच्या मागोमाग वर जात असताना ब्रूडर आणि सिन्स्की हे काळजीत पडल्याचे लँग्डनला जाणवले. खरे म्हणजे वर जाण्यात काय फायदा आहे, असे आता लँग्डनलाही वाटू लागले होते. त्याच्या डोळ्यांसमोर झोब्रिस्टने तयार केलेला व्हिडिओ आला... त्यातील पाण्याखालची दृश्येही आली.

छे? आपण खालीच जायला हवे!

जर डॅन्डोलीच्या कबरीचे हेच स्थान असेल, तर त्यांना झोब्रिस्टने सूचित केलेल्या मार्गानेच शोध घ्यायला हवा. *त्या सोनेरी मुलामा दिलेल्या आणि पवित्र ज्ञानाच्या संग्रहालयात गुडघे टेका आणि आपला कान जमिनीला लावून ठिबकणाऱ्या पाण्याचा आवाज ऐका.*

जेव्हा ते वरच्या मजल्यावर पोहोचले मिर्सांटने त्यांना सज्जातून पार टोकापर्यंत नेले. सज्जातून खालच्या गर्भगृहाचे दिसणारे दृश्य हे अक्षरश: स्तिमित करणारे होते. लँग्डन मात्र पुढे पाहून चालत राहिला.

मिर्सांट उत्साहाने कबरीजवळच्या कलाकृतीबद्दल बोलत राहिला होता. पण लँग्डनचे त्याच्या बडबडीकडे लक्ष नव्हते. त्याला फक्त आपले लक्ष्य, ती कबर, पहायची होती.

शेवटी ते डॅन्डोलोच्या कबरीपाशी पोहोचले. लँग्डनला जशी आठवत होती तशीच ती कबर होती. पांढऱ्या संगमरवरी दगडात ती आयताकृती कबर बांधलेली होती. कबरीतल्या खोलीत सर्वत्र गुळगुळीत फरशी बसवलेली होती. कबरीभोवती छोटे छोटे खांब उभे होते आणि त्यांना जोडणारी एक साखळी होती.

कबरीवर एक कोरलेला मजकूर होता. लँग्डन तो मजकूर वाचण्यासाठी पुढे धावला.

HENRICUS DANDOLO

जेव्हा सर्व जण आत कबरीपाशी गेले, तेव्हा लँग्डनने चपळाईने हालचाल करून साखळीपलीकडे आपला पाय टाकला.

ते पहाताच मिर्सात मोठ्याने निषेधाच्या स्वरात ओरडला, "अहो, अहो, हे काय करता आहात?" परंतु लँग्डनने त्याच्याकडे लक्ष दिले नाही. त्याने चट्कन खाली बसून आपले गुडघे जमिनीवर टेकवले. जणूकाही तो त्या 'दगाबाज डोझे' राजासमोर नतमस्तक होऊन आदरांजली वहात होता.

त्याने पुढे जे काही केले ते पाहून तर मिर्सात भयाने ओरडला. लँग्डनने आपला तळहात सरळ त्या कबरीवर ठेवला आणि तो वाकला. मग त्याने आपला चेहरा खाली वळवला. लँग्डनला कळून चुकले की, आपण मक्केकडे तोंड करून नमाज पढण्याचा पवित्रा घेतला आहे. परंतु ते पाहून मिर्सात सुन्न झाला आणि गप्प बसला. तिथे एकदम शांतता पसरली.

मग एक खोलवर श्वास घेऊन लँग्डनने आपले डोके उजवीकडे वळवले आणि आपला डावा कान कबरीला लावला. त्या दगडाचा थंड स्पर्श त्याला जाणवला.

त्या दगडातून त्याला एक आवाज ऐकू आला, अगदी स्पष्टपणे ऐकू आला.

बापरे! माय गॉड!

जणूकाही त्याला डान्टेच्या इन्फर्नोमधील अखेरच्या काव्यपंक्ती खालून ऐकू येत होत्या.

मग सावकाश त्याने आपले डोके वर उचलले. सिन्स्की आणि ब्रूडर यांच्याकडे पाहिले. तो हळू आवाजात त्यांना म्हणाला, "मला तो ऐकू आला. ठिबकणाऱ्या पाण्याचा आवाज ऐकू आला."

मग न राहवून ब्रूडर पुढे झाला. त्याने ती साखळी ओलांडून आत प्रवेश केला आणि लँग्डनच्या बाजूला जाऊन वाकला. त्यानेही कबरीला कान लावला. काही क्षणांनी त्याने आपली मान ठामपणे होकारार्थी हालवली. खरोखरच पाणी वहात असल्याचा आवाज खालून येत होता. प्रश्न असा होता की, *ते पाणी कोठून कुठे वहात होते?*

लँग्डनच्या मनात जमिनीखालच्या गुहेतील दृश्ये उगवली. तिथल्या भिजलेल्या भिंती, तो सर्वत्र भरलेला चमत्कारिक लाल प्रकाश... वगैरे सर्व खरे असले पाहिजे नि ते आपल्या पायाखालीच असणार. त्या काव्यपंक्तीचा अर्थ त्याच्या मनात पुन्हा उमटला.

त्या बुडालेल्या राजवाड्यात खाली खोल शिरा...
कारण तिथेच अंधारात तो पाताळातील राक्षस वाट पहातो आहे

तो रक्ताळलेल्या पाण्यात खाली आहे...
त्या सरोवराच्या पाण्यात ताऱ्यांचे प्रतिबिंब पडत नाही

लँग्डन उठून उभा राहिला आणि साखळी ओलांडून बाहेर आला. मिर्साट त्याच्याकडे जरासा रागाने पहात होता. आपल्याला फसवल्याची भावना त्याच्या चेहऱ्यावर दिसत होती. लँग्डन त्याच्यापेक्षा एक फूट उंच असल्याने त्याच्याकडे खाली मान करून बोलू लागला.

"मिर्साट, आय ॲम सॉरी! ही आत्ताची परिस्थिती अत्यंत चमत्कारिक आहे. आत्ता त्याचा खुलासा करायला मला तेवढा वेळ नाही, पण मी तुम्हाला या इमारतीविषयी एक अत्यंत महत्त्वाचा प्रश्न विचारतो," लँग्डन गंभीरपणे म्हणाला.

यावर मिर्साटने मलूलपणे आपली मान हलवत म्हटले, "ठीक आहे, विचारा!"

"या डॅन्डोलोच्या कबरीमधून खाली कुठेतरी पाणी वहाण्याचा आवाज ऐकू येतो आहे. ते पाणी कुठून कुठे वहाते आहे, ते आम्हाला समजेल का?"

मिर्साट म्हणाला, "मला तुमच्या प्रश्नामागचा हेतू कळला नाही. हॅगिया सोफिया इमारतीमध्ये तुम्ही कुठेही जमिनीला कान लावा, तुम्हाला खालून पाणी वहाण्याचा आवाज ऐकू येईल."

ते ऐकताच सर्व जण एकदम ताठ झाले.

मिर्साट त्यांना पुढे सांगत गेला, "होय! विशेषत: जेव्हा पाऊस पडू लागतो तेव्हा तर हमखास तसे ऐकू येते. हॅगिया सोफिया इमारतीच्या छपरांचे एकूण क्षेत्रफळ हे सुमारे एक लाख चौरस फूट आहे. त्यावर पडलेले सर्व पाणी निघून जायला हवे. त्यासाठी काही दिवसही लागतात. कधी कधी जमीन पाण्याने पूर्ण भरून जायच्या आधीही पुन्हा पाऊस येतो. ठिबकणाऱ्या पाण्याचा आवाज ऐकू येणे, ही गोष्ट इथे नेहमीचीच आहे. कदाचित तुम्हाला हेही ठाऊक असेल की, हॅगिया सोफिया ही इमारत एका मोठ्या भूमिगत पोकळीवर उभी राहिलेली आहे. यावर एक माहितीपटही काढलेला आहे. त्यामध्ये– "

"होय! होय! पण या डॅन्डोलोच्या कबरीतून ऐकू येणारा पाण्याचा आवाज नक्की कोठून येतो. ते पाणी खाली कुठे आहे?" लँग्डनने विचारले.

यावर मिर्साट म्हणाला, "अर्थातच, मला ठाऊक आहे ती जागा. ते पाणी अशा ठिकाणी जाते की, तिथे हॅगिया सोफिया इमारतीखालचे सर्व पाणी येऊन मिळते. ती जागा म्हणजे शहराचा भूमिगत असलेला नैसर्गिक जलसाठा."

आता ब्रूडर साखळी ओलांडून बाहेर येत म्हणाला, "नाही! आम्हाला तो नैसर्गिक जलसाठा नको आहे. आम्ही एका भूमिगत मोठ्या पोकळीच्या, विवराच्या शोधात आहोत. तिथे कदाचित मोठमोठे खांबही असतील."

"होय!'' मिर्सात म्हणाला, "मी म्हणतो तो शहराचा प्राचीन नैसर्गिक जलसाठा. तो एका मोठ्या विवरापासून सुरू होतो. तिथेच ते खांब आहेत. खरोखर ती जागा बघण्याजोगी आहे. सहाव्या शतकात ती बांधलेली आहे. शहराला लागणारे सर्व पाणी तिथे साठवले जाते. पण आता तिथे फक्त चार फूट खोलच पाणी असते, पण– ''

"पण काय?'' ब्रूडरने उतावीळपणे विचारले. त्या रिकाम्या हॉलमध्ये त्याचा आवाज घुमला होता.

"तो... तो... नैसर्गिक जलसाठा!'' मिर्सात सांगता कचरू लागला होता. "ते जमिनीखालचे विवर याच इमारतीच्या पूर्वेला लागून आहे,'' असे म्हणून त्याने तिकडे बोट करून म्हटले, "त्याला 'येरेबाटन सरायी' असे म्हणतात.''

'सरायी? 'टॉपकापी सरायी'सारखेच?' असे लँग्डनच्या मनात आले. व्हॅनमधून येताना तो वाटेत, 'टॉपकापी राजवाड्यावरून' आला होता. तशी पाटी तिथे लावलेली होती. मग तो म्हणाला, "सरायी म्हणजे राजवाडा का?''

मिर्सात मान हालवून म्हणाला, "होय! त्या प्राचीन जलसाठ्याच्या विवराला 'येरेबाटन सरायी' असेच म्हणतात. त्याचा अर्थ 'बुडालेला राजवाडा' असा आहे.''

१०

डॉ. एलिझाबेथ सिन्स्की ही ब्रूडर आणि लँग्डन यांच्यासह हॅगिया सोफिया इमारतीमधून घाईघाईने बाहेर पडली. मिर्साटही त्यांच्या बरोबर होता. बाहेर पावसाच्या सरी कोसळत होत्या.

आता आपल्याला त्या 'बुडालेल्या राजवाड्या'त जायचे आहे, असे सिन्स्कीच्या मनात आले. ती 'येराबाटन सरायी' ही निळ्या मशिदीच्या दिशेने किंचित उत्तरेला होती. मिर्साट त्यांना वाट दाखवू लागला.

सिन्स्कीला शेवटी मिर्साटला आपण कोण आहोत, आणि कशासाठी आलो आहोत, हे सांगावेच लागले. सर्वांच्या आरोग्यावर येणारे एक घातक संकट हे त्या बुडालेल्या राजवाड्यातून शोधून दूर करण्याचा आपला उद्देश त्याला सांगितला.

"धिस वे! इकडून या!" असे म्हणून मिर्साटने त्यांना एका अंधाऱ्या पार्कच्या जागेतून नेले. हॅगिया सोफियाची पर्वतप्राय वाटणारी इमारत आता त्यांच्या मागे होती. तर समोर त्यांना परीकथेतल्यासारखे दिसणारे निळ्या मशिदीचे मनोरे दिसत होते.

एजंट ब्रूडर घाईघाईने सिन्स्कीच्या बरोबर चालत होता. तो आपल्या मोबाइलवरून SRSच्या जवानांना ओरडून हुकूम देत होता. त्यांना त्या भूमिगत जलवाहिनीच्या तोंडाशी यायला त्याने सांगितले. ब्रूडर धापा टाकीत सिन्स्कीला म्हणाला, "असे दिसते की, झोब्रिस्टला शहरातील पाणीपुरवठा दूषित करायचा असावा. मला त्या नैसर्गिक जलसाठ्याला जाऊन मिळणारे किंवा तिथून निघणाऱ्या सर्व पाइप्सचा नकाशा हवा आहे. सर्व कनेक्शन्स तोडून मूळची जलवाहिनी पूर्ण वेगळी करायची आहे. तसेच जिथे हवेची पोकळी आहे तिथे भिंती आणि रासायनिक अडथळेही उभे करायचे आहेत. आणि– "

मिर्साट त्याचे बोलणे तोडीत म्हणाला, "थांबा! मी काय म्हणालो ते तुम्हाला नीट समजलेले दिसत नाही. तो भूमिगत पाण्याचा साठा आता शहराला पाणीपुरवठा करीत नाही. तो केव्हाच थांबला आहे."

ब्रूडरने आपला कानावरचा फोन खाली घेत त्याच्याकडे रोखून पहात म्हटले, "काय म्हणालात?"

मिर्साट खुलासा करू लागला, "प्राचीन काळात त्या भूमिगत जलसाठ्याकडून शहराला पुरवठा होत होता. पण आता तसे काहीही होत नाही. आता इथे केव्हाच आधुनिक सुधारणा झाल्या आहेत."

ब्रूडर आणि सर्व जण एका झाडाखाली पावसापासून बचाव करण्यासाठी थांबले.

सिन्स्की म्हणाली, "मिर्साट, त्या प्राचीन जलसाठ्यातील पाणी कोणीही खरेच पीत नाही ना? तुमची खात्री आहे का तशी?"

यावर तो म्हणाला, "बिलकूल नाही! ते पाणी आहे तिथेच विवरात साठून आहे. तिथून पुढे वाहून जात नाही. शेवटी ते खाली जमिनीत झिरपून जाते."

सिन्स्की, लँग्डन आणि ब्रूडर यांनी एकमेकांकडे अनिश्चिततेने पाहिले. मिर्साटच्या माहितीनुसार 'हुश्श' करावे का गंभीरतेने दखल घ्यावी, हे तिला कळेना. *जर त्या पाण्याशी थेट कोणाचाही संबंध येत नसेल, तर असे पाणी दूषित करण्याचा घाट झोब्रिस्टने का घातला असावा?*

मिर्साट सांगत होता, "आम्ही कित्येक दशकांपूर्वी शहराचा पाणीपुरवठा आधुनिक पद्धतीचा केला, तेव्हा त्या साठ्याचा उपयोग कोणीच करेनासे झाले. ते पाणी म्हणजे आता जमिनीखालचा एक मोठा तलाव बनला आहे." मग खांदे उडवून तो म्हणाला, "तो आता केवळ पर्यटकांचे एक आकर्षण केंद्र झाले आहे."

पर्यटकांचे आकर्षण केंद्र? असे ऐकल्यावर सिन्स्की एकदम मिर्साटकडे वळली आणि त्याला म्हणाली, "थांबा, काय म्हणालात? तिथे माणसे खाली जाऊ शकतात? त्या पोकळीत? त्या विवरात?"

"अर्थातच जाऊ शकतात. दररोज काही हजार माणसे तिथे भेट देत असतात. ती भूमिगत पोकळी किंवा विवर पहाण्याजोगे आहे. तिथे पाण्यावरून चालण्यासाठी फळ्या टाकलेल्या आहेत... शिवाय तिथे एक छोटेसे कॅफेही चालवले जाते. मात्र तिथे हवेचा पुरवठा मर्यादित आहे. त्यामुळे तिथली हवा दमट आणि कोंदट बनली आहे. पण तरीही त्या जागेची लोकप्रियता टिकून आहे. तिथे संगीताचे कार्यक्रम होत असल्याने ते एक 'जलसाघर' बनले आहे."

सिन्स्कीने ब्रूडरकडे पाहिले. आपण दोघेही एकच विचार करतो आहोत, असे तिला त्याच्या चेहऱ्यावरून कळले. त्यांच्या डोळ्यांसमोर जमिनीखालचे एक अंधारे, दमट आणि कोंदट असे भलेमोठे विवर आले. त्यात पाणी भरलेले होते आणि पाण्यात संसर्गजन्य अशा घातक रोगजंतूंची बेसुमार संख्या पिशवीत वाढत चालली होती. अशा या पाण्यावरील फळ्यांवरून दिवसभर पर्यटकांची ये-जा चालू

असते. हे चित्र नजरेसमोर येताच ते दोघेही हादरून गेले.

ब्रूडरने आपल्या मनातील एक शंका शेवटी बोलून दाखवली. तो सिन्स्कीला म्हणाला, ''झोब्रिस्टने नक्की एखादे 'बायोएअरोसोल' – तयार केलेले असणार.''

ते ऐकताच सिन्स्कीने आपली मान हालवून त्याला दुजोरा दिला आणि ती एकदम खचून गेली. एअरोसोल म्हणजे एखाद्या द्रवाचे हवेत उडालेले अत्यंत सूक्ष्म तुषारकण. त्या जंतूंच्या द्रवाला झोब्रिस्टने जर तो गुणधर्म दिला असेल, तर पाण्यात ती पिशवी फुटून सारे जंतुद्रव्य पाण्यात विलीन होईल व नंतर त्या दूषित जंतुद्रवाचे सूक्ष्म तुषार पाणी वाफारून जावे, तसे हवेत शिरतील.

लँग्डनला हे काही समजले नाही. त्याने विचारले, ''म्हणजे काय?''

''म्हणजे!'' ब्रूडर त्यावर उत्तरला. ''ते जंतू हवेत संचार करू लागतील.''

यावर लँग्डन गप्प बसला. तो आता त्या जंतूंच्या अशा गुणधर्मामुळे केवढा प्रचंड हाहा:कार उडेल याचा विचार करतो आहे, हे सिन्स्कीच्या लक्षात आले.

हवेत संचारू शकणारे जंतू सिन्स्कीच्या मनात आले होते. तशी शक्यता असू शकेल, असे तिला आधी वाटले होते. पण जेव्हा तो नैसर्गिक जलसाठा शहराला पाणीपुरवठा करतो असे तिला कळले तेव्हा झोब्रिस्टने पाण्यातून पसरणारे जंतू शोधून काढले असावेत, असे तिला वाटले. पाण्यात राहून वाढणारे जंतू हे तसे चिवट असतात आणि बदलत्या हवामानातही तगून रहाणारे असतात. पण त्यांचा संसर्ग संथ गतीने होत असतो.

याच्या उलट हवेतील जंतूंचा संसर्ग वेगाने पसरत जातो.

अत्यंत वेगाने!

ब्रूडर म्हणाला, ''जर ते जंतू एअरबॉर्न असतील, तर ते विषाणू असतील.''

विषाणू हे अतिवेगाने पसरत जाणारे असल्याने झोब्रिस्ट शेवटी तेच निवडणार, असे शेवटी सिन्स्कीला पटले.

हवेत पसरत जाणाऱ्या विषाणूंना पाण्यात सोडणे, ही एक अनपेक्षित आणि नेहमीपेक्षा वेगळीच कृती होती. पण डासांसारखे कितीतरी जीवांचे असे प्रकार आहेत की, त्यांचा जन्म आणि वाढ द्रवात होते. नंतर ते हवेत संचारू लागतात. डास, बुरशीचे कण, लिजनेअर्स डिसिजला कारणीभूत असणारे जंतू, मायकोटॉक्सिन, रेड टाइड, असे विविध संसर्गजन्य रोगांचे जंतू आहेत. ते पाण्यात सोडलेले विषाणू वर हवेत कसे जातील, यावर सिन्स्की विचार करू लागली. तशा दूषित पाण्याचे तुषारकण वरच्या दमट हवेत शिरणे सहज शक्य आहे.

मिर्साट आता रस्त्यावरील ट्रॅफिक जॅमकडे पाहू लागला. त्याच्या चेहऱ्यावर मूर्तिमंत भीती दिसत होती. त्याच्या नजरेच्या दिशेने सिन्स्कीने पाहिले तेव्हा तिला एक बुटकी आणि लाल पांढऱ्या विटांची इमारत दिसली. त्या इमारतीला एकच

दार होते आणि ते उघडे होते. एक खाली जाणारा जिना तिथे असावा, असे तिला वाटले. व्यवस्थित पोषाख केलेली माणसे तिथे हातात छत्र्या घेऊन, विखरून उभी होती. त्या दरवाज्याजवळचा एक पहारेकरी आत, खाली जाणाऱ्या गर्दीवर नियंत्रण ठेवीत होता.

तिथे एखादा भूमिगत डान्स क्लब असेल का?

त्या इमारतीवरती सोनेरी अक्षरांत काहीतरी लिहिलेले होते. ती अक्षरे तिने वाचली आणि तिच्या पोटात एकदम धस्स झाले. त्या भूमिगत क्लबचे नाव होते, 'सिस्टर्न.' म्हणजे नैसर्गिक जलसाठा. आणि त्याची स्थापना इ. स. ५२३मध्ये झालेली होती. याचा अर्थ तो क्लब नव्हता, तर तोच तो खाली विवरात जाण्याचा मार्ग होता.

मिर्साट म्हणाला, "बुडालेला राजवाडा तोच आहे. असे दिसते की, तिथे आज कोणतातरी जलसा असावा."

सिन्स्कीला याचे आश्चर्य वाटून ती म्हणाली, "अशा ठिकाणी जलसा?"

तो उत्तरला, "होय, ते विवर खूप मोठे आहे, प्रशस्त आहे. त्या ठिकाणी नेहमी सांस्कृतिक कार्यक्रम होत असतात."

ब्रूडरनेही ते ऐकले असावे. तो रस्त्याच्या कडेकडेने धावतच तिकडे गेला. सिन्स्की आणि लँग्डनही मग त्याच्या मागोमाग घाईघाईने जाऊ लागले.

जेव्हा ते जिन्याच्या प्रवेशद्वारापाशी पोहोचले, तेव्हा मूठभर श्रोत्यांनी दारापाशी गर्दी केली होती, ते आत जाण्याची वाट पहात होते. बुरख्यातील तीन स्त्रिया, हातात हात घेतलेले एक परदेशी जोडपे, एक खास कोट घातलेला माणूस अशी माणसे त्या गर्दीत होती. आत जाण्यासाठी लवकर प्रवेश मिळावा म्हणून ते दाराच्या तोंडाशी गर्दी करून उभे होते. कारण बाहेर पावसाचा जोर वाढू लागला होता.

आतील जलशाचे स्वर दारातून बाहेर ऐकू येत होते. आत ऑर्केस्ट्रॉ सुरू झाला होता. त्या स्वरावलीवरून ती 'बेरिलिओझ' या संगीतकाराची स्वररचना असावी, हे सिन्स्कीने ओळखले. पण काहीही स्वररचना असली, तरी इथे इस्तंबूलमध्ये भर रस्त्यात ती ऐकणे हे उचित नव्हते.

ते जेव्हा दाराजवळ पोहोचले, तेव्हा सिन्स्कीला जिन्यातून उबदार हवा वर आल्याचे जाणवले. वाऱ्याबरोबर नुसतीच हवा बाहेर येत नव्हती, तर श्रोत्यांनी अंगाला लावलेले सेन्ट, पावडर यांचा संमिश्र वासही बाहेर टाकला जात होता. हे एक आपत्ती ओढवणारे अशुभ चिन्ह आहे, असे सिन्स्कीला ठाम वाटले.

खालून काही जणांचा एक गट वर आला. ते एकमेकांशी आनंदाने गप्पा, विनोद करीत होते. ते वर आल्यावर पहारेकरी तेवढीच माणसे खाली सोडू लागला.

ब्रूडर ताबडतोब खाली जाण्यासाठी पुढे सरकला. पण त्या पहारेकऱ्याने त्याला हाताची खूण करून थोपवले आणि म्हटले, ''एक मिनिट सर, खालची जागा पूर्णपणे भरली आहे. आणखी काही जण वर आले की, तुम्हाला मी खाली सोडेन. येतील आत्ताच ते. थँक यू!''

त्याला न जुमानता ब्रूडर खाली जाऊ पहात होता. परंतु सिन्स्कीने त्याच्या खांद्यावर हात ठेवून त्याला बाजूला ओढले.

तिने त्याला म्हटले, ''थांबा जरा! तुमचे जवान अजून इथे येणार आहेत, आणि तुम्हाला एकट्याला या जागेची झडती घेता येणार नाही,'' एवढे बोलून तिने शेजारच्या भिंतीवरील फलक त्याला दाखवला. त्यावर 'ही भूमिगत जागा भरपूर मोठी आहे' अशा अर्थाचा फलक होता.

त्या फलकावर आणखीही काही माहिती लिहिलेली होती. त्या माहितीनुसार खालची पोकळी एखादे कॅथीड्रल सामावेल एवढी मोठी होती. त्याची एकूण लांबी दोन फुटबॉलच्या मैदानांएवढी होती. त्या पोकळीवरच्या छताचे क्षेत्रफळ हे सुमारे एक लाख चौरस फुटांएवढे होते. त्याला एकूण ३३६ संगमरवरी खांबांचा आधार होता. थोडक्यात, त्या भूमिगत पोकळीला गुहा म्हणता येणार नाही, 'विवर' असेच म्हणणे यथायोग्य ठरेल.

लँग्डन त्यांच्यापासून थोड्या अंतरावरती उभा होता. तो म्हणाला, ''इकडे पहा. तुमचा यावर विश्वास बसणार नाही.''

लँग्डनने तिथे भिंतीवर चिकटवलेल्या एका पोस्टरकडे बोट केले.

सिन्स्कीने तिकडे वळून पाहिले. *ओ गॉड!*

तिने त्या संगीताची शैली ही मुक्त प्रकारची आहे, हे आधीच ओळखले होते. पण जो संगीताचा तुकडा वाजवला जात होता, तो मात्र बेरिलिओझ या संगीतकाराचा नव्हता, तो फ्रॅन्झ लिझट या संगीतकाराने रचलेला होता. आज रात्री जमिनीखाली 'इस्तंबूल स्टेट सिम्फनी'तर्फे याच संगीतकाराची प्रसिद्ध 'डान्टे सिम्फनी' ही रचना वाजवली जात होती. ही रचना सुचण्यासाठी त्याला डान्टेच्या 'इन्फर्नो' या काव्यापासून स्फूर्ती मिळाली होती. केवढा हा योगायोग होता!

लँग्डन त्या पोस्टरवरील बारीक टाइपातला मजकूर वाचून म्हणाला, ''त्याच्या सर्व संगीतरचना आठवडाभर वाजवल्या जाणार आहेत, आणि हे सर्व श्रोत्यांसाठी मोफत आहे. त्यासाठी कोणीतरी धनाढ्य व्यक्तीने देणगी दिल्याचे नमूद केलेले आहे.''

ती अज्ञात देणगीदार व्यक्ती कोण असेल, त्यावर सिन्स्कीने विचार केल्यावर तिला बर्ट्रान्ड झोब्रिस्टचा संशय आला. ती पिशवी फुटून रोगप्रसार होण्याच्या वेळी तिथे लोकांची गर्दी असावी. त्याच वेळी 'डान्टे सिम्फनी' वाजवली जावी, हा

नक्कीच योगायोग नसावा. हे सारे झोब्रिस्टने मुद्दाम घडवून आणलेले असावे. सबंध आठवड्यात पाच दिवस रोज असे जलसे चालणार आणि तेही श्रोत्यांना मोफत असणार म्हटल्यावर पर्यटकांची अफाट गर्दी होणार. खालच्या मर्यादित जागेत ठिच्चून गर्दी होणार. मग खालची दूषित हवा त्यांना श्वासात घ्यावीच लागणार. संसर्गाची बाधा झालेले पर्यटक आपापल्या घरी, आपापल्या देशात जाऊन त्या रोगाचा सहज प्रसार करतील. नरसंहाराची केवढी मोठी घातक योजना!

पहारेकरी ब्रूडरला म्हणत होता, "सर, खाली आता दोन माणसांसाठी जागा झाली आहे. तुम्ही आणखी कोणा एकाला घेऊन खाली जाऊ शकता."

ब्रूडर सिन्स्कीकडे वळून म्हणाला, "स्थानिक अधिकाऱ्यांना बोलावून घ्या. आपल्याला जे काही शोधायचे आहे, त्यासाठी मदत लागणार आहे. जेव्हा माझ्या जवानांची टीम इथे उगवेल, तेव्हा मला तसे वायरलेसवर सांगा. मी आधी खाली जातो आणि झोब्रिस्टने खरेच ती संसर्गजन्य पिशवी तिथे ठेवली आहे की नाही, याचा अंदाज घेतो."

"पण तोंडावर संरक्षक मुखवटा न लावता?" सिन्स्कीने विचारले. "ती प्लॅस्टिकची सोल्युब्लॅन पिशवी फुटली आहे की नाही, हे अजून तुम्हाला ठाऊक नाही."

यावर ब्रूडरने आपल्या भुवया उंचावल्या. त्याने आपला एक हात उंचावून उबदार वाऱ्यात धरला. तो वारा जिन्याच्या दारातून येत होता. तो म्हणाला, "मला असे बोलून दाखवायला आवडत नाही, पण बोलल्या वाचूनही रहावत नाही. पण जर ती पिशवी फुटली आणि त्यातील रोगजंतू बाहेर पडले, तर या शहरातील प्रत्येक माणसाला त्यांची बाधा होईल."

सिन्स्कीलाही मनातून तसेच वाटत होते. पण तिला लँग्डन आणि मिर्साट यांच्या समोर तसे बोलून दाखवायची इच्छा नव्हती.

ब्रूडर पुढे म्हणाला, "शिवाय, जेव्हा माझी माणसे श्वासोच्छ्वासाचे मुखवटे घालून गर्दीतून जाऊ लागतात तेव्हा कशी गडबड होते, हे मी अनेकवार पाहिलेले आहे. मग त्या गडबडीतून माणसे भयभीत होऊन सैरावैरा पळू लागतात, चेंगराचेंगरी होते, त्यात काही जण पायदळी तुडवले जाऊन मरतातही."

ब्रूडरच्या अडचणींपुढे सिन्स्कीने माघार घ्यायचे ठरवले. शेवटी असे प्रसंग हाताळण्यात तो तज्ज्ञ होता आणि अशा आणीबाणीच्या प्रसंगातून जाण्याचा अनुभव त्याच्या गाठीशी होता.

ब्रूडर तिला म्हणाला, "आपल्यापुढे एकच व्यवहारी मार्ग आहे, तो म्हणजे खाली अजूनही रोगजंतूंचा प्रसार सुरू झालेला नाही, असे धरून चालायचे. आणि ती पिशवी कशी सुरक्षितपणे ताब्यात घेता येईल, हे पहायचे."

सिन्स्की म्हणाली, ''ठीक आहे, तसे करा!''

लँग्डन यावर मध्येच बोलला, ''पण अजून एक समस्या आहे. त्या सिएनाचे काय?''

''म्हणजे काय? तिचा कसला प्रश्न आहे?'' ब्रूडरने विचारले.

''इथे इस्तंबूलला येण्यामागे तिचा काय उद्देश असेल ते असो, पण तिला अनेक भाषा येतात आणि तिला तुर्की भाषा येत असण्याचीही शक्यता आहे.''

''म्हणून काय झाले?''

''सिएनाला त्या काव्यातील 'बुडालेला राजवाडा' हा संदर्भ ठाऊक आहे,'' लँग्डन सांगू लागला. ''तुर्की भाषेत याचा स्पष्ट अर्थ 'येरेबाटन सरायी' असा आहे.'' एवढे म्हणून त्याने प्रवेशद्वारावरील त्या अर्थाच्या फलकाकडे बोट दाखवले.

सिन्स्की ते ऐकून म्हणाली, ''तुम्ही म्हणता ते खरे आहे. त्यामुळे तिला ही जागा सहज कळली असेल आणि हॅगिया सोफिया इमारतीकडे जाणे टाळून ती सरळ इथे येईल. कदाचित एव्हाना आपल्या आधी ती इथे पोहोचलीही असेल.''

ब्रूडरने खाली जाणाऱ्या जिन्याच्या दरवाजाकडे पाहिले आणि तो चरफडत म्हणाला, ''ठीक आहे, ती जर आता खाली गेलेली असेल आणि ती सोल्युब्लॅन पिशवी आपण ताब्यात घेण्याच्या आत फोडण्याची तिची योजना असेल, तर अजून तरी तिने तसे केले नसावे, असे आपण धरून चालू. खालची जागा खूप मोठी आहे. आणि कदाचित खाली नेमके कुठे पहायचे आहे, हे तिला कळणार नाही. शिवाय खाली लोकांची एवढी गर्दी असताना त्यांच्यादेखत ती पाण्यात उतरली, तर लोकांचे तिच्याकडे लक्ष जाणारच.'' ब्रूडरचे हे म्हणणे खरे होते. झोब्रिस्टने केलेला व्हिडिओ सिएनाने पाहिलेला नसल्याने तिला तो रोगजंतूंचा उगम नेमका पाण्याखाली कुठे आहे, हे समजणे अवघड होते.

दरवाज्यावरच्या पहारेकऱ्याने पुन्हा ब्रूडरला विचारले, ''सर, तुम्हाला खाली जायचे आहे का?'' रस्त्याच्या पलीकडून एक गट खालच्या जलसाधरात जाण्यासाठी येत होता. त्यांना पाहिल्यावर ब्रूडरने चटकन खाली जाण्याचा निर्णय घेतला आणि त्याने पहारेकऱ्याकडे पाहून आपली मान हालवली. तो दरवाज्याकडे निघाला.

लँग्डन त्याच्याकडे जात म्हणाला, ''मी पण तुमच्याबरोबर येतो.''

ब्रूडरने त्याच्याकडे वळून म्हटले, ''नको. मी एकटाच आधी खाली जातो.''

पण लँग्डन माघार न घेता ठाम स्वरात म्हणाला, ''असे पहा ब्रूडर, आपण अशा परिस्थितीत सगळे जण अडकलो आहोत की, सिएना ब्रूक्स दिवसभर आपल्याशी नाटकीपणे वागून खेळ खेळत बसू शकली. त्यात आपला बराच वेळ उगाचच वाया गेला. आणि तुम्ही म्हटल्याप्रमाणे, आपल्या सर्वांनाच एव्हाना कदाचित तो संसर्ग झालाही असेल. तेव्हा तुम्हाला आवडो वा न आवडो, मी

तुम्हाला मदत करणारच.''

ब्रूडरने त्याच्याकडे क्षणभर पाहिले आणि नंतर माघार घेतली.

लँग्डन त्या दारातून आत शिरला आणि ब्रूडरच्या मागोमाग तो जिना उतरू लागला. खालच्या भूमिगत जलसाघरातून उबदार हवेचा लोट वर येतो आहे, हे त्याला जाणवले. त्या हवेबरोबरच लिझटच्या डॉन्टे सिम्फनीचे ओळखीचे स्वरही वर येत होते. त्याच बरोबर अत्तरांचा वासही वर येत होता. मोठ्या प्रमाणात लोक एका बंदिस्त जागेत जमल्याने तसे होत होते.

अचानक लँग्डनला आपण एका गूढ आणि भीतिदायक वातावरणात गुरफटले जात आहोत, असे वाटू लागले. एका अदृश्य हाताची लांब बोटे जमिनीतून वर येऊन आपल्या अंगावरचे मांस ओरबाडून घेतील, अशी भावना त्याला झाली. याला कारणीभूत ते संगीत होते, ती सिम्फनी होती, त्यातील १०० जणांचे आवाज डान्टेच्या काव्यातील एक उतारा गात होते.

ते शब्द डान्टेच्या इन्फर्नोमधील प्रसिद्ध काव्यपंक्तीमधले होते. ते सहा शब्द खालून यमदूत उगवावा, तसे वर येत होते. त्या शब्दांना वाद्यांचे साहाय्य होते. त्यामुळे त्यातला अर्थ आणखीनच गंभीर आणि गडद होत होता. तो अर्थ सांगत होता.

जे कोणी आत्ता इथे प्रवेश करीत आहेत, त्यांनी आता सर्व आशा सोडून द्याव्यात..

११

ते भूमिगत जलसाघर म्हणजे विवर लाल रंगाच्या प्रकाशात न्हाऊन निघाले होते. नरकाच्या वर्णनातून स्फूर्ती मिळालेल्या संगीताने ते घुमत होते. गायकांचे तारस्वरातील आवाज, वाद्यांची साथ आणि चर्मवाद्यांचा गजर यांमुळे ते विवर एवढे दुमदुमत होते की, जणूकाही इथे भूकंप होत आहे, असे वाटत होते.

लँग्डनने पाहिले की, या विवराची जमीन म्हणजे पाण्याचा एक चकचकीत पृष्ठभाग होता. ते पाणी स्तब्ध होते, काळे होते, गुळगुळीत पृष्ठभागाचे होते. जणूकाही एखादा काळा आणि पारदर्शक बर्फ तलावावर पसरला आहे, असे वाटत होते.

त्या सरोवरातील पाण्यात ताऱ्यांचे प्रतिबिंब पडत नाही.

त्याच पाण्यातून अक्षरश: हजारो खांब उगवले होते. त्यांच्या ओळी मोजता येणे अशक्य व्हावे, एवढ्या होत्या. प्रत्येक ३० फूट उंचीचा खांब वर छताला भिडला होता आणि आधार देत होता, विवराचे छप्पर तोलून धरीत होता. त्या खांबांवर खालून स्पॉटलाइटच्या दिव्यांनी लाल रंगाचे प्रकाशझोत टाकलेले होते. असे वाटत होते की, इथे जंगलातील असंख्य वृक्षांच्या जाडजूड फांद्या वरून खाली अंधारात उतरल्या आहेत. त्यांची प्रतिबिंबे खालच्या पाण्यात पडल्यामुळे ती विवराची जागा, भूमिगत पोकळी एक अनोखी आभासमय दुनिया वाटत होती.

जिन्याच्या शेवटच्या पायरीवर लँग्डन आणि ब्रूडर हे काही क्षण थांबले. समोरचे अद्‌भुत दृश्य पाहून ते स्तिमित झाले होते. सबंध विवरात सर्वत्र लाल धुक्यासारखा प्रकाश पसरलेला होता. त्या दोघांचे श्वासोच्छ्‌वास संथपणे चालले होते. इथली हवा त्यांना जड वाटत होती.

लँग्डनने त्याच्या डावीकडे पाहिले. त्या बाजूला सर्व श्रोत्यांची गर्दी जमली होती. शेवटच्या भिंतीला लागून एक रंगमंच उभारलेला होता. त्याच्यासमोर अर्धवर्तुळाकार आकारात काही प्लॅटफॉर्म एकामागोमाग एकेक असे उभे केले होते. त्यांना अर्थातच खालून आधार दिलेले होते. ते आधार पाण्यात शिरून तळावर

पक्के केलेले होते. त्यावर शेकडो श्रोते मंडळी बसलेली होती. बरेच जण कडेच्या भिंतीला लागून उभे राहून ऐकत होते. तर काही जण जाण्या-येण्यासाठी टाकलेल्या फळ्यांवर उभे राहून तल्लीन होऊन ऐकत होते. बहुतेकांनी कठड्याला पकडले होते आणि खालच्या पाण्याकडे त्यांची नजर होती. फळ्यांना अर्थातच खाली तळापर्यंत पक्के आधार होते.

तिथे सर्वत्र खांब आणि माणसे यांच्या अर्धछाया पसरलेल्या होत्या. तो सिएनाचा शोध घेत होता. त्याला ती कुठेही दिसत नव्हती. त्याऐवजी त्याला इतर माणसे दिसत होती. टक्सेडो कोट घातलेली, गाउन अंगावर चढवलेली, तुर्की बिश्त घातलेली, बुरखा घेतलेली. अर्ध्या चड्ड्या आणि तलम शर्ट घातलेले पर्यटक सर्वत्र दिसत होते. जणूकाही विविध मानवजातींचा तो एक प्रतिनिधिक जमाव लाल प्रकाशात एकवटला होता. ही सर्व माणसे तंत्रमंत्रविद्येचे उपासक असून कोणत्यातरी पंथाचा समारंभ साजरा करण्यासाठी एकत्र आली आहेत, असा भास लँग्डनला झाला. *जर सिएना या गर्दीमध्ये असेल, तर तिला शोधणे हे केवळ अशक्य आहे.*

त्याच वेळी एक जाडजूड माणूस त्यांना ओलांडून खोकत खोकत जिन्याने वर गेला. ब्रूडरने लगेच मागे वळून त्याच्याकडे निरखून पाहिले. लँग्डनला आपल्या घशात काहीतरी खवखवल्यासारखे वाटले. पण हा केवळ आपल्या मनाचा भास आहे, अशी त्याने आपली स्वत:ची समजूत घातली.

ब्रूडरने आता पुढे जाऊन एका फळीवर पाऊल टाकले. तो पुढे काय करावे, कसे करावे याचे विविध पर्याय अजमावत होता. त्याच्या समोरची फळ्यांची वाट पुढे अनेक तशा वाटांच्या जाळ्याकडे नेत होती. प्रत्येक वाटेला तीन-तीन वाटा फुटल्या होत्या. जणूकाही सर्व वाटांचे मिळून पाण्यावर, हवेत एक जाळे पसरलेले होते. ते जाळे खांबांच्या गर्दीतून वळसे घालून पसरले होते आणि पुढे अंधारात लुप्त झाले होते.

'मी एका काळोख्या जंगलात आलेलो आहे,' असे लँग्डनला वाटले. त्याला डान्टेच्या महाकाव्यातील पहिल्या अध्यायाच्या ओळी आठवल्या : *तिथे आता सरळ जाणारी वाट कुठेही नव्हती, ती हरवून गेली होती.*

प्रत्येक फळीच्या वाटेवर दोन्ही बाजूंना कठडे उभे केले होते. लँग्डनने एका कठड्यावरून खाली वाकून पाहिले. खालचे पाणी चार फूट खोल होते आणि आश्चर्य वाटावे इतके ते स्वच्छ आणि नितळ होते. तळावर दगडी फरश्या बसवल्या होत्या. त्या स्पष्टपणे दिसत होत्या. त्यावर एक पातळ चिखलाचा थर पसरला होता.

ब्रूडरनेही खाली पाण्यात डोकावून पाहिले आणि परत आपली नजर आतमध्ये वळवली. त्याने लँग्डनला विचारले, ''झोब्रिस्टच्या व्हिडिओत दिसणारी एखादी

गोष्ट तुम्हाला इथे आढळते का?''

'प्रत्येक गोष्टच तशी आढळते,' असे लँग्डन मनात म्हणाला. तो कोपऱ्यातील सर्द झालेल्या भिंती न्याहाळीत होता. मात्र तो कोपरा रंगमंचांपासून खूप दूर होता. तो ब्रूडरला एके ठिकाणी बोट दाखवित म्हणाला, ''मला असे वाटते की, त्या ठिकाणी तशी जागा असावी.''

ब्रूडर म्हणाला, ''मलाही तसेच वाटते आहे.''

मग ते दोघे त्या फळीच्या वाटेवरून चालत त्या दिशेला जाऊ लागले. वाटेत योग्य त्या फाट्यावर पाऊल टाकीत होते. सुदैवाने ती जागा श्रोत्यांच्या गर्दीपासून खूपच दूर होती. तो एक बाजूला पडलेला कोपरा होता.

चालता चालता लँग्डनच्या मनात आले की, या जागेत रात्रभर लपून रहाणे किती सहज शक्य आहे. इथे लपलेल्याला शोधून काढताच येणार नाही. म्हणूनच झोब्रिस्टला इथे येऊन व्हिडिओचे चित्रीकरण करणे सहज शक्य झाले. त्याला जर आठवडाभर चालणाऱ्या जलशाला आर्थिक मदत करता आली, तर खासगी चित्रीकरणासाठी लोकांची मदत घेणे त्याला सहज शक्य झाले असणार. त्याला तसे करणे अवघड नव्हते. आणि त्यात कोणालाही वावगे वाटले नसणार.

आता ब्रूडर भराभर पावले टाकीत पुढे चालला होता. जणूकाही तो जलशातल्या संगीताच्या तालावर चालत आहे, असे वाटत होते. आता ते संगीत धबधब्यासारखे पायरी-पायरीने खाली उतरू लागले होते.

डान्टे आणि व्हर्जिल नरकाच्या खाईत उतरत होते.

लँग्डन उजवीकडे दिसणारी खडकाळ भिंत नीट न्याहाळू लागला. ती भिंत तीव्र उताराची होती, भिजलेली होती आणि त्यावर शेवाळ चढलेले होते. आपण व्हिडिओमध्ये जी दृश्ये पाहिली त्याच्याशी समोरचे दृश्य तो ताडून पाहू लागला. फळ्यांच्या मार्गावरून जाताना ते प्रत्येक फाट्याला उजवीकडे वळत होते, गर्दीपासून दूर जात होते, विवरातील सर्वांत दूरच्या कोपऱ्याकडे पोहोचत होते. लँग्डनने सहज मागे वळून पाहिले व 'आपण किती दूरचे अंतर कापले' याचे त्याला आश्चर्य वाटले.

ते आणखी काही फाटे ओलांडून पुढे गेले. वाटेत त्यांना तुरळक माणसे दिसत होती. पण ते जेव्हा शेवटी त्या जागेपाशी पोहोचले, तेव्हा तिथे आजूबाजूला कोणीही नव्हते. शेवटी ब्रूडर आणि लँग्डन एकटेच राहिले.

''ही जागा तशीच दिसते आहे खरी. आपण कुठून सुरुवात करायची?'' ब्रूडरने लँग्डनला विचारले.

लँग्डन मनातल्या मनात पुन्हा त्या व्हिडिओतील दृश्ये आठवू लागला. पण व्हिडिओतील कोणतीच ओळखीची खूण दिसत नव्हती.

त्या फळीच्या वाटेवरील कठड्याला एक माहिती देणारी पाटी लावली होती. त्यावरून त्याला समजले की, या विवराच्या पोकळीचे आकारमान ८० कोटी लिटर एवढे आहे. दुसऱ्या एका खांबावर आणखी एक पाटी होती. तो खांब इतिहासकाळातील धामधुमीत दुसऱ्या कोणत्यातरी वास्तूमधला पळवून आणलेला होता. तो आजूबाजूच्या खांबांशी मिळताजुळता नव्हता. आणखी एका खांबावर एक प्राचीन काळातील कोरीवकाम केलेले होते. ते आता झिजून नाहीसे होत चालले होते. त्यात एका रडणाऱ्या कोंबडीचा डोळा चिन्ह म्हणून काढलेले होते. हे विवर बांधताना अनेक गुलाम मजुरांचा मृत्यू झाला होता. त्यांच्यासाठी ती कोंबडी रडत होती, असे सांगितले जाई.

पण पुढे लँग्डनला एका खांबावर असे चिन्ह दिसले की, ते पहाताच लँग्डन जागच्या जागी थबकून उभा राहिला.

ब्रूडरने थांबून मागे वळून लँग्डनकडे पहात त्याला विचारले, ''काय झाले? काय अडचण आली?''

यावर लँग्डनने त्या खुणेकडे बोट केले.

त्या खुणेमध्ये एक मार्गदर्शक बाण दाखवलेला होता. तो बाण एका नावापुढे होता. ते नाव एका भयानक राक्षसिणीचे होते.

MEDUSA

ब्रूडरने ते पाहून विचारले, ''बरं मग?''

लँग्डनचे हृदय धडधडत होते. 'मेड्युसा' ही ग्रीक पुराणातील तीन शापित राक्षसिणींपैकी एक होती. तिचा चेहरा भयानक होता. तिच्या डोक्याचे केस म्हणजे अनेक साप होते. तिच्याशी जो कोणी नजरानजर करे त्याचे तत्काळ दगडात रूपांतर होऊन जाई. ग्रीक पुराणात आणि देवतांच्या मंदिरात तिला नेहमी स्थान दिले जाई. तिला एक भूमिगत राक्षसीण मानले होते... पातळातील राक्षसवर्गातील ती समजली जाई. हिचाच संदर्भ त्या काव्यपंक्तीच्या अर्थामध्ये घेतला होता?

बुडालेल्या राजवाड्यात खोलवर जा...
कारण तिथेच काळोखात तो पाताळातील 'थॉनिक' राक्षस वाट पहातो आहे.

तीच त्या बाणाने मार्ग दाखवत आहे, हे लँग्डनला कळून चुकले. लँग्डन वळणावळणाने वाट काढत काळोखातून पुढे जाऊ लागला. त्याच्या मागून ब्रूडर

जाऊ लागला. शेवटी ते दोघे एक छोट्या प्लॅटफॉर्मपाशी आले. तो प्लॅटफॉर्म उजव्या भिंतीला लागून होता.

त्याच्या समोरच तो शोध घेत असलेली ती जागा होती.

तिथे पाण्यातून एक प्रचंड मोठा संगमरवरी दगड वर आला होता. तो कोरून काढलेला होता. त्यात मेड्युसा राक्षसिणीचे डोके तिच्या डोक्यावरील सापांसकट तपशीलवार कोरून काढलेले होते. परंतु या ठिकाणी तिचे डोके आणखीनच भीषण वाटत होते. कारण त्या डोक्याखाली पाण्यात त्याचे उलटे प्रतिबिंब पडलेले होते. प्रतिबिंबातील उलट्या डोक्याच्या मानेवर हे वरचे डोके विसावले आहे, असे दिसत होते.

बॉटिसेली चित्रकाराने काढलेल्या नरकाच्या नकाशात पापी लोकांना असेच उलटे टांगल्याचे दाखवलेले आहे, हे लँग्डनला आठवले.

ब्रूडर लँग्डनच्या मागे धापा टाकीत आला आणि कठड्यापाशी उभा राहिला. तोही मेड्युसाच्या उलट्या डोक्याकडे गोंधळून पहात राहिला. त्या भव्य डोक्यावर एक खांब आधाराने उभा राहिलेला होता. कदाचित हे डोके अन्य ठिकाणाहून पळवून आणून बांधकामात वापरले गेले असावे, असा लँग्डनचा एक अंदाज होता. एखाद्याला उलटे टांगले की, त्याच्यातील दुष्ट ताकद संपते, अशी एक अंधश्रद्धा असल्याने मेड्युसाच्या प्रतिबिंबाला अशी शिक्षा दिली असावी, असेही त्याला वाटत होते. त्याने अन्य कोणताही विचार केला तरी त्या प्लॅस्टिकच्या पिशवीतील रोगजंतूंचा प्रसार केव्हाही सुरू होऊ शकतो, हा विचार त्याच्या मनातून जात नव्हता.

डान्टेचा 'इन्फर्नो.' शेवटचा अध्याय. पृथ्वीचा मध्य. जिथे गुरुत्वाकर्षण उलटेपालटे झालेले असते. जिथे 'वर' हे खाली रहाते.

त्याच्या कातडीवर आता चुणचुणू लागले. बारीक बारीक सुया टोचल्यासारखे त्याला वाटू लागले. हा एक अपशकून आहे, असेही त्याला वाटू लागले. त्याने डोळे बारीक करून लाल धुक्यातील मेड्युसाच्या डोक्याकडे पाहिले. पाण्यावर आलेल्या तिच्या डोक्यातील साप पाण्यात बुडालेले दिसत होते. पण तिचे डोळे मात्र पाण्याबाहेर होते. ते डोळे डावीकडे पहात होते.

लँग्डनने घाबरून कठड्यावरून वाकून आपले डोके वळवून पाहिले. मेड्युसा नक्की कोठे पहात आहे. त्या दिशेने त्याने आपले नजर वळवली. तिथेच तो बुडालेल्या राजवाड्याचा कोपरा होता.

एका क्षणात त्याच्या डोक्यात प्रकाश पडला.

अरे! हीच ती जागा आहे.

हेच ते झोब्रिस्टचे ग्राउंड झीरो!

१२

एजंट ब्रूडर शेवटी खालच्या छातीइतक्या पाण्यात उतरला. कठड्याच्या पलीकडे जाऊन तो धाडसाने तिथल्या पाण्यात गेला. त्याच्या कपड्यांमधून गार पाणी शिरून त्याच्या अंगाला भिडले. ताबडतोब त्याचे स्नायू ताठरले. तळावर निसरडे झाले असल्याने त्याचे बूट घसरत होते. पण सुदैवाने तळ चांगलाच टणक होता. पाण्यात उतरल्यावर तो काही क्षण नुसताच उभा राहिला. त्याच्या अंगापासून पाण्याच्या लहरी निघून त्या सर्व दिशांना पसरत होत्या. काही काळ तो त्या लहरी न्याहाळत राहिला, परिस्थितीचा अंदाज घेत राहिला.

क्षणभर त्याने श्वास रोखला आणि नंतर तो सावकाश श्वासोच्छ्वास करू लागला. काहीही घाईगडबड करायची नाही, असे त्याने स्वत:ला बजावले. पाण्यात तर बिलकूल गडबड करायची नाही, हे त्याने ठरवले. तो अत्यंत सावकाश हालचाली करू लागला.

वरच्या जाण्या-येण्याच्या फळीच्या मार्गावर लँग्डन कठड्याला धरून उभा होता. तो आजूबाजूच्या फळ्यांचे मार्ग पहात होता. हळू आवाजात तो ब्रूडरला म्हणाला, "ऑल सेट! कोणीही आपल्याला पहात नाही."

ब्रूडर वळला. मेड्युसाच्या अवाढव्य आणि उलट्या प्रतिबिंबासमोर त्याने तोंड केले. तिच्यावर एका प्रखर लाल स्पॉटलाइट पडला होता. ब्रूडर खाली असल्याने त्याला त्या उलट्या राक्षसिणीचे डोके अधिकच मोठे दिसत होते.

लँग्डनने कुजबुजत त्याला सांगितले, "मेड्युसाच्या नजरेचा रोख जिकडे आहे त्या दिशेनेच जा. झोब्रिस्टला चिन्हे, प्रतीके आणि नाट्य यांची आवड होती... त्यामुळे मेड्युसाच्या नजरेत त्याने ती बॅग ठेवली असल्यास नवल नाही."

'वा! महान माणसांचे विचारही महान असतात!' अशा अर्थाची एक म्हण आठवत ब्रूडरने लँग्डनचे मनातल्या मनात कौतुक केले. या अमेरिकी प्रोफेसरने आपल्या बरोबर पाण्यात उतरण्याचीही तयारी दर्शवली होती. त्याबद्दलही ब्रूडरला कौतुक वाटत होते. लँग्डनच्या आत्ताच्या सल्ल्याने त्याच्या प्रयत्नांना नक्की

दिशा मिळाली.

डान्टे सिम्फनी आता जोरजोरात आवाज करीत विवरात घुमू लागली होती. ब्रूडरने आपल्या खिशातून वॉटरप्रूफ पेनलाइट बाहेर काढला आणि पाण्यात खाली धरून त्याचे बटण दाबले. मग त्यातून एक प्रखर हॅलोजन प्रकाशाचा बारीक झोत निघून पाण्यात घुसला. खालचा तळ त्यामुळे उजळून निघाला.

सावकाश! इथली पाण्याची स्थिती फार बदलू द्यायची नाही, असे त्याने स्वत:ला बजावले.

मग तो काळजीपूर्वक पाण्यातून सावकाश चालत जाऊ लागला. तो पद्धतशीर रीतीने हातातील पेनलाइट बॅटरीचा प्रकाश मागे-पुढे, डावीकडे-उजवीकडे हालवत जाऊ लागला.

कठड्यापाशी उभा असलेला लँग्डन अस्वस्थ होत होता. त्याच्या घशात त्याला विचित्र खवखव जाणवू लागली. त्या विवरातील हवा दमट होतीच, पण ती दमट आहे असे जाणवत होते. तसेच त्यात प्राणवायूचे प्रमाण कमी आहे, हेही समजत होते. जसजसा ब्रूडर पुढे जाऊ लागला तसतसा लँग्डन 'सारेकाही ठीक होईल,' असा स्वत:ला धीर देऊ लागला.

शेवटी आपण वेळेत पोहोचलो.

सारेकाही ठीक दिसते आहे.

ब्रूडरची टीम परिस्थितीवर ताबा मिळवेल.

तरीसुद्धा लँग्डनमधील अस्वस्थता कमी होत नव्हती. कोंडले गेल्याचा भयगंड त्याला लहानपणापासून होता. त्यामुळे या खालच्या बंदिस्त पोकळीतील काम संपवून आपण कधी एकदा बाहेर पडतो आहोत, असेही मनातून त्याला वाटत होते. *आपल्या डोक्यावर हजारो टन वजनाचे दगड आणि माती आहे. तो भार या जुनाट पडझड व्हायला लागलेल्या खांबांनी पेलून धरला आहे.* ही भावना त्याला त्रासदायक वाटू लागली.

त्याने तो भयप्रद विचार मनातून बाजूला सारला आणि आपल्या मागे पाहिले. कुणाची उगाच उत्सुकता चाळवून ते इकडे पहात नाहीत आणि येत नाहीत, याची खात्री तो अधूनमधून करीत होता.

कोणीही त्यांच्याकडे लक्ष देत नव्हते.

जे कोणी दिसत होते, ती माणसे फारच थोडी होती आणि ती निरनिराळ्या फळ्यांच्या मार्गावर होती. शिवाय ती एकदम विरुद्ध दिशेला, जलशाच्या रंगमंचाकडे पहात होती. ब्रूडर सावकाश पावले टाकीत पुढे चालला होता. एका कोपऱ्याकडे जाण्याचा त्याचा विचार होता. त्याच्याकडे कोणाचेही लक्ष नव्हते.

मग लँग्डन पुन्हा ब्रूडरकडे पाहू लागला. त्याच्या पेनलाइट बॅटरीचा प्रकाशझोत

पाण्यात वेध घेत पुढे चालला होता.

लँग्डन तिकडे पहात असताना त्याला आपल्या डोळ्यांच्या कोपऱ्यातून डावीकडे काहीतरी हालचाल झाल्याचे दिसले. ब्रूडरच्या समोर एक मोठा काळा आकार पाण्यातून उगवत होता. पाण्यातून काहीतरी तरंगणारी गोष्ट वर येते आहे, असे त्याला वाटले. लँग्डन तिकडे रोखून पाहू लागला.

ते पाहून ब्रूडरही मध्येच थांबला.

दूरच्या कोपऱ्यात ३० फुटांवर एक हलणारा काळा आकार भिंतीला लागून उठत होता. ती भुतासारखी वाटणारी आकृती मध्ययुगीन काळातील प्लेगच्या डॉक्टरसारखी वाटत होती. झोब्रिस्टच्या व्हिडिओत असेच दृश्य दिसले होते.

लवकरच लँग्डनला कळून चुकले की, *ती एक छाया आहे. ती खुद्द ब्रूडरचीच सावली आहे.*

पाण्याखालच्या एका स्पॉटलाइटच्या झोतात ब्रूडर आल्याने त्याची सावली पडलेली होती. झोब्रिस्टच्या व्हिडिओत नेमके असेच दिसले होते.

लँग्डन ब्रूडरला म्हणाला, ''बरोबर, हीच ती नेमकी जागा आहे. तुम्ही जवळ पोहोचला आहात.''

ब्रूडरने यावर आपली मान हालवली आणि तो तसूतसूने पुढे सरकू लागला. लँग्डनही त्याला समांतर असा कठड्याच्या बाजूने पुढे जाऊ लागला. जाता जाता त्याने रंगमंचाच्या दिशेने नजर टाकून आपल्याकडे कोणी पहात नाही, या खात्री करून घेतली.

कोणाचेच त्यांच्याकडे लक्ष नव्हते.

लँग्डन परत पाण्याकडे पाहू लागला. मध्येच एकदम त्याला आपल्या पायाशी एक परावर्तित प्रकाश जाणवला. त्याने खाली पाहिले, तर त्याच्या पायाशी एका लाल द्रवाचे थारोळे साचले होते.

रक्त!

लँग्डन त्या थारोळ्यातच उभा होता. माझ्या अंगातून रक्त गळते आहे? पण त्याला कसलीही वेदना होत नव्हती. तो बेभानपणे आपले अंग तपासू लागला. एखादी बारीकशी जखम किंवा एखादी हवेतील दूषित द्रव्याला असलेली ही प्रतिक्रिया तर नाही ना, अशी शंका त्याला आली. त्याने आपले नाक, नखे आणि कान तपासले. कुठूनही रक्त बाहेर येत नव्हते. त्याने गडबडून आजूबाजूला पाहिले. आपण इथे एकटेच आहोत, याची खात्री करून घेतली. त्या फळीच्या मार्गावर त्याच्याखेरीज दुसरे कोणीही नव्हते.

त्याने पुन्हा आपल्या पायाशी पाहिले. या वेळी त्याला कळले की, या फळीवरून पाण्याची एक बारीक धार पुढे सरकत आहे. ती धार शेवटी त्या

थारोळ्याला जाऊन मिळत होती. कारण ती जागा फळीवरची सर्वांत खालची होती. म्हणजे रक्ताची गळती दुसरीकडे कुठेतरी होत असली पाहिजे. कोणालातरी जखम झालेली असली पाहिजे. त्याने ब्रूडरकडे पाहिले. तो मध्यभागी पोहोचला होता. शेवटी तो त्या धारेचा माग काढीत पुढे गेला. जिथे फळी संपली होती, तिथे एक ओली भिंत होती. त्या भिंतीवरून पाणी खाली ठिबकत होते. तिथेही एक थारोळे झालेले होते आणि तेही लाल रंगाने चमकत होते. याचा अर्थ *ते रक्त नव्हते.* सबंध आसमंतात लाल प्रकाश आणि किंचित लाल धुके पसरलेले असल्याने ते पाणी रक्त वाटत होते.

परंतु यामुळे त्याला हायसे वाटण्याऐवजी त्याला दुसरीच एक भीती वाटू लागली. त्याला फळीवर जागोजागी पाणी आणि अन्य कोणाचीतरी पावले दिसली. याचा अर्थ *कोणीतरी पाण्यातून चढून वर आलेले होते.*

ब्रूडरला सावध करण्यासाठी लँग्डन चट्‌कन त्याच्याकडे वळला. पण तो पाण्यात त्याच्यापासून दूर गेला होता आणि जलसाघरामधील संगीत टिपेला पोहोचत होते. त्या मोठ्या कानठळ्या बसवणाऱ्या आवाजात त्याचा आवाज ब्रूडरपर्यंत नक्कीच पोहोचला नसता. लँग्डनला एकदम आपल्याजवळ कोणाचेतरी अस्तित्व आहे, असे जाणवले.

म्हणजे मी इथे पाण्याबाहेर एकटा नाही.

तो सावकाश भिंतीकडे वळला. तिथेच त्याच्या पायाखालची फळी संपून गेलेली होती. त्याच्यापासून १०० फूट अंतरावर एका अंधाऱ्या जागेत एक काहीतरी गोलाकार आकार असल्याचा भास त्याला झाला. एखाद्या मोठ्या दगडाला काळे कापड गुंडाळावे, तसे ते काहीतरी होते. त्यातूनही पाणी गळून खाली थारोळे झाले होते. तो आकार हलत नव्हता, स्थिर होता.

आणि आता तो एकदम हलू लागला. त्याला लांबी आली. त्या आकाराला डोक्यासारखे जे काही होते, त्या भागाने खाली वाकलेला पवित्रा सोडून वर पाहिले.

कोणीतरी काळ्या बुरख्यातील व्यक्ती तिथे आहे, हे लँग्डनने ओळखले.

इस्लामी परंपरेनुसार स्त्रियांनी आपल्या कातडीचा कोणताही भाग दर्शवायचा नसतो. हा हेतू जपण्यासाठी तसे बुरखे शिवलेले असतात. पण जेव्हा त्या बुरखाधारी व्यक्तीने आपले डोके त्याच्याकडे वळवले आणि फटीतून आपले डोळे त्याच्यावर रोखले, तेव्हा लँग्डन हादरला.

काय प्रकार आहे, हे एका क्षणात त्याने ओळखले.

सिएना ब्रूक्स तिच्या लपण्याच्या जागेतून स्फोट झाल्यासारखी बाहेर पडली आणि उड्या मारीत तिने लँग्डनला गाठले. त्याच्यावर तिने झेप घेतली आणि त्याला खाली पाडले. मग तिने त्या फळीवरून धावत जाण्यास सुरुवात केली.

१३

एजंट ब्रूडर पाण्यामध्ये चालताना मध्येच थांबला. त्याच्या बॅटरीच्या प्रकाशात त्याला तळावर काहीतरी धातूचा पदार्थ चमकून गेल्यासारखे वाटले. अत्यंत सावकाश पुढे सरकत तो जवळ गेला. पाण्यात कोठेही खळबळ होऊ नये, अशी काळजी घेत तो गेला. त्याला आता तो चमकणारा पदार्थ नीट दिसला. तो एक टिटॅनियम धातूचा आयताकृती तुकडा होता आणि तळावर बोल्टने तो पक्का केलेला होता.

झोब्रिस्टने लावलेला हाच तो फलक.

तिथले पाणी एवढे स्वच्छ होते की, त्या फलकावरील मजकूर आणि उद्याची तारीख सहज वाचता येत होती.

IN THIS PLACE, ON THIS DATE, THE WORLD WAS CHANGED FOREVER

ते पाहिल्यावर ब्रूडरला मोठी गंमत वाटली. त्याचा आत्मविश्वास वाढू लागला. उद्याची तारीख त्यावर कोरलेली आहे. आपल्याकडे अजून बऱ्याच तासांचा अवधी आहे.

झोब्रिस्टचा व्हिडिओ त्याने आठवला. तो इंच-इंच पुढे सरकू लागला. तळाला दोरीने जखडून ठेवलेली ती सोल्युब्लॅन प्लॅस्टिकची पिशवी तो शोधू लागला. त्याच्या बॅटरीच्या प्रकाशाने तिथला सारा भाग उजळून गेला होता. त्याने अनेकवार ताणून ताणून पाहिले, पण तरीही त्या पिशवीचा मागमूस दिसत नव्हता. त्याने व्हिडिओ आठवून पुन:पुन्हा त्या जागेची खात्री करून घेतली.

तरीही पिशवी तिथे नव्हती.

पण... ती इथे असायला हवी होती!

दातओठ खात तो आणखी पुढे सरकला आणि त्याने हातातील बॅटरीचा झोत

तिथल्या तळावर सर्वत्र फिरवला.

पिशवी नाही, फक्त फलक होता.

क्षणभर त्याला वाटले की, कदाचित ती एक केवळ पोकळ धमकी असेल. अशा गोष्टी आजकाल बऱ्याच घडत आहेत. तो एक केवळ भास निर्माण केलेला असेल.

खरेच तो भास होता का?

झोब्रिस्टला केवळ भीती दाखवायची होती का?

आणि मग त्याला ते सत्य दिसले. त्या फलकाच्या डाव्या बाजूला, जेमतेम दिसेल न दिसेल, असा एक दोरीचा तुकडा पाण्यात तळावर होता. एखादी निर्जीव अळी असावी, असा तो तुकडा तळावर पडला होता. त्याच्या एका टोकाला एक प्लॅस्टिकचा फासा होता. त्या फाशात सोल्युब्लॅन बॅगचे काही बारीक तुकडे अडकले होते.

त्या पारदर्शी पिशवीच्या अवशेषांकडे ब्रूडर पहात राहिला. एखाद्या टांगलेल्या आणि फुटलेल्या फुग्याची गाठ जशी ओळखू येते, तसाच हा प्रकार होता.

हळूहळू त्याला ते सत्य उमगत गेले.

आपल्याला फार उशीर झाला.

त्याच्या डोळ्यांसमोर पाण्यात विरघळत जाणारी आणि शेवटी फुटणारी ती प्लॅस्टिकची पिशवी आली... आता पिशवीतील घातक विषाणू विवरातील पाण्यात सर्वत्र पसरत असणार... नंतर ते पाण्याच्या पृष्ठभागावर येऊन हवेत शिरू पहाणार.

त्याने आपल्या थरथरत्या बोटाने बॅटरीचे बटण दाबून ती बंद केली. तिथल्या काळोखात तो क्षणभर उभा राहिला, विचार करू लागला.

त्याच्या विचारांचे लगेच प्रार्थनेत रूपांतर झाले.

परमेश्वरा, आम्हा सर्वांना मदत कर रे!

''एजंट ब्रूडर! पुन्हा सांग'' सिन्स्की वायरलेसमध्ये ओरडून ब्रूडरला हाका मारीत होती. ती आता विवरात नेणारा जिना उतरू लागली होती. तिला वायरलेसमधून नीट ऐकू येत नव्हते. चांगला सिग्नल मिळण्यासाठी ती उतरू लागली होती. ''मला तुमचा आवाज नीट ऐकू येत नाही.''

खालून एक उबदार वारा वर आला. जिन्याच्या दरवाजाकडे तो गेला. ती निम्मा जिना खाली उतरली होती. एका इमारतीच्या मागे त्यांनी आपापले संरक्षक मुखवटे आणि यंत्रसामग्री लोकांच्या नजरेस पडू नये म्हणून ठेवली होती. ते आता तयारीत होते आणि ब्रूडरच्या आज्ञेची वाट पहात होते.

ब्रूडरचा तुटक तुटक आवाज वायरलेसवर सिन्स्कीला ऐकू येत होता. "...पिशवी फुटली... आणि त्यातले सारे... निसटले."

काय? आपल्याला चुकीचे ऐकू आले असावे, अशी प्रार्थना सिन्स्की करू लागली. ती आणखी पायऱ्या उतरून खाली आली. वायरलेसमध्ये जोरात ओरडून ती म्हणाली, "पुन्हा सांगा!" आता ती सर्वांत खालच्या पायरीवर आली होती. त्याच वेळी वाद्यवृंदाने वाद्यांचा आवाज कळसाला पोहोचवला होता.

ब्रूडरचा आवाज पूर्वीपेक्षा अधिक स्पष्ट ऐकू येत होता. तो म्हणत होता, "...आणि मी परत सांगतो ...तो संसर्गजन्य पदार्थ आता पसरत गेलेला आहे."

सिन्स्की आणखी पुढे गेली. ती जिन्याच्या शेवटी पोहोचली होती आणि धडपडत खाली पडणार होती. *हे असे कसे झाले?*

"ती पिशवी विरघळून गेली आहे," ब्रूडरचा आवाज तिच्या कानांवर आदळत होता. "तो संसर्गजन्य पदार्थ आता पाण्यात मिसळला गेला आहे!"

डॉ. सिन्स्कीला ते ऐकून अक्षरश: घाम फुटला. तिने आपली नजर वर करून पाहिले, खाली जमलेली गर्दी तिच्या समोर पसरलेली तिला दिसली. त्या लालसर धुक्यात तिला तिथल्या भूमिगत जलाशयाचा विस्तार किती मोठा आहे, ते कळले. त्या पाण्यातून बरेच खांब वर आलेले होते. पण सर्वत्र पसरलेले माणसेच तिच्या नजरेत भरली.

शेकडो माणसे!

सिन्स्कीने त्या अजाण माणसांकडे पाहिले. आपण केवढ्या मोठ्या सापळ्यात सापडलो आहोत, याची त्या बिचाऱ्यांना कल्पना नव्हती. तिने वायरलेसवर ब्रूडरला सांगितले, "एजंट ब्रूडर ताबडतोब वर या! आपल्याला खालची जागा रिकामी करायची आहे."

यावर ब्रूडरने तत्क्षणी उत्तर दिले, "अजिबात नाही! बाहेर पडण्याची दारे बंद करून टाका! सील करा! इथून कोणीही बाहेर जाता कामा नये!"

जागतिक आरोग्य संघटनेची संचालक असल्यामुळे सिन्स्कीला तिच्या आज्ञा कोणताही प्रश्न न विचारता पाळल्या जाण्याची सवय झाली होती. क्षणभर तिला वाटले की, आपण काहीतरी चुकीचे ऐकले असावे. *दारे सील करा? बंद करा?*

ब्रूडर वायरलेसवरून ओरडत होता, "डॉ. सिन्स्की, डू यू रीड मी? तुम्हाला माझे बोलणे नीट ऐकू येते का? बाहेर पडण्याची सर्व दारे बंद करा!"

ब्रूडरने आपली आज्ञा पुन्हा एकदा तिला ऐकवली, पण त्याची गरज नव्हती. काय झाले असावे, हे तिला चांगलेच उमगले होते. तो बरोबरच बोलतो आहे, हे तिला कळून चुकले. तो संसर्ग पसरल्यावर तेवढी जागा बाहेरच्या जगापासून वेगळी ठेवण्याचा हा एकमेव आणि शक्य कोटीतला उपाय होता.

नकळत सिन्स्कीचा हात आपल्या गळ्यातील ताइताच्या दागिन्याकडे गेला. *अनेकांना वाचवायचे असेल तर काही जणांचा बळी गेला तरी चालेल.* शेवटी तिने खंबीरपणे निर्धार केला आणि ती वायरलेसवरून म्हणाली, ''कन्फर्म्ड, समजले एजंट ब्रूडर. मी दारे बंद करण्याचे हुकूम देते.''

सिन्स्की आता वळून वर जाऊन दारे बंद करण्याच्या आज्ञा सोडणार होती. तेवढ्यात तिला खाली जमलेल्या लोकांत काहीतरी गडबड उडाल्याचे जाणवले. तिच्यापासून फार दूर अंतरावर नसलेली एक काळा बुरखा घातलेली स्त्री फळ्यांच्या मार्गावरून धावत सुटली होती. त्या मार्गावरून बरेच जण घाईघाईने निघून जात होते. त्या गर्दीतूनही ती वाट काढीत ओरडत पळत पळत पुढे सरकत होती. सिन्स्कीच्याच दिशेने ती येत होती. तिला बाहेर पडायचे होते. जिन्याकडेच ती येत होती.

सिन्स्कीच्या लक्षात आले की, कोणीतरी त्या स्त्रीचा पाठलाग करते आहे. पाठलाग करणाऱ्या माणसाला तिने ओळखलेही. त्याची ओळख पटताच सिन्स्की थिजून गेली. तो लँग्डन होता!

सिन्स्कीने पुन्हा त्या बुरखाधारी स्त्रीकडे पाहिले. ती आता वेगाने पळत पळत तिच्याकडे येत होती. पळता पळता ती तुर्की भाषेत काहीतरी ओरडत होती. तिचे ओरडणे सर्वांना उद्देशून होते. ती नक्की काय ओरडत होती, हे सिन्स्कीला समजले नाही. पण बाकीच्या जमावाची प्रतिक्रिया पहाता ती स्त्री ''आग! आग!'' असे ओरडत असावी, हे तिने हेरले.

'आग' अशा अर्थाच्या ओरड्यामुळे जमाव सैरभैर होणे सहाजिक होते. कारण आपण जमिनीखाली एका बंदिस्त जागेत कोंडले गेलो आहोत आणि बाहेर पडायला फक्त एकच जिना आहे, या जाणिवेने सर्व जण हादरले असणार. आग भडकली तर जळून मरण्याशिवाय दुसरा पर्याय नव्हता. लोक घाबरण्याची शक्यता दाट होती.

जमावातून भीतीची एक लाट पसरत गेली. मग नंतर ती बुरखाधारी स्त्री आणि लँग्डन एवढेच पळत नव्हते, तर प्रत्येक जण जिन्याकडे धावू लागला होता. पळापळ सुरू झाली होती. सारा जमाव पळत सुटला होता.

आपल्या दिशेने चालून येणाऱ्या गर्दीकडे सिन्स्की पाठ करून जोरजोरात ओरडून वर असलेल्या ब्रूडरच्या माणसांना सावध करू लागली. ती किंचाळत त्यांना म्हणाली. ''दरवाजे बाहेरून बंद करून टाका. ही खालची जागा सील करा. अगदी **आत्ताच्या आत्ता!**''

हे सर्व संसर्ग झालेले लोक बाहेर पडले, तर साऱ्या जगात हाहा:कार उडेल, मृत्यू थैमान घालेल, या भीतीने सिन्स्की ओरडून सूचना देत होती.

लँग्डन जिन्यापाशी पोहोचेपर्यंत सिन्स्की तो जिना निम्मा वर चढून गेली होती. वर जाता जाता ती "दारे बंद करा" असे ओरडत होती. सिएना ब्रूक्ससुद्धा आपला भिजलेला आणि जड झालेला बुरखा घालून वेगाने वर चढत होती.

त्यांच्या मागून जाताना लँग्डनला जाणवले की, आपल्या मागे सर्व जण आता भयाने पळत सुटले असून बाहेर पडण्यासाठी ते इथेच येत आहेत. समुद्राची लाट यावी, तशी माणसांची ती लाट पुढे सरकत होती.

सिन्स्की पुन्हा ओरडली, "दारे बंद करा! सील करा!"

लँग्डनचे लांब पाय धावताना एका ढांगेत तीन पावले पुढे जात होते. तो वेगाने सिएनाला गाठू शकत होता. प्रवेशद्वार हे दोन दरवाजांचे होते. आता ती दोन्ही दारे बाहेरून आतल्या दिशेने ढकलली जाऊन बंद होत होती.

पण ती दारे अवजड असल्याने सावकाश सरकत होती.

सिएना सिन्स्कीला ओलांडून गेली. जाता जाता तिने सिन्स्कीचा खांदा धरून तिला मागे ओढले आणि त्या आधारे तिने आपला पुढे जाण्याचा वेग वाढवला. सिन्स्की अडखळत गुडघ्यावर पडली. तिचा आवडता ताईत खाली पडला आणि त्याचे दोन तुकडे झाले.

सिन्स्कीला उठण्यास मदत करावी, अशी इच्छा लँग्डनला झाली, पण त्याने मोठ्या कष्टाने तो मोह टाळला. तो तिला ओलांडून पुढे गेला आणि जिन्याच्या शेवटच्या पायरीपर्यंत पोहोचला.

त्याच्यापासून सिएना आता काही फूट दूर होती. ती दाराकडे पोहोचत होती. ती अवजड दारे अजून पूर्ण बंद झाली नव्हती. आपला वेग किंचितही कमी न करता तिने आपले अंग एका अनुकूल कोनातून वळवून दाराच्या फटीत घुसवले. ती निम्मी पलीकडे पोहोचली असताना तिच्या अंगावरील बुरख्याचे कापड दाराच्या लॅचमध्ये अडकले आणि तिला पुढे जाता येईना. दोन्ही दारांमध्ये ती अडकली. मग तिने आपले अंग वेडेवाकडे वळवले. लँग्डनने ओरडून तिला हाक मारली आणि तिचा बुरखा पकडला. त्याने तो पक्का धरून ठेवला. तो तिला आत ओढू लागला. पण तिने बेभानपणे शरीराची हालचाल अशी काही केली की, तो बुरखा फाटून लँग्डनच्या हातात कापडाचा तुकडा राहिला. तुटलेल्या कापडाचा घाईत एक बोळा होऊन तो दोन दारांमध्ये अडकून बसला. त्यामुळे लँग्डनचे हात दोन दारांत अडकण्यापासून बचावले. पण दोन दारांत कापडाचा बोळा अडकल्याने बाहेरच्या माणसांना दारे ढकलून पूर्णपणे बंद करता येईना. तिने आपला बुरखा सोडून दिला होता.

दारांच्या फटीतून लँग्डनने पाहिले की, सिएना ब्रूक्स समोरच्या गर्दीच्या रस्त्यातून धावत सुटली आहे. रस्त्यावरच्या प्रकाशात तिचे टक्कल पडलेले डोके

चमकत होते. तिच्या अंगात तोच स्वेटर होता, पायात निळी जीन्स होती. दिवसभर तिने हेच कपडे घातलेले होते. शेवटी ती पळून गेली. तिच्या फसवण्यामुळे तिच्याविरुद्ध लँग्डनचा राग उफाळून आला.

तिच्याविरुद्ध निर्माण झालेली रागाची भावना लँग्डनच्या मनात क्षणभर टिकून राहिली. एकदम मागून लोकांचा लोंढा लँग्डनवर आदळला. दार आणि लोंढा यांत तो चेंगरला जाऊ लागला. त्याच्या मागेच पळापळ करणारा लोंढा आला होता. लोंढ्यातील लोकांच्या आरोळ्या, आरडाओरडा यांचा मोठा गदारोळ जिन्यात झाला. त्यातच अजून चालू असलेल्या वाद्यसंगीताची भर पडून मोठा गोंगाट झाला. लँग्डनला पाठीवर आता मागून ढकलणाऱ्या लोकांचा दाब पडू लागला. तो दाब वाढत चालला आहे, हे त्याला जाणवले. या दाबात आपल्या बरगड्या कितपत टिकतील याची त्याला शंका वाटू लागली. कारण तिथे त्याला वेदना होऊ लागल्या.

त्यानंतर ती दोन्ही दारे स्फोट झाल्यासारखी बाहेरच्या बाजूला उघडली. मग शॅम्पेनच्या बाटलीचे बूच फट्कन बाटलीतून उडावे, तसा लँग्डन बाहेर फेकला गेला. तो बाहेरच्या फुटपाथवर धडपडत पुढे गेला. आणखी पुढे गेला असता तर रस्त्यावर एखाद्या गाडीपुढे पडला असता. त्याच्या मागे लोकांचा मोठा लोंढा बाहेर पडला आणि माणसांचा एक प्रवाह आतून बाहेर वाहू लागला. एखाद्या वारुळात विषारी पदार्थ टाकल्यावर जशा मुंग्या बाहेर पडतात तसे लोक बाहेर पडून इतस्तत: धावू लागले.

आतल्या गदारोळाच्या, गोंधळाचा, गोंगाटाचा आवाज बाहेर असलेल्या ब्रूडरच्या जवानांच्या कानावर आला. ते इमारतीच्या मागून धावत आले. त्यांनी दूषित वायूंपासून, रसायनांपासून आणि तत्सम घातक पदार्थांपासून बचाव करणारे हॅझमॅट पोषाख घातलेले होते. शिवाय तोंडावर गॅस मास्क चढवले होते. पण अशा विचित्र पोषाखातील माणसे आलेली पाहून गर्दीतले लोक आणखीनच घाबरले. त्यामुळे गोंधळ वाढला.

लँग्डनने रस्त्यावर दूरवर डोकावून सिएनाचा शोध घेण्याचा प्रयत्न केला. पण त्याला दिसले, ती फक्त रस्त्यावरची वाहतूक, दिवे आणि गोंधळ.

नंतर क्षणभर त्याला डावीकडे रस्त्यावर एक डोके चमकून गेल्यासारखे वाटले. ती व्यक्ती फुटपाथवरून धावत सुटलेली होती आणि एका वळणावर ती अदृश्य झाली. लँग्डनने आपल्या मागे वळून सिन्स्की, पोलीस किंवा ब्रूडरचे जवान यांना शोधण्याचा प्रयत्न केला. पण त्याला दिसली ती लठ्ठ हॅझमॅट पोषाख घातलेली माणसे.

बाकी काहीही नाही.

आता आपल्यालाच जे काही करायचे आहे ते करावे लागणार हे त्याला कळून चुकले. मग कसलाही मागचा पुढचा विचार न करता तो सिएनाचा शोध घेण्यासाठी धावत सुटला.

त्या भूमिगत विवरात, अगदी कोपऱ्यातील भागातील छातीइतक्या पाण्यात एजंट ब्रूडर एकटा उभा होता. भेदरलेल्या श्रोत्यांचे ओरडणे, सर्वांची बाहेर पडण्यासाठी जिवाच्या आकांताने चाललेली धडपड, जिन्यातून वर जाऊन बाहेर जाणे, हे सर्व त्याने हताशपणे पाहिले होते. तो हतबुद्ध झाला होता.

ती दारे कधीच बंद केली नाहीत. ब्रूडरला शेवटी कळून चुकले की, तो घातक पदार्थ ताब्यात घेण्याचे सर्व प्रयत्न शेवटी विफल झाले होते.

१४

रॉबर्ट लँग्डन हा धावपटू नव्हता. पण वर्षानुवर्षे तो रोज पोहण्याचा व्यायाम करत असल्याने त्याचे पाय बळकट झालेले होते. तसेच तो लांब टांगा टाकीत सहज जाऊ शकत असे. सिएना ज्या वळणापाशी वळली तिथे तो काही सेकंदात पोहोचला. वळल्यावर त्याला दिसले की, आपण एका मोठ्या रस्त्यावर आलेलो आहोत. तो रस्त्याचे दोन्ही फुटपाथ शोधू लागला.

पण सिएना कुठेही दिसेना!

पाऊस थांबला होता आणि या कोपऱ्यापासून त्याला संपूर्ण प्रकाशित रस्ता व्यवस्थित दिसत होता. तिथे कुठेही लपायला जागा नव्हती. पण तरीही सिएना अदृश्य झाली होती खरी.

लँग्डन पुढे धावत जाऊन शेवटी थांबला. आपले दोन्ही हात कमरेवर ठेवून धापा टाकीत त्याने पावसाने भिजलेला रस्ता नीट परत एकदा न्याहाळला. फक्त शंभरएक फुटांवर काहीतरी हालचाली चालू होत्या. तिथे इस्तंबूलमधली एक अत्याधुनिक बस निघत होती आणि वेग पकडू पहात होती.

सिएनाने त्या चालत्या बसमध्ये उडी मारली असेल?

पण तसे करणे खूप धोक्याचे होते. सर्व जण आपल्याला शोधत असताना असे करून ती बसच्या सापळ्यात कशी काय अडकून राहील? पण जर तिच्यामागे कोपऱ्यातल्या वळणापर्यंत कोणीच नसेल हे कळल्यास ती निघत असणाऱ्या बसमध्ये चढेल. ती संधी ती घेईलच.

त्या निघून जाणाऱ्या बसच्या वर बस कोठवर जाणार याची पाटी होती. त्यावर असंख्य बारीक दिव्यांनी अक्षरे येऊन जात होती. ती अक्षरे एकच शब्द सारखा झळकवत होती. तो शब्द होता, 'गॅलाटा'.

लँग्डन धावत पुढे गेला आणि एका वयस्कर माणसापाशी जाऊन थांबला. तो माणूस एका हॉटेलपाशी थांबला होता. त्याच्या अंगावरील कपडे झकपक होते. त्याच्या कोटावर कशिदाकाम केलेले होते. त्याने डोक्याला फेटा बांधला होता.

लँग्डनने त्याला धापा टाकीत विचारले, "एक्स्क्यूज मी, डू यू स्पीक इंग्लिश?"

"ऑफ कोर्स!" लँग्डनच्या आवाजातील व्याकूळता आणि आणीबाणी पाहून तो जरासा हादरलाच होता.

"गॅलाटा काय आहे? कसली जागा आहे?"

यावर तो उत्तरला, "गॅलाटा? पण कोणता गॅलाटा? गॅलाटा ब्रिज, गॅलाटा टॉवर की गॅलाटा पोर्ट? काय हवे आहे तुम्हाला?"

लँग्डनने दूरवर जाणाऱ्या बसकडे बोट दाखवून म्हटले, "गॅलाटा जिकडे ती बस जात आहे."

मग फेटा घातलेल्या माणसाने क्षणभर विचार करून सांगितले, "गॅलाटा ब्रिज. ती बस जुन्या शहरातून निघून वॉटरवे ओलांडून जाते."

यावर लँग्डनने घशातून एक चमत्कारिक आवाज काढला, आपले डोळे त्याने फिरवले. त्याला कुठेही सिएना दिसत नव्हती. आता सर्वत्र सायरन वाजू लागले होते. आणीबाणीत कामे करणारी वाहने धावपळ करीत भूमिगत जलसाठ्याकडे जात होती.

"काय झाले आहे? सर्वकाही ठीक आहे?" घाबरून गेलेल्या त्या माणसाने लँग्डनला विचारले.

निघून जाणाऱ्या बसच्या दिशेने पाहिले. त्या बसचा पाठलाग करून सिएनाला गाठणे म्हणजे एक जुगार आहे, असे त्याच्या लक्षात आले. तरीही तो जुगार खेळणे आपल्याला भागच आहे, हेही तो समजून चुकला.

त्या वयस्कर माणसाला त्याने उत्तर दिले, "फारशी काही गडबड नाही. काहीतरी आणीबाणीची परिस्थिती उद्भवली आहे आणि मला तुमची मदत हवी आहे." मग त्याने फुटपाथला लागून एक हॉटेलचा कर्मचारी ग्राहकाची गाडी पार्क करीत होता तिकडे पाहिले. ती एक पॉश सिल्व्हर बेन्टले गाडी होती. लँग्डनने त्याला विचारले, "ही तुमची गाडी आहे?"

"होय, पण– "

"मला तुम्ही प्लीज यातून न्याल का? आपली ओळख नाही तरीही मी तुम्हाला विनंती करतो आहे. मी अडचणीत आलो आहे. पण काहीतरी भयानक उत्पात घडणार आहे. हा अनेकांच्या जन्म-मरणाचा प्रश्न आहे."

यावर त्या फेटेवाल्या माणसाने लँग्डनकडे बराच वेळ रोखून पाहिले. समोरचा माणूस कितपत प्रामाणिक आहे, याचा तो वेध घेत असावा. शेवटी आपली मान होकारार्थी हलवत तो लँग्डनला म्हणाला, "असे असेल तर मग चला, गाडीत बसा!"

लँग्डन त्या आलिशान गाडीत जाऊन बसला. तो माणूस आपली गाडी चालवू लागला. लँग्डनच्या लक्षात आले की हा माणूस ड्रायव्हिंग करण्यात चांगलाच निष्णात आहे, अनुभवी आहे आणि त्याला वाहतुकीमधून गाडी काढण्यात मजा वाटते आहे. तो आता बसला गाठण्यासाठी वेगाने गाडी चालवू लागला.

अवघ्या काही मिनिटांतच त्याने पुढे जाणाऱ्या बसला गाठले. लँग्डनने समोरच्या काचेतून बसकडे आपले डोळे बारीक करून पाहिले. बसच्या मागच्या खिडकीतून आतली माणसे दिसत होती. परंतु आतले दिवे अंधूक प्रकाशाचे होते, त्यामुळे माणसांचे चेहरे ओळखता येत नव्हते. त्यांच्या केवळ बाह्याकृती दिसत होत्या.

लँग्डन म्हणाला, ''बसबरोबरच रहा, प्लीज. आणि तुमच्याजवळ मोबाइल आहे?''

मग त्या माणसाने आपल्या खिशातून मोबाइल काढून लँग्डनला दिला. लँग्डनने त्याचे मनापासून आभार मानले. परंतु कोणाला फोन करायचा हे त्याला समजत नव्हते. सिन्स्की आणि ब्रूडर यांचे मोबाइल नंबर्स त्याच्याकडे नव्हते. म्हणून त्याने जागतिक आरोग्य संघटनेच्या स्वित्झर्लंडच्या ऑफिसला फोन लावला. ते ऑफिस २४ तास सुरू असते. त्यांना इथली माहिती दिली.

नंतर त्याने त्या माणसाला विचारले, ''मी कोणत्या नंबरवर इथल्या स्थानिक पोलिसांशी संपर्क साधू शकतो?''

तो माणूस म्हणाला, ''वन-फाइव्ह-फाइव्ह. इस्तंबूलमध्ये कुठूनही फोन लावा.''

लँग्डनने तो नंबर लावला आणि तो वाट पाहू लागला. पलीकडे बराच वेळ रिंग वाजत असलेली त्याला ऐकू आली. शेवटी एका ध्वनिमुद्रित आवाजाने त्याला तुर्की आणि इंग्लिश भाषेत सांगितले की, ''बरेच फोन कॉल्स येत असल्याने आपल्याला प्रतीक्षा करावी लागेल. कृपया थांबा!'' त्या विवरात उडालेल्या गडबड-गोंधळामुळे पोलिसांकडे सारखे फोन जात असतील का, असा प्रश्न त्याला पडला.

'बुडालेल्या राजवाड्यात' आता गोंधळ शिगेला पोहोचला असेल, असा अंदाज त्याने केला. ब्रूडरला पाण्यात शोध घेताना शेवटी त्याच्या हाताशी काय लागले असेल, याचाही तो अंदाज करू लागला. लँग्डनला आता खूपच खचून गेल्यासारखे वाटू लागले.

आपल्या आधी सिएना पाण्यात उतरली होती, हाही विचार त्याच्या मनात येऊन गेला.

त्याच्या पुढे चाललेल्या बसचे थांबण्यासाठी ब्रेक्स लागत असल्याचे त्याला तिच्या मागच्या तांबड्या दिव्यांवरून दिसले. ती बस आता स्टॉपवर थांबत होती. लँग्डनला आता कोण कोण उतारू आतून-बाहेर येत आहेत आणि नवीन वर चढत

आहेत, हे स्पष्ट दिसू शकत होते. फक्त तीन प्रवासी खाली उतरले. ते सर्व पुरुष होते. पण तरीही लँग्डनने त्यांचे काळजीपूर्वक निरीक्षण केले, कारण सिएना ही वेषांतर करण्यात पटाईत होती.

त्याची नजर पुन्हा बसच्या मागच्या खिडकीतून आत गेली. खिडकीची काच ही गॉगलसारखी हिरवट रंगाची होती. पण जेव्हा आतले दिवे पूर्णपणे प्रकाश टाकू लागले, तेव्हा त्याला आतली माणसे स्पष्ट दिसू लागली. त्याने पुढे वाकून अगदी समोरच्या काचेला नाक लावून सिएनाला शोधण्याचा प्रयत्न केला.

आपण जुगार हरलो, असे व्हायला नको!

पण मग त्याला ती दिसली.

ती सर्वांच्या मागे उभी होती. समोर पहात होती. तिचे ते सडपातळ खांदे वर निमुळते होत, टक्कल पडलेल्या डोक्यापर्यंत गेलेले होते.

सिएनाखेरीज दुसरे कोण असणार? तीच ती होती!

बस सुरू झाल्यावर वेग घेताना आतल्या दिव्यांची प्रखरता कमी झाली. तेवढ्या काही सेकंदात सिएना दिसेनाशी झाली. त्या वेळी तिने मागे वळून मागच्या खिडकीतून पाहिले होते. आपण दिसू नये म्हणून लँग्डन खाली सरकून अंधारात बसला. तिने आपल्याला पाहिले का? त्या फेटेवाल्या माणसानेही बस थांबल्यावर आपली गाडी थांबवली होती. आता त्याने परत गाडी सुरू केली आणि बसच्या मागोमाग तो जाऊ लागला. आता रस्ता पाण्याच्या दिशेने जात असल्याने उताराचा होता. लँग्डनला समोर असलेल्या पुलाचे दिवे दिसू लागले होते. पुलावर वाहनांची गर्दी असल्याने तिथली वाहतूक ठप्प झाली होती. त्यामुळे मागची वाहतूकही थांबली होती.

"आता मसाल्यांचा बाजार येणार आहे. पावसाळ्यातील रात्री तिथे खूपच गर्दी होत असते," असे गाडीचा मालक ड्रायव्हिंग करता करता त्याला म्हणाला. मग त्याने किनाऱ्याकडे असलेल्या एका लांबलचक इमारतीकडे बोट दाखवले. तीच इमारत मसाल्याची विक्री करणारी होती. एका 'नवीन मशीद' म्हणून ओळखल्या जाणाऱ्या मशिदीच्या छायेत ती इमारत होती. "मशीद खूप प्रेक्षणीय आहे," असे त्याला तो फेटेवाला म्हणाला. मसाल्याच्या बाजाराची इमारत अमेरिकी मॉलपेक्षाही बरीच मोठी होती. तिच्या प्रवेशद्वारावर एक मोठी कमान होती. त्याखालून शेकडो ग्राहक आत जात होते आणि बाहेर पडत होते.

"अलो?" एक बारीक आवाज गाडीत ऐकू आला. "ॲसिल दुरूम! अलो?"

लँग्डनने हातातील फोनकडे पाहिले. पलीकडून पोलिसांचा ऑपरेटर त्याच्याशी संपर्क साधत होता.

लँग्डनने फोन कानाशी लावून म्हटले, "येस, हॅलो! माय नेम इज रॉबर्ट

लँग्डन. मी जागतिक आरोग्य संघटनेसाठी काम करतो. शहरातील 'येरेबातन सरायी'मध्ये आणीबाणीची परिस्थिती निर्माण झाली आहे. त्या परिस्थितीला जी व्यक्ती जबाबदार आहे त्या व्यक्तीचा मी पाठलाग करतो आहे. ती व्यक्ती आत्ता मसाल्याच्या बाजारापाशी एका बसमधून पुढे चालली आहे. ती पुढे कुठे जाणार– ''

''एक मिनिट प्लीज!'' ऑपरेटर म्हणाला, ''मी तुम्हाला साहेबांशी हा फोन जोडून देतो.''

''नको, जरा थांबा!'' असे लँग्डन त्यावर बोलला खरा; पण तोपर्यंत पलीकडच्या ऑपरेटरने कनेक्शन तात्पुरते खंडित केले होते.

बेन्टले गाडीच्या ड्रायव्हरने लँग्डनकडे पहात त्याला विचारले, ''येरेबातन सरायीमध्ये काही गडबड झाली?''

लँग्डन त्याला यावर हाही खुलासा करणार होता. पण ड्रायव्हरचा चेहरा एकदम रागाने लाल झाला.

पुढच्या वाहनांचे ब्रेक्स लाइट लागले होते.

आपली बेन्टले कार त्याने ब्रेक्स मारून बसच्या मागे थांबवली. बसमधले आतले दिवे विझले आणि परत लागले. मग लँग्डनला सिएना दिसली, अगदी स्वच्छ दिसली. मागच्या दरवाजात येऊन ती उभी होती. तिने बसची दोरी खेचून रिंग वाजवल्याने बस थांबवावी लागली होती.

याचा अर्थ तिने मला मागच्या खिडकीतून कारमध्ये पाहिले. म्हणून ती आता बस सोडून जात आहे. शिवाय पुढे पुलावर बरीच वाहतूक तुंबून राहिलेली असल्याने बस इथे बराच वेळ अडकून पडणार, हे तिच्या लक्षात आहे. तेवढ्या वेळात लँग्डन इथे येऊन आपल्याला गाठेल हे तिला कळून चुकले असणार. म्हणूनच ती खाली उतरून पळून जाऊ पहात आहे.

लँग्डनने झट्कन आपल्या बाजूचे दार उघडले. पण तोपर्यंत सिएना बसमधून उतरून पळू लागली होती, रात्रीच्या अंधारात गडप होऊ पहात होती. लँग्डनने मोबाइल ड्रायव्हरच्या दिशेने आसनावर टाकला आणि ओरडून त्याला म्हटले, ''पोलिसांना सांगा काय झाले ते! या जागेला वेढा घालण्याचेही त्यांना सुचवा.''

फेटेवाल्याने घाबरून आपली मान डोलवली.

''आणि आपल्याला मनापासून धन्यवाद!'' लँग्डन म्हणाला.

नंतर लँग्डन सिएनाला पकडण्यासाठी पळत सुटला. ती आता मसाल्याच्या बाजारातील गर्दीत मिसळून जाण्यासाठी पळत सुटली होती.

९५

इस्तंबूलमधील तो मसाल्यांचा बाजार हा एक जगातील सर्वांत मोठा बाजार होता. तसेच तो ३०० वर्षांएवढा जुना होता. भव्य विस्तार असलेल्या त्या बाजारात ८८ भक्कम आणि प्रशस्त खोल्या होत्या आणि त्यामध्ये शेकडो दुकाने किंवा गाळे सामावलेले होते. स्थानिक व्यापाऱ्यांची तिथे विक्री करण्यासाठी गर्दी झालेली असे. मसाल्याचे जिन्नस, फळे, भाजीपाला, इस्तंबूलची खास मिठाई, गोळ्या आणि तुर्की पदार्थ तिथे विकले जायचे.

त्या बाजारातील प्रवेशमार्गावर एक गोथिक पद्धतीची कमान होती. त्याखालून आत जाण्याचा प्रवेशमार्ग होता. रोज त्या कमानीखालून तीन लाखांपेक्षा अधिक लोक जा-ये करीत.

आज रात्री लँग्डन त्या गजबजलेल्या प्रवेशद्वाराकडे जात होता. आजूबाजूची अफाट गर्दी पाहून त्याला वाटले की, आता ते सारे तीन लाख लोक इथे जमले असावेत. तो सिएनावर नजर ठेवून तिच्या मागे पळत होता. त्याच्या पुढे ती आता अवघ्या ५० ते ६० फुटांवर होती. ती पळत चालली होती आणि ती थांबण्याचे चिन्ह दिसत नव्हते. तिने त्या कमानीचा मार्ग धरला होता. गर्दीतून ती वळणावळणाने मार्ग काढीत होती. प्रवेशद्वारातून आत शिरल्यावरती गर्दीतून वाट काढणे तिला जड जाऊ लागले. ज्या क्षणी ती इमारतीमध्ये शिरली त्या क्षणी तिने मागे वळून पाहिले. लँग्डनला तिच्या डोळ्यांत एक भ्यायलेली लहान मुलगी दिसली. ती घाबरली होती, बेभान झाली होती आणि तिचा स्वत:वरचा ताबा सुटला होता.

लँग्डनने तिला हाक मारली, "सिएना!"

पण ती तिथून पळून गेली आणि माणसांच्या समुद्रात गडप झाली, अदृश्य झाली.

तिच्या मागे लँग्डन धावत सुटला. वाटेतील लोकांना तो धडकत होता, त्यांचे धक्के खात होता, त्यांना ढकलत होता. शेवटी तो बाजारातील पश्चिमेकडच्या मार्गात पोहोचला.

तिथून जाताना त्याला दुतर्फा असलेल्या दुकानातील पिंपे दिसली. त्यात शिगोशीग माल भरून ठेवला होता. भारतीय मसाला, इराणी केशर, चिनी चहा वगैरे माल विविध रंगात तिथे मांडण्यात आला होता. त्या मालाचे पिवळे, तपकिरी आणि सोनेरी रंग आकर्षक वाटत होते. लँग्डनला पावलोपावली तिथे नवीन पदार्थांचा वास येत होता. त्या वासांच्या गर्दीत त्याला एक नवीन वास नाकाला जाणवला. तो वास भूछत्रांचा होता. तिथे तिखट वास होता तसाच कडू कंदमुळे यांचा आणि कस्तुरीच्या तेलांचाही होता. हवेत सर्व वासांचे मिश्रण झालेले होते. अनेक आवाजही तिथे उमटत होते. ते आवाज जगातील विविध भाषांमधले होते. त्यांचा सर्वांचा मिळून एक मोठा गोंगाट होत होता. त्या एकसुरी आणि रटाळ गोंगाटावर वास हाच एक उतारा होता.

तिथे हजारो लोक एकवटले होते.

कोंडले गेल्याची आणि एक घुसमटवून टाकणारी भावना लँग्डनला झाली. त्याने गर्दीतून कसाबसा मार्ग काढत सिएनाचा पाठलाग चालू ठेवला. त्याने पाहिले की सिएना त्याच्या पुढेच काही अंतरावर आहे. ती लोकांच्या गर्दीत बेभानपणे घुसून, बेधडक धक्के मारत पुढे चालली होती. तोही तसेच करत तिच्याजवळ पोहोचू पहात होता. शेवटी ती कुठे जाणार होती. हा पाठलाग कधीतरी संपणार होता.

क्षणभर लँग्डनला नवल वाटले की, आपण तिचा पाठलाग करतो का आहोत?

न्यायासाठी? सिएनाने जे काही केले, त्या गुन्ह्याची व्याप्ती आणि खोली किती आहे यावर तिला कोणती शिक्षा होईल? अर्थात ती जर पकडली गेली तर तो पुढचा प्रश्न होता. तिला आपण आता कशासाठी पकडायचे? रोगाची साथ पसरवल्याबद्दल? पण जे काही झाले ते झाले. आता त्यावर थोडीच कारवाई करून चक्र उलटे फिरवता येणार होते?

अनोळखी व्यक्तींच्या समुद्रातून तो मार्ग काढत चालला असताना त्याला एकदम कळून चुकले की, आपण सिएनाला का थांबवू पहातो आहोत? कारण आपल्याला तिच्याकडून खुलासा हवा आहे, उत्तरे हवी आहेत. ही उत्तरे फक्त तीच देऊ शकते.

३० फुटांवर सिएना होती. बाहेर पडण्याच्या एका दाराकडे ती जात होती. तिथे इमारतीची पश्चिम बाजू संपत होती. तिने मागे वळून एक चोरटा कटाक्ष टाकला आणि लँग्डन खूप जवळ आला आहे हे समजल्यावर ती खूप भयभीत झाली. ती पुढे पाहून दाराकडे जाऊ लागली. पण वाटेत ती अडखळून खाली पडली.

पडताना सिएनाचे डोके फट्कन पुढे झुकले होते आणि तिच्या डोक्याचा फटका समोरच्या माणसाच्या खांद्यावर बसला होता. त्यामुळे तोही खाली पडला.

तिचा उजवा हात पडता पडता पुढे आला होता आणि पडू नये म्हणून आधार शोधत होता. हे सारे एका दुकानाच्या जवळच घडल्याने तिच्या हाताला एका पिंपाची कड लागली. त्यामध्ये चेस्टनट वृक्षाची वाळलेली फळे भरून ठेवलेली होती. घाईघाईत तिने ते पिंप ओढले आणि सर्व फळे तिच्या अंगावर सांडली, कोसळली. संबंध जमिनीवर ती फळे पसरली.

लँग्डनने आता तिला तीन टांगात गाठले. त्याने खाली पाहिले, तर त्याला ते आडवे झालेले पिंप आणि पसरलेली फळे दिसली. सिएना मात्र तिथे नव्हती. तो दुकानदार आरडाओरडा करू लागला होता.

सिएना कुठे गेली?

लँग्डनने सभोवार गोलाकार वळून पाहिले, पण सिएना अदृश्य झालेली होती. त्याची नजर जेव्हा बाहेरच्या दारातून बाहेर गेली तेव्हा ती त्याला त्याच्यापुढे पन्नासएक फुटांवर दिसली. तिचे पडणे हे नाटक नव्हते, तर तो एक खरोखरीच अपघात होता, हे त्याच्या लक्षात आले.

लँग्डन धावत दारातून, त्या भव्य बाजारातून वेगाने बाहेर पडला. तो तिला शोधू लागला, पण ती त्याला दिसली नाही. त्याच्या पुढेच एक हमरस्ता होता आणि त्याला अनेक आडव्या गल्ल्या फुटलेल्या होत्या. त्याच रस्त्यावर तो गॅलाटा ब्रिज होता. गोल्डन हॉर्नच्या विस्तृत पाण्यावरून तो जात होता. आता जवळच्या नवीन मशिदीच्या मिनारांना उजळून टाकणारे दिवे लागले होते. बाहेरही सर्वत्र माणसांची गर्दी होती.

रस्त्यावरून गाड्यांचे कर्कश हॉर्न वाजू लागले म्हणून लँग्डनचे लक्ष रस्त्याकडे गेले. आणि त्याला सिएना दिसली. त्याच्यापासून अवघ्या ३०० फूट अंतरावर ती होती. भरधाव वाहनांच्या गर्दीतूनही तो बाणासारखा धावत सुटला. दोन ट्रक्स त्याने चुकवले. ती आता समुद्राकडे चालली होती.

गोल्डन हॉर्न समुद्राचा किनारा त्याच्या डावीकडे होता. तिथे सर्व प्रकारच्या वाहतुकीचे एक केंद्र बनले होते. फेरी बोटींसाठी असलेले डॉक्स, बसेस, टॅक्सी, सहलीसाठी निघणाऱ्या बोटी यांची तिथे गर्दी उसळली होती.

लँग्डन रस्त्याच्या दिशेने धावत गेला. जेव्हा तिथल्या कठड्यापाशी तो पोहोचला तेव्हा त्याने उडी मारून तो कठडा ओलांडला. ती उडी त्याने आधीच योजलेली होती. पलीकडच्या बाजूला येत असलेल्या वाहनांच्या पुढ्यात आपली उडी पडू नये म्हणून त्याने आधीच अंदाज घेतला होता. त्या हमरस्त्यावरच्या पहिल्या दोन लेन त्याने शिताफीने ओलांडल्या. समोरून येणाऱ्या वाहनांचे दिपवून टाकणारे झोत, रागावून वाजवलेले हॉर्न यांच्या तडाख्यातून तो थांबत, पळत गेला. शेवटी तो समुद्रकिनाऱ्यावर असलेल्या शेवटच्या कठड्यापाशी पोहोचला.

जरी ती त्याला अजूनही दिसत असली, तरी सिएना आता त्याच्यापासून खूप दूर गेली होती. वाटेतल्या स्टॅन्डवरील टॅक्सीज्, इंजिन चालू ठेवून थांबलेल्या बसेस यांच्यातून वाट काढीत तो थेट डॉक्सकडे गेला. तिथे त्याला दिसले की, सर्व प्रकारच्या नौका येत होत्या आणि जात होत्या. पर्यटकांचे बार्जेस, वॉटर टॅक्सीज्, खासगी मच्छीमारी बोटी, स्पीड बोटी सान्या काही तिथे होत्या. समुद्राच्या पलीकडे जो शहराचा भाग होता, तिथले दिवे इथून लुकलुकताना दिसत होते. सिएना नक्की पलीकडे जाणार याची त्याला खात्री होती. मग मात्र ती सापडण्याची कसलीही आशा नव्हती. कदाचित ती इथून पुढे कधीच त्याला सापडणार नव्हती.

जेव्हा तो किनाऱ्यापाशी पोहोचला तेव्हा तो डावीकडे वळला आणि बोर्डवॉकवरून धावू लागला. प्रवासी लोकांच्या नजरा आश्चर्याने त्याच्याकडे वळल्या होत्या. ते एका 'फ्लोरिला'मध्ये चढण्यासाठी रांगेत उभे होते. तो फ्लोरिला म्हणजे एक डिनर बार्ज होता. तिथे रात्री मेजवानी आयोजित केलेली होती. त्या बार्जवरचा सर्व डेक सुशोभित केला होता. मशिदीसारखे घुमट, सोनेरी नक्षीकाम आणि उघडझाप करणारे निऑन दिवे तिथे होते.

'या तुर्कस्तानच्या बोस्पोरसमध्ये तर अमेरिकेतील छोटे लास वेगास अवतरले आहे,' असे लँग्डनच्या मनात आले. तो तिथूनही पुढे पळत गेला. तिला कोणत्याही नौकेवर चढू द्यायचे नाही, असे त्याने मनाशी ठरवले होते. तो आता जीव खाऊन पळू लागला.

त्याला ती पुढे काही अंतरावर दिसली. पण आता ती पळत नव्हती. एका आलिशान नौकेवर उभ्या असलेल्या एका तरुणाला ती विनंती करीत होती. कारण ती नौका तिथून निघायच्या बेतात होती. ती त्याला नौकेवर घेण्याची विनंती करीत असावी. पण त्या तरुणाने तिला हसून नकार दिला. सिएना त्याला काकुळतीने विनंती करीत होती. पण तिच्या विनंतीचा काहीही उपयोग झाला नाही. शेवटी त्याने बोटीचे कंट्रोल्स हातात घेऊन ती नौका समुद्रात नेली.

लँग्डन आणखी तिच्याजवळ गेला. तिने त्याला पाहिले. तिच्या चेहऱ्यावर एक बेभानपणा उतरला होता. तिच्याजवळच खाली एक छोटी मोटरबोट सुरू झाली होती, पाणी ढवळीत होती आणि धक्क्यापासून दूर जाऊ लागली होती.

सिएनाने एकदम हवेत झेप घेतली. समुद्राच्या पाण्यावरून तिची झेप गेली आणि ती त्या मोटरबोटीच्या मागच्या भागावर जाऊन पडली. बोट चालवणाऱ्या ड्रायव्हरच्या चेहऱ्यावर आश्चर्य दिसत होते. त्याने बोटीचे थ्रॉटल मागे घेतले. बोट पुढे जाण्याची थांबली. पण आलेल्या वेगाने ती मंद गतीने पुढे सरकत राहिली. धक्क्यापासून ती ६० फूट अंतरावर पाण्यात शिरली होती. बोटीचा चालक रागाने ओरडत तिच्याकडे धावत गेला. त्याला हा असला उतारू बोटीत नको होता.

तो आपल्यावर चालून येतो आहे, असे पाहून सिएना बाजूला सरकली. तिने त्याचे मनगट धरून त्याला तसाच बोटीच्या कडेवरून बाहेर ढकलले. तो तिच्याकडे जोरात धावत आला होता. त्याच्या वेगाचा फायदा घेऊन तिने त्याच्या वेगात थोडी भर घातली आणि त्याला बोटीपलीकडे लोटून दिले. तो सरळ खाली पाण्यात धप्कन पडला, बुडाला. थोड्या वेळाने तो वर आला आणि थरथरत ओरडू लागला. तो तुर्की भाषेत जे काही ओरडत होता, त्या नक्कीच शिव्या असल्या पाहिजेत.

सिएनाने त्या माणसाकडे पाण्यात तरंगण्यासाठी आधार देणाऱ्या फुगवलेल्या रबरी उशा निर्विकारपणे टाकल्या. मग ती बोटीच्या पुढच्या भागाकडे गेली आणि तिने बोटीला असलेल्या दोन्ही इंजिनांची थ्रॉटल्स पुढे दाबली.

मग इंजिने वेगाने फिरू लागली आणि बोटीने समुद्रात झेप घेतली.

लँग्डन हे सारे पहात धक्क्यावर उभा राहिला. तो थक्क होऊन समुद्रात जाणाऱ्या त्या पांढऱ्या मोटरबोटीकडे बघत राहिला. रात्रीच्या अंधारात ती बोट भुतासारखी समुद्रात संचार करीत आहे असे लांबून पहाणाऱ्याला वाटले असते. लँग्डनने आपली नजर क्षितिजाकडे वळवली. त्याला कळून चुकले की, सिएना आता पलीकडच्या किनाऱ्यालाच काय; पण या जलमार्गांच्या जाळ्यात कुठेही जाऊ शकते. ते जलमार्गाचे जाळे काळा समुद्र ते भूमध्य समुद्र एवढ्या अंतरातून पसरले होते.

शेवटी ती गेली, पळाली, निसटली!

त्या बोटीच्या मालकाने सावकाश चढत चढत धक्क्यावर पाऊल टाकले, मग तो नीट उभा राहिला आणि पोलिसांना कळवण्यासाठी तिथून पळत निघाला.

सिएनाने पळवलेल्या त्या बोटीच्या दिव्यांकडे लँग्डन पहात राहिला. ते दिवे मंद मंद होत अंधूक झालेले त्याला दिसले. बोटीच्या इंजिनाचा आवाज मात्र अजूनही इथे पोहोचत होता.

आणि अचानक तो इंजिनाचा आवाज बंद पडला.

लँग्डन त्या अंधारातून तिकडे पाहू लागला. सिएनाने इंजिन बंद केले?

बोटीवरचे दिवे आता दूर जात नव्हते, तर हेलकावे खाताना दिसत होते. कोणत्यातरी अज्ञात कारणामुळे सिएना भर समुद्रात थांबली होती.

इंजिनातील इंधन संपले असेल काय?

त्याने आपल्या कानांवर हात धरून त्या आवाजाचा कानोसा घेण्याचा प्रयत्न केला. त्याला इंजिन आयडलिंगवर टाकल्याचा आवाज ऐकू येऊ लागला. याचा अर्थ इंधन संपले असा नाही; मग ती काय करते आहे?

लँग्डन वाट पाहू लागला. १० सेकंद झाली. १५ सेकंद झाली. ३० सेकंद होऊन गेले.

मग एकदम परत इंजिन जोरात सुरू झाले. सुरुवातीला इंजिन खुषीने सुरू केल्यासारखे वाटले, पण नंतर आवाजावरून ते व्यवस्थित वेगाने चालू झालेले कळले. याचा अर्थ तिने आता ठरवून काही निर्णय घेतला असावा. लँग्डन गोंधळून गेला. मग मोटरबोटीचे दिवे वळताना त्याला दिसले. एक मोठे वळण घेऊन ते दिवे त्याच्याच रोखाने येऊ लागले.

ती परत येते आहे.

बोट जवळ आल्यावर सिएना ड्रायव्हिंग व्हीलपाशी बसलेली त्याला दिसली. ती निर्विकारपणे समोर पहात होती. शंभरएक फुटांवर आल्यावर तिने इंजिनाचा वेग अत्यंत कमी केला आणि संथपणे बोट धक्क्याला लावली. नंतर तिने इंजिन पूर्णपणे बंद केले.

सर्वत्र शांतता पसरली.

वर धक्क्यावरून लँग्डन खाली अविश्वासाने पहात होता.

सिएनाने मात्र वर मान करून पाहिले नाही.

त्याऐवजी तिने आपले तोंड दोन्ही हातात लपवले. तिचे खांदे खाली पडले आणि ते आता थरथरू लागले. जेव्हा शेवटी तिने वर पाहिले, तेव्हा तिचे डोळे पाण्याने भरले होते.

हुंदके देत ती म्हणाली, ''रॉबर्ट, आता पळून जाण्याची माझ्यात ताकद उरलेली नाही. आणि पळून पळून मी कुठे जाणार? जिथे पळून जावे, अशी एकही जागा आता माझ्यापाशी उरली नाही.''

१६

शेवटी जलसाघरातील सर्व श्रोते बाहेर पडले. गायक, वादकही बाहेर पडले. संपूर्ण विवर रिकामे झाले.

एलिझाबेथ सिन्स्की जिन्याच्या पायथ्याशी एकटीच उभी होती. त्या भूमिगत पोकळीकडे ती पहात राहिली. ब्रूडरच्या माणसांनी दिलेला श्वासोच्छ्वासाचा संरक्षक मुखवटा तिने तोंडावर चढवला होता. त्यातून ती कष्टपूर्वक श्वासोच्छ्वास करीत होती. तिने तो मुखवटा चढवण्याआधी खालच्या हवेत श्वास घेतलेला असल्याने तिला कदाचित हवेत पसरलेल्या जंतूंचा संसर्ग झाला असावा. तरीही ब्रूडरच्या जवानांनी आणून दिलेला तो खास 'हॅझमॅट' संरक्षक पोषाख अंगावर चढवल्यावर तिला जरासे हायसे वाटले. त्या पांढऱ्या पोषाखाला फुगीरपणा होता आणि तो डोक्यावरील शिरस्त्राणाला पक्का जोडलेला होता. ब्रूडरच्या सर्व जवानांनी तसे पोषाख परिधान केलेले होते. त्यामुळे ते सर्व परग्रहावरील अंतराळवीर वाटत होते.

सिन्स्कीला कळून चुकले होते की, इथे येऊन गेलेले शेकडो लोक वर रस्त्यावर गोंधळून गर्दी करून उभे राहिलेले आहेत. आगीच्या अफवेमुळे घाबरून जी पळापळ झाली, त्यात चेंगरून जे जखमी झाले होते, त्यांच्यावर प्रथमोपचार केले गेले होते. बाकीची कित्येक माणसे या भागातून निघून गेलेली होती. फक्त आपल्या गुडघ्याला खरचटले आणि आपला ताइताचा अलंकार तुटला, एवढ्यावरच भागल्याने तिला बरे वाटले.

संसर्गजन्य विषाणूंपेक्षाही अत्यंत वेगाने एकच गोष्ट प्रसार पावते, ती म्हणजे भीती! असे तिला आता कळून चुकले.

वरची दारे आता कुलूपबंद केली आहेत, इतकेच नव्हे, तर ती पूर्णपणे हवाबंदही केलेली आहेत. आतल्या दूषित हवेचा अणुरेणूही बाहेर निसटणार नाही याचा बंदोबस्त केला आहे. त्या दारांवर आता स्थानिक अधिकाऱ्यांचा पहारा आहे. पोलीस इथे आल्यावर कायदेशीर पद्धतीने वागतील, पंचनामा करतील, साक्षीदार गोळा करतील, जाबजबान्या घेतील, असे तिला वाटले होते. परंतु जेव्हा पोलिसांनी

ब्रूडरची हॅझमॅट पोषाख घातलेली माणसे पाहिली तेव्हा त्यांनी कसलाही विरोध केला नाही की आग्रह धरला नाही. शिवाय तिने पोलिसांना प्लेगच्या प्रसाराची शक्यता बोलून दाखवल्यानेही त्यांनी सहकार्य केले.

आता जे काही करायचे आहे, ते फक्त आपणच निर्वेधपणे करू शकतो, असे तिच्या लक्षात आले. आता इथे कोणीही खाली येणार नाही.

तिच्यामागे दोन जवान उभे होते आणि ते एक भलेमोठे पॉलियुरीथिनची पातळ फिल्म जिन्याच्या तळाशी अंथरीत होते. त्याच्या कडा भिंतींना एका हीट गनने चिकटवून टाकीत होते. चालण्यासाठी फळ्यांचे मार्ग होते जे त्यावर काही जण इलेक्ट्रॉनिक यंत्रसामग्री बसवत होते. त्यामुळे इथे काही वेळापूर्वी एखादा गुन्हा घडला असावा, असा भास होत होता.

परंतु हा खरोखरच एक गुन्हा घडलेला होता, असे तिच्या मनात आले. हा एक 'क्राइम सीन'च आहे.

तिच्या नजरेसमोर पुन्हा ती काळ्या आणि ओल्या बुरख्यातील स्त्री आली. ती इथून ओरडत पळून चालली होती. ती सिएना ब्रूक्सच होती आणि ती झोब्रिस्टच्या इच्छेनुसार त्याचे कार्य पुरे करण्यास आलेली होती. *तीच इथे आली आणि तिने ती सोल्युब्लॅन पिशवी फोडली.*

लँग्डनने तिचा रात्री पाठलाग केला होता, पण अद्यापही त्याच्याकडून तिला काहीही कळले नव्हते. त्या दोघांचे काय झाले, ते समजायला काहीही मार्ग नव्हता.

प्रोफेसर लँग्डन सुरक्षित असावेत, असे तिच्या मनात येऊन गेले.

फळीच्या मार्गावर एजंट ब्रूडर उभा होता. त्याच्या कपड्यातून पाणी निथळत होते. तो उदासपणे मेड्युसाच्या उलट्या प्रतिबिंबाकडे पहात होता. आता पुढे काय करायचे, यावर तो विचार करू पहात होता. पण त्याला काहीही सुचत नव्हते.

ब्रूडरला मोठ्या प्रमाणातील उत्पातासंबंधी प्रशिक्षण दिलेले होते. तसे उत्पात टाळण्यासाठी, नियंत्रणात आणण्यासाठी ज्या काही नैतिक आणि वैयक्तिक अडचणी येतील, त्या बाजूला साराव्यात असेही त्याला शिकवण्यात आलेले होते. त्याने फक्त अनेक जीव दीर्घ काळ कसे वाचतील यावरतीच आपले लक्ष केंद्रित केले पाहिजे, असेही त्याच्या मनावर बिंबवण्यात आले होते. असे करताना त्याच्या स्वतःच्या आरोग्याला धोका पोहोचत असेल तर त्याकडे त्याने खुशाल दुर्लक्ष करावे, हेही त्याला प्रशिक्षणात पटवण्यात आलेले होते. मला माझे कर्तव्य पुरे केलेच पाहिजे, असे त्याने स्वतःलाच खडसावून सांगितले होते. आणि तरीही त्याला यश मिळण्याची शक्यता फारच कमी होती. *जे काही घडले त्याचे ताबडतोब*

मूल्यमापन व्हायला हवे, असे त्याच्या मनात आले.

आता त्याने आपल्या हातातील कामावर लक्ष केंद्रित केले. ते काम म्हणजे 'प्लॅन-बी' ही योजना कार्यान्वित करणे. ही योजना तशी प्रत्येक वेळी तीच असे. *आपल्या कामाच्या क्षेत्राचा विस्तार वाढवा, त्रिज्या वाढवा.* संसर्गजन्य रोगांच्या प्रसाराशी लढणे, हे जंगलातील आग विझवण्यासारखे काम होते. त्यासाठी कधी कधी माघार घ्यावी लागते. युद्ध जिंकण्यासाठी चकमकीत माघार घेणे श्रेयस्कर ठरते.

परिस्थितीवर संपूर्ण ताबा मिळेल, ही कल्पना ब्रूडरने अजूनही सोडून दिलेली नव्हती. जेव्हा सारे जण भयभीत होऊन पळापळ सुरू झाली त्या आधी सिएनाने ती पिशवी फोडली असणार. तेव्हा बहुतेक जण त्या संसर्गाच्या उगमापासून बरेच दूर होते. त्यांना संसर्ग झाल्याची शक्यता कमीच असणार.

फक्त ते सर्व जण सोडल्यास लँग्डन आणि सिएना हे इथे जंतूंच्या उगमापाशीच होते – ग्राउंड झीरोपाशी होते आणि ते दोघे आता शहरात कुठेतरी आहेत, असे ब्रूडरच्या ध्यानात आले.

त्याला आणखी एका गोष्टीचे कोडे वाटत होते. जर सिएनाने ती पिशवी लाथेने अगर अन्य कशानेतरी फोडली असेल, तर मग ती पिशवी गेली कुठे? त्या पिशवीचे अवशेष– रिकामी पिशवी किंवा तिचे तुकडे कुठेतरी पाण्यात तरंगत असताना सापडायला हवे होते. त्याच्या तर्कशास्त्रानुसार त्याची शंका बरोबर होती.

परंतु त्या पिशवीचे अवशेष जणूकाही अदृश्य होऊन गेले होते. सिएनानेच ती सोल्युब्लॅन पिशवी किंवा तिचे तुकडे बरोबर नेले असणार. एव्हाना त्या पिशवीचा पार बुळबुळीत लगदा झालेला असणार.

मग आता सिएना आणि पिशवी कुठे असेल?

तसेच, ब्रूडरला अस्वस्थपणे असे वाटत होते की, या सर्व घडामोडींत, विचारात काहीतरी राहून जाते आहे. नक्की काय ते त्याला समजेना. म्हणून त्याने परिस्थितीवर ताबा मिळवण्यासाठी एक नवीन धोरण आखले. त्यातून त्याला एका निर्णायक प्रश्नाचे उत्तर मिळणार होते.

त्या रोगजंतूंच्या पसरण्याच्या क्षेत्राची त्रिज्या किती असेल, व्याप्ती किती असेल?

या प्रश्नाचे उत्तर मात्र त्याला आता काही मिनिटांतच मिळणार होते. एव्हाना त्याच्या माणसांनी तिथे जागोजागी विषाणूंचे अस्तित्व शोधणारी यंत्रे बसवली होती. त्या पोर्टेबल यंत्रांना 'पॉलिमरेज चेन रिॲक्शन' पीसीओ युनिट्स म्हटले जाई. त्यामुळे अगदी छोट्यातला छोटा विषाणूंचा संसर्गही हुडकून काढता येऊ शकत होता. मग त्या क्षेत्रात रसायनांचा मारा करून किंवा यंत्राने त्या जागेतील हवा आणि

द्रव शोषून घेऊन संसर्गाचा प्रभाव नाहीसा करता येणार होता.

त्याच्या माणसांना 'हे सहज जमेल' असा ब्रूडरचा आत्मविश्वास होता, आणि तेही कमीत कमी वेळात. एका तंत्रज्ञाने लाउड स्पीकरवरून विचारले, "रेडी?"

मग बॅगेजवळच्या माणसाने आपला अंगठा उंचावून त्याला होकारार्थी खूण केली.

लाउड स्पीकरमधून नंतर आवाज आला, "रन युवर सॅम्पल्स." म्हणजेच तुम्ही घेतलेले हवेचे आणि पाण्याचे नमुने तपासा, अशी ती आज्ञा होती. संबंध जागेत अशी पीसीआर यंत्रे बसवली होती. प्रत्येक ठिकाणचे यंत्र आता तपासणी करू लागले. ती सर्व यंत्रे संसर्गाच्या उगमापासून, पिशवीच्या जागेपासून, वर्तुळाकार रीतीने विखरून ठेवली होती.

मग प्रत्येक यंत्राचा ऑपरेटर घेतलेल्या नमुन्याचे यंत्राच्या साहाय्याने विश्लेषण करू लागला. नंतर सर्वत्र शांतता पसरली. प्रत्येक जण वाट पाहू लागला. यंत्रावरचा हिरवा दिवा लागावा म्हणून आशा करू लागला.

आणि मग ते घडले!

ब्रूडरजवळच्या यंत्रावरचा विषाणूचे अस्तित्व दर्शविणारा लाल दिवा उघडझाप करू लागला. ते पाहून ब्रूडरचे सारे स्नायू ताठ झाले. त्याने जवळच्या दुसऱ्या यंत्राकडे पाहिले. त्याही यंत्रावरचा लाल दिवा उघडझाप करीत होता.

छे!

संबंध विवरामध्ये थक्क झाल्याचे आवाज होऊ लागले. ब्रूडरने पाहिले की, एकामागोमाग प्रत्येक यंत्र लाल दिवे लावत गेलेले आहे. पार उगमापासून ते जिन्याच्या प्रवेशद्वारापर्यंत!

ओऽ! गॉड!... तो मनात किंचाळला. सर्वत्र उघडझाप करणाऱ्या लाल दिव्यांचा एक समुद्रच त्याला दिसत होता. त्या दिव्यांनी निश्चितच एक भयानक चित्र उमटवले होते.

संसर्गाच्या क्षेत्राची त्रिज्या खूपच मोठी होती.

संपूर्ण विवर, ते जलसाघर, तो भूमिगत पाण्याचा साठा हा विषाणूंनी भरून गेला होता.

१७

रॉबर्ट लँग्डन धक्क्यावरून खाली सिएनाकडे पहात होता. ती त्या पळवलेल्या मोटरबोटीत चाकापाशी अंग चोरून बसली होती. तो त्यातून अर्थ काढू पहात होता. *ती अशी का वागली? यामागचे काय कारण असेल?*

ती हुंदके देत म्हणाली, "तुम्ही आता नक्कीच माझा तिरस्कार करीत असाल," असे म्हणून तिने वर मान करून त्याच्याकडे डबडबलेल्या डोळ्यांनी पाहिले.

लँग्डन उद्‌गारला, "तुझा तिरस्कार? तू कोण आहेस हे मला अजूनही नीट कळले नाही. तू फक्त माझ्याशी सतत खोटे बोलत गेलीस."

ती हळुवारपणे म्हणाली, "होय, मी कबूल करते ते. आय ॲम सॉरी! मी योग्य तेच करायला पहात होते."

"योग्य तेच? म्हणजे प्लेगचा प्रसार करण्याचे कामच ना?"

"नाही, रॉबर्ट! तुम्हाला मी काय म्हणते आहे ते समजत नाही."

"मला बरोबर समजते आहे!" लँग्डन उत्तरला. "तू त्या जलसाठ्यातील पाण्यात उतरलीस, तुला ती सोल्युब्लॅन पिशवी फोडायची होती, हे मला समजले आहे. झोब्रिस्टने तयार केलेले विषाणू तुला सोडून द्यायचे होते, त्यांचा प्रसार करायचा होता. अन्य कोणी त्या पिशवीचा ताबा घेण्याच्या आत तुला ते करायचे होते."

"सोल्युब्लॅन पिशवी?" सिएना गोंधळून म्हणाली. "तुम्ही काय म्हणता आहात ते मला समजत नाही. रॉबर्ट, मी पाण्यात उतरून त्या जागेपाशी गेले ते त्या विषाणूंचा प्रसार रोखण्यासाठी... ते विषाणू चोरून त्यांचा कायमचा नायनाट मला करायचा होता. म्हणजे मग कोणालाही त्या विषाणूंचा अभ्यासही करता आला नसता, मग त्यात डॉ. सिन्स्कीसुद्धा आल्या."

"तुला ते विषाणू चोरायचे होते ना? जागतिक आरोग्य संघटनेपासून लपवायचे होते ना?"

"चोरायचे होते? जागतिक आरोग्य संघटनेपासून लपवायचे होते? मी कशासाठी

लपवू?'' मग तिने एक खोल श्वास घेत पुढे म्हटले, ''कितीतरी गोष्टी अशा आहेत की त्या तुम्हाला ठाऊक नाहीत, पण त्या गोष्टी आता विवाद्य ठरल्या आहेत. रॉबर्ट, आपण इस्तंबूलमध्ये खूप उशिरा पोहोचलो. आपल्याला ती दुर्घटना थांबवायला संधीच मिळाली नाही.''

''तसे नाही. आपल्याला संधी मिळाली होती. ते विषाणू उद्याच्या तारखेला पिशवीतून मुक्त होणार होते. झोब्रिस्टने उद्याची तारीख तेवढ्यासाठी निवडली होती. पण तू जर त्या पाण्यात शिरून – ''

''रॉबर्ट, मी ते विषाणू मुक्त केले नाहीत!'' सिएना ओरडून बोलू लागली. ''जेव्हा मी पाण्यात शिरून ते विषाणू शोधू लागले तेव्हा खूप उशीर झाला होता. तिथे मला काहीही सापडले नाही. सोल्युब्लॅनची पिशवी नाही की काहीही नाही.''

''माझा तुझ्यावर विश्वास बसत नाही,'' लँग्डन म्हणाला.

''तुम्ही माझ्यावर विश्वास ठेवणार नाही हे मला ठाऊक आहे. आणि त्याबद्दल मी तुम्हाला दोष देत नाही.'' मग तिने तिच्या खिशातून एक भिजलेले छापील पत्रक बाहेर काढले. ''पण कदाचित यामुळे तुम्हाला समजायला मदत होईल.'' तिने तो कागद लँग्डनकडे फेकला. ''मी पाण्यात शिरण्यापूर्वी मला हा सापडला.''

त्याने ती कागदाची घडी घेऊन उलगडून पाहिली. तो एक जलशाच्या कार्यक्रमाचा छापील कार्यक्रम होता. ते एकूण सात जलसे होणार होते. त्यात डान्टेची सिम्फनीही होती.

''त्यांच्या तारखा पहा,'' ती म्हणाली.

लँग्डनने त्यावरचा मजकूर वाचला, पुन्हा वाचला. ते वाचून तो कोड्यात पडला. काही कारणामुळे त्याची अशी समजूत झाली होती की, आजच्या तारखेला रात्री तो जलशाचा महोत्सव सुरू होणार होता. सात जलशातील पहिला जलसा आज होता. हे सारे लोकांना भुरळ घालून प्लेगच्या वातावरणात आणण्यासाठी होते, पण आता पत्रकातील मजकूर वाचताच वेगळाच प्रकार आहे, हे त्याला समजून आले.

''म्हणजे आजची रात्र ही जलसा महोत्सवाची शेवटची रात्र होती तर?'' लँग्डनने तिला विचारले. ''हा जलसा महोत्सव गेले आठवडाभर चालू आहे?''

सिएनाने आपली मान यावर होकारार्थी हालवली. ती म्हणाली, ''रॉबर्ट, विषाणू केव्हाच बाहेर पडलेत. गेले आठवडाभर असे चालले आहे. मलाही याबद्दल तुमच्याप्रमाणेच आश्चर्य वाटत आहे.''

लँग्डन यावर वाद घालीत म्हणाला, ''हे काही खरे नाही. उद्याची तारीख दिलेली आहे. झोब्रिस्टने तसा धातूचा फलक बसवून तो पाण्यात तळाशी पक्का केला आहे. त्यावरही उद्याची तारीख कोरलेली आहे.''

"होय, मी तो फलक पाण्यात पाहिला."

"म्हणजे उद्याची तारीख त्याने पक्की केली होती, हे तुला ठाऊक आहे तर?"

सिएनाने एक उसासा सोडत म्हटले, "रॉबर्ट, मला बर्ट्रान्ड चांगलेच ठाऊक आहेत. मी तुम्हाला त्यांच्याबद्दल जे काही सांगितले त्याहीपेक्षा जास्त मला ठाऊक आहे. ते एक शास्त्रज्ञ होते. हवा तो परिणाम साधण्याचा त्यांचा अट्टाहास असे. आता माझ्या लक्षात येते आहे की, त्या फलकावरची तारीख ही विषाणू मुक्त करण्याची नव्हती, ती तारीख वेगळेच काही त्याच्या साध्य करण्याबद्दल महत्त्वाचे सांगते आहे."

"आणि ते– ?"

यावर सिएनाने मोटरबोटीतून त्याच्याकडे गंभीरपणे पहात म्हटले, "ती तारीख एक जागतिक तारीख आहे. गणिताच्या साहाय्याने ती काढलेली असून त्या दिवशी सर्व मुक्त झालेले विषाणू संबंध जगभर संसर्गाचा प्रसार करू लागतील... आणि प्रत्येकाला संसर्ग घडवून आणतील."

ते ऐकताच लँग्डनच्या पोटात भीतीने एक गोळा उठला. पण तरीही त्याला वाटत होते की, सिएना जे सांगते आहे ते खोटे असावे, असा त्याला संशय येत होता. ती सांगत असलेल्या माहितीमध्ये एक मोठा दोष होता. ती आजवर नेहमी खोटे बोलत आलेली होती, कशाहीबद्दल खोटे बोलणारी होती.

तो तिच्याकडे रोखून पहात म्हणाला, "एक अडचण अशी आहे सिएना, जर हा प्लेग जगात पसरू लागला आहे, तर अजून कोणीच आजारी कसे पडले नाही?"

यावर तिने दुसरीकडे पाहिले. तिला त्याच्या नजरेला नजर देता येईना.

"जर गेले आठवडाभर त्या विषाणूंचा प्रसार होतो आहे आणि अजून कोणीच कसे त्यामुळे मृत्यू कसे पावले नाही? लोक कसे मरत नाहीत?"

यावर ती शांतपणे लँग्डनकडे वळली आणि त्याला म्हणाली, "कारण..." तिने सांगण्यास सुरुवात केली, पण तिचे शब्द तिच्या घशात अडकू लागले. ती म्हणाली, "बर्ट्रान्डने प्लेगचे जंतू निर्माण केले नाहीत." पुन्हा तिचे डोळे पाण्याने भरले. ती पुढे म्हणाली, "त्याने याहीपेक्षा अधिक धोकादायक असे काहीतरी निर्माण केले आहे."

१८

एलिझाबेथच्या मुखवट्यामधून तिला प्राणवायू पुरवला जात होता, तरीही तिला आपले डोके हलके झाल्यासारखे वाटत होते. ब्रूडरच्या माणसांनी पीएसआर यंत्रांनी तपासणी करून शेवटी ते भयंकर सत्य उघडे केले. त्यानंतर आता पाच मिनिटे झाली होती.

त्या घातक रोगाच्या उगमाचा ताबा घेण्यासाठी फारच उशीर झाला होता.

सोल्युब्लॅन पिशवी गेल्या आठवड्यातच विरघळून नष्ट झाली असावी, असे दिसते. विशेषत: ज्या दिवशी जलसा सुरू झाला त्याच दिवशी ती पाण्यात विरघळली असणार. नंतरचे सात दिवस आणि सात रात्री आपण काहीही करू शकलो नाही, केवळ माहिती गोळा करीत बसलो, असे सिन्स्कीच्या मनात येऊन गेले. सोल्युब्लॅन पिशवीचे जे धाग्यासारखे तुकडे दोरीला राहिले होते, त्याचाही उलगडा झाला. दोरीला सोल्युब्लॉन पिशवी जखडण्यासाठी चिकटपट्टी वापरली होती. त्या चिकटलेला सोल्युब्लॅन पिशवीचा भाग पाण्यात विरघळू शकला नाही.

शेवटी विषाणूंचा द्राव सात दिवस सात रात्री पाण्यात पसरत राहिला होता, मग पाण्यातून वातावरणात विषाणू घुसत राहिले होते.

आता ते विषाणू वेगळे काढून पकडता येत नव्हते. एसआरएसच्या जवानांनी विवरातील जलसाठ्यातील वेगवेगळ्या ठिकाणांचे पाण्याचे नमुने काढून त्यांची तपासणी केली. नमुन्यांची जागा, विश्लेषण, वर्गीकरण वगैरे सर्व घटकांचा अभ्यास करून त्यांच्यापासून कितपत धोका आहे, हे अजमावले. आत्तापर्यंत पीएसआर यंत्रांनी एक महत्त्वपूर्ण माहिती पुरवली, पण त्यामुळे कोणालाही आश्चर्य वाटले नाही. कारण तशीच अपेक्षा केली होती.

तो विषाणू आता हवेत पसरला होता.

याचा अर्थ सोल्युब्लॅन पिशवीतील विषाणू पाण्यात पसरल्यानंतर ते वर पृष्ठभागाकडे गेले आणि तिथून हवेत घुसले. असे फार प्रमाणात झालेले नसणार असा सिन्स्कीचा अंदाज होता. कारण सर्व जागा जमिनीखाली बंदिस्त होती.

विषाणू हा जंतूंसारखा नसतो किंवा एखाद्या घातक रसायनासारखाही नसतो. तो अत्यंत वेगाने लोकांच्या शरीरात घुसतो. त्याचा प्रसारही खूप वेगाने होत जातो. हे विषाणू दुसऱ्या जीवावर बांडगुळासारखे वाढणारे असतात. एखाद्या शरीराला चिकटले की, आपल्यामधील डीएनए किंवा आरएनए चिकटलेल्या दुसऱ्या पेशीत घुसवतात, त्यांचे एक प्रकारे इंजेक्शन देतात. मग त्या पेशीतील निर्मिती यंत्रणा ही त्या डीएनए किंवा आरएनएच्या तंतोतंत प्रती काढून नवीन पेशीत त्यांची स्थापना करते. अशा रीतीने विषाणूबाधित पेशींचा शरीरात जन्म होत रहातो. जेव्हा अशा बाधित पेशींची संख्या पुरेशी वाढते तेव्हा ते विषाणू ज्या पेशीत आहेत, त्यांना ठार करून बाहेर येतात आणि जवळच्या निरोगी पेशीत घुसून तोच उत्पात घडवतात. ही प्रक्रिया सतत चालतच रहाते. निरोशी पेशी या विषाणंचीही उत्पत्तीव करू लागतात.

मग अशी संसर्ग झालेली व्यक्ती खोकली, शिंकली किंवा तिने आपला उच्छ्वास जरी बाहेर टाकला तर त्या व्यक्तीच्या शरीरातून बाहेर पडणारे जे तुषारकण आहेत, ते हवेत तसेच तरंगत रहातात. शेवटी दुसऱ्या व्यक्तीच्या संपर्कात आल्यावर त्याच्या श्वासातून ते नवीन शरीरात जातात आणि तिथे पुन्हा तोच उत्पात घडवू लागतात. बाधित लोकांची, संसर्ग झालेल्या रोग्यांची संख्या वाढत जाते, साथ पसरत जाते. थोडक्यात, विषाणूंच्या पुनरुत्पादनामुळे त्यांची लोकसंख्या आधीच्या दुप्पट, तिप्पट किंवा काही पटीत वाढत जाते. समजा एक विषाणू असेल आणि त्यापासून दोन विषाणू तयार होत असतील, तर एकाचे दोन, दोनाचे चार, चाराचे आठ अशा प्रकारे जी वाढ होत जाते, त्याला गणितात 'भूमिती श्रेणीने होणारी वाढ' (Exponential Growth) असे म्हणतात. सिन्स्कीला आठवले की, मानवी लोकसंख्येची वाढ अशाच भूमिती श्रेणीने वाढत जाते आहे, हे झोब्रिस्ट दाखवत होता. *म्हणूनच भूमिती श्रेणीने वाढत जाणाऱ्या लोकसंख्येला आळा घालण्यासाठी त्याने भूमिती श्रेणीने वाढत जाणाऱ्या विषाणूंचे हत्यार उगारले.*

मग आता एक ज्वलंत प्रश्न असा उभा रहातो की, झोब्रिस्टचा हा नवीन विषाणू नेमका कसा वागतो? त्याचे काय गुणधर्म आहेत? परखडपणे विचारायचे झाल्यास *हा विषाणू आपल्या यजमान पेशीवर कसा हल्ला चढवतो?*

'एबोला' नावाचा विषाणू शरीरात घुसल्यास तो रक्ताची गोठवण्याची क्रियाच बंद पाडतो. त्याचा परिणाम असा होतो की, किंचित जरी काही कारणाने रक्तस्राव सुरू झाला, तर तो थांबत नाही, तो अविरत चालूच रहातो. 'हॅन्टाव्हायरस' – (Hantavirus) नावाचा विषाणूमुळे फुफ्फुसे अकार्यक्षम बनून आपले काम थांबवतात. अनेक ऑन्कोव्हायरस (Oncovirus) नावाचे विषाणू असे आहेत की, ज्यांच्यामुळे कर्करोग होतो. तसेच एचआयव्ही विषाणूंमुळे रोगप्रतिकारकशक्ती संपून जाते. मग

रोगी क्षयासारख्या आजाराने मरून जातो. जर एचआयव्हीचे विषाणू हवेत संचार करून संसर्ग करू लागले, तर त्यामुळे विषाणूंची संख्या वाढत जाऊन संपूर्ण मानवजात कायमची नष्ट होऊ शकते. वैद्यकीय जगात आता हे गुपित राहिलेले नाही. ते सर्वांना ठाऊक झालेले आहे.

झोब्रिस्टचे विषाणू काय करू शकतील?

ते विषाणू काही का करेनात, त्यांचा परिणाम अजमावण्यासाठी मात्र काही काळ जावा लागेल. तोपर्यंत वाट पहावी लागेल. अजून इथल्या जवळच्या रुग्णालयात तशा नेहमीपेक्षा वेगळी लक्षणे दाखवणाऱ्या केसेस दाखल झाल्याची बातमी कानावर आलेली नाही.

सिन्स्की आपल्या मनातल्या प्रश्नांना उत्तरे मिळवण्यासाठी उतावीळ झालेली होती. ती आता त्या यंत्रांपाशी जाऊ लागली. तिने पाहिले की, जिन्याशी ब्रूडर उभा होता. तो मोबाइल फोनवर ओरडून बोलत होता. त्याला इथे फार कमी सिग्नल मिळत होता. ती घाईघाईने त्याच्यापाशी गेली.

त्याचे फोनवरची संभाषण संपत आले होते. तो म्हणत होता, ''ओके, समजले मला!'' त्याच्या चेहऱ्यावर अविश्वास आणि भीती अशा दोन्ही भावना एकाच वेळी दिसत होत्या. तो म्हणाला, ''आणि पुन्हा एकदा सांगतो की, या माहितीबद्दलच्या गोपनीयतेवर मी फारसा जोर देणार नाही. तुम्ही फक्त या मुद्द्यावर नजर ठेवून रहा. तुम्हाला अधिक काही समजले, तर मला फोन करा. थँक्स!'' मग त्याने फोन बंद केला.

''काय चालले होते?'' सिन्स्कीने त्याला विचारले.

मग त्याने एक उसासा सोडून म्हटले, ''मी माझ्या एका जुन्या मित्राला फोन केला. तो 'सीडीसी' कंपनीत एक वरिष्ठ विषाणूतज्ज्ञ आहे. ती कंपनी अमेरिकेत अटलांटा इथे असते.''

सिन्स्की फिस्कारून म्हणाली, ''म्हणजे तुम्ही माझ्या परवानगीशिवाय सीडीसी कंपनीला सारेकाही सांगून सावध केलेत?''

''मी काही शास्त्रीय माहिती जाणून घेत होतो. शिवाय ज्यांना फोन केला ते अत्यंत सुज्ञ आहेत, धोरणी आहेत. आपण जी माहिती आपल्या यंत्राद्वारे घेत आहोत त्यापेक्षाही अधिक सखोल माहितीची आपल्याला गरज पडणार आहे.''

सिन्स्कीने पाहिले की, अजूनही काही जवान पाण्याचे नमुने घेऊन यंत्राने तपासत आहेत. तिला ब्रूडरचे म्हणणे पटले. ब्रूडर पुढे सांगत होता, ''माझ्या त्या विषाणूतज्ज्ञ मित्राच्या प्रयोगशाळेत मायक्रोबायॉलॉजीच्या संदर्भातील सर्व अद्ययावत उपकरणे आहेत. त्याने सांगितले आहे की, आपल्याला इथे सापडलेले विषाणू हे अत्यंत संसर्गजन्य आहेत आणि ते पूर्वी कधीही आढळले नव्हते.''

सिन्स्की यावर म्हणाली, ''थांबा, पण तुम्ही त्यांना इथून इतक्या वेगाने इथले नमुने कसे काय पाठवलेत?''

ब्रूडर ठामपणे म्हणाला, ''मी नाही पाठवले. त्यानेच स्वत:चे रक्त तपासून ती माहिती मिळवली.''

त्याचा अर्थ समजायला सिन्स्कीला काही क्षण लागले.

म्हणजे त्या विषाणूंचा जगात एवढ्या वेगाने प्रसार झाला!

९९

लँगडन सावकाश चालत होता. आपण आता आपल्या देहातून मुक्त झालो आहोत, अशी त्याची चमत्कारिक भावना झाली. एखाद्या भयाण स्वप्नातून चालत आहोत असे त्याला वाटू लागले. *प्लेगपेक्षाही अधिक धोकादायक काय असू शकते?*

सिएना मोटरबोटीतून बाहेर पडून वर आल्यावर फारशी काही बोलली नाही. तिने लँग्डनला हाताने खूण करून जरा धक्क्यापासून लांबच्या दगडगोट्यांच्या मार्गावरून चालण्यास सुचवले. तो मार्ग पाणी आणि गर्दी यांपासून दूरचा होता.

सिएनाचा अश्रुपात जरी थांबला होता तरी तिच्यामध्ये भावनांचे उद्रेक होत आहेत, असे लँग्डनला जाणवले. लांबून पोलिसांच्या गाड्यांचे सायरन वाजत जवळ येत आहेत, हे त्याला समजले. पण सिएनाने मात्र त्या आवाजांची दखल घेतली नाही. ती उदासपणे खालच्या जमिनीकडे पहात चालली होती. दगडगोट्यांमधून चालण्यामुळे जो तालबद्ध आवाज येत होता, त्यामुळे तिच्यावर संमोहनाचा परिणाम झाला आहे की काय, अशी शंका लँग्डनला वाटली.

मग ते एका छोट्या बागेत शिरले. तिथे तिने त्याला एका गर्द झाडीत नेले. आता त्यांना कोणीही पाहू शकत नव्हते. एका बाकावर बसून ते किनाऱ्याकडे पाहू लागले. किनाऱ्यावरचा प्राचीन गॅलाटा मनोरा हा सर्व इमारतींमध्ये उठून दिसत होता. इथून त्यांना सर्व जग अत्यंत शांत भासत होते. असेच जग असावे अशी सर्वांची इच्छा होती. लँग्डनला आता विवरातील गोंधळानंतर खूप निवांत वाटत होते. एव्हाना सिन्स्की आणि एसआरएसच्या जवानांना कळून चुकले असेल की, तो प्लेगचा प्रसार थोपवायला आपल्याला उशीर झाला आहे.

त्याच्या शेजारी बसलेली सिएना समुद्राकडे पहात म्हणाली, ‘‘रॉबर्ट, माझ्याजवळ फार वेळ नाही. अधिकारी मंडळी मी कुठे गेली आहे, त्याचा बरोबर अंदाज करतील. पण त्यांनी काही कारवाई करण्याआधी मी तुम्हाला सत्य काय आहे ते सांगते... सर्वकाही सांगते.’’

यावर लँग्डनने शांतपणे आपली मान हालवली.

सिएनाने आपले डोळे पुसले आणि आपला चेहरा पूर्णपणे किनाऱ्याकडे वळवून ती सांगू लागली, ''बर्ट्रान्ड झोब्रिस्ट हे माझे पहिले प्रेमकरण होते. तो माझा हितचिंतक आणि मार्गदर्शकही होता.''

''सिएना, मला तेही सांगण्यात आले आहे,'' लँग्डन म्हणाला.

ते ऐकल्यावर तिला आश्चर्याचा धक्का बसला. पण तरीही ती आपल्या बोलण्याचा धागा तुटू नये म्हणून बोलत गेली. ''माझ्या भर तारुण्यात तो मला भेटला होता. त्याच्या कल्पना आणि त्याची बुद्धिमत्ता यांची माझ्यावर भुरळ पडली. बर्ट्रान्डचे असे मत होते की, मानवजात नामशेष होण्याच्या काठावर पोहोचली आहे... जो काही शेवट होणार आहे, तो अत्यंत भयानक आहे आणि तो शेवट कल्पनातीत वेगाने जवळ येत चालला आहे. मात्र कोणीही या गोष्टीचा स्वीकार करायला तयार नसले, तरीही ते संकट आपल्यावर चालून येतच आहे.''

यावर लँग्डन गप्प बसला.

सिएना सांगत होती, ''माझे संपूर्ण बालपण हे 'मला जग वाचवायचे आहे' अशी कल्पना घोळवत गेलेले आहे. यावर मला नेहमी सांगण्यात येई की, तू एकटी संपूर्ण जग वाचवू शकणार नाहीस. म्हणून तेवढ्यासाठी स्वत:च्या सुखाचा त्याग करू नकोस.'' एवढे बोलून ती गप्प झाली. तिच्या चेहऱ्यावर ताण पसरला. मोठ्या कष्टाने ती आपल्या डोळ्यांतील अश्रू परत फिरवत होती. जरा वेळाने ती स्वत:ला सावरून सांगू लागली, ''पुढे माझी बर्ट्रान्ड झोब्रिस्ट यांच्याशी गाठ पडली. ते एक आकर्षक चेहऱ्याचे आणि बुद्धिमान गृहस्थ होते. त्यांनी मला सांगितले की, जगाला त्या संकटातून वाचवणे शक्य आहे... तसे करणे हे नैतिकदृष्ट्याही अनिवार्य आहे. मग त्यांनी त्यांच्या मतासारख्या बौद्धिक वर्तुळातील सर्व माणसांशी माझी ओळख करून दिली. ती सर्व माणसे बुद्धिमान होती आणि प्रत्येकाकडे काही ना काही अफलातून क्षमता होती... त्या सर्वांना मानवाचे भवितव्य बदलायचे होते आणि तसे ते करू शकणारे होते. रॉबर्ट, मी तुम्हाला सांगते की खरोखरीच त्या दिवशी मला जगात आपण एकटे नाहीत, याची जाणीव आयुष्यात प्रथमच झाली.''

तिच्या बोलण्यातील वेदना जाणवून लँग्डनने तिच्यासाठी एक मंद स्मित केले.

सिएना सांगत होती, ''मी आजवरच्या माझ्या आयुष्यात बऱ्याच भयानक गोष्टी सहन केल्या आहेत.'' ती सांगत असताना तिचा स्वर कापरा होत चालला होता. ती म्हणाली, ''ज्याचा मला त्रास झाला त्या गोष्टी आता भूतकाळात जमा होत गेल्या आहेत...'' तिने आपली एकटक दृष्टी फिरवली आणि आपल्या बिनकेसांच्या डोक्यावरून आपला हात फिरवला. मग काहीतरी आठवून ती लँग्डनकडे वळून म्हणाली, ''आणि म्हणूनच 'आपण आपल्या क्षमतेपेक्षा अधिक काही करू शकतो'

या विश्वासावरच माझे आयुष्य मी घालवत आले आहे. कोणतीही गोष्ट विध्वसंक असो, उत्पात घडवणारी असो, आपण भविष्यातील ती संकटे सहज थोपवू शकतो, अशी आपली क्षमता असल्याची माझी धारणा होत गेली.''

''यावर बर्ट्रान्डचाही विश्वास होता?'' लँग्डनने विचारले.

''अगदी पूर्णपणे. मानवजातीबद्दल बर्ट्रान्ड यांना अमर्यादित आशा होत्या. ते सुधारित मानवतावादाचे किंवा नवमानवतावादाचे पुरस्कर्ते होते. त्यांचे असे ठाम मत होते की, आपण सगळे सध्या एका नवीन युगामध्ये आलेलो आहोत. या युगात खरेखुरे परिवर्तन होण्याची सुरुवात झालेली आहे. त्यांचे मन हे एका भविष्यवेत्त्याचे होते. ते भविष्यात इतके खोलवर डोकावून पहात की, तसे कुणालाही जमणारे नव्हते किंवा तशी कल्पनाही कोणी करू शकणारे नव्हते. तंत्रज्ञानात सामावलेल्या आश्चर्यकारक सामर्थ्यांची त्यांना जाणीव होती. त्यांचा असा विश्वास होता की, काही पिढ्यांमध्ये माणसे संपूर्णपणे वेगळ्याच जीवात उत्क्रांत होऊन जाणार आहेत. अनुवंशशास्त्रदृष्ट्या मानवजात ही अधिक आरोग्यवान, अधिक हुषार, अधिक दणकट आणि अधिक कनवाळू बनणार आहे.'' यानंतर ती काही क्षण थांबली. मग काही वेळाने म्हणाली, ''परंतु तो काळ पहाण्यासाठी, ती शक्यता अनुभवण्यासाठी आपली मानवजात जगणार नाही. ते परिवर्तन घडण्याच्या आतच मानवजात नामशेष होईल.''

''भरमसाट लोकसंख्या वाढल्याने...'' लँग्डन म्हणाला.

तिने यावर आपली मान डोलवून त्याला संमती दिली. ती पुढे म्हणाली, ''माल्थस या शास्त्रज्ञाचा 'काहीतरी उत्पात घडेल' या तत्त्वानुसार तसे होईल. बर्ट्रान्ड मला म्हणायचे की, त्यांना असे वाटते की, सेन्ट जॉर्ज हे पाताळातील राक्षसांची कत्तल घडवून आणण्याचे प्रयत्न करत होते.''

तिला नक्की काय म्हणायचे आहे ते लँग्डनला कळले नाही. ''म्हणजे इथे मेड्युसाचा संदर्भ येतो का?''

''रूपकात्मकदृष्ट्या पाहिले तर येतो. पाताळातील सर्व राक्षस हे भूमिगत असतात. म्हणून त्यांचा पृथ्वी ग्रहाशी थेट संबंध येतो. रूपककथेनुसार असे पाताळातील राक्षस हे नेहमी अशा चिन्हाचा उपयोग करून– ''

''होय, जननक्षमता दर्शवण्यासाठी त्यांचे चिन्ह वापरले जाते,'' एवढे बोलल्यावर लँग्डन दचकला. जननक्षमता म्हणजे फलधारणा आलीच. म्हणजेच लोकसंख्या!

सिएना उत्तरली, ''होय, जननक्षमता. बर्ट्रान्ड नेहमी 'थॉनिक मॉन्स्टर' हे शब्दप्रयोग मानवजातीच्या भरमसाट जननक्षमतेच्या धोक्याच्या संदर्भात वापरत. ते नेहमी म्हणत की, आपली भरमसाट लोकसंख्या हा एक प्रकारचा भस्मासुर असून तो आपल्याकडे येत असल्याचे क्षितिजावर दिसू लागले आहे... अशा या भस्मासुराचा

बंदोबस्त तो आपल्या सर्वांना गिळंकृत करण्याच्या आत आपण ताबडतोब केला पाहिजे.''

आपला स्वत:चाच गुणधर्म हा आता दुर्गुण बनून आपल्यालाच भेडसावीत आहे, हे लँग्डन समजून चुकला. खरोखरच हा एक पाताळातला पाताळयंत्री राक्षस आहे. त्याने तिला विचारले, ''आणि बर्ट्रान्ड या राक्षसाशी लढला... ते कसे काय?''

ती बचावात्मक पवित्रा घेत म्हणाली, ''नीट लक्षात घेण्याचा प्रयत्न करा. असल्या समस्या सोडवणे या सोप्या गोष्टी नसतात. नको असलेल्या गोष्टींचा निचरा करणे, त्यांची विल्हेवाट लावणे, याच्या प्रक्रिया नेहमीच गुंतागुंतीच्या असतात. एखाद्याने तीन वर्षांच्या मुलाचा पाय तोडला तर तो केवढा गंभीर आणि भीषण गुन्हा ठरेल!... पण तेच कृत्य एखाद्या डॉक्टरने गँग्रीनपासून त्या मुलाचा जीव वाचवण्यासाठी केले तर? कधी कधी आपल्यापुढे दोन वाईट गोष्टीतील एकच गोष्ट निवडण्याचा पर्याय उभा रहातो.'' तिला आता परत रडू फुटू लागले होते. ''माझा असा विश्वास आहे की बर्ट्रान्डचे ध्येय हे नक्कीच उदात्त होते... पण त्याच्या पद्धती– '' एवढे बोलून तिने दुसरीकडे आपली मान वळवली. आता ती कोणत्याही क्षणी रडू फुटेल, अशी तिची अवस्था झाली होती.

लँग्डन तिला हळुवारपणे म्हणाला, ''सिएना, मला हे सर्व प्रकरण नीट समजलेच पाहिजे. बर्ट्रान्डने काय काय केले ते सारेकाही मला समजावून सांग. त्याने शेवटी जगामध्ये नक्की काय सोडून त्याचा प्रसार केला आहे?''

सिएनाने त्याच्याकडे तोंड वळवले. तिच्या तपकिरी डोळ्यांत दाट भीती उतरलेली दिसत होती. ती कशीबशी अडखळत म्हणाली, ''त्याने एक विषाणू मुक्त केला आहे. एक खास प्रकारचा तो विषाणू आहे.''

लँग्डन आपला श्वास रोखत म्हणाला, ''सांग बरे मला. सारेकाही...''

मग ती सांगत गेली, ''बर्ट्रान्डने एक नवीन विषाणू निर्माण केला. शास्त्रीय परिभाषेत एक 'व्हायरल व्हेक्टर' निर्माण केला. हा आंतरराष्ट्रीय पातळीवर रचलेला विषाणू असून त्यातली आनुवंशिक माहिती ही तो प्रत्येक पेशीवर हल्ला चढवून त्यात घालून ठेवतो.'' मग त्याला ते समजण्यास वेळ मिळावा म्हणून काही क्षण ती थांबली आणि नंतर सांगू लागली, ''हा व्हेक्टर विषाणू... आपल्या यजमान पेशीला ठार करीत नाही. तो एक आधीच ठरवून दिलेला डीएनएचा तुकडा पेशीत घालतो. थोडक्यात, पेशीतील डीएनएमध्ये थोडासा बदल करतो. त्यातील आनुवंशिक कार्यक्रमात बदल घडवून आणतो. जिनोम बदलतो.''

लँग्डन ती शास्त्रीय माहिती नीट समजावून घेण्यासाठी धडपडू लागला. *तो विषाणू माणसांच्या डीएनएमध्ये बदल घडवतो?*

म्हणत. फरक इतकाच की, इथे रोग प्रकट न होता, माणसे न मरता, त्यांची जननक्षमताच बळी पडते. बर्ट्रान्ड यांचा विषाणू आता जगभर पसरून जगातील एकतृतीयांश माणसे आपली जनननक्षमता गमावून बसली आहेत असे धरून चालले, तरी... प्रत्येक वेळी, म्हणजे प्रत्येक पिढीत असेच होत राहून नेहमीच एकतृतीयांश माणसे नवीन पिढीला जन्म देण्यापासून वंचित रहाणार, ती वंध्यच रहाणार. एखादा 'रिसेसिव्ह जीन', म्हणजे माघार घेत जाणारे जनुक, हे जसे प्रत्येक पिढीत उतरत जाते, पण त्याचा प्रभाव कमी कमी होत जातो, तसेच याही जनुकाबाबत होत त्याचा प्रभाव प्रत्येक पिढीत कमी होत जाईल. अन्यथा प्रत्येक पिढीत लोकसंख्या कमी कमी होत नाहीशी होईल.''

सिएना जसजशी सांगत होती, तसतसे तिचे हात थरथरू लागले होते. ती म्हणत होती, ''बर्ट्रान्ड यांनी मला जे पत्र लिहिले त्यातल्या त्यांच्या भाषेवरून त्यांनी साध्य केलेल्या गोष्टींचा त्यांना अभिमान वाटल्याचे जाणवत होते. त्यांनी लिहिले होते की, या समस्येवर तो इन्फर्नो विषाणू हाच एकमेव, यथायोग्य असा दयाळू आणि परोपकारी उपाय आहे.'' तिच्या डोळ्यांत परत अश्रू जमू लागले होते. तिने ते पुसून टाकले. ती म्हणाली, ''काळा मृत्यू म्हणजे प्लेग यातल्या भीषणतेशी तुलना करता त्यांनी घेतलेल्या अशा पवित्र्यामध्ये नक्कीच दयाळूपणा भरलेला आहे. कारण या विषाणूच्या संसर्गामुळे लोक आजारी पडणार नाहीत, हॉस्पिटल्स भरून जाणार नाहीत, मृत्यू होणार नाहीत, रस्त्यावर प्रेते कुजत पडणार नाहीत आणि आपल्या प्रिय नातलगांच्या मृत्यूमुळे दुःख करण्याची पाळी कोणावरही येणार नाही. फक्त काही बालकांचा जन्म होणार नाही, एवढेच. आपल्या या ग्रहावर जन्मदरामध्ये घट होत जाईल. आपली लोकसंख्या रोडावत जाण्यास सुरुवात होईल. याचा परिणाम प्लेगपेक्षाही अधिक प्रभावी ठरेल. आपल्या लोकसंख्येवर अंकुश बसेल, तिच्या वाढीचा आलेख मध्येच घसरेल. अशा या 'इन्फर्नो' विषाणूमार्फत बर्ट्रान्डने एक दीर्घ काळासाठी उपाययोजना निर्माण केली आहे. ती एक कायमस्वरूपी उपाययोजना आहे. तो एक मानवता परिवर्तनाचा उपाय आहे. बर्ट्रान्ड हे एक जर्म-लाइन अनुवंशशास्त्राचे इंजिनिअर होते. त्यांनी लोकसंख्या वृद्धीच्या समस्येच्या मुळावरच घाव घालून ती सोडवली.''

''हा एक अनुवंशशास्त्रीय दहशतवाद आहे...'' लँग्डन हळू आवाजात म्हणू लागला, ''अत्यंत मूलभूत पातळीवर आपण कोण आहोत आणि आपण इतके दिवस कोण होतो, याबद्दलच्याच संकल्पना त्यामुळे बदलून टाकल्या जात आहेत.''

''पण बर्ट्रान्ड या दृष्टीने कधीच पहात नव्हते. त्यांनी मानवी उत्क्रांतीमधील जो गंभीर दोष आहे, तो दुरुस्त करण्याचे स्वप्न पाहिले होते. वस्तुस्थिती अशी आहे की, आपली मानवजात ही अत्यंत बहुप्रसवी आहे. आपण म्हणजे एक जीवशास्त्रीय

रचना आहोत. आपली बुद्धिमत्ता सर्व जीवांमध्ये जरी अतुलनीय असली तरी आपण आपली संख्या नियंत्रणात ठेवण्याचा प्रयत्न करीत नाही. मग भले जनतेला मोफत संततिनियमनाची साधने वाटत असलो, प्रशिक्षण देत असलो किंवा सरकारतर्फे काही प्रलोभने दाखवत असलो, तरीही बालकांचे जन्म कमी न होता वाढतच आहेत. मग ती बालके आपल्याला हवी अथवा नको असोत. तुम्हाला हे ठाऊक आहे का की, सीडीसी कंपनीने नुकतेच जाहीर केले आहे की, अमेरिकेतील निम्म्या बालकांच्या जन्मामागे कसलेही नियोजन त्यांच्या आई-वडिलांनी केलेले नसते. हीच टक्केवारी अविकसित देशात ७० टक्क्यांवर जाते.''

लँग्डनला ही संख्याशास्त्रीय माहिती पूर्वी ठाऊक होती. पण आता त्याला याचे महत्त्व नीट समजू लागले. एक जीवप्रकार म्हणून मानवजात ही सशासारखी आहे. जर एखाद्या सशाच्या जोडीला पॅसिफिक समुद्रातील बेटावर सोडून दिले आणि त्यांच्या वाढत जाणाऱ्या संख्येवर नियंत्रण ठेवले नाही तर त्यांची वाढलेली संख्या ही बेटावरच्या पर्यावरणाचा नाश करून टाकेल आणि ते स्वत:ही शेवटी नामशेष होतील.

बर्ट्रान्ड झोब्रिस्ट याने आपल्या मानवजातीची पुनर्रचना केली आहे... आणि मानवजात वाचवण्यासाठी या मानवजातीचे परिवर्तन कमी संख्येच्या, पण सर्जनशील लोकसंख्येत केले आहे.

लँग्डनने एक खोलवर श्वास घेतला आणि तो समुद्राकडे रोखून पाहू लागला. एखादी नौका समुद्रात भरकटत जावी, तशी भावना त्याला स्वत:बद्दल वाटू लागली. किनाऱ्यावरील धक्क्यापाशी पोलिसांच्या गाड्यांच्या सायरनचे आवाज ऐकू येऊ लागले. आपल्या जवळचा वेळ संपत आल्याची जाणीव त्याला झाली.

सिएना सांगत होती, ''पण सर्वांत घाबरवणारी गोष्ट अशी की, तो 'इन्फर्नो विषाणू' माणसाची जननक्षमता मारून टाकतो, आणि तशी त्याची ही जी क्षमता आहे हेच भीतिदायक आहे, हादरवणारे आहे. पाण्यातला विषाणू वातावरणात जाऊन पसरू शकेल, अशा व्हायरल व्हेक्टरची, विषाणूची निर्मिती हा एक विज्ञानातील फार मोठा शोध बर्ट्रान्डने लावलेला आहे. विज्ञानातील ही एक 'क्वान्टम जम्प' आहे. अनुवंशशास्त्राच्या तंत्रज्ञानाच्या किंवा जेनेटिक इंजिनिअरच्या अगदी प्राथमिक जगातून बर्ट्रान्डमुळे ही ज्ञानशाखा एकदम प्रगत झाली आहे. या शाखेने एकदम भविष्यकाळात झेप घेतली आहे. बर्ट्रान्डमुळे उत्क्रांत होत जाण्याच्या पद्धतीची बरीच बंद दारे एकदम खुली झालेली आहेत. त्यामुळे आपल्याला आपला स्वत:चा जीवप्रकार सुधारण्याचे, त्यात बदल करण्याचे सामर्थ्य मिळाले आहे. यामुळे मनुष्यजातीचा चेहरामोहराच बदलून जाईल. शेवटी बंद बाटलीत कोंडलेली जीवशास्त्रीय प्रगती बाहेर पडून आपल्यापुढे हात जोडून उभी आहे... पण हेच नवीन

तंत्रज्ञान जर चुकीच्या हातात पडले, तर मात्र फक्त देवच आपले रक्षण करो! म्हणून हे तंत्रज्ञान मुळातच निर्माण व्हायला नको होते, कधीही व्हायला नको होते. बर्ट्रान्डने लिहिलेले पत्र वाचल्यावर मला त्याने आपले ध्येय कसे साध्य केले, त्याचा खुलासा झाला. मग मी त्या तंत्रज्ञानाचे रहस्य असलेले ते पत्र सरळ जाळून टाकले. हा केवढा मोठा राक्षस त्याने निर्माण करून मानवजातीवर सोडला होता? त्याच्या निर्मितीचे पत्रातील रहस्य मी जाळून टाकले खरे, पण तो राक्षस त्याने मोकाट सोडून दिला होता. मग मी शपथ घेतली की, तो विषाणूचा साठा आपण शोधून काढायचा आणि नष्ट करायचा. त्याचा मागमूसही ठेवायचा नाही.''

''पण मला हे कळत नाही की– '' लँग्डन म्हणाला. त्याच्या आवाजात राग उमटला होता. ''जर तुला तो विषाणू नष्टच करायचा होता, तर मग डॉ. सिन्स्की आणि जागतिक आरोग्य संघटना यांच्यापुढे सहकार्याचा हात तू का नाही केलास? निदान तू सीडीसी किंवा अन्य समर्थ संस्थेशी संपर्क साधायला हवा होतास.''

''तुम्ही या प्रकाराकडे जरा गंभीरपणे बघा! कोणत्याही नवीन तंत्रज्ञानाचा स्वीकार करण्यासाठी सरकारी खाती ही सर्वांत शेवटची असतात. रॉबर्ट, यावर नीट विचार करा. सर्व मानवी इतिहासात असे दिसेल की, जेव्हा जेव्हा विज्ञानाने क्रांतिकारी शोध लावले, तेव्हा त्याचा फायदा शस्त्रे बनवण्याकडे गेला. मग तो साधा अग्नी निर्माण करण्याचा शोध असो किंवा अणुशक्तीचा शोध असो. आपली जीवशास्त्रीय शस्त्रे कोठून येतात सांगा बरे? ती शस्त्रे ही जागतिक आरोग्य संघटना आणि सीडीसी अशा संस्थांमध्ये चाललेल्या संशोधनातूनच निर्माण होतात. बर्ट्रान्ड यांनी शोधून काढलेले जीवशास्त्रीय तंत्रज्ञान– म्हणजे साथ पसरवणाऱ्या विषाणूंमार्फत आपल्याला हवे ते आनुवंशिक बदल घडवून आणणे. यापासून फार मोठे भयानक अस्त्र निर्माण होऊ शकते. आपल्याला कल्पनाही करता येणार नाही, इतक्या भयानक गोष्टी त्यातून बाहेर पडतील. मग त्या मार्गावरून प्रतिपक्षही कधीतरी जाणार. परिणाम काय? तर प्रचंड नरसंहार, रोगराई, इत्यादी. एखाद्या विशिष्ट जनसमुदायावरच परिणाम करणारी अस्त्रेही निर्माण होतील. कल्पना करा की, ज्या लोकांच्या डीएनएमध्ये विशिष्ट वांशिक गुणधर्म असणारे जनुक असतील, तर फक्त त्यावरच परिणाम घडवणारी विषाणूंची अस्त्रे, साथी सोडल्या तर तो विशिष्ट जनसमूह नष्ट करता येईल. वांशिक शुद्धीकरण असे सुरू होईल. मग अशा मोहिमा मोठ्या प्रमाणावर हाती घेतल्या जातील. अनुवंशशास्त्रीय पातळीवर तथाकथित वांशिक शुद्धीकरण घडू लागेल.

''तुला कशाची काळजी वाटते ते माझ्या लक्षात आले, सिएना. परंतु हेच नवीन तंत्रज्ञान चांगल्या कामासाठीही वापरता येईल. हो ना? अनुवंशशास्त्राच्या आधारे शोधलेली औषधे ही देवाने दिलेली एक देणगीच नाही का? तसेच अशा

नवीन तंत्रज्ञानाच्या आधारे साथ पसरवण्याऐवजी जागतिक लसीकरण नाही का करता येणार?''

''येईल कदाचित, पण दुर्दैवाने मला आजवरच्या इतिहासावरून कळले आहे की, सत्ताधारी नवीन विज्ञानाच्या साहाय्याने ताबडतोब घातकी कृत्ये करू लागतात.''

लांबवरून लँग्डनला एक हेलिकॉप्टर जवळ येत असल्याचा आवाज ऐकू आला. त्याने झाडीमधून मसाला बाजाराच्या दिशेने पाहिले. एका हेलिकॉप्टरचे दिवे त्याला दिसले. ते हेलिकॉप्टर घिरट्या घालीत किनाऱ्यावरील धक्क्याकडे येत होते.

सिएनाचे स्नायू ताठ झाले. ती म्हणाली, ''मला आता गेले पाहिजे.'' ती उठून उभी राहिली आणि पुलाकडे पहात म्हणाली, ''मला तो पूल पायी पार करता येईल, असे वाटत नाही. तिथून मला पुढे– ''

लँग्डन तिचे बोलणे तोडीत ठामपणे तिला म्हणाला, ''सिएना, तू कुठेही जात नाहीयेस.''

''रॉबर्ट, मी परत आले ते केवळ तुम्हाला झाल्या गोष्टींचा खुलासा करावासा वाटला म्हणून. तो मी केला; आता मी जाते.''

लँग्डन यावर म्हणाला, ''नाही, सिएना. तू परत आलीस कारण तू आयुष्यभर पळत राहिली होतीस. आणि शेवटी तुला कळले आहे की, आता आपण अधिक पळू शकणार नाही.''

सिएना त्याच्यापुढे खचत गेली. ती हताशपणे म्हणाली, ''माझ्यापुढे दुसरा पर्यायच नव्हता.'' मग समुद्रावर घिरट्या घालणारे हेलिकॉप्टर ती बघत राहिली आणि पुढे म्हणाली, ''मी त्यांना सापडले तर ते मला ताबडतोब तुरुंगात टाकतील.''

''सिएना, तू काहीही वाईट गोष्ट केली नाहीस की चुकीचे केले नाही. तू तो विषाणू निर्माण केला नाहीस की तू तो वातावरणात सोडलेला नाहीस.''

''होय, खरे आहे. पण जागतिक आरोग्य संघटनेच्या हातात ते संशोधन पडू नये म्हणून मी काय वाटेल ते करत गेले. जरी मी तुर्कस्तानच्या तुरुंगात कोंडले गेले नाही, तरी जीवशास्त्रीय दहशतवादाच्या आरोपावरून मला एखाद्या आंतरराष्ट्रीय ट्रायब्यूनलपुढे उभे करून माझ्यावर खटला भरला जाईल.''

हेलिकॉप्टरचा आवाज मोठा मोठा होत गेला. लँग्डनने किनाऱ्यावरील धक्क्याकडे पाहिले. ते हेलिकॉप्टर आता पाण्यापासून खूप खाली आले होते. त्याच्या पंख्याच्या वाऱ्यामुळे पाणी ढवळले जाऊ लागले. हेलिकॉप्टरमधून सर्चलाइटचे झोत टाकून सर्व नौकांची तपासणी होऊ लागली.

हेलिकॉप्टरच्या हालचालींचा अर्थ सिएनाला कळला. ते आपल्यालाच शोधत आहेत, हे तिला कळून चुकले. ती आता एकदम पळून जाण्याच्या तयारीत उभी राहिली.

लँग्डन तिला मृदू आवाजात म्हणाला, ''प्लीज, मी काय म्हणतो ते नीट ऐक. तू फार फार संकटांमधून गेली आहेस, आता तू घाबरली आहेस. तू एका मोठ्या संदर्भातून, मोठ्या प्रकरणातून याकडे पहा. बर्ट्रान्डने तो विषाणू निर्माण केला, पण तूच त्याचा प्रसार थांबवण्यासाठी धडपडलीस.''

''होय, पण मी त्यात अयशस्वी ठरले.''

''हो आणि आता तो विषाणू निसटला आहे. वैज्ञानिक आणि वैद्यकीय क्षेत्र त्याची दखल घेण्याचा प्रयत्न करतील. त्या विषाणूबद्दल अधिक जाणून घेऊ पहातील. अशा वेळी फक्त तूच एक अशी व्यक्ती आहे, जिला त्याबद्दल बरेच काही ठाऊक आहे. कदाचित त्या विषाणूंना प्रभावहीन करण्याचा एखादा उपाय सापडेलही किंवा आणखीही नवीन उपाय शोधला जाईल.'' मग तिच्या डोळ्यांत खोलवर पहात तो पुढे म्हणाला, ''सिएना, तुला विषाणूबद्दल जे जे ठाऊक आहे ते सारे जाणून घेण्याची जगाला गरज आहे. तुला असे गायब होऊन चालणार नाही.''

सिएनाचे सडपातळ शरीर आता थरथरू लागले होते. जणूकाही दुःखाची कवाडे आता उघडली जाऊन तिच्या डोळ्यांतून अश्रूंचा महापूर वहाणार होता, अनिश्चितता दूर होणार होती. ती म्हणाली, ''रॉबर्ट, मला... मला काय करावे ते कळत नाही. शेवटी मी कोण आहे? कोणीही नाही. मला कसलीच किंमत नाही. माझ्याकडे बघा!'' असे म्हणून तिने आपला एक हात गुळगुळीत डोक्यावर ठेवला, ती पुढे अत्यंत दुःखाने म्हणाली, ''पहा, पहा. माझे एखाद्या राक्षसात रूपांतर झाले आहे, मी एखादा विकृत प्राणी बनले आहे. मी कसे काय तोंड दाखवणार– ''

लँग्डन तिच्यापुढे गेला आणि तिला त्याने आपल्या दोन्ही हातांनी कवेत घेतले. तिचे शरीर थरथरत आहे हे त्याला जाणवले. तिचा नाजूकपणा त्याच्या छातीला जाणवला. मग तो तिच्या कानात कुजबुजत सांगू लागला.

''सिएना, मला ठाऊक आहे तुला पळ काढायचा आहे. पण मी तुला तसे करू देणार नाही. आज नाही उद्या, तुला *कोणावरतरी* भरवसा, विश्वास ठेवावा लागेल.''

''नाही. मला ते शक्य होणार नाही...'' ती हुंदके देत म्हणत होती, ''ते कसे काय करावे हे मला समजत नाही.''

लँग्डनने तिला आपल्या मिठीत घट्ट धरीत म्हटले, ''तू हळूहळू छोट्या गोष्टींपासून सुरुवात कर. एक पहिले छोटे पाऊल प्रथम टाक. तू *माझ्यावर* विश्वास ठेव.''

१००

त्या C-१३० विमानाच्या धडावर बाहेरून कोणीतरी ठोके मारीत होते. धातूवर आपटल्याचा आवाज आतील विनाखिडक्यांच्या जागेत खूप मोठा होत होता. तो आवाज ऐकून प्रोव्होस्त दचकून उडाला. विमानाबाहेर कोणीतरी आपल्या पिस्तुलाच्या दस्त्याने ठोठावीत होते. विमानात शिरण्यासाठी जी झडप होती त्यावर ठोठावणे चालू होते. आत शिरण्यासाठी कोणीतरी परवानगी मागीत होते.

C-१३० विमानाचा वैमानिक म्हणाला, ''प्रत्येकाने आपापल्या जागेवरच थांबावे. कोणीही हलू नये. इथले तुर्की पोलीस आले असणार. ते विमानाच्या दारापर्यंत आपली गाडी घेऊन असणार.'' मग तो झडपेपाशी गेला.

प्रोव्होस्त आणि फेरीस यांनी एकमेकांकडे सूचकतेने पाहिले.

विमानात जागतिक आरोग्य संघटनेच्या कर्मचाऱ्यांची धांदल उडाली होती. त्यांना सारखे फोन येत होते. त्यावरून प्रोव्होस्तने हेरले की, *विषाणूंची पिशवी ताब्यात घेण्याची कारवाई फसली आहे. शेवटी झोब्रिस्टची योजनाच यशस्वी झाली. अखेर याला मीच जबाबदार ठरलो.*

झडपेच्या बाहेर तुर्की भाषेत कोणीतरी अधिकारवाणीने झडप उघडण्यासाठी दरडावून सांगत होते.

ते ऐकताच प्रोव्होस्त आपल्या आसनावरून उठला आणि त्याने वैमानिकाला हुकूम सोडला, ''दार उघडू नका. अजिबात उघडू नका.''

वैमानिक जाता जाता मध्येच थांबला आणि प्रोव्होस्तकडे रागाने बघत त्याला विचारले, ''पण का? ते तर सांगाल की नाही?''

''कारण जागतिक आरोग्य संघटना ही एक आंतरराष्ट्रीय पातळीवरची मदत करणारी संस्था आहे. आणि हे विमान आणि आतली सर्व जागा ही सार्वभौम समजली जाते. इथे तुर्कस्तानचे कायदे चालत नाहीत.''

यावर तो वैमानिक आपली मान हालवत त्याच्याशी असहमती दर्शवत म्हणाला, ''सर, हे विमान तुर्कस्तानच्या विमानतळावर उभे आहे. आणि जोपर्यंत

ते उडू लागत नाही, तोपर्यंत त्याला या देशाचे कायदेकानून लागू होतात.'' एवढे म्हणून त्या वैमानिकाने पुढे जाऊन ती झडप उघडली.

बाहेर पोलिसांच्या गणवेषात दोन अधिकारी उभे होते. त्यांच्या डोळ्यांत किंचितही नम्रता नव्हती. ते कठोरपणे बघत होते. त्यातील एकाने विचारले, ''या विमानाचा वैमानिक कोण आहे?'' बोलताना तो जरासा ठाशीव उच्चार करीत विचारीत होता.

''मी आहे!'' वैमानिक म्हणाला.

मग त्या अधिकाऱ्याने वैमानिकाकडे दोन कागद देत म्हटले, ''ही अटक करण्यासाठी लागणारी कागदपत्रे आहेत. यात लिहिलेले जे दोन प्रवासी तुमच्या विमानात आहेत, त्यांना आमच्या ताब्यात द्या.''

वैमानिकांनी ती कागदे चाळून पाहिली आणि मग प्रोव्होस्त आणि फेरीस यांच्याकडे नजर टाकली.

''डॉ. सिन्स्की यांना फोन लावा!'' प्रोव्होस्तने वैमानिकाला हुकूम दिला. ''आपण एका आणीबाणीच्या आंतरराष्ट्रीय मोहिमेवर आहोत.''

त्या दोघांतील एका अधिकाऱ्याने प्रोव्होस्तकडे जराशा मिस्कील नजरेनेच पहात म्हटले, ''म्हणजे त्या डॉ. एलिझाबेथ सिन्स्की? जागतिक आरोग्य संघटनेच्या संचालिका? त्यांनीच तुम्हाला अटक करण्यास आम्हाला सांगितले आहे.''

यावर प्रोव्होस्त उत्तरला, ''शक्यच नाही. मी आणि मिस्टर फेरीस असे दोघे जण तुर्कस्तानमध्ये डॉ. सिन्स्की यांना मदत करण्यासाठी आलो आहोत.''

''तसे असेल तर तुम्ही तुमचे काम चांगले करीत नाही, असे दिसते.'' तो दुसरा अधिकारी बोलू लागला. ''डॉ. सिन्स्की यांनी आमच्याशी संपर्क साधून ही दोन नावे आम्हाला दिली आहेत. तुमच्यावर जीवशास्त्रीय दहशतवादाला तुर्कस्तानच्या भूमीवर मदत केल्याचा आरोप ठेवलेला आहे.'' एवढे बोलून त्याने आपल्या खिशातून बेड्या काढल्या आणि पुढे म्हटले, ''तुमची चौकशी करण्यासाठी तुम्हाला आमच्या हेडक्वाटर्समध्ये यावे लागेल.''

यावर प्रोव्होस्त चिडून ओरडत म्हणाला, ''मी त्यासाठी आधी एका वकिलाची मागणी करतो.''

यानंतर ३० सेकंदांनी प्रोव्होस्तला आणि फेरीसला बेड्या घालण्यात आल्या आणि दोघांना ओढत ओढत गँगवेवरून धक्काबुक्की करीत खाली नेले. बाहेर एक काळी सेडन गाडी उभी होती. तिच्या मागच्या आसनावर त्यांना बसवण्यात आले. मग ती सेडन मोटरगाडी तिथून वेगाने निघाली. टारमॅकवरून ती विमानतळाच्या एका कोपऱ्याकडे गेली. तिथे एक बारीक जाळीचे कुंपण होते, ते कापून ती जाळी वाकवून बाजूला सारलेली होती. तेवढ्या मोकळ्या झालेल्या जागेतून सेडन गाडी

कुंपणाबाहेर पडली. बाहेर पडल्यावर एका कच्च्या आणि धुळीच्या रस्त्यावरून हादरे खात ती गाडी पुढे जाऊ लागली. आजूबाजूला विमानतळावरील मोडकी यंत्रसामग्री विखरून पडलेली होती. शेवटी एक दुरुस्ती करणाऱ्या केंद्राची जुनी इमारत होती. तिथे ती सेडन मोटरगाडी थांबली.

मग ते दोन्ही गणवेषातील अधिकारी पुढच्या आसनावरून बाहेर पडले आणि मागच्या बाजूला आले. मात्र आधी त्यांनी आजूबाजूला चौफेर नजर टाकून निरीक्षण केले. आपला पाठलाग होत नाही, याची खात्री पटल्यावर त्यांना हायसे वाटले. त्यांनी आपल्या अंगावरचे पोलिसांचे गणवेष काढून टाकले आणि बाजूला फेकून दिले. मग त्यांनी प्रोव्होस्त आणि फेरीस यांना बाहेर काढले आणि त्या दोघांच्या हातातील बेड्या किल्ली लावून काढून टाकल्या.

प्रोव्होस्त आपली मनगटे चोळत उभा राहिला. त्या थोड्या काळातील कैदेत आपल्याशी बराच धसमुसळेपणा केला गेल्याचे त्याच्या लक्षात आले.

मग त्या दोन अधिकाऱ्यांपैकी एक जण जवळ उभ्या असलेल्या एका पांढऱ्या व्हॅनकडे बोट दाखवून म्हणाला, "त्या गाडीत रबरी मॅटच्या खाली गाडीच्या किल्ल्या आहेत. मागच्या आसनावर एक सॅक आहे. त्यात तुम्ही विनंती केल्यानुसार प्रवासात लागणारी कागदपत्रे, रोख पैसे, प्रीपेड केलेले मोबाइल फोन्स, कपडे आणि इतर किरकोळ सामान आम्ही ठेवले आहे. तुम्हाला त्याची गरज लागेल, असे आम्हाला वाटले."

प्रोव्होस्त त्यांना म्हणाला, 'थँक यू! तुम्ही खरोखरीच भले लोक दिसता आहात."

"सर, आम्हाला या बाबतीत चांगले प्रशिक्षण दिलेले आहे."

एवढे बोलून ती दोन्ही तुर्की माणसे आपल्या काळ्या सेडन गाडीत बसली आणि गाडी सुरू करून निघून गेली.

प्रोव्होस्तच्या मनात पूर्वीपासून येत होते की, *सिन्स्की आपल्याला अशी सहजासहजी जाऊ देणार नाही.*

इस्तंबूलला विमानाने जात असतानाच त्याने ही अटकळ बांधली होती. मग त्याने विमानातूनच एक ई-मेल तुर्कस्तानच्या स्थानिक कन्सोर्टियमच्या ऑफिसला पाठवून कळवले की, 'कदाचित आपल्याला आणि फेरीसला तुर्कस्तानमधून पळून जावे लागेल, त्यासाठी तरतूद करून ठेवा.'

फेरीसने त्याला विचारले, "सिन्स्की आपला पाठलाग करेल, असे तुम्हाला वाटते?"

"सिन्स्की?" आपली मान होकारार्थी हलवत प्रोव्होस्त म्हणाला, "अर्थातच! पण आता तिच्यापुढे अन्य काही समस्या उभ्या आहेत."

मग ते दोघे पांढऱ्या व्हॅनमध्ये चढले. प्रोव्होस्तने ती सॅक मागच्या आसनावर उचलून घेतली. आतमध्ये असलेली कागदपत्रे पाहिली. ती सारी व्यवस्थित होती.

मग आतली एक बेसबॉलची टोपी काढून ती आपल्या डोक्यावर चढवली. पिशवीत त्या टोपीच्या आत 'हायलॅन्ड पार्क' नावाची सिंगल माल्ट असलेली एक उत्कृष्ट मद्याची छोटी बाटली होती.

ती माणसे खरोखरच हुषार आहेत.

त्याने ते बाटलीतील तांबूस रंगाचे मद्य पाहिले. आपण उद्यापर्यंत वाट पहावी, असे त्याला मनातून वाटले. पण परत त्याच्या नजरेसमोर झोब्रिस्टची सोल्युब्लॅन प्लॅस्टिकची पिशवी आली. उद्याचा दिवस कसा असेल, त्याचा अंदाज आता कसा करता येईल?

मी माझ्या व्यवसायातील महत्त्वाचा नियम मोडला. माझ्या अशिलाचे हित वाऱ्यावर सोडले.

त्याला मनातून हेलावल्यासारखे झाले. येत्या काही दिवसांतच जगभर ती भयानक बातमी साथीसारखी पसरेल. हाहा:कार उडवणाऱ्या त्या उत्पातामध्ये त्याने एक महत्त्वाची भूमिका बजावली होती. *माझ्या सहकार्याखेरीज ती घटना घडलीच नसती.*

आपण जे केले ते अजाणतेपणे केले. पण त्याला प्रथमच आयुष्यात जाणवले की, अजाणता ही उच्च नैतिक मूल्यांसारखी थोडीच असते? त्या स्कॉच मद्याच्या बाटलीचे सील त्याने आपल्या हाताने फोडले आणि स्वत:ला सांगितले, "चला, मजा करू या. नाहीतरी काहीही झाले तरी आपले दिवस भरलेलेच आहेत. उद्या काय होणार देव जाणे!"

त्याने बाटलीतील मद्याचा एक मोठा घोट घेतला. त्या मद्याचा उबदारपणा त्याच्या घशाला जाणवून त्याला बरे वाटले.

अचानक आजूबाजूचा रात्रीचा अंधार नाहीसा झाला आणि त्या पांढऱ्या व्हॅनभोवतालचा सारा परिसर प्रकाशाने उजळून निघाला. अनेक स्पॉटलाइट्सचा प्रखर प्रकाश त्यांच्यावर पडला होता. अनेक गाड्या चोहोबाजूने आल्याने त्यांना घेरले गेले होते. त्या गाड्यांच्या उघडझाप करणाऱ्या दिव्यांचा प्रकाश चमकून जात होता.

त्यांना सर्व बाजूंनी पोलिसांच्या गाड्यांनी घेरले होते. ते चारही बाजूने त्यांच्याकडेच येऊ लागले. ज्या ज्या दिशेला प्रोव्होस्त मान वळवून पाही तिकडून पोलीस त्याच्या दिशेने येत होते. मग मात्र तो स्वस्थ बसून राहिला, एखाद्या दगडी पुतळ्यासारखा निश्चल बसला. *आता कुठूनही पळवाट नाही,* हे त्याला उमगले.

मग ते हत्यारी तुर्की पोलीस अधिकारी व्हॅनजवळ आले. त्यांनी त्या दोघांवर आपल्या रायफली रोखल्या. प्रोव्होस्तने स्कॉच व्हिस्कीचा एक अखेरचा घोट घेतला आणि आपले हात सावकाश डोक्यावर नेले.

कारण त्याला कळून चुकले होते की, या वेळी आलेले हे पोलीस अधिकारी आपली माणसे नाहीत!

१०१

इस्तंबूलमधील स्वित्झर्लंडचा दूतावास हा '१, लेव्हन्ट प्लाझा' येथे होता. ती इमारत काचेने मढवलेली असल्याने गुळगुळीत, पॉश अशी एक मनोऱ्यासारखी होती. इमारतीचा दर्शनी भाग निळ्या आणि अंतर्वक्र काचेचा होता. त्यामुळे ती अत्याधुनिक इमारत अशी दिसे की, जणूकाही ती भविष्यकाळातील इमारत असावी असे पहाणाऱ्याला वाटे. इस्तंबूलसारख्या ऐतिहासिक शहरातील ही एकसंध आणि उंच इमारत ठळकपणे नजरेत भरे.

सिन्स्कीने भूमिगत जलसाठ्याचे विवर सोडल्यापासून एक तास झाला होता. तिला राजदूताच्या ऑफिसमध्ये एक तात्पुरते 'कमांड सेन्टर' उघडायचे होते. वृत्तवाहिन्यांच्या स्थानिक केंद्रावर विवरात घडलेल्या धावपळीची, चेंगराचेंगरीची बातमी आली होती. तिथल्या जलसाघरात शेवटची डान्टेची सिम्फनी चालू असताना भयभीत झालेली श्रोते मंडळी धावत बाहेर पडू पहात होती. हे वृत्त रेडिओ, टीव्ही यांवरून वेगाने प्रसृत होत होते. पण हे सारे नक्की कशामुळे आणि कसे झाले, यांचा उल्लेख बातम्यात केला जात नव्हता. परंतु घटनास्थळी हॅझमॅट पोषाख घातलेली आंतरराष्ट्रीय वैद्यकीय क्षेत्रातील माणसे दिसली होती, याचा मात्र आवर्जून उल्लेख केला जात होता. 'हॅझमॅट' म्हणजे घातक पदार्थांचा (Hazardous Material) एक संक्षेप आहे, हेही सांगितले जात होते. परिणामी अनेक तर्ककुर्तक जन्म घेऊ लागले होते.

सिन्स्कीने राजदूतावासाच्या खिडकीतून शहरातील दिवे पाहिले आणि तिला एकदम एकटेपणा तीव्रपणे जाणवू लागला. नेहमीच्या सवयीनुसार तिचा हात गळ्यातील ताइताच्या अलंकाराकडे गेला. पण आता तिथे तो ताईत नव्हता, तिचा गळा रिकामा होता. तो दोन तुकडे झालेला ताईत तिच्या टेबलावर तिने ठेवलेला होता.

इथे आल्या आल्या तिने फोनाफोनी करून जिनिव्हा येथील आपल्या मुख्यालयात बऱ्याच तातडीच्या सभा, बैठका ठरवल्या होत्या. त्यात विविध विषयातील तज्ज्ञ

मंडळी येणार होती. त्यांपैकी बरेच जण तर विमानाने निघालेसुद्धा होते. विविध तज्ज्ञ, विविध संस्था, तिथे आल्यावर त्याचा गाजावाजा होणे अपरिहार्य होते. त्यांना वस्तुस्थिती आणि परिस्थिती काय आहे, हे ती स्वत: विमानाने तिथे जाऊन सांगणार होती. आता रात्र झालेली होती. तरीही तिच्या निरोपातील विषयाचे गांभीर्य जाणून अनेक जण तिथे येणार होते. ती थकून गेली होती. राजदूतावासामधील रात्रपाळीच्या एका कर्मचाऱ्याने तिला एक गरम तुर्की कॉफीचा मग आणून दिला. तिने तो झटपट पिऊन संपवला.

तेवढ्यात एका तरुण कर्मचाऱ्याने दारातून डोकावून तिला म्हटले, "मॅडम, रॉबर्ट लँग्डन आपल्याला भेटू इच्छितात. त्यांना पाठवून देऊ?"

"थँक यू! जरूर पाठव त्यांना." ती म्हणाली.

२० मिनिटांपूर्वीच लँग्डनने तिच्याशी फोनवरून संपर्क साधला होता आणि कळवले होते की, सिएना ब्रूक्स ही झुकांडी देऊन पळालेली आहे. एक मोटरबोट चोरून खुल्या समुद्रात ती पळून गेली आहे. हीच बातमी तिने काही अधिकाऱ्यांकडून ऐकली होती. ते अधिकारी तिला अजूनही शोधीत होते, पण त्यांना ती सापडली नाही.

दारात लँग्डनची उंच आकृती दाखल झाली. तिने त्याला जेमतेम ओळखले. त्याचे कपडे खराब झाले होते, मळले होते, त्याचे केस विस्कटले होते. त्याचे डोळे थकलेले होते आणि खोल गेलेले होते.

सिन्स्कीने उभे रहात त्याला विचारले, "प्रोफेसर, तुम्ही ठीक आहात ना?"

लँग्डनने तिच्याकडे पहात एक थकलेले स्मित केले. तो म्हणाला, "त्या मानाने बरा वेळ गेला, असेच म्हटले पाहिजे."

मग एका खुर्चीकडे बोट करीत ती म्हणाली, "प्लीज, आधी तुम्ही बसा!"

लँग्डन बसला आणि त्याने कसलीही प्रस्तावना न करता एकदम विषयाला हात घालीत म्हटले, "झोब्रिस्टचे ते विषाणू मला वाटते की, ते त्या पिशवीमधून आठवड्यापूर्वीच सुटले असावेत."

सिन्स्कीने त्याच्याशी सहमत होत आपली मान हलवत म्हटले, "आम्हीही त्याच निष्कर्षाला आलो आहोत. पण अजूनही लोकांना संसर्गबाधा झाल्याची लक्षणे कुठेही जाणवत नाहीत किंवा तशा बातम्याही आल्या नाहीत. पण आम्ही काही नमुने तपासलेत आणि आणखी कडक चाचण्याही सुरू केल्या आहेत. दुर्दैवाने त्या चाचण्या पूर्ण होण्यासाठी काही दिवस किंवा आठवडे लागणार आहेत. त्यानंतर आपल्याला त्या विषाणूचे स्वरूप जे काही असेल ते, समजून येईल."

"तो एक 'व्हेक्टर व्हायरस' आहे." लँग्डन म्हणाला.

ते ऐकताच सिन्स्कीने आपली मान वाकडी करून लँग्डनकडे आश्चर्याने

पाहिले. त्याचे वाक्य ऐकताच ती दचकली होती. 'व्हेक्टर व्हायरस' म्हणजे 'रोगवाहक विषाणू.' असा विषाणू रोगाचा डीएनए वाहून नेऊन ज्या यजमानपेशीला भिडतो, त्यात तो रोगाचा डीएनए सोडतो. पण इथे रोगाऐवजी एक वेगळाच डीएनए त्या झोब्रिस्टचा विषाणूकडून सोडला जाऊन माणसाची जननक्षमता नष्ट करीत होता. सिन्स्की मोठ्याने म्हणाली, "काय म्हणालात?"

"होय. व्हेक्टर व्हायरस! झोब्रिस्टने असा विषाणू तयार केला होता की, तो वातावरणात जाऊन माणसाच्या शरीरात शिरल्यावर मानवी डीएनएमध्ये बदल करतो."

ते ऐकताच सिन्स्की एकदम उठून उभी राहिली. त्या गडबडीत तिने मागे सारलेली खुर्ची कोलमडली. *हे असले घडणे केवळ अशक्य आहे.*

"तुम्ही कशाच्या आधारावर हा दावा करता आहात?" तिने लँग्डनला विचारले.

लँग्डन यावर शांतपणे म्हणाला, "सिएनाने मला हे अर्ध्या तासापूर्वी सांगितले."

सिन्स्की टेबलावर हात ठेवून वाकून उभी राहिली आणि लँग्डनकडे रोखून पहात अविश्वासाने म्हणाली, "म्हणजे ती पळाली नाही?"

"होय, ती पळाली, निसटली, गायब झाली. तिने एक मोटरबोट पळवून ती समुद्रात नेली. नंतर ती कायमची जाणार होती. पण तिला काय वाटले कुणास ठाऊक, ती परतली. तिला आपल्या या आणीबाणीच्या प्रसंगात आपल्याला मदत करायची इच्छा झाली."

सिन्स्कीच्या तोंडून एक कर्कश हसू बाहेर पडले. ती म्हणाली, "तिच्या सांगण्यावर मी विश्वास ठेवत नाही याबद्दल सॉरी! पण तिने जे सांगितले आहे ते अतिशयोक्तीपूर्ण विधान आहे. तिचा दावा तिने ओढूनताणून केलेला आहे."

लँग्डन ठाम स्वरात म्हणाला, "माझा तिच्या सांगण्यावर विश्वास आहे. जर ती तो विषाणू हा एक 'व्हेक्टर व्हायरस' आहे असे म्हणत असेल, तर मला वाटते की, तुम्ही ही गोष्ट गंभीरपणे घ्यावी."

सिन्स्कीला एकदम थकल्यासारखे वाटू लागले. तिचे मन लँग्डनच्या बोलण्यावर विचार करण्यासाठी धडपडू लागले. ती खिडकीपाशी जाऊन बाहेर पाहू लागली. माणसाच्या पेशीतील डीएनएमध्ये बदल करणारा विषाणू? असा एक व्हेक्टर व्हायरस? ही एक असंभव असलेली, पण हादरवून टाकणारी घटना आहे. पण यामागे नक्कीच काही गूढ तर्कशास्त्र दडलेले आहे. शेवटी झोब्रिस्ट हा एक अनुवंशशास्त्रातील इंजिनिअर होता आणि त्याला हे ठाऊक होते की, एखाद्या जनुकात, किंचित जरी बदल केला, तरी त्याचा शरीरावर जबरदस्त परिणाम होऊ शकतो. मग तो परिणाम – कर्करोग, एखादा अवयव निकामी होणे आणि रक्तातील

विकृती अशासारखा असू शकतो. इतकेच काय, पण सिस्टीक फायब्रॉसिस यासारखा किळसवाणा रोग – ज्यात रोग्याला त्याच्या शेंबामध्ये, म्युकसमध्ये बुडवले जाऊन मारले जाते– हा सातव्या रंगसूत्रावरील एका रेग्युलेटर जनुकामध्ये किंचित बदल झाल्यामुळे होतो. एका सूक्ष्म बदलामुळे भयानक मृत्यू!

आता या विषयातील तज्ज्ञ मंडळी अनुवंशशास्त्रीय बदल घडवण्यासाठी सरळ रोग्याला योग्य अशा व्हेक्टर व्हायरसचे इंजेक्शन देऊ लागली आहेत. ते व्हायरस म्हणजे विषाणू मात्र संसर्गजन्य नसतात. रोग्याच्या शरीरात प्रवास करून योग्य त्या जागेतील डीएनए बदलतात. त्यामुळे रोग्याच्या शरीरातील बिघाड दुरुस्त होतो. या नवीन शास्त्रशाखेचे इतर शास्त्रशाखेप्रमाणेच काही साइड इफेक्ट्स अथवा दुष्परिणाम आहेत. त्याला एक काळी बाजू आहे. 'व्हेक्टर व्हायरस' विषाणूचे परिणाम हे अनुकूल असतील किंवा विनाशकही असू शकतील... ज्या इंजिनिअरने तो विषाणू निर्माण केला आहे, त्याच्या हेतूवर ते सारे अवलंबून आहे. जर एखाद्याने दुष्ट हेतूने असा विषाणू निर्माण केला की, त्याच्याकडून *बिघडलेला डीएनए* निरोगी पेशीत घातला जाईल, तर मग होणारे परिणाम निश्चितच विनाशकारी असतील. शिवाय असे अनुवंशशास्त्रीय बिघाड घडवून आणणारे विषाणू निर्माण केले, तर ते बहुतांशी संसर्गजन्य असतात आणि ते वातावरणातून पसरत जाणारे असतात.

हे सर्व आठवल्यावर सिन्स्की हादरली. ती थरथरली. *झोब्रिस्टने कोणत्या अनुवंशशास्त्रीय भीषणतेचे स्वप्न पाहिले होते? मानवी लोकसंख्या तो कशी विरळ करणार होता?*

पण या प्रश्नांची उत्तरे मिळवायला काही आठवडे लागतील, हे तिला ठाऊक होते. माणसाच्या डीएनमधील सर्व जनुकांच्या सांकेतिक अर्थामध्ये अगणित रसायनांची माहिती भरलेली असते. त्या शक्यता कल्पनातीत असतात. जणूकाही त्या माहितीचे गुंतागुंतीचे जाळे माणसाच्या डीएनएमध्ये भरलेले असते. त्यातली कोणती शक्यता निवडून झोब्रिस्टने त्यात बदल केला असू शकेल, याचा शोध घेणे, हे महाकर्मकठीण होते. सर्व शक्यतांमधून नेमकी शक्यता शोधायची हे एखाद्या गवताच्या गंजीत हरवलेली सुई शोधण्यासारखे होते... त्यातही कोणत्या ग्रहावरील कोणती गंजी हे प्रथम शोधण्यासारखे होते.

"एलिझाबेथ?" लँग्डनने मारलेल्या हाकेमुळे ती भानावर आली. खिडकीपासून मागे वळून तिने त्याच्याकडे पाहिले.

लँग्डनने शांतपणे विचारले, "मी म्हटलेले ऐकू आले का? सिएनाला तो विषाणूंचा साठा नष्ट करायचा होता. तुमच्यासारखीच तिची इच्छा होती." लँग्डन खुर्चीत बसून बोलला.

"मला त्याबद्दल दाट शंका आहे."

लँग्डन उठून उभा राहिला आणि त्याने एक उसासा टाकला. तो म्हणाला, "मला वाटते की, तुम्ही आधी मी काय म्हणतो ते नीट ऐकून घ्यावे. झोब्रिस्टने मरायच्या आधी दोन-तीन दिवसांपूर्वी एक पत्र सिएनाला लिहिले होते. आपण काय केले आहे हे त्यात त्याने सांगितलेले होते. आपण निर्माण केलेला विषाणू कसा असेल हेही त्याने नेमकेपणे वर्णन करून सांगितले होते... तसेच तो यजमानपेशीत कसा शिरतो आणि आपला हेतू कसा साध्य होतो, वगैरे सारेकाही त्याने तिला लिहून कळवले होते."

ते ऐकून सिन्स्की हादरली. *असे पत्र आहे?*

"जेव्हा झोब्रिस्टच्या निर्मितीबद्दलचे वर्णन सिएनाने वाचले, तेव्हा ती भयाने हादरली. झोब्रिस्टने हे उद्योग थांबवावेत, असे तिला प्रकर्षाने वाटू लागले. त्याला थोपवण्याचा निर्धार तिने केला. तो विषाणू एवढा घातक आहे की, त्याच्या निर्मितीची प्रक्रिया *कोणालाही* कळता कामा नये असेही तिला वाटू लागले. त्यात जागतिक आरोग्य संघटनाही आली. या जागतिक संस्थेलाही ते रहस्य कळता कामा नये असे तिचे मत झाले. कारण कोणीही आपल्याला मिळालेले रहस्य गुप्त ठेवू शकणार नाही. त्या रहस्याला पाय फुटतील किंवा त्यांची चोरी होईल. लक्षात येते ना तुमच्या? म्हणून सिएना तो विषाणूंचा साठा नष्ट करण्याच्या प्रयत्नात होती... तो साठा, ते विषाणू मुक्त करण्याच्या प्रयत्नात नव्हती."

"तुम्ही म्हणता तसे काही पत्र आहे?" सिन्स्की आता फक्त याच मुद्द्यावर आपले लक्ष एकवटत होती. "आणि त्यात सारा तपशील आहे?"

"असे सिएनाने मला सांगितले."

"आपल्याला त्या पत्राची गरज आहे! त्यात जर तपशील असेल, तर त्या विषाणूसंबंधीची माहिती मिळवण्यात जे कित्येक महिने लागतील तो काळ वाचेल. मग आपल्याला ते विषाणू कसे हाताळायचे तेही समजेल."

लँग्डनने आपली मान नकारार्थी हलवत म्हटले, "मी काय म्हणतो आहे, ते तुम्हाला नीट समजलेले दिसत नाही. जेव्हा सिएनाने झोब्रिस्टचे पत्र वाचले तेव्हा ती अक्षरश: हादरून गेली, भयभीत झाली. तिने ते पत्र तत्काळ जाळून टाकले. *कोणालाही* त्या विषाणूंची निर्मिती कशी करायची हे समजू नये, असा तिचा अट्टाहास होता."

सिन्स्कीने आपला हात टेबलावर आपटीत म्हटले, "ते पत्र आपल्याला मिळाले असते, तर आज आपल्याला ज्या आणीबाणीच्या प्रसंगाला तोंड द्यावे लागत आहे त्यात मदत नसती का झाली? पण तिने ते पत्र नष्ट केले आणि मी तिच्यावर विश्वास ठेवावा असे तुम्हाला कसे वाटते?"

"परंतु तिने जे काही केले ते पहाता तिच्यावर टीका करण्याऐवजी तिच्याजवळच्या

असामान्य बुद्धिमत्तेचे साहाय्य आपण घेतले, तर आपल्यालाच मदत होईल. शिवाय सिएनाची स्मरणशक्ती अत्यंत तीव्र आहे हे लक्षात घ्या.'' मग लँग्डन थोडे थांबला आणि परत बोलू लागला, ''जर तिने झोब्रिस्टचे पत्र आपल्या स्मरणशक्तीच्या साहाय्याने पुन्हा निर्माण केले, तर तुम्हालाच त्याची मदत होणार आहे ना?''

सिन्स्कीने आपले डोळे बारीक करून मान किंचित हालवली. ''वेल प्रोफेसर, अशा परिस्थितीत मी काय करावे, असे तुम्हाला वाटते?''

लँग्डनने तिच्या टेबलावरील रिकाम्या कॉफीच्या मगकडे बोट दाखवत म्हटले, ''तुम्ही अजून कॉफी मागवावी असे मी तुम्हाला सुचवतो. ...आणि मग सिएनाने जी एक अट सुचवली आहे, ती ऐकून त्यावर विचार करावा.''

सिन्स्कीची नाडी उडू लागली. ती उत्तेजित झाली. तिने फोनकडे पहात म्हटले, ''तिच्याशी कसा संपर्क साधायचा हे तुम्हाला ठाऊक आहे ना?''

''होय!''

''मग आता मला सांगा तिची काय अट काय आहे.''

मग लँग्डन सिन्स्कीला सांगत गेला. सिन्स्की त्यावर गप्प बसली. ती सिएनाच्या विनंतीवर विचार करू लागली.

लँग्डन शेवटी म्हणाला, ''मला वाटते तिने तुम्हाला योग्य तेच सुचवले आहे. आणि यामध्ये तुम्ही काहीच गमावणार नाही.''

''तुम्ही जे काही सांगता आहात ते खरे असेल, तर मी तुम्हाला माझा शब्द देते.'' मग सिन्स्कीने त्याच्यापुढे टेबलावरचा फोन सारत म्हटले, ''तिला फोन लावा.''

पण लँग्डन त्या फोनकडे दुर्लक्ष करत तो उठला. सिन्स्कीला याचे आश्चर्य वाटले. तो उठून सरळ चालत चालत दाराकडे गेला आणि तिथून बाहेर पडला. ''एक मिनिटात परत येतो,'' असे जाता जाता त्याने तिला सांगितले. त्याच्या या कृतीचे कोडे वाटून सिन्स्की उठून दाराकडे जाऊन बाहेरच्या हॉलमध्ये गेली. तिने पाहिले की राजदूतावासाच्या प्रतीक्षा विभागातून लँग्डन पुढे गेला आहे आणि तिथले काचेचे दार ढकलून बाहेरच्या कॉरिडॉरमधील लिफ्टकडे जातो आहे. क्षणभर तिला वाटले की तो निघून जात आहे, आपल्याला सोडून जात आहे. पण लिफ्टचे बटण दाबण्याऐवजी तो सरळ पुढे गेला आणि स्त्रियांच्या प्रसाधनगृहात शिरला.

काही मिनिटांतच तो तिथून बाहेर आला. त्याच्याबरोबर एक स्त्री होती. तिचे वय तिशीच्या पुढचे असावे. ती सिएना ब्रूक्सच आहे, हे कळण्यासाठी सिन्स्कीला बराच वेळ लागला. सोनेरी केसांचे पोनीटेल असलेली सुंदर सिएना तिने जी आधी पाहिली होती, तिच्यात आता पूर्णपणे बदल झाला होता. तिच्या डोक्याला संपूर्णपणे टक्कल पडले होते. असे वाटत होते की, तिने आपल्या डोक्यावरचे सर्व केस दाढी

करावे तसे भादरून टाकले होते.

जेव्हा ते दोघे सिन्स्कीच्या ऑफिसमध्ये शिरले तेव्हा ते शांतपणे तिच्या टेबलासमोरच्या खुर्च्यांवर जाऊन बसले.

सिएनानेच बोलण्यास सुरुवात केली. ती म्हणाली, "माफ करा मला. आपल्याला बऱ्याच गोष्टींबद्दल बोलायचे आहे, पण प्रथम मी अशी आशा करते की, तुम्ही मला आधी बोलू द्याल. मला खरोखरच तुम्हाला काही सांगायचे आहे."

सिएनाच्या आवाजातील दुःख सिन्स्कीला जाणवले. ती म्हणाली, "अर्थातच सांगा. बोला तुम्ही!"

"मॅडम!" सिएना बोलू लागली. तिच्या आवाजात कंप आला होता. "तुम्ही जागतिक आरोग्य संघटनेच्या संचालिका आहात. तेव्हा इतरांपेक्षा तुम्हाला ते जास्त चांगले ठाऊक असणार की, आपली मानवजात ही आता कडेलोट होण्यापर्यंत पोहोचली आहे. ती केव्हाही कोसळू शकेल. तिच्या वाढीवर आता कसलेही नियंत्रण राहिले नाही. गेली अनेक वर्षे बर्ट्रान्ड झोब्रिस्ट हे तुमच्यासारख्या बहुतेक सर्व प्रतिष्ठित व्यक्तींशी संपर्क साधून या प्रश्नावर तुमच्याशी संवाद साधू पहात होते. त्यांनी असंख्य संस्थांना केवळ याच एकेमव कारणासाठी भेटी दिल्या. त्या संस्था या संदर्भात लोकसंख्येला आळा बसावा म्हणून नक्की काही करतील, असा त्यांचा विश्वास होता. त्यामध्ये 'वर्ल्ड वॉच इन्स्टिट्यूट', 'द क्लब ऑफ रोम', 'पॉप्युलेशन मॅटर्स', 'द कौन्सिल ऑफ फॉरिन अफेअर्स' अशा मातब्बर संस्था होत्या. परंतु कोणत्याही संस्थेने या विषयात आस्था दाखवून झोब्रिस्ट यांच्याशी काही सकारात्मक चर्चा केली नाही, विचारविनिमय केला नाही किंवा यावर एखादा खराखुरा उपाय शोधण्याचा किंचितही प्रयत्न केला नाही. तुम्ही सर्वांनी काय केले, तर संततिनियमनासाठी अधिक चांगले शिक्षण देण्याच्या योजना मंजूर केल्या, छोट्या कुटुंबांना करसवलती द्याव्यात असे ठरवले आणि इतकेच नव्हे, तर जादा लोकसंख्येला चंद्रावर पाठवण्याच्या गोष्टी तुम्ही करू लागलात! हे सारे अनुभवल्यावर बर्ट्रान्ड यांच्या मनाचा तोल जाईल नाहीतर काय!"

सिन्स्की तिच्याकडे नुसती पहात राहिली. ती कोणतीही प्रतिक्रिया व्यक्त करीत नव्हती.

मग सिएनाने एक खोलवर श्वास घेतला आणि ती पुढे बोलू लागली, "डॉ. सिन्स्की, बर्ट्रान्ड स्वतः तुमच्याकडे आले होते. त्यांनी तुम्हाला 'आपली मानवजात गर्तेत कोसळण्याच्या बेतात आहे' एवढे तरी मान्य करावे म्हणून कळकळीची विनंती केली होती... तसेच या संदर्भात आपण संवाद सुरू करून चालू ठेवू या, अशीही मनापासून विनंती केली होती. पण त्यांच्या कल्पना ऐकून घेण्याऐवजी तुम्ही त्यांना 'एक वेडा माणूस' असे संबोधून झिडकारलेत. त्यांना शत्रू

ठरवून 'वॉच लिस्ट'मध्ये त्यांचे नाव टाकले आणि त्यांच्यावर पाळत ठेवण्याचा प्रयत्न केलात. परिणामी ते भूमिगत झाले. याला तुम्ही जबाबदार आहात.'' सिएनाचा आवाज आता भावनेने भारल्यामुळे जड झाला होता. ''बर्ट्रान्ड हे एकटेपणाचा कडेलोट होऊन मरण पावले. कारण तुमच्यासारख्या माणसांनी त्यांचे विचार दिलखुलास मनाने ऐकण्याचे नाकारले. एवढेच नव्हे, तर आपली ही कडेलोटाला पोहोचण्याची परिस्थिती अशी येते आहे की, त्यावर मग नाइलाजाने काहीतरी दु:सह्य उपाय शोधावा लागेल, या बाबीकडेही तुम्ही दुर्लक्ष केलेत. बर्ट्रान्ड हे फक्त सत्य सांगत होते... पण एवढ्या कारणासाठी तुम्ही त्यांना बहिष्कृत केलेत.'' सिएना आपले डोळे पुसत सिन्स्कीकडे रोखून पहात म्हणाली, ''मग त्यांना एकटेपणा जाणवू लागला. एकटेपणा काय असतो, हे मला तुमच्यापेक्षा जास्त चांगले ठाऊक आहे... जगातील सर्वांत वाईट एकटेपणा हा केवळ चुकीच्या समजुतीने तुमच्यावर टाकलेला बहिष्कार असतो. त्यामुळे अशा परिस्थितीत सापडलेल्या लोकांची वास्तवतेवरची पकड नाहीशी होते. ते बेभान होऊ शकतात.''

सिएना बोलायची थांबली. मग तिथे एक तणावपूर्ण शांतता पसरली.

''बास, मला एवढेच सांगायचे होते!'' ती कुजबुजत्या स्वरात म्हणाली.

सिन्स्कीने तिचा चेहरा बराच वेळ न्याहाळला. इतका वेळ ती उभे राहून ऐकत होती. पण आता ती खाली बसली, मग ती शक्य तितक्या शांतपणे म्हणाली, ''मिस ब्रुक्स, तुमचे म्हणणे बरोबर आहे. मी यापूर्वी बर्ट्रान्ड यांचे म्हणणे नीट ऐकून घेतले नसेल...'' मग तिने आपले दोन्ही हात जोडले आणि सिएनाकडे थेट पाहून म्हटले, ''पण आता मी नीट ऐकते आहे ना!''

१०२

स्विस राजदूतावासाच्या लॉबीमधील घड्याळात रात्रीचे एक वाजल्याचा ठोका पडला.

सिन्स्कीच्या टेबलावरील नोटपॅड विविध मजकुरांनी, टिपणांनी भरून गेलेले होते. त्यात प्रश्न उपस्थित केलेले होते, काही नकाशे होते, आराखडे रेखाटले होते. 'युनो'च्या जागतिक आरोग्य संघटनेच्या संचालिका आपल्या टेबलापाशी इतक्या उशिरापर्यंत कामे करीत बसल्या होत्या. तिच्या हातातले काम तिने संपवले तरी ती आसनावरून हलली नाही की कोणाशीही बोलली नाही. पाच मिनिटांनी ती उठून खिडकीपाशी गेली. तिथे उभे राहून ती रात्रीचे बाहेरचे दृश्य पाहू लागली.

लँग्डन आणि सिएना आपापल्या खुर्च्यांमध्ये बसून होते. तेही गप्प बसले होते. हातातल्या तुर्की कॉफीच्या कपाशी ते चाळा करीत होते. दळलेल्या कॉफीचा आणि त्यात घातलेल्या पिस्त्यांचा वास साऱ्या खोलीत भरून राहिला होता.

तिथे शांतता होती. फक्त डोक्यावरच्या ट्यूबलाइटचा आवाज येत होता.

आपले हृदय धडधडते आहे, अशी जाणीव सिएनाला होऊ लागली. सिन्स्कीच्या मनात काय विचार चालले असतील, यावर ती नवल करीत होती. आपण तिला जे कठोर सत्य तपशीलवार ऐकवले त्यावर तिची काय प्रतिक्रिया असेल? *बर्ट्रान्डचा विषाणू हा नसबंदी करणारा प्लेगचा प्रकार आहे. एकतृतीयांश माणसांना आता संतती होणार नाही. ते प्रजोत्पादनाला असमर्थ ठरतील.*

सर्व खुलासा करताना सिएनाने सिन्स्कीच्या चेहऱ्यावरील भावनांचे निरीक्षण केले होते. ती बरीच संयमाने वागत आहे, हे सिएनाला जाणवले होते. झोब्रिस्टने वातावरणातून पसरू शकणारा एक 'व्हेक्टर व्हायरस' निर्माण केला ही बाब तिने सुन्न होऊन मान्य केली होती. नंतर जेव्हा तिला कळले की, माणसांना ठार करण्यासाठी त्या विषाणूची रचना केली नाही, तेव्हा तिच्या चर्येवर एक निसटता सुटकेचा भाव दिसला. मग हळूहळू... जसजसे सत्य समोर येत गेले तेव्हा ती भीतिग्रस्त होत गेली. पृथ्वीवरील एकतृतीयांश लोकसंख्या ही वंध्य बनणार आहे

असे समजल्यावर तिची भीती वाढत वाढत गेली. त्या माणसांवर केवढा हा अन्याय होणार होता! एकतृतीयांश लोकसंख्येत वंध्यत्व निर्माण करणारा हा विषाणू आहे, याचा तिला झालेला साक्षात्कार हा तिला वैयक्तिक पातळीवर खोलवर जिव्हारी लागला होता.

सिएनाला मात्र यामुळे उलट एक प्रकारे हायसे वाटत होते. तिने झोब्रिस्टच्या पत्रातील सारेकाही सिन्स्कीला उघड केले, काहीही लपवून ठेवले नाही. *आता माझ्याकडे कसलेही गुपित उरले नाही,* हे शेवटी तिला जाणवले.

''एलिझाबेथ,'' लँग्डनने धाडस करून तिला हाक मारली.

सिन्स्की आपल्या विचारातून सावकाश बाहेर आली. जेव्हा तिची नजर त्या दोघांवर पडली तेव्हा तिचा चेहरा ओढलेला होता. ती बोलू लागली, ''सिएना, आत्ताची आणीबाणी हाताळण्यासाठी तू जी माहिती दिली आहेस तिचा उपयोग होणार आहे. तुझ्या प्रांजळपणाचे, मोकळेपणाचे मला खरोखरच कौतुक वाटते. तुला ठाऊकच आहे की, 'तो व्हेक्टर व्हायरस हा लोकसंख्येला मोठ्या प्रमाणात लसीकरण करण्यासाठी वापरता येईल का?' यावर सैद्धान्तिक चर्चा झालेल्या आहेत, आणि ते तुला ठाऊकच असेल. परंतु त्याचे परिपूर्ण तंत्रज्ञान बनण्यासाठी अजून कित्येक वर्षे लागतील, असे प्रत्येकाचे मत पडले आहे.''

आपल्या टेबलापाशी येत सिन्स्की म्हणाली, ''मला माफ करा. पण मला हे सारे आत्ता एखाद्या विज्ञानरंजन कथेतल्यासारखे वाटते आहे.''

त्यात आश्चर्य वाटण्याजोगे नाही, असे सिएनाला वाटले. औषधीशास्त्रातील प्रत्येक मोठ्या प्रगतीच्या वेळी, म्हणजे पेनिसिलीन, भूल देणारी औषधे, क्ष-किरण, यांचे शोध लागल्यावर सर्वांना असेच वाटत होते. जेव्हा शास्त्रज्ञांनी सूक्ष्मदर्शक यंत्रातून पेशीचे विभाजन होताना प्रत्यक्ष पाहिले तेव्हाही शास्त्रज्ञ थक्क झाले होते.

मग डॉ. सिन्स्कीने आपल्या नोटपॅडमध्ये पाहून सांगितले, ''काही तासांत मी जिनिव्हाला पोहोचणार आहे. तिथे एक प्रश्नोत्तरांचा कार्यक्रम मी आयोजित केला आहे. माझी खात्री आहे की, त्यातला पहिला प्रश्न मला विचारला जाईल की त्या वातावरणात सुटलेल्या विषाणूंना प्रतिकार करणारा किंवा नष्ट करणारा काही उपाय आहे का?''

सिएनाला आपला विचार बरोबर असल्याचे जाणवले.

सिन्स्की सांगत होती, ''आणि माझी अशी कल्पना आहे की, यावर जो उपाय सुचवला जाईल तो आधी बर्ट्रान्डच्या विषाणूंचे विश्लेषण करावे, त्याबद्दल जास्तीत जास्त माहिती मिळवावी आणि नंतर एक नवीन मारक असलेली उपविषाणूची जात आपण निर्माण करावी. ती जात अशी असेल की, त्यांच्याकडून आपला बदलला गेलेला डीएनए हा पहिल्यासारखा होईल.'' सिन्स्कीने सिएनाकडे पाहिले. पण

सिन्स्कीच्या चेहऱ्यावर या उपायाबद्दल फारशी आशा दिसत नव्हती. ''झोब्रिस्टच्या विषाणूंना मारक विषाणू बनवण्याची प्रत्यक्षात कितपत शक्यता आहे, ते सांगता येत नाही. पण सैद्धान्तिकदृष्ट्या बोलायचे झाल्यास मला त्यावर तुमचे विचार जाणून घ्यायचे आहेत.''

माझे विचार? सिएनाने लँग्डनकडे आपली नजर वळवली. त्याने तिच्याकडे पाहून आपली मान आश्वासकरीत्या हालवली. त्याच्या त्या कृतीमध्ये एक स्पष्ट संदेश होता : *तू आता इथवर मजल मारली आहेस. सरळ तुझ्या मनातील विचार बोलून दाखव तुला जे सत्य वाटते ते सांग, बेधडक सांग.*

सिएनाने आपला घसा साफ केला आणि ती सिन्स्कीकडे वळून बोलू लागली. आता ती स्वच्छ आणि समर्थ आवाजात बोलत होती. ''बरीच वर्षे मी बर्ट्रान्ड यांच्याबरोबर अनुवंशशास्त्रीय तंत्रज्ञान किंवा इंजिनिअरिंग या क्षेत्रात काम केले आहे. तुम्हाला ठाऊकच आहे की, मानवी डीएनएची शृंखला ही एक अत्यंत नाजूक रचनेची आहे, एखाद्या पत्त्याच्या बंगल्यासारखी. त्यात तुम्ही जितके बदल करायला जाल, जितक्या तडजोडी घडवायला जाल तितकी ती संपूर्ण रचना कोसळायची शक्यता वाढते. पत्त्याच्या बंगल्यातील एक पत्ता काढून तिथे नवीन पत्ता ठेवायला जा, मग बघा कसे घडते ते. किंचित जरी चूक झाली तर, चुकीचा पत्ता ठेवायला गेलो तर, संपूर्ण बंगलाच खाली कोसळतो. माझे स्वत:चे वैयक्तिक मत असे आहे की, अशा तऱ्हेचे डीएनएमध्ये नवीन बदल घडवण्याचे प्रयत्न करणे म्हणजे आत्तापेक्षाही जास्त धोकादायक परिस्थिती निर्माण करण्यासारखे आहे. बर्ट्रान्ड हा एक जेनेटिक इंजिनिअर होता. त्यांच्याजवळ असामान्य कौशल्य होते आणि दृष्टी होती. तो त्याच्या क्षेत्रातील व्यक्तींपेक्षा खूप पुढे गेलेला होता. या मुद्द्यावर मी आत्ताच्या काळात अन्य कोणावरही विश्वास ठेवावा, अशी व्यक्ती मला बिलकूल दिसत नाही. मानवी डीएनएच्या रचनेत समर्थपणे बदल करून अधिक चांगले परिणाम घडवून आणणारा कोणीही सध्या नाही. आणि जरी तुम्ही तसा विषाणू तयार केलात, तरी कदाचित त्यामुळे भलतेच काहीतरी दुष्परिणाम होऊन संपूर्ण मानवजात नवीन संकटात सापडेल.''

''अगदी बरोबर!'' सिन्स्की म्हणाली. तिने आत्ता जे सिएनाकडून ऐकले त्याचे तिला आश्चर्य वाटत होते. ती पुढे म्हणाली, ''पण अर्थातच एक अधिक मोठी समस्या आहे. कदाचित झोब्रिस्टच्या विषाणूंना प्रतिकार करणारा किंवा मारक असलेला प्रतिविषाणू बनवूच नये, असाही एक मतप्रवाह पुढे येईल.''

तिच्या शब्दांचा अर्थ सिएनाच्या एकदम लक्षात आला नाही. ती म्हणाली, ''काय म्हणालात?''

''मिस ब्रुक्स, मी बर्ट्रान्ड यांच्या कार्यपद्धतीविरुद्ध असेन. पण त्यांनी जगाच्या

लोकसंख्येच्या समस्येचे जे मूल्यमापन केले होते, ते माझ्या मते अगदी अचूक असे आहे. या ग्रहाला अतिरिक्त लोकसंख्यावृद्धीची समस्या गंभीरपणे भेडसावते आहे. जर आपण बर्ट्रान्ड यांचे विषाणू विफल करायचा प्रयत्न पर्यायी योजनेवाचून केला तर आपण पुन्हा मूळपदावरच येऊन ठेपतो. समस्या सोडवली जाणार नाही.''

सिएनाला सिन्स्कीच्या तोंडून असे काही ऐकायला मिळेल, याची कल्पना नव्हती. तिला बसलेला धक्का तिच्या चेहऱ्यावर दिसत होता. ते पाहून सिन्स्की म्हणाली, ''माझ्याकडून असं काही ऐकायला मिळेल, अशी अपेक्षा नव्हती ना?''

सिएना आपले डोके हलवत म्हणाली, ''यावर मी काय अपेक्षा ठेवावी याबद्दल मी साशंक आहे.''

''मग मी तुम्हाला आणखी एक आश्चर्याचा धक्का देते,'' सिन्स्की सांगू लागली. ''मी पूर्वी सांगितल्याप्रमाणे आरोग्य क्षेत्रातील संस्थांमधील जगातील वरिष्ठ नेतेमंडळी ही आता काही तासांत जिनिव्हामध्ये जमणार आहेत. ते या समस्येवर चर्चा करतील आणि एक 'कृती योजना' बनवतील. यापेक्षा अधिक महत्त्वाचे असे संमेलन मी यापूर्वी माझ्या कारकिर्दीत कधीही बोलावले नव्हते.'' मग तरुण डॉक्टर सिएना हिच्याकडे बघून ती म्हणाली, ''सिएना, तू या नवीन परिषदेत जरूर भाग घ्यावास.''

सिएना संकोचून म्हणाली, ''पण मी जेनेटिक इंजिनिअर नाही. मला जे ठाऊक आहे, ते मी तुम्हाला सांगितले एवढेच. मी जे जे काही बोलले ते सारे तुमच्या या नोटपॅडमध्ये तुम्ही लिहून घेतलेले आहेच.''

आता लँग्डन मध्येच म्हणाला, ''पण ते विस्ताराने लिहिलेले नाही. सिएना, या विषाणूवर जर काही अर्थपूर्ण चर्चा व्हायला हवी असेल, तर या विषाणूचे सर्व संदर्भ समजायला हवेत. डॉ. सिन्स्की आणि त्यांची टीम यांनी आधी एक नैतिक चौकट तयार करून घ्यावी लागेल. मगच या संकटाला कसे तोंड द्यायचे, ते त्यांना त्या चौकटीत राहून ठरवावे लागेल. तेव्हा डॉ. सिन्स्की यांच्या मतानुसार तू आता एकमेव अशी एक व्यक्ती झाली आहेस जी त्यांच्या चर्चेत काही मोलाची भर घालू शकते.''

''पण माझी स्वत:ची नैतिक चौकट ही जागतिक आरोग्य संघटनेला आवडणार नाही, असा माझा अंदाज आहे.''

यावर लँग्डन म्हणाला, ''कदाचित आवडणार नसेलही, म्हणून तर तू इथे आली आहेस. तू नव्या विचारवंतापैकी एक आहेस. तू त्यांना प्रतिमुद्दे पुरवू शकतेस. बर्ट्रान्डसारख्या द्रष्ट्यांच्या काय मानसिक धारणा असतात याची तुला चांगलीच जाण आहे. बर्ट्रान्ड हा एक प्रखर बुद्धिमत्तेचा माणूस होता. त्याची मते, धारणा एवढ्या ठाम होत्या की, त्यामुळेच तो गोष्टी आपल्या हातात घ्यायचा.''

''बर्ट्रान्ड हाच असा एकमेव आणि पहिला माणूस असेल,'' सिएना म्हणाली.

आता सिन्स्की मध्येच बोलू लागली. ती म्हणाली, ''नाही, आणि तो शेवटचाही नाही. दर महिन्याला आमची जागतिक आरोग्य संघटना अशा प्रयोगशाळांना उजेडात आणते, त्यांच्या गुप्त कामावर प्रकाश टाकते. त्यांच्या प्रयोगशाळांतील शास्त्रज्ञ विज्ञानातील ज्या सीमारेषा धूसर झाल्या आहेत, तिथल्या गूढ आणि अनाकलनीय क्षेत्रात संशोधनाची धडपड करीत असतात. मानवातील मूलपेशींचे स्वरूप जाणून घेऊन त्यात ढवळाढवळ करू पहातात. अनेक जीवप्रकारांचे गुणधर्म एकाच जीवजातीत आणू पहातात. तसे जीवप्रकार निसर्गात अस्तित्वात नाहीत. म्हणून असले काही करू पहाणे, हे अस्वस्थ करणारे आहे. आम्ही ते सारे उघडकीस आणतो. विज्ञान हे एवढ्या वेगाने प्रगती करीत आहे की, त्याच्या सीमारेषा कुठे संपतात हेच आता कळेनासे झाले आहे.''

सिएनाला हे मान्य करावेच लागले. नुकत्याच दोन विषाणूतज्ज्ञांनी – फूशियर आणि कवाओका – यांनी जीवशास्त्रीय बदल घडवून आणलेला एक विषाणू निर्माण केला. त्याला नाव दिले, H5N1 विषाणू. हे त्यांनी केवळ जीवशास्त्रीय अभ्यासासाठी केले. परंतु तरीही त्या नवीन विषाणूचे गुणधर्म आणि क्षमता पाहिल्यावर सर्व जीवशास्त्रीय जग हादरले. मग टीका, प्रतिटीका, मतमतांतरे यांचा नुसता कल्लोळ उठला. कारण त्या नवीन विषाणूंपासून जीवसृष्टीला धोका पोहोचू शकत होता.

सिन्स्की म्हणाली, ''ही असली चर्चा परिषदेत होऊ लागली की, ती पुढे पुढे गढूळ होत जाईल, अशी भीती मला वाटते. आपण आता तंत्रज्ञानाच्या अशा काठाला जाऊन पोहोचलो आहोत की, आता या काठापलीकडचे तंत्रज्ञान कोणते असेल, याचा अंदाजही करणे कठीण झाले आहे.''

सिएना यावर म्हणाली, ''आणि नवीन तत्त्वज्ञानाच्या बाबतीतही असेच आहे. नवमानवतावाद्यांची जी चळवळ चालू आहे, ती आता छुपी चळवळ राहिली नाही. ते आता उघड-उघडपणे मुख्य प्रवाहात उतरून आपली मते आग्रहाने मांडू लागले आहेत. त्यांचा उद्रेक होणार असे वाटू लागले आहे. त्यांचे एक मूलभूत तत्त्व असे आहे की, उत्क्रांतीच्या प्रक्रियेत आपण माणसांनी भाग घेणे, हे एक आपले नैतिक कर्तव्य आहे, आपल्यावर ते बंधनकारक आहे. त्यासाठी आपण आपली तंत्रज्ञाने वापरून जीवजात अधिक प्रगती केली पाहिजे, अधिक सरस मनुष्यदेह निर्माण केले पाहिजेत, अधिक निरोगी, अधिक कणखर आणि अधिक बुद्धिमान माणसे आपणच निर्माण केली पाहिजेत. हे सारेकाही लवकरच शक्य कोटीत येईल.''

''आणि हे असे होईल हा विश्वास नैसर्गिक उत्क्रांतीच्या प्रक्रियेशी संघर्ष करणारा आहे, असे वाटत नाही?''

''नाही!'' सिएना न कचरता तात्काळ ठामपणे म्हणाली. ''लाखो वर्षांतून माणसांचे देह सुधारत सुधारत उत्क्रांत होत आलेले आहेत. मग त्याने नवीन तंत्रज्ञाने

शोधून काढली. त्याची सुरुवात काठीवर काठी घासून उष्णता निर्माण करण्यापासून झाली; अन्नासाठी तो शेती करू लागला; रोगराईवर मात करण्यासाठी लसींचा शोध लावला आणि आता अनुवंशशास्त्रीय हत्यारे उत्पन्न करून इंजिनिअरांना मदत करतो आहे. हे इंजिनिअर माणसांची शरीरे अशी सुधारत नेत आहेत की, ती बदलत्या परिस्थितीत टिकून रहातील.'' मग क्षणभर थांबून ती सावकाशपणे म्हणाली, ''मला असे वाटते की, मानवी प्रगतीच्या लांबलचक प्रवासात अनुवंशशास्त्रीय इंजिनिअरिंग हा एक मोठा टप्पा आहे.''

सिन्स्की काहीही बोलली नाही. ती विचारात गढून गेली होती. काही वेळाने ती म्हणाली, ''म्हणून आपण ही आनुवंशिक तंत्रज्ञानाच्या हत्यारांचे हात पसरून स्वागत करावे आणि ती कवटाळून धरावीत, असेच तुझे मत आहे ना?''

सिएना यावर उत्तरली, ''जर आपण ती नवीन तंत्रे, नवीन हत्यारे स्वीकारली नाहीत, तर मग आपण आणि गुहेत रहाणाऱ्या माणसात फरक तो काय राहिला? जाळाला घाबरणारा गुहेतील माणूस थंडीत उबेसाठी शेकोटी निर्माण न केल्याने शेवटी गोठून मरतो, तशासारखेच आहे.''

तिचे हे शब्द खोलीत बराच वेळ रेंगाळत राहिले होते. कोणीच यावर काहीही बोलत नव्हते.

शेवटी लॅंग्डनने शांतताभंग केला. तो म्हणाला, ''मला जुन्या मतांची भलावण करायची नाही, पण मी डार्विनच्या उत्क्रांतिवादावर, त्याच्या तत्त्वांवर वाढलो आहे. त्यामुळे माझी तशी वैचारिक मदत होऊ शकणार नाही. परंतु नैसर्गिक उत्क्रांतीची जी प्रक्रिया आहे, तिचा वेग वाढवण्याचा जो विचार आहे, त्यावर मी प्रश्न उभा करू शकतो.''

''रॉबर्ट!'' सिएना आता जोर देत बोलू लागली, ''अनुवंशशास्त्रीय इंजिनिअरिंग म्हणजे नैसर्गिक उत्क्रांतीच्या प्रक्रियेचा वेग वाढवणे असे नाही. ते तंत्रशास्त्रही नैसर्गिक घटनाक्रमात ओघानेच आलेले आहे! तुम्ही हे विसरता आहात की, उत्कांतीमुळेच बर्ट्रान्ड झोब्रिस्ट यांची निर्मिती झाली. त्यांच्याजवळ जो तल्लख मेंदू होता, हा डार्विनच्या उत्क्रांतिवादातूनच शेवटी निर्माण झाला ना? पण आपल्या काळात दिसलेले उत्क्रांतीचेच ते एक उदाहरण आहे ना? बर्ट्रान्डजवळ अनुवंशशास्त्रात दूरवर पहाण्याची जी दृष्टी होती, तो काही दैवी प्रकार नव्हता. अनेक वर्षे मानवी बुद्धिमत्तेविषयी जी प्रक्रिया चालू आहे, त्याचाच तो परिणाम आहे.''

लॅंग्डन यावर गप्प बसला. पण तो तिच्या मुद्द्यावर विचार करू लागला असावा.

सिएना पुढे सांगत गेली, ''डार्विनवादी असेही बोलू शकतात की मानवी लोकसंख्या नियंत्रणात ठेवण्यासाठी निसर्गाकडून प्लेगसारख्या रोगसाथी, दुष्काळ,

महापूर अशा घटना घडवल्या जातात. पण मग मला असे विचारावेसे वाटते की, पण याच निसर्गाने आताच्या काळात लोकसंख्या नियंत्रणासाठी हा वेगळाच अनुवंशशास्त्रीय प्रकार कशावरून पुढे आणला नसेल? झोब्रिस्टने शोधलेले तंत्रज्ञान आणि ते खास विषाणू हेही नैसर्गिक घटनाक्रमात बसणारे आहेत, असा का नाही तुम्ही विचार करीत? दुष्काळ, प्रलय, दुःखदायक रोगसाथी माणसांवर सोडण्यापेक्षा कदाचित निसर्गानेच उत्क्रांतीच्या प्रक्रियेच्या आधारे एखादा असा शास्त्रज्ञ निर्माण केला असेल की, जो वेगळ्या पद्धतीचा शोध लावून लोकसंख्या नियंत्रणात आणेल. प्लेग नाही की मृत्यूचे थैमान नाही. नुसती मानवजात ही पर्यावरणास अनुकूल अशा संख्येत ठेवायची– ''

''सिएना!'' सिन्स्की मध्ये म्हणाली. ''आता उशीर झालेला आहे. आपल्याला निघायला पाहिजे. पण जाण्यापूर्वी मला एक गोष्ट स्पष्ट केली पाहिजे. आज रात्री तू मला वारंवार सांगायचा प्रयत्न केला आहेस की, बर्ट्रान्ड हा काही दुष्ट प्रवृत्तीचा माणूस नव्हता. त्याला मानवजातीबद्दल प्रेम होते आणि त्याला आपली ही मानवजात वाचवायची होती. अशा विचारांपोटीच त्याने काही धाडसी उपाय करण्यासाठी बौद्धिक मीमांसा पुढे केली, बुद्धिप्रामाण्यवादाचा आधार घेतला.''

सिएना मान डोलवत म्हणाली, ''शेवटी जे परिणाम घडतात त्यावरूनच तुम्हाला कृतीचे मूल्यमापन समर्थनीय ठरवावे लागते. The ends justify the means!'' तिने फ्लॉरेन्समधल्या राजकीय सिद्धान्तवादी माशियाव्हेली याचे ते सुप्रसिद्ध वचन सांगितले.

यावर सिन्स्की म्हणाली, ''मग आता मला सांग, तुझा त्या वचनावर विश्वास आहे ना? बर्ट्रान्डचे ध्येय हे जगाला वाचवण्याचे होते. हे ध्येय नक्कीच उदात्त होते, म्हणूनच त्याने ते विषाणू तयार करून वातावरणात सोडले, हो ना?'' तिचे बोलणे सिएनाला चांगलेच पेचात पाडणारे होते. यावर तिथे एक विचित्र शांतता पसरली.

सिएना टेबलापाशी सरकून पुढे झुकली. तिच्या चेहऱ्यावर निर्धाराचे भाव पसरले होते. ती म्हणाली, ''डॉ. सिन्स्की, मी तुम्हाला सांगितल्याप्रमाणे बर्ट्रान्ड यांच्या कृती या बेपर्वाईच्या होत्या आणि अत्यंत धोकादायक होत्या, असे माझे ठाम मत आहे. मी जर त्या कृती रोखून धरल्या असत्या, थांबवल्या असत्या तर खरोखरीच ती काळजाचा ठोका चुकवणारी एक आश्चर्यकारक घटना घडली असती. तुम्ही यावर विश्वास ठेवावा, अशी माझी तुम्हाला कळकळीची विनंती आहे.''

एलिझाबेथ सिन्स्की आपल्या आसनावरून उठली आणि टेबलाला वळसा घालून सिएनाकडे गेली. तिचे हात आपल्या हातात घेऊन सिन्स्की म्हणाली, ''सिएना, तुझ्या सांगण्यावर माझा पूर्ण विश्वास आहे. तू बोललेल्या प्रत्येक शब्दावर माझा विश्वास आहे.''

१०३

इस्तंबूलच्या – 'अतातुर्क' विमानतळावर झुंजूमुंजू झाले होते. हलकेसे धुके सर्वत्र पसरले होते. खासगी टर्मिनलच्या भोवताली ते रेंगाळत होते.

लँग्डन, सिएना आणि सिन्स्की हे एका स्थानिक मोटारीतून तिथे पोहोचले. त्यांचे स्वागत जागतिक आरोग्य संघटनेच्या कर्मचाऱ्यांनी केले.

"मॅडम, आम्ही तयार आहोत. केव्हा निघायचे तेवढे फक्त सांगा!" असे तिचा एक अधिकारी म्हणाला आणि त्या तिघांना टर्मिनल इमारतीमध्ये घेऊन गेला.

"आणि मिस्टर लँग्डन यांच्यासाठी काय व्यवस्था केली आहे?" सिन्स्कीने विचारले.

"ते एका खासगी विमानाने फ्लॉरेन्सला जातील. त्यांच्या प्रवासासाठी लागणारी कागदपत्रे आम्ही विमानात तयार करून ठेवली आहेत."

सिन्स्कीने विचारले, "आपण चर्चा केलेल्यांपैकी आणखी काही गोष्टी राहिल्या आहेत?"

"ती सर्व कामे चालू झालेली आहेत. ते पार्सल शक्य तितके लवकर पाठवून दिले जाईल."

सिन्स्कीने त्या कर्मचाऱ्याचे आभार मानून ती विमानाकडे जाण्यास निघाली. मग लँग्डनकडे वळून ती म्हणाली, "तुम्हाला आमच्या बरोबर यायचे नाही, हे नक्की आहे का अजून?" असे म्हणून तिने एक थकलेले हास्य केले आणि आपले चंदेरी केस खोचून मागे सारले.

लँग्डन खेळकरपणे म्हणाला, "प्राप्त परिस्थिती पहाता हा प्रोफेसर आता तुम्हाला अधिक काय मदत करू शकतो?"

"तुम्ही आम्हाला आत्तापर्यंत खूपच मदत केली आहे. तुमच्या कल्पनेपेक्षाही आम्हाला जास्त मदत तुमच्याकडून झाली आहे. तुम्ही अनपेक्षितपणे सिएनाचे मन वळवून घेऊन आलात, हे तर खूप– " सिएना त्या वेळी त्यांच्यापासून दूर एका खिडकीपाशी उभी राहून C-१३० विमानाकडे पहात होती, कसल्यातरी विचारात

गढून गेली होती.

लँग्डन सिन्स्कीला शांतपणे म्हणाला, "तुम्ही तिच्यावर विश्वास ठेवला हे फार चांगले केले. आपल्या आयुष्यात समाधान वाटावे, असे तिला काहीही मिळाले नाही."

"मी आणि सिएना ब्रूक्स, आम्ही दोघीही एकमेकांपासून बरेच काही शिकू शकतो, देवाणघेवाण करू शकतो." मग आपला हात पुढे करीत तिने लँग्डनचा निरोप घेत म्हटले, "गॉडस्पीड, प्रोफेसर!"

लँग्डन तिच्याशी हस्तांदोलन करीत म्हणाला, "जिनिव्हात तुम्हाला यश मिळो!"

"होय, ते यश मिळणे हे तर गरजेचे आहेच." मग तिने दूरवर असलेल्या सिएनाकडे पाहून तिला मानेनेच खूण करून जवळ येण्यासाठी खुणावले. लँग्डनला ती म्हणाली, "तुम्हाला दोघांना मी एकमेकांचा निरोप घेण्यासाठी थोडा वेळ देते. नंतर तिला विमानाकडे पाठवून द्या."

जाता जाता सिन्स्कीने आपल्या पर्समधून तिचा दोन तुकडे झालेला ताईत बाहेर काढून मुठीत धरला. लँग्डनने ते पाहिले आणि तो लांबूनच ओरडून म्हणाला, "तो ताईत जुळवता येईल. तो टाकून देऊ नका."

सिन्स्कीने हात हालवून त्याचे खुणेनेच आभार मानले आणि ती म्हणाली, "सर्वकाही मनाप्रमाणे घडेल अशी मी आशा करते."

सिएना ब्रूक्स एकटीच खिडकीपाशी उभी होती, धावपट्टीवरचे दिवे पहात होती. धुक्यात ते दिवे भुतासारखे वाटत होते. हळूहळू ढग खाली उतरायला लागले होते. दूरवर एक नियंत्रण मनोरा उभा होता. त्यावर तुर्कस्तानचा ध्वज गर्वाने फडकत होता. त्या लाल ध्वजावर 'चाँद आणि तारा' ही प्राचीन चिन्हे होती. ती चिन्हे पूर्वीच्या ऑटोमान साम्राज्याचे अवशेष होते. आधुनिक जगात अजूनही तो ध्वज गर्वाने फडकत होता.

"तुझ्या विचारांना खाद्य देऊ का?" सिएनाच्या मागून एक आवाज आला.

"नको. माझ्या मनात एक वादळ निर्माण होते आहे," ती मागे वळून न बघता म्हणाली.

"मला ठाऊक आहे काय आहे ते," लँग्डन शांतपणे म्हणाला.

मग थोड्या वेळाने सिएना त्याच्याकडे वळून म्हणाली, "तुम्ही जिनिव्हाला याल असं वाटलं होतं मला."

तो उत्तरला, "असं वाटणं चांगलंय, पण तिथे येऊन मी काय करू? तू

भविष्यकाळावर सतत परिषदेत बोलत गुंतून पडणार. माझे तिथे तुझ्याबरोबर असणे हे एका वयस्कर कॉलेज प्रोफेसरने तुझ्या कार्यक्रमात खीळ घातल्यासारखे होईल किंवा तुझ्या कामाचा वेग माझ्यामुळे मंदावल्यासारखा होईल. आणि तुला ते आवडणार नाही.''

तिने त्याच्याकडे कोड्यात पडल्यासारखे पाहून विचारले, ''माझ्यासाठी तुम्ही प्रौढ आहात, असे तुम्हाला वाटते? खरेच वाटते तसे?''

तिच्या सूचक प्रश्नावर लँग्डन हसत म्हणाला, ''सिएना, मी खरोखरच तुझ्यासाठी एक प्रौढ माणूस आहे!'' यावर तिने अल्लड मुलीसारखे एक हास्य चेहऱ्यावर आणले. ती पुढे म्हणाली, ''म्हणजे मला असे म्हणायचे आहे की... तुम्हाला जर मला कधी पुन्हा भेटावेसे वाटले तर?''

तो यावर स्मित करीत म्हणाला, ''मला तसे करणे आवडेल.''

ते ऐकून क्षणभर तिच्या चेहऱ्यावर उत्साह पसरला. तरीही त्या दोघांत एक दीर्घ शांतता पसरली. एकमेकांना 'गुड बाय' कसे म्हणायचे, हे त्या दोघांनाही समजेना.

सिएना लँग्डनकडे पहात असताना तिच्या मनात एक भावना उचंबळून आली. निरोपाच्या वेळची तशी भावना तिला सवयीची नव्हती. मग कसलीही सूचना न देता ती पुढे झाली आणि आपले पाय उंचावून तिने लँग्डनला मिठी मारून त्याच्या ओठांचे एक दीर्घ चुंबन घेतले. जेव्हा ती त्याच्यापासून दूर झाली तेव्हा तिचे डोळे पाणावले होते. ती कुजबुजत म्हणाली, ''मला तुमची आठवण येत राहील.''

लँग्डन प्रेमळपणे हसला तिला आपल्या मिठीत घेत म्हणाला, ''मलाही तुझी आठवण येत राहील.''

ते एकमेकांच्या मिठीत बराच वेळ उभे होते. त्यांना कोणालाच त्या मिठीतून बाहेर पडायची इच्छा नव्हती. शेवटी लँग्डनच म्हणाला, ''एक प्राचीन म्हण अशी आहे... डान्टे नेहमी ती स्वत:ला उद्देशून म्हणायचा...'' मग थोडे थांबून तो पुढे म्हणाला, ''आजची रात्र लक्षात ठेवा... कारण ही रात्र कसल्यातरी चिरंतन गोष्टीची सुरुवात करून देणारी आहे.''

''थँक यू, रॉबर्ट!'' ती म्हणाली. तिच्या डोळ्यांतून आता अश्रू ओघळू लागले होते. ती कशीबशी म्हणाली, ''शेवटी माझ्यापुढे काही उद्दिष्ट आहे, हे मला जाणवले आहे.''

लँग्डनने तिला आणखी जवळ ओढीत म्हटले, ''सिएना, तू नेहमी म्हणायची की तुला जग वाचवायचे आहे. तसे करून जगावर उपकार करायचे आहेत. कदाचित हीच ती संधी आता तुझ्यापुढे आली असेल.'' जिनिव्हातील परिषदेत ती जागतिक व्यासपीठावर बोलणार असल्याच्या संदर्भात तो हे म्हणाला.

सिएना मंदपणे हसली आणि वळून C-१३० विमानाकडे जाऊ लागली. ते तिच्यासाठी वाट पहात थांबले होते. आत्तापर्यंतचा घटनाक्रम तिला आठवला आणि पुढे होऊ शकणाऱ्या घटनाही तिने मनात आणल्या... आणि पुढचा शक्य कोटीतला सर्व भविष्यकाळ तिने आपल्या मनापुढे आणला.

ती स्वत:ला आता सारखी सांगू लागली, *आजची रात्र लक्षात ठेव, कारण ही रात्र कसल्यातरी चिरंतन गोष्टीची सुरुवात करून देणारी आहे.*

विमानात चढताना तिला डान्टेचे ते वाक्य आठवले आणि त्याचे हे वाक्य खरे ठरो, अशी तिने मनोमन प्रार्थना केली.

१०४

फ्लॉरेन्समधला दुपारचा सूर्य निस्तेज भासत होता. गिओटीच्या मनोऱ्यावरच्या घंटेचा आवाज दूरवर ऐकू जावा म्हणून तो मनोरा बांधला होता. मनोऱ्यावरच्या पांढऱ्या टाइल्स सूर्यप्रकाशात चमकत होत्या. त्या ऐतिहासिक मनोऱ्याची लांबलचक सावली फ्लॉरेन्सचा भव्य कॅथीड्रल 'सांटा मारिया डेल फिओरे' येथवर पोहोचली होती.

नुकतीच कॅथीड्रलपासून इग्नॅझिओ ब्युसोनी याची अंत्ययात्रा सुरू होणार होती. लॅंग्डन अगदी ऐनवेळी तिथे पोहोचला. आत गेल्यावर त्या शोकसभेत त्याला बसायला आसन मिळाले. इग्नॅझिओच्या जीवनाची स्मृती जागवली जाते आहे, हे पाहून त्याला संतोष झाला होता. याच कॅथीड्रलमध्ये इग्नॅझिओ अनेक वर्षे येऊन तिथली देखभाल पहात होता.

कॅथीड्रलचा दर्शनी भाग आकर्षक होता. पण आतला भाग मात्र उदासवाणा, उग्र आणि एकाकी वाटत होता. तथापि, त्या वैराग्याच्या पवित्र ठिकाणी आज एका समारंभाचे वातावरण पसरले होते. सबंध इटलीमधून आजच्या शोकसभेला सरकारी अधिकारी, स्नेहीमंडळी, कलेच्या क्षेत्रातील सहकारी यांनी चर्चमध्ये गर्दी केली होती. 'इग्नॅझिओ' नावाच्या आनंदपर्वाच्या आठवणींना उजाळा देण्यासाठी चर्चमध्ये गर्दी केली होती. त्याला प्रेमापोटीच सर्व जण 'इल ड्युओमिनो' असे म्हणायचे.

वृत्तमाध्यमांनी असे नमूद केले होते की, इग्नॅझिओ ब्युसोनी हे आपल्या आवडत्या 'ड्युओमो' इमारतीभोवती रात्री हिंडत असताना त्यांना हृदयविकाराचा झटका येऊन ते वारले. त्या अंत्ययात्रेचे वातावरण मात्र आश्चर्यकारकरीत्या हलकेफुलके होते. इग्नॅझिओचे मित्र, नातेवाईक, सहकारी हे त्याची कलेची आवड, जुन्या चित्रकलेवरचे त्याचे प्रेम याबद्दलच्या आठवणी सांगत होते. तसेच, त्याला स्पगेटी आणि कॅरामेल हे पदार्थ किती आवडत हेही सांगत होते.

चर्चमधले धर्मविधी झाल्यावर शोकसभेतील वक्ते गर्दीत मिसळले आणि ते इग्नॅझिओच्या आयुष्यात घडलेले प्रसंग एकमेकांना सांगू लागले. लॅंग्डन ड्युओमोच्या

आतल्या भागातून हिंडला. इग्नॅझिओला आवडणाऱ्या चित्रकृती त्याने आवर्जून न्याहाळल्या. त्यात चित्रकार व्हेसारी याची 'लास्ट जजमेंट' नावाची घुमटाखालची भव्य चित्रकृती, खिडक्यांवरील रंगीत काचांमधून निर्माण केलेली अन्य चित्रे, उस्सेल्लो याचे घड्याळ आणि जिकडे सहसा कोणाचे लक्ष जात नाही त्या जमिनीवरील टाइल्सच्या तुकड्यातुकड्यांतून काढलेले नक्षीकाम आणि चित्रकाम इत्यादी कलाकृती होत्या.

काही काही ठिकाणी लँग्डनला आपण चित्रातील एका ओळखीच्या चेहऱ्यासमोर उभे आहोत, असे वाटायचे. तो चेहरा डान्टे याचा होता. गाजलेले मायकेलिनो चित्रकाराचे ते भित्तिचित्र होते. त्यात हा महान कवी डान्टे शुद्धीकरणाच्या डोंगरासमोर उभा असलेला दाखवला होता. त्याने आपले हात पुढे केले होते. जणूकाही तो आपले महाकाव्य 'द डिव्हाइन कॉमेडी' हे अर्पण करीत आहे, असा त्याचा पवित्रा त्या चित्रात व्यक्त केला होता.

डान्टेला आपल्या महाकाव्याचा जगावर पुढे काय परिणाम होईल, याची आधीच कल्पना आली असती, तर काय झाले असते? तसेच पुढे काही शतकांनी येणाऱ्या भविष्यकाळातील गोष्टी त्याला अंतर्ज्ञानाने दिसल्या असत्या, तर त्याचा विश्वासच बसला नसता.

कीर्तीबद्दलची प्राचीन ग्रीक तत्त्वज्ञाची मते आठवून लँग्डनला वाटले की, डान्टेला आता एक चिरंतन जीवन सापडले आहे, *जोपर्यंत लोक तुमचे नाव उच्चारत रहातात तोपर्यंत तुम्ही कधीच मरत नाही.* डान्टे अशा अर्थानेही अमर झाला आहे. संध्याकाळ होण्याआधी लँग्डन आपल्या हॉटेलात परतला. वर असलेल्या त्याच्या खोलीत त्याला त्याच्या नावाने आलेले एक मोठे पार्सल दिसले. ते पाहून त्याला हायसे वाटले.

अखेर ते पार्सल येऊन पोहोचले तर.

हेच ते पार्सल त्याने आपल्याला पाठवावे असे सिन्स्कीला सांगितले होते.

त्याने घाईघाईने पार्सलला चिकटवलेली चिकटपट्टी कापली. झाकण उघडून आतील महत्त्वाच्या वस्तू बाहेर काढल्या. त्यातील एक वस्तू अत्यंत काळजीपूर्वक ठेवली होती, तिला धक्के बसू नये म्हणून अर्धगोलाकृती बुडबुडे असलेल्या प्लॅस्टिकच्या फिल्ममध्ये ती गुंडाळली होती.

एलिझाबेथने आणखीही काही वस्तू पाठवल्या होत्या. तिने आपली पत वापरून त्या वस्तू शोधून मिळवल्या होत्या. लँग्डन त्या वस्तू पाहून चकित झाला होता. त्यामध्ये लँग्डनचे स्वतःचे कपडे होते, एक शर्ट, खाकी पॅन्ट्स आणि त्याचा ट्वीड कोट. ते सर्व कपडे धुऊन स्वच्छ करून, इस्त्री करून ठेवलेले होते. इतकेच काय, पण त्याची पादत्राणेही स्वच्छ करून पॉलिश करून ठेवलेली होती. त्याचे

पैशांचे पाकीटही आतमध्ये पाहून त्याला आनंद झाला.

आणखीही एक वस्तू पाहून त्याला आश्चर्य वाटले आणि तो खूष झाला. ती वस्तू परत आपल्याकडे आलेली पाहून त्याला हायसे वाटले. तसेच, या वस्तूसाठी आपण एवढा का नेहमी जीव टाकतो, हे जाणवून तो मनात ओशाळला.

हेच ते मी बालपणापासून वापरत असलेले मिकी माउसचे रिस्ट वॉच.

त्याने ते घड्याळ ताबडतोब आपल्या मनगटावर बांधले. झिजलेल्या कातडी पट्ट्याचा स्पर्श झाल्यावर त्याला खूप सुरक्षित वाटू लागले. नंतर त्याने ते कपडे घातले, पादत्राणे पायात चढवली. आपण पुन्हा पहिल्यासारखे झालो आहोत, असे आता त्याला वाटू लागले.

तो हॉटेलातून बाहेर पडला. त्याने एक वस्तू बरोबर नीट बांधून घेतली होती. हॉटेलात उसन्या दिलेल्या पिशवीत टाकून तो ती वस्तू घेऊन बाहेर चालला होता. संध्याकाळची हवा कमालीची उबदार होती. तो आता व्हिचिओ राजवाड्याकडे चालला होता. त्याच्या आवडत्या रस्त्यावरून जाताना तर त्याला आपण स्वप्नात चालत आहोत, असे वाटू लागले.

जेव्हा तो तिथे उगवला तेव्हा तो आधी सिक्युरिटीच्या ऑफिसात गेला. त्याने आधी फोन केल्यामुळे मार्ता अल्वारेझ हिला भेटायला येणाऱ्यांच्या यादीत त्याचे नाव होते. मग त्याला 'हॉल ऑफ फाइव्ह हंड्रेड'मध्ये जाऊ देण्यात आले. लँग्डन अगदी ठरलेल्या वेळेत तिथे पोहोचला होता. आत जाण्याच्या कॉरिडॉरमधून तो गेला, पण मार्ता त्याला कुठेही दिसली नाही.

त्याच्या जवळून जाणाऱ्या एका कर्मचाऱ्याकडे त्याने मार्ताबद्दल चौकशी केली असता, ती आज आलेली नसल्याचे त्याला सांगण्यात आले. तिच्या गैरहजेरीचे कारण समजल्यावर तो खूष झाला. मार्ता बाळंत झाल्यामुळे येऊ शकली नव्हती. आता या पिशवीतील वस्तूचे काय करायचे हा प्रश्न त्याला पडला.

झट्‌कन त्याने एक निर्णय घेतला आणि तो 'हॉल ऑफ फाइव्ह हंड्रेड'मधल्या गर्दीतून वाट काढीत पुढे गेला. तो सरळ संग्रहालयाच्या दिशेने गेला. वाटेतल्या सुरक्षा रक्षकांची नजर तो शक्यतो टाळीत होता. शेवटी तो संग्रहालयाबाहेरच्या कॉरिडॉरमध्ये पोहोचला. तिथे अंधार होता आणि जागोजागी छोटे साखळ्या लावलेले खांब उभे करून तो बंद केला होता. 'प्रवेश बंद' अशी एक पाटीही तिथे लावलेली होती.

लँग्डनने सर्वत्र काळजीपूर्वक पाहिले आणि तो सरळ साखळी ओलांडून पलीकडे गेला. त्याने पिशवीतून ती वस्तू बाहेर काढली आणि त्यावरचे प्लॅस्टिकचे कव्हरही काढून टाकले. मग ती वस्तू उघड झाली. होय, तोच तो डान्टेचा मुखवटा होता. तो नाजूक मुखवटा त्याच त्या मूळच्या झिपलॉक बॅगमध्ये होता. व्हेनिस रेल्वे

स्टेशनच्या लॉकरमधून सिन्स्कीच्या माणसांनी आपल्या ओळखी वापरून तो मिळवला होता. अजूनही तो जसाच्या तसाच होता. त्याला कुठेही धक्का लागला नव्हता की तो खराब झाला नव्हता. फक्त त्याच्या मागे झोब्रिस्टने काढलेल्या त्या वर्तुळाकार काव्यपंक्ती होत्या. परंतु डान्टेच्या चेहऱ्याचा मुखवटा लोक समोरून पहाणार असल्याने त्यांना मागच्या बाजूच्या काव्यपंक्ती दिसणार नव्हत्या.

लँग्डन शोकेसपाशी गेला. झिपलॉक बॅगमधून तो मुखवटा काळजीपूर्वक बाहेर काढला. मग शोकेसचे झाकण उघडून त्याने तो मुखवटा पूर्वीसारखाच शोकेसच्या आत असलेल्या खुंटीवर ठेवून दिला. शोकेसचे झाकण त्याने लावून टाकले. मुखवटा परत आपल्या मूळच्या जागी, खालच्या मखमली पृष्ठभागावर विसावला होता. शेवटी त्याला एक घर मिळाले.

मग मात्र लँग्डन तिथून झट्कन निघाला. वाटेतील ती 'प्रवेश बंद'ची पाटी त्याने बाजूला काढून खाली ठेवली आणि तिथे उभे केलेले तात्पुरते खांबही दूर केले. तो बाहेरच्या गॅलरीत आला असता त्याला एक तरुण कर्मचारी स्त्री दिसली.

लँग्डनने तिला, 'सिन्योरिता' अशी हाक मारून थांबवले. तो तक्रारीच्या स्वरात तिला म्हणाला, ''डान्टेच्या मुखवट्याच्या शोकेसवर प्रकाश नाही. तिथले दिवे लावा ना जरा! अंधारात तो मुखवटा नीट दिसत नाही.''

ती तरुण स्त्री-कर्मचारी उद्गारली, ''आय ॲम सॉरी! पण ती वस्तू आता आम्ही प्रदर्शनातून काढून घेतली आहे. आता तो मुखवटा तिथे नाही.''

''हे काहीतरी चमत्कारिक वाटते,'' लँग्डन चेहऱ्यावर आश्चर्य प्रकट करीत म्हणाला. ''मी आत्ताच तो मुखवटा स्वतःच्या डोळ्यांनी प्रत्यक्ष पाहिलेला आहे.''

त्या तरुण स्त्रीच्या चेहऱ्यावर गोंधळ पसरलेला त्याला दिसला.

ती ताबडतोब तिथून धावत निघून गेली. नक्कीच ती शोकेसकडे गेली असणार, असा विचार करून लँग्डन तिथून शांतपणे बाहेर पडला.

◆

उपसंहार

अलिटालियाचे ते विमान ३४ हजार फूट उंचीवरून बोस्टनला चालले हाते. आता ते बिस्केच्या उपसागरावरून जात होते. अमेरिकेत बोस्टनला जेव्हा ते पोहोचेल तेव्हा तिथे रात्र झालेली असणार. आता इथे रात्र असली, तरी स्वच्छ चांदणे पडले होते.

लँग्डन आपल्या आसनावर बसून डान्टेची 'द डिव्हाइन कॉमेडी' ही पेपरबॅक आवृत्ती वाचत होता. तो वाचनात पूर्णपणे गढून गेला होता. डान्टेच्या काव्यातील ताल, जेट विमानाच्या इंजिनाचा आवाज यांमुळे त्याला गुंगी चढू लागली होती. डान्टेचे शब्द पुस्तकातून बाहेर पडून हवेत तरंगत आहेत, असा भास त्याला होऊ लागला. ते शब्द त्याच्या हृदयाला जाऊन भिडत होते. जणूकाही ते याच क्षणासाठी आणि त्याच्यासाठीच लिहिलेले होते.

लँग्डनला आठवले की, डान्टेच्या काव्यात नरकातील दुःखांबद्दल फारसे लिहिलेले नव्हते. हिंमत खचविणारे कितीही प्रसंग आले, तरी माणसाची जिद्द, तिचे सामर्थ्य कोणतेही आव्हान स्वीकारण्यास कसे असते, हे विशेषत्वाने दर्शवण्यात आले होते.

खिडकीच्या बाहेर पौर्णिमेचा चंद्र उगवला होता. तो चांगलाच तेजस्वी वाटत होता. त्याच्यामुळे आकाशातील ग्रह, तारे, अन्य गोष्टी लुप्त झाल्या होत्या. लँग्डनने बाहेरच्या अवकाशात पाहिले आणि तो गेल्या काही दिवसांत जे जे घडले त्या विचारात बुडून गेला.

खुद्द नीतिमूल्यांवर संकट आले असतानाही जी माणसे आपली निष्क्रियता सोडत नाहीत, त्यांच्यासाठी नरकातील सर्वांत भयानक जागा शिक्षेसाठी राखून ठेवलेल्या असतात.

लँग्डनला या वाक्याचा अर्थ कधीही स्वच्छपणे कळला नव्हता. 'नैतिक पेचप्रसंगाच्या काळात तटस्थ भूमिका घेणाऱ्यांचे पाप हे महापाप असते,' असा अर्थ त्याने स्वतःपुरता काढला.

इतर कोट्यवधी माणसांप्रमाणे आपल्यालाही ही उक्ती लागू पडते, हे लँग्डन जाणून होता. जेव्हा जागतिक कृती करण्याची परिस्थिती निर्माण होते, तेव्हा त्याला नकार देऊन पळ काढण्याची वृत्ती बळावते. आपण हे नेहमी लक्षात ठेवले पाहिजे, असे त्याने स्वत:ला बजावले.

विमान पश्चिमेला चालले होते. त्याच्या मनात आले की, आत्ता जिनिव्हा इथे भविष्यात जगाला भेडसावणाऱ्या प्रश्नाच्या गुंतागुंतीतून नवीन जगासाठी मार्ग शोधत दोन धाडसी स्त्रिया धडपडत आहेत.

खिडकीच्या बाहेर त्याला क्षितिजावर ढगांचे काहूर उठताना दिसले. ते हळूहळू आकाशात पुढे सरकत होते. अखेर ते चंद्राला ग्रासून टाकून त्याचा प्रकाश थोपवणार, असे लक्षण दिसत होते.

रॉबर्ट लँग्डन आपल्या आसनात जरासा सैलावून बसला. आता आपली झोपायची वेळ झाली, हे त्याच्या लक्षात आले.

त्याने आपल्या डोक्यावरचा नाइट लॅम्प बंद करून टाकला. बाहेरच्या आकाशाकडे एकदा नजर टाकली आणि डोळे बंद करून तो झोपून गेला. बाहेर आता नव्याने अंधार झाला होता. बाहेरचे जगही बदलून गेल्यासारखे दिसले. आता आकाशावर ताऱ्यांचा एक चमचमता पडदा पसरला होता.

◆